LUẬT NGŨ PHẦN

Quyển 1

GIÁO HỘI PHẬT GIÁO VIỆT NAM THỐNG NHẤT
ỦY BAN PHIÊN DỊCH TRUNG ƯƠNG

ĐẠI TẠNG KINH VIỆT NAM

THANH VĂN TẠNG
Tập 27

LUẬT BỘ VI

LUẬT NGŨ PHẦN
Quyển 1
彌沙塞部和醯五分律
(Di-sa-tắc bộ Hòa hê ngũ phần luật
Mahīśāsaka-vinaya)
Hán dịch: **Tam tạng Phật-đà-thập và Trúc Đạo Sinh**
Việt dịch: **Tỳ-kheo Thích Đỗng Minh**
Hiệu chú: **Tỳ-kheo Thích Tuệ Sỹ,**
Tỳ-kheo Thích Tâm Nhãn, Tỳ-kheo Thích Nguyên An

HỘI ĐỒNG HOẰNG PHÁP
PL. 2568 - DL. 2024

ĐẠI TẠNG KINH VIỆT NAM
THANH VĂN TẠNG - Tập 27 – LUẬT BỘ VI
LUẬT NGŨ PHẦN, quyển 1
Việt dịch: Tỳ-kheo Thích Đỗng Minh
Hiệu chú: Tỳ-kheo Thích Tuệ Sỹ,
Tỳ-kheo Thích Tâm Nhãn, Tỳ-kheo Thích Nguyên An

Ban Báo Chí & Xuất Bản Hội Đồng Hoằng Pháp
Ấn hành lần thứ nhất, quý IV/2024

Trách nhiệm xuất bản: Thích Nguyên Siêu
Sửa bản in: Thích Nguyên Thịnh, Tâm Huy
Trình bày: Quảng Hạnh Tuệ, Sỹ Tứ
Thiết kế bìa: Quảng Pháp, Nhuận Pháp

https://hoangphap.org

Copyright © 2024. All rights reserved - Bản quyền thuộc về
Hội Ấn Hành Đại Tạng Kinh Việt Nam | Vietnamese Tripitaka Foundation

MỤC LỤC PHÂN TÍCH

Giới thiệu công trình phiên dịch Đại Tạng Kinh Việt Nam	xxiii
Duyên khởi	xxxvii
Phàm lệ	xliii
Bảng viết tắt	48
Tiểu sử Hòa thượng Luật sư Thích Đỗng Minh	51

PHẦN THỨ NHẤT

CHƯƠNG I: BA-LA-DI	**61**
I. BẤT TỊNH HẠNH	61
A. DUYÊN KHỞI	61
1. Sự kiện tại ấp Tì-lan-nhã	61
2. Nhân duyên Tu-đề-na: Kết giới lần thứ nhất.	70
3. Nhân duyên vượn cái: kết giới lần thứ hai.	78
4. Nhân duyên Tôn-đà-la-nan-đà: kết giới lần thứ ba	79
B. GIỚI VĂN	82
C. THÍCH TỪ	82
D. PHẠM TƯỚNG	86
II. BẤT DỮ THỦ	88
A. DUYÊN KHỞI	88
1. Nhân duyên kết giới lần thứ nhất	88
2. Nhân duyên kết giới lần thứ hai	94
B. GIỚI VĂN	95
C. THÍCH TỪ	95
D. PHẠM TƯỚNG	96
III. ĐOẠN NHÂN MẠNG	101
A. DUYÊN KHỞI	101
1. Nhân duyên kết giới lần thứ nhất	101
2. Nhân duyên kết giới lần thứ hai	104
3. Nhân duyên kết giới lần thứ ba	104

- B. GIỚI VĂN 107
- C. THÍCH TỪ 108
- D. PHẠM TƯỚNG 108
- IV. ĐẠI VỌNG NGỮ 113
  - A. DUYÊN KHỞI 113
    1. Nhân duyên kết giới lần thứ nhất 113
    2. Nhân duyên kết giới lần thứ hai 116
  - B. GIỚI VĂN 117
  - C. THÍCH TỪ 117
  - D. PHẠM TƯỚNG 118

CHƯƠNG II: TĂNG TÀN 121
- I. CỐ Ý TIẾT TINH 121
  - A. DUYÊN KHỞI 121
    1. Nhân duyên kết giới lần thứ nhất 121
    2. Nhân duyên kết giới lần thứ hai 122
  - B. GIỚI VĂN 123
  - C. THÍCH TỪ 123
  - D. PHẠM TƯỚNG 124
- II. XÚC CHẠM NỮ NHÂN 125
  - A. DUYÊN KHỞI 125
  - B. GIỚI VĂN 128
  - C. THÍCH TỪ 128
  - D. PHẠM TƯỚNG 129
- III. NÓI LỜI THÔ TỤC 130
  - A. DUYÊN KHỞI 130
  - B. GIỚI VĂN 131
  - C. PHẠM TƯỚNG 131
- IV. YÊU SÁCH CÚNG DƯỜNG 133
  - A. DUYÊN KHỞI 133
  - B. GIỚI VĂN 133
  - C. PHẠM TƯỚNG 134
- V. MAI MỐI 134
  - A. DUYÊN KHỞI 134
    1. Nhân duyên chế giới lần thứ nhất 134
    2. Nhân duyên chế giới lần thứ hai 137
  - B. GIỚI VĂN 138
  - C. THÍCH TỪ 138

  D. PHẠM TƯỚNG 139
 VI. LẬP THẤT NHỎ 141
  A. DUYÊN KHỞI 141
  B. GIỚI VĂN 147
  C. THÍCH TỪ 147
  D. PHẠM TƯỚNG 149
 VII. CẤT CHÙA LỚN 149
  A. DUYÊN KHỞI 149
  B. GIỚI VĂN 151
  C. THÍCH TỪ 152
 VIII. VÔ CĂN HUỶ BÁNG 152
  A. DUYÊN KHỞI 152
  B. GIỚI VĂN 160
  C. THÍCH TỪ 161
  D. PHẠM TƯỚNG 161
 IX. GIẢ CĂN HUỶ BÁNG 162
  A. DUYÊN KHỞI 162
  B. GIỚI VĂN 163
  C. THÍCH TỪ 165
  D. PHẠM TƯỚNG 165
 X. PHÁ TĂNG 165
  A. DUYÊN KHỞI 165
  1. Các vương tử họ Thích 165
  2. Nhân duyên Chúng Lạc (A-xà-thế) 171
  B. GIỚI VĂN 187
  C. THÍCH TỪ 188
  D. PHẠM TƯỚNG 188
 XI. TUỲ THUẬN PHÁ TĂNG 189
  A. DUYÊN KHỞI 189
  B. GIỚI VĂN 191
  C. THÍCH TỪ 191
  D. PHẠM TƯỚNG 191
 XII. ÁC TÁNH BẤT THỌ NHÂN NGỮ 192
  A. DUYÊN KHỞI 192
  B. GIỚI VĂN 193
  C. THÍCH TỪ 194
  D. PHẠM TƯỚNG 194

XIII. Ô THA GIA	195
A. DUYÊN KHỞI	195
B. GIỚI VĂN	199
C. THÍCH TỪ	200
D. PHẠM TƯỚNG	200
CHƯƠNG III: PHÁP BẤT ĐỊNH	**201**
I. GIỚI THỨ NHẤT	201
A. DUYÊN KHỞI	201
B. GIỚI VĂN	202
C. THÍCH TỪ	202
D. PHẠM TƯỚNG	203
II. GIỚI THỨ HAI	204
CHƯƠNG IV: XẢ ĐỌA	**205**
I. SÚC TRƯỜNG Y	205
A. DUYÊN KHỞI	205
1. Y dư, quá một đêm	205
2. Y Ca-thi-na đã xả, quá một đêm	207
3. Quá mười ngày	208
B. GIỚI VĂN	209
C. THÍCH TỪ	209
II. NGỦ LÌA Y	210
A. DUYÊN KHỞI	210
1. Lìa y	210
2. Cương giới của y	211
B. GIỚI VĂN	213
C. THÍCH TỪ	213
III. CHỜ Y MỘT THÁNG	214
A. DUYÊN KHỞI	214
B. GIỚI VĂN	217
C. THÍCH TỪ	217
IV. NHẬN Y PHI THÂN LÍ NI	218
A. DUYÊN KHỞI	218
1. Liên Hoa Sắc và Ba-xà-ba-đề	218
2. Những ngoại lệ khác	227
B. GIỚI VĂN	229
C. THÍCH TỪ	229

    B. GIỚI VĂN 343
XVI. ĐUỔI TỲ-KHEO RA NGOÀI 343
    A. DUYÊN KHỞI 343
    B. GIỚI VĂN 345
XVII. CHEN LẤN CHỖ NGỦ 347
    A. DUYÊN KHỞI 347
    B. GIỚI VĂN 349
XVIII. GHẾ NGỒI KHÔNG VỮNG 350
    A. DUYÊN KHỞI 350
    B. GIỚI VĂN 351
XIX. LÀM PHÒNG XÁ LỚN 351
    A. DUYÊN KHỞI 351
    B. GIỚI VĂN 352
XX. DÙNG NƯỚC CÓ TRÙNG 353
    A. DUYÊN KHỞI 353
    B. GIỚI VĂN 354
    C. THÍCH TỪ 354
XXI. GIÁO GIỚI NI KHÔNG ĐƯỢC TĂNG SAI 354
    A. DUYÊN KHỞI 354
    B. GIỚI VĂN 357
    C. THÍCH TỪ 358
XXII. GIÁO GIỚI NI SAU MẶT TRỜI LẶN 358
    A. DUYÊN KHỞI 358
    B. GIỚI VĂN 361
    C. THÍCH TỪ 361
XXIII. VÀO TRÚ XỨ TỲ-KHEO-NI 362
    A. DUYÊN KHỞI 362
    B. GIỚI VĂN 363
XXIV. GIÁO GIỚI NI VÌ LỢI DƯỠNG 363
    A. DUYÊN KHỞI 363
    B. GIỚI VĂN 364
XXV. NGỒI VỚI TỲ-KHEO-NI Ở CHỖ KHUẤT 365
    A. DUYÊN KHỞI 365
    B. GIỚI VĂN 365
XXVI. ĐEM Y CHO TỲ-KHEO-NI 366
    A. DUYÊN KHỞI 366
    B. GIỚI VĂN 369

- XXVII. MAY Y CHO TỲ-KHEO-NI 369
  - A. DUYÊN KHỞI 369
  - B. GIỚI VĂN 371
- XXVIII. HẸN ĐI CHUNG ĐƯỜNG VỚI TỲ-KHEO-NI 372
  - A. DUYÊN KHỞI 372
  - B. GIỚI VĂN 374
  - C. THÍCH TỪ 374
- XXIX. ĐI CHUNG THUYỀN VỚI TỲ-KHEO-NI 374
  - A. DUYÊN KHỞI 374
  - B. GIỚI VĂN 375
- XXX. THỨC ĂN DO TỲ-KHEO-NI KHUYẾN HÓA 376
  - A. DUYÊN KHỞI 376
  - B. GIỚI VĂN 378
  - C. THÍCH TỪ 379
- XXXI. TRIỂN CHUYỂN THỰC 379
  - A. DUYÊN KHỞI 379
  - B. GIỚI VĂN 384
  - C. PHẠM TƯỚNG 384
- XXXII. BIỆT CHÚNG THỰC 385
  - A. DUYÊN KHỞI 385
  - B. GIỚI VĂN 389
  - C. THÍCH TỪ 390
- XXXIII. LỮ QUÁN MỘT BỮA ĂN 390
  - A. DUYÊN KHỞI 390
  - B. GIỚI VĂN 392
- XXXIV. NHẬN QUÁ BA BÁT 393
  - A. DUYÊN KHỞI 393
  - B. GIỚI VĂN 397
  - C. THÍCH TỪ 397
- XXXV. PHÁP DƯ THỰC 398
  - A. DUYÊN KHỞI 398
  - B. GIỚI VĂN 401
- XXXVI. MỜI NGƯỜI TÚC THỰC 403
  - A. DUYÊN KHỞI 403
  - B. GIỚI VĂN 404
- XXXVII. BỎ VÀO MIỆNG VẬT KHÔNG ĐƯỢC CHO 404
  - A. DUYÊN KHỞI 404

B. GIỚI VĂN	406
XXXVIII. PHI THỜI THỰC	**410**
A. DUYÊN KHỞI	410
B. GIỚI VĂN	411
XXXIX. THỨC ĂN CÁCH ĐÊM	**411**
A. DUYÊN KHỞI	411
B. GIỚI VĂN	413
C. THÍCH TỪ	413
XL. CHO NGOẠI ĐẠO ĂN	**413**
A. DUYÊN KHỞI	413
B. GIỚI VĂN	417
XLI. ĐÒI THỨC ĂN NGON	**418**
A. DUYÊN KHỞI	418
B. GIỚI VĂN	419
XLII. NGỒI VỚI NGƯỜI NỮ TRONG NHÀ CÓ THỨC ĂN	**420**
A. DUYÊN KHỞI	420
B. GIỚI VĂN	421
C. THÍCH TỪ	421
XLIII. NGỒI VỚI NGƯỜI NỮ Ở CHỖ KHUẤT	**422**
A. DUYÊN KHỞI	422
B. GIỚI VĂN	423
XLIV. NGỒI VỚI NGƯỜI NỮ Ở CHỖ TRỐNG	**423**
A. DUYÊN KHỞI	423
B. GIỚI VĂN	423
XLV. XEM QUÂN TRẬN	**424**
A. DUYÊN KHỞI	424
B. GIỚI VĂN	425
XLVI. NGỦ LẠI TRONG QUÂN	**426**
A. DUYÊN KHỞI	426
B. GIỚI VĂN	427
XLVII. XEM QUÂN ĐỘI CHIẾN ĐẤU	**427**
A. DUYÊN KHỞI	427
B. GIỚI VĂN	428
XLVIII. KIÊN TRÌ ÁC KIẾN	**429**
A. DUYÊN KHỞI	429
B. GIỚI VĂN	432
XLIX. HỖ TRỢ TỲ-KHEO BỊ XẢ TRÍ	**434**

A. DUYÊN KHỞI 434
　　　B. GIỚI VĂN 434
　L. BAO CHE SA-DI BỊ ĐUỔI 435
　　　A. DUYÊN KHỞI 435
　　　B. GIỚI VĂN 437
　LI. ĐOẠN SANH MẠNG 438
　　　A. DUYÊN KHỞI 438
　　　B. GIỚI VĂN 439
　　　C. THÍCH TỪ 439
　LII. CỐ GIEO NGHI HỐI 440
　　　A. DUYÊN KHỞI 440
　　　B. GIỚI VĂN 441
　　　C. THÍCH TỪ 441
　LIII. KHÔNG DỮ DỤC 442
　　　A. DUYÊN KHỞI 442
　　　B. GIỚI VĂN 443
　　　C. THÍCH TỪ 443
　LIV. THỌC CÙ NÔN 444
　　　A. DUYÊN KHỞI 444
　　　B. GIỚI VĂN 445
　LV. ĐÙA GIỠN TRONG NƯỚC 445
　　　A. DUYÊN KHỞI 445
　　　B. GIỚI VĂN 446
　LVI. NGỦ CHUNG BUỒNG NGƯỜI NỮ 446
　　　A. DUYÊN KHỞI 446
　　　B. GIỚI VĂN 449
　　　C. THÍCH TỪ 449
　LVII. UỐNG RƯỢU 450
　　　A. DUYÊN KHỞI 450
　　　B. GIỚI VĂN 453
　LVIII. BẤT KÍNH 454
　　　A. DUYÊN KHỞI 454
　　　B. GIỚI VĂN 454
　LIX. ĐÀO PHÁ ĐẤT 455
　　　A. DUYÊN KHỞI 455
　　　B. GIỚI VĂN 456
　LX. NGHE LÉN ĐẤU TRANH 456

A. DUYÊN KHỞI	456
B. GIỚI VĂN	457
LXI. TRUYỀN CỤ TÚC CHO NGƯỜI CHƯA ĐỦ TUỔI 20	**458**
A. DUYÊN KHỞI	458
B. GIỚI VĂN	460
LXII. THUỐC BỐN THÁNG	**461**
A. DUYÊN KHỞI	461
B. GIỚI VĂN	465
C. PHẠM TƯỚNG	465
LXIII. KHÔNG CHỊU HỌC GIỚI	**467**
A. DUYÊN KHỞI	467
B. GIỚI VĂN	468
C. THÍCH TỪ	468
LXIV. VÔ TRI HỌC GIỚI	**468**
A. DUYÊN KHỞI	468
B. GIỚI VĂN	469
LXV. THÂM NHẬP VƯƠNG CUNG	**470**
A. DUYÊN KHỞI	470
B. GIỚI VĂN	472
C. THÍCH TỪ	473
LXVI. ĐI CHUNG VỚI CƯỚP	**473**
A. DUYÊN KHỞI	473
B. GIỚI VĂN	475
LXVII. ĐI CHUNG VỚI NGƯỜI NỮ	**476**
A. DUYÊN KHỞI	476
B. GIỚI VĂN	478
LXVIII. ĐỐT LỬA	**479**
A. DUYÊN KHỞI	479
B. GIỚI VĂN	481
LXIX. CẦM NẮM BẢO VẬT	**481**
A. DUYÊN KHỞI	481
B. GIỚI VĂN	487
C. THÍCH TỪ	487
LXX. NỬA THÁNG TẮM	**488**
A. DUYÊN KHỞI	488
B. GIỚI VĂN	491
C. THÍCH TỪ	491

LXXI. SÂN ĐÁNH TỲ-KHEO	492
A. DUYÊN KHỞI	492
B. GIỚI VĂN	493
LXXII. NHÁ ĐÁNH TỲ-KHEO	493
A. DUYÊN KHỞI	493
B. GIỚI VĂN	494
LXXIII. DỌA NHÁT TỲ-KHEO	494
A. DUYÊN KHỞI	494
B. GIỚI VĂN	496
LXXIV. CHE DẤU THÔ TỘI	496
A. DUYÊN KHỞI	496
B. GIỚI VĂN	497
LXXV. VU KHỐNG TĂNG TÀN	498
A. DUYÊN KHỞI	498
B. GIỚI VĂN	499
LXXVI. ĐUỔI ĐI KHÔNG CHO THỨC ĂN	499
A. DUYÊN KHỞI	499
B. GIỚI VĂN	502
LXXVII. HOẠI SẮC Y MỚI	502
A. DUYÊN KHỞI	502
B. GIỚI VĂN	504
LXXVIII. GIẤU VẬT DỤNG CỦA TỲ-KHEO	505
A. DUYÊN KHỞI	505
B. GIỚI VĂN	506
LXXIX. DỮ DỤC RỒI HỐI	507
A. DUYÊN KHỞI	507
B. GIỚI VĂN	507
C. THÍCH TỪ	507
LXXX. PHỦ NHẬN YẾT-MA	508
A. DUYÊN KHỞI	508
B. GIỚI VĂN	509
LXXXI. TỊNH THÍ Y RỒI ĐOẠT LẠI	509
A. DUYÊN KHỞI	509
B. GIỚI VĂN	512
LXXXII. TRƯỚC SAU BỮA ĂN ĐI ĐẾN NHÀ KHÁC KHÔNG BÁO	513
A. DUYÊN KHỞI	513
B. GIỚI VĂN	515

C. PHẠM TƯỚNG ... 516
LXXXIII. PHI THỜI VÀO XÓM ... 516
A. DUYÊN KHỞI ... 516
B. GIỚI VĂN ... 517
C. PHẠM TƯỚNG ... 517
LXXXIV. ĐỆM BÔNG ... 517
A. DUYÊN KHỞI ... 517
B. GIỚI VĂN ... 518
C. THÍCH TỪ ... 518
LXXXV. GIƯỜNG CAO QUÁ LƯỢNG ... 519
A. DUYÊN KHỞI ... 519
B. GIỚI VĂN ... 520
LXXXVI. ỐNG ĐỰNG KIM ... 520
A. DUYÊN KHỞI ... 520
B. GIỚI VĂN ... 521
LXXXVII. NI-SƯ-ĐÀN QUÁ LƯỢNG ... 522
A. DUYÊN KHỞI ... 522
B. GIỚI VĂN ... 523
C. THÍCH TỪ ... 524
LXXXVIII. PHÚ SANG Y ... 524
A. DUYÊN KHỞI ... 524
B. GIỚI VĂN ... 525
LXXXIX. ÁO TẮM MƯA ... 525
A. DUYÊN KHỞI ... 525
B. GIỚI VĂN ... 526
XC. LƯỢNG Y NHƯ LAI ... 526
A. DUYÊN KHỞI ... 526
B. GIỚI VĂN ... 526
C. PHẠM TƯỚNG ... 526
XCI. XOAY VẬT CỦA TĂNG VỀ CHO NGƯỜI KHÁC ... 527
A. DUYÊN KHỞI ... 527
B. GIỚI VĂN ... 527

CHƯƠNG VI: PHÁP HỐI QUÁ ... 529
I. NHẬN THỨC ĂN PHI THÂN LÝ NI NƠI TỤC GIA ... 529
A. DUYÊN KHỞI ... 529
B. GIỚI VĂN ... 533
II. THỌ THỰC DO NI CHỈ DẪN ... 534

    A. DUYÊN KHỞI 534
    B. GIỚI VĂN 535
  III. THỌ THỰC TỪ HỌC GIA 536
    A. DUYÊN KHỞI 536
    B. GIỚI VĂN 540
  IV. THỌ THỰC NGOÀI TRÚ XỨ A-LAN-NHÃ 540
    A. DUYÊN KHỞI 540
    B. GIỚI VĂN 542

CHƯƠNG VII: PHÁP CHÚNG HỌC 545
  Điều 1 đến điều 7 545
    A. DUYÊN KHỞI 545
    B. GIỚI VĂN 546
    C. THÍCH TỪ 546
  Điều 8 đến điều 10 547
    A. DUYÊN KHỞI 547
    B. GIỚI VĂN 547
    C. THÍCH TỪ 547
  Điều 11 đến điều 50 547
    A. DUYÊN KHỞI 547
    B. GIỚI VĂN 548
  Điều 51 549
    A. DUYÊN KHỞI 549
    B. GIỚI VĂN 550
  Điều 52 đến điều 57 550
    A. DUYÊN KHỞI 550
    B. GIỚI VĂN 551
  Điều 58 552
    A. DUYÊN KHỞI 552
    B. GIỚI VĂN 553
  Điều 59 553
    A. DUYÊN KHỞI 553
    B. GIỚI VĂN 554
  Điều 60 554
    A. DUYÊN KHỞI 554
    B. GIỚI VĂN 555
  Điều 61 đến điều 62 555
    A. DUYÊN KHỞI 555

B. GIỚI VĂN	555
Điều 63	556
A. DUYÊN KHỞI	556
B. GIỚI VĂN	556
Điều 64 đến điều 67	556
A. DUYÊN KHỞI	556
B. GIỚI VĂN	557
Điều 68	557
A. DUYÊN KHỞI	557
B. GIỚI VĂN	558
Điều 69 đến điều 75	558
A. DUYÊN KHỞI	558
B. GIỚI VĂN	559
Điều 76	560
A. DUYÊN KHỞI	560
B. GIỚI VĂN	560
Điều 77	561
A. DUYÊN KHỞI	561
B. GIỚI VĂN	561
Điều 78 đến 79	562
A. DUYÊN KHỞI	562
B. GIỚI VĂN	562
Điều 80	563
A. DUYÊN KHỞI	563
B. GIỚI VĂN	564
Điều 81	564
A. DUYÊN KHỞI	564
B. GIỚI VĂN	564
Điều 82	565
A. DUYÊN KHỞI	565
B. GIỚI VĂN	566
Điều 83	566
A. DUYÊN KHỞI	566
B. GIỚI VĂN	566
Điều 84 đến 85	567
A. DUYÊN KHỞI	567
B. GIỚI VĂN	568

A. DUYÊN KHỞI	568
B. GIỚI VĂN	569
Điều 98 đến 99	569
A. DUYÊN KHỞI	569
B. GIỚI VĂN	570
Điều 100	570
A. DUYÊN KHỞI	570
A. GIỚI VĂN	570
CHƯƠNG VIII: BẢY PHÁP DIỆT TRÁNH	**571**
SÁCH DẪN	**573**

GIỚI THIỆU CÔNG TRÌNH PHIÊN DỊCH ĐẠI TẠNG KINH VIỆT NAM

Yo vo, ānanda,
mayā dhammo ca vinayo ca desito paññatto,
so vo mamaccayena satthā.*

I. SƠ LƯỢC QUÁ TRÌNH PHIÊN DỊCH

Trước khi nhập Niết-bàn, đức Phật có di giáo tối hậu cho các chúng đệ tử: "Pháp và Luật mà Ta đã thuyết và quy định, là Đạo Sư của các ngươi sau khi Ta diệt độ." Phụng hành di giáo của đức Thế Tôn, các vị Trưởng lão A-la-hán đã thực hiện cuộc kiết tập lần thứ nhất tại thành Vương Xá, cùng hòa hiệp phúng tụng tất cả những điều đã được Phật giảng dạy trong suốt bốn mươi lăm năm giáo hóa; nền tảng của văn hiến Phật giáo mà về sau được gọi là Tam tạng được thành lập từ đó.

Kể từ đó, giáo pháp của đức Thích Tôn theo bước chân du hóa của các Thánh đệ tử lan tỏa khắp bốn phương. Nơi nào Giáo pháp được truyền đến, nơi đó bốn chúng đệ tử học tập và hành trì theo phương ngôn của bản địa, như điều đã được đức Phật chỉ giáo: *anujānāmi, bhikkhave, sakāya niruttiyā buddhavacanaṃpariyāpuṇitun"ti.* "Này các tỳ-kheo, Ta cho phép các ngươi học Phật ngôn bằng chính phương ngữ của mình." Y cứ theo lời dạy này, ngay từ khởi thủy Phật ngôn đã được chuyển thể qua nhiều phương ngữ khác nhau. Khi các bộ phái Phật giáo phát triển, mỗi bộ phái cố gắng thành lập Tam tạng Thánh điển theo phương ngữ của địa phương được xem là căn cứ địa. Khi

---

* Này *Ānanda*! Pháp và Luật mà Ta đã thuyết và qui định, là Đạo Sư của các ngươi sau khi Ta diệt độ.

mà hệ thống văn tự tại cổ Ấn Độ chưa phổ biến, sự lưu truyền Thánh điển bằng khẩu truyền là phương tiện chính. Do khẩu truyền, những biến âm do khẩu âm của từng địa phương khác nhau thỉnh thoảng cũng ảnh hưởng đến một vài thay đổi nhỏ trong các văn bản. Những biến thiên âm vận ấy trong nhiều trường hợp dẫn đến những giải thích khác nhau về một điểm giáo nghĩa giữa các bộ phái. Tuy nhiên, nhìn từ đại thể, các giáo nghĩa trọng yếu vẫn được hiểu và hành trì như nhau giữa tất các các truyền thống, nam phương cũng như bắc phương. Điều có thể được khẳng định qua các công trình nghiên cứu tỉ giảo về văn bản trong hai nguồn văn hệ Phật giáo hiện tại: Pali và Hán tạng. Các bản Hán dịch xuất xứ từ A-hàm, và các bản văn Pali hiện đọc được, đại bộ phận đều tương ưng với nhau. Do đó, những điều được cho là dị biệt giữa hai truyền thống nam và bắc phương, mà thường hiểu lệch lạc là Tiểu thừa và Đại thừa, chỉ là sự khác biệt bởi môi trường lịch sử văn minh theo các địa phương và dân tộc. Đó là sự khác biệt giữa nguyên thủy và phát triển. Phật pháp truyền sang phương nam, đến các nước Nam Á, nơi đó sự phát triển văn minh và các định chế xã hội chưa đến mức phức tạp, nên giáo pháp của Phật được hiểu và hành gần với nguyên thủy. Về phương bắc, tại các vùng đông bắc Ấn, và tây bắc Trung Quốc, nhiều chủng tộc dị biệt, nhiều nền văn hóa khác nhau, và do đó cũng xuất hiện nhiều định chế xã hội khác nhau. Phật pháp được truyền vào đó, một thời đã trở thành quốc giáo của nhiều nước. Thích ứng theo sự phát triển của đất nước ấy, từ ngôn ngữ, phong tục, định chế xã hội, giáo pháp của đức Phật cũng dần dần được bản địa hóa.

Thánh điển Tam tạng là nguồn suối cho tất cả nhận thức về Phật pháp, để học tập và hành trì, cũng như để nghiên cứu. Kinh tạng và Luật tạng là tập đại thành Pháp và Luật do chính đức Phật giảng dạy và quy định, là sở y cho tri thức và hành trì của Thánh đệ tử để tiến tới thành tựu cứu cánh Minh và Hành. Kinh và Luật cũng bao gồm những diễn giải của các Thánh đệ tử được thân truyền từ kim khẩu của đức Phật. Luận tạng, theo truyền thống Thượng tọa bộ nam phương, và cũng theo truyền thống Hữu bộ, do chính đức Phật thuyết. Nhưng các đại luận sư như Thế Thân (*Vasubandhu*), cũng như hầu hết các nhà nghiên cứu Phật học trên thế giới hiện đại, đều không công nhận truyền thuyết này, mà cho rằng đó là tập đại thành các công trình phân tích, quảng diễn, và hệ thống hóa những điều đã được Phật thuyết trong Pháp và Luật. Kinh và Luật tạng được thành lập trong một khoảng thời gian nhất định, trực tiếp hoặc gián tiếp từ kim khẩu của Phật, và là sở y chung cho tất cả các bộ phái Phật giáo, bao gồm cả Phật giáo Đại thừa, mặc dù có những sai biệt do vấn đề truyền khẩu với các khẩu âm và phương ngữ khác nhau, theo thời gian và địa vức.

Luận tạng là bộ phận Thánh điển phản ánh lịch sử phát triển của Phật giáo, bao gồm các phương diện tín ngưỡng tôn giáo, tư duy triết học, nghiên cứu khoa học, định chế và tổ chức xã hội chính trị. Tổng quát mà nói, đó không chỉ là phản ánh lịch sử phát triển của nội bộ Phật giáo, mà trong đó cũng phản ánh toàn bộ văn minh tại những nơi mà giáo lý của đức Phật được truyền đến. Điều này cũng được chứng minh cụ thể bởi lịch sử Việt Nam.

Mỗi bộ phái Phật giáo tự xây dựng cho mình một nền văn hiến Luận tạng riêng biệt, tập hợp các luận giải giáo nghĩa, bảo vệ kiến giải Phật pháp của mình, bài trừ các quan điểm dị học. Đây là nền văn hiến đồ sộ, liên tục phát triển trên nhiều khu vực địa lý khác nhau. Cho đến khi Hồi giáo bành trướng tại Ấn Độ, Phật giáo bị đào thải. Một bộ phận văn hiến Phật giáo được chuyển sang Tây Tạng, qua các bản dịch Phạn Tạng, và một số lớn nguyên bản Phạn văn được bảo trì. Một bộ phận khác, lớn nhất, gần như hoàn chỉnh nhất, văn hiến Phật giáo được chuyển dịch sang Hán tạng, bao gồm hầu hết mọi xu hướng tư tưởng dị biệt của Phật giáo phát triển trong lịch sử Ấn Độ, từ Nguyên thủy, Bộ phái, Đại thừa, cho đến Mật giáo.

Truyền thuyết ghi rằng Phật giáo được truyền vào Trung Hoa dưới đời Hán Minh Đế, niên hiệu Vĩnh bình thứ 10 (Tl. 65), và bản kinh Phật đầu tiên được dịch sang Hán văn là Kinh Tứ thập nhị chương, do Ca-diếp Ma-đằng và Trúc Pháp Lan. Nhưng truyền thuyết này không được nhất trí hoàn toàn giữa các nhà nghiên cứu lịch sử Phật giáo Trung Quốc. Điều chắc chắn là Khương Tăng Hội, quê quán Việt Nam, xuất phát từ Giao Chỉ (Việt Nam), đã đưa Phật giáo vào Giang Tả, miền Nam Trung Hoa. Các công trình phiên dịch và chú giải của

Khương Tăng Hội đã chứng tỏ rằng trước đó, tức từ năm thứ 247 kỷ nguyên Tây lịch, thời gian được nói là Tăng Hội vào đất Kiến nghiệp, quy y cho Tôn Quyền, Phật giáo đã phát triển đến một hình thái nhất định tại Việt Nam, cùng một số kinh Phật được phiên dịch. Điều này cũng được củng cố thêm bởi những điều được ghi chép trong Mâu Tử Lý Hoặc Luận. Có lẽ do hậu quả của thời kỳ Bắc thuộc, hầu hết những điều được tìm thấy trong hành trạng của Khương Tăng Hội và trong ghi chép của Mâu Tử đều bị xóa sạch. Chỉ tồn tại những gì được ghi nhận là truyền từ Trung Quốc.

Dịch giả Phạn Hán đầu tiên tại Trung Quốc được khẳng định là An Thế Cao (đến Trung Quốc trong khoảng Tl. 147 – 167). Tất nhiên trước đó hẳn cũng có các dịch giả khác mà tên tuổi không được ghi nhận. Lương Tăng Hựu căn cứ trên bản Kinh lục xưa nhất của Đạo An (Tl. 312 – 385) ghi nhận có chừng 134 kinh không rõ dịch giả; và do đó cũng không xác định trước hay sau An Thế Cao.

Sự nghiệp phiên dịch Phật kinh Phạn Hán liên tục từ An Thế Cao, cho đến các đời Minh, Thanh được tập thành trong 32 tập của Đại Chánh, bao gồm Thánh điển Nguyên thủy, Bộ phái, Đại thừa, Mật giáo, 1692 bộ. Những trước tác của Trung Hoa, từ sớ giải, luận giải, cho đến sử truyện, du ký, v.v., tập thành từ tập 33 đến 55 trong Đại Chánh, gồm 1492 tác phẩm. Số tác phẩm được ấn hành trong Tục tạng chữ Vạn còn nhiều hơn thế nữa. Đây là hai bản Hán tạng tương đối đầy đủ nhất, trong đó tạng Đại Chánh được sử dụng rộng rãi trên quy mô thế giới.

Sự nghiệp phiên dịch Kinh điển ở nước ta được bắt đầu rất sớm, có thể trước cả thời Khương Tăng Hội, mà dấu vết có thể tìm thấy trong *Lục độ tập kinh*. Ngôn ngữ phiên dịch của Khương Tăng Hội là Hán văn. Hiện chưa có phát hiện nào về các bản dịch Kinh Phật bằng tiếng quốc âm. Suốt trong thời kỳ Bắc thuộc, do nhu cầu tinh thông Hán văn như là sách lược cấp thời để đối phó sự đồng hóa của phương bắc, Hán văn trở thành ngôn ngữ thống trị. Vì vậy công trình phiên dịch Kinh điển thành quốc âm không thể thực hiện. Bởi vì, công trình phiên dịch Tam tạng tại Trung Hoa thành tựu đồ sộ được thấy ngay, chủ yếu do sự bảo trợ của triều đình. Quốc âm chỉ được dùng như là phương tiện hoằng pháp trong nhân gian.

Cho đến thời Pháp thuộc, trước tình trạng vong quốc và sự đe dọa bởi văn hóa xâm lược, văn hóa dân tộc có nguy cơ mất gốc, cho nên sơn môn phát động phong trào chấn hưng Phật giáo, phổ biến kinh điển bằng tiếng quốc ngữ qua ký tự La-tinh. Từ đó, lần lượt các Kinh điển quan trọng từ Hán tạng được phiên dịch theo nhu cầu học và tu của Tăng già và Phật tử tại gia. Phần lớn các Kinh điển này đều thuộc Đại thừa, chỉ một số rất ít được trích dịch từ các A-hàm. Dù Đại thừa hay A-hàm, các Kinh Luận được phiên dịch đều không theo một hệ thống nào cả. Do đó sự nghiên cứu Phật học Việt Nam vẫn chưa có cơ sở chắc chắn. Mặt khác, do ảnh hưởng ngữ pháp Phạn, các bản dịch Hán hàm chứa một số vấn đề ngữ pháp Phạn Hán khiến cho ngay cả các nhà chú giải Kinh điển lớn như Cát Tạng, Trí Khải cũng phạm phải rất nhiều sai lầm. Chính Ngạn Tông, người tổ chức dịch trường theo lệnh của Tùy Dạng đế đã nêu lên một số sai lầm này. Cho đến Huyền Trang, vì phát hiện nhiều sai lầm trong các bản Hán dịch nên quyết tâm nhập Trúc cầu pháp, bất chấp lệnh cấm của triều đình và các nguy hiểm trên lộ trình.

Ngày nay, do sự phát hiện nhiều bản Kinh Luận quan trọng bằng tiếng Sanskrit, cũng như sự phổ biến ngôn ngữ Tây Tạng, mà phần lớn Kinh điển Sanskrit được phiên dịch, nên nhiều công trình chỉnh lý được thực hiện cho các bản dịch Phạn Hán. Thêm vào đó, do sự phổ biến ngôn ngữ Pali, vốn được xem là ngôn ngữ Thánh điển gần với nguyên thuyết nhất, một số sai lầm trong các bản dịch A-hàm cũng được chỉnh lý, và tỉ giảo, khiến cho lời dạy của Đức Thích Tôn được thọ trì một cách trong sáng hơn.

Trên đây là những nhận thức cơ bản để Ban phiên dịch Đại Tạng Kinh Việt Nam y theo đó mà thực hiện các bản dịch. Trước hết, là bản dịch các kinh A-hàm đang được giới thiệu ở đây. Các kinh thuộc bộ A-hàm được dịch sang Hán rất sớm, kể từ thời Hậu Hán với An Thế Cao. Nhưng phần lớn các truyền bản này đều phát xuất từ Tây vực, từ các nước Phật giáo thịnh hành thời đó như Quy-tư, Vu-điền. Do khẩu âm và phương ngữ nên trong các truyền bản được nói là Phạn văn đã hàm chứa khá nhiều sai lạc. Điều này có thể thấy rõ qua sự so sánh các đoạn tương đương Pali, hay các dẫn chứng trong Đại Tì-bà-sa, Du-già sư địa. Thêm vào đó, các dịch giả hầu hết đều học Phật và học tiếng Sanskrit tại các nước Tây Vực chứ không trực tiếp tại Ấn Độ như La-thập và Huyền Trang, nên trình độ ngôn ngữ Phạn có hạn chế. Các vị ấy khi vừa đặt chân lên Trung Hoa, do khát vọng thâm thiết của các Phật tử Trung Hoa, muốn có thêm kinh Phật để học và tu, cho nên trong khi chưa tinh thông tiếng Hán, mà công trình phiên dịch lại được thôi thúc cần thực hiện. Vì không tinh thông Hán ngữ nên công tác phiên dịch luôn luôn qua trung gian một người chuyển ngữ. Quá trình phiên dịch đi qua nhiều giai đoạn mà chính người chủ dịch không thể quán triệt, cho nên trong các bản dịch hàm chứa những đoạn văn rất tối nghĩa, và nhiều khi nhầm lẫn. Trong tình hình như vậy, một bản dịch Việt từ Hán đòi hỏi rất nhiều tham khảo để hy vọng tiếp cận với nguyên bản Sanskrit đã thất lạc, và cũng từ đó mà hy vọng có thể tiếp cận với lời Phật dạy hơn, điều mà các bản Hán dịch do trở ngại ngôn ngữ đã không thể thực hiện được.

Đại Tạng Kinh Việt Nam chủ yếu căn cứ trên Đại Chánh Đại Tạng Kinh, Nhật Bản, gồm 100 tập, được biên tập khởi đầu từ niên hiệu Đại Chánh (Taisho) thứ 11, Tl. 1922, cho đến niên hiệu Chiêu Hòa (Showa) thứ 9, Tl. 1934, tập hợp trên 100 nhà nghiên cứu Phật học hàng đầu của Nhật Bản, dưới sự chủ trì của Cao Nam Thuận Thứ Lang (Takakusu Junjiro) và Độ Biên Hải Húc (Watanabe Kaigyoku). Để bản sử dụng là bản in của chùa Hải Ấn, Triều Tiên, được gọi là bản Cao-lệ. Công trình chỉnh lý văn bản căn cứ các khắc bản Tống, Nguyên, Minh, cùng một số khắc bản và thủ bản tại Hoa và Nhật khác như tả bản Thiên Bình, bản Liêu của Cung nội sảnh, bản chùa Đại Đức, bản chùa Vạn Đức, v.v. Một số bản văn được phát hiện tại các vùng trong Tây Vực như Vu Điền, Đôn Hoàng, Quy Tư, Cao Xương, cũng được dùng làm tham khảo. Nhiều đoạn văn từ Pali và Sanskrit cũng được dẫn dưới cước chú để đối chiếu đoạn Hán dịch mà người biên tập nghi ngờ là không chính xác hoặc thuộc về dị bản nào đó.

Nội dung Đại tạng Đại Chánh được phân làm ba phần chính: phần thứ nhất, gồm 32 tập, là các bản dịch Phạn Hán bao gồm Kinh, Luật, Luận, được thuyết bởi chính kim khẩu của Phật, hay được kiết tập bởi các Thánh đệ tử, hoặc được trước tác bởi các Luận sư. Phần thứ hai, từ Đại Chánh tập 33 đến tập 55, trước tác của Trung Hoa, bao gồm các sớ giải Kinh, Luật, Luận, và luận thuyết riêng biệt của các tông phái Phật giáo Trung Hoa, các sử truyện, truyện ký, du ký, truyền kỳ; các bản Hán dịch thuộc ngoại giáo như Thắng luận, Số luận, Ba tư giáo, Thiên chúa giáo, các tập ngữ vựng Phạn Hán, giáo khoa Phạn Hán, các Kinh lục. Phần thứ ba, từ tập 56 đến 85, tập họp các trước tác của Nhật Bản, gồm các sớ giải Kinh, Luật, Luận, phần lớn căn cứ trên các bản sớ giải Trung Hoa mà giải nghĩa rộng thêm, và các luận thuyết của các tông phái tại Nhật Bản. Còn lại 12 tập sưu tập các đồ tượng, tranh ảnh, phần lớn là các đồ hình mạn-đà-la của Mật tông. 3 tập cuối, tổng mục lục, liệt kê nội dung các bản Đại tạng lưu hành.

Ban phiên dịch Đại Tạng Kinh Việt Nam chọn Đại Chánh tạng làm để bản, phiên dịch tất cả tác phẩm được ấn hành trong đó. Phàm lệ để thực hiện bản dịch tạm thời được quy định như sau:

1. Đại Tạng Kinh Việt Nam bao gồm tất cả các bản dịch tiếng Việt của Tam Tạng Kinh Điển Phật giáo đã xuất hiện ở nước ta từ trước đến nay, qua các thời kỳ với nhiều dịch giả khác nhau, để cho thấy quá trình hình thành Đại Tạng Kinh Việt Nam qua lịch sử.

2. Về bản đáy, bản dịch Việt căn cứ trên ấn bản Đại Chánh Tân Tu Đại Tạng Kinh 100 tập, mỗi tập trên dưới 1000 trang chữ Hán cỡ 10pt và sẽ được đánh số theo thứ tự của số ghi trong bản in Đại Chánh. Mỗi trang của bản in Đại chính được chia làm ba cột: a, b, c. Số trang và cột này đều được ghi trong bản dịch để tiện tham khảo.

3. Vì thế, một bản kinh chữ Hán có thể có nhiều bản dịch tiếng Việt, nên sau số thứ tự của Đại Chánh, sẽ đánh thêm các mẫu tự A, B, C... để phân biệt các bản dịch tiếng Việt khác nhau của cùng một bản kinh chữ Hán đó.

4. Về xử lý văn bản trong khi phiên dịch, phần lớn căn cứ công trình hiệu đính và đối chiếu của bản Đại Chánh. Ngoài ra, tham khảo thêm các công trình hiệu đính và đối chiếu khác.

5. Giữa các ấn bản có những điểm khác nhau, bản Việt sẽ lựa chọn hoặc hiệu đính theo nhận thức của người dịch.

6. Trong bản Hán, nếu chỗ nào xét thấy văn dịch hay từ ngữ không phù hợp với giáo nghĩa truyền thống phổ biến, người dịch sẽ tham khảo các Kinh, Luật, Luận cần thiết để hiệu chính. Những hiệu chính

này được giải thích ở phần cước chú.

7. Bản Hán dịch thực hiện căn cứ phần lớn trên sự truyền khẩu. Do đó những từ phát âm tương tự dễ đưa đến ngộ nhận, như *sam* Pāli hay *sama* và *samyak*; *cala* và *jala*; *muti* và *muṭṭhi*, v.v... Trong những trường hợp này, người dịch sẽ tham chiếu các kinh tương đương, các bản Hán biệt dịch, suy đoán tự dạng nguyên thủy có thể có trong Phạn bản để hiệu chính. Những hiệu chính này đều được ghi ở phần cước chú.

8. Do các truyền bản khác nhau giữa các bộ phái, để có nhận thức về giáo nghĩa nguyên thủy, chung cho tất cả, cần có những nghiên cứu đối chiếu sâu rộng. Công việc này ngoài khả năng hiện tại của các dịch giả. Tuy nhiên, trong trường hợp có thể, những điểm dị biệt giữa các truyền bản sẽ được ghi nhận và đối chiếu. Những ghi nhận này được nêu ở phần cước chú.

9. Bản Hán dịch được phân thành số quyển. Bản dịch Việt không chia số quyển như vậy, nhưng sẽ ghi ở phần cước chú mỗi khi bắt đầu một quyển khác.

10. Các từ Phật học trong một số bản Hán dịch nếu không phổ biến, do đó có thể gây khó khăn cho việc đọc và nghiên cứu, trong các trường hợp như vậy, tuy vẫn giữ nguyên dịch ngữ của bản Hán, nhưng dịch ngữ tương đương thông dụng hơn sẽ được ghi trong phần cước chú. Trong trường hợp có thể, sẽ ghi luôn dịch giả của những dịch ngữ này và xuất xứ của chúng từ bản dịch nào để tiện việc tham khảo.

11. Các kinh sách tham khảo trong cước chú đều được viết tắt theo quy định phổ thông của giới nghiên cứu quốc tế; xem quy định về viết tắt ở cuối mỗi tập của Đại tạng kinh Việt Nam.

II. PHƯƠNG ÁN THỰC HIỆN

Dự án thực hiện bao gồm các công trình phiên dịch, biên tập, và ấn hành, một Hội Đồng phiên dịch Đại Tạng Kinh Việt Nam được thành lập, được điều phối bởi Tổng biên tập, với các nhiệm vụ được phân phối như sau:

1. Ủy ban Phiên dịch. Để hoàn tất một bản dịch, các công tác sau đây cần được thực hiện:

a. Phiên dịch trực tiếp: Các văn bản lần lượt được phân phối đến các vị có trình độ Hán văn tương đối, kiến thức Phật học cơ bản, và khả năng ngôn ngữ cần thiết, phiên dịch trực tiếp từ Hán sang Việt.

b. Hiệu đính và chú thích: nhiệm vụ chủ yếu của phần hiệu chính là đọc lại bản dịch thô và bổ túc những sai lầm có thể có trong bản dịch. Trong thực tế, người hiệu đính còn phải làm nhiều hơn thế nữa.

Trước hết là phần chỉnh lý văn bản. Phần này đáng lý phải thực hiện trước khi phiên dịch. Việc chỉnh lý văn bản thoạt tiên có vẻ đơn giản, vì người dịch chỉ lưu ý một số nhầm lẫn trong việc khắc bản của để bản. Những điểm khác nhau giữa các bản khắc hầu hết được ghi ở cước chú trong ấn bản Đại Chánh, người dịch chỉ cần hiểu rõ nội dung đoạn dịch thì có thể lựa chọn những từ thích hợp trong cước chú. Tuy nhiên, do hạn chế về trình độ Phật pháp và khả năng tham khảo nên đa số người dịch không chọn được từ chính xác. Mặt khác, ngay cả các từ trong cước chú không phải hoàn toàn chính xác. Ngay cả Đại sư Ấn Thuận cũng phạm phải một số sai lầm khi chọn từ, vì không tìm ra các đoạn Pali hoặc Sanskrit tương đương nên phải dựa trên ức đoán. Những ức đoán phần nhiều là sai. Mặt khác, nhiều sai lầm không phải do tả bản hay khắc bản, mà do chính từ truyền bản. Bởi vì, kinh điển từ Ấn Độ truyền sang hầu hết đều do khẩu truyền. Những biến đổi trong khẩu âm, phát âm, khiến nhầm lẫn từ này với từ khác, làm cho ý nghĩa nguyên thủy của giáo lý sai lạc. Người dịch từ Hán văn mà không có trình độ Phạn văn nhất định thì không thể phát hiện những sai lầm này. Điều đáng lưu ý những sai lầm này xuất hiện rất nhiều và rất thường xuyên trong nhiều bản dịch Phạn Hán.

Phần hiệu đính tập trung trên cú pháp Phạn mà ảnh hưởng của nó trong các bản dịch khiến cho nhiều khi ngay cả những vị tinh thông Hán, ngay cả các nhà chú giải kinh điển nổi tiếng cũng phải nhầm lẫn. Để hiểu rõ nội dung bản dịch Hán, cần thiết phải tìm lại nguyên bản Phạn để đối chiếu. Đại sư Cát Tạng đã vấp phải sai lầm khi không có cơ sở để phân tích mệnh đề Hán dịch là năng động hay thụ động, do đó đã nhầm lẫn người giết với kẻ bị giết. Đó là một đoạn văn trong *Thắng man* mà nguyên bản Phạn của kinh này đã thất lạc, nhưng đoạn văn tương đương lại được tìm thấy trong trích dẫn của *Sikṣasamuccaya* của *Sāntideva*. Nếu không tìm thấy đoạn Sanskrit được trích dẫn này thì không ai có thể biết rằng Cát Tạng đã nhầm lẫn.

Rất nhiều kinh điển trong nguyên bản Phạn đã bị thất lạc. Ngay cả những tác phẩm quan trọng như Đại Tì-bà-sa chỉ tồn tại trong bản dịch của Huyền Trang. Nhiều đoạn được trích dẫn trong bản dịch *Câu-xá*, mà Phạn văn đã được phát hiện, cũng giúp người đọc Đại Tì-bà-sa có manh mối để đi sâu vào nội dung. Đọc một bản văn mà không nắm vững nội dung của nó, nghĩa là chính dịch giả cũng không hiểu, hoặc hiểu sai, sao có thể hy vọng người đọc hiểu được đoạn văn phiên dịch? Do đó, công tác hiệu đính không đơn giản chỉ bổ túc những khuyết điểm trong bản dịch về lối hành văn, mà đòi hỏi công phu tham khảo rất nhiều để nắm vững nội dung nguyên tác trong một giới hạn khả dĩ.

Đại Tạng Kinh Việt Nam là bản dịch Việt từ Hán tạng, do đó không thể tự tiện thay đổi nội dung dù phát hiện những sai lầm trong bản Hán. Những sai lầm mang tính lịch sử, do đó không được phép loại bỏ tùy tiện. Tuy vậy, bản dịch Việt cũng không thể bỏ qua những nhầm lẫn được phát hiện. Những phát hiện sai lầm cần được nêu lên, và những hiệu đính cũng cần được đề nghị. Những điểm này được ghi ở phần cước chú để cho bản Việt vẫn còn gần với bản Hán dịch.

Trên đây là một số điều kiện tất yếu để thực hiện một bản dịch tương đối khả dĩ chấp nhận. Trong tình hình hiện tại, chúng ta chỉ có rất ít vị có thể hội đủ điều kiện yêu cầu như trên. Do đó, dự án thực hiện hướng đến chương trình đào tạo, không đơn giản chỉ là đào tạo chuyên gia dịch thuật, mà là bồi dưỡng những vị có trình độ Phật học cao với khả năng đọc và hiểu các ngôn ngữ chuyển tải Thánh điển, chủ yếu các thứ tiếng Pali, Sanskrit, Tây Tạng và Hán. Trong tình hình nghiên cứu Phật học hiện tại trên thế giới, người muốn nghiên cứu Phật học mà không biết đến các ngôn ngữ này thì khó có thể nắm vững giáo nghĩa căn bản. Và đây cũng là điều mà Ngạn Tông đã nêu rõ trong các điều kiện tham gia dịch thuật trong viện phiên dịch bảo trợ bởi Tùy Dạng Đế, mặc dù Ngạn Tông chỉ yêu cầu hiểu biết Phạn văn nhưng đồng thời cũng yêu cầu kiến thức uyên bác, không chỉ tinh thông Phật điển mà còn cả thư tịch ngoại giáo.

Chi tiết chương trình đào tạo cần được trình bày trong một dịp khác.

2. Ủy ban Ấn hành. Công tác ấn hành gồm các phần:

a. Sửa lỗi chính tả của các bản dịch. Hiện tại lỗi chính tả trong các bản dịch do các Thầy, Cô, và Phật tử tự nguyện chỉnh sửa. Nhưng chỉ là công tác nghiệp dư, do không chuyên trách, và do đó cũng thiếu kinh nghiệm trong việc phát hiện lỗi, nên các bản in phổ biến tồn tại khá nhiều lỗi chính tả.

b. Trình bày bản in. Công tác này tùy thuộc điều kiện kỹ thuật vi tính. Sơ khởi, ban ấn hành chưa đủ điều kiện để có những vị thành thạo sử dụng kỹ thuật vi tính trong việc trình bày văn bản. Công việc này hiện tại do các Thầy, Cô phụ trách, với trình độ kỹ thuật do tự học, và tự phát. Vì vậy, trong nhiều trường hợp không khắc phục được lỗi kỹ thuật nên hình thức trình bày của bản văn chưa được hoàn hảo như mong đợi.

Sự nghiệp phiên dịch được định khoảng 15 năm, hoặc có thể lâu hơn nữa. Hình thức Đại Tạng Kinh do đó không thể được thiết kế một lần hoàn hảo. Trong diễn tiến như vậy, tất nhiên trình độ kỹ thuật được cải tiến theo thời gian, khiến cho hình thức trình bày cũng cần thay đổi cho phù hợp với thời đại. Hậu quả sẽ khó tránh khỏi là sự không đồng bộ giữa các tập Đại Tạng Kinh ấn hành trước và sau.

c. Ấn loát. Sau khi hình thức trình bày được chấp nhận, bản dịch được đưa đi nhà in. Trách nhiệm ấn loát được giao cho nhà in với các khoản được ghi thành hợp đồng. Vấn đề ấn loát như vậy tương đối ổn định. Tuy nhiên, cũng cần có người chuyên trách để theo dõi quá trình ấn loát, hầu tránh những sai sót kỹ thuật có thể có do nhà in.

d. Phát hành, phổ biến và vận động. Một nhiệm vụ không kém quan trọng là phát hành và phổ biến Đại Tạng Kinh. Công việc này đáng lý do một ban phát hành chuyên trách. Nhưng trong điều kiện nhân sự hiện tại, một Ban như vậy chưa thể thành lập, do đó ban ấn hành kiêm nhiệm. Thêm nữa, công trình phiên dịch là sự nghiệp chung của toàn thể Phật tử Việt Nam, không phân biệt Giáo hội, hệ phái, do đó cần có sự tham gia và cống hiến của chư Tăng Ni, Phật tử, bằng hằng sản và hằng tâm, bằng tâm nguyện cá nhân hay tập thể dưới các hình thức hỗ trợ và bảo trợ bằng vật chất hoặc tinh thần, cống hiến bằng tất cả khả năng vật chất và trí tuệ. Công việc vận động này để cho được hữu hiệu với sự tham gia tích cực của nhiều chúng đệ tử cũng cần được chuyên trách bởi một ban vận động. Trong điều kiện nhân sự hiện tại, ban ấn hành kiêm nhiệm.

HẬU TỪ

Trải qua trên dưới 2 nghìn năm du nhập, những giáo nghĩa căn bản mà đức Phật đã giảng được học và hành tại Việt Nam, đã đem lại nhiều an lạc cho nhiều cá nhân và xã hội, đã góp phần xây dựng tình cảm và tư duy của các cộng đồng cư dân trên đất nước Việt. Thế nhưng, sự nghiệp phiên dịch cũng như ấn hành để phổ biến Thánh điển, làm nền tảng sở y cho sự học và hành, chưa được thực hiện trên quy mô rộng lớn toàn quốc.

Sự nghiệp phiên dịch tại Trung Quốc trải qua gần hai nghìn năm, với thành tựu vĩ đại, tập đại thành và bảo tồn kho tàng Thánh điển thoát qua nhiều trận hủy diệt do những đức tin mù quáng, quàng tín. Sự nghiệp ấy đại bộ phận do các quốc vương Phật tử tích cực bảo trợ, đã là sự nghiệp chung của toàn thể nhân dân theo từng giai đoạn đặc biệt của lịch sử. Việt Nam tuy cũng có các minh quân Phật tử, nhưng do tác động bởi các yếu tố chính trị xã hội nên chưa từng được tổ chức quy mô dưới sự bảo trợ của triều đình. Chỉ do yêu cầu thực tế học và hành mà một số kinh điển được phiên dịch, nhưng chưa đủ để lập thành nền tảng tương đối hoàn bị cho sự nghiên cứu sâu giáo nghĩa.

Gần đây, vào năm 1973, một Hội đồng phiên dịch Tam tạng lần đầu tiên trong lịch sử được thành lập. Chủ tịch: Thượng tọa Thích Trí Tịnh, Tổng thư ký: Thượng tọa Thích Quảng Độ, với các thành viên quy tụ tất cả các Thượng tọa và Đại đức đã có công trình phiên dịch và có uy tín trên phương diện nghiên cứu Phật học, dưới sự chỉ đạo của Viện Tăng Thống, Giáo hội Phật giáo Việt Nam Thống nhất. Chương trình phiên dịch được soạn thảo trên quy mô rộng lớn, nhưng do bởi hoàn cảnh chiến tranh cho nên chỉ mới thực hiện được một phần nhỏ. Một phần của thành quả này về sau được ấn hành năm 1993 bởi Viện Nghiên cứu Phật học Việt Nam, trực thuộc Giáo hội Phật giáo Việt Nam, dưới danh hiệu "Đại Tạng Kinh Việt Nam." Thành quả này là các Kinh thuộc bộ A-hàm được phân công bởi Hội đồng Phiên dịch Tam tạng, trong đó, *Trường A-hàm* và *Tạp A-hàm* do TT Thiện Siêu, TT Trí Thành và ĐĐ Tuệ Sỹ thuộc Viện Cao đẳng Phật học Hải đức Nha Trang; *Trung A-hàm* và *Tăng nhất A-hàm* do TT Thanh Từ, TT Bửu Huệ, TT Thiền Tâm thuộc Viện Cao đẳng Phật học Huệ Nghiêm Saigon.

Ngoài ra, một phần phân công khác cũng đã được hoàn thành như:

TT Trí Nghiêm: Đại Bát Nhã (Huyền Trang dịch, 600 cuốn) thuộc bộ Bát-nhã. TT Trí Tịnh: Kinh *Ma-ha Bát-nhã-ba-la-mật* (Đại phẩm) thuộc bộ Bát-nhã; Kinh *Diệu pháp Liên hoa* (La-thập dịch), thuộc bộ Pháp hoa; Kinh Đại phương Quảng Phật Hoa nghiêm (bản Bát thập) thuộc bộ Hoa nghiêm, và toàn bộ Đại bảo tích.

Các bản dịch này cũng đã được ấn hành nhưng do bởi đệ tử của các Ngài chứ chưa đưa vào Đại Tạng Kinh Việt Nam.

Những vị được phân công khác chưa thấy có thành quả được công bố.

Mặc dù với nỗ lực to lớn, nhưng do hoàn cảnh nhiễu nhương của đất nước nên thành tựu rất khiêm nhượng. Thêm nữa, các thành tựu này cũng chưa hội đủ điều kiện và thời gian thuận tiện được hiệu đính và biên tập theo tiêu chuẩn nghiên cứu và phiên dịch Phật điển trong trình độ nghiên cứu Phật giáo hiện đại của thế giới, do đó cũng chưa thể được dự phần trong sự nghiệp phiên dịch và nghiên cứu Phật học trên quy mô quốc tế, như cống hiến của Phật giáo Việt Nam cho cộng đồng nhân loại trong sự nghiệp hoằng dương Chánh pháp chung của toàn thể Phật tử thế giới vì lợi ích và an lạc của hết thảy mọi loài chúng sanh.

Sự nghiệp như vậy không thể là cống hiến cá biệt của một cá nhân hay tập thể, của một Giáo hội hay hệ phái, mà là sự nghiệp chung của toàn thể Tăng tín đồ Phật giáo Việt Nam, không chỉ một thế hệ, mà liên tục trong nhiều thế hệ, cùng tồn tại và tiến bộ theo đà thăng tiến của xã hội và nhân loại. Trên hết là báo đáp ân đức của Phật Tổ, đã vì an lạc của chúng sanh mà trải qua vô vàn khổ hạnh, qua vô số a-tăng-kỳ kiếp. Thứ đến, kế thừa sự nghiệp hoằng pháp lợi sanh của Thầy Tổ để cho ngọn đèn Chánh pháp luôn luôn được thắp sáng trong thế gian.

Vì vậy, chúng tôi khẩn thiết, trên nương nhờ uy thần nhiếp thọ của Chư Phật và Thánh Tăng, cùng với sự tán trợ của chư vị Trưởng lão hiện tiền trong hàng Tăng bảo, kêu gọi sự hỗ trợ cống hiến bằng tất cả tâm nguyện và trí lực, bằng tất cả hằng sản và hằng tâm, của bốn chúng đệ tử Phật, cho sự nghiệp hoằng pháp đệ nhất tối thắng này được tiến hành vững chắc và liên tục từ thế hệ này cho đến nhiều thế hệ tiếp theo, duy trì ngọn đèn Chánh pháp tồn tại lâu dài trong thế gian vì lợi ích và an lạc của hết thảy chúng sanh.

Mùa Phật đản Pl. 2552 – Mậu Tý 2008
Trí Siêu – Tuệ Sỹ
cẩn bạch

GIÁO HỘI PHẬT GIÁO VIỆT NAM THỐNG NHẤT
HỘI ĐỒNG PHIÊN DỊCH TAM TẠNG LÂM THỜI

DUYÊN KHỞI

Kể từ phong trào chấn hưng Phật giáo vào thập niên 1930, chư vị dịch giả đã cố gắng phiên âm và phiên dịch Kinh điển từ Hán văn hay chữ Nôm sang chữ quốc ngữ để sử dụng trong sinh hoạt thiền môn Việt Nam cũng như để đem giáo lý Phật đi vào quần chúng. Những nỗ lực như vậy rất đáng trân trọng, nhưng vẫn còn là những đóng góp từ cá nhân, mang tính cấp thời, chưa có sự phối hợp đồng bộ, và chưa đủ tầm mức học thuật để giới thiệu Thánh điển Phật giáo tiếng Việt đến với cộng đồng dân tộc.

Vài thập niên sau đó thì chữ quốc ngữ qua ký tự La-tinh mới được phổ cập trong thiền môn, và kinh sách Phật giáo bằng tiếng Việt, phiên dịch cũng như trước tác, mới được bừng khai, không những tạo nên các phong trào tu học của quần chúng khắp nước, mà còn là sự dẫn đạo tư tưởng của Phật giáo Việt Nam đối với các thế hệ trưởng thành trong chiến tranh qua sự thành lập Giáo Hội Phật Giáo Việt Nam Thống Nhất (GHPGVNTN), đồng thời kiến lập Đại Học Vạn Hạnh, một viện đại học tư thục Phật giáo đầu tiên tại Nam Việt Nam vào năm 1964.

Từ nguồn nhân lực dồi dào với nhiều vị pháp sư, học giả được đào tạo trong và ngoài nước, cũng như các cơ sở giáo dục Phật giáo được trải rộng khắp miền Trung và Nam Việt, Viện Tăng Thống GHPGVNTN đã có nền tảng vững chắc về học thuật để quyết định thành lập Hội Đồng Phiên Dịch Tam Tạng; và qua Hội nghị Toàn thể Hội đồng Phiên dịch Tam Tạng tổ chức tại Viện Đại Học Vạn Hạnh vào các ngày 20, 21,

22 tháng 10 năm 1973, hội nghị đã đưa ra dự án phiên dịch với mục lục tổng quát các Kinh điển truyền bản Hán tạng cần phiên dịch, phân chia công việc, cũng như giới thiệu thành viên của Hội đồng Phiên dịch Tam Tạng gồm 18 vị Pháp sư như sau:

HỘI ĐỒNG PHIÊN DỊCH TAM TẠNG 1973

A. *Ủy Ban Phiên Dịch:*

1. Hòa thượng Trưởng lão Thích Trí Tịnh (1917 – 2014)
Trưởng Ban
2. Hòa thượng Trưởng lão Thích Minh Châu (1918 – 2012)
Phó Trưởng Ban
3. Hòa thượng Trưởng lão Thích Quảng Độ (1928 – 2020)
Tổng Thư Ký
4. Hòa thượng Trưởng lão Thích Trí Quang (1923 – 2019)
5. Hòa thượng Trưởng lão Thích Đức Nhuận (1924 – 2002)
6. Hòa thượng Trưởng lão Thích Bửu Huệ (1914 – 1991)
7. Hòa thượng Trưởng lão Thích Trí Thành (1921 – 1999)
8. Hòa thượng Trưởng lão Thích Nhật Liên (1923 – 2010)
9. Hòa thượng Trưởng lão Thích Thiện Siêu (1921 – 2001)
10. Hòa thượng Trưởng lão Thích Huyền Vi (1926 – 2005)

B. *Thành Viên Bổ Sung:*

1. Hòa thượng Trưởng lão Thích Đức Tâm (1928 – 1988)
2. Hòa thượng Trưởng lão Thích Huệ Hưng (1917 – 1990)
3. Hòa thượng Trưởng lão Thích Thuyền Ấn (1927 – 2010)
4. Hòa thượng Trưởng lão Thích Trí Nghiêm (1911 – 2003)
5. Hòa thượng Trưởng lão Thích Trung Quán (1918 – 2003)
6. Hòa thượng Trưởng lão Thích Thiền Tâm (1925 – 1992)
7. Hòa thượng Trưởng lão Thích Thanh Từ (1924 –)
8. Hòa thượng Thích Tuệ Sỹ (1943 – 2023)

Sau gần 50 năm kể từ khi Hội đồng Phiên dịch Tam Tạng được thành lập, nhiều Kinh điển đã được phiên dịch, góp phần đáng kể vào kho tàng Thánh điển Phật giáo Việt Nam, nhưng có thể nói rằng dự án phiên dịch đưa ra thời ấy, vẫn chưa hoàn tất. Lý do thứ nhất, do hoàn cảnh chiến tranh và bất toàn xã hội, các Kinh điển được dịch rồi vẫn không có đủ thời gian thuận tiện để được hiệu đính và nhuận sắc lại theo đúng tiêu chuẩn Phật điển hàn lâm. Thứ nữa, với nguồn tài liệu cổ ngữ, sinh ngữ dồi dào hiện nay cùng với phương tiện kỹ thuật vi tính, thông tin liên mạng, chư vị dịch giả có rất nhiều cơ hội để truy cập, tham khảo, đối chiếu các truyền bản khác nhau để có được định bản tiếng Việt đáng tin cậy, theo chuẩn mực quốc tế. Ngoài ra, chư vị thành viên Hội đồng Phiên dịch đã theo thời gian, tuần tự viên tịch khi công trình phiên dịch còn dang dở. Nay chỉ còn 2 trong số 18 vị dịch giả còn đương tiền, nhưng một vị đang trong tình trạng bất hoạt; vị duy nhất còn lại có thể tiếp tục đảm đương trọng nhiệm là Hòa thượng Thích Tuệ Sỹ. Xét thấy, đây cũng là phước duyên hy hữu cho Phật giáo Việt Nam cũng như cho công trình phiên dịch Tam Tạng do Viện Tăng Thống đề ra nửa thế kỷ trước:

a) Về phương diện học thuật, Hòa thượng Tuệ Sỹ là một trong số ít học giả uy tín trong việc nghiên tầm, phiên dịch, chú giải và giảng thuật về Tam Tạng Kinh điển từ nhiều thập niên qua; đã và đang đào tạo, nâng đỡ nhiều thế hệ Tăng Ni và Cư sĩ có trình độ Phật học và cổ ngữ có thể phụ trợ công trình phiên dịch;

b) Về phương diện điều hành, Hòa thượng Tuệ Sỹ chính thức tiếp nhận ấn tín Viện Tăng Thống từ Đức Đệ ngũ Tăng Thống, hàm nghĩa kế thừa sự nghiệp hoằng pháp của GHPGVNTN, đồng thời kế thừa công trình phiên dịch của Hội đồng Phiên dịch Tam Tạng được Hội đồng Giáo phẩm Trung ương Viện Tăng Thống thành lập năm 1973.

Từ những nhân duyên và điều kiện kể trên, công trình phiên dịch dang dở của chư vị tiền hiền tất yếu phải được Hòa thượng Tuệ Sỹ đưa vai gánh vác, không thể để cho gián đoạn. Đó là lý do, từ danh nghĩa Viện Tăng Thống GHPGVNTN, Hội Đồng Phiên Dịch Tam Tạng Lâm Thời (HĐPDTTLT) đã được thành lập vào ngày 03 tháng 12 năm 2021, theo Thông Bạch số 11/VTT/VP, nhằm kế thừa sự nghiệp phiên dịch Tam Tạng của chư vị Trưởng lão Hội Đồng Phiên Dịch Tam Tạng Viện Tăng Thống, với thành phần nhân sự như sau:

HỘI ĐỒNG PHIÊN DỊCH TAM TẠNG LÂM THỜI 2021[*]

Cố Vấn: Giáo sư Trí Siêu Lê Mạnh Thát (Việt Nam)
Chủ Tịch: Hòa thượng Thích Tuệ Sỹ (Việt Nam)
Chánh Thư Ký: Hòa thượng Thích Như Điển (Đức quốc)
Phó Thư Ký Quốc Nội: Hòa thượng Thích Thái Hòa (Việt Nam)
Phó Thư Ký Hải Ngoại: Hòa thượng Thích Nguyên Siêu (Hoa Kỳ)

Ủy Ban Duyệt Sách:

Hòa thượng Thích Tuệ Sỹ; Giáo sư Trí Siêu Lê Mạnh Thát.

Ủy Ban Phiên Dịch:

Hòa thượng Thích Đức Thắng (Việt Nam); Hòa thượng Thích Thái Hòa (Việt Nam); Thượng tọa Thích Nguyên Hiền (Việt Nam); Thượng tọa Thích Nhuận Châu (Việt Nam); Đại đức Thích Nhuận Thịnh (Việt Nam); Cư sĩ Đạo Sinh Phan Minh Trị (Việt Nam); Cư sĩ Trí Việt Đỗ Quốc Bảo (Đức quốc).

Ủy Ban Chứng Nghĩa Chuyết Văn:

Hòa thượng Thích Thiện Quang (Canada); Thượng tọa Thích Nguyên Tạng (Úc); Đại đức Thích Nhuận Thịnh (Việt Nam); Cư sĩ Tâm Huy Huỳnh Kim Quang (Hoa Kỳ); Cư sĩ Tâm Quang Vĩnh Hảo (Hoa Kỳ).

Những thành viên khác tùy theo nhu cầu sẽ được thỉnh cử sau.

Xét thấy công hạnh tu trì cũng như kiến văn của thành viên chưa thể sánh ngang với chư Tôn túc Trưởng lão Hội đồng Phiên dịch Tam Tạng 1973, do đó chỉ có thể thành lập Hội đồng Lâm thời để kế thừa việc phiên dịch Kinh-Luật-Luận theo khả năng. Trong điều kiện như thế, HĐPDTTLT sẽ không phiên dịch theo thứ tự lịch sử hình thành Thánh điển như Đại Chánh, mà theo phương pháp các Kinh Lục cổ điển, phân Thánh giáo thành Ba thừa: Thanh Văn Tạng, Bồ-tát Tạng và Mật Tạng. Cho đến khi nào sở học và đạo hạnh được nâng cao, đủ để xác định tín tâm trong hàng bốn chúng đệ tử, bấy giờ Hội đồng Phiên dịch Tam Tạng Lâm thời sẽ chuyển thành chính thức, và sẽ tuần tự thực hiện chương trình phiên dịch đúng theo đề xuất của Hội đồng Phiên dịch Tam Tạng 1973.

---

[*] Xem thêm chú thích cuối bài.

Sự nghiệp phiên dịch Đại Tạng Kinh là sự nghiệp chung, hệ trọng và trường kỳ, của Tăng tín đồ Phật giáo Việt Nam trong và ngoài nước. Hình thành Đại Tạng Kinh tiếng Việt không những tạo điều kiện thuận lợi cho việc nghiên cứu và thực hành Phật Pháp đúng đắn cho tứ chúng đệ tử, khẳng định vị thế của Phật giáo Việt Nam đối với nhân loại và cộng đồng Phật giáo quốc tế, mà còn là sự phục hưng những giá trị văn hóa dân tộc nhằm góp phần vào việc xây dựng và phát triển đất nước. Nhận thức được tầm quan trọng này, chư vị lãnh đạo các Giáo hội Phật giáo Việt Nam Thống Nhất tại hải ngoại đã vận động thành lập Hội Đồng Hoằng Pháp vào ngày 08 tháng 5 năm 2021, với sự tán trợ của Viện Tăng Thống, nhằm mở rộng con đường hoằng pháp ngoài nước theo tiêu hướng của GHPGVNTN, cũng như để vận động yểm trợ và thúc đẩy công trình phiên dịch và ấn hành Đại Tạng Kinh Việt Nam tiến đến thành tựu viên mãn.

Để tri niệm ân sâu của chư lịch đại Tổ sư và chư vị Tôn túc trong Hội Đồng Phiên Dịch Tam Tạng 1973 trong sự nghiệp hoằng truyền chánh đạo, Hội Đồng Hoằng Pháp nguyện góp phần công đức, toàn tâm ủng hộ, cúng dường tâm lực, trí lực và tài lực để Đại Tạng Kinh Việt Nam chuẩn mực được lần lượt ấn hành, khởi đầu từ Thanh Văn Tạng, tháng 01 năm 2022, cho đến khi hoàn tất Bồ-tát Tạng và Mật Tạng trong thập niên tới.

Nguyện đem công đức Pháp thí này hồi hướng chánh pháp cửu trụ, tứ chúng an hòa, phát Bồ-đề tâm tiến tu đạo nghiệp; lại nguyện nhân loại được an vui, phúc lạc; sớm chấm dứt thiên tai dịch bệnh, khắp loài chúng sinh đều được lạc nghiệp an cư.

Ngưỡng vọng chư tôn Trưởng lão, chư Hòa thượng, Thượng tọa, Đại đức Tăng Ni cùng bốn chúng đệ tử trong và ngoài nước chứng minh và liễu tri.

Nam mô Công Đức Lâm Bồ-tát.

Phật lịch 2565, năm Tân Sửu
Ngày 01 tháng 01 năm 2022
Hội Đồng Phiên Dịch Tam Tạng Lâm Thời
Cẩn bạch

CHÚ THÍCH *(cập nhật 15/09/2024)*:

Tham chiếu Quyết định số: 07.VTT/CTK/QĐ do Hòa Thượng Thích Tuệ Sỹ ký 21/09/2023; đồng thời tham chiếu Biên bản kỳ họp Ủy Ban Phiên Dịch Trung Ương mở rộng vào ngày 15/08/2024 và 29/08/2024, từ 9/2024 có những thay đổi về tổ chức và nhân sự sau:

- *Tên gọi mới:*

ỦY BAN PHIÊN DỊCH TRUNG ƯƠNG

- *Nhân sự:*

Chủ tịch:	Hòa Thượng Thích Như Điển
Chánh Thư Ký:	Hòa Thượng Thích Thái Hòa
Phó Thư Ký:	Hòa Thượng Thích Nguyên Siêu
Phụ tá đặc trách Giáo nghĩa	Tỳ-kheo-ni TN. Thanh Trì
Tiểu Ban Phiên Dịch Chuyên Trách:	

PHÀM LỆ

1. Đại Tạng Kinh Việt Nam bao gồm tất cả các bản dịch tiếng Việt của Tam Tạng Kinh Điển Phật giáo đã xuất hiện ở nước ta từ trước đến nay, qua các thời kỳ với nhiều dịch giả khác nhau, để cho thấy quá trình hình thành Đại Tạng Kinh Việt Nam qua lịch sử.

2. Về bản đáy, bản dịch Việt căn cứ trên ấn bản Đại Chánh Tân Tu Đại Tạng Kinh 100 tập, mỗi tập trên dưới 1000 trang chữ Hán cỡ 10pt và sẽ được đánh số theo thứ tự của số ghi trong bản in Đại Chánh. Mỗi trang của bản in Đại chính được chia làm ba cột: a, b, c. Số trang và cột này đều được ghi trong bản dịch để tiện tham khảo.

3. Vì thế, một bản Kinh chữ Hán có thể có nhiều bản dịch tiếng Việt, nên sau số thứ tự của Đại Chánh, sẽ đánh thêm các mẫu tự A, B, C... để phân biệt các bản dịch tiếng Việt khác nhau của cùng một bản Kinh chữ Hán đó.

4. Về xử lý văn bản trong khi phiên dịch, phần lớn căn cứ công trình hiệu đính và đối chiếu của bản Đại Chánh. Ngoài ra, tham khảo thêm các công trình hiệu đính và đối chiếu khác.

5. Giữa các ấn bản có những điểm khác nhau, bản Việt sẽ lựa chọn hoặc hiệu đính theo nhận thức của người dịch.

6. Trong bản Hán, nếu chỗ nào xét thấy văn dịch hay từ ngữ không phù hợp với giáo nghĩa truyền thống phổ biến, người dịch sẽ tham khảo các Kinh, Luật, Luận cần thiết để

hiệu chính. Những hiệu chính này được giải thích ở phần cước chú.

7. Bản Hán dịch thực hiện căn cứ phần lớn trên sự truyền khẩu. Do đó những từ phát âm tương tự dễ đưa đến ngộ nhận, như *sam* Pāli hay *sama* và *samyak*; *cala* và *jala*; *muti* và *muṭṭhi*, v.v... Trong những trường hợp này, người dịch sẽ tham chiếu các Kinh tương đương, các bản Hán biệt dịch, suy đoán tự dạng nguyên thủy có thể có trong Phạn bản để hiệu chính. Những hiệu chính này đều được ghi ở phần cước chú.

8. Do các truyền bản khác nhau giữa các bộ phái, để có nhận thức về giáo nghĩa nguyên thủy, chung cho tất cả, cần có những nghiên cứu đối chiếu sâu rộng. Công việc này ngoài khả năng hiện tại của các dịch giả. Tuy nhiên, trong trường hợp có thể, những điểm dị biệt giữa các truyền bản sẽ được ghi nhận và đối chiếu. Những ghi nhận này được nêu ở phần cước chú.

9. Bản Hán dịch được phân thành số quyển. Bản dịch Việt không chia số quyển như vậy, nhưng sẽ ghi ở phần cước chú mỗi khi bắt đầu một quyển khác.

10. Các từ Phật học trong một số bản Hán dịch nếu không phổ biến, do đó có thể gây khó khăn cho việc đọc và nghiên cứu, trong các trường hợp như vậy, tuy vẫn giữ nguyên dịch ngữ của bản Hán, nhưng dịch ngữ tương đương thông dụng hơn sẽ được ghi trong phần cước chú. Trong trường hợp có thể, sẽ ghi luôn dịch giả của những dịch ngữ này và xuất xứ của chúng từ bản dịch nào để tiện

việc tham khảo.

11. Các Kinh sách tham khảo trong cước chú đều được viết tắt theo quy định phổ thông của giới nghiên cứu quốc tế; xem quy định về viết tắt ở cuối mỗi tập của Đại Tạng Kinh Việt nam.

12. Quy ước các danh từ viết hoa

Các từ gốc Sanskrit/Pāli:

a. Từ thường phiên âm: tất cả viết thường với gạch nối. Như *śūnyatā* = thuấn-nhã-đa tính, *kṣatriya* = sát-đế-lợi. Trừ các từ tôn kính, theo ngữ cảnh; như: *Nirvāṇa* = Niết-bàn; *Ācārya* = A-xà-lê; *Bhikṣu* = Tỳ-kheo v.v…

b. Từ đặc hữu (nhân danh, địa danh): Chữ đầu hoa, còn lại thường, với gạch nối. Như *Śariputra* = Xá-lợi-phất, *Śrāvastī* = Xá-vệ, *Kapilavastu* = Ca-tì-la-vệ.

c. Trường hợp vừa âm vừa nghĩa, phần phiên âm chữ đầu hoa, còn lại thường với gạch nối; phần nghĩa viết Hoa, như *Śariputra* = Xá-lợi Tử.

Các từ thuần Việt, chưa có quy tắc chính thức, nhưng theo cách viết phổ thông hiện nay:

a. Từ phổ thông: tất cả không hoa, trừ trường hợp tôn kính hay đặc biệt.

b. Từ đặc hữu, nhân danh, địa danh: tất cả viết hoa.

Vạn Hạnh, Pl. 2550 - Dl. 2006
TRÍ SIÊU và **TUỆ SỸ** cẩn chí

BẢNG VIẾT TẮT

A	*Aṅguttara-Nikāya* – Tăng chi bộ kinh
Câu-xá	A-tỳ-đạt-ma-câu-xá luận, T 29 No 1558
Cf.	*confer*, Tham chiếu, so sánh
Cđ., Chân Đế	bản dịch của Chân Đế
cht.	chú thích
Ch.	Chương
...*cho đến*	Lặp lại nguyên văn đoạn trên
D	*Dīgha-nikāya*, Trường bộ kinh
Đại.	Đại Chánh Tân Tu Đại Tạng Kinh, Taisho
đd	đã dẫn
Dh, Dhp	*Dhammapada*, kinh Pháp cú
Du-già	Du-già sư địa luận, T 30 No 1579
ff.	following, tiếp theo
Ht., Huyền Trang	bản dịch của Huyền Trang
ibid.	*ibidem*, cùng chỗ đã dẫn, đã dẫn, dẫn thượng
M	*Majjhima-Nikāya* – Trung bộ kinh
n.	number, số hiệu
Niss.	*Nissaggiya*, Ni-tát-kỳ
NM	bản in đời Nguyên Minh
nt	như trên
Pl.	Pāli
S	*Saṃyutta-Nikāya* – Tương ưng bộ kinh
Pāc.	*Pācittiya*, Ba-dật-đề
Sdt.	sách dẫn trên
Sđd.	Sách đã dẫn
Skt.	Sanskrit

Sn	*Sutta-nipāta* – Kinh tập
T.	Taisho (大正), Đại chánh tân tu Đại tạng kinh, dẫn theo số sách, số trang, cột và dòng.
Tập dị	Tập dị môn túc luận
Th 1	*Theragātha* – Trưởng lão kệ
Th 2	*Therīgāthā* – Trưởng lão ni kệ
thc.	tham chiếu
thk.	tham khảo
Tì-bà-sa	A-tì-đạt-ma Đại tì-bà-sa luận
Tl.	Tây lịch
TNM	bản in các đời Tống Nguyên Minh
tr.	Trang
vd.	ví dụ
Vin.	*Vinaya*, Luật tạng Pāli
Vsm.	*Visuddhimagga* – Thanh tịnh đạo luận
x.	xem
X.	Xuzang (續藏), Tục tạng, Vạn.
Wogihara	Phạn Hòa từ điển, Địch Nguyên Vân Lai (Wogihara Unrai)

TIỂU SỬ
HÒA THƯỢNG LUẬT SƯ THÍCH ĐỖNG MINH
(1927-2005)

1. THÂN THẾ

Hòa thượng họ Đỗ, húy Châu Lân, sinh năm Đinh Mão (1927), tại thôn Quan Quang, xã Nhơn Khánh, huyện An Nhơn, tỉnh Bình Định. Thân phụ là cụ ông Đỗ Hoạch, thân mẫu là cụ bà Trần Thị Tú. Gia đình gồm có năm người con, hai trai, ba gái, Hòa thượng Thích Đỗng Quán thứ ba, ngài thứ tư.

Gia đình ngài đời đời thuần tín Tam bảo. Cha mất sớm, được mẹ chăm lo dạy dỗ. Với bẩm tánh thông minh và hiếu học, năm 11 tuổi ngài thi đậu bằng Yếu Lược, việc này chưa từng xảy ra tại quê ngài, nên đích thân Lý trưởng đến thăm và chúc mừng. Đó là một vinh dự cho gia đình và quê hương ngài lúc bấy giờ.

2. XUẤT GIA HỌC ĐẠO

Vốn có sẵn hạt giống Bồ-đề, túc duyên Phật pháp, năm 13 tuổi, ngài xuất gia với đại sư Chơn Quang - vốn là chú ruột, tại chùa Khánh Vân, thôn Văn Quang, xã Phước Quang, tỉnh Bình Định. Sau đó, ngài được Hòa thượng chùa Thiên Hưng đưa vào Phan Rang và trao cho Hòa thượng Huyền Tân chùa Thiền Lâm làm đệ tử với pháp danh Thị Khai, tự Hạnh Huệ, hiệu Đỗng Minh, thuộc dòng Lâm Tế Chúc Thánh đời thứ 42.

Năm Quý Mùi (1943), ngài thọ Sa-di giới tại Đại giới đàn Thiên

Đức - Bình Định, do Quốc sư Phước Huệ chứng minh.

Năm 19 tuổi (1946), Hòa thượng được Bổn sư cho thọ Đại giới tại Đại giới đàn chùa Thiên Bình - Bình Định. Ngài Huệ Chiếu chùa Thập Tháp làm Đàn đầu Hòa thượng, với tuổi 19 thì chưa đủ tuổi theo Luật định nhưng với thiên tư đĩnh đạc ngài được Bổn sư đặc cách và Hội đồng Thập sư hoan hỷ chấp thuận.

Sống trong cảnh nước mất nhà tan, như bao thanh niên khác, ngài đã tham gia Hội Phật Giáo Cứu Quốc tỉnh Ninh Thuận với cương vị Chủ tịch. Tuy lo việc nước nhưng ngài luôn giữ vững sứ mệnh xuất gia học đạo của mình.

Năm 23 tuổi (Canh Dần - 1950), ngài được Bổn sư cho ra tu học tại Tăng Học Đường Nha Trang, lúc ấy có danh xưng là Tăng Học Đường Nam Phần Trung Việt, đặt tại trường Bồ-đề Nha Trang, do Hòa thượng Thích Thiện Minh làm giám đốc.

Năm 1954, ngài được Ban giám đốc Tăng Học Đường cử vào Sài Gòn học các nghề y tá, bào chế hóa chất... để bổ sung cho y phương minh, công xảo minh... làm tư lương hành đạo sau này.

Năm 1955, ngài xin ra Huế tham học với các ngài Thích Đôn Hậu, Thích Thiện Siêu, Thích Trí Quang để hoàn tất chương trình Đại học Phật giáo. Trong thời gian này, ngài lưu trú tại chùa Từ Quang.

3. THỜI HÓA ĐẠO

Năm Kỷ Sửu (1949), ngài được Hòa thượng Bổn sư cử giữ chức Thủ tọa (trụ trì) chùa Thiền Lâm - Ninh Thuận.

Năm Canh Dần (1950), khi vào tu học tại Tăng Học Đường Nha Trang, ngài được Ban giám đốc và đại chúng đề cử giữ chức Thủ chúng để điều hành mọi sinh hoạt của chúng Tăng. Vì thế, Tăng Ni và Phật tử lúc ấy đều gọi ngài là "Thầy Thủ".

Năm Đinh Dậu (1957), sau khi hoàn tất chương trình Đại học Phật giáo, từ Huế trở về Nha Trang, ngài được Tổng hội Phật giáo Trung phần lúc ấy phân công nghiên cứu, tổ chức thành lập hãng vị trai Lá Bồ-đề để làm kinh tế tự túc cho việc đào tạo Tăng tài. Sau đó, hãng này được phát triển thành hai chi nhánh, một tại Sài Gòn, một tại

Huế. Nguồn thu nhập tài chánh của ba cơ sở kinh tế này đã giữ một vai trò quan trọng trong việc đào tạo Tăng tài lúc bấy giờ. Ngài đã đảm nhiệm chức vụ Giám đốc cơ sở sản xuất này từ lúc thành lập cho đến lúc chuyển thể.

Cũng trong năm này, Tăng học đường Nha Trang và Phật học đường Báo Quốc - Huế hợp lại thành Phật học viện Trung phần đặt tại chùa Hải Đức - Nha Trang (thường gọi là Phật học viện Hải Đức Nha Trang), do Hòa thượng Thích Giác Nhiên làm Viện trưởng, Hòa thượng Thích Trí Thủ làm Giám viện và Hòa thượng Thích Thiện Siêu làm Giáo thọ trưởng, ngài được mời giữ chức "Trưởng ban kinh tế tự túc" và làm giáo thọ giảng dạy thường xuyên tại Viện và các Phật học viện phụ cận trong những năm sau đó.

Năm Quý Mão (1963), ngài là thành viên Ủy ban bảo vệ Phật giáo tại Nha Trang - Khánh Hòa, cùng với Tăng, Ni và Phật tử vận động tranh đấu, chống lại chính sách kỳ thị và đàn áp tôn giáo của chính quyền Ngô Đình Diệm.

Năm Đinh Mùi (1967), Giáo hội Phật giáo Việt Nam Thống nhất mời ngài giữ chức vụ Chánh đại diện miền Khuông Việt, gồm các tỉnh Cao nguyên Trung phần.

Năm Mậu Thân (1968), ngài giữ chức Vụ trưởng Phật học vụ thuộc Tổng vụ Giáo dục Giáo Hội Phật Giáo Việt Nam Thống Nhất, điều phối và chăm sóc các Phật học viện toàn miền Nam lúc bấy giờ; cũng trong năm này Phật học viện Hải Đức Nha Trang khai Đại giới đàn lần thứ hai, ngài được cử làm Chánh chủ khảo.

Năm Canh Tuất (1970), Phật học viện Hải Đức - Nha Trang mở lớp chuyên khoa Phật học, ngài được mời giữ chức Giám học thường xuyên đôn đốc việc tu học của Tăng Ni sinh.

Ngày 19 tháng 09 năm Quý Sửu (1973), ngài cùng với Trưởng lão Hòa thượng Thích Trí Thủ mở Đại giới đàn Phước Huệ cho Tăng Ni từ Quảng Trị trở vào Nam thọ giới - đây là giới đàn lớn nhất. Hội đồng Thập sư được cung thỉnh từ Trung vô Nam và Đại lão Hòa thượng Thích Phúc Hộ làm Đàn đầu Hòa thượng.

Năm Giáp Dần (1974), Viện Cao đẳng Phật học Hải Đức - Nha

Trang thành lập, do Hòa thượng Thích Thiện Siêu làm Viện trưởng, ngài giữ chức Phó viện trưởng điều hành, theo dõi chăm sóc mọi sinh hoạt của Viện.

Từ ngày thành lập Phật học viện đến Viện Cao đẳng, ngài và Hòa thượng Thích Trừng San là hai trợ lý đắc lực cho Hòa thượng Giám viện Thích Trí Thủ.

Đầu năm Mậu Ngọ (1978), ngài vào Sài Gòn dự tang lễ đức Phó Tăng thống GHPGVNTN, trên đường về thì ngài mắc nạn, rồi bị giam giữ tại Nha Trang gần hai năm. Đây là một khổ duyên giúp cho ngài tăng trưởng nhẫn nhục Ba-la-mật... Trong thời gian này, ngài đã chú tâm tu niệm và dịch thuộc lòng bộ Tỳ-ni nhật dụng thiết yếu (gồm 4 quyển) ra văn vần.

Năm Tân Dậu (1981), Giáo Hội Phật Giáo Việt Nam thành lập, ngài được mời làm Đại biểu dự Đại hội trong Phái đoàn GHPGVNTN.

Năm 1982 và năm 1983, ngài an cư và dạy Luật tại Tu viện Quảng Hương Già-lam và Phật học Vạn Hạnh. Từ năm 1983, ngài được mời làm Thành viên Ban Giáo dục Tăng Ni Trung ương trong suốt 4 nhiệm kỳ.

Năm 1990, trường Cơ bản Phật học tỉnh Khánh Hòa thành lập, ngài được cung thỉnh giữ chức Giáo thọ trưởng và giảng dạy cho trường.

Từ năm 1993 đến 2001, ngài được cung thỉnh làm Tuyên luật sư cho các Đại giới đàn Trí Thủ I (1993), II (1997) và III (2001) tại chùa Long Sơn, Nha Trang - Khánh Hòa.

Năm Ất Hợi (1995), được sự tài trợ của Hòa thượng Thích Tịnh Hạnh ở Đài Loan, ngài tổ chức đào tạo một lớp phiên dịch cho Tăng, Ni. Sau đó, tiếp tục hướng dẫn Tăng Ni, Cư sĩ dịch được nhiều bộ kinh trong tạng Đại Chánh Tân Tu, đồng thời ngài chứng nghĩa tất cả các bản dịch.

Năm Bính Tý (1996), ngài được cung thỉnh làm Tuyên luật sư cho Đại giới đàn Thiện Hòa tại Đại Tùng Lâm – Bà Rịa Vũng Tàu.

Năm Đinh Sửu (1997), ngài được Giáo hội Phật giáo Việt Nam tấn phong Hòa thượng và suy tôn vào Hội đồng Chứng minh Trung ương

Giáo Hội Phật Giáo Việt Nam.

Năm Tân Tỵ (2001), trong Đại hội nhiệm kỳ III, Ban trị sự Tỉnh hội Phật giáo Khánh Hòa cung thỉnh ngài làm Chứng minh và cố vấn cho Tỉnh hội, đồng thời thỉnh ngài làm cố vấn cho Ban Tăng sự và Ban giáo dục Tăng Ni của Tỉnh hội.

Năm Nhâm Ngọ (2002), được sự hỗ trợ của các pháp hữu ở hải ngoại, ngài vận động thành lập Ban phiên dịch Pháp Tạng Phật Giáo Việt Nam và giữ trách nhiệm Trưởng ban hướng dẫn Tăng, Ni, Cư sĩ phiên dịch. Từ đó đến nay đã dịch được nhiều kinh sách và lưu hành rộng rãi cả trong nước lẫn ngoài nước.

Năm Quý Mùi (2003), ngài được Viện Nghiên cứu Phật học Việt Nam mời giữ chức Phó Viện trưởng.

4. PHIÊN DỊCH LUẬT TẠNG

Vì bản hoài sách tấn Tăng, Ni nghiêm trì giới luật, thể hiện đạo phong Trưởng tử Như Lai, phụng sự đạo pháp nên từ lâu ngài đã dụng công nghiên cứu Luật tạng và từ năm 1978 đến nay, ngài đã phiên dịch những bộ quảng luật thuộc hệ thống Luật tạng thuộc Đại Chánh Tân Tu Đại Tạng Kinh như:

1. *Tứ phần luật* (60 quyển) – Hán dịch: Diêu Tần, Phật-đà-da-xá và Trúc Phật Niệm, Đại Chánh 22n1428.

2. *Di-sa-tắc bộ hòa hê ngũ phần luật* (30 quyển) – Hán dịch: Lưu Tống, Phật-đà-thập cùng Trúc Đạo Sinh, Đại Chánh 22n1421.

3. *Căn bản thuyết nhất thiết hữu bộ tỳ-nại-da* (50 quyển) – Hán dịch: Đường, Nghĩa Tịnh, Đại Chánh 23n1442.

4. *Căn bản thuyết nhất thiết hữu bộ Bí-sô-ni tỳ-nại-da* (20 quyển) – Hán dịch: Đường, Nghĩa Tịnh, Đại Chánh 23n1443.

Ngoài ra, ngài còn dịch các bộ:

- *Trùng trị tỳ-ni sự nghĩa tập yếu* (19 quyển, bản Biệt hành), Sa-môn Trí Húc biên soạn.

- *Tỳ-kheo giới bổn sớ nghĩa* (02 quyển, bản Biệt hành), Sa-môn Truyền Nghiêm tập thuật.

Và biên soạn:

- Dịch thuộc lòng bộ *Luật tiểu* (04 quyển) ra văn vần trong thời gian bị quản chế tại Nha Trang.

- Nghi truyền giới.

Năm 1991, là thành viên Hội đồng phiên dịch Luật tạng Phật giáo Việt Nam (do Phân viện Nghiên cứu Phật học Hà Nội mời).

5. VIÊN TỊCH

Cuộc đời ngài với nhiều sóng gió, đến lúc già mới có phần nhẹ nhàng. Nhưng với nếp sống nghiêm túc, khắc kỷ và tuổi già sức yếu do bao gian nan thời niên thiếu, ngài lâm trọng bệnh. Thân tuy bệnh nhưng tâm ngài luôn an nhiên tự tại, biết ngày về với Phật không còn lâu, ngài đã sắp xếp việc phiên dịch, việc sử dụng tịnh tài dùng trị bệnh của ngài còn lại, duy trì và phát huy giới luật và khuyên thị giả cố gắng nối tiếp công việc này. Có lần thị giả hỏi: "Ôn còn gì dặn dò?" ngài đáp: "Những gì cần làm tôi đã làm, có gì nữa để dặn dò", từ đó ngài nhiếp tâm niệm Phật.

Ngày 11 tháng Năm năm Ất Dậu (17. 06. 2005), ngài yếu dần, bảo thị giả đưa lên giường nằm. Đến 18 giờ 35 phút, ngài an nhiên xả báo thân trong tư thế cát tường.

Trụ thế 79 năm, 60 hạ lạp, cả cuộc đời của ngài là một bài học về thân giáo, ngài luôn thể hiện lối sống của một bậc chân tu, thiểu dục tri túc, giới đức tinh nghiêm, gắn liền đời sống của mình với sự nghiệp giáo dục đào Tăng tài. Mặc dù về già, ngài chuyên về dịch thuật nhưng vẫn luôn theo dõi khích lệ đàn hậu bối, mà sự dịch thuật của ngài cũng nhằm mục đích giáo dục.

Giờ đây, ngài không còn nữa, nhưng tấm gương nghiêm trì giới luật, tinh tấn tu hành, tiếp dẫn hậu lai vẫn mãi mãi sáng tỏa rạng ngời, để đàn hậu tấn noi theo. Chúng con xin nguyện cố gắng hết sức mình để nối tiếp tâm nguyện của ngài trong việc hoàn thành kho Pháp Tạng Phật Giáo Việt Nam.

Nam Mô Tự Lâm Tế Chánh Tông, Tứ Thập Nhị Thế, Ninh Thuận Thiền Lâm Phó Pháp, Khánh Hòa Long Sơn Hóa Đạo,

Huý Thượng Thị Hạ Khai, Tự Hạnh Huệ, Hiệu Đỗng Minh Hòa Thượng Giác Linh.

PHẦN THỨ NHẤT
ಬಿ❀ಒ

初 分
(Hán dịch quyển 1-10)

1. Bốn pháp Ba-la-di　　　　　四波羅夷法
2. Hai mươi ba pháp Tăng tàn　二十三僧殘法
3. Hai pháp Bất định　　　　　二不定法
4. Ba mươi pháp Xả đọa　　　　三十舍墮法
5. Chín mươi mốt pháp Đơn đề　九十一單提法
6. Bốn pháp Hối quá　　　　　　四悔過法
7. Pháp Chúng học　　　　　　　眾學法
8. Bảy pháp Diệt tránh　　　　七滅諍法

PHẦN THỨ NHẤT[1]
CHƯƠNG I: BA-LA-DI

I. BẤT TỊNH HẠNH[2]

A. DUYÊN KHỞI

1. Sự kiện tại ấp Tì-lan-nhã

[1a08] Đức Phật ở nước Tu-lại-bà[3] cùng chúng đại tỳ-kheo năm trăm vị, đến trú dưới rừng cây, ấp Tì-lan-nhã.[4] Ấp này có Bà-la-môn tên là Tì-lan-nhã, vì vua Ba-tư-nặc[5] phong cho ông ta ấp này (nên nó mang tên ông ta).*[6] Nghe đức Phật dòng họ Thích xuất gia[7] học đạo,

---

[1] T22n1421, tr.1a08

[2] *Tăng-kỳ 1* (T22n1425, tr. 227a08); *Tứ phần 1* (T22n1428, tr. 568c6); *Thập tụng 1* (T23n1435, tr. 1a09); *Căn bản 1* (T23n1442, tr. 627c27). Pāli, *Suttavibhaṅga*, Vin. iii. 1.

[3] Tu-lại-bà quốc 須賴婆國; *Tứ phần*: Tô-la-bà quốc 蘇羅婆國; cả hai phiên âm từ Śūrasena (Sūrasena), 1 trong 16 đại quốc thời Phật; xem *Trường A-hàm 5*, "Kinh Xà-ni-sa"; D.18. *Javasabha*. *Tăng-kỳ*: Xá-vệ quốc 舍衛國, (Śrāvasti, Sāvatthī). *Thập tụng*: Phật tại Tỳ-da-li 毘耶離, Vaiśāli (Vesālī): *Căn bản*: Phật tại nước Lật-thị 栗氏國.

[4] Tỳ-lan-nhã 毘蘭若. Verañjā, thị trấn gần Sāvatthī, trên đường đi Vesālī.

[5] Pasenadi.

[6] Những từ ở trong ngoặc đơn do người dịch thêm vào cho sáng nghĩa.

[7] Thích chủng xuất gia 釋種出家, Sakyakulā pabbajito.

thành bậc Như Lai, [8] Ứng cúng,[9] Đẳng chánh giác,[10] Minh hạnh túc,[11] Thiện thệ,[12] Thế gian giải,[13] Vô thượng,[14] Điều ngự sĩ,[15] Thiên nhơn sư,[16] Phật,[17] Thế Tôn,[18] biết tất cả tâm niệm thế gian đã thuyết chánh pháp sơ, trung, hậu đều thiện, nghĩa thiện, vị thiện,[19] đầy đủ tướng thanh bạch Phạm hạnh,[20] cùng các đệ tử đến du hóa nơi ấp này. Ông hoan hỷ nói: "Lành thay, ta nguyện được chiêm ngưỡng Phật". Liền cùng 500 quyến thuộc trước sau vây quanh đến chỗ đức Phật. Từ xa trông thấy đức Thế Tôn ở dưới rừng cây, các căn tịch định, ánh sáng đặc thù, ông vui mừng hớn hở, xuống xe đi bộ đến, dừng lại hỏi chào rồi ngồi qua một bên.

Bấy giờ, đức Thế Tôn vì mọi người nói pháp mầu, chỉ dạy điều lợi khiến được hoan hỷ. Nghe pháp hoan hỷ rồi, ông liền bạch Phật: "Cung thỉnh Phật và Tăng nhận sự cúng dường an cư ba tháng của con."

Đức Phật dạy:

"Chúng này của tôi thì đông, mà đức tin, kiến giải, sở thích cùng việc thừa sự (thờ kính)* của ông có khác!"

Ông bạch Phật:

---

[8] Như Lai 如來, Pāli *Tathāgata*.
[9] Ứng cúng 應供, Pāli *Arahant*.
[10] Đẳng chánh giác 等正覺, Pāli *Sammāsambuddha*.
[11] Minh hạnh túc 明行足, Pāli *Vijjācaraṇasampanna*.
[12] Thiện thệ 善逝, Pāli *Sugata*.
[13] Thế gian giải 世間解, Pāli *Lokavidū*.
[14] Vô thượng 無上, Pāli *Anuttara*.
[15] Điều ngự sĩ 調御士, Pāli *Purisadammasārathi*.
[16] Thiên nhân sư 天人師, Pāli *Devamanussānaṃ satthā*.
[17] Phật 佛, Pāli *Buddha*.
[18] Thế tôn 世尊, Pāli *Bhagavant*.
[19] Pāli, thành cú: *So dhammaṃ deseti ādikalyāṇaṃ majjhekalyāṇaṃ pariyosāna-kalyāṇaṃ sātthaṃ sabyañjanaṃ.* "Ngài diễn thuyết pháp; pháp ấy thiện xảo phần đầu, thiện xảo phần giữa, thiện xảo phần cuối, có nghĩa, có văn."
[20] Pāli, thành cú: *kevalaparipuṇṇaṃ parisuddhaṃ brahmacariyaṃ pakāseti*; "Ngài hiển thị phạm hạnh tuyệt đối hoàn bị, hoàn toàn thanh tịnh."

"Tuy đức tin, kiến giải, sở thích của con có khác, nhưng không vì số chúng đông đảo của Thế Tôn đâu!"

Qua ba lần thỉnh như vậy, đức Phật mới nhận lời. Ông liền từ chỗ ngồi đứng dậy, đi quanh bên hữu mà lui, về nhà chuẩn bị đầy đủ phẩm vật cúng dường an cư.

Khi ấy, ma Ba-tuần[21] nghĩ như vầy: "Nay Bà-la-môn thỉnh Phật và Tăng an cư ba tháng, ta sẽ gây mê hoặc rối loạn tâm ông ta". Nghĩ xong liền gây mê loạn ông. Bà-la-môn kia bị ma mê hoặc, liền vào hậu cung hưởng thụ ngũ dục lạc, ra lệnh cho người giữ cửa: "Nay ta cần mở tiệc vui hưởng ba tháng nơi nội cung, mọi việc tốt, xấu bên ngoài cũng không được báo." Ông hoàn toàn không nhớ đến chuyện thỉnh Phật và Tăng.

Bấy giờ, quốc độ kia tin theo tà đạo nên nơi ấp đó chưa có tinh xá, giảng đường. Phía Bắc thành có núi rừng, nước chảy trong sạch, đức Phật cùng đại chúng an cư nơi đó. **[1b01]**

Khi ấy, là lúc đói khát (mất mùa)*, khất cầu khó được, vào xóm khất thực[22] không nhận được gì. Lúc ấy, có người lái buôn nước Ba-lợi,[23] đầu mùa hạ, lùa 500 thớt ngựa đến đây, gặp lúc trời nóng, thấy nơi ấp này có nước mát mẻ và cỏ tươi tốt nên dừng nghỉ để nuôi ngựa.

Khi ấy, các tỳ-kheo đến chỗ chủ ngựa đứng yên lặng. Người buôn ngựa kia với tịnh tâm tin Phật, nghĩ thương các tỳ-kheo khất thực không được, bèn nói như vầy:

"Tôi có lúa cho ngựa ăn, nếu các thầy có thể dùng được thì (tôi)* sẽ bớt nửa phần, một thăng biếu quý vị, đủ nuôi sống để hành đạo."

Các tỳ-kheo nói, đức Phật chưa cho phép chúng tôi ăn phần lúa

---

[21] SKT *māra-pāpman*; Pāli *māra-Pāpimant*. Chỉ loài ác dứt mất sự sống và gốc thiện của con người.

[22] Để bản: Phần vệ 分衛, là phiên âm của từ *paiṇḍapātika* (SKT), *piṇḍapāta* (Pāli), là chỉ cho việc khất thực.

[23] Ba-lợi quốc 波利國; *Tứ phần*: Ba-ly quốc 波離國. Pāli (Vin. iii. 6): *Uttarāpathakā assavāṇijā*, những người buôn ngựa từ *Uttarāpatha*, địa danh chỉ chung vùng Bắc Ấn.

ngựa, rồi đem việc này bạch Phật. Nhân việc này đức Phật tập họp tỳ-kheo Tăng, bằng mọi cách khen ngợi thiểu dục tri túc, bảo các tỳ-kheo:

"Từ nay về sau, cho phép ăn phần lúa ngựa."

Lúc ấy Tôn giả A-nan nhận phần của Phật, nhờ người làm bánh[24] cúng dường Thế Tôn. Các tỳ-kheo tự giã nấu để ăn.

Lúc đó, Tôn giả Mục-kiền-liên[25] tại chỗ vắng nghĩ như vầy:

"Hiện nay trong nước này khất thực khó được, nay ta sẽ cùng các vị có thần thông đến Uất-đơn-việt[26] lấy thức ăn bằng thứ lúa gạo tự nhiên."[27]

Nghĩ vậy rồi, liền từ chỗ ngồi đứng dậy đến chỗ đức Phật, đánh lễ sát chân Ngài rồi đứng qua một bên, bạch Phật:

"Bạch đức Thế Tôn, vừa rồi con nghĩ như vầy: Hiện nay, trong nước này khất thực khó được, con sẽ cùng với các vị có thần thông đến Uất-đơn-việt để lấy thức ăn bằng thứ lúa gạo tự nhiên".

Đức Phật bảo Tôn giả Mục-kiền-liên:

"Các thầy có thể làm như vậy, còn các tỳ-kheo phàm phu thì sẽ như thế nào?"

Tôn giả Mục-kiền-liên bạch Phật: "Con sẽ dùng thần lực của con tiếp sức họ."[28]

---

[24] Được dịch nghĩa từ tiếng Phạn *tarpaṇa* (Skt.) Trung hoa phiên âm Đát-bát-na, và, *tappaṇa* (Pāli) chỉ cho bánh khô.

[25] Pāli *Moggallāna*.

[26] Uất-đơn-việt 鬱單越; Skt.=Pāli: *Uttarakuru*.

[27] Tự nhiên canh mễ 自然粳米, một thứ lúa tự nhiên mọc, không do người trồng; xem *Trường A-hàm 6*, kinh Tiểu duyên, Đại 1 tr. 38a1. Cf., D.iii.88 (*Aggañña-suttanta*): *akaṭṭha-pāko sāli pātur ahosi akaṇo athuso*, xuất hiện loại lúa chín tự nhiên không do gieo trồng, không vỏ, không cám.

[28] Pāli (Vin.iii. 7), *Mahāmoggallāna* bạch Phật: "Phần dưới kia của đại địa này rất sung túc. Con sẽ chuyển ngược đại địa để các tỳ-kheo có thể có thức ăn."

Đức Phật dạy: "Thôi đi! Thôi đi! Ông tuy có thần lực này, nhưng đối với nhân duyên đời trước nên để chỗ nào? Lại nữa, đối với các phàm phu đời tương lai thì làm thế nào?"

Tôn giả Mục-kiền-liên vâng lời đức Phật dạy, đứng im lặng.

Lúc ấy, Tôn giả Xá-lợi-phất²⁹ ở chỗ vắng, nghĩ như vầy: "Các đức Phật đời quá khứ, vị Phật nào Phạm hạnh không tồn tại lâu dài? Vị Phật nào Phạm hạnh tồn tại lâu dài?"³⁰ Nghĩ xong, liền từ chỗ ngồi đứng dậy đến chỗ Phật, đảnh lễ sát chân Ngài rồi đứng lui qua một bên, bạch Phật:

"Con vừa nghĩ như vầy: Các đức Phật đời quá khứ, vị Phật nào Phạm hạnh không lâu dài? Vị Phật nào Phạm hạnh lâu dài?"

Bấy giờ, đức Phật khen ngợi Tôn giả Xá-lợi-phất:

"Lành thay, lành thay! Những gì ông nghĩ là hay, những câu hỏi của ông cũng hay. Này Xá-lợi-phất! Đức Phật Duy-vệ,³¹ đức Phật Thi-khí,³² đức Phật Tùy-diếp³³ Phạm hạnh không tồn tại lâu dài; đức Phật Câu-lâu-tôn,³⁴ đức Phật Câu-na-hàm Mâu-ni,³⁵ đức Phật Ca-diếp³⁶ Phạm hạnh tồn tại lâu dài."

Tôn giả Xá-lợi-phất bạch Phật:

"Bạch đức Thế Tôn, do nhân duyên gì mà ba đức Phật Phạm hạnh

---

²⁹ Pali *Sāriputta*.

³⁰ *Tứ phần* 1, tr. 569a20, hà giả Đẳng chánh giác tu phạm hạnh, Phật pháp cửu trụ, ... Phật pháp bất cửu trụ, 何者等正覺修梵行, 佛法久住. 何者等正覺修梵行, 佛法不久住 (Vị Đẳng chánh giác nào có pháp phạm hạnh tu tập và Phật pháp tồn tại lâu dài? Vị Đẳng chánh giác nào có pháp phạm hạnh tu tập và Phật pháp không tồn tại lâu dài?).

³¹ Duy-vệ Phật 維衛佛; *Tứ phần*: Tỳ-bà-thi Phật 毘婆尸佛. Pali *Vipassī*.

³² Thi-diếp Phật 尸葉佛; *Tứ phần*: Thức Phật 式佛. Pali *Sikhī*.

³³ Tùy-diếp Phật 隨葉佛. Pali *Vissabhu*.

³⁴ *Tứ phần*: Câu-lưu-tôn Phật 拘留孫佛. Pali *Kakusandha*.

³⁵ Câu-na-hàm Mâu-ni Phật 拘那含牟尼佛. Pali *Konāgamana*.

³⁶ Ca-diếp Phật 迦葉佛. Pali *Kassapa*.

không tồn tại lâu dài, ba đức Phật Phạm hạnh tồn tại lâu dài?"[37]

[1c01] Đức Phật bảo Tôn giả Xá-lợi-phất:

"Ba đức Phật, không vì đệ tử rộng nói pháp, không kết giới, không nói Ba-la-đề-mộc-xoa,[38] nên sau khi Phật và đệ tử Bát-nê-hoàn,[39] các đệ tử xuất gia (sau này)* gồm nhiều chủng tộc làm Phạm hạnh chấm dứt mau chóng. Ví như rải hoa đầy trên chiếc mâm gỗ, đem để giữa ngã tư đường, gió từ bốn phương thổi đến, theo gió thổi rơi xuống. Tại sao vậy? Vì không có chỉ xâu giữ lại. Cũng vậy, này Xá-lợi-phất, ba đức Phật không vì đệ tử rộng nói pháp, không kết giới, không nói Ba-la-đề-mộc-xoa, Phạm hạnh vì vậy không được tồn tại lâu dài. Lại nữa, này Xá-lợi-phất, đức Phật Tùy-diệp cùng 1.000 đệ tử du hành đến rừng Khủng bố.[40] Sở dĩ gọi là rừng Khủng bố là vì người nào chưa ly dục mà vào trong rừng này thì lông áo đều dựng ngược lên, cho nên gọi là rừng Khủng bố. Đức Phật kia vì đệ tử nói pháp bằng tâm niệm, chứ không dùng lời: 'Các tỳ-kheo nên tư duy điều này, không nên tư duy điều này; nên niệm điều này, không nên niệm điều này; nên đoạn điều này, nên tu điều này, nên y điều này mà hành.' Các tỳ-kheo dụng tâm biết điều này rồi, thì lậu tận, ý giải thoát, đắc A-la-hán đạo.

Này Xá-lợi-phất, đức Phật Câu-lâu-tôn, đức Phật Câu-na-hàm Mâu-ni, đức Phật Ca-diếp vì đệ tử rộng nói pháp không biết mỏi mệt, đó là: Tu-đa-la, Kỳ-dạ, Thọ ký, Già-đà, Ưu-đà-na, Ni-đà-na, Dục-đa-già-

---

[37] Pāli, Vin. iii, tr. 7: Các Thế Tôn *Vipassī*, *Sikkhī* và *Vessabhu*, phạm hạnh không tồn tại lâu dài. Các Thế Tôn *Kakusandha*, *Koṇāgamana*, *Kassapa* có phạm hạnh tồn tại lâu dài.

[38] Skt *pratimokṣa*; Pāli *pātimokkha*.

[39] Bát-nê-hoàn 般泥洹, Skt *parinirvāṇa* = Niết-bàn 涅槃, Skt *nirvāṇa*; Pāli *nibbāna*.

[40] Khủng bố lâm 恐怖林. *Tứ phần*: Khủng úy lâm 恐畏林. Pāli *aññatarasmiṃ bhiṃsanake vanasaṇḍe*, trong một khu rừng có nhiều sự kinh sợ kia. Hình như không chỉ khu rừng có tên là Kinh sợ (Khủng bố hay Khủng uý). Trong thời Thích Tôn, cũng có một khu rừng mang tên như vậy, Pāli *Bhesakalāvana* (Khủng bố lâm) thuộc nước *Bhagga* (Bà-kỳ); Cf. A.ii. 61, iii. 295; S.iii. 1, iv. 116.

bà, Bổn sanh, Tỳ-phú-la, Vị tằng hữu, A-bà-đà-na, Ưu-ba-đề-xá,⁴¹ kết giới, nói Ba-la-đề-mộc-xoa. Sau khi đức Phật và đệ tử Bát-nê-hoàn, các đệ tử tuy gồm nhiều dòng họ xuất gia nhưng Phạm hạnh không mau diệt. Thí như các loại hoa dùng chỉ xâu nó lại, rồi đặt nơi ngã tư đường, gió bốn phương thổi cũng không thể bay tứ tản. Vì sao vậy? Bởi có sợi chỉ giữ nó lại. Cũng vậy, này Xá-lợi-phất, ba đức Phật vì các đệ tử **[2a01]** nói pháp như trên, cho nên Phạm hạnh vì vậy tồn tại lâu dài."

Tôn giả Xá-lợi-phất bạch Phật:

"Bạch Đức Thế Tôn, nếu do không rộng nói chánh pháp, không kết giới, không nói Ba-la-đề-mộc-xoa mà Phạm hạnh không tồn tại lâu dài thì cúi xin đức Thế Tôn vì các đệ tử rộng nói chánh pháp, kết giới, nói Ba-la-đề-mộc-xoa, điều đó nay đã đúng lúc."

Đức Phật dạy:

"Hãy thôi! Như lai tự biết thời. Này Xá-lợi-phất, chúng này của Ta thanh tịnh, chưa từng có việc gì xảy ra; kẻ thấp nhất trong chúng này của Ta cũng đắc quả Tu-đà-hoàn. Các đức Phật Như Lai chưa vì đệ tử mà kết giới, khi pháp hữu lậu chưa phát sanh! Trong chúng này của Ta vì chưa có ai ỷ mình là đa văn, nên không sanh các lậu hoặc; vì chưa có lợi dưỡng, tiếng tăm, nên chưa có người nhiều ham muốn; vì chưa có người hiện thần túc làm cho trời người biết, nên chưa sanh các lậu hoặc."

An cư ba tháng xong, bấy giờ, đức Thế Tôn liền bảo Tôn giả A-nan: "Ông và Tôi cùng đến chỗ Tỳ-lan-nhã."

A-nan vâng lời, sửa soạn y phục để theo Phật đến trước cửa ngõ nhà. Lúc đó, Bà-la-môn đang thụ hưởng ngũ dục trên lầu cao, từ xa

---

⁴¹ *Tứ phần 1*, T22n1428, tr. 569b04: Khế kinh 契經, Kỳ-dạ kinh 祇夜經, Thọ ký 授記經, Cú kinh 句經, Nhân duyên kinh 因緣經, Bản sanh kinh 本生經, Thiện đạo kinh 善道經, Phương đẳng kinh 方等經, Vị tằng hữu kinh 未曾有經, Thí dụ kinh 譬喻經, Ưu-bà-đề-xá kinh 優波提舍經. Liệt kê theo Pāli, chỉ có 9: *suttaṃ geyyaṃ veyyākaraṇaṃ gāthā udānaṃ itivuttakaṃ jātakaṃ abbhuta-dhammaṃ vedallaṃ.*

trông thấy đức Thế Tôn liền sực tỉnh nhớ lại, vội vàng xuống lầu, lau chỗ ngồi đón mời an tọa, năm vóc gieo sát đất, đảnh lễ Phật, hối hận tự trách: "Con là kẻ ngu si, thỉnh Phật an cư rồi không cúng dường. Không phải không có lòng, và cũng không phải không có phương tiện, chỉ vì mê vọng nên không nhớ nghĩ lại. Cúi xin đức Thế Tôn nhận sự sám hối của con."

Đức Phật dạy:

"Ông thật là ngu si, thỉnh Phật và Tăng rồi không cúng dường, sám hối là điều hợp lý. Nay Tôi và chúng Tăng nhận sự sám hối của ông."

Lại bảo Bà-la-môn:

"Trong Thánh pháp của Ta, người biết sám hối thì pháp lành được tăng trưởng."

Bà-la-môn kia lại bạch Phật:

"Xin Phật và Tăng lưu lại một tháng để con được cúng dường."

Đức Phật không nhận lời và dạy:

"Ông là Bà-la-môn, đức tin, kiến giải có khác, chỉ việc thỉnh Phật đã là đại sự rồi."

(Thỉnh)* đến ba lần như vậy, đức Phật đều không nhận lời và nói:

"Ta đã an cư nơi đây ba tháng, nay cần đi du hóa, không thể ở lại được."

Bà-la-môn kia lại bạch Phật:

"Cúi xin đức Thế Tôn nhận bữa cơm cúng dường tiễn đưa của con vào ngày mai."

Đức Phật im lặng nhận lời.

Trong đêm, Bà-la-môn chuẩn bị các thức ăn thượng vị xong. Sáng ngày, đến giờ ăn, trải tòa ngồi rồi, đến bạch đã đúng giờ. Đức Thế Tôn cùng chúng đệ tử đến tòa an tọa. Bà-la-môn kia thiết lễ cúng dường, tự tay châm sớt thức ăn, rồi đem nước đến. Ông đem một đôi giày và bốn xấp Kiếp-bối⁴² dâng lên đức Phật và chúng Tăng mỗi vị hai xấp Bệnh can tiêu và một đôi giày, **[2b01]** gọi là phẩm vật cúng dường an cư.

Các tỳ-kheo nói:

"Đức Phật chưa cho phép chúng tôi nhận phẩm vật an cư."

Và đem việc này bạch Phật. Đức Phật bằng mọi cách khen ngợi thiểu dục tri túc, khen giới, khen người trì giới, rồi bảo các tỳ-kheo:

"Nhân việc Tỳ-lan-nhã, từ nay về sau cho phép nhận phẩm vật an cư."

(Các tỳ-kheo)* liền thọ nhận. Bà-la-môn lúc này lòng rất vui mừng, lấy một chiếc ghế nhỏ, ngồi đối diện trước đức Phật, đức Phật lại vì ông nói kệ tùy hỷ:

> *Trong tất cả thờ cúng*
> *Thì thờ lửa hơn hết.*
> *Trong tất cả học thuyết.*
> *Thì Tát-bà-đế hơn.*
> *Trong tất cả loài người*
> *Thì Chuyển luân hơn hết.*
> *Trong tất cả dòng nước*
> *Thì nước biển nhiều nhất.*
> *Trong tất cả ánh chiếu,*
> *Ánh trời, trăng sáng nhất.*
> *Trong tất cả trời, người*
> *Ruộng phước Phật là nhất.*

Sau khi nói bài kệ này rồi, đức Thế Tôn lại vì ông nói pháp, chỉ bày việc lợi ích khiến ông ta vui mừng.

---

⁴² Kiếp-bối 劫貝: Skt *Karpāsa*, Pāli *Kappāsa*, tên một loại vải được dệt từ cây bông vải Kiếp-bối. Cây này được trồng ở miền Đông châu Á, xứ Decan, Ấn Độ, v.v..., tên khoa học là *Gasapium hebaceam*.

2. Nhân duyên Tu-đề-na: Kết giới lần thứ nhất.

Từ chỗ ngồi đứng dậy, hướng về quốc độ Tăng-già-thi,[43] tuần tự du hóa. Cuối cùng trú ở giảng đường Trùng Các[44] bên sông Di Hầu,[45] tại Tỳ-xá-ly,[46] vì tứ chúng: tỳ-kheo, tỳ-kheo-ni, ưu-bà-tắc, ưu-bà-di và quốc vương, đại thần, sa-môn, bà-la-môn cúng dường, cung kính, tôn trọng, tán thán.

Bấy giờ, các gia chủ ấp Ca-lan-đà[47] có việc vào thành, nghe đức Phật Thế Tôn đang ở tại giảng đường Trùng Các, họ đến chỗ Phật, thấy đức Phật Thế Tôn đang nói pháp cho vô lượng chúng đang vây quanh. Trong số người kia, có con gia chủ Ca-lan-đà tên là Tu-đề-na,[48] nghe pháp hoan hỷ, liền nghĩ như vầy: "Như những gì đức Phật dạy, theo chỗ ta hiểu thì người tại gia bị ân ái buộc ràng, trọn đời không thể rộng tu Phạm hạnh được. Xuất gia không bị ràng buộc ví như hư không. Tốt hơn nay sẵn có đức tin tại gia ta nên xuất gia tu đạo."

Khi hội chúng đều về, Tu-đề-na đến trước đức Phật, đảnh lễ sát chân Phật, rồi thưa:

"Bạch đức Thế Tôn, con vừa nghe Phật thuyết pháp mà nghĩ như

---

[43] Quốc độ Tăng-già-thi 僧伽尸國: Skt *Saṃkāśya*, Pali *Saṃkassa*. Tên một nước đời xưa ở lưu vực sông Hằng, Trung Ấn Độ.

[44] Pali *Kūṭagārasālā*. Skt *Kūṭāgāra-śālā*.

[45] Sông Di Hầu 獼猴江: Skt *Markaṭa hrada*. Di Hầu là một giống khỉ nhỏ, còn gọi là khỉ Macác (macacus monkey; macaque), vì loài khỉ này sinh sống bên sông nên gọi sông Di Hầu.

[46] Tỳ-xá-ly 毘舍離: Skt *Vaiśāli*, Pali *Vesāli*, còn gọi là Phệ-xá-ly, Tỳ-da-ly..., Hán dịch là Quảng Nghiêm. Một trong 16 nước lớn ở Trung Ấn Độ đời xưa. Vị trí hiện nay tương đương với vùng *Besārh*, đông ngạn sông *Gandak*, bắc ngạn sông Hằng Ấn Độ.

[47] Pali *Kalandakagāma*.

[48] *Tăng-kỳ*: Thành Tỳ-da-ly có con trai trưởng giả tên là Da-xá 耶舍. *Tứ phần*: Con trai của Tu-đề-na ở thôn Ca-lan-đà 迦蘭陀村須提那子. *Thập tụng*: Con trai trưởng giả tên là Tu-đề-na Gia-lan-đà 加蘭陀. *Căn bản*: Con trai của Yết-lan-đạc-ca tên là Tô-trần-na 羯蘭鐸迦子蘇陳那. Pali (Vin.iii. 11): *Sudinno nāma Kalanda(ka)putto seṭṭhiputto*, Sudinna, con trai của phú hộ *Kalandaka*.

vầy: 'Như những gì Phật dạy, theo con hiểu thì người tại gia bị ân ái ràng buộc, trọn đời không thể rộng tu Phạm hạnh, còn xuất gia thì vô trước ví như hư không. Nay ta há bằng lòng vì đức tin tại gia, mà nên xuất gia tu đạo.' Kính bạch đức Thế Tôn, con đã nghĩ như vậy, nay muốn xuất gia, cúi xin Ngài cho con được xuất gia thọ giới."

Đức Phật dạy:

"Tốt lắm, nhưng cha mẹ của con đã cho phép chưa?"

Thưa:

"Chưa cho phép."

Đức Phật dạy:

"Tất cả pháp Phật, cha mẹ không cho, không được phép làm."

Liền bạch Phật:

"Bây giờ, con xin trở về để xin phép **[2c01]** cha mẹ."

Đức Phật dạy:

"Nay, đã đúng lúc."

Ngay lúc đó, Tu-đề-na liền từ chỗ ngồi đứng dậy, đi quanh bên hữu của Phật ba vòng rồi trở về nhà thưa với cha mẹ:

"Con nghe đức Phật dạy, tại gia ràng buộc, nay con muốn xuất gia rộng tu Phạm hạnh."

Cha mẹ nói:

"Này Tu-đề-na! Thôi đi, đừng nói những lời này. Trước đây không con, (cha mẹ)* cầu khẩn thổ thần mới có được con. Tình yêu nhung nhớ đối với đứa con duy nhất thật là nặng, dù chết cũng không muốn xa nhau, huống chi sống mà chia lìa. Nhà mình nhiều của cải, vàng bạc, châu báu, con cứ tu phước theo ý muốn, hiện đời hưởng lạc, việc gì phải xuất gia làm tổn thương tình thương của cha mẹ."

Tu-đề-na khổ cầu đến ba lần, nhưng cha mẹ vẫn không cho phép. (Tu-đề-na)* liền từ chỗ ngồi đứng dậy về phòng riêng, thề như vầy: "Nếu không được xuất gia thì nhất định không ăn, cứ vậy mà chết, không sống làm gì!?"

Liền sau đó nhịn ăn cho đến ngày thứ 6. Thân thích nghe việc này đều đến thăm hỏi và khuyên:

"Cha mẹ bạn chỉ có một mình bạn là con, nên nặng tình thương nhớ, chết còn không muốn xa lìa, huống là sống mà biệt ly. Nhà bạn rất giàu, có thể lấy làm việc phúc đức. Đạo từ nơi tâm chứ đâu do nơi hình thức, hà tất gì mãi làm tổn thương cuộc sống và trái lại cha mẹ!"

Khuyên đến ba lần như vậy, (Tu-đề-na)* vẫn im lặng không nhận (lời khuyên).* Nhiều lúc bạn bè cũng đến tha thiết khuyên can nói như trên, cũng lại như vậy, họ đều bỏ đi, đến chỗ cha mẹ Tu-đề-na nói:

"Như những gì tụi cháu thấy thì không thể nào chuyển lại được. Tốt hơn là cho phép xuất gia thì còn có thể gặp, nếu Tu-đề-na không thích sống đạo có lúc trở về, chứ đã hơn sáu ngày nhịn ăn rồi, mạng sống không còn bao lâu, chỉ trong vòng vài ngày nữa sẽ phải vất nơi hoang dã, để cho chim quạ, cọp, beo tranh nhau ăn, làm cha làm mẹ đâu nỡ nhẫn tâm trước thảm cảnh ấy."

Cha mẹ (Tu-đề-na)* nghe qua nuốt lệ nói:

"Cho phép con tôi xuất gia tu Phạm hạnh, nhưng cần phải thường xuyên trở về để thăm chúng tôi."

Bạn bè (Tu-đề-na)* nghe qua rất vui mừng, lại đến chỗ Tu-đề-na báo:

"Cha mẹ bạn đã cho phép bạn xuất gia rồi, nhưng đừng quên, thường trở về (nhà thăm)* thì mới được đi!"

Tu-đề-na rất vui mừng, đến chỗ cha mẹ thưa:

"Nay con đến chỗ đức Phật xuất gia tu đạo."

Cha mẹ thương khóc, nói:

"Cho phép con xuất gia rộng tu Phạm hạnh, nhưng chớ quên, thỉnh thoảng về nhà thăm cha mẹ."

Ngay lúc đó, Tu-đề-na bái từ cha mẹ, đi quanh (cha mẹ)* ba vòng rồi ra đi, lại đến chỗ đức Phật, đảnh lễ sát chân Phật, bạch:

"Kính bạch đức Thế Tôn, cha mẹ con đã cho phép rồi, cúi xin (Thế

Tôn)* cho con xuất gia thọ giới."

Đức Phật dạy:

"Lành thay! Tỳ-kheo tu các Phạm hạnh, Ta khéo nói pháp để đoạn tất cả khổ."

Đức Phật dạy như vậy rồi, râu tóc Tu-đề-na tự rụng, thân mặc ca-sa, tay cầm bình bát, liền thành sa-môn, đắc Cụ túc giới.

(Tu-đề-na)* xuất gia chưa bao lâu, gặp lúc mất mùa, [3a01] các tỳ-kheo vào thành khất thực[49] đều không nhận được gì! Tại chỗ vắng, Tu-đề-na nghĩ như vầy: "Hiện nay mất mùa, khất thực khó được, nơi quê nhà ta thức ăn dư dật, ta nên đưa các tỳ-kheo về nơi quê nhà để dòng họ ta được cơ hội cúng dường tu phước". Liền từ chỗ ngồi đứng dậy, cùng các tỳ-kheo trở về bổn ấp, trú dưới rừng cây. Cha mẹ (Tu-đề-na)* nghe, liền bảo người vợ cũ của Tu-đề-na rằng: "Con phải trang điểm thứ sắc phục mà chồng con ưa thích như khi còn ở nhà." Sau khi trang điểm xong, cha mẹ cùng dẫn đến khu rừng kia. Khi ấy, Tu-đề-na thấy cha mẹ đến, đứng dậy chào hỏi. Cha mẹ nói:

"Sao con phải hủy hoại hình hài, ở nơi rừng cây để làm gì? Con có thể bỏ đạo, ở nhà tu các việc thiện!"

Thưa cha mẹ: "Con không thể bỏ đạo để trở lại làm kẻ hạ tiện!"

Cho đến lần thứ ba, vẫn kiên trì giữ ý. Cha mẹ nghẹn lời bỏ về nhà. Vợ Tu-đề-na chỉ còn vài ngày nữa là đến ngày nguyệt thủy,[50] liền đem việc này thưa mẹ chồng. Mẹ chồng vui mừng nói: "Đó là hiện tượng có thể có con (thụ thai)." Liền bảo con dâu trang điểm y phục như trước. Cha mẹ chồng lại đưa con dâu đến rừng kia. Lúc này, Tu-đề-na, cũng chào hỏi như trên. Cha mẹ lại nói:

"Sao con phải hủy hoại hình hài, ở nơi rừng cây, chấp nhận gió

---

[49] Để bản: Phần vệ 分衛. **Xem cht. 22 trước.**

[50] Nguyệt thủy 月水; *Thập Tụng:* Tịnh khiết 淨潔. *Căn bản, Tứ phần:* Nguyệt kỳ 月期. *Thiện kiến* 6, tr. 713a11, T24n1462: Nguyệt hoa (月 華, Pali puppha) là trong tháng sinh ra nước hoa. Đây là tên một loại máu..., là kinh nguyệt hằng tháng của người nữ.

sương, đói lạnh khốn khổ để làm gì? Nhà ta giàu có mọi người đều biết. Chỉ riêng châu báu dành dụm của ta không có người hơn, huống nữa là vật cha mẹ (để lại)* ai có thể tính hết. Con nên về nhà mặc ý tu thiện, hiện đời thọ lạc, về sau hưởng phúc."

Thưa cha mẹ:

"Như những gì con biết thì, ngũ dục tổn hại đến đức, hoan lạc chỉ trong chớp nhoáng, còn ưu khổ kéo dài, con quyết không vì thế mà bỏ tu Phạm hạnh."

Cho đến ba lần như vậy, nhưng vẫn thưa đáp nghiêm túc đầy đủ (như vậy)*.

Cha mẹ lại nói:

"Con tuy là con của ta, nhưng nay theo giòng họ Thích, vì đạo mà trái lại ta. Song lại phải nói sao, theo tình trọng nhân luân thì tổ tông phải có kế tự (thừa kế Từ đường). Còn theo pháp luật của vua, nếu không có người thừa kế, thì tài sản thuộc về nhà quan. Cha mẹ đã chuẩn bị, con đâu không biết mọi mong muốn kỳ vọng cuối cùng đều đặt nơi sự kế thừa của con. Con nghĩ kỹ đi! Cha mẹ đã nói hết lời rồi đó!"

Lúc ấy, Tu-đề-na nghe theo lời dạy, tuy phụng mạng nhưng khóc thầm, liền cùng người vợ trở về nơi phòng cũ,[51] ba phen hành dục mới có Thần giáng. Khi ấy, có vị Đại Oai Đức trời Đâu-suất-đà[52] mạng chung nhập vào thai. Bấy giờ, Địa thần báo với thần Hư Không rằng:

"Con của Ca-lan-đà làm việc chưa từng có, ở trong chúng Tăng chưa từng có!" Thần Hư Không báo cho Tứ Thiên Vương. Tứ Thiên Vương báo cho Đao-lợi Thiên và lần lượt báo cho nhau đến trời Phạm Thiên. Vợ Tu-đề-na đủ tháng sanh con, đứa con thông minh, đặt tên

---

[51] *Tăng-kỳ* 1, tr. 229b06: Phòng riêng tại nhà. *Tứ phần* 1, tr.570a24: Nơi chỗ vắng trong vườn. *Thập tụng* 1, tr. 1b13: Tại chỗ vắng.

[52] Đâu-suất-đà 兜率陀 (Tuṣita, Tusita), tức trời Đâu-suất (Đâu-suất thiên).

là Tục Chủng,⁵³ lớn lên xuất gia thành A-la-hán.⁵⁴

Khi Tu-đề-na phạm phải điều ác này rồi, liền tự hối trách **[3b01]**:

"Nay ta mất điều lợi. Tại sao xuất gia trong chánh pháp Phật, mà đối Phạm hạnh không tu rốt ráo, để rồi phải tiều tụy xanh xao mất hết khí lực thế này!?"

Các tỳ-kheo thấy vậy hỏi:

"Trước kia nhan sắc của thầy rất đẹp, tại sao nay tiều tụy thế này? Phải chăng không thích Phạm hạnh, hay phạm phải tội ác chăng?"

Trả lời:

"Tôi đã phạm phải tội ác cho nên mới như vầy!"

Liền hỏi:

"Thầy phạm tội ác gì?"

Đáp:

"Tôi đã cùng với bổn nhị (vợ cũ) làm hạnh bất tịnh."

Các tỳ-kheo nói:

"Việc thầy làm là bất thiện, chẳng phải hạnh thanh tịnh, chẳng phải pháp sa-môn, không tùy thuận đạo."

Các tỳ-kheo bằng mọi cách quở trách như lời Phật dạy, quở trách rồi, dẫn đến chỗ đức Phật, trình bày sự việc lên Phật. Đức Phật nhân việc này tập họp tỳ-kheo Tăng. Lệ thường của chư Phật là biết mà vẫn cố hỏi, biết mà vẫn không hỏi, biết hỏi đúng thời, không hỏi phi thời, có lợi thì hỏi, không lợi thì không hỏi. Thường pháp của chư Phật là có 500 vị thần Kim Cang hộ vệ hai bên. Nếu đức Phật hỏi ba lần mà không như thật trả lời lại thì đầu sẽ bị vỡ làm bảy phần. Đức Phật hỏi các tỳ-kheo:

---

⁵³ *Tăng-kỳ, Thập tụng*: Tục Chủng 續種. *Tứ phần, Căn bản*: Chủng Tử 種子. ᴾᵃˡⁱ *Bījaka*, hạt giống nối dõi.

⁵⁴ Pāli, Vin. iii. 19, về sau, *Bījaka* và mẹ đều xuất gia, và cả hai đều đắc quả A-la-hán.

"Muốn nói những điều gì?"

Các tỳ-kheo trình bày trở lại.

Đức Phật hỏi Tu-đề-na:

"Thật sự ông có như vậy không?"

Thưa:

"Thật vậy, bạch Thế Tôn."

Đức Phật dạy:

"Ông là người ngu si, làm điều bất thiện, chẳng phải hạnh thanh tịnh, chẳng phải pháp sa-môn, không phải đạo tùy thuận. Điều này không thể khiến người chưa tin được tin, khiến cho người đã tin bị thối chuyển. Ông không nghe Ta bằng mọi cách quở trách về dục, dục tưởng, dục giác, dục nhiệt; khen ngợi đoạn dục, xa lìa dục tưởng, đoạn trừ dục giác, diệt tận dục nhiệt hay sao! Ta thường nói: 'Dục như đống xương khô, như hầm lửa lớn, như dao bén, như tên nhọn, như rắn độc, như thuốc độc, như mộng, như huyễn mê hoặc con người.'[55] Tại sao nay ông lại làm cái việc đại ác này? Ông đâu không nghe những gì Ta đã nói: 'Người chưa ly dục có thể khiến ly dục, người đã phóng dật khiến không phóng dật, có khả năng đoạn khát ái, lìa pháp hữu vi, vô học lìa dục, hướng đến đạo vô vi, chỉ người con đường chánh yếu cứu cánh Niết-bàn hay sao?' Ông đâu không sợ cái khổ của ba đường ác! Nếu ông không làm điều đại ác này, trong chánh pháp của Ta ắt được vô lượng các thiện công đức. Ông là người đầu tiên mở cửa lậu hoặc, làm điều đại ác này. Ma Ba-tuần thường chờ đợi sở đoản của các tỳ-kheo, nay ông lại mở con đường tắt cho ma, xô ngã cờ pháp, dựng ngọn cờ đầu cho ma. Này Tu-đề-na, thà đem thân phần để vào trong hầm lửa lớn, hay miệng rắn độc, chứ không nên đem nó xúc chạm đến thân người nữ. Việc ác ông đã phạm, vĩnh viễn trôi lăn trong sanh tử, hoàn toàn không thể nuôi lớn pháp lành lại được!"

Đức Phật bằng mọi cách quở trách rồi bảo các tỳ-kheo:

---

[55] Các thí dụ về tai hại của dục, xem *Trung A-hàm* 54 (T1, tr.763c17); Cf. Pāli, M. 22. *Alagaddūpama*.

"Ta vì mười điều lợi[56] nên vì các tỳ-kheo kết giới. Những gì là mười?

1) Tăng hòa hợp.
2) Nhiếp phục Tăng.
3) **[3c01]** Điều phục người ác.
4) Người tàm quí được an lạc.
5) Đoạn lậu hoặc đời này.
6) Đoạn lậu hoặc đời sau.
7) Khiến người chưa tin khởi lòng tin.
8) Người đã tin, khiến tăng trưởng.
9) Chánh pháp cửu trụ.
10) Phân biệt Tỳ-ni Phạm hạnh, lâu bền.[57]

---

[56] *Ngũ phần, Thập tụng*: Dĩ thập lợi cố 以十利故; *Tăng-kỳ*: Thập sự lợi ích 十事利益. ^{Pāli} *dasa atthavase paṭicca*, căn cứ trên 10 ý nghĩa (mục đích). *Tứ phần*: Tập thập cú nghĩa 集十句義.

[57] *Tăng-kỳ* (tr. 228c24): 1. Nhiếp Tăng; 2. Cực nhiếp Tăng; 3. Để Tăng an lạc; 4. Chiết phục người không biết hổ thẹn; 5. Để người có tàm quý sống yên vui; 6. Người chưa tin được tin; 7. Người đã tin thì tin thêm; 8. Trong đời này được lậu tận; 9. Các lậu đời vị lai không sinh; 10. Để chánh pháp cửu trụ. *Tứ phần* (tr. 570c3): 1. Nhiếp thủ đối với Tăng. 2. Khiến cho Tăng hoan hỷ. 3. Khiến cho Tăng an lạc. 4. Khiến cho người chưa tín thì có tín. 5. Người đã có tín khiến tăng trưởng. 6. Để điều phục người chưa được điều phục. 7. Người có tàm quý được an lạc. 8. Đoạn hữu lậu hiện tại. 9. Đoạn hữu lậu đời vị lai. 10. Chánh pháp được tồn tại lâu dài. *Căn bản* (tr. 629b22), như Pāli. Pāli, Vin. iii. tr. 32: *saṅghasuṭṭhutāya* (vì sự ưu mỹ của Tăng); *saṅghaphāsutāya* (vì sự an lạc của Tăng); *dummaṅkūnaṃ puggalānaṃ niggahāya* (để chế phục hạng người không biết hổ thẹn); *pesalānaṃ bhikkhūnaṃ phāsuvihārāya* (để các tỳ-kheo nhu hòa sống an lạc); *diṭṭhadhammikānaṃ āsavānaṃ saṃvarāya* (để ngăn chặn hữu lậu đời này); *samparātikānaṃ āsavānaṃ paṭighātāya* (để đối trị hữu lậu đời sau); *appasannānaṃ pasādāya* (vì tịnh tín của người chưa có tín); *pasannānaṃ bhiyyobhāvāya* (vì sự tăng trưởng

Từ nay giới này nên nói như vầy:

"Tỳ-kheo nào, hành pháp dâm dục, phạm Ba-la-di, không được sống chung."

3. Nhân duyên vượn cái: kết giới lần thứ hai.[58]

Đức Phật ở tại thành Xá-vệ,[59] có tỳ-kheo A-lan-nhã,[60] ở chỗ thanh vắng, có bầy khỉ lưu trú xung quanh ông. Lúc ấy, tỳ-kheo này có ý niệm với một con vượn cái, dùng thức ăn dụ nó để cùng hành dâm. Sau đó, có số đông tỳ-kheo đi xem xét tọa cụ,[61] đến nơi trú xứ đó. Lúc ấy, tỳ-kheo kia vào thành khất thực, con vượn cái ấy đến chỗ các tỳ-kheo thể hiện tướng dâm dục. Các tỳ-kheo nói như vầy: "Nhìn hiện

---

của người có tín); *saddhammaṭṭhitiyā* (vì sự trường tồn của chánh pháp); *vinayānuggahāya* (để nhiếp hộ tì-ni).

[58] *Tứ phần* 1, tr. 571a4, *Thập tụng* 1, tr. 2a1: Nhân duyên kết giới lần thứ ba.

[59] Thành Xá-vệ 舍衛城: Cũng là nước Xá-vệ, Skt *Śrāvastī*, Pāli *Sāvatthī*. Xá-vệ vốn là tên thành phố thủ đô nước Bắc Kiều-tát-la (Skt *Uttara-Kośalā*), để phân biệt với nước Nam Kiều-tát-la (Skt *Dakṣiṇa-Kośalā*) nên lấy tên thành gọi thay tên nước.

[60] A-luyện(lan)-nhã tỳ-kheo 阿練(蘭)若比丘: tỳ-kheo chỉ sống ở những nơi núi rừng thanh vắng, cách xa làng xóm; một trong 12 hạnh đầu-đà. *Tứ phần* (tr.571a4): Khất thực tỳ-kheo 乞食比丘; *Thập tụng* (tr. 2a1), tỳ-kheo sống một mình trong rừng, ở Câu-tát-la (Câu-tát-la 拘薩羅, Kiều-tát-la 橋薩羅 là tên của nước Xá-vệ, là một trong 16 nước lớn vào lúc bấy giờ. Pāli *Kosalā*, thủ đô là *Sāvatthī*). Pāli (Vin.iii.22), một tỳ-kheo sống trong rừng Đại lâm (*Mahāvana*), Vesāli.

[61] Nguyên Hán: Án hành ngọa cụ 案行臥具; *Tứ phần*: án hành trú xứ 案行住處. Pāli, nt., *senāsanacarikaṃ āhiṇḍantā*, du hành để tìm chỗ ngủ nghỉ. (để chế phục hạng người không biết hổ thẹn); *pesalānaṃ bhikhūnaṃ phāsuvihārāya* (để các tỳ-kheo nhu hòa sống an lạc); *diṭṭhadhammikānaṃ āsavānaṃ saṃvarāya* (để ngăn chặn hữu lậu đời này); *samparātikānaṃ āsavānaṃ paṭighātāya* (để đối trị hữu lậu đời sau); *appasannānaṃ pasādāya* (vì tịnh tín của người chưa có tín); *pasannānaṃ bhiyyobhāvāya* (vì sự tăng trưởng của người có tín); *saddhammaṭṭhitiyā* (vì sự trường tồn của chánh pháp); *vinayānuggahāya* (để nhiếp hộ tì-ni).

tướng của con vượn cái này chắc có vấn đề..." (Các tỳ-kheo)* cùng rình xem sự kiện kia tất sẽ xảy ra. Trong chốc lát, tỳ-kheo trụ nơi trú xứ này trở về, con vượn cái liền đến hiện tướng thọ dục, thì tỳ-kheo kia cùng hành dâm...

Các tỳ-kheo thấy nói:

"Thầy không nghe đức Phật kết giới, tỳ-kheo hành dâm mắc Ba-la-di hay sao?"

Trả lời: "Phật cấm với người nữ chứ đâu cấm với súc sinh."

Các tỳ-kheo nói:

"Người nữ với súc sinh có gì khác đâu? Điều thầy làm là bất thiện, chẳng phải hạnh thanh tịnh, chẳng phải pháp sa-môn, không phải đạo tùy thuận. Điều này không thể khiến người chưa tin được tin, mà khiến cho người đã tin thối lui. Thầy đâu không nghe đức Thế Tôn bằng mọi cách quở trách dục, dục tưởng, dục giác, dục nhiệt... (nói đầy đủ như trên) sao?"

Quở trách rồi, dẫn đến chỗ Phật trình bày mọi việc lên đức Phật. Nhân việc này đức Phật tập họp các tỳ-kheo Tăng, hỏi rằng:

"Thật sự thầy có như vậy không?"

Tỳ-kheo kia thưa: "Thật vậy, bạch Thế Tôn."

Đức Phật dạy:

"Thầy là người ngu si, làm những việc phi pháp."

Bằng mọi cách quở trách như trên, rồi bảo các tỳ-kheo: "Từ nay về sau giới này nên nói như vầy:

"Tỳ-kheo nào, hành pháp dâm dục, cho đến cùng với loài súc sanh, phạm Ba-la-di, không được sống chung."

4. Nhân duyên Tôn-đà-la-nan-đà: kết giới lần thứ ba[62]

[4a01] Đức Phật ở tại thành Xá-vệ. Bấy giờ có số đông tỳ-kheo

---

[52] Đoạn duyên khởi này, trong *Tăng-kỳ*, *Tứ phần*, *Thập tụng*, không có. Pāli, Vin. iii. 23, *sambahulā vesālikā vajjiputtakā bhikkhū*, một số đông các

không thích tu Phạm hạnh, cùng nhau nói: "Xuất gia trong pháp của Phật thật là khổ. Chúng ta nên cùng nhau hành theo nghi pháp bạch y, nghi pháp ngoại đạo, làm việc bạch y, làm việc ngoại đạo. Đúng giờ cũng vào xóm, không đúng giờ cũng vào xóm, làm việc sát sanh, trộm cắp, dâm dục, uống rượu, ăn thịt, ngày đêm xem ca múa kỹ nhạc tự vui." Họ nói những lời như vậy mà không có xấu hổ. Khi ấy có tỳ-kheo trì giới, thiểu dục, tri túc, bằng mọi cách quở trách rồi dẫn họ đến chỗ Phật trình bày mọi việc lên đức Phật.

Nhân việc này đức Phật tập họp các tỳ-kheo Tăng và hỏi: "Các thầy, có thật như vậy không?"

Các tỳ-kheo thưa:

"Thật vậy, bạch Thế Tôn."

Đức Phật bằng mọi cách quở trách:

"Các ông không nên nói những lời như vầy: 'Hành theo nghi pháp ngoại đạo, nghi pháp bạch y.' Nếu ai nói, hành theo nghi pháp ngoại đạo thì mỗi lời nói phạm một Thâu-lan-giá, hành theo nghi pháp bạch y thì phạm Đột-kiết-la."

Đức Phật ở tại thành Vương Xá.[63] Khi ấy có tỳ-kheo ấp Bạt-kỳ tên là Tôn-đà-la Nan-đà,[64] có nhiều người quen biết cúng dường cung kính, nhưng không thích tu Phạm hạnh, hành theo nghi pháp ngoại đạo, nghi pháp của Bạch y, làm những việc sát sanh, ăn trộm, dâm dục cùng mọi việc ác. Các cư sĩ ở đó không tin ưa Phật pháp chê trách: "Tại sao Sa-môn Thích tử lại làm điều ác như vậy?!" Khắp nơi đều nói: "Tỳ-kheo Tôn-đà-la cũng hưởng năm dục lạc. Những tỳ-kheo này không có hạnh sa-môn, không có hạnh bà-la-môn, không thọ pháp

---

tỳ-kheo người *Vajji* ở *Vesālī*.

[63] Thành Vương Xá 王舍城: ᴾᴷᵀ *Rājagṛha* ᴾᵃˡⁱ *Rājagaha*, thủ đô nước Ma-yết-đà thuộc Trung Ấn Độ. Vị trí hiện nay ở vùng *Rajgir* thuộc tiểu bang Behar, phía Nam thành phố Patna, trung du sông Hằng.

[64] Tôn-đà-la Nan-đà (ᴾᵃˡⁱ *Sundara*). *Tăng-kỳ* (tr. 231b24), Phật trụ Tì-xá-li, có hai người Li-xa 離車子. *Tứ phần* (tr. 570c9), Bạt-xà Tử 跋闍子. *Thập tụng* (tr.1c22), Phật tại Xá-vệ, tỳ-kheo tên Bạt-kỳ Tử 跋耆子.

sa-môn, không thọ pháp bà-la-môn. Những tỳ-kheo này, nơi nào họ không đến thì điều thiện lợi!" Tiếng xấu ác, nghe truyền khắp trong thiên hạ.

Khi ấy, Tôn-đà-la trở lại trong chúng, nói:

"Cho tôi xuất gia thọ giới". Các tỳ-kheo nói:

"Cần bạch đức Thế Tôn".

(Các tỳ-kheo)* liền bạch Phật. Nhân việc này, đức Phật tập họp tỳ-kheo Tăng và bảo các tỳ-kheo:

"Tôn-đà-la chẳng phải tỳ-kheo, nếu đã thọ giới thì Bạch tứ yết-ma tác pháp diệt tẫn."

Vị Thượng tọa hay tương đương Thượng tọa biết pháp luật nên bạch như vầy:

> "Đại đức Tăng xin lắng nghe, tỳ-kheo Tôn-đà-la giới sút kém mà không xả, hành pháp dâm dục. Nay Tăng trao cho tỳ-kheo Tôn-đà-la pháp Yết-ma diệt tẫn. Nếu thời gian thích hợp đối với Tăng, Tăng chấp thuận, đây là lời tác bạch."
>
> Đại đức Tăng xin lắng nghe, tỳ-kheo Tôn-đà-la giới sút kém, không xả, hành pháp dâm dục. Nay Tăng trao cho tỳ-kheo Tôn-đà-la pháp Yết-ma diệt tẫn. Các Trưởng lão nào chấp thuận thì im lặng. Vị nào không chấp thuận xin nói."

Lần thứ 2, lần thứ 3 cũng nói như vậy.

> "Tăng đã trao cho tỳ-kheo Tôn-đà-la pháp diệt tẫn rồi. Tăng chấp thuận vì im lặng. Việc như vậy, thọ trì như vậy."[65]

Đức Phật bảo các tỳ-kheo:

"Nếu tỳ-kheo nào nói: 'Hành nghi pháp bạch y, [4b01] nghi pháp ngoại đạo thì không gọi là xả giới.' Nếu miệng nói: 'tôi xả giới', như vậy gọi là xả giới. Từ nay về sau, giới này nên nói như vầy:

---

[65] Đoạn tác pháp Bạch tứ yết-ma tẫn xuất này, trong *Tăng-kỳ*, *Tứ phần*, *Thập tụng* không có.

B. GIỚI VĂN

"Tỳ-kheo nào, cùng các tỳ-kheo đồng học giới pháp, giới sút kém, không xả,⁶⁶ hành pháp dâm dục, cho đến cùng với loài súc sanh. Tỳ-kheo ấy phạm Ba-la-di, không được sống chung."

C. THÍCH TỪ

Tỳ-kheo: Gồm tỳ-kheo khất thực,⁶⁷ tỳ-kheo mặc y hoại sắc cắt rọc,⁶⁸ tỳ-kheo phá ác, tỳ-kheo chân thật, tỳ-kheo kiên cố, tỳ-kheo thấy lỗi, tỳ-kheo nói một lời thọ giới, tỳ-kheo nói hai lời thọ giới, tỳ-kheo nói ba lời thọ giới, tỳ-kheo thiện lai thọ giới, tỳ-kheo như pháp bạch tứ Yết-ma thọ giới.⁶⁹ Như vậy gọi là tỳ-kheo.⁷⁰

*Đồng học:*⁷¹ Như lời Phật dạy, trọn đời không phạm. Cùng học

---

⁶⁶ *Tứ phần:* Giới luy bất tự hối 戒羸不自悔. *Thập tụng:* Giới luy bất xuất 戒羸不出. ᴾᵃˡⁱ *dubbalyaṃ anāvikatvā*, không tuyên bố sự bất lực của mình (không kham nổi đời sống Tỳ-kheo).

⁶⁷ Khất tỳ-kheo 乞比丘; *Tứ phần* (tr. 571a25): Khất cầu tỳ-kheo 乞求比丘; *Thập tụng* (tr. 2b30): khất tỳ-kheo, vì xin ăn nơi người khác. Như bà-la-môn khi đi xin ăn cũng tự nói "Ta là tỳ-kheo". ᴾᵃˡⁱ *bhikkhakoti bhikkhu, bhikkhācaryaṃ ajjhupagatoti bhikkhu*, tỳ-kheo, là người hành khất, là người chấp nhận sống cuộc đời hành khất.

⁶⁸ Hoại sắc cát tiệt y 壞色割截衣. *Tứ phần:* Cát tiệt y 割截衣; ᴾᵃˡⁱ *bhinnapaṭadharoti bhikkhu*, tỳ-kheo, là người mặc y từ những miếng vải rách (khâu lại).

⁶⁹ *Tứ phần:* tỳ-kheo thọ đại giới do Bạch tứ yết-ma như pháp thành tựu hợp cách. ᴾᵃˡⁱ *samaggena saṅghena ñatticatutthena kammena akuppena ṭhānārahena upasampanno ti bhikkhu*, tỳ-kheo, là người thọ Cụ túc (=đã thành tựu) với sự hợp cách không di động do bạch tứ yết-ma bởi Tăng hoà hiệp.

⁷⁰ *Ngũ phần* không nói đến ba hạng tỳ-kheo như trong *Tứ phần:* tỳ-kheo danh tự, tỳ-kheo tương tợ, tỳ-kheo tự xưng.

⁷¹ *Tứ phần:* đồng giới 同戒; *Thập tụng:* đồng nhập tỳ-kheo học pháp 同入比丘學法; *Căn bản:* đồng đẳng học xứ. ᴾᵃˡⁱ *sikkhāsājīvasamāpanno*, đã chấp nhận đời sống và học xứ (của các tỳ-kheo); giải thích (Vin. iii. 23): *sikkhā* (học) chỉ cho ba học: tăng thượng giới, tăng

những học xứ như vậy gọi là đồng học.

Giới pháp: Những giới đã thọ không khiếm khuyết, không phát sanh ác pháp giới, thành tựu thiện pháp giới, định cộng giới.

*Giới sút kém, không xả:*⁷² Xả giới khi ngủ, hướng đến người ngủ xả giới, không gọi là xả giới; hay xả giới khi say, hướng đến người say xả giới; xả giới khi cuồng, hướng đến người cuồng xả giới; xả giới khi tâm tán loạn, hướng đến người tâm tán loạn xả giới; xả giới khi tâm bệnh hoạn, hướng đến người tâm bệnh hoạn xả giới; hướng đến loài không phải chúng sanh, không phải người, hướng đến loài súc sanh mà xả giới; sai sứ, viết thư xả giới, ra dấu xả giới, cử động tay xả giới, nói lời tương tợ xả giới; một mình tưởng một mình,⁷³ một mình không tưởng là một mình, không phải một mình tưởng một mình xả giới. Người nói tiếng trung châu⁷⁴ hướng đến người biên địa,⁷⁵ người nói tiếng biên địa hướng đến người trung châu xả giới; vui đùa xả giới, nói lời bất định xả giới, tâm giận xả giới, cưỡng bức xả giới, không hướng đến người xả giới mà nói xả giới,⁷⁶ tất cả đều không gọi

---

thượng tâm, tăng thượng tuệ (*adhisīla, adhicitta, adhipaññā*); *sājīvaṃ* (đời sống): chỉ các học xứ mà Phật đã quy định (*bhagavatā paññattaṃ sikkhāpadaṃ*).

⁷² Giới sút kém, không xả: Giới sút kém, ᴴᵃⁿ Giới luy 戒羸. ᴾᵃˡⁱ, nt., *dubbalyaṃ*, sự yếu đuối (của mình). *Tứ Phần*: Tại sao gọi là *giới sút kém mà không xả giới*? Nếu tỳ-kheo sầu ưu, không thích phạm hạnh, muốn được về nhà, nhàm chán pháp tỳ-kheo, ôm lòng xấu hổ, ý muốn ở nhà, cho đến ưa muốn làm pháp phi sa-môn, phi Thích tử, bèn nói như vầy: "Tôi nghĩ đến cha mẹ, anh em, chị em, vợ con, xóm làng, thành ấp, ruộng vườn, ao hồ. Tôi muốn xả Phật, Pháp, Tăng, *cho đến* học sự." Liền muốn thọ trì gia nghiệp, *cho đến*, phi sa-môn, phi Thích tử. Như vậy gọi là giới sút kém mà không xả giới.

⁷³ *Tứ phần*: Tĩnh tưởng 靜想: tưởng là tĩnh; *Căn bản*: Độc tĩnh xứ 獨靜處, chỗ vắng vẻ một mình.

⁷⁴ Người nói tiếng trung châu, ᴴᵃⁿ Trung quốc ngữ 中國語. ᴾᵃˡⁱ *ariyakena*, người nói tiếng quý phái.

⁷⁵ Người biên địa 邊地人. ᴾᵃˡⁱ *milakkhaka*, người quê mùa.

⁷⁶ *Để bản*: Bất ưng hướng xả giới, nhi hướng xả giới,

là xả giới. Không nói lên lời xả giới thì không gọi là xả giới. Như vậy gọi là không xả giới. Ngược lại trên thì gọi là xả giới.

Hoặc giới sút kém chẳng phải xả giới, hoặc xả giới chẳng phải giới sút kém, hoặc giới sút kém cũng xả giới, hoặc chẳng phải giới sút kém chẳng phải xả giới.

Thế nào là giới sút kém mà chẳng phải xả giới? Nếu tỳ-kheo không thích tu Phạm hạnh, không thích tu Phạm hạnh rồi mà còn kính Phật, Pháp, Tăng, kính giới, kính Sa-môn pháp, kính Tỳ-kheo pháp, kính Tỳ-ni, kính Ba-la-đề-mộc-xoa, kính Hòa thượng, A-xà-lê, đồng Hòa thượng A-xà-lê, kính người đồng Phạm hạnh,⁷⁷ không hủy báng Tam tôn, mà nhớ xóm làng, vườn tược, ao hồ, núi rừng, cây cối, cha mẹ, anh chị em, con trai, con gái cho đến nô tỳ... nhớ nghĩ như vậy sầu ưu không vui, mà suốt đời không phạm đến Phạm hạnh. Như vậy gọi là giới sút kém mà chẳng phải xả giới.

Thế nào là xả giới mà chẳng phải giới sút kém? Nếu tỳ-kheo **[4c01]** không thích tu Phạm hạnh, không thích tu Phạm hạnh rồi mà còn kính Phật... cho đến kính người đồng Phạm hạnh. Vị ấy nghĩ như vầy: "Muốn làm sa-di, hoặc ưu-bà-tắc, cho đến muốn làm Phạm-chí ngoại đạo, chẳng phải Sa-môn Thích tử". Lại nghĩ như vầy: "Nay ta muốn xả Phật, Pháp, Tăng, xả giới, xả Tỳ-ni, xả Ba-la-đề-mộc-xoa, xả Hòa thượng, A-xà-lê, đồng Hòa thượng A-xà-lê, xả người đồng Phạm hạnh, rồi liền nói như vầy: "Nay tôi xả Phật, dụng Phật làm gì? Phật có nghĩa gì? Nay tôi được thoát khỏi Phật", cho đến nói như vầy: "Nay tôi được thoát khỏi người đồng Phạm hạnh". Lại nói như vầy: "Tôi thích hợp với nếp sống chẳng phải Sa-môn Thích tử". Phỉ báng Phật, Pháp, Tăng như vậy, cho đến phỉ báng người đồng Phạm hạnh, mà hướng về người khác, tâm nghĩ miệng nói những lời như vậy thì gọi đó là xả giới chứ chẳng phải giới sút kém.

Thế nào gọi là giới sút kém cũng là xả giới? Nếu tỳ-kheo không thích tu Phạm hạnh, ít kính Phật, Pháp, Tăng, cho đến ít kính người

---

不應向捨戒, 而向捨戒.

⁷⁷ Đồng phạm hạnh 同梵行 hay chư phạm hạnh 諸梵行; (諸梵 *sabrahmacārin*) đây chỉ các tỳ-kheo đồng học, hay bạn đồng tu.

đồng Phạm hạnh, nhớ nghĩ xóm làng cho đến nô tỳ, nghĩ như vầy: "Nay ta muốn xả Phật, Pháp, Tăng *cho đến* xả người đồng Phạm hạnh", rồi liền nói như vầy: "Nay tôi xả Phật. Dụng Phật làm gì? Phật có nghĩa gì? Nay tôi được thoát khỏi Phật, *cho đến* thoát khỏi người đồng Phạm hạnh". Lại nói như vầy: "Tôi thích sống với nếp sống chẳng phải Sa-môn Thích tử". Hủy báng Phật, Pháp, Tăng như vậy, cho đến hủy báng người đồng Phạm hạnh, mà hướng về người khác, tâm nghĩ miệng nói những lời như vậy thì gọi là giới sút kém cũng là xả giới.

Thế nào gọi là chẳng phải giới sút kém, chẳng phải xả giới? Nếu tỳ-kheo đối với giới đã thọ, kiên trì không xả, không động, không chuyển. Đó gọi là chẳng phải giới sút kém, chẳng phải xả giới.

Hành pháp dâm dục: Pháp dâm dục tức là chẳng phải pháp Phạm hạnh,[78] là pháp giải đãi, là pháp chó, là pháp đáng ghét. Hai thân giao hội, xuất bất tịnh, đó gọi là hành pháp dâm dục.

Ba-la-di:[79] Tức là pháp đọa, pháp ác, pháp đoạn đầu, chẳng phải pháp của sa-môn.

Không được sống chung:[80] Như trước kia còn làm bạch y, không

---

[78] Phạm hạnh (Skt=Pāli *brahmacariya*) nguyên nghĩa, sống cuộc đời (đoạn dục để) phụng sự Phạm thiên. Trong Phật giáo, chỉ sự đoạn trừ dâm dục. *Luận trí độ 20:* "Chư thiên đoạn trừ dâm dục đều được gọi là Phạm."

[79] *Tăng-kỳ* (tr. 237b24): "Ba-la-di, là đối với pháp trí mà thối thất, đọa lạc, không có đạo quả phần." *Tứ phần* (tr. 571c6): "Ba-la-di, ví như cái đầu của con người đã bị chặt thì không thể mọc trở lại." *Thập tụng* (tr. 4b13): "Ba-la-di, là đọa lạc, không bằng 堕不如; là tội cực ác, sâu nặng." *Căn bản* (tr. 630c6): "Ba-la-thị-ca 波羅市迦, là tội cực trọng, rất đáng ghê tởm, rất đáng bị ruồng bỏ... mất thể tính bí-sô, trái ngược với thể tính Niết-bàn; là sự đọa lạc, sụp đổ, bị kẻ khác đánh bại không còn cứu được nữa." Pāli, Vin.iii. 28: *pārājiko hotī ti seyyathāpi nāma puriso sīrascchinno abhobbo tena sarīrabandhanena jīvituṃ,* "*Pārājika,* người phạm Ba-la-di, như một người mà cái đầu đã bị chặt, không thể sống với thân được ráp nối lại."

[80] Bất cộng trú 不共住. Pāli, nt., *Asaṃvāsoti saṃvāso nāma ekakammaṃ ekuddeso samasikkhatā. Eso saṃvāso nāma. So tena saddhiṃ natthi.*

cùng học chung (nhất học), học giống (đẳng học), học không giống (bất đẳng học), không học khác (bất dư học) với tỳ-kheo. Không Yết-ma cùng, Yết-ma giống, không Yết-ma giống, bất Yết-ma khác với tỳ-kheo. Không cùng thuyết giới chung, thuyết giới giống, không thuyết giới giống, không thuyết giới khác với tỳ-kheo. Đó gọi là không chung sống.

Các đức Phật Thế Tôn khéo nói chánh pháp, cũng khéo nói thí dụ, người phạm dâm dục như kim bị sứt đít không thể dùng lại, như người đã chết không thể sống lại, như hòn đá bị vỡ không thể hiệp lại, như chặt cái tim cây Đa-la[81] không thể sống lại.

D. PHẠM TƯỚNG

[5a01] Ở đây, tỳ-kheo nào cùng ba loại chúng sanh hành dâm thì phạm Ba-la-di: Người, phi nhân,[82] súc sinh.

Tỳ-kheo cùng ba loại giống cái (nữ) hành dâm phạm Ba-la-di: Người nữ, phi nhân nữ, súc sanh cái. Cùng ba giống đực: Người nam, phi nhân nam, súc sanh đực. Ba loại huỳnh môn:[83] Người huỳnh môn, phi nhân huỳnh môn, súc sanh huỳnh môn. Ba loại vô căn:[84] Người vô căn, phi nhân vô căn, súc sanh vô căn. Ba loại 2 căn:[85] Người 2 căn,

---

Tena vuccati — "asaṃvāso" ti. "Bất cộng trú: cộng trú nghĩa là có chung hành sự, có chung việc đọc tụng (giới), có sự học tập giống nhau, điều ấy gọi là cộng trú. Vị đó không có được điều ấy, vì thế gọi là 'không được sống chung' (bất cộng trú)."

[81] Cây Đa-la 多羅樹: ᴾᵏᵗ *Tāla*, cây này thuộc họ cây cọ, nó sinh sản ở những vùng đất cát gần bờ biển các nước Ấn Độ, Tích Lan, Miến Điện... Cây Đa-la nếu bị chặt ngang thân thì không nảy chồi lại được nữa.

[82] Phi nhân 非人 (không phải người), chỉ các loại trời, thần, và tương tự. ᴾᵃˡⁱ *amanussa.*

[83] Huỳnh môn 黃門, bất năng nam 不能男 (bất lực, hay chỉ cho người nam căn bị hư hoại). *Căn bản:* bán-trạch-ca 半擇迦. ᴾᵃˡⁱ *paṇḍaka,* người bị hoạn/thiến.

[84] Vô căn 無根: không có bộ phận sinh dục. Người bị hoạn, thiến cũng gọi là vô căn (ᴾᵃˡⁱ *paṇḍaka, - eunuch*).

[85] *Tứ phần:* Nhị hình 二形. *Thập tụng:* nhị căn 二根. ᴾᵃˡⁱ *ubhatovyañjana,* lưỡng tính, ái nam ái nữ.

phi nhơn 2 căn, súc sanh 2 căn. Hành dâm (với những loại kể trên) cũng như vậy.

Tỳ-kheo hành dâm với người nữ, phi nhân nữ, súc sanh cái, vào ba chỗ: đường đại tiện, tiểu tiện và miệng, khi ngủ, khi say, khi cuồng, khi tâm tán loạn, khi tâm bị bệnh hoại, khi chết, khi vào phân nửa, phạm Ba-la-di. Khi còn bộ xương, vào quá nửa, xuất bất tịnh, phạm Tăng-già-bà-thi-sa; không xuất bất tịnh phạm Thâu-lan-giá.[86] Đối nữ vô căn, hai căn cũng như vậy.

Tỳ-kheo hành dâm với người nam, phi nhân nam, súc sanh đực vào hai chỗ: đường đại tiện và miệng, khi ngủ cho đến khi vào phân nửa phạm Ba-la-di. Khi còn bộ xương, vào quá phân nửa, xuất bất tịnh, phạm Tăng-già-bà-thi-sa, không xuất bất tịnh phạm Thâu-lan-giá. Đối nam vô căn, huỳnh môn cũng như vậy.

Đối với các chỗ như trên mà hành dâm, phương tiện bên ngoài, xuất bất tịnh bên trong; phương tiện bên trong, xuất bất tịnh bên ngoài, khi ngủ cho đến khi vào phân nửa đều phạm Ba-la-di. Khi còn bộ xương, vào quá phân nửa, xuất bất tịnh phạm Tăng-già-bà-thi-sa, không xuất bất tịnh phạm Thâu-lan-giá.

Nếu tỳ-kheo bị cường lực bắt ép hành dâm các chỗ trên, khi vào thọ lạc, trụ, xuất không thọ lạc; khi xuất thọ lạc, vào, trụ không thọ lạc; khi trụ thọ lạc, xuất, nhập không thọ lạc; xuất nhập thọ lạc; khi trụ không thọ lạc, vào, xuất[87] thọ lạc; khi xuất không thọ lạc, vào,[88] trụ thọ lạc; khi vào không thọ lạc; khi xuất, vào, trụ đều thọ lạc; khi ngủ cho đến khi vào phân nửa đều phạm Ba-la-di.

Khi còn bộ xương, vào quá nửa, xuất bất tịnh, phạm Tăng-già-bà-thi-sa, không xuất bất tịnh phạm Thâu-lan-giá.

---

[86] *Tứ phần:* Thâu-lan-giá 偷蘭遮. Pāli *thulla/thūlaccaya;* Skt *sthūlātyaya,* dịch: thô tội, đại tội, trọng tội; *Thiện kiến 9:* "Thâu-lan-giá (Pāli *thulla, thūla;* Skt *sthūla*), nghĩa là lớn. Giá 遮, chỉ sự chướng ngại đạo, về sau đọa ác đạo."

[87] *Để bản:* Trụ 住.

[88] *Để bản:* Xuất 出.

Khi xuất nhập trụ đều không thọ lạc thì không phạm.

Nếu tỳ-kheo với tâm dâm dục, dùng nam căn để vào những chỗ trên, một phần thôi cũng phạm Ba-la-di. Nếu dùng ngón tay, hay tất cả vật bên ngoài để vào trong các chỗ nói trên đều phạm Thâu-lan-giá. Tỳ-kheo-ni cũng phạm Ba-la-di. Thức-xoa-ma-na, sa-di, sa-di-ni phạm Đột-kiết-la, và bị tẩn xuất.

Không phạm: cuồng tâm, loạn tâm, bệnh hoại tâm, phạm lần đầu. Bốn trường hợp này đều không phạm. Tất cả các giới sau đều như vậy, khỏi phải chép lại.

II. BẤT DỮ THỦ[89]

A. DUYÊN KHỞI

1. Nhân duyên kết giới lần thứ nhất

[5b01] Đức Phật ở tại thành Vương Xá,[90] khi ấy có tỳ-kheo tên là Đạt-ni-ca,[91] con nhà đồ gốm, dựng lên một thảo am để ở, tại núi Ất-la.[92] Đến giờ bưng bát vào thành khất thực, sau đó, người lấy củi phá am

---

[89] *Tứ phần*, tr. 572b6; *Thập tụng*, tr. 3b8; *Căn bản,* tr. 635c24; Pāli. Vin. iii. tr. 41; *Tăng-kỳ*, tr. 238a27 (phần kết): "Thế Tôn trú tại thành Tỳ-da-ly, sau thành đạo năm thứ 5, nửa tháng thứ năm, ngày 12, sau bữa ăn trưa, bóng ngả về phía đông cỡ nửa người đang ngồi, nhân trường hợp Trưởng lão Da-xá Ca-lan-đà Tử, chế giới này."

[90] *Tứ phần* (tr. 572b6), La-duyệt thành Kỳ-xà-quật sơn 羅閱城耆闍崛山. *Căn bản* (tr. 635c24): Phật tại Vương Xá, bên bờ ao Yết-lan-đạc-ca, trong vườn Trúc lâm王城 羯蘭鐸 迦池 竹林園中. Pāli, Vni.iii.41: *rājagahe viharati gijjhakūṭe pabbate*.

[91] *Tăng-kỳ*: ngoã sư tử trưởng lão Đạt-nị-già 瓦師子長老達膩伽 (con người thợ gốm trưởng lão Đạt-nị-già). *Tứ phần*: Đàn-ni-ca đào sư tử 檀尼迦陶師子 (Đàn-ni-ca con người thợ gốm). *Thập tụng*: Đạt-ni-ca 達尼迦. *Căn bản*: Đản-ni-ca bí-sô đào sư tử 但尼迦苾芻陶師子 (Bí-sô Đản-ni-ca con người thợ gốm). Pāli *dhaniyo kumbhakāraputto*, con trai người thợ gốm tên *Dhaniya*.

[92] Ất-la sơn 乙羅山. *Tứ phần*: Nhàn tĩnh xứ 閑靜處, cũng nói là a-lan-nhã (Pāli *arañña*), thường chỉ khu rừng vắng, không thú dữ. *Căn bản*: tại a-lan-nhã 阿蘭若. Pāli *Isigilipassa*, hang Tiên nhân.

mang cây gỗ đi. Sau khi khất thực xong trở về, phải tu bổ am trở lại đến ba lần như vậy, nên ôm hận trong lòng, bèn nghĩ như vầy: "May tự thân ta có khả năng hoàn thiện việc trộn bùn, tại sao không hoàn thành cái am gạch⁹³ để tránh khỏi cái nạn này!" Liền tạo dựng ra nó, gồm sườn nóc, có trụ cột, sà nhà, rui kèo chạm trổ đẹp, có cửa ra vào và cửa sổ... đầy đủ, tuyệt hảo như thần; rồi gom chất củi nung thành màu đỏ tươi, rất đẹp. Khi có gió lớn tạo thành tiếng nhạc (không hầu).

Đức Phật ở trên núi Kỳ-xà-quật, từ xa trông thấy cái am kia màu đỏ, chạm vẽ đẹp đẽ, hỏi Tôn giả A-nan: "Đó là cái nhà nào vậy?"

Tôn giả A-nan bạch Phật:

"Đó là (nhà)* của Đạt-ni-ca, tự sức tạo ra."

Đức Phật bảo tôn giả A-nan:

"Đạt-ni-ca làm điều phi pháp, tại sao xuất gia lại tạo ác nghiệp này, tàn hại đến mệnh vật, không có lòng thương xót!? Trước đây Ta đã bằng nhiều cách nói pháp từ bi, an nhẫn, tại sao tỳ-kheo lại không có lòng từ này?"

Đức Thế Tôn bằng mọi phương tiện quở trách rồi, bảo các tỳ-kheo: "Các ông đến phá cái nhà đã làm ra kia đi."

Các tỳ-kheo vâng lời, liền đến chỗ cái nhà đó (để phá)*. Lúc ấy Đạt-ni-ca từ trong nhà bước ra hỏi các tỳ-kheo:

"Tôi không xúc phạm nhau, tại sao quý vị hùa nhau muốn đến phá nhà tôi?"

Các tỳ-kheo trả lời:

"Chẳng phải là ý chúng tôi, mà vâng lệnh đức Thế Tôn."

Đạt-ni-ca nói:

"Nếu là bản hoài đức Pháp vương thì tôi lại dám nói sao!"

---

⁹³ *Tứ phần:* căn nhà làm toàn bằng gạch (🅷 toàn thành ngõa ốc 全成瓦屋). 🅿 *sabbamattikāmayaṃ kūṭikaṃ*, căn nhà làm toàn bằng đất sét. 但尼迦苾芻陶師子 (Bí-sô Đản-ni-ca con người thợ gốm). 🅿 *dhaniyo kumbhakāraputto*, con trai người thợ gốm tên *Dhaniya*.

Các tỳ-kheo liền cùng phá nó, rồi dẫn Đạt-ni-ca đến chỗ đức Phật, trình bày sự việc lên đức Phật.

Đức Phật dùng nhân duyên này tập họp tỳ-kheo Tăng, hỏi Đạt-ni-ca: "Thật sự ông có làm không?

Thưa: "Thật con làm, bạch đức Thế Tôn."

Đức Phật bằng mọi cách quở trách như trên rồi bảo các tỳ-kheo:

"Từ nay, nếu có tỳ-kheo nào làm nhà (đất)* nung thành gạch phạm Thâu-lan-giá;[94] tự thể hiện công xảo, phạm Đột-kiết-la."

Đạt-ni-ca lại nghĩ như vầy: "Trước đây ta dựng am bằng cỏ luôn bị tiều phu phá hoại, sau làm nhà gạch lại trái với thực thể người xuất gia của đấng Pháp vương. Nay nên đổi cách tìm gỗ tốt tạo dựng nhà lớn, tất sẽ được tồn tại lâu dài, khỏi phải khổ não nữa". Lại nghĩ như vầy: "Người coi cây gỗ[95] thành Vương Xá[96] là bạn tri thức của ta, ta sẽ đến đó để cầu xin." Nghĩ rồi, liền đến nói:

"Tôi cần cây gỗ, có thể cho tôi?"

Người coi cây gỗ nói:

"Đối với cây gỗ, tôi không có quyền cho."

Hỏi: "Do ai?"

---

[94] *Tứ phần* (tr. 572b27): Từ nay trở đi, các ông không được làm thất toàn bằng gạch có màu đỏ như lửa như thế. Nếu làm, phạm đột-kiết-la.

[95] Hán: Điển tài lệnh 典材令. *Tăng-kỳ*: mộc tượng đại thần Da-thâu-đà 木匠大臣耶輸陀. *Tứ phần*: Thủ tài nhân 守材人. *Thập tụng*: tài mộc sư 材木師. *Căn bản*: chưởng mộc đại thần 掌木大臣. dārugaha gaṇaka, người quản lý lâm sản.

[96] *Tứ phần*: Ma-kiệt quốc Bình-sa vương 摩竭國瓶沙王. *Thập tụng*: Ma-kiệt quốc chủ Vi-đề-hi Tử A-xà-thế vương 摩竭國主韋提希子阿闍世王. *Căn bản*: Ma-yết-đà quốc Thắng Thân chi tử Vị Sinh Oán Vương 摩揭陀國勝身之子未生怨王. Pāli, Vin. iii. 43, chuyện xảy ra dưới triều vua *Seniya Bimbisāra* vua nước *Magadha*.

Đáp: "Do Vua."

Đạt-ni-ca nói:

"Vua đã cho tôi."

Người giữ cây gỗ nói:

"Nếu vua đã cho thì tùy ý lấy."

Đạt-ni-ca bèn lấy những cây gỗ lớn để phòng vệ thành chặt đứt mang đi. **[5c01]** Khi ấy đại thần Vũ Xá[97] đi thanh tra các nơi, trên đường bắt gặp, liền hỏi người giữ gỗ:

"Tại sao đem những cây gỗ lớn để phòng vệ thành cho tỳ-kheo kia?"

Trả lời:

"Chẳng phải tôi cho."

Lại hỏi:

"Là ai?"

Đáp:

"Là vua."

Vũ Xá liền tâu vua:

"Vì sao Đại vương đem những cây gỗ lớn để phòng vệ thành cho Đạt-ni-ca mà không xét?"

Nhà vua hỏi:

"Ai nói ta cho?"

Vũ Xá tâu:

"Là người giữ cây gỗ."

Nhà vua liền ra lệnh quan hầu cận bắt người giữ cây gỗ. Họ thừa lệnh liền bắt dẫn đến chỗ vua.

Thời điểm ấy, Đạt-ni-ca vào thành khất thực, trên đường đi thấy

---

[97] *Tứ phần* (tr. 572c9): Đại thần tổng giám sát các sự việc của thành. *Vassakāra*, đại thần của nước *Magadha*.

vậy hỏi:

"Bạn đã phạm những gì mà bị bắt trói như vậy?"

Đáp:

"Do Đại đức nên tôi phải chịu đại tội này. Xin Đại đức cứu thoát tính mạng tôi!"

Đạt-ni-ca nói:

"Bạn đến trước, tôi sẽ đến sau."

Khi người giữ cây gỗ đến chỗ vua, vua hỏi:

"Tại sao ngươi đem những cây gỗ lớn để bảo vệ thành cho Đạt-ni-ca?"

Thưa:

"Tâu Đại vương! Hạ thần đâu dám tự chuyên quyền. Vì Đạt-ni-ca nói, vua sai bảo cho."

Vua liền ra lệnh gọi (đương sự đến)*. Khi ấy, Đạt-ni-ca đã có mặt ngoài cửa. Nhà vua bảo vào trước, (Đạt-ni-ca)* liền vào trước gặp vua, vua hỏi:

"Trẫm cho tỳ-kheo gỗ vào lúc nào?"

Đạt-ni-ca nói:

"Vua há không nhớ khi mới lên ngôi, nhà vua đem tất cả cỏ cây và nước trong vương quốc bố thí cho sa-môn, bà-la-môn sao?!"

Vua nói:

"Những gì Ta muốn bố thí vốn là những (vật)* không có chủ.[98] Quái thay! Tỳ-kheo lại dùng phương tiện này để lấy vật người."

Lại nói:

"Ta là vua Quán đảnh,[99] tại sao phải bỏ tù hay giết sa-môn?! Bây

---

[98] Pāli *araññe apariggahitaṃ*, vật vô chủ (không được ai thủ hộ) ở trong rừng (a-lan-nhã).

[99] Vua Quán đảnh 灌頂王: Quán đảnh (Skt *abhiṣecana*, Pāli *abhisekarājan*)

giờ, (Thầy)* nhanh trở về chỗ đức Phật, là vị Pháp vương Ngài sẽ tự có cách trị thầy."

Lúc ấy, mọi người nghe đều kinh ngạc nói: "Đạt-ni-ca phạm tội đáng chết, tại sao chỉ quở trách rồi khiến cho đi!? (Tội)* như vậy mà được tha thì ai không làm việc ăn trộm!"

Lại cơ hiềm rằng: "Sa-môn Thích tử, tự thân nhận được sự cung cấp của vua, mà trộm gỗ vua, huống chi lại là chúng ta ngăn được, không sợ sao! Sa-môn Thích tử thường khen ngợi không ăn trộm, dạy người bố thí, tại sao bây giờ, tự mình lại làm việc của giặc? Những kẻ này không có hạnh sa-môn, phá pháp sa-môn." Tiếng xấu như vậy lần lượt lan khắp. Các gia chủ, cư sĩ, bà-la-môn.... không tin ưa Phật pháp trong nước, từ xa thấy sa-môn liền bằng mọi cách mắng nhiếc. Các tỳ-kheo nghe, cùng hỏi lại nhau:

"Ai ăn trộm gỗ cây của vua để đưa đến tiếng xấu như này?"

Đạt-ni-ca nói:

"Điều đó tôi làm." Lúc ấy các tỳ-kheo dùng mọi cách quở trách: "Thầy làm điều phi pháp, không phải đạo tùy thuận. Đức Thế Tôn bằng nhiều cách chê bai không cho mà lấy, khen ngợi không trộm cắp. Tại sao nay tự thầy làm việc của giặc?" Các tỳ-kheo quở trách như vậy rồi, [6a01] dẫn đến chỗ Phật, trình bày mọi sự việc lên Phật.

Đức Phật nhân việc này tập hợp tỳ-kheo Tăng, hỏi Đạt-ni-ca: "Thật ông có như vậy không?"

Đáp:

"Thật vậy, bạch Thế Tôn."

Đức Phật bằng mọi cách quở trách như Tu-đề-na.

Khi ấy, vị đại thần nước Ma-kiệt[100] xuất gia hành đạo đang đứng

---

là nghi thức rưới nước lên đỉnh đầu. Thời xưa ở Ấn Độ, khi vua lên ngôi thì vị Quốc sư đem nước lấy từ 4 biển rưới lên đầu bày tỏ sự chúc phúc, nên gọi là vua Quán đảnh.

[100] *Tứ phần*: Ca-lâu 迦樓, vốn là đại thần của nhà vua. *Thập tụng, Căn bản*: Phật sai A-nan đi hỏi những người hiểu biết trong thành về mức tội

hầu Phật, đức Phật hỏi tỳ-kheo ấy:

"Theo vua A-xà-thế, người ăn trộm ngang bao nhiêu thì mắc tội tử hình?"

Tỳ-kheo bạch Phật:

"Từ năm tiền[101] trở lên thì mắc tội tử hình."

Đức Phật vì việc này, lại quở trách, rồi bảo các tỳ-kheo:

"Vì 10 điều lợi nên Ta vì các tỳ-kheo kết giới. Từ nay giới này nên nói như vầy:

> **"Tỳ-kheo nào, trộm từ 5 tiền trở lên, thì phạm Ba-la-di, không được sống chung."**

2. Nhân duyên kết giới lần thứ hai

Đức Phật ở thành Xá-vệ, khi ấy có số đông tỳ-kheo nói như vầy: "Đức Phật chế giới là vật trong thôn xóm, chứ chẳng phải nơi đất trống".

Lại có các tỳ-kheo nói như vầy: "Phạm cùng chẳng phạm, chế cùng chẳng chế, chỉ cần lấy thì không lo". Họ liền dùng tâm trộm lấy vật có chủ hay không chủ nơi đất trống; lấy rồi lại họ sanh nghi ngờ hối hận, đến chỗ A-nan hỏi A-nan. Tôn giả liền bạch sự việc lên Phật, đức Phật dùng nhân duyên này tập họp tỳ-kheo Tăng và hỏi:

"Các Thầy có thật vậy không?"

Thưa: "Thật vậy, bạch đức Thế Tôn."

Đức Phật bằng mọi cách quở trách:

---

phạm theo luật Vua. Vin. iii. 45: *purāṇavohāriko mahāmatto*, (tỳ-kheo) nguyên là đại thần tư pháp.

[101] Vin.nt., *pādena... tena kho pana samayena rājagahe pañcamāsako pādo hoti*, "bằng 1 *pāda*... thời bấy giờ, ở *Rājagaha*, 1 *pāda* = 5 *māsaka*. *Tăng-kỳ 3*, Phật trực tiếp hỏi vua Bình-sa. Vua trả lời: "19 tiền là 1 kế-lị-sa-bàn. Phân 1 kế-lị-sa-bàn (kahāpaṇa; kārṣāpaṇa) thành 4; trộm 1 phần, hay vật trị giá 1 phần, tội chết." *Tứ phần, Thập tụng*: 5 tiền 五錢. *Căn bản*: 5 ma-sái 磨灑.

"Thôn xóm, đất trống, có những gì khác nhau!?" Quở trách rồi, bảo các tỳ-kheo: Từ nay giới này nên nói như vầy:

B. GIỚI VĂN

"Tỳ-kheo nào, nơi thôn xóm hoặc chỗ đất trống, lấy vật không được cho với tâm trộm cắp, mà bị vua hay đại thần bắt, hoặc trói, hoặc giết, hoặc đuổi (khỏi nước), nói rằng: 'Ngươi là giặc, ngươi là kẻ ấu trĩ, ngươi là kẻ ngu si.' Tỳ-kheo ấy phạm Ba-la-di, không được sống chung."[102]

C. THÍCH TỪ

Tụ lạc:[103] Nơi có thành quách, có hàng rào bao quanh ba do-tuần,[104] cho đến chỉ một cái nhà.[105]

Đất trống:[106] Ngoài tụ lạc trừ nơi đường đi của thôn xóm.

Nơi đường đi của thôn xóm: Ngoài thôn xóm trong một tầm tên

---

[102] *Tăng-kỳ*, giới được kết ba lần; thời gian kết giới: Thành đạo năm thứ 6, mùa đông, nửa tháng phần hai, ngày 10 (tức ngày 20 tháng âm lịch), sau bữa trưa, lúc bóng sáng ngả về đông dài bằng 2 người rưỡi. *Tứ phần* cũng như *Thập tụng*, *Căn bản*, giới kết một lần. Pāli, giới kết hai lần.

[103] Tụ lạc 聚落: Thôn, hay thôn lạc. Pāli *gāma*, làng xóm.

[104] Do-tuần 由旬: Skt. *yojana*, đơn vị đo đường dài ở Ấn Độ. Theo *Đại Đường Tây Vực ký* 2, thì một do-tuần là chỉ cho lộ trình hành quân một ngày của nhà vua. Nhưng theo thuyết của các học giả cận đại như ông J. Flect đổi do-tuần tính theo cây số ngàn (kilometre), thì một do-tuần xưa bằng 19,5 km, theo quốc tục Ấn Độ là 14,6 km, Phật giáo là 7,3 km. Nếu theo ông Major Vost thì một do-tuần xưa bằng 22,8 km; quốc tục Ấn Độ là 17 km, Phật giáo 8,5 km.

[105] Pāli còn thêm yếu tố: chỗ mà một thương đội đóng trại hơn 4 tháng cũng được gọi là làng (*gāma*).

[106] *Tứ phần*: Nhàn tĩnh xứ. *Tăng-kỳ*, *Thập tụng*: Không địa 空地. *Căn bản*: không nhàn xứ 空閑處. *Tăng-kỳ*: Trừ giới của tụ lạc, ngoài ra thảy đều là không địa. Pāli, Vin.iii.48: *araññaṃ*, khu rừng, và giải thích, trừ làng và các khu phụ cận làng, còn lại đều là *araññā* (*ṭhapetvā gāmañ ca gāmūpacārañ ca avasesaṃ araññaṃ nāma*).

bắn, có người biết tàm quí những nơi đi tiện lợi.

Tâm trộm cắp:[107] Vật thuộc về người khác, người bảo hộ, không cho mà lấy. Hay dùng tâm siểm khúc, quanh co, giận dữ, khủng bố để lấy vật của người.

Không cho mà lấy: Hoặc tự mình lấy, hay sai người lấy, vật rời khỏi chỗ cũ.

Vua: Chủ nước, chủ thôn xóm, vua Quán đảnh, vua Chuyển luân.

Đại thần: Là vị trông coi việc nước.

Bắt: Nắm tay hay nắm tóc.

Trói: Dùng gông cùm, xiềng xích.

Giết: Dùng dao trượng, v.v… để chấm dứt mạng sống.

Đuổi: trục xuất khỏi một trú xứ, cho đến một nước.

Giặc: Xa lìa pháp thiện, pháp vô ký, rơi vào chỗ bất thiện.

Tiểu: Không có sự hiểu biết. **[6b01]**

Si: Sống trong sự tối tăm.

D. PHẠM TƯỚNG

Phạm ở đây: Vật ở trong đất, vật ở trên đất, vật ở trong hư không; xóm làng, vật của xóm làng; tiệm, quán, vật của tiệm quán; ruộng đất, vật của ruộng đất; vườn tược, vật của vườn tược; phòng xá, vật của phòng xá; xe cộ, vật của xe cộ; gánh xách, vật của gánh xách; thuyền bè, vật của thuyền bè; ao hồ, vật của ao hồ; gởi, trả, ngăn đường, rình đường, chỉ chỗ, dẫn đường, dạy cách lấy, cùng lấy, không nộp thuế.

Vật trong lòng đất:[108] Nếu vật còn ở trong lòng đất, tỳ-kheo có ý nghĩ: "Ta sẽ trộm vật này", khởi tâm và tạo điều kiện đều phạm Đột-kiết-la. Đào đất phạm Ba-dật-đề. Nắm vật phạm Đột-kiết-la. Động đến

---

[107] *Tứ phần*: Đạo tâm thủ 盜心取. Pāli theyyasaṅkhātan ti theyyacitto avaharaṇa-citto, với tâm lén trộm, với tâm cướp giựt, gọi là (lấy) bằng cách lén trộm.

[108] *Tứ Phần*, Địa xứ 地處. Pāli bhūmaṭṭhaṃ.

vật phạm Thâu-lan-giá. Lìa khỏi chỗ cũ mà trị giá 5 tiền[109] phạm Ba-la-di, dưới 5 tiền phạm Thâu-lan-giá.

Vật ở trên đất:[110] Vật ở trên đất như giường, giá, ghế, sập, cửa, cây xà ngang, đòn tay, rui mè, cho đến vật trên nhà, trên cây. Tất cả các vật như vậy đều gọi là vật trên đất. Tỳ-kheo có ý nghĩ: "Ta sẽ lấy vật này", móng tâm tạo phương tiện cho đến nắm lấy vật đều phạm Đột-kiết-la, động đến vật phạm Thâu-lan-giá, vật rời khỏi chỗ cũ trị giá 5 tiền phạm Ba-la-di, dưới 5 tiền phạm Thâu-lan-giá.

Vật ở trên hư không:[111] Hoặc dùng thần lực đặt vật trong hư không, hoặc có chủ, hoặc chim tha, hoặc gió thổi đến, tỳ-kheo có ý nghĩ: "Ta sẽ lấy vật này", móng tâm, tạo phương tiện đều phạm Đột-kiết-la. Động đến vật phạm Thâu-lan-giá. Dời vật khỏi chỗ cũ trị giá 5 tiền phạm Ba-la-di, dưới 5 tiền phạm Thâu-lan-giá.

Thôn xóm: Xung quanh 3 do-tuần, cho đến chỗ một cái nhà, tỳ-kheo có ý nghĩ: "Tôi sẽ trộm lấy thôn xóm này". Móng tâm, tạo phương tiện đều phạm Đột-kiết-la. Đóng nọc, lấy vồ nện phạm Ba-dật-đề. Dùng dây đo lường tranh cho được, trị giá 5 tiền phạm Ba-la-di, dưới 5 tiền phạm Thâu-lan-giá.

---

[109] Ngũ tiền 五錢; *Tăng-kỳ* (tr. 244b1): Vương pháp không nhất định. Hoặc trộm nhỏ mà chết. Hoặc trộm lớn mà không chết. Theo phép vua Bình-sa, 19 tiền là 1 kế-lị-sa-bàn (Pāli *kahāpaṇa*); 1 kế-lị-sa-bàn phân làm tư; trộm vật giá trị ¼ thì bị tội chết. *Căn bản*: ngũ ma-sái 五摩灑. Pāli, Vin.iii. tr.48: *pañcamāsakaṃ*. Theo nghĩa đen, 1 *māsaka* (Skt *māṣaka*) là vật có giá trị trao đổi bằng 1 hạt đậu (đỗ).

[110] *Tứ phần*: Địa thượng xứ 地上處. Pāli *thalaṭṭhaṃ*, vật trên đất liền.

[111] Không xứ 空處; *Ngũ phần*: Hư không vật 虛空物, chỉ vật được đặt vào hư không do bởi thần lực, hoặc vật ngậm bởi chim có chủ, hoặc vật có chủ mà gió thổi đến. *Tăng-kỳ*: Hư không hư không trung vật 虛空虛空中物, chỉ các loại cây lá, hoa quả. *Thập tụng*: các loại vải quý giá, vải ba-đầu-ma, đầu-cầu-la, cưu-la-xà, những thứ này được treo mà chưa rơi xuống đất. Pāli *ākāsaṭṭhaṃ*, vật trong hư không, chỉ những vật phi hành trong hư không (*ākāsagataṃ*): chim chóc, giải lụa, vải vóc, cho đến vàng (từ trên người) bị rơi xuống đất.

Vật trong thôn xóm:[112] Tùy theo trong xóm làng có vật gì, tỳ-kheo có ý nghĩ: "Ta sẽ lấy trộm vật này", lấy được, phạm Ba-la-di.

Tiệm quán: Tỳ-kheo có ý nghĩ: "Ta sẽ lấy trộm tiệm quán này". Móng tâm, tạo phương tiện đều phạm Đột-kiết-la. Đóng nọc, lấy vồ nện phạm Ba-dật-đề. Dùng dây đo lường tranh cho được, phạm Ba-la-di.

Vật nơi tiệm quán:[113] Tùy theo trong quán tiệm có vật gì, tỳ-kheo có ý nghĩ: "Ta sẽ lấy trộm vật này", lấy được, phạm Ba-la-di.

Ruộng: Chỉ ruộng có nước hay không nước, tỳ-kheo có ý nghĩ: "Ta sẽ lấy trộm ruộng này". Móng tâm, tạo phương tiện đều phạm Đột-kiết-la. Đóng nọc, lấy vồ nện phạm Ba-dật-đề. Lấy dây đo để tranh cho được, phạm Ba-la-di.

Vật trong ruộng: Tùy trong ruộng sản xuất ra ngũ cốc, [6c01] tỳ-kheo có ý nghĩ: "Ta sẽ trộm vật này", lấy được, phạm Ba-la-di.

Vườn: Các vườn trồng cây trái, tỳ-kheo có ý nghĩ: "Ta sẽ trộm vườn này". Móng tâm, tạo phương tiện đều phạm Đột-kiết-la. Đóng nọc, lấy vồ nện phạm Ba-dật-đề. Dùng dây đo để tranh cho được, phạm Ba-la-di.

Vật trong vườn: Tùy trong vườn sản xuất vật gì, tỳ-kheo có ý nghĩ: "Tôi sẽ trộm lấy vật này", lấy được, phạm Ba-la-di.

Nhà: Nhà trệt hoặc nhà lầu, nơi mà người tại gia hay xuất gia ở. Tỳ-kheo có ý nghĩ: "Tôi sẽ trộm lấy nhà này". Móng tâm, tạo phương tiện đều phạm Đột-kiết-la. Đóng nọc, lấy vồ nện phạm Ba-dật-đề. Dùng dây đo để tranh cho được, phạm Ba-la-di.

Vật trong nhà: Tùy theo trong nhà có vật gì, tỳ-kheo có ý nghĩ: "Ta

---

[112] Pāli *gāmaṭṭhaṃ*, trong thôn xóm, vật được cất tại bốn chỗ: trong đất (*bhūmaṭṭhaṃ*), trên đất liền (*thalaṭṭhaṃ*), trong hư không (*ākāsaṭṭhaṃ*), trong khoảng trống (*vehāsaṭṭhaṃ*).

[113] Tứ phần: Chỉ chung cho xứ sở 處所, chỉ phạm vi cư trú của người trong đó có tiệm quán, tức vật trong khu vực có người ở. Pāli *vihāraṭṭhaṃ*, vật trong khu vực cư trú, có bốn chỗ: Như trong đất (*bhūmaṭṭhaṃ*), trên đất liền (*thalaṭṭhaṃ*), trong hư không (*ākāsaṭṭhaṃ*), trong khoảng trống (*vehāsaṭṭhaṃ*).

sẽ trộm lấy vật này", lấy được, phạm Ba-la-di.

Xe:[114] Chỉ chung các loại xe như xe voi, xe ngựa, xe cộ và các loại, tỳ-kheo có ý nghĩ: "Ta sẽ trộm lấy xe này". Móng tâm, tạo phương tiện, cho đến nắm cầm đều phạm Đột-kiết-la. Động đến vật, phạm Thâu-lan-giá. Vật lìa khỏi chỗ trị giá 5 tiền phạm Ba-la-di, dưới 5 tiền phạm Thâu-lan-giá.

Vật trong xe:[115] Tùy theo trên xe có vật gì, tỳ-kheo có ý nghĩ: "Ta sẽ trộm lấy vật này", lấy được, phạm Ba-la-di.

Gánh: Đội trên đầu, gánh nơi vai, vác nơi lưng, xách nơi tay đều gọi là gánh cả. Tỳ-kheo có ý nghĩ: "Ta sẽ trộm gánh này". Móng tâm, tạo phương tiện đều phạm Đột-kiết-la. Động đến vật, phạm Thâu-lan-giá. Dời vật khỏi chỗ trị giá 5 tiền phạm Ba-la-di, dưới 5 tiền, phạm Thâu-lan-giá.

Vật của gánh: Tùy theo trong gánh có những vật gì, tỳ-kheo có ý nghĩ: "Ta sẽ trộm lấy vật này", lấy được, phạm Ba-la-di.

Thuyền: Thuyền bằng da, thuyền bằng đất nung, thuyền bằng gỗ, thuyền nang tất cả đều gọi là thuyền. Tỳ-kheo có ý nghĩ: "Ta sẽ lấy trộm thuyền này". Móng tâm, tạo phương tiện đều phạm Đột-kiết-la. Động đến vật phạm Thâu-lan-giá. Vật rời khỏi chỗ trị giá 5 tiền phạm Ba-la-di, dưới 5 tiền phạm Thâu-lan-giá. *Vật trong thuyền:* Tùy theo trong thuyền có những vật gì, tỳ-kheo có ý nghĩ: "Ta sẽ trộm lấy vật này", lấy được, phạm Ba-la-di.

Ao: Tất cả hồ, vũng chứa nước đều gọi là ao. Tỳ-kheo có ý nghĩ: "Ta sẽ trộm lấy ao này". Móng tâm, tạo phương tiện đều phạm Đột-kiết-la. Đóng nọc, lấy vỏ nện đều phạm Ba-dật-đề. Dùng dây đo để tranh cho được, trị giá 5 tiền phạm Ba-la-di, dưới 5 tiền, phạm Thâu-lan-giá.

Vật trong ao: Tùy theo trong ao có sản xuất thứ gì, tỳ-kheo có ý nghĩ: "Ta sẽ lấy trộm vật này", lấy được phạm Ba-la-di. [7a01] *Gởi:* Người đem gởi vật cho tỳ-kheo, với tâm trộm không trả vật lại, khi

---

[114] *Tứ phần*, thừa 乘, cũng đọc là *thặng*. Pāli *yānaṃ yānattham* xe cộ và vật trong/trên xe cộ.

[115] **Xem cht. trên.**

tâm người chủ coi như mất rồi, trị giá 5 tiền phạm Ba-la-di, dưới 5 tiền, phạm Thâu-lan-giá.

Hoàn trả: Tỳ-kheo nhận vật của người khác gởi, với tâm trộm không trả lại cho người kia, trị giá 5 tiền phạm Ba-la-di, dưới 5 tiền, phạm Thâu-lan-giá.

Ngăn đường: Tỳ-kheo vì giặc (trộm cướp) ngăn đường, không cho người khác đến.

Rình đường: Rình thấy người, liền đến báo cho giặc.

Chỉ chỗ: Tỳ-kheo chỉ chỗ cho giặc.

Dẫn đường: Tỳ-kheo đi trước dẫn đường cho giặc.

Dạy cách lấy: Tỳ-kheo dạy cho giặc phương pháp lấy trộm.

Cùng lấy: Tỳ-kheo cùng giặc lấy trộm đồ.

Không nộp thuế:[116] Tỳ-kheo nên nộp thuế mà không nộp.

Như các trường hợp trên, lấy vật trị giá 5 tiền phạm Ba-la-di, dưới 5 tiền phạm Thâu-lan-giá. Nếu vật của người, không cho mà lấy từ 5 tiền trở lên, tỳ-kheo, tỳ-kheo-ni phạm Ba-la-di. Thức-xoa-ma-na, sa-di, sa-di-ni phạm Đột-kiết-la, bị trục xuất.

Vật của phi nhơn không cho mà lấy, tỳ-kheo, tỳ-kheo-ni phạm Thâu-lan-giá. Thức-xoa-ma-na, sa-di, sa-di-ni phạm Đột-kiết-la.

Vật của súc sanh không cho mà lấy đều phạm Đột-kiết-la. Có bốn trường hợp lấy trọng vật của người mà không phạm:

- Tưởng của mình lấy.

- Tạm lấy.

- Đồng ý lấy.

- Không có tâm trộm lấy.[117]

---

[116] Pāli *suṅkaghāṭa*, trạm thuế (tại các cửa khẩu biên giới).
[117] Bản Hán hết quyển 1.

III. ĐOẠN NHÂN MẠNG[118]

A. DUYÊN KHỞI

1. Nhân duyên kết giới lần thứ nhất

Đức Phật ở tại Tỳ-xá-ly. Khi ấy, đức Thế Tôn dạy các tỳ-kheo tu quán bất tịnh sẽ được quả lợi lớn.[119] Lúc ấy, các tỳ-kheo đều tu tập liền, thâm nhập (pháp quán này)*, nên ghê tởm, hổ thẹn thân này. Giống như thiếu niên tắm rửa sạch sẽ thích ý, thoa hương vào thân, mặc áo mới sạch, **[7b01]** bỗng đem ba xác chết, thân tươm máu mủ, dòi bò khắp người đem quấn vào cổ nó. Thiếu niên kia khổ sở ngoài mức tưởng tượng, chỉ còn nghĩ làm thế nào để thoát khỏi sự sỉ nhục này! Các tỳ-kheo nhờm tởm thân này cũng lại như vậy.

Trong đó, hoặc có vị tự sát, lần lượt giết hại nhau, hoặc cầu tìm đao, giây (để tự sát)*, hoặc uống thuốc độc. Có một tỳ-kheo nhờm tởm thân ác rồi, bèn đến chỗ Chiên-đà-la Di-lân[120] nói: "Vì tôi đoạn mạng, y bát sẽ cho ông."[121] Lúc ấy, Chiên-đà-la vì y bát nên đã dùng

---

[118] *Ngũ phần* 2 (tr. 7a27); *Tăng-kỳ* 4 (tr. 253c9); *Tứ phần* 2 (tr. 575c6); *Thập tụng* 2 (tr. 7b21); *Căn bản* 3 (tr. 518a21). Vin. iii. 68.

[119] Đoạn này, *Ngũ phần* không mô tả chi tiết Phật trụ tại đâu trong Tỳ-xá-ly như các bản khác. Như *Tứ phần* thì nói Phật ở trong giảng đường bên sông Di hầu; *Thập tụng* 2, Bạt-kỳ quốc Bạt-cầu-ma hà thượng 跋耆國跋求摩河上 (trên sông Bạt-cầu-ma, nước Bạt-kỳ), tức Pāli, sông *Vaggumudā*, thuộc nước *Vajji*, gần chỗ Phật nhập Niết-bàn. *Căn bản*: Phật tại thành Quảng Nghiêm 廣嚴城, bên bờ sông Thắng Tuệ 勝慧河, rừng Sa-la-trĩ 娑羅雉林. Pāli, Vin. iii. 70, *Vesāliyaṃ viharati mahāvane kūṭāgārasālāyaṃ*, trú tại *Vesālī*, trong rừng Đại Lâm, trong một ngôi nhà sàn.

[120] Di-lân chiên-đà-la 彌鄰旃陀羅, một người chiên-đà-la tên là Di-lân; *Tứ phần* 2 (tr. 575c24), Vật-lực-già Nan-đề 物力伽難提 (Sk. *Mṛga-nandī*?); *Thập tụng* 2 (tr.7c4), Lộc Trượng phạm chí 鹿杖梵志, một người phạm chí tên Lộc Trượng (Sk. *Mṛgadaṇḍa*, tức Pāli *Migadaṇḍa*, thay vì *Migalaṇḍa*). Pāli, Vin. iii. 68, *Migalaṇḍika samaṇakuttaka*, một người giả trang sa-môn tên là *Migalaṇḍa*.

[121] *Tăng-kỳ* 4 (tr. 253c9): Một tỳ-kheo bệnh lâu ngày, đau đớn không chịu nổi, bèn nhờ tỳ-kheo nuôi bệnh giết giùm.

dao đoạn mạng tỳ-kheo. Máu làm nhơ dao, Di-lân đem đến sông Bà-cầu-mạt[122] rửa, bỗng sanh tâm hối hận, nghĩ như vầy: "Nay ta không tốt, tại sao vì chút lợi, mà đoạn tính mạng sa-môn trì giới, sẽ mắc vô lượng tội!" Khi ấy, Thiên ma[123] trời Tự Tại (Tha hóa tự tại thiên) biết được tâm niệm kia, trong khoảnh khắc, như tráng sĩ co duỗi cánh tay, đến phía trước Di-lân, từ nước hiện lên, đứng trên mặt nước, khen rằng: "Lành thay! Ông được lợi lớn, do đoạn mạng vị sa-môn trì giới, độ người chưa được độ, phước đức vô lượng. Thiên thần đã ghi nhận, nên đến báo cho ông."

Lúc ấy, Chiên-đà-la bèn sanh ác tà kiến, lòng rất vui mừng: "Nay ta sẽ lại độ người chưa độ."

Chiên-đà-la kia khéo biết được tướng người nào đã nhờm tởm thân, người nào chưa nhờm tởm thân. Nếu tỳ-kheo phàm phu nào chưa ly dục, thì khi đưa dao đến, tâm họ sợ hãi vì chưa nhờm tởm thân, nếu ta giết người này được phước rất ít, nay ta nên tìm những vị đã đắc đạo quả không sợ hãi. Lúc này, tay cầm dao dài từ phòng này đến phòng kia, từ chỗ kinh hành này đến chỗ kinh hành kia, lớn tiếng rao: "Ai muốn diệt độ, tôi sẽ độ cho".

Lúc ấy, những vị tỳ-kheo nhờm tởm thân xấu ác đều đến đó tìm cách đoạn mạng mình. Trong vòng một ngày, giết từ 10, 20, cho đến 60 vị. Do nhân duyên này nên Tăng số giảm thiểu, các Đại đức Thanh văn đều vắng bóng.

Bấy giờ, Đức Thế Tôn từ Tam-muội dậy, ngồi nơi đất trống, đại chúng vây quanh. Quan sát Tăng chúng, rồi hỏi Tôn giả A-nan:

"Hôm nay Tăng chúng tại sao giảm sút?"

Tôn giả A-nan bạch Phật:

"Trước đây, Đức Thế Tôn vì các tỳ-kheo dạy quán bất tịnh. Tỳ-kheo tu tập, vì nhờm tởm thân khổ xấu ác, nên lần lượt tàn sát nhau. Có lúc, trong một ngày Di-lân sát hại đến 60 vị Phạm hạnh, cho nên số

---

[122] *Tứ phần*: Bà-cầu hà 婆裘河; tức Pāli, sông *Vaggumudā*.
[123] *Thập tụng* (tr. 7c7): Ma thiên thần 魔天神; Pāli, Vin.iii.69: *mārakāyikā devatā*, một thiên thần thuộc hạ của *Māra*.

Tăng chúng hôm nay giảm thiểu. Lành thay! Đức Thế Tôn, cúi xin Ngài dạy lại pháp thiện đạo khác, khiến các tỳ-kheo sống được an lạc."

Đức Phật bảo Tôn giả A-nan:

"Nay ông nên thông báo các tỳ-kheo hiện có mặt tại Tỳ-xá-ly, khiến tất cả đều đến tập họp tại giảng đường."

Tôn giả A-nan vâng lời, liền cho gọi tập họp xong, đến bạch Phật:

[7c01] "Cúi xin Ngài biết thời."

Đức Thế Tôn từ chỗ ngồi đứng dậy, đến chỗ ngồi nơi giảng đường an tọa, rồi hỏi các tỳ-kheo:

"Thật có sự việc như trên không?"

Thưa:

"Thật vậy, bạch đức Thế Tôn."

Đức Phật bằng mọi cách quở trách:

"Các ông thật ngu si, làm việc phi pháp. (Các ông)* đâu không nghe những gì Ta đã từng dạy về từ nhẫn hộ niệm chúng sanh, mà nay tại sao không nhớ điều này?"

Quở trách rồi, bảo các tỳ-kheo:

"Nếu tự sát mình, phạm tội Thâu-lan-giá."

Lại bảo:

"Từ nay về sau nên tu niệm An-ban,[124] quán lạc tịnh, quán lạc hỷ. Quán ác đã sanh rồi thì có thể trừ diệt bất thiện pháp. Vì mười điều lợi, nên Ta vì các tỳ-kheo kết giới, từ nay về sau, giới này nên nói như vầy:

> **"Tỳ-kheo nào, tự tay giết người, mạng kia bị đoạn, tỳ-kheo ấy phạm tội Ba-la-di, không được sống chung."**

---

[124] *Tứ phần 2* (tr. 576b7): A-na-ban-na tam-muội 阿那般那三昧; *Thập tụng 2* (tr.8a13): A-na-ban-na niệm 阿那般那念; Pāli, Vin.iii.70: *ānāpānassati-samādhi*, sự tập trung trên hơi thở ra vào.

2. Nhân duyên kết giới lần thứ hai

Bấy giờ, số đông tỳ-kheo mắc trọng bệnh, có các tỳ-kheo đến thăm hỏi: "Bệnh tình của Đại đức có bớt đau, có thể chịu nổi không?"

Tỳ-kheo bệnh nói:

"Bệnh vẫn chưa bớt đau, không chịu nổi!"

Liền nói với các tỳ-kheo:

"Cho tôi con dao hay sợi dây, cho tôi thuốc độc, cho tôi thức ăn tăng bệnh, đem tôi đến bờ sông cao!"

Bấy giờ, các tỳ-kheo tùy thuận bệnh nhân. Tỳ-kheo bệnh hoặc dùng dao tự sát, hoặc dùng dây tự vẫn, hoặc uống thuốc độc, hoặc ăn thức ăn tăng bệnh, hoặc gieo mình từ bờ cao tự đoạn mạng mình. Các tỳ-kheo chứng kiến những cái chết kia, liền sanh lòng hối hận, thưa với Tôn giả A-nan.

Tôn giả A-nan dẫn đến chỗ đức Phật, trình bày sự việc lên Phật. Vì nhân duyên này đức Phật tập họp các tỳ-kheo Tăng, hỏi các tỳ-kheo:

"Thật sự các thầy có vậy không?"

Thưa:

"Thật vậy, bạch đức Thế Tôn."

Đức Phật bằng mọi cách quở trách:

"Các thầy (thật)* là ngu si, tự đoạn mạng người và đưa dao khiến (người)*chết thì có gì khác nhau? Từ nay giới này được nói như vầy:

"**Tỳ-kheo nào, tự đoạn mạng người, cầm dao trao cho (người)*, phạm tội Ba-la-di, không được sống chung.**"

3. Nhân duyên kết giới lần thứ ba[125]

Lại có tỳ-kheo mắc trọng bệnh, các tỳ-kheo đến thăm hỏi như trên.

---

[125] Pāli, Phật kết hai lần; *lần thứ nhất*, giết và giúp phương tiện tự sát; *thứ hai*, khuyến khích người tự sát. *Tăng-kỳ* và *Thập tụng*, kết một lần như *Tứ phần*. *Đại tỳ-kheo giới bản* (T22n1426, tr. 549c15): Giới được kết sau khi thành Phật năm thứ sáu, ngày 9, nửa tháng phần

(Tỳ-kheo mắc trọng bệnh) bảo các tỳ-kheo đưa dao, dây, thuốc độc cho mình.

Các tỳ-kheo nói:

"Đức Phật không cho chúng tôi đưa dụng cụ cho người tự sát, nhưng chúng tôi có thợ săn quen biết, sẽ vì thầy, kêu và nhờ (họ)* đoạn mạng thầy."

Tỳ-kheo bệnh nói: "Vì tôi mà kêu nhanh lên!"

Tỳ-kheo kia chạy nói với thợ săn:

"Bên ấy, có tỳ-kheo bị bệnh nặng, không thích sống nữa, bạn vì ông đoạn mạng sẽ được phước lớn."

Người thợ săn nói:

"Nếu sát sinh mà được phước lớn thì, người mổ thái thịt sẽ được phước lớn chăng? Tỳ-kheo, các thầy tự nói mình có lòng từ bi, nay dạy người giết. Vậy, dạy người giết cùng tự giết có gì khác nhau?"

Khi ấy, các tỳ-kheo đều sanh tâm hối hận, đến nói với Tôn giả A-nan. [8a01] Tôn giả A-nan dẫn đến chỗ đức Phật và trình bày sự việc lên Ngài. Nhân việc này, đức Phật tập họp tỳ-kheo Tăng, hỏi các tỳ-kheo:

"Các thầy,[126] có thật vậy không?"

Thưa:

"Thật vậy, bạch đức Thế Tôn."

Đức Phật bằng mọi cách quở trách rồi bảo với các tỳ-kheo:

"Tự mình giết và dạy người giết có gì khác nhau! Từ nay giới này nên nói như vầy:

"**Tỳ-kheo tự mình giết, dạy người giết, phạm Ba-la-di, không được sống chung.**"

Lại có tỳ-kheo mắc bệnh nặng, các tỳ-kheo đến thăm hỏi như trên,

---

thứ ba, mùa Đông.

[126] *Để bản:* Nhữ 汝.

rồi nói với người bệnh rằng:

"Giới hạnh của thầy[127] đầy đủ đáng hưởng phước trời. Nếu thầy tự sát chắc được sanh Thiên, việc chi phải chịu khổ lâu như vậy làm gì?"

Tỳ-kheo bệnh nói:

"Vâng, sẽ như vậy, tuy có khổ đấy, nhưng không thể tự sát. Tại sao vậy? Vì nếu người tự sát sẽ phạm tội Thâu-lan-giá, hơn nữa không rộng tu Phạm hạnh được."

Lại trách rằng:

"Tự tay giết người, cùng dạy người tự sát, có gì khác nhau, mà tỳ kheo các thầy[128] lại tạo ra ác nghiệp này!?"

Các tỳ-kheo Trưởng lão nghe, bằng mọi cách quở trách, rồi dẫn đến chỗ đức Phật, trình bày sự việc lên Ngài. Nhân việc này đức Phật tập họp tỳ-kheo Tăng, hỏi các tỳ-kheo:

"Các thầy,[129] có thật vậy không?"

Thưa:

"Thật vậy, bạch đức Thế Tôn."

Đức Phật bằng mọi cách quở trách:

"Các thầy (thật)* là ngu si, tự tay giết người, cùng dạy người tự giết, có gì khác nhau! Từ nay giới này nên nói như vầy:

"Tỳ-kheo nào, tự tay giết người, dạy người tự sát, phạm Ba-la-di, không được sống chung."

Lại có tỳ-kheo mắc bệnh nặng, các tỳ-kheo đến thăm hỏi như trên, cũng nói với người bệnh: "Phạm hạnh của thầy[130] đã lập, chết chắc sẽ hưởng vui cõi trời, việc gì phải chịu bệnh khổ như vậy mà không tự sát?"

Tỳ-kheo bệnh nói:

---

[127] *Để bản:* Nhữ đẳng 汝等.
[128] *Để bản:* Nhữ 汝.
[129] *Để bản:* Nhữ 汝.
[130] *Để bản:* Nhữ đẳng 汝等.

"Tuy vậy, tôi[131] cũng không thể tự sát. Tại sao? Vì đức Phật cấm tự sát, (nếu tự sát)* phạm Thâu-lan-giá. Lại nữa, khi tôi lành bệnh sẽ tu Phạm hạnh được."

Bấy giờ, nước kia lại có nạn giặc, cốt nhục các cư sĩ phân ly, đầy dẫy khổ não. Tỳ-kheo nói:

"Các người đã tu phước báo sanh thiên, việc gì phải chịu cái khổ của buồn thương do cốt nhục sanh ly này mà không tự sát?"

Trả lời:

"Chúng tôi[132] tuy buồn thương, nhưng không thể tự sát. Tại sao vậy? Vì ở đời có gặp khổ mới biết tu đạo nghiệp."

Lại quở trách:

"Đạo của sa-môn là từ nhẫn chúng sanh, tại sao khen ngợi sự chết, muốn người tự sát! Tự sát cùng khen ngợi sự chết có gì là khác nhau!?".

Các tỳ-kheo Trưởng lão nghe, bằng mọi cách quở trách, rồi dẫn đến chỗ đức Phật, trình bày sự việc lên Ngài. Nhân sự việc này đức Phật tập họp các tỳ-kheo Tăng, hỏi các tỳ-kheo:

"Các thầy[133] có thật vậy không?"

Thưa: **[8b01]** "Thật vậy, bạch đức Thế Tôn."

Đức Phật bằng mọi cách quở trách:

"Việc của các thầy[134] làm là phi pháp, tự sát cùng khen ngợi sự chết, có gì khác nhau! Từ nay giới này nên nói như vầy:

B. GIỚI VĂN

"Tỳ-kheo nào, tự tay giết người, hoặc tương tợ người; hoặc đưa dao hay thuốc độc để giết; hoặc bảo người giết, hoặc bảo tự sát, khen ngợi sự chết, khích lệ cho chết, nói:

---

[131] Để bản: Nhữ đẳng 汝等.
[132] Để bản: Ngã 我.
[133] Để bản: Nhữ 汝.
[134] Để bản: Nhữ 汝.

"Ôi chao, này người kia, ích gì đời sống xấu xa ấy! Thà chết còn tốt hơn sống"; với tâm ý như vậy, tùy theo tâm mà sát, bằng mọi nhân duyên như thế, người kia do thế mà chết. Tỳ-kheo ấy phạm Ba-la-di, không được sống chung."

C. THÍCH TỪ

Người:[135] Từ khi vào thai mẹ cho đến 49 ngày gọi là tương tợ người, sau 49 ngày thì gọi là người.

Tự giết: Tự mình dùng tay chân, cầm dao, gậy, thuốc độc cùng các vật để giết.

Đưa dao hay thuốc độc: Người kia muốn tự sát, tìm cầu phương tiện được cho để giết.

Bảo người giết: Sai khiến người giết.

Bảo tự sát: Bảo người chịu lấy chết.

Khen ngợi sự chết, khích lệ cho chết: Bảo nên chết tốt hơn là sống.

Với tâm như vậy, tùy theo tâm mà sát: Là tùy vào tâm ý mình mà sai các quỷ thần giết.

D. PHẠM TƯỚNG

Phạm ở đây:

Tự mình giết, sai khiến, lần lượt sai, sai lại, chỉ bày, lời lẽ; nói khi ngủ, hướng đến người ngủ nói; nói khi say, hướng đến người say nói; nói khi cuồng, hướng đến người cuồng nói; nói khi loạn tâm, hướng đến người loạn tâm nói; nói lúc bệnh hoại tâm, hướng đến người

---

[135] *Tăng-kỳ* 4, hữu mạng nhơn thú sở nhiếp, 有命人趣所攝, có mạng sống, thuộc cõi người. *Tứ phần* 2, nhân 人: Tùng sơ thức chí hậu thức 從初識至後識, Tâm đầu tiên trong sinh khởi thai mẹ, thức tối sơ xuất hiện, cho đến khi chết, trong khoảng giữa đó gọi là thân người. *Thập tụng*: Nhược nhân nhược loại nhân 若人若類人 (người và loại tợ người). *Căn bản*: "Nhược nhân, nhược nhân thai 若人若人胎. Nhân (người), trong thai mẹ, đã đủ 6 căn. Nhân thai, mới nhập thai mẹ." Pāli, Vin. iii. tr. 73: *manussaviggaha* (thân thể con người).

bệnh hoại tâm nói; khiến viết thư, ra dấu, nói bằng tay, nói tương tợ; một mình, tưởng là một mình; không một mình, tưởng là một mình; một mình, tưởng là không một mình; nói giỡn, sắc, thanh, hương, vị, xúc, ưu-ba-đầu, ưu-ba-xà, ưu-ba-hại.

- *Tự giết:* Tự tay mình cầm dao, gậy, các thứ để giết, người kia chết, phạm Ba-la-di.

- *Sai sứ:*[136] Sai sứ giả giết người kia, người kia chết, phạm Ba-la-di.

- *Lần lượt sai:*[137] Khiến ông A giết, ông A không tự giết, rồi sai ông B giết, người chết, phạm Ba-la-di.

- *Sai lại:*[138] Người đầu nhận, không giết được, về báo tỳ-kheo. Tỳ-kheo sai lại (người khác)* giết, người chết, phạm Ba-la-di.

- *Chỉ bày:* Chỉ mặt trời, mặt trăng, tinh tú, nói với người: "Phước của ngươi nên sinh chỗ kia, ngươi nên tự sát". Vì vậy mà họ chết, phạm Ba-la-di.

- *Nói năng:*[139] Nói sự sống là tội lỗi, khen ngợi sự chết. Do vậy, người chết, phạm Ba-la-di.

- *Nói khi ngủ:* Lúc ngủ tỳ-kheo nói những ý nghĩ trước đó rằng, "Công đức của ngươi đã thành, nên đáng tự sát". Người kia nghe rồi, đợi (tỳ-kheo)* thức dậy hỏi:

"Tại sao thầy nói vậy?"

Đáp: "Trong khi ngủ tôi muốn lợi ích cho ngươi, nên nói những lời này. Nay tôi đã thức cũng nói như vậy. Ngươi có thể chết theo lời nói của tôi". Người kia nhân đó mà chết, tỳ-kheo phạm Ba-la-di.

---

[136] Hán: Khiển sứ 遣使, tức là sai người đi khuyến khích người kia tự sát. Pali *dūtena saṃvaṇṇeti*, khuyến khích (chết) bằng sứ giả.

[137] Tứ phần: Triển chuyển sứ 展轉使. Pali *visakkiyena dūtena*, bởi sứ giả lần lượt giết nhau (để phi tang thủ phạm).

[138] Tứ phần: Trùng sứ 重使. Pali *dūtaparamparāya*, sứ giả này tiếp theo sứ giả khác, một chuỗi sứ giả.

[139] Tứ phần, Khẩu thuyết 口說; khuyên người tự sát bằng lời nói. Pali *vācāya saṃvaṇṇeti*.

- *Hướng đến người ngủ nói:* Hướng đến người ngủ nói như vầy: **[8c01]** "Công đức ông đã thành, có thể dùng dao, hay các thứ, tự sát". Quỷ thần khiến (người)* trong lúc ngủ nghe, liền thức dậy hỏi:

"Tại sao thầy nói vậy?"

Đáp: "Khi ngươi ngủ, tôi muốn lợi ích cho ngươi nên nói những lời này. Nay ngươi thức (tôi)*cũng nói những lời như vậy. Ngươi có thể chết theo lời nói của tôi". Nhân đó người kia chết, tỳ-kheo phạm Ba-la-di.

- *Nói khi say:* Khi say (tỳ-kheo)* nói những ý nghĩ trước đó rằng: "Công đức ngươi đã thành, nên dùng dao hay các thứ tự sát". Người kia nghe rồi, đợi (tỳ-kheo)* tỉnh, hỏi:

"Tại sao thầy nói vậy?"

Đáp:

"Khi say tôi muốn lợi ích cho ngươi nên nói những lời này. Nay tôi tỉnh cũng nói như vậy. Ngươi có thể chết theo lời nói của tôi". Nhân đó người kia chết, tỳ-kheo phạm Ba-la-di.

- *Hướng về người say nói:* Nói như vầy: "Công đức của ngươi đã thành, ngươi có thể dùng dao hay các thứ tự sát". Khi tỉnh say rồi hỏi:

"Tại sao thầy nói vậy?"

Đáp:

"Tôi muốn lợi ích cho ngươi vậy. Khi ngươi say, (tôi)* nói như vậy. Nay ngươi tỉnh, (tôi)* cũng nói như vậy. Ngươi có thể chết theo lời nói của tôi". Nhân đó người kia chết, tỳ-kheo phạm Ba-la-di.

- *Nói khi cuồng, hướng về người cuồng nói; nói khi tâm loạn, hướng về người tâm loạn nói; nói lúc bệnh hoại tâm, hướng về người bệnh hoại tâm nói cũng như vậy.*

- *Viết thư:*[140] Tỳ-kheo viết thư khiến (người kia)* chết, tỳ-kheo viết thư, mỗi chữ phạm một Thâu-lan-giá. Thư đến kia, nhân đó người kia bị giết, nếu người chết, phạm Ba-la-di.

---

[140] Khiển thư 遣書. lekhāya saṃvaṇṇeti, khuyến khích (chết) bằng cách viết (thư).

- *Ra dấu:* Tỳ-kheo nói với người rằng:

"Ngươi xem ta ngồi, đứng, đưa tay lên, hạ tay xuống, miệng nói, khi lạnh, nóng, liền giết người kia".

Người ấy thấy tướng (ra dấu)* bèn giết, nếu người chết, phạm Ba-la-di.

- *Nói bằng tay:* Tạo lời nói qua tay để dạy người giết, người kia theo đó mà giết, nếu người chết, phạm Ba-la-di.

- *Nói tương tợ:* Tỳ-kheo tạo lời nói tương tợ dạy người giết. Người kia theo đó mà sát, nếu người chết, phạm Ba-la-di.

Một mình, tưởng là một mình, Đột-kiết-la. Không một mình, tưởng là một mình; một mình, tưởng là không một mình, phạm Thâu-lan-giá.

- *Nói giỡn:* Tỳ-kheo nói vui chơi rằng:

"Công đức của ngươi đã thành, nên cần tự sát". Người kia hỏi: "Tại sao nói lời vậy?"

Tỳ-kheo trả lời:

"Trước đây, tuy đó là lời giỡn của tôi, nhưng nay có ý thật vậy, ngươi có thể tự sát". Nhân đó người chết, phạm Ba-la-di.

- *Sắc:* Nếu tỳ-kheo làm chú thuật triệu quỷ thần tướng ác, khiến người sợ hãi, nhân đó người chết, phạm Ba-la-di.

- *Thinh:* Nếu tỳ-kheo nói như vầy, "Cha mẹ con cái của ngươi đã chết, tài sản bị phá tán". Những lời như vậy là muốn khiến lo rầu tự sát, nhân đó họ chết, phạm Ba-la-di.

- *Hương:* (Tỳ-kheo)* dùng chất độc hòa với các loại hương, khiến cho ngửi, liền chết, nhân đó người chết, phạm Ba-la-di.

- *Vị:* (Tỳ-kheo)* dùng chất độc trộn chung trong thức ăn, khiến ăn, nhân đó người chết, phạm Ba-la-di.

- *Xúc:*[141] (Tỳ-kheo)* dùng độc dược ca-tỳ (?) **[9a01]** xoa nơi thân

---

[141] Xúc: Pāli. Vin. i. 78: *Phoṭṭhabbūpahāro nāma amanāpikaṃ phoṭṭhabbaṃ upasaṃharati dukkhasamphassaṃ kharasamphassaṃ – "iminā*

khiến sát, nhân đó người chết, phạm Ba-la-di.

- *Ưu-ba-đầu:*¹⁴² (Tỳ-kheo)* đào hầm gài bẫy bắt giết tất cả chúng sanh. Nếu người rớt xuống chết, phạm Ba-la-di; phi nhơn rớt xuống chết, phạm Thâu-lan-giá; súc sanh rớt chết, phạm Ba-dật-đề.

- *Ưu-ba-xa:*¹⁴³ (Tỳ-kheo)* làm giường yếu, phủ lớp mỏng lên nó, trên dưới đặt dụng cụ giết, khiến người ngồi lên, nhân đó người chết, phạm Ba-la-di.

- *Ưu-ba-hại:*¹⁴⁴ (Tỳ-kheo)* dùng nọc độc của trùng để giết, nhân đó người chết, phạm Ba-la-di.

Nếu tỳ-kheo nghĩ như vầy: "Ta sẽ giết người kia", khi móng tâm phạm Đột-kiết-la, khi tạo phương tiện phạm Thâu-lan-giá, nếu người chết, phạm Ba-la-di.

Nếu giết phi nhơn phạm Thâu-lan-giá, giết súc sanh phạm Ba-dật-đề. Tỳ-kheo-ni cũng như vậy. Thức-xoa-ma-na, sa-di, sa-di-ni phạm Đột-kiết-la.

Không phạm: Với tâm từ mẫn, không có tâm sát.

---

phuṭṭho marissatī"... Sự đem lại cảnh xúc, nghĩa là đem lại cảnh xúc trái ý, gây đau đớn, thô cứng, nghĩ rằng: "Đụng chạm vào vật này (người đó) sẽ chết."...

[142] Ưu-ba-đầu 優波頭: *Tăng-kỳ* 4 (tr. 256a6): ô-mãn-thổ 烏滿吐. *Tứ phần* 1 (tr.577a15), hầm hố (khanh hãm 坑陷) - xét biết người kia sẽ đi qua lại trên tuyến đường đó; giữa đường đào một cái hầm sâu, trong hầm để lửa hoặc dao, hoặc rắn độc...; *Thập tụng* 2 (tr. 8c18): Ưu-đa 憂多; Pāli *opāta* (đào hố).

[143] Ưu-ba-xa 憂波奢: *Tứ phần*, Ỷ phát 倚發; bản Tống-Nguyên-Minh: Ỷ bát 倚撥. *Thập tụng* 2: Cơ bát 機撥 (phát động bằng máy móc hay bẫy cài); Pāli *apassena*: vật để tựa, bẫy ngụy trang.

[144] Ưu-ba-hại 憂波害: *Tứ phần*, đặt dụng cụ giết (an sát cụ 安殺具); *Tăng-kỳ*: a-ba-khâm-mãn 阿波欽滿; Pāli *upanikkhipana* (Skt *upanikṣepana*), việc để bên cạnh, nghĩa là đem lại gần bên hoặc là thanh gươm, cây giáo, mũi tên, cọc nhọn... (nghĩ rằng): "(Người ấy) sẽ chết bằng vật này".

IV. ĐẠI VỌNG NGỮ[145]

A. DUYÊN KHỞI

1. Nhân duyên kết giới lần thứ nhất

Đức Phật ở tại Tỳ-xá-ly,[146] gặp lúc mất mùa, khất thực khó được, các tỳ-kheo vào thành khất thực, không nhận được thứ gì.[147] Bấy giờ, đức Thế Tôn bảo các tỳ-kheo: "Các ngươi tùy theo chỗ quen biết nên đến đó an cư, chớ ở nơi này chịu khổ vì đói khát."

Tỳ-kheo vâng lời, có vị đến nước Ma-kiệt, có người đến nơi tụ lạc bên sông Bà-cầu-mạt.[148] Khi các tỳ-kheo đến bên sông, họp cùng bàn bạc, "Nay khất thực khó được, trong tụ lạc này có những người tin ưa, chúng ta nên khen ngợi lẫn nhau, nói: 'Vị kia đắc sơ thiền, tôi cũng được. Vị kia đắc nhị thiền, tam thiền, tứ thiền, tứ vô lượng xứ, tứ vô sắc định, tôi cũng như vậy. Vị kia đắc tứ niệm xứ, cho đến tám phần chánh đạo, ba giải thoát môn, tôi cũng như vậy. Vị kia đắc tám giải thoát, chín thứ đệ định, mười Nhất thiết nhập (mười Biến xứ định), mười Trực đạo (chánh kiến, chánh chí, chánh ngữ, chánh nghiệp...), tôi cũng như vậy. Vị kia đắc Kiên tín, Kiên pháp, tứ Sa-môn quả, Tam minh, Lục thần thông, tôi cũng như vậy'. Các cư sĩ nghe qua ắt sẽ sanh tâm hy hữu, nói như vầy: 'Chúng ta[149] được thiện lợi mới có những vị đắc Thánh đạo như vậy an cư ấp ta'. Liền sắm sửa mọi thứ thức ăn cúng dường chúng ta; chúng ta sẽ không thiếu thốn, được sống an lạc".

---

[145] *Tăng-kỳ 4*, tr. 257c16; *Tứ phần 2*, tr. 577b13; *Thập tụng 2*, tr. 11a6; *Căn bản 9*, tr. 668c22; Vin. iii. tr. 87.

[146] *Tăng-kỳ 4* (tr.257c16): Phật tại Xá-vệ thành. *Tứ phần 2* (tr. 577b13): Tỳ-xá-ly. *Thập tụng 2* (tr.11a6): Phật an cư mùa hạ tại Duy-da-li. Pāli, Vin. iii. 87: Trú tại *Vesāli*, trong rừng *Mahāvana*, trong một ngôi nhà sàn (Trùng các giảng đường).

[147] Pāli, nt: nạn đói kém tại *Vajjī*.

[148] *Tứ phần 2*, Bà-cừu hà 婆裘河. *Thập tụng 2*, Bạt-cầu-ma 跋求摩河. *Căn bản*: Sông Thắng Tuệ 勝慧河, Pāli, sông *Vaggumudā*, thuộc nước *Vajji*, gần chỗ Phật nhập Niết-bàn.

[149] Để bản: Ngã 我.

Nghị bàn xong, liền vào trong thành, đến các nhà giàu cùng nhau ca tụng như những lời trên, rồi nói: "Quý vị[150] được đại lợi, phước điền Thánh chúng nương vào tụ lạc quý vị*"

Các cư sĩ nghe, sanh lòng hy hữu, vui mừng như chưa từng được gặp; họ đều giảm phần (chi dụng)* cá nhân, cũng như tế tự,[151] không bố thí người khác, chỉ dồn để cúng dường.

Theo thường pháp chư Phật, trong hai kỳ đại hội, cuối tháng mùa Xuân, mùa Hạ, tỳ-kheo các nơi đều đến (yết kiến đức Thế Tôn)*, thăm hỏi nhau. Các tỳ-kheo nước Ma-kiệt an cư xong, **[9b01]** ốm gầy tiều tụy, đến chỗ đức Phật đảnh lễ sát chân, rồi đứng lui qua một bên. Theo thường pháp chư Phật, tỳ-kheo khách đến ngoài việc được an ủi thăm hỏi, còn được hỏi:

"Các thầy an cư có hòa hiệp, khất thực có dễ được, trên đường đi có mệt không?"

Các tỳ-kheo thưa:

"An cư hòa hiệp, trên đường đi không mệt, chỉ có khất thực khó được."

Lúc ấy, đức Phật vì họ nói các diệu pháp, dạy bảo lợi ích khiến hoan hỷ và tùy theo đó mà an trụ.

Các tỳ-kheo bên sông Bà-cầu-mạt thân thể đầy đặn, tươi vui, đến chỗ Đức Thế Tôn, đảnh lễ sát chân, rồi đứng lui qua một bên. Đức Phật cũng như trên an ủi thăm hỏi, các tỳ-kheo bạch:

"An cư hòa hiệp, khất thực dễ dàng, trên đường đi không mệt."

Đức Phật liền hỏi:

"Hiện nay mất mùa, khất cầu khó được, tại sao riêng các người lại nói là dễ?"

Các tỳ-kheo bạch Phật:

"Ở nơi đó, vì khất thực khó được nên chúng con cùng nhau khen

---

[150] *Để bản:* Nhữ 汝.
[151] Bất phục tế tự 不復祭祠, không cúng tế trở lại (có thể chỉ ba tháng!).

ngợi... nói đầy đủ như trên".

Đức Phật liền hỏi:

"Các ngươi khen ngợi nhau là sự thật hay hư dối?"

Các tỳ-kheo bạch Phật:

"Vừa thật, vừa hư!"

Bằng mọi cách, đức Phật quở trách sự hư dối:

"Các ngươi (làm điều)* phi pháp, không phải đạo tùy thuận, người xuất gia không nên làm những điều như vậy, thà nuốt viên đá nung, uống nước đồng sôi, chứ không vì thức ăn của người tín thí mà hư dối! Các ngươi lẽ nào không nghe Ta chê trách tội nói dối và bằng mọi cách khen ngợi cái đức không nói vọng ngữ hay sao! Mà nay, tại sao vì lợi dưỡng lại hư dối tự nói đặng pháp hơn người!?"

Lại quở trách:

"Này các tỳ-kheo! Ở đời có năm hạng đại tặc:[152]

Một, là hạng người làm chủ 100 người cho đến 1.000 người phá thành ấp, xóm làng, hại người lấy của.

Hai, là có tỳ-kheo ác dẫn các tỳ-kheo du hành trong nhân gian giảng pháp tà mạng.

Ba, là có tỳ-kheo ác đối những pháp Phật đã nói, tự xưng là ta đã tạo.

Bốn, là có tỳ-kheo ác không tu Phạm hạnh, tự nói ta tu Phạm hạnh.

Năm, là có tỳ-kheo ác vì lợi dưỡng, không (đắc)* pháp hơn người, tự xưng ta đắc. Hạng giặc thứ 5 này gọi là hạng tối đại tặc của cả thế gian, thiên, nhơn, ma-phạm (Thiên ma và Phạm thiên), sa-môn, bà-la-môn.

Tại sao các người vì chút lợi dưỡng mà lại làm tối đại tặc?" Quở

---

[152] *Tứ phần 2* (tr. 578a3): hai hạng giặc. *Thập tụng 2* (tr.12a12): Ba đại tặc 三大賊. *Căn bản 10* (tr. 675c25): Ba đại tặc. Pali *pañca mahācorā*, năm đại tặc.

trách như vậy rồi, đức Phật bảo các tỳ-kheo:

"Vì mười điều lợi nên Ta vì các tỳ-kheo kết giới. Từ nay giới này nên nói như vầy:

"**Tỳ-kheo nào, không biết, không thấy pháp siêu việt con người, thành tựu mục đích Thánh giả, mà tự xưng là tôi biết như vậy, tôi thấy như vậy. Sau đó, hoặc bị người cật vấn, hoặc không bị người cật vấn, vì muốn khỏi tội, cầu thanh tịnh nên tự nói như vầy: 'Tôi không biết nói biết, không thấy nói thấy, nói lời hư cuồng vọng ngữ'. Tỳ-kheo ấy phạm Ba-la-di, không được sống chung."**

2. Nhân duyên kết giới lần thứ hai

[9c01] Đức Phật ở tại nước Xá-vệ,[153] có số đông tỳ-kheo ít nghe, không học, không hỏi, chưa (đắc)* pháp hơn người, tự bảo tôi biết, tôi thấy, tôi chứng. Sau đó, vị kia nghe các tỳ-kheo giảng luận về trạng thái đắc đạo, chưa đắc đạo, mới hiểu ra là không phải đạo, sanh tâm hổ thẹn, nghĩ như vầy: "Trước đây, chúng ta chưa đắc (đạo)* mà nói là đắc (đạo)*, sẽ không phạm tội Ba-la-di?" Lại có tỳ-kheo ít nghe, không học, không hỏi, chưa (đắc)* pháp hơn người, tự bảo ta biết, ta thấy, ta chứng. Sau đó, vị kia học rộng các kinh, sanh tâm hổ thẹn, nghĩ như vầy: "Như chỗ hiểu biết hiện tại của ta đối với những pháp đức Phật đã thuyết thì, trước kia chưa đắc mà bảo là đắc, là tăng thượng mạn, sẽ không phạm tội Ba-la-di?"

Lại có tỳ-kheo ít nghe, không học, không hỏi, chưa đắc pháp hơn người, tự nói là tôi biết, tôi thấy, tôi chứng. Sau đó, vị kia rộng tu Phạm hạnh, đắc nhập đạo quả, sanh tâm hổ thẹn, nghĩ như vầy:

"Trước đây ta chưa đắc mà bảo là đắc, là tăng thượng mạn, sẽ không phạm tội Ba-la-di?"

Các tỳ-kheo nghĩ vậy rồi, họ đến Tôn giả A-nan để hỏi việc này. Tôn

---

[153] *Tăng-kỳ* 4, (259c06): Phật tại Xá-vệ thành. *Thập Tụng* 2 (tr. 12b13): Phật tại nước Xá-vệ. *Căn bản* 10 (tr. 675a11) Phật tại thành Bệ-xá-li (cũng là Đại vọng ngữ kết lần 2, nhưng những sự kiện khác với Ngũ phần).

giả dẫn đến chỗ đức Phật, trình bày đầy đủ sự việc lên Ngài. Nhân việc này, đức Phật tập họp tỳ-kheo Tăng, tùy theo từng trường hợp của họ, mà hỏi các tỳ-kheo:

"Ngươi, có thật vậy không?"

Thưa:

"Thật vậy, bạch đức Thế Tôn."

Đức Phật bảo các tỳ-kheo:

"Có 5 hạng, hiện pháp hơn người: Một là ngu si, hai là loạn tâm, ba là theo việc xấu, bốn là tăng thượng mạn, năm là thật có. Nếu ngu si, loạn tâm, tăng thượng mạn và thật có mà nói là ta đắc, phạm Ba-la-di là điều không thể có. Từ nay giới này nên nói như vầy:

B. GIỚI VĂN

"Tỳ-kheo nào, không biết, không thấy pháp siêu việt con người, thành tựu mục đích Thánh giả, mà tự xưng là "Tôi biết như vậy, thấy như vậy". Sau đó, Tỳ-kheo này hoặc bị người cật vấn hoặc không bị người cật vấn, vì muốn khỏi tội, cầu thanh tịnh nên nói như vầy: "Tôi không biết mà nói biết, không thấy mà nói thấy, hư cuống vọng ngữ". Trừ tăng thượng mạn, Tỳ-kheo ấy phạm Ba-la-di, không được sống chung."

C. THÍCH TỪ

Không biết không thấy:[154] Không biết không thấy pháp hơn người.

Pháp siêu việt con người:[155] Tất cả pháp xuất yếu, là các thiền định,

---

[154] *Tăng-kỳ*: vị tri vị liễu 未知未了. *Tứ phần, Thập tụng*: Bất tri bất kiến 不知不見. *Căn bản*: thật vô tri vô biến tri 實無知無遍知. anabhijānaṃ, không chứng tri, không chứng đắc, không thắng tri.

[155] Hán: Quá nhơn pháp 過人法. *Tăng-kỳ* (tr. 261a7): quá nhân pháp, chỉ 10 trí,... vô sanh trí,... cho đến 10 vô học pháp, 10 lậu tận lực. *Tứ phần* (tr. 578b15): thượng nhân pháp 上人法: Các pháp có khả năng thành tựu xuất ly. *Thập tụng* 2 (tr.12c...): Quá nhơn pháp 過人法. Pāli, Vin.i.91: *uttaramanusadhammo nāma jhānaṃ vimokkho*

tam-muội giải thoát, chánh thọ, các Thánh đạo quả.

Thành tựu mục đích Thánh giả: Đối với những lời Phật dạy về khổ, tập, diệt, đạo đã làm xong đã đầy đủ, không còn sở cầu.

Tự xưng tôi thấy như vậy biết như vậy: Tự nói tôi biết, thấy pháp như vậy, pháp cũng biết, thấy tôi. Hoặc một tháng cho đến một năm. Sau đó có người cật vấn: "Thầy đắc thế nào, đắc ở đâu, đắc từ ai, đắc do pháp gì?" **[10a01]** Hoặc không bị người cật vấn mà tự phát lồ những điều đã phạm, cầu giới tịnh, tâm tịnh, kiến tịnh, nghi tịnh, nên nói:

"Tôi không biết, không thấy khổ, tập, diệt, đạo mà nói biết, thấy, hư cuống vọng ngữ".

Tuy phát lồ như vậy mà vẫn phạm Ba-la-di tội.

D. PHẠM TƯỚNG

Tướng phạm ở đây:

Có hai hạng phạm Ba-la-di: Một, trước nghĩ như vầy: "Tôi sẽ nói dối là đắc pháp hơn người". Hai, khi đang nói nghĩ như vầy: "Tôi đang nói dối là đắc pháp hơn người".

- *Lại có ba hạng mắc Ba-la-di:* Hai hạng như trên và, hạng thứ ba nghĩ như vầy: "Tôi đã nói dối là đắc pháp hơn người".

- *Lại có bốn hạng mắc Ba-la-di:* Ba hạng như trên và, hạng thứ tư dùng dị kiến (kiến giải ngoại đạo)* nói pháp hơn người.

- *Lại có năm hạng mắc Ba-la-di:* Bốn hạng như trên và, hạng thứ năm dùng dị tưởng (tư tưởng ngoại đạo)* nói pháp hơn người.

- *Lại có sáu hạng mắc Ba-la-di:* Năm hạng như trên và, hạng thứ sáu dùng dị nhẫn (nhẫn ngoại đạo)* nói pháp hơn người.

- *Lại có bảy hạng mắc Ba-la-di:* Sáu hạng như trên và, hạng thứ bảy dùng dị lạc[156] (lạc của ngoại đạo)* nói pháp hơn người.

---

samādhi samāpatti ñāṇadassanaṃ..., "Pháp của bậc thượng nhân, chỉ cho thiền, giải thoát, chánh định, chánh thọ, tri kiến..."

[156] Dị lạc 異樂: *Tỳ-ni chỉ trì hội tập* (毗尼止持會集) 3, tr. 247a17,

- *Lại có tám hạng mắc Ba-la-di:* Bảy hạng như trên và hạng thứ tám không trả lời theo câu hỏi mà nói pháp hơn người.

Có bốn loại không phải Thánh ngữ và bốn loại Thánh ngữ:

Không phải Thánh ngữ: Không thấy nói thấy, không nghe nói nghe, không hiểu nói hiểu, không biết nói biết.

Thánh ngữ: Thấy nói thấy, nghe nói nghe, hiểu nói hiểu, biết nói biết.

Lại có tám loại không phải Thánh ngữ và tám loại Thánh ngữ:

Không phải Thánh ngữ: Không thấy nói thấy, thấy nói không thấy, không nghe nói nghe, nghe nói không nghe, không hiểu nói hiểu, hiểu nói không hiểu, không biết nói biết, biết nói không biết. Ngược với nghĩa trên, gọi là tám Thánh ngữ.

Lại có 16 loại không phải Thánh ngữ và 16 loại Thánh ngữ:

Không phải Thánh ngữ: Không thấy nói thấy, không nghe nói nghe, không hiểu nói hiểu, không biết nói biết, thấy nói không thấy, nghe nói không nghe, hiểu nói không hiểu, biết nói không biết; thấy nghi nói không nghi, nghe nghi nói không nghi; nghi nói không nghi, biết nghi nói không nghi, thấy không nghi nói nghi, nghe không nghi nói nghi; không nghi nói nghi, biết không nghi nói nghi. Ngược với nghĩa trên gọi là 16 Thánh ngữ.

Tỳ-kheo hướng đến người tự xưng đắc Pháp hơn người, đối tượng hiểu được, phạm Ba-la-di, không hiểu được phạm Thâu-lan-giá; hướng đến phi nhơn nói phạm Thâu-lan-giá; hướng đến súc sanh nói phạm Đột-kiết-la. Tỳ-kheo-ni cũng như vậy. Thức-xoa-ma-na, sa-di, sa-di ni, phạm Đột-kiết-la.

Không phạm: Nói đúng sự thật.

X39n709, thứ bảy là pháp lạc khác (không phải của Phật) nói pháp hơn người, nghĩa là chưa đắc pháp lạc chân thật mà nói là đắc, 七者異樂說得過人法 (異樂謂未得真法樂言得).

CHƯƠNG II: TĂNG TÀN

I. CỐ Ý TIẾT TINH[157]

A. DUYÊN KHỞI

1. Nhân duyên kết giới lần thứ nhất

[10b02] Đức Phật ở tại thành Xá-vệ.[158] Khi ấy, Trưởng lão Ưu-đà-di[159] bị lửa dục đốt, thân thể tiều tụy, tiêu hao sức lực, dùng tay xuất bất tịnh, được nếp sống an lạc. Có tỳ-kheo khác cũng bị gầy ốm, Ưu-đà-di thấy, hỏi: "Tại sao thầy mất sức thế?"

Tỳ-kheo kia trả lời:

"Thưa Trưởng lão, tôi bị lửa dục thiêu đốt cho nên như thế."

Ưu-đà-di nói:

"Trước đây tôi cũng vậy, dùng tay xuất bất tịnh nên trụ được an lạc. Nếu thầy áp dụng phương pháp của tôi thì cũng sẽ như vậy."

Tỳ-kheo kia nói:

"Thầy làm điều phi pháp, không phải hạnh thanh tịnh, phá pháp sa-môn, không phải đạo tùy thuận. Đức Thế Tôn đã bằng mọi cách quở trách dục, dục tưởng, dục giác, dục nhiệt và khen người đoạn dục tưởng, trừ dục giác, diệt dục nhiệt; nói dục như xương khô, như

---

[157] *Tăng-kỳ* 5, tr. 262a20; *Tứ phần* 2, tr. 579a11; *Thập tụng* 3, tr. 13c27; *Căn bản* 11, tr. 680b25. Vin. iii. tr. 110.

[158] *Tăng-kỳ, Tứ phần, Thập tụng, Căn bản,* Pāli Phật tại thành Xá-vệ (Thất-la-phạt).

[159] *Tăng-kỳ* 5: tỳ-kheo Thi-lị-da-bà 比丘名尸利耶婆. *Tứ phần*: Ca-lưu-đà-di 迦留陀夷; Pāli *Udāyin* hành thủ dâm, rồi bảo *Seyyasaka* làm theo. Sớ giải nói *Udāyin* này là *Lāḷudāyi*, Hoà thượng của *Seyyasaka*.

thuốc độc. Tại sao nay thầy dùng tay nhận đồ cúng dường của người này, làm xuất bất tịnh, lại còn dạy người!?"

Quở trách rồi, dẫn đến chỗ đức Phật, trình bày sự việc lên Ngài. Nhân việc này, đức Phật tập họp tỳ-kheo Tăng, hỏi Ưu-đà-di:

"Ngươi, có thật vậy không?"

Ưu-đà-di thưa:

"Thật vậy, bạch đức Thế Tôn."

Đức Phật cũng dùng mọi cách quở trách như trên, rồi bảo các tỳ-kheo:

"Vì mười điều lợi nên Ta vì các tỳ-kheo kết giới. Từ nay giới này được nói như vầy:

"Tỳ-kheo nào, cố ý xuất bất tịnh, Tăng-già-bà-thi-sa."

2. Nhân duyên kết giới lần thứ hai

Bấy giờ, các tỳ-kheo vì tâm mình bất nhất, nên chiêm bao xuất*[160] bất tịnh, thức dậy nghĩ như vầy: "Trong chiêm bao ta cũng có tâm, cũng động thân, xuất* bất tịnh, sẽ không phạm Tăng-già-bà-thi-sa chăng?" Hoặc có vị phát lồ, có vị hành Ma-na-đỏa,[161] có vị xuất tội, có vị bạch thẳng lên đức Phật.

Nhân việc này, đức Phật tập họp các tỳ-kheo Tăng, hỏi các tỳ-kheo: "Các ngươi, có thật vậy không?"

Thưa:

"Thật vậy, bạch đức Thế Tôn."

Đức Phật bằng mọi cách quở trách:

"Các ngươi không nên ngủ với tâm tán loạn. Nếu ngủ với tâm tán loạn, phạm Đột-kiết-la."

---

[160] Để bản: Thất 失.
[161] Ma-na-đỏa 摩那埵: Skt=Pali *Mānatta*, Hán dịch là Ý hỷ, Duyệt chúng ý (làm đẹp lòng mọi người), Chiết phục cống cao... (xem thêm cht. 165 sau, Thích từ: Tăng-già-bà-thi-sa).

Ngủ với tâm tán loạn có 5 điều mất mát: 1. Bị ác mộng, 2. Thiện thần không hộ vệ, 3. Không được tướng ánh sáng, 4. Không có tâm giác pháp, 5. Xuất* bất tịnh.

Ngủ với tâm không tán loạn có 5 công đức: 1. Không có ác mộng, 2. Thiện thần hộ vệ, 3. Được tướng ánh sáng,[162] 4. Có tâm giác pháp,[163] 5. Không mất bất tịnh.

Khi ngủ có 5 nhân duyên hình (nam căn)* khởi:

1. Đại tiện đầy,
2. Tiểu tiện đầy,
3. Gió đầy,
4. Trùng cắn,
5. Dục thạnh.

Lại bảo các tỳ-kheo:

"Nếu chưa ly dục, ngủ với tâm tán loạn giận, mê, thì chắc chắn sẽ xuất bất tịnh; tuy chưa có thể lìa nó; nhưng ai ngủ với tâm buộc niệm, vẫn không có sự mất mát ấy. Từ nay giới này nên nói như vầy:

B. GIỚI VĂN

"Tỳ-kheo nào, [10c01] cố ý xuất bất tịnh, trừ trong chiêm bao, Tăng-già-bà-thi-sa."

C. THÍCH TỪ

Cố ý xuất bất tịnh:[164] Móng tâm, động thân làm cho bất tịnh xuất.

Tăng-già-bà-thi-sa:[165] Tội này còn một chút cơ hội sót lại, có thể trị

---

[162] *Để bản:* Minh tưởng 明想. *Tứ phần:* Minh tướng 明相.

[163] *Tứ phần:* Bất tư duy minh tướng 不思惟明相.

[164] *Tứ phần*: cố lộng âm xuất tinh 故弄陰出精. *Tăng-kỳ, Thập tụng:* cố xuất tinh 故出精. *Căn bản 11:* Cố tiết tinh. Pāli sañcetanikā sukkavisaṭṭhi, cố ý làm xuất tinh.

[165] Tăng-già-bà-thi-sa: Skt saṃghāvaśeṣa, Pāli Saṃghādisesa, lược dịch là Tăng tàn, nghĩa là còn sót lại, dư tàn, tàn tật.... *Căn bản 11, tr. 681b6, T23n1442:* Tăng-già-phạt-thi-sa, Tăng tàn là phạm tội này phải nhờ Tăng-già hướng dẫn sám hối... Phạt-thi-sa là dư tàn... đối với 13

được là phải cần cầu, nhờ cậy vào giữa Tăng để trừ diệt.

Bất tịnh có 10 loại:[166]

1. Sắc xanh, 2. Sắc vàng, 3. Sắc hồng, 4. Sắc đen, 5. Sắc đỏ, 6. Sắc trắng, 7. Màu sữa,[167] 8. Màu bơ,[168] 9. Màu dầu, 10. Màu mật.

D. PHẠM TƯỚNG

Nếu móng tâm động thân, muốn xuất (bất tịnh)* màu xanh, mà xuất màu vàng, cho đến màu mật, đều phạm Tăng-già-bà-thi-sa.

Nếu móng tâm động thân muốn xuất (bất tịnh)* màu vàng, cho đến màu mật, mà xuất các màu khác cũng như vậy.

Có 10 loại móng tâm động thân xuất bất tịnh đều phạm Tăng-già-bà-thi-sa:

Một, là tự thử. Hai, là trừ bệnh. Ba, là vì nhan sắc. Bốn, là vì sức lực. Năm, là vì vui thích. Sáu, là vì bố thí. Bảy, là vì sanh thiên. Tám, là vì hội tế trời ngoại đạo. Chín, là vì làm giống. Mười, là vì thờ lửa.

Có 5 loại móng tâm động thân xuất bất tịnh đều phạm Tăng-già-bà-thi-sa: Nội sắc, ngoại sắc, hư không, gió, nước.

---

pháp này, bí-sô tuy phạm mà có dư tàn, chữa trị được, nên gọi là Tăng tàn. *Thiện kiến* 12, tr. 760a27, T22n1462: Tăng-già-bà-thi-sa, Tăng-già là chỉ cho Tăng, bà nghĩa là bắt đầu, thi-sa là tàn... Tỳ-kheo phạm tội này, nếu muốn thanh tịnh thì đến gặp chúng Tăng, Tăng cho pháp Ba-lợi-bà-sa (*Parivāsa*, biệt trú), gọi là bắt đầu. Sau đó, hành 6 đêm Ma-na-đỏa (*Mānatta*, hoan hỷ), đó là khoảng giữa. Giai đoạn cuối cùng là cho pháp a-phù-ha-na (*Abbhāna*, xuất tội), đó gọi là Tăng-già-bà-thi-sa.

[166] *Tăng-kỳ* 5: Tám loại. *Tứ phần*: Bảy loại. *Thập tụng*: Năm loại. *Căn bản* 11: Năm loại. Pāli, 10 loại: *nīlaṃ pītakaṃ lohitaaṃ oḍātaṃ takkavaṇṇaṃ dakavaṇṇaṃ telavaṇṇaṃ khīravaṇṇaṃ dadhivaṇṇaṃ sappivaṇṇaṃ*; không giải thích chi tiết.

[167] Hán: Nhũ 乳. *Tứ phần*: Lạc sắc 酪色, tức [Pāli] *dadhivaṇṇamṃ*, màu sữa đặc.

[168] Hán: Tô 酥. *Tứ phần*: Lạc tương sắc 酪漿色, tức [Pāli] *sappivaṇṇamṃ*, màu thục tô hay đề hồ, màu bơ trong.

- *Nội sắc:* Tự thân mình.
- *Ngoại sắc:* Thân người khác.
- *Hư không:* Động thân giữa hư không.
- *Gió:* Hướng ngược gió để làm.
- *Nước:* Hướng ngược nước để làm.

Lại có 5 loại móng tâm động thân xuất bất tịnh, phạm Tăng-già-bà-thi-sa:

Đầy đại tiện, đầy tiểu tiện, đầy gió, trùng cắn, dục thạnh.

Nếu móng tâm, thân không động, không xuất bất tịnh; móng tâm, thân không động, xuất bất tịnh…, đều phạm Đột-kiết-la.

Móng tâm, thân động, không xuất bất tịnh, phạm Thâu-lan-giá.

Không móng tâm, thân động, không xuất bất tịnh; không móng tâm, thân động, xuất bất tịnh; không móng tâm, thân không động, không xuất bất tịnh, đều không phạm.

Khi ngủ xuất bất tịnh, khi thức dậy móng tâm, thân động, phạm Thâu-lan-giá.

Khi ngủ thân động, khi thức dậy móng tâm, xuất bất tịnh, phạm Đột-kiết-la.

Khi ngủ móng tâm, khi thức dậy thân không động, xuất bất tịnh, không phạm.

Sa-di, phạm Đột-kiết-la.

II. XÚC CHẠM NỮ NHÂN[169]

A. DUYÊN KHỞI

Đức Phật ở tại thành Xá-vệ,[170] khi ấy Trưởng lão Ưu-đà-di[171] bị lửa

---

[169] *Tăng-kỳ* 5, tr. 264a13; *Tứ phần* 2, tr. 580b4; *Thập tụng* 3, tr. 14c22; *Căn bản* 11, tr. 681c19. Pāli, Vin. iii. 119.

[170] *Tăng-kỳ* 5, tr.264a13: Thành Vương Xá 王舍城. *Tứ phần* 2, tr. 580b4; *Thập tụng* 3, tr. 14c22: Nước Xá-vệ 舍衛國. *Căn bản* 11, tr. 681c19: Thành Thất-la-phạt 室羅伐城.

[171] *Tăng-kỳ* 5, tr. 264a13: Ưu-đà-di 優陀彌. *Tứ phần* 2, tr. 580b4; *Thập*

dục thiêu đốt, nghĩ như vầy: "Cố ý xuất bất tịnh, Đức Thế Tôn đã cấm, nay ta nên phương tiện cùng người nữ rờ rẫm nhau để tìm khoái cảm nơi sự láng mịn". (Ưu-đà-di)* liền lau quét trong phòng, trang hoàng giường ghế đẹp, rồi lấy một cái ghế nhỏ đặt nơi chỗ đất trống ngồi. Có nhiều người nữ[172] cùng đến văn cảnh, nói với Ưu-đà-di:

"Chúng tôi có ý đến muốn xem phòng xá."

Đáp:

"Các chị em cứ xem tùy ý."

[11a01] (Ưu-đà-di)* liền dẫn họ vào phòng, đóng cửa ra vào, mở cửa sổ, bằng nhiều kiểu rờ rẫm, hoặc nắm, hoặc ôm, hoặc bóp, hoặc xoa, hoặc đưa lên, hoặc để xuống, hoặc cởi, hoặc cõng.

Trong đó, người thích liền nói: "Sao không làm việc chính, đâu cần làm những việc này làm gì?"

Ưu-đà-di nói:

"Đức Phật không cho phép tôi làm việc chính."

Nhưng người không ưa liền giận dữ nói: "Vốn nói chỗ này là an ổn, mà nay ngược lại thành chỗ sợ hãi, lửa cháy trong nước chưa đủ làm tỉ dụ. Kẻ cư sĩ ở nhà còn xấu hổ việc này, tại sao tỳ-kheo lại làm điều ác này!"

Lập tức trở về nhà mình, rêu rao khắp mọi người. Những người không tin ưa Phật pháp bằng mọi cách trách mắng rằng: "Chúng ta là cư sĩ, rờ rẫm thân đàn bà; còn Sa-môn Thích tử lại cũng làm như vậy, họ cạo cái đầu này cùng ta nào khác!? Họ không có hạnh sa-môn, phá pháp sa-môn." Tiếng xấu như vậy đồn khắp thiên hạ.

---

tụng 3, tr. 14c22: Ca-lưu-đà-di 迦留陀彌. *Căn bản* 11, tr. 681c19: Ổ-đà-di 鄔陀彌.

[172] *Tăng-kỳ 5*: Phật tại Vương Xá, Ca-lan-đà Trúc viên. Sa-di-ni Chi-lê 支梨, đệ tử của tỳ-kheo-ni Ưu-bát-la 優鉢羅, được sai mang y đến cho Ưu-đà-di; bị Ưu-đà-di dẫn vào phòng riêng rồi ôm... *Tứ phần* 2; *Thập tụng* 3; *Căn bản* 11, cùng *Ngũ phần* đối tượng là người nữ tại gia giống nhau.

Lại có một bà-la-môn dẫn vợ đi vãn cảnh, cho đến phòng của Ưu-đà-di, nói:

"Tôi muốn cùng vợ xem phòng xá."

Ưu-đà-di nói:

"Có thể vào kẻ trước người sau, không được cùng lúc."

Bà-la-môn nói:

"Nếu không được vào cả hai thì, cho vợ tôi vào trước."

Người vợ đã vào phòng, Ưu-đà-di cũng lại làm những trò rờ rẫm như trước; lâu lắm mới ra. Người chồng hỏi vợ:

"Vì sao mà lâu thế! Không muốn xem các phòng khác nữa hay sao?"

Bà vợ nói:

"Thôi, thôi! Đừng nói điều đó nữa, chỉ vào một phòng mà gần chết mới ra được, sao lại phải xem các phòng xá khác!?"

Người chồng hỏi lý do, người vợ trình bày đầy đủ. Khi ấy, bà-la-môn liền mắng rằng:

"Sa-môn Thích tử tại sao lại tạo ra ác nghiệp như vậy?"

Ông vào các ngã tư đường, chợ búa, hang cùng ngõ hẻm thành Xá-vệ, nơi nào cũng hô lên: "Sa-môn Thích tử rờ rẫm vợ tôi."

Những người không lòng tin Phật pháp, bằng mọi cách mắng: "Tại sao Sa-môn Thích tử tự xưng là tịnh tu Phạm hạnh mà làm ác như vậy?"

Các tỳ-kheo Trưởng lão nghe, bằng mọi cách quở trách, rồi trình bày đầy đủ mọi việc lên đức Phật.

Nhân việc này, đức Phật tập họp tỳ-kheo Tăng, hỏi Ưu-đà-di: "Ngươi có thật làm vậy không?"

Thưa:

"Thật vậy, bạch đức Thế Tôn."

Đức Phật bằng mọi cách quở trách, rồi bảo các tỳ-kheo:

"Vì mười điều lợi, nên Ta vì các tỳ-kheo kết giới. Từ nay giới này nên nói như vầy:

B. GIỚI VĂN

"Tỳ-kheo nào, dục thịnh tâm biến, xúc chạm thân người nữ, hoặc nắm tay, hoặc nắm tóc, hoặc nắm mỗi một thân phần, xoa vuốt, rờ rẫm, Tăng-già-bà-thi-sa."

C. THÍCH TỪ

Dục thịnh tâm biến:[173] Hướng về tâm dục, móng tâm mạnh, sự việc sắp thành, biến pháp thiện, pháp vô ký, đọa vào nơi bất thiện.

Người nữ:[174] là người nữ, cho đến trẻ mới sinh.

Xúc chạm:[175] **[11b01]** xoa rờ bất cứ chỗ nào trên thân, cho đến một sợi tóc.

---

[173] Dục thịnh biến tâm 欲盛變心. *Tăng-kỳ* 5, tr. 265c23: Dâm dục biến tâm 淫欲變心, tâm quá khứ diệt tận, biến dịch, nói là biến. Nhưng biến dịch ở đây chỉ cho sự biến dịch đối với căn, lực, giác chi, đạo chủng. *Tứ phần* 2, tr. 580b28: Dâm dục ý 淫欲意 (ý dâm dục); *Thập tụng* 3, tr. 15a16: Dục thịnh tức là biến tâm, cũng gọi là tâm tham, tâm nhiễm, tâm trói buộc; hoặc có biến tâm, nhưng chẳng phải tâm dục thịnh, cũng không phải tâm tham, tâm nhiễm, tâm trói buộc, như người cuồng si, người loạn tâm, người bệnh hoại tâm, cũng gọi là biến tâm... *Căn bản* 11, tr. 683c03: Nhiễm triền tâm 染纏心, tâm nhiễm trói buộc. Pāli, Vin.iii.120: *otiṇṇo vipariṇatena cittena*, bị ức chế bởi dục, với tâm biến đổi (biến chất); thích từ: *otiṇṇo*, chỉ tâm tham ái bị buộc chặt bởi sự khát vọng dục tình.

[174] *Tăng-kỳ:* Là mẹ, chị, em là thân thích hay chẳng phải thân thích, hoặc lớn hay nhỏ, xuất gia hay tại gia. *Tứ phần*: các phụ nữ, vợ các nhà cư sĩ, và các thiếu. *Căn bản*: Là đàn bà, hoặc đồng nữ (gái còn nhỏ chưa có chồng). Pāli, ibid, người nữ, kể cả trẻ mới sinh, chỉ loài người chứ không phải dạ-xoa, quỷ, súc sinh.

[175] *Tăng-kỳ:* Xúc 觸. *Tứ phần*: Ma 摩. *Thập tụng*: Ma tróc 摩捉. *Căn bản*: Xúc 觸. *āmasanā*, do động từ *masati* (mṛś): sờ mó, vuốt ve.

D. PHẠM TƯỚNG

Có năm trường hợp tỳ-kheo xúc chạm người nữ, phạm Tăng-già-bà-thi-sa: Người nữ, tưởng người nữ, người nữ còn sống, người nữ nhiễm tâm, do tình gần gũi xoa rờ, tiếp nhận cảm giác từ xúc chạm, cho đến xúc chạm sợi tóc cũng như vậy.

Năm trường hợp xúc chạm người nữ, phạm Thâu-lan-giá: Người nữ, tưởng là người nữ, người nữ còn sống, người nữ nhiễm tâm, không do tình gần gũi xoa rờ, nhưng tiếp nhận cảm giác từ xúc chạm, cho đến xúc chạm sợi tóc cũng như vậy. Người nữ xúc chạm tỳ-kheo cũng như vậy.

Năm trường hợp xúc chạm người nữ không phạm: Người nữ, tưởng là người nữ, người nữ còn sống, người nữ nhiễm tâm, không do tình thân cận mà người nữ nắm tỳ-kheo, tỳ-kheo tìm cách để thoát. Tuy có cảm giác từ xúc chạm nhưng không thọ nhận, cho đến xúc chạm sợi tóc cũng như vậy.

Lại người nữ, tưởng người nữ, nghi người nữ, nữ mà tưởng không căn, nữ mà tưởng hai căn, xúc chạm, phạm Tăng-già-bà-thi-sa. Người nữ mà tưởng nam, nữ mà tưởng huỳnh môn, xúc chạm, phạm Thâu-lan-giá.

Nam tưởng là nam, nghi là nam, nam tưởng huỳnh môn, xúc chạm, phạm Đột-kiết-la.

Nam tưởng là nữ, tưởng nam vô căn, tưởng nam 2 căn, xúc chạm, phạm Thâu-lan-giá. Huỳnh môn cũng như vậy.

Vô căn, tưởng vô căn, nghi vô căn, vô căn tưởng nhị căn, vô căn tưởng nữ, xúc chạm, phạm Tăng-già-bà-thi-sa.

Vô căn tưởng nam, vô căn tưởng huỳnh môn, xúc chạm, phạm Thâu-lan-giá. Hai căn cũng như vậy.

Tỳ-kheo cùng người nữ không có y (áo) xúc chạm nhau, Tăng-già-bà-thi-sa. Cùng người nữ có áo (y) xúc chạm nhau, phạm Thâu-lan-giá. Người nữ nắm tỳ-kheo không có y, phạm Tăng-già-bà-thi-sa. Nắm tỳ-kheo có y, phạm Thâu-lan-giá. Tỳ-kheo cùng người nữ, cả hai đều có y (áo) nắm nhau, phạm Đột-kiết-la. Tỳ-kheo nắm áo (y) người nữ, người nữ bỏ y tỳ-kheo, phạm Thâu-lan-giá. Người nữ nắm y tỳ-kheo, tỳ-kheo không bỏ áo (y) người nữ, phạm Đột-kiết-la. Tỳ-kheo xúc chạm người nữ chết, không phải người nữ, phạm Thâu-lan-giá; nắm súc sanh cái, phạm Đột-kiết-la. Sa-di, phạm Đột-kiết-la.

III. NÓI LỜI THÔ TỤC[176]

A. DUYÊN KHỞI

Đức Phật ở tại thành Xá-vệ,[177] khi ấy Trưởng lão Ưu-đà-di[178] bị lửa dục thiêu đốt, nghĩ như vầy: "Cố ý xuất bất tịnh, xúc chạm thân người nữ, đức Thế Tôn đã cấm. Nay nên tìm cách nào đến những người nữ nói lời thô ác (khiêu dục)* để tìm thú vui trong dục lạc". Rồi liền rưới nước quét phòng, ngồi nơi đất trống, người nữ nào đến viếng cảnh, (Ưu-đà-di)* mời họ vào phòng đóng cửa, như trước đã nói. Ở trong phòng liền nói những lời thô tục với người nữ, hỏi như vầy: "Tay chân, bắp đùi, bắp tay, eo, lưng, bụng, cổ, vú, đầu, hông, mặt, móng tay, tóc, nơi đường đại tiểu tiện của cô giống như cái gì?" Lại nói: "Này chị em! Tay, chân cho đến nơi đường đại tiểu tiện của chị em thô xấu!" [11c01] Hay nói: "Này chị em! Tay, chân cho đến nơi đường đại tiểu tiện của chị em tốt đẹp!"

Lại hỏi: "Khi chồng cô gần cô, nói với cô thế nào? Nếu theo ý tôi, sẽ cho cô trân bảo và muốn cần gì, cho tôi được đáp ứng. Tất cả Thiên thần đều chứng biết lòng tôi."

Những người nữ nghe, có người thích hoặc không thích cũng nói như trên. Tỳ-kheo Trưởng lão nghe, bằng mọi cách quở trách, và đem mọi việc bạch Phật.

---

[176] *Tăng-kỳ* 5, tr. 267c19; *Tứ phần* 3, tr. 581b7; *Thập tụng* 3, tr. 15c18; *Căn bản* 11, tr. 684a16; Pāli, *Saṅghādisesa 3, mātugāmaṃ dutthullāhi vācāhi obhāseyya,* Vin.iii. 127.

[177] *Tăng-kỳ* 5, tr. 267c19: Vương Xá 王舍. *Căn bản* 11, tr. 684a16, Thất-la-phạt thành 室羅伐城. *Tứ phần, Thập tụng*: Xá-vệ 舍衛.

[178] *Tăng-kỳ* 5, tr. 268c20, Ưu-đà-di 優陀夷. *Tứ phần* 3, tr. 581b07; *Thập tụng* 3, tr.15c19: Ca-lưu-đà-di 迦留陀夷. *Căn bản* 11, tr. 684a16: Ổ-đà-di 鄔陀夷.

Nhân việc này, đức Phật tập họp tỳ-kheo Tăng, hỏi Ưu-đà-di: "Ngươi có thật vậy không?"

Thưa:

"Thật vậy, bạch Thế Tôn."

Đức Phật bằng mọi cách quở trách rồi, bảo các tỳ-kheo:

"Vì mười điều lợi, nên Ta vì các tỳ-kheo kết giới. Từ nay, giới này nên nói như vầy:

B. GIỚI VĂN

"Tỳ-kheo nào, dục thịnh biến tâm, nói với người nữ những lời thô tục; tùy theo lời nói pháp dâm dục,[179] **Tăng-già-bà-thi-sa."**

C. PHẠM TƯỚNG

Tướng phạm ở đây: Chê, khen, khất, nguyện, hỏi, hỏi lại, giáo dục.

Tỳ-kheo có 5 việc, nói lời thô tục cùng người nữ: Người nữ tưởng người nữ, người nữ còn sống, người nữ tâm nhiễm, do tình thân cận, từ chê khen cho đến giáo dục, người kia hiểu rõ, phạm Tăng-già-bà-thi-sa. Không hiểu rõ, phạm Thâu-lan-giá.

- *Chê:* Chê bai 3 chỗ[180] (tam xứ) người nữ, hoặc nhỏ hoặc lớn, hình sắc xấu.

- *Khen:* Khen ngợi 3 chỗ người nữ, không nhỏ, không lớn, hình sắc tốt.

---

[179] *Tăng-kỳ:* "Nói lời xấu xa, tuỳ thuận pháp dâm dục, như nam nữ thiếu niên." *Tứ phần:* "Nói lời dâm dục thô ác, là nói đến hai đường tốt xấu". *Thập tụng:* "Nói lời ác bất tịnh. *Căn bản:* "Nói lời thô bỉ xấu xa, không đứng đắn, liên hệ pháp dâm dục, như vợ chồng." Pāli, Vin.iii.128: *duṭṭhullāhi vācāhi obhāseyya, yathā taṃ yuvā yuvatiṃ methunūpasaṃhitāhi*, nói những lời thô tục giống như thiếu niên nam nữ.

[180] *Tăng-kỳ, Tứ phần:* Nhị đạo 二道. *Thập tụng:* Tam sang môn 三瘡門. *Căn Bản:* Nhị sang môn 二瘡門.

- *Khất:* Đến người nữ xin 3 chỗ, nếu có thể cho tôi, tôi có thể theo ý cô.

- *Nguyện:* Muốn được 3 chỗ của cô, được 3 chỗ của cô là người phước lạc.

- *Hỏi:* Như hỏi "Chồng cô đối trong 3 chỗ, hành dục chỗ nào? Làm khi nào?"

- *Hỏi lại:*[181] Như hỏi "Chồng cô đối với 3 chỗ không làm như vậy hay sao?"

- *Giáo dục:*[182] Như dạy rằng "Cô dùng 3 chỗ theo ý người nam thì được người nam kính ái."

Người nữ, tưởng người nữ, cho đến 2 căn tưởng 2 căn... đều nói như trên.

Lại có 5 việc: sai sứ, viết thư, ra dấu, cử động tay, nói lời tương tợ, người kia hiểu rõ, phạm Thâu-lan-giá; không hiểu rõ, phạm Đột-kiết-la.

Tỳ-kheo đối diện cùng người nữ nói lời thô tục, họ hiểu, phạm Tăng-già-bà-thi-sa; không hiểu, phạm Thâu-lan-giá.

Hướng đến phi nhơn nữ nói lời thô tục, phạm Thâu-lan-giá; hướng đến súc sanh cái nói lời thô tục, phạm Đột-kiết-la. Sa-di, phạm Đột-kiết-la.

---

[181] *Tứ phần:* Đáp. *Thập tụng:* Phản vấn. Pali *paṭipucchati*, phản vấn.
[182] *Tứ phần:* Giải bày. Pali *ācikkhati*, giải thuyết, diễn giải; khi được hỏi, nói như vầy: Hãy cho như vậy; cho như vậy thì chồng cô sẽ yêu thương cô.

IV. YÊU SÁCH CÚNG DƯỜNG[183]

A. DUYÊN KHỞI

Đức Phật ở tại thành Xá-vệ,[184] khi ấy Trưởng lão Ưu-đà-di[185] bị lửa dục thiêu đốt, nghĩ như vầy: "Cố ý làm xuất bất tịnh, rờ rẫm thân người nữ, hướng đến người nữ nói lời thô tục, đức Phật đều đã cấm. Nay ta nên hướng đến người nữ tự khen thân để được cúng dường để tìm thú vui trong dục lạc."

Ưu-đà-di lại rưới nước quét phòng, làm mọi việc như trên, rồi ở trong phòng nói với người nữ: "Này chị em! **[12a01]** Cô cúng dường sa-môn, bà-la-môn, cho đến các vị nhập thiền định, đắc 4 đạo quả, không bằng dùng sự dâm dục cúng dường người trì giới."

Các người nữ nghe, có người thích, có người không thích… *cho đến* đức Phật bằng mọi cách quở trách, như đã nói trên. Quở trách rồi, đức Phật bảo các tỳ-kheo:

"Vì mười điều lợi, nên Ta vì các tỳ-kheo kết giới. Từ nay giới này nên nói như vầy:

B. GIỚI VĂN

"Tỳ-kheo nào, dục thịnh biến tâm, đối trước người nữ tự khen ngợi sự cúng dường thân,[186] nói: 'Này chị em, cúng dường dâm dục là cúng dường bậc nhất', Tăng-già-bà-thi-sa."

---

[183] *Tăng-kỳ 5*, tr. 269c20; *Tứ phần 3*, tr. 582a12; *Thập tụng 3*, tr. 16c18; *Căn bản 11*, tr. 685a25. Vin. iii. 131.

[184] *Tăng-kỳ, Tứ phần, Thập tụng*: Xá-vệ thành (quốc) 舍衛城 như *Ngũ phần*. *Căn bản*: Thất-la-phạt thành 室羅伐城.

[185] **Xem cht. 178 trước** (Tăng tàn 3: Nói lời thô tục).

[186] Hán: Tự tán cúng dường thân 自讚供養身. *Tăng-kỳ*: Thán tự cúng dường thân 歎自供養身. *Tứ phần*: Tự thán thân 自歎身. *Thập tụng*: Tán thán dĩ thân cúng dường 讚歎以身供養. *Căn bản*: Tự thán thân 自歎身. Pali: *attakāmapāricariyāya vaṇṇaṃ bhāseyya*, tán thán sự cúng dường dục cho mình.

C. PHẠM TƯỚNG

Nếu dùng mọi cách nói lời khen thân muốn cúng dường thì mỗi lời nói, phạm Đột-kiết-la.

Hoặc nói:

"Không bằng dùng sự dâm dục để cúng dường", thì mỗi lời nói, phạm Thâu-lan-giá.

Hoặc nói:

"Đem sự dâm dật cúng dường là sự cúng dường bậc nhất", phạm Tăng-già-bà-thi-sa.

Dùng 5 việc tự khen thân (để được)* cúng dường: Người nữ, tưởng là người nữ, người nữ sống, người nữ tâm nhiễm, dùng tình gần gũi, nói: "Đem sự dâm dục cúng dường là sự cúng dường bậc nhất", người kia hiểu rõ, phạm Tăng-già-bà-thi-sa; không hiểu rõ, phạm Thâu-lan-giá.

Người nữ, tưởng là người nữ, cho đến 2 căn tưởng là 2 căn, sai người, cho đến nói tương tợ, đối diện cùng người nữ nói, hướng đến phi nhơn nữ, súc sanh cái, đều như đã nói trên. Sa-di, phạm Đột-kiết-la.

V. MAI MỐI[187]

A. DUYÊN KHỞI

1. Nhân duyên chế giới lần thứ nhất

Đức Phật ở tại thành Xá-vệ.[188] Khi ấy, có gia chủ tên là Ca-lưu,[189] thông minh lợi căn, khéo đoạn nghi cho người. Phàm người thành Xá-

---

[187] *Tứ phần* 3, tr. 582c15; *Tăng-kỳ* 5, tr. 262a20; *Thập tụng* 3, tr. 18a11; *Căn bản* 12, tr.685c14. Vin. iii. tr.135.

[188] *Tăng-kỳ, Thập tụng*: Phật tại Xá-vệ. *Căn bản*: Thất-la-phạt. *Tứ phần*: Đức Phật ở trong núi Kỳ-xà-quật, tại thành La-duyệt-kỳ.

[189] *Tăng-kỳ, Tứ phần*: tỳ-kheo tên là Ca-la 迦羅; *Thập tụng*: Ca-la, con của trưởng giả Lộc Tử 鹿子長者兒名曰迦羅; *Căn bản*: Trưởng giả Hắc Lộc Tử 長者黑鹿子. āyasmā udāyī sāvatthiyaṃ kulūpako hoti, trưởng lão *Udāyī* thường xuyên lui tới một gia đình trong *Sāvatthi*.

vệ, có những việc làm gì, cho đến việc hôn nhân không gì không tham vấn ông. Nói giúp đỡ, liền giúp đỡ, nói không giúp đỡ liền không giúp đỡ. Kết quả tốt thì họ nói: "Nhờ Ca-lưu nên ta mới được việc tốt này, nên làm cho Ca-lưu cũng được vui này". Nếu kết quả xấu thì họ cũng nói: "Do Ca-lưu ta bị khổ này, nên cũng làm cho Ca-lưu chịu khổ cực này." Như vậy, lời khen, tiếng chê lan khắp cả nước.

Sau đó, do lòng tin, Ca-lưu xuất gia, những người tham vấn lại càng tăng thêm, cho đến vua Ba-tư-nặc cũng đích thân đến hỏi việc nước, nên sự hoan hỷ, sự phẫn nộ (theo đó)* tăng gấp bội so với trước.

Khi ấy, có một quả phụ, con gái bà nhan sắc đẹp nhất xứ, nhiều người đến cầu hôn, bà đều không hứa khả. Bà nói: "Nếu ai về ở với ta như con thì (bà)* mới gả cho".

Khi ấy, có người bà-la-môn tiền của vô lượng, nói với quả phụ:

"Cho con trai tôi cưới con gái bà thì sự sống mới bảo đảm an lạc lâu dài."

Vẫn trả lời như ban đầu.

Khi ấy, bà-la-môn liền tìm hỏi mọi người, là ai thường tới lui nhà người này. Có người bảo: "Sa-môn Ca-lưu thường chơi thân nhà này".

Ông liền mời Ca-lưu cúng dường thời gian dài. Sau khi đã quen thân nhau, liền đem sự việc thưa: **[12b01]** "Tôi muốn vì con trai, xin cưới con gái của bà..., cúi mong Đại đức vì tôi nói giùm."

Ca-lưu liền mặc y bưng bát đi đến nhà kia. Quả phụ liền ra lễ bái, chào hỏi. Ca-lưu nói: "Cô nên gả con gái cho con ông... Nhà ông ấy giàu có, chắc chắn (con cô)* sẽ được an lạc."

Bà vẫn trả lời như ban đầu.

Ca-lưu nói: "Nếu không gả con gái cô, sau này nó lớn ắt sẽ bị vất vì lỡ thì. Tại sao để mất con gái, lại mất chàng rể tốt!"

Bà quả phụ nghe vậy, lập tức đồng ý.

Ca-lưu trở về báo lại, liền thành hôn ngay.

Sau khi về nhà chồng, cô dâu gặp nhiều điều cực khổ, cô đưa tin báo cho mẹ, xin nói với nhà chồng cầu được chút thong thả.

Bà mẹ bảo con rằng, cần Ca-lưu đến trực tiếp nói việc đó.

Hôm sau, Ca-lưu đến nhà quả phụ, bà ta kể hết những điều khổ cực của con mình và nói: "Vì hôn nhân này do ngài, nên xin vì (chúng tôi)* nói giúp."

Ca-lưu trả lời: "Con bà vô phúc nên đưa đến khổ cực này. Nếu cô có phúc, duyên nào để đến đây? Pháp sa-môn của ta không nên biết đến việc của người thế tục như vậy."

Quả phụ mắng rằng:

"Trước kia thì biết việc của người, nay lại nói không biết, người ác như vậy, cuối cùng sẽ không tốt lành!"

Bằng mọi cách, bà mắng rủa thống thiết. Người xung quanh nghe đều đến can, nói: "Con gái bà bạc phước nên mới đưa đến khổ cực này, can dự chi đến sa-môn mà mắng rủa?!"

Bà quả phụ nói:

"Các người[190] đâu có biết, do sa-môn này khiến nên mới đưa con gái nhỏ của tôi đến khổ cực này."

Bấy giờ, những người không tin ưa Phật pháp đều nói như vầy: "Bà tin sa-môn nên con gái chịu khổ này. Ai còn tin những lời của họ thì coi đó sẽ bị lừa vậy!"

Lại quở mắng:

"Chúng ta những cư sĩ làm việc mai mối; Sa-môn Thích tử cũng lại như vậy, họ cạo đầu, mặc y hoại sắc mà sở hành (việc làm) như vậy có khác gì ta đâu!?"

Lúc ấy, tiếng xấu ấy lan tràn khắp mọi nơi, các tỳ-kheo Trưởng lão nghe, bằng mọi cách quở trách, rồi dẫn đến chỗ đức Phật, trình bày mọi việc lên Ngài.

Nhân việc này, đức Phật tập họp tỳ-kheo Tăng, hỏi Ca-lưu: "Ngươi

---

[190] *Để bản:* Nhữ 汝.

thật có vậy không?"

Thưa:

"Thậy vậy, bạch Thế Tôn."

Đức Phật bằng mọi cách quở trách, rồi bảo các tỳ-kheo:

"Vì mười điều lợi, nên Ta vì các tỳ-kheo kết giới. Từ nay, giới này nên thuyết như vầy:

"Tỳ-kheo nào, làm mai mối, Tăng-già-bà-thi-sa."

2. Nhân duyên chế giới lần thứ hai[191]

Bấy giờ, các nhà hào phú trong thành Xá-vệ muốn được làm việc tư thông với các đồng nữ lớn tuổi; nhưng (không thể) tự nói lên ý của mình vì sĩ diện và cũng không người làm giúp, bèn nói với nhóm sáu tỳ-kheo: "Thầy có thể vì tôi nói giúp ý muốn này. Nếu cần vật chi, cần bao nhiêu từ một ngày, một đêm cho đến một lần gặp?"

Nhóm sáu tỳ-kheo liền đến chỗ các người nữ, đem đầy đủ ý muốn kia ra hỏi. [12c01] Có người thấy việc ấy, tất cả cùng nhau bàn chê: "Sa-môn Thích tử tịnh tu Phạm hạnh, mà tại sao nay lại làm ác nghiệp này!? Dắt mối ư! Là việc làm của cư sĩ,[192] các sa-môn này không tàm quý!"

Các tỳ-kheo Trưởng lão nghe, bằng mọi cách quở trách, rồi dẫn đến chỗ Phật để trình bày sự việc lên Ngài. Đức Phật nhân việc này tập họp tỳ-kheo Tăng, hỏi nhóm sáu tỳ-kheo:

"Các ông[193] thật có vậy không?"

Thưa:

"Thật vậy, bạch đức Thế Tôn."

Đức Phật bằng mọi cách quở trách, rồi bảo các tỳ-kheo: "Từ nay

---

[191] *Tăng-kỳ, Tứ phần, Thập tụng, Căn bản:* Học xứ này được kết một lần. Pāli, học xứ này được kết hai lần. Lần đầu, do *Udāyī* mai nối làm vợ chồng. Lần thứ hai, do *Udāyī* mai mối cho tư thông.

[192] *Để bản:* Cấu hợp da phi bạch y sở sĩ 構合耶非白衣所恥.

[193] Để bản: Nhữ 汝.

giới này nên nói như vầy:

B. GIỚI VĂN

"Tỳ-kheo nào, làm việc mai mối, hay làm việc tư thông, đem ý người nam đến bên người nữ, đem ý người nữ đến bên người nam, cho đến một lần giao hội, Tăng-già-bà-thi-sa."

C. THÍCH TỪ

Có mười hạng nữ, mười hạng nam.

Mười hạng nữ:[194]

Cha mẹ giám hộ, anh chị giám hộ, bà con giám hộ, tự giám hộ, pháp giám hộ, tự ý mình, y vật, cùng thề, có chủ và tác tín.

- *Cha mẹ giám hộ:*

Người nữ có cha mẹ, cha mẹ có quyền ưng cho (cưới gả)*, có quyền định đoạt. Anh chị, bà con cũng như vậy.

- *Tự giám hộ:*[195]

Tự mình được tự tại, tự mình ưng cho, tự mình định đoạt.

- *Pháp giám hộ:*[196]

Xuất gia theo chánh pháp, tu hành Phạm hạnh.

---

[194] *Tứ phần* 3, tr. 583a20: Nữ, có hai mươi hạng (được giám hộ). *Thập tụng*, 3, tr.18c03: Có mười bốn hạng nữ có giám hộ. *Căn bản* 12, tr. 686b14: Có bảy hạng phụ nữ, mười trường hợp tư thông. Pāli (Vin. iii. 139), 10 hạng nữ (không hay chưa chồng) và 10 loại vợ.

[195] *Tăng-kỳ* 6, tr. 272a03: Tự lập 自立, không cha mẹ bà con, tự mình nuôi sống chính mình. *Tứ phần* 3, tr. 583a25, *Thập tụng* 3, tr. 18c05: Tự hộ 自護, tự mình giám hộ chính mình.

[196] *Căn bản*: Hữu pháp hộ 有法護, người nữ goá chồng, thủ tiết, không ai dám xâm phạm. Pāli dhammarakkhitā nāma sahadhammikā rakkhanti gopenti issariyaṃ kārenti vasaṃ vattenti (Vin. iii. 139), được giám hộ bởi pháp, tức là, những bạn đồng pháp (=đồng đạo) bảo vệ, canh chừng, làm chủ, kiểm soát.

- *Tự ý mình:*[197]

Tự theo sở thích.

- *Y vật:*

Là nhận y vật của người khác.

- *Cùng thề:*

Cùng người hứa hẹn.

- *Có chủ:*

Người nữ có chồng.

- *Tác tín:*

Nhận bưu thiếp của người đưa đến, hẹn một ngày, một tháng, cho đến một lần gặp gỡ.

Mười hạng nam cũng như vậy.

D. PHẠM TƯỚNG

Nếu tỳ-kheo nhận lời người nam có cha mẹ giám hộ, Đột-kiết-la. Nói với người nữ có cha mẹ giám hộ, ... *cho đến* người nữ tác tín, phạm Thâu-lan-giá. Không hứa khả, trở lại báo, phạm Thâu-lan-giá. Hứa trở lại báo, phạm Tăng-già-bà-thi-sa.

Nếu tỳ-kheo nhận lời người nam có cha mẹ giám hộ, nói với người nữ có cha mẹ giám hộ, người nữ nói: "Có thể nói với cha mẹ tôi". Tỳ-kheo đem lời nói này trở lại trả lời, phạm Thâu-lan-giá. Người nam có cha mẹ giám hộ, lại khiến tỳ-kheo nói với cha mẹ người nữ kia, nhận lời nói này, phạm Đột-kiết-la. Nói với cha mẹ người nữ kia,... *cho đến* không hứa, trở lại trả lời, phạm Thâu-lan-giá; hứa trở lại trả lời, phạm Tăng-già-bà-thi-sa.

---

[197] *Tăng-kỳ*: Tuỳ ý trú 隨意住, người nữ giao ước sống với người nam theo ý muốn, khi nào không còn muốn sẽ tùy ý bỏ đi. *Tứ phần*: Tự nhiệm 自任. *Căn bản*: Tự lạc phụ 自樂婦, hạng làm vợ do thân hành đi đến chỗ người nam mình thích, nói, "Tôi vui lòng làm vợ của ông." Pāli *chandavāsinī nāma piyo piyaṃ vāseti*, hạng làm vợ được cầm giữ cho mục đích ham muốn, tức là người yêu cầm giữ người yêu.

Nhận lời nói người nam có cha mẹ giám hộ nói với người nữ có anh chị, bà con giám hộ cũng như vậy,... *cho đến* nhận lời nói của người nam tác tín, nói với người nữ có cha mẹ giám hộ,... *cho đến* nói với người nữ tác tín cũng như vậy.

Nếu tỳ-kheo nhận lời nói của người nữ có cha mẹ giám hộ, ... *cho đến* người nữ tác tín, nói với người nam có cha mẹ giám hộ,... *cho đến* nói với người nam tác tín, cũng lại như vậy.

Có sáu cách nói:

Tự mình, sai khiến, viết thư, sai người đến gặp sứ giả (người kia)*, nói lời tương tự, ra dấu.

Nếu tỳ-kheo tự mình nhận lời, tự mình nói với người kia, tự mình trở lại trả lời, phạm Tăng-già-bà-thi-sa.

Nếu tỳ-kheo tự mình nhận lời, sai người đến nói người kia, **[13a01]** tự mình trở lại trả lời; tự mình nhận lời, tự mình nói với người kia, sai người trở lại trả lời; tự mình nhận lời, sai người nói với người kia, sai người trở lại trả lời, đều phạm Tăng-già-bà-thi-sa. Tự mình nhận lời, ... *cho đến* ra dấu nói với người kia, ra dấu trở lại trả lời, cũng như vậy.

Nếu tỳ-kheo... *cho đến* nhận lời (bằng cách)* ra dấu, cũng như vậy.

Nếu tỳ-kheo vì bên người nam hay người nữ, làm việc mai mối, phạm Tăng-già-bà-thi-sa. Vì bên người nam cùng phi nhơn nữ làm việc mai mối, phạm Thâu-lan-giá. Vì bên người nam cùng súc sanh cái làm việc mai mối, phạm Đột-kiết-la. Vì người nữ cũng như vậy. Vì bên phi nhơn nam cùng người nữ làm mai mối, phạm Thâu-lan-giá. Vì súc sanh đực cùng người nữ làm mai mối, phạm Đột-kiết-la. Vì bên người nữ cùng huỳnh môn làm mai mối, phạm Đột-kiết-la.

Nếu tỳ-kheo vì người nam mượn người nữ, vì người nữ mượn người nam, sai khiến lâu dài, phạm Thâu-lan-giá. Tỳ-kheo-ni cũng như vậy. Thức-xoa-ma-na, sa-di, sa-di-ni, phạm Đột-kiết-la.

Không phạm: Vì hòa hiệp.[198]

---

[198] *Tứ phần 3*, tr. 584a10: Sự không phạm, nếu nam nữ trước đã thông

VI. LẬP THẤT NHỎ[199]

A. DUYÊN KHỞI

Đức Phật ở thành Xá-vệ.[200] Khi ấy, các tỳ-kheo tại ấp A-trà-bễ,[201] tự xin (vật liệu)* để làm phòng xá, đến các cư sĩ xin xe cộ, trị giá bằng xe cộ, xin nhân công, trị giá bằng nhân công, gỗ cây tre trúc thứ gì cũng đòi xin. Cư sĩ nhàm chán, nên thấy (tỳ-kheo)* đều trốn lánh. Các tỳ-kheo xin không được nữa, bèn tự mình chặt đốn cây cỏ, đào đất, lấy đất. Có một Đại đức tỳ-kheo tự mình chặt cây Thần (đang ở)*, trong khi con nhỏ vị Thần cây đang vui chơi nơi cây này, bị chặt đứt một ngón tay. Vị Thần cây đau khổ liền sanh ác ý, muốn đến đánh tỳ-kheo, song lại nghĩ như vầy: "Vị này có oai đức lớn, nếu ta đánh ông ấy, nhân đây mà chết thì sẽ khiến ta lúc nào cũng phải chịu mọi khổ não". Lại nghĩ như vầy: "Hiện nay đức Thế Tôn đang ở thành này, ta nên đến trình bày việc này, đức Phật dạy sao thì ta phụng hành thế ấy".

(Vị Thần)* liền đến Kỳ-hoàn, trình bày đầy đủ lên Phật. Bấy giờ, đức Thế Tôn tán thán vị Thần cây:

"Hay thay! Hay thay! Ý nghĩ của ông rất hay. Hiện tỳ-kheo này thật có oai đức, nếu đánh vị ấy, ắt sẽ chịu báo khổ."

Lại bảo Thọ thần:

"Tại chỗ đó có cây lớn, chưa thuộc về ai, ông có thể nương ở đó."

---

nhau mà sau ly biệt làm cho hòa hợp lại.

[199] *Tăng-kỳ* 6, tr. 276b1; *Tứ phần* 3, tr. 584a16; *Thập tụng* 3, tr. 20b7; *Căn bản* 12, tr. 688a19; Pāli, Vin. iii. 144, *kuṭikāsikkhapadaṃ*.

[200] *Tăng-kỳ*: Phật tại tinh xá Khoáng dã 曠野精舍; *Tứ phần*: Đức Phật ở trong núi Kỳ-xà-quật, tại thành La-duyệt-kỳ. *Thập tụng*: Phật tại A-la-tì quốc 阿羅毘國; *Căn bản*: Vườn Cấp Cô Độc, rừng Thệ Đa, thành Thất-la-phạt 室羅伐城逝多林給孤獨園.

[201] A-trà-bễ 阿荼髀: Āḷavī, một thị trấn cách Sāvatthi ba mươi do-tuần và cách Ba-la-nại mười hai do-tuần. *Tăng-kỳ* 6: Khoáng dã quốc 曠野國; *Tứ phần* 3: Kỳ-xà-quật sơn. *Thập tụng* 3: A-la-tì tỳ-kheo 阿羅毘比. *Căn bản* 12: Vườn Cấp Cô Độc. *āḷavakā bhikkhū*, các tỳ-kheo người *Āḷavī*, một thị trấn nằm giữa *Sāvatthī* (Xá-vệ) và *Rājagaha* (Vương Xá).

Thọ thần vâng lời liền đến đó.

Bấy giờ, đức Thế Tôn tuần tự du hành đến ấp A-trà-bể. Trưởng lão Đại Ca-diếp[202] sáng sớm đắp y bưng bát vào thành khất thực. Các cư sĩ thấy ngài đều chạy trốn. Trưởng lão lấy làm lạ, hỏi người đi đường, họ nói: "Các tỳ-kheo ở đây khất cầu (vật liệu)* làm phòng xá, không biết chán, người trong ấp lo khổ, vì vậy thấy ngài họ đều chạy trốn".

Sau khi Tôn giả Ca-diếp ăn xong, trở về chỗ đức Phật, trình bày sự việc lên Phật. Nhân việc này, đức Phật tập họp tỳ-kheo Tăng, hỏi các tỳ-kheo:

[13b01] "Các ngươi có thật vậy không?"

Thưa:

"Thật vậy, bạch Thế Tôn."

Đức Phật bằng mọi cách quở trách:

"Các ngươi nên tu tập thiểu dục tri túc, không nên đa sự khất cầu không biết chán."

Lại bảo các tỳ-kheo:

"Vào đời quá khứ bên cạnh sông Hằng, có một Tiên nhơn[203] ở hang đá. Lúc ấy, hằng ngày Long vương từ nước xuất hiện, nhiễu quanh vị Tiên nhơn bảy vòng, đưa đầu lên xuống để nói lên sự cung kính. Sau đó, Tiên nhơn du hành trong nhân gian, đệ tử trông hang. Như trước, hằng ngày con rồng cũng đều đến cung kính, làm người đệ tử sợ hãi nên gầy ốm đi nhiều. Lúc ấy, Ta đang hành Bồ-tát đạo, du hóa bên bờ sông Hằng, chứng kiến sự việc như vậy, liền hỏi nguyên nhân, được trả lời đầy đủ như vậy. Ta lại hỏi:

"Nay ngươi muốn không thấy lại con rồng ấy chăng?"

Trả lời:

"Đúng vậy."

---

[202] *Tăng-kỳ* 6, tr. 276c09: Tôn giả Xá-lợi-phất. *Tứ phần* 3, tr. 584b07; *Thập tụng* 3, tr. 20b12; *Căn bản* 12, tr. 688a24: Trưởng lão Đại Ca-diếp.
[203] Pāli *dve bhātaro isayo*, hai anh em Tiên nhân.

Lại hỏi:

"Ngươi thấy dưới cổ con rồng có những vật gì nào?"

Đáp:

"Có ngọc ma-ni."[204]

Ta lại bảo:

"Nếu khi nào rồng đến, ngươi liền chắp tay hướng đến nó, nói như vầy: Nay ta cần ngọc ma-ni dưới cổ ngươi, xin đem cho ta."

Lúc ấy, đệ tử Tiên nhơn nghe Ta nói rồi, nên khi rồng từ nước xuất hiện, liền đòi nó. Con rồng nghe xin ngọc, không tới, không lui, đứng im lặng. Lúc ấy, đệ tử Tiên nhơn lại vì Long vương nói bài kệ này:

Long vương, nay ta cần
Ngọc châu dưới cổ ngươi.
Ta rất yêu thích nó
Tại sao ngươi không nói?
Con rồng liền dùng kệ trả lời:
Tất cả điều ta cần
Đều được nhờ ngọc này.
Nay ông xin ngọc đó
Vĩnh viễn không đến nữa
Như tiếng lửa bốc cháy
Khiến lòng người hoảng sợ.
Nay ta nghe ông nói
Hoảng sợ còn hơn nhiều.

Bấy giờ, đức Thế Tôn dẫn tích xưa, nói kệ:

Người xin không ai ưa
Nhiều lần bị oán ghét.
Long vương nghe tiếng xin
Một đi không trở lại.

Lại bảo tỳ-kheo:

---

[204] *Tăng-kỳ* 6, tr. 277b19; *Tứ phần* 3, tr. 584c13: Anh lạc 瓔珞; Pali maṇi.

Long vương thọ nghiệp báo tự nhiên, còn không thích nghe tiếng cầu xin. Nay các cư sĩ làm ăn vất vả, khốn khổ mới có được, tại sao các ngươi lúc nào cũng xin?

Lại bảo tỳ-kheo:

Xưa kia, một thời Ta ở tại thành Xá-vệ, có tỳ-kheo an cư xong đi đến chỗ Ta, Ta hỏi:

"An cư ở đâu? An cư có an ổn, khất thực có dễ được, đi đường có mệt không?"

Tỳ-kheo kia trả lời:

[13c01] "Con an cư tại khu rừng nơi sườn núi tuyết, an cư an ổn, khất thực dễ được, đi đường không mệt, chỉ có hoạn nạn từ các con chim, ban đêm chúng kêu làm loạn tọa thiền tư duy không chuyên nhất được!"

Ta hỏi tỳ-kheo:

"Nay các ngươi còn muốn khu rừng đó nữa không?"

Thưa:

"Rất thích, bạch Thế Tôn."

Ta bảo:

"Ngươi về lại nơi đó, khi chiều chim về, chắp tay hướng đến nó nói: 'Nay ta cần lông cánh các ngươi, các ngươi cho ta'. Giữa đêm, cuối đêm cũng lại nói như vậy."

Tỳ-kheo vâng theo lời dạy xin chúng. Trong đêm đó, những con chim bàn với nhau: "Nay tỳ-kheo này xin chúng ta điều đó, chúng ta có nên cho hay không?" Chúng đều nói: "Không thể được", liền bay đi luôn không trở lại.

Lại bảo các tỳ-kheo:

"Loài chim còn không thích nghe tiếng cầu xin, huống là người ư!"

Đức Phật bảo các tỳ-kheo:

Vào thời quá khứ, có quốc vương Ca-di, ham thích bố thí, cung cấp người nghèo nàn. Khi ấy có vị Phạm-chí được nhà vua rất mến trọng, chưa bao giờ cầu xin nhà vua thứ gì. Bấy giờ vua kia nói bài kệ:

> *Mọi người từ xa đến*
> *Đâu đâu cũng xin ta.*
> *Mà nay ngươi ở đây*
> *Không xin, có ý gì?*

Phạm-chí lại dùng kệ trả lời:

> *Người xin không ai ưa*
> *Không cho tạo oán ghét.*
> *Do vậy nên không xin*
> *Sợ mất tình thân ái.*

Nhà vua lại nói kệ:

> *Người trí không ghét xin*
> *Tìm tiếng tư, văn đến.*
> *Huống ông chỗ thân ái*
> *Đâu nên có lòng tiếc.*
> *Giữ nghèo, thẹn cầu xin*
> *Chỗ đáng hưởng không nhận,*
> *Mất phước người tâm hư,*
> *Mà tự khốn khổ mình.*
> *An bần, xin không thẹn,*
> *Chỗ đáng hưởng nên nhận,*
> *Thành tựu thiện cho người,*
> *Tự mình mãi an lạc.*
> *Xin không tổn đức hạnh,*
> *Cũng không lỗi thân, miệng,*
> *Bớt có để giúp không,*
> *Tại sao lại không xin?*

Phạm-chí lại dùng kệ trả lời:

> *Người hiền không lời xin,*
> *Cầu xin chẳng phải hiền*
> *Im lặng không cầu xin,*
> *Đó gọi là đại nhân.*

[14a01] Nhà vua nghe kệ của người hiền, tâm rất hoan hỷ, liền đem một con trâu chúa và 1.000 con trâu khác biếu cho.

(Đức Phật)* bảo tỳ-kheo: "Vua cùng Phạm-chí tuy rất yêu thích nhau, nhưng còn khó có sự cầu xin, huống là các cư sĩ đối với các người đâu có yêu thích mà cầu xin nhiều như thế!"

Lại bảo tỳ-kheo:

"Xưa kia có con nhà tộc tánh, tên là La-tra-ba-la,[205] cha mẹ rất yêu quý; nhưng từ khi xuất gia, không hề có yêu cầu cha mẹ thứ gì. Lúc ấy, cha mẹ cũng dùng bài kệ hỏi:

> *Mọi người từ xa đến*
> *Đâu đâu cũng xin ta.*
> *Con là con yêu quý*
> *Không xin, có ý gì?*

La-tra-ba-la liền dùng kệ trả lời:

> *Người xin không ai ưa,*
> *Không cho tạo oán ghét*
> *Con đã xuất gia rồi*
> *Lại không nên cầu xin.*

Này các tỳ-kheo, La-tra-ba-la được cha mẹ rất yêu thương còn lấy cớ xuất gia không trở về cầu xin, huống là các cư sĩ đối với các ngươi không thân mà xin nhiều ư!?"

Đức Phật bằng mọi cách quở trách như vậy, rồi bảo các tỳ-kheo:

"Vì mười điều lợi, nên Ta vì các tỳ-kheo kết giới. Từ nay giới này nên nói như vầy:

---

[205] La-tra-ba-la 羅吒波羅 (Pāli *Raṭṭhapāla*). *Tứ phần* 3, tr. 585a26: Lại-tra-bà-la 賴吒婆羅, tức Lại-tra-hòa-la; trong *Trung A-hàm* 31 (T1n26, tr. 623a), con nhà phú hộ ở Xá-vệ, điển hình cho tín tâm bất động của thanh niên con nhà giàu có, quyết tâm xuất gia. Cf. Pāli, *Raṭṭhapāla-sutta*, M.ii.54ff.

B. GIỚI VĂN

"Tỳ-kheo nào, tự khất cầu (vật liệu)* để làm phòng[206] cho mình, không có thí chủ, thì cần phải làm đúng lượng, bề dài mười hai gang tay Phật, bề rộng bảy gang tay Phật,[207] phải mời các tỳ-kheo đến xin chỉ chỗ. Các tỳ-kheo nên chỉ chỗ không có nạn, chỗ có đường đi. Nếu không mời các tỳ-kheo đến xin chỉ chỗ, hoặc làm quá lượng, Tăng-già-bà-thi-sa."

C. THÍCH TỪ

Tự khất cầu: Tỳ-kheo vì mình đến xin người khác.

Phòng:[208] Là nơi đó có thể đi, đứng, ngồi, nằm, hành động được theo 4 oai nghi.

Không có thí chủ:[209] không có đàn-việt.

---

[206] 房; Pāli *kuṭī*, thất, am cốc.

[207] Theo các bản khác thích từ như: *Tăng-kỳ 6* (tr. 277c25): trường 長 (dài), tức chiều dọc; quảng 廣 (rộng), tức chiều ngang. Tu-già-đà trách thủ 修伽陀搩手, gang tay Phật (Thiện Thệ), bằng 2 thước 4 tấc. *Tứ phần 3*, tr. 585b13, *Thập tụng 12*, tr.10c7: Dài mười hai gang tay Phật, bên trong rộng bảy gang tay Phật. *Căn bản 12*, tr. 688b25: Gang tay Phật gấp ba người thường. 12 gang tay người thường có 18 khuỷu. Pāli *vidaṭṭhati* = Skt *vitasti* = 12 lóng tay, khoảng 9 inch.

[208] *Tăng-kỳ 6*, tr. 277c22: Phòng xá 房舍. *Tứ phần 3*, tr. 585b18: Ốc Ốc 屋. *Thập tụng 3*, tr. 20c11: *xá* 舍, nhà ấm, nhà mát, điện đường, lầu gác, v.v... *Căn bản 12*, tr. 688b21: Tiểu phòng 小房. Pāli (Vin. iii. 149): *kuṭi*, túp lều, hay chòi tranh.

[209] *Tăng-kỳ 6*, tr. 277c23; *Tứ phần 3*, tr. 585b19; *Thập tụng 3*, tr. 20c12; *Căn bản 12*, tr. 688b23: Vô chủ 無主, không có chủ: không có một người, hai người, hay nhiều người đứng ra cất.

Vì mình: Vì chính mình chứ không vì người khác, cũng không vì Tăng.

Phải mời các tỳ-kheo đến chỉ chỗ: Nên mời tỳ-kheo biết pháp trì luật đến chỉ chỗ cho mình.

Các tỳ-kheo nên chỉ chỗ không có nạn, chỗ có đường đi:

- *Chỗ có nạn:*[210] Chỉ cho ngã tư đường, nơi nhiều người tụ họp vui đùa, chỗ dâm nữ, chỗ chợ búa, chỗ thả trâu, chỗ sư tử, hổ lang, ác thú, bên bờ sông nước xói, chỗ có cây đại thọ, chỗ có ruộng vườn tốt, chỗ có phần mộ, chỗ quá gần hay quá xa thôn xóm, chỗ có đường đi hiểm trở. Đó gọi là chỗ có nạn. Nơi nào không có các nạn trên thì gọi là chỗ không có nạn.

- *Chỗ có đường đi:* Là chỗ xung quanh (có đường)* xe đi được, như vậy gọi là chỗ có đường đi.

Nếu chỗ nào có các nạn trên, chỗ không có đường đi thì **[14b01]** các tỳ-kheo nên nói với tỳ-kheo kia rằng: "Thầy đừng nên cất chỗ này".

Nếu chỗ không có các nạn trên, chỗ có đường đi thì các tỳ-kheo nên nói với tỳ-kheo kia rằng: "Thầy nên cất chỗ này".

Tỳ-kheo này nên để trống vai bên hữu, cởi bỏ giày dép, đến giữa Tăng quỳ gối, chắp tay, xin Tăng chỉ chỗ, tác bạch như vầy:

"**Đại đức Tăng xin lắng nghe! Tôi tỳ-kheo tên là... tự khất cầu làm phòng cho mình, không có thí chủ. Nay đến trong Tăng, xin chỉ chỗ, cúi xin hiện tiền Tăng chỉ chỗ cho tôi.**"

Xin ba lần như vậy.

Tăng nên sai một vị tác bạch:

"**Đại đức Tăng xin lắng nghe! Tỳ-kheo... này tự khất cầu làm phòng cho mình, không có thí chủ. Nay đến trong Tăng xin chỉ chỗ. Nay Tăng vì tỳ-kheo... chỉ chỗ không có nạn,**

---

[210] *Tăng-kỳ* 6, tr. 278c23; *Tứ phần* 3, tr. 585b19; *Thập tụng* 3, tr. 20c18, đều là nạn xứ 難處. *Căn bản* 12, tr. 688b23: bất tịnh xứ 不淨處. sārambha, chỗ có nguy hiểm.

chỗ có đường đi. Nếu thời gian thích hợp đối với Tăng, Tăng chấp thuận, đây là lời tác bạch."

"Đại đức Tăng xin lắng nghe! Tỳ-kheo... này tự khất cầu làm phòng cho mình, không có thí chủ. Nay đến trong Tăng xin chỉ chỗ. Nay Tăng vì tỳ-kheo... chỉ chỗ không có nạn, chỗ có đường đi. Các Trưởng lão nào chấp thuận thì im lặng, ai không chấp thuận xin nói."

"Tăng đã vì tỳ-kheo... chỉ chỗ không có nạn, chỗ có đường đi rồi. Tăng đã chấp thuận vì im lặng. Việc này tôi ghi nhận như vậy."

D. PHẠM TƯỚNG

Nếu Tăng chỉ chỗ có nạn, chỗ không có đường đi thì Tăng phạm Đột-kiết-la. Nếu cất ở chỗ này thì cũng như vậy. Nếu không mời các tỳ-kheo đến chỉ chỗ, từ khi khởi tâm đến sửa soạn đất phần thô (đào đất đổ nền)* đều phạm Đột-kiết-la. Phần tế (hoàn thành phần nền)*, phạm Thâu-lan-giá. Cất xong, phạm Tăng-già-bà-thi-sa.

Dùng kim, ngân, trân bảo lẫn lộn cùng hoàn thành nhà gạch, ... cho đến làm trong đất Tăng đều phạm Thâu lan-giá.

Sa-di phạm Đột-kiết-la.[211]

VII. CẤT CHÙA LỚN[212]

A. DUYÊN KHỞI

[14c28] Đức Phật ở nước Câu-xá-di.[213] Khi ấy, tỳ-kheo Xiển-đà[214] thường tới lui nhà các nhà vì họ nói pháp và liệu lý công việc cũng như chữa trị cho các con bệnh. Quốc vương, đại thần, gia chủ, cư sĩ

---

[211] Bản Hán, hết quyển 2.
[212] *Tăng-kỳ* 6, tr. 279a18; *Tứ phần* 4, tr. 586b4; *Thập tụng* 4, tr. 21b12; *Căn bản* 12, tr. 689a25. Pāli, Vin. iii. 155: *vihārakāra*, làm tinh xá.
[213] *Tăng-kỳ* 6, tr.279a18; *Tứ phần* 4, tr. 586b4; *Thập tụng* 4, tr. 21b12: Câu-thiêm-di 俱睒彌. Căn bản: Kiều-thiểm-tì 憍閃毘.
[214] *Tăng-kỳ*; *Tứ phần*; *Căn bản*: Đều tỳ-kheo Xiển-đà 闡陀; *Thập tụng*: Xiển-na 闡那. [215] Channa.

không ai không thân kính. Mọi người cùng đến thăm viếng, gặp lúc Xiển-đà đang đi kinh hành, họ đảnh lễ sát chân, (Xiển-đà)* vì họ nói pháp, chỉ dạy sự lợi ích, khiến họ vui mừng. Khi mọi người về nhà họ, Xiển-đà liền trở lại phòng mình thì đã có Thượng tọa vào ở. Như vậy, tuần tự đi cho đến các phòng nhỏ nhất lại cũng như vậy (cũng đã có người ở). Không có nơi nào ở được, Xiển-đà lại phải du hành trong nhân gian. Sau đó, nhiều người lại đến thăm viếng, gặp các tỳ-kheo đang kinh hành nơi đất trống, họ hỏi:

"Thầy của chúng tôi là Xiển-đà, hiện nay ở đâu?"

Các tỳ-kheo nói:

"Chúng tôi không biết."

Tìm khắp nơi không được, họ bèn trở về nhà.

Xiển-đà du hành trở về, mặc y bưng bát đến những nhà kia. Họ đều ra đón chào hỏi:

"Bạch Trưởng lão, vừa rồi chúng con có đến Tăng phòng mà không gặp được, vậy nay Trưởng lão từ đâu đến?"

Đáp:

"Tôi là hàng Hạ tọa nhỏ nhất, tất cả phòng Thượng tọa đã ở hết, cho nên phải du hành, đưa đến những trở ngại nhau này."

Mọi người thưa:

"(Trưởng lão)* có thể tìm chỗ làm nhà,[215] chúng con sẽ vì Trưởng lão cất phòng xá, (chúng con)* đã làm được phước, mà Trưởng lão lại được sống an ổn. Hơn nữa, khi chúng con đến thăm viếng khỏi bị trở ngại."

Xiển-đà trả lời:

"Tôi không thể tự làm, vì sẽ bỏ phế việc hành đạo. Khi nào tuổi lớn, tự sẽ được chỗ ở theo thứ lớp."

Mọi người lại thưa:

---

[215] Để bản: Ốc xứ 屋處.

"Rất vui là chúng con có vật liệu sẵn, lại có thiện tâm. Tài vật thì vô thường, thiện tâm thì khó giữ. Xin vì chúng con tìm chỗ, tất chúng con muốn làm nhà."

Xiển-đà thấy họ quá ân cần, khó lòng từ chối, bèn đi tìm đất làm nhà, thấy chỗ cây thần[216] có thể xây cất được nhất, nên liền chặt nó. Cây này có vị thần mà mọi người trong nước đang thờ cúng, mọi sự khấn vái phần nhiều đều được như ý nguyện, bỗng thấy bị đốn chặt, không ai không kinh hãi. Người không tin ưa Phật pháp đều trách mắng: "Sa-môn Thích tử thật là vô đạo, vì muốn lợi mình mà thương hại bừa đến trời, người". Người tin ưa Phật pháp thì nói: "Cây này có Thần, mọi người đều kính sợ, sớm tối vững niềm cung kính, không dám khinh mạn, mà các tỳ-kheo lại chặt nó không biết sợ, tâm sắc đều an nhiên như vậy, có thế nói (đây)* là bậc đại thần, đáng quí đáng trọng." Lời khen tiếng chê đồn đãi khắp trong nước, các Trưởng lão tỳ-kheo nghe, bằng mọi cách quở trách, rồi dẫn đến chỗ Phật, trình bày sự việc lên Ngài. Nhân việc này, đức Phật tập hợp các tỳ-kheo Tăng, hỏi Xiển-đà:

"Ngươi có thật vậy không?"

Thưa:

"Thật vậy, bạch đức Thế Tôn."

Đức Thế Tôn bằng mọi cách quở trách, rồi bảo các tỳ-kheo:

"Vì mười điều lợi, nay Ta vì các tỳ-kheo kết giới. Từ nay giới này nên nói như vầy:

B. GIỚI VĂN

"*Tỳ-kheo nào, có thí chủ vì mình làm phòng,[217] nên mời các tỳ-kheo đến xin chỉ chỗ. Các tỳ-kheo nên chỉ chỗ không*

---

[216] Hán: Thần thọ 神樹. *Tứ phần*: Ni-câu-luật thần thọ 尼拘律神樹. Pāli: cetiya-rukkham, cây có miếu thần.

[217] *Tăng-kỳ* 6, tr. 280a03; *Thập tụng* 4, tr. 21b26: Đều đại phòng xá 大房舍; *Tứ phần* 3, tr. 586b28: Đại phòng 大房; *Căn bản* 12, tr. 691a18: Đại trú xứ 大住處. Pāli, Vin. iii. 156: *mahallako nāma vihāro sassāmiko vuccati*, tinh xá có thí chủ làm cho được xem là lớn.

nạn, chỗ có đường đi. Nếu không mời các tỷ-kheo đến xin chỉ chỗ, Tăng-già-bà-thi-sa."

C. THÍCH TỪ

[15a01] *Có thí chủ:* Là có đàn-việt.

Ngoài ra như trong giới không có thí chủ vừa rồi đã nói.

VIII. VÔ CĂN HUỶ BÁNG[218]

A. DUYÊN KHỞI

Đức Phật ở tại thành Vương Xá.[219] Khi ấy, vua Bình-sa hằng ngày theo thứ tự thỉnh năm trăm vị Tăng thọ trai tại thành nội. Thần dân cũng lại như vậy. Khi ấy, các tỷ-kheo ai ai cũng đều hành đạo, chưa có người chuyên biết về việc sai thọ thỉnh (nhận lời mời thọ trai)* theo thứ tự. Nhóm sáu tỷ-kheo thường đến chỗ tốt. Mọi người hỏi: "Chúng con vì Tăng thiết trai mời theo thứ tự, tại sao các Trưởng lão thường đến mà không thấy các vị khác?"

Họ quở trách như vậy mà (nhóm sáu tỷ-kheo)* vẫn không thôi. Khi ấy, Đà-bà Lực Sỹ Tử,[220] mười bốn tuổi xuất gia hành đạo, ở chỗ yên tịnh nghĩ như vầy: "Hiện nay, vua Bình-sa hằng ngày theo thứ tự thỉnh năm trăm vị Tăng thọ trai tại thành nội. Thần dân cũng như vậy, mà Tăng không có người sai phó hội theo thứ tự, nên đưa đến việc Lục quần lựa chọn chỗ tốt (mà đến)*, làm thất vọng mọi người, và mất đi mọi ý nghĩa người cúng dường. Nếu đến tuổi 20, ta thọ giới Cụ túc, đắc A-la-hán, đặng Lục thần thông, sẽ vì chúng Tăng làm người sai phó hội[221] và phân phối ngọa cụ".

---

[218] *Tăng-kỳ* 6, tr. 280a19; *Tứ phần* 3, tr. 587a25; *Thập tụng* 4, tr. 22a8; *Căn bản* 13, tr. 691b12. Vin. iii. 158.

[219] *Tăng-kỳ:* Xá-vệ thành 舍衛城; *Tứ phần:* Đức Phật ở trong núi Kỳ-xà-quật, tại thành La-duyệt-kỳ; *Thập tụng; Căn bản:* Vương Xá thành 王舍城. Rājagaha.

[220] *Tăng-kỳ:* Đà-phiêu Ma-la Tử 陀驃摩羅子; *Tứ phần:* Đạp-bà-ma-la Tử 沓婆摩羅子; *Thập tụng:* Đà-phiêu Lực Sỹ Tử 陀驃力士子; *Căn bản:* Thật Lực Tử 實力子. Dabba Mallaputta.

[221] Hán: Sai hội 差會, phân phối tỷ-kheo theo thứ tự đi thọ trai khi được

Đến tuổi 16, Đà-bà đắc quả A-la-hán, đạt Lục thần thông, 20 tuổi thọ giới Cụ túc, liền nghĩ như vầy: "Trước đây ta nguyện vì chúng Tăng làm người sai phó hội và phân phối ngọa cụ, nay đã đến lúc nên làm việc đó". Liền đến thành Vương Xá, chỗ các tỳ-kheo, nói lên lời nguyện trước đây của mình. Các tỳ-kheo liền bạch Phật, đức Phật tập hợp các tỳ-kheo Tăng, hỏi Đà-bà:

"Thật sự ngươi muốn vì Tăng làm người sai phó hội và phân phối ngọa cụ phải không?"

Thưa:

"Thật vậy, bạch đức Thế Tôn."

Đức Phật bằng mọi cách khen hạnh thiểu dục tri túc, khen giới, khen người trì giới, rồi bảo các tỳ-kheo:

"Nay cho phép Đà-bà vì Tăng làm người sai khiến phó hội và phân phối ngọa cụ."

Tăng nên bạch nhị Yết-ma, sai một tỳ-kheo bạch:

> "Đại đức Tăng xin lắng nghe! Nay tỳ-kheo Đà-bà muốn vì Tăng làm người sai phó hội và phân phối ngọa cụ. Nếu thời gian thích hợp đối với Tăng, Tăng chấp thuận. Đây là lời tác bạch.
>
> Đại đức Tăng xin lắng nghe! Tỳ-kheo Đà-bà này muốn vì Tăng làm người sai phó hội và phân phối ngọa cụ. Các Trưởng lão nào chấp thuận thì im lặng. Vị nào không chấp

---

cư sĩ thỉnh. *Thập tụng* 4, tr.32a17: Sai hội như Ngũ phần. *Tăng-kỳ* 7, tr. 281a21: Điển tri cửu sự 典知九事, theo thứ tự mời thọ thực; theo thứ tự chia phòng xá; theo thứ tự phân y vật; theo thứ tự phân hoa hương; theo thứ tự phân dưa trái; theo thứ tự cung cấp nước nóng; theo thứ tự phân chia bánh; theo thứ tự cắt đặt người công tác. *Tứ phần* 3, tr. 587b4: Sai thứ thọ thỉnh phạn thực 差次受請飯食, phân phối tỳ-kheo thứ tự đi thọ trai khi được cư sĩ thỉnh. *Căn bản* 13, tr. 696a5: Phân thực nhơn 分食人, người phân phối đồ ăn thức uống cho chúng Tăng. 陳頌 *bhattudesaka*, người phân phối thức ăn cho các tỳ-kheo.

thuận xin nói.

> Tăng đã chấp thuận tỳ-kheo Đà-bà làm người sai phó hội và phân phối ngọa cụ rồi, Tăng đã chấp thuận vì im lặng. Việc này tôi ghi nhận như vậy."²²²

Bấy giờ, Đà-bà liền vì Tăng làm người sai phó hội và phân phối ngọa cụ. Khi phân phối ngọa cụ, (những vị)* thiểu dục tri túc cùng (ở với quý vị)* thiểu dục tri túc; ưa yên tịnh thì cùng ưa yên tịnh; tụng Tu-đa-la (kinh) thì cùng tụng Tu-đa-la; trì luật thì cùng trì luật; pháp sư cùng pháp sư **[15b01]**; ưa tán tụng²²³ thì cùng ưa tán tụng; A-luyện-nhã²²⁴ cùng A-luyện-nhã; khất thực cùng khất thực; ngồi thiền thì cùng ngồi thiền. Trong những hạnh khác nhau như vậy, đều được xếp theo thuộc loại của nó, tùy nghi mà sắp xếp chỉ dẫn các nơi phòng ốc, khiến tất cả các tỳ-kheo đều được an ổn. Tỳ-kheo các nơi, có vị đến vào lúc sẩm tối, vội đến Đà-bà để xin chỗ ở thì Đà-bà liền nhập Hỏa quang Tam-muội, tay trái xuất phát ánh sáng, tay phải chỉ chỗ ngọa cụ một cách chu toàn.

Khi ấy, những nơi xa nghe tỳ-kheo Đà-bà vì chúng Tăng thành Vương Xá làm người sai phó hội và phân phối ngọa cụ có đức như vậy, đều nghĩ như vầy: "Ta sẽ đến đó để thăm hỏi đức Thế Tôn, cùng diện kiến Đà-bà và xem thần lực". Họ bắt đầu đi cho đến sẩm tối và đến chỗ Đà-bà xin chỗ nghỉ ngơi. Đà-bà đều xếp chỗ đúng pháp, theo thứ tự sai người đi phó hội cũng lại như vậy.

Bấy giờ, thành Vương Xá có gia chủ Thiện Phạn, thấy pháp đắc quả, hằng ngày đích thân đến mời hai tỳ-kheo để thiết trai thượng vị. Vì phước đức của huynh đệ Từ Địa²²⁵ đều mỏng nên khi chia ngọa cụ

---

²²² *Tăng-kỳ, Thập tụng, Căn bản*: Không có đoạn văn Bạch nhị yết-ma này. *Tứ phần* như *Ngũ phần*.

²²³ Pali *bhāṇaka*, (người) đọc tụng, ca vịnh.

²²⁴ A-luyện-nhã 阿練若: Còn gọi là A-lan-nhã, Skt *araṇya*, Pali *araññā*, dịch là núi rừng, đồng hoang, chỉ những nơi yên tĩnh, vắng vẻ, thích hợp cho người xuất gia tu hành cư trú.

²²⁵ *Tăng-kỳ* 7: Lục quần tỳ-kheo 六群比丘. *Tứ phần* 3: Từ Địa tỳ-kheo 慈地比丘. *Thập tụng* 4: Di-đa-la-phù-ma 彌多羅浮摩, một người.

cũng như mời phó hội theo thứ tự thường gặp phải thứ thô dở. (Hôm nay)* may mắn, gặp được sai đến nhà này. Thiện Phạn biết rồi liền nghĩ như vầy: "Hai vị này là người ác, không hạnh thanh tịnh, sao có thể nhận sự cúng dường (trai phạn)* thượng vị của ta!" lập tức trở về, nói với vợ ông rằng: "Bà chỉ nên làm thức ăn thô dở thôi." Khi anh em Từ Địa đến thì sai đứa ở trải tòa xấu ngoài cửa (để đón)*.

Người vợ vâng lời, chuẩn bị thức ăn thô dở. Khi huynh đệ Từ Địa mặc y mang bát đến nhà Thiện Phạn, an tọa nơi tòa, trong khi đó bọn tôi tớ mang thức ăn xấu ra. Từ Địa thấy vậy, liền hỏi: "Này chị em! Nhà chị thường làm thức ăn ngon, tại sao nay thô dở vậy?"

Bọn tôi tớ thưa:

"Tôi là kẻ thấp hèn, không biết lý do."

Ăn xong về liền, trên đường đi, Từ Địa mắng (thầm)* Đà-bà Lực Sỹ Tử: "Cần phải khiến cho ngươi chịu khổ cực, về đến trú xứ rồi, ta sẽ đến chỗ các Thượng tọa nói Đà-bà Lực Sỹ Tử, làm việc theo ưa, giận, si, sợ. Nếu sợ (ai)* thì cho đồ tốt, không sợ thì cho đồ xấu."

Các tỳ-kheo nói:

"Các thầy không nên nói những lời như vầy: tỳ-kheo Đà-bà làm việc theo ưa, giận, si, sợ. Tại sao vậy? Vì tỳ-kheo Đà-bà đắc A-la-hán, đủ sáu thần thông mà làm việc theo ưa, giận, si, sợ là điều không thể có."

Từ Địa nói:

"Chính vì đắc thần thông nên thấy biết được nhà nào có (thức ăn)* ngon, nhà nào có (thức ăn)* dở; ngon thì mời người khác, dở thì liền sai tôi, cho nên tôi nói là 'theo ưa, giận, si, sợ'." Nói những lời như vậy rồi đến nơi khác.

Trước hết là gieo tiếng xấu cho Đà-bà và sau đó, đến chỗ cô em ni

---

Căn bản 13: Hai tỳ-kheo Thiện Hữu và Đại Địa 善友大地. *Mettiyabhummajakā bhikkhū*, các tỳ-kheo đồng bọn của *Mettiya* và *Bhummaka*, trong bọn sáu tỳ-kheo.

Di-đa-la[226] nơi thành Vương Xá. **[15c01]** Di-đa-la thấy hai anh đến, ra nghinh đón, đảnh lễ chào hỏi. Huynh đệ Từ Địa đều không nói với nhau. Di-đa-la thưa:

"Em không nhớ đã phạm gì, tại sao hai anh như vậy?"

Từ Địa trả lời:

"Cô không giúp tôi nên khiến đưa đến việc Đà-bà làm khổ tôi như vậy."

Di-đa-la hỏi:

"Anh muốn em trợ giúp nhau bằng cách nào?"

Từ Địa bảo:

"Nếu cô giúp tôi thì có thể đến chỗ đức Phật thưa: 'Bạch đức Thế Tôn, ở trong không sợ hãi, ngược lại đưa đến sự sợ hãi. Nay con không tìm ra nơi nào có được an ổn! Đà-bà vốn là người Phạm hạnh, bỗng nhiên làm ô nhiễm con, phạm Ba-la-di.'"

Di-đa-la nói:

"Đà-bà thanh tịnh, nếu em hủy báng người thì Tăng tất sẽ tác (pháp)* Tự ngôn, đuổi em. Em ra khỏi chúng sẽ nương tựa vào nơi nào?"

Từ Địa vẫn nói:

"Anh sẽ làm chứng cho em để đuổi Đà-bà, làm gì có việc em bị tác (pháp)* Tự ngôn và bị đuổi!"

Di-đa-la nói:

"Nếu Tăng đuổi Đà-bà thì em được gì khác sao?"

Từ Địa vẫn nói:

"Chỉ cần khiến đức Thế Tôn xua đuổi Đà-bà thì Đà-bà sẽ bị anh đứng ra trục xuất, Chúng ta sẽ được nơi an ổn, tốt đẹp, còn khổ

---

[226] *Tứ phần* 3, tr. 587c18: tỳ-kheo-ni Từ, 比丘尼慈. *Thập tụng* 4, tr. 22a23: tỳ-kheo-ni Di-đa-la 比丘尼彌多羅. *Căn bản* 14, tr.696a28: tỳ-kheo-ni Hữu Nữ 比丘尼友女. *Mettiyā*.

gì nào."

Vì kính trọng anh nên em gái không dám trái mệnh, liền đến chỗ đức Phật bạch như trên lên Ngài.

Bấy giờ, Đà-bà và La-hầu-la đang đứng hai bên đức Phật, Phật hỏi Đà-bà:

"Ngươi có nghe những gì Di-đa-la đã nói không?"

Thưa: "Con đã nghe, nhưng Thế Tôn tự biết việc đó (cho con.)*"

Ba lần hỏi và trả lời cũng như vậy.

Bấy giờ, La-hầu-la bạch Phật:

"Bạch đức Thế Tôn, phiền gì phải ba lần hỏi Đà-bà, chỉ cần tấn xuất cô ni này."

Đức Phật dạy:

"Nếu Di-đa-la dùng việc này phỉ báng ngươi, thì ngươi nên như thế nào?"

Thưa:

"Con cũng sẽ nói, 'việc này Phật tự biết cho.'"

Đức Phật dạy:

"Ngươi có thể như vậy, Đà-bà cũng vậy sao!?"

Đức Phật dạy Đà-bà:

"Ngươi nên đứng dậy, tự biện minh, nay không phải lúc im lặng. Ngươi nên nhớ nghĩ, có thì nói có, không thì nói không, không được trực ngôn nói: 'Phật tự biết điều này'."

Đà-bà liền từ chỗ ngồi đứng dậy, sửa y phục, quỳ gối chắp tay thưa Phật:

"Bạch đức Thế Tôn, từ khi con sinh đến nay, dù trong mộng, cũng chưa từng có tưởng niệm này. Hôm nay làm sao có được để nhớ biết?"

Đức Phật khen:

"Lành thay! Lành thay! Ông đã nhanh chóng tự biện minh. Người muốn tự biện minh cần phải như vậy."

Đức Phật bảo các tỳ-kheo:

"Nên trao cho Đà-bà Ức niệm Tỳ-ni,[227] không nên cử tội, nên bạch Tứ yết-ma trao cho Di-đa-la pháp Tự ngôn diệt tẩn."

Một tỳ-kheo xướng:

> "Đại đức Tăng xin lắng nghe! Tỳ-kheo-ni Di-đa-la này tự nói 'Đà-bà làm ô nhiễm tôi'. Nay Tăng trao cho pháp Tự ngôn diệt tẩn. Nếu thời gian thích hợp đối với Tăng, Tăng chấp thuận. Đây là lời tác bạch.
>
> "Đại đức Tăng xin lắng nghe! Tỳ-kheo-ni Di-đa-la này tự nói: 'Đà-bà làm ô nhiễm tôi'. Nay Tăng trao cho pháp Tự ngôn diệt tẩn. [16a01] Các Trưởng lão nào chấp thuận thì im lặng, nếu ai không chấp thuận xin nói."

Lần thứ hai, lần thứ ba cũng nói như vậy.

> "Tăng đã chấp thuận trao cho tỳ-kheo-ni Di-đa-la pháp Tự ngôn diệt tẩn rồi. Tăng đã chấp thuận vì im lặng. Việc này tôi ghi nhận như vậy."[228]

Tỳ-kheo-ni Di-đa-la bị diệt tẩn rồi, du hành trong nhân gian. Huynh đệ Từ Địa vẫn nói với các tỳ-kheo rằng: "Đà-bà Lực Sỹ Tử phá hoại Phạm hạnh em tôi, cho nên khiến đưa đến (tình trạng)* như vậy."

Các tỳ-kheo lại đem sự việc bạch lên Phật, đức Phật nhân việc này tập họp tỳ-kheo Tăng, bảo các tỳ-kheo:

"Các ngươi nên kiểm vấn lại Từ Địa là, ông nói Đà-bà phá hoại Phạm hạnh em ông, là thật hay là hư?"

Các tỳ-kheo vâng lời, liền hỏi Từ Địa, Từ Địa trả lời: "Điều tôi nói là sự thật."

Tăng lại hỏi:

---

[227] *Để bản:* Tỳ-kheo 比丘.
[228] *Tăng-kỳ, Tứ phần, Thập tụng, Căn bản:* không có đoạn văn bạch tứ Yết-ma này.

"Ông thấy chỗ nào, thấy khi nào, thấy thế nào?"

Trả lời:

"Tôi thấy chỗ đó, tôi thấy khi đó, tôi thấy như vậy."

Tăng lại hỏi Đà-bà tiếp:

"Khi ấy, ông ở chỗ nào?"

Trả lời:

"Tôi ở chỗ đó."

Tăng lại hỏi Từ Địa:

"Địa điểm không tương ưng, thời gian không tương ưng, tại sao ông nói chỗ đó, lúc đó, thấy như vậy?"

Lại hỏi Từ Địa:

"Nếu đối trước một vị tỳ-kheo có lòng tin kiên cố mà nói láo thì tội nặng như tổn hại vô số chúng sanh. Trước một vị kiên cố đối với pháp (mà nói láo)* thì họ mắc tội nặng hơn 100 vị có lòng tin kiên cố. Lần lượt như vậy, đối trước Tăng mà nói láo, thì tội của họ nặng hơn đối 100 vị A-la-hán."

Lại nói với Từ Địa:

"Nay, Tăng tập họp không tùy theo ưa, giận, si, sợ, ông có thể nói lại (điều đó)* là sự thật hay hư dối?"

Từ Địa nói:

"Đà-bà tùy theo ưa, giận, si, sợ nên tôi phải nói như vậy."

Các tỳ-kheo bằng mọi cách quở trách, rồi dẫn đến chỗ đức Phật để trình bày sự việc lên Ngài.

Nhân việc này, đức Phật tập họp tỳ-kheo Tăng, hỏi Từ Địa:

"Thật sự ông đã dùng Ba-la-di không căn cứ hủy báng Đà-bà phải không?"

Thưa: "Thật vậy, bạch đức Thế Tôn."

Đức Phật bằng mọi cách quở trách: "Ngươi là người ngu si, tại sao dùng Ba-la-di không căn cứ hủy báng tỳ-kheo Phạm hạnh thanh tịnh? Ông há không nghe có ba hạng người[229] đọa vào địa ngục sao!?

Một, là phạm giới, không có pháp của sa-môn mà tự nói mình có, không tu Phạm hạnh mà tự nói mình tu; giống như hạt giống hủ bại ở trong Phật pháp.

Hai, là thấy như vầy, nói như vầy: 'Dâm dục không phải là điều xấu', rồi phóng dật.

Ba, là dùng Ba-la-di không căn cứ hủy báng tỳ-kheo thanh tịnh Phạm hạnh. Ba hạng người này chắc chắn đọa vào địa ngục. Tại sao nay ngươi lại làm việc ác này?"

Đức Phật lại dùng mọi cách quở trách rồi, bảo các tỳ-kheo:

"Vì mười điều lợi, nên nay Ta vì các tỳ-kheo kết giới. Từ nay giới này nên nói như vầy:

B. GIỚI VĂN

"Tỳ-kheo nào, [16b01] tự mình không biết pháp, vì hận thù[230] nên dùng Ba-la-di không căn cứ hủy báng tỳ-kheo không phải Ba-la-di, muốn phá hoại Phạm hạnh của vị ấy.[231] Sau đó, tỳ-kheo này, dù bị cật vấn hay không bị cật

---

[229] *Tứ phần* 4, tr. 388b16: Hữu nhị chủng nhân 有二種人. *Thập tụng* 4, tr. 22c29; *Căn bản* 14, tr. 697b10: Hữu tam chủng nhân 有三種人 như *Ngũ phần*.

[230] Hán: Ố sân 惡瞋. *Tăng-kỳ*: Sân hận bất hỷ 瞋恨不喜 (sân hận không vui). *Tứ phần*: Sân nhuế sở phú 瞋恚所覆 (thù hận ấp ủ). *Thập tụng*: Trụ ố sân 住惡瞋 (luôn sân hận thù ghét). *Căn bản*: Hoài sân bất xả 懷瞋不捨 (ôm lòng sân hận không buông xả). Pali *duṭṭho doso appatīto*, ố sân và bất mãn.

[231] Hán: Dục phá bỉ phạm hạnh 欲破彼梵行. *Tăng-kỳ* 6, tr. 290c4: Dục phá bỉ tỳ-kheo thanh tịnh 欲破彼比丘清淨. *Tứ phần* 4, tr. 589c14: Dục hoại bỉ thanh tịnh hạnh 欲壞彼清淨行. *Thập tụng* 4, tr. 22a22: Dục phá bỉ phạm hạnh 欲破彼梵行 *Căn bản* 14, tr. 697c3: Dục hoại bỉ tịnh hạnh 欲壞彼淨行. Pali *brahmacariyā cāveyyaṃ*, hủy hoại phạm hạnh, làm cho mất bản thể tỳ-kheo, tức bị tẩn xuất, không còn

vấn, nói: 'Việc²³² này không căn cứ, vì ôm hận²³³ nên tôi hủy báng', Tăng-già-bà-thi-sa."

C. THÍCH TỪ

Tự mình không biết pháp: Tự mình làm mọi việc không như pháp.

Hận ghét: Tức là 9 não.

Vô căn:

Không thấy, không nghe,²³⁴ không nghi.

Không Ba-la-di:

Tức là người đối với 4 Ba-la-di không phạm một tội nào.

Muốn phá hoại Phạm hạnh của vị ấy:

Là muốn khiến cho vị kia hoàn tục hay làm ngoại đạo.

Thời gian sau, dù bị cật vấn, hay không bị cật vấn:

Nghĩa là sau đó tự kiểm nghiệm lại chỗ nào, khi nào, thấy thế nào.

Sự có 4 thứ:

Ngôn tránh sự, giáo giới tránh sự, phạm tội tránh sự, sự tránh sự.

D. PHẠM TƯỚNG

Nếu tỳ-kheo không thấy, không nghe, không nghi người khác phạm Ba-la-di mà dùng pháp này hủy báng thì phạm Tăng-già-bà-thi-sa.

Thấy mà nghi, nghe mà nghi, nghi mà nghi; thấy mà quên, nghe mà quên, nghi mà quên, rồi dùng pháp vô căn hủy báng, phạm Tăng-

---

là tỳ-kheo.

²³² *Hán:* Sự 事, tức 4 tránh sự: Ngôn tránh sự, giáo giới tránh sự, phạm tội tránh sự, sự tránh sự (sự tranh tụng liên quan đến tranh cãi, sự tranh tụng liên quan đến khiển trách, sự tranh tụng liên quan đến tội, sự tranh tụng liên quan đến nhiệm vụ). *Tứ phần:* Sự 事, sự việc hay sự tình. *Thập tụng:* Sự có 4, như *Ngũ phần.* Pali adhikaraṇa, sự, tức tránh sự, có 4 (*nāma cattāri adhikaraṇāni*).

²³³ *Hán:* Trụ sân 住瞋.

²³⁴ *Văn:* Nghe âm thanh phát ra từ động tác của người đang phạm pháp.

già-bà-thi-sa.

Nếu người đối diện hiểu những lời hủy báng phạm Tăng-già-bà-thi-sa, không hiểu rõ, phạm Thâu-lan-giá.

Nếu viết thư, sai sứ, ra dấu hiệu, nói lời tương tợ, dùng tay nói để hủy báng mà người hiểu, phạm Thâu-lan-giá; không hiểu, phạm Đột-kiết-la.

Nếu hủy báng tỳ-kheo-ni, thức-xoa-ma-na, sa-di, sa-di-ni phạm Đột-kiết-la.

Tỳ-kheo-ni hủy báng tỳ-kheo-ni, phạm Tăng-già-bà-thi-sa. Hủy báng tỳ-kheo, phạm Ba-dật-đề. Hủy báng thức-xoa-ma-na, sa-di, sa-di-ni, phạm Đột-kiết-la.

Thức-xoa-ma-na, sa-di, sa-di-ni hủy báng 5 chúng đều phạm Đột-kiết-la.

IX. GIẢ CĂN HUỶ BÁNG[235]

A. DUYÊN KHỞI

Đức Phật ở tại thành Vương Xá.[236] Bấy giờ, tỳ-kheo-ni Thâu-la-nan-đà thường hay tới lui thăm viếng, cùng ngồi một chỗ để nghe giáo pháp từ tỳ-kheo Đà-bà vì ngài là bậc đại đức thần thông, nên Từ Địa thấy vậy lại muốn phỉ báng. Sau đó, từ trên núi Kỳ-xà-quật đi xuống, (Từ Địa)* thấy hai con khỉ đang giao hợp hành dục, bèn khởi ý nghĩ: "Nay ta nên mượn hai con khỉ này đặt tên con đực là Đà-bà, con cái là Thâu-la-nan-đà". Nghĩ vậy rồi, liền nói với các tỳ-kheo Trưởng lão rằng: "Trước đây, tôi đã dùng pháp vô căn hủy báng Đà-bà, nay chính tôi thấy Đà-bà cùng Thâu-la-nan-đà làm hạnh bất tịnh."

---

[235] *Tăng-kỳ* 7, tr. 281a20; *Tứ phần* 4, tr. 589b11; *Thập tụng* 4, tr. 23b15; *Căn bản* 14, tr. 699b17. Vin. iii. 166.

[236] *Tăng-kỳ* 7, tr. 281a20: Xá-vệ thành 舍衛城. *Tứ phần* 4, tr. 589b11: Kỳ-xà-quật sơn, tại La-duyệt-kỳ 耆阇崛山羅閱祇. *Thập tụng* 4, tr. 23b15; *Căn bản* 14, tr. 699b17: Vương Xá thành 王舍城. Vin. iii. 166: *Tena samayena buddho bhagavā rājagahe viharati veḷuvane kalandakanivāpe*, lúc bấy giờ, đức Phật Thế Tôn ở tại vườn Trúc Lâm nơi nuôi dưỡng những con sóc (Ca-lan-đà), trong thành Vương Xá.

Các tỳ-kheo do vậy bạch lên Phật, đức Phật bảo các tỳ-kheo nên tập họp Tăng để tra hỏi Từ Địa: "Ông nói trước đây ông dùng pháp vô căn phỉ báng Đà-bà, nay chính ông thấy Đà-bà cùng Thâu-la-nan-đà làm hạnh bất tịnh, là thật hay là hư?" Các tỳ-kheo vâng theo lời dạy, tập họp Tăng, hỏi Từ Địa... *cho đến* Ông có thể nói lại (việc đó)* là thật hay là hư **[16c01]**, đều như trên đã nói.

Tra hỏi như vậy rồi, Từ Địa nói:

"Thật ra tôi không thấy Đà-bà làm hạnh bất tịnh mà tôi chỉ thấy Thâu-la-nan-đà thường lui tới chỗ Đà-bà, nên có ý muốn phỉ báng ông ta. Nhân từ trên núi Kỳ-xà-quật xuống, thấy hai con khỉ đang giao hợp, bèn mượn tên con khỉ đực cho là Đà-bà, con khỉ cái là Thâu-la-nan-đà, cho nên nói là chính tôi thấy (hai người)* làm hạnh bất tịnh thôi!'"

Các tỳ-kheo bằng mọi cách quở trách: "Tại sao ông dựa vào trong phần sự khác, lấy chi tiết nhỏ, hoặc tương tự chi tiết nhỏ cho là Ba-la-di để phỉ báng tỳ-kheo không phải Ba-la-di!"

Rồi họ đến chỗ đức Phật, trình bày sự việc lên Ngài. Nhân việc này, đức Phật tập họp tỳ-kheo Tăng, hỏi Từ Địa:

"Thật ngươi có vậy không?"

Thưa:

"Thật vậy, bạch đức Thế Tôn."

Đức Phật bằng mọi hình thức quở trách, rồi bảo các tỳ-kheo:

"Vì mười điều lợi, nay Ta vì các tỳ-kheo kết giới. Từ nay giới này nên nói như vầy:

B. GIỚI VĂN

"Tỳ-kheo nào, tự mình không như pháp, vì hận thù nên dựa lấy chi tiết nhỏ,[237] **hay tương tự chi tiết nhỏ trong phần**

---

[237] Hán: Thủ phiến 取片. Phiến, được hiểu là chứng cớ giả để vu khống. Pāli: *Kiñci desaṃ lesamattaṃ upādāyāti leso nāma dasa lesā — jātileso, nāmaleso, gottaleso, liṅgaleso, āpattileso, pattaleso, cīvaraleso,*

sự khác,[238] cho là Ba-la-di, để phỉ báng tỳ-kheo không phải

> *upajjhāyaleso, ācariyaleso, senāsanaleso.* Nắm lấy sự kiện nhỏ nhặt tương tự nào đó, điều nhỏ nhặt tương tự có 10: điều nhỏ nhặt tương tự về xuất thân (huyết thống) – (nghĩa là có vị xuất thân Sát-đế-lợi [*khattiya*] được thấy đang phạm tội Ba-la-di [*pārājika*], rồi khi nhìn thấy vị Sát-đế-lợi khác lại buộc tội rằng: "Ngươi là vị Sát-đế-lợi phạm tội Ba-la-di đã bị ta thấy, ngươi chẳng phải sa-môn, chẳng phải Thích tử...." thì phạm tội Tăng-già-bà-thi-sa [*saṅghādisesa*] theo từng lời nói...); tương tự tên gọi (nghĩa là có vị tên Phật Hộ [Pháp Hộ, Tăng Hộ...] phạm Ba-la-di, sau nhìn thấy vị Phật Hộ khác lại buộc tội [nt]...); tương tự dòng họ (có vị họ Cù-đàm [Gotama] phạm Ba-la-di, sau thấy vị họ Cù-đàm khác lại buộc tội [như trên]); tương tự tướng (có vị cao, lùn... phạm..., sau thấy vị cao, lùn... khác lại buộc tội [nt]); tương tự tội vi phạm (nghĩa là đang phạm tội nhẹ, lại buộc vị ấy phạm Ba-la-di...), tương tự bình bát (nghĩa là có vị mang bình bát đồng, đất... phạm Ba-la-di, rồi thấy vị khác mang bình bát đồng, đất... lại buộc tội... [nt]...), tương tự y phục (có vị mặc y phấn tảo [*paṃsukūla*], y cư sỹ phạm Ba-la-di, rồi nhìn thấy vị khác... [nt]...), tương tự Hòa thượng (có người đệ tử của vì Hòa thượng tên A phạm... rồi thấy đệ tử của Hòa thượng tên B lại buộc tội... [nt]...), tương tự A-xà-lê (có người học trò của vị A-xà-lê tên... phạm... rồi thấy người học trò của vị A-xà-lê tên... lại buộc tội... [nt]...), tương tự phòng xá (có vị ở phòng A phạm Ba-la-di, rồi thấy vị khác ở phòng B lại buộc tội... [nt]...) Cf. Luật tạng 1, Tăng tàn 9, tr. 235, Nam truyền đại tạng kinh 1.

[238] *Hán*: Dị phần trung thủ phiến hoặc tương tợ phiến 異分中取片若似片. *Tăng-kỳ*: Dị phần trung tiểu tiểu sự 異分中小小事; giải thích: trừ 4 Ba-la-di, còn lại 13 tăng-già-bà-thi-sa là dị phần. Các chúng học là tiểu tiểu sự. *Tứ phần*: Dị phần sự trung thủ phiến 異分事中取片; sự, chỉ 4 tránh sự. *Thập tụng*: Dị phần trung thủ phiến 異分中取片; giải thích: Dị phần, phạm 1 trong 4 Ba-la-di, không còn là Sa-môn Thích tử nữa nên gọi là dị phần. *Căn bản*: Dị phi phần sự 異非分事; giải thích, dị chỉ Niết-bàn; bốn Ba-la-di là pháp phi phần của Niết-bàn. Pali *aññabhāgiyassa adhikaraṇassa*, đối với tránh sự thuộc phần sự khác; vấn đề thuộc về thiên tội khác, hay tránh sự cơ sở khác: đối với ngôn tránh, 3 tránh sự còn lại là dị phần sự; đối với dâm dục, 3

Ba-la-di, vì muốn phá hoại Phạm hạnh của vị ấy. Sau đó, tỳ-kheo này dù bị cật vấn, hay không bị cật vấn, nói: Việc này, tôi vì ôm hận nên dựa lấy chi tiết nhỏ, hay tương tự chi tiết nhỏ, trong phần sự khác để phỉ báng, Tăng-già-bà-thi-sa."

C. THÍCH TỪ

Sự: Ngôn tránh sự, giáo giới tránh sự, phạm tội tránh sự, sự tránh sự.

D. PHẠM TƯỚNG

Nếu tỳ-kheo thấy người khác phạm Tăng-già-bà-thi-sa, hoặc khi nhập định tưởng họ phạm Tăng-già-bà-thi-sa vì giận dữ, nên dựa vào trong phần sự khác,[239] lấy chi tiết nhỏ nhất,[240] hoặc tương tự chi tiết nhỏ nhất để phỉ báng tỳ-kheo không phạm Ba-la-di thì phạm Tăng-già-bà-thi-sa.

Nghe, nghi cũng như vậy. Thấy, nghe, nghi người khác phạm Thâu-lan-giá, phạm Ba-dật-đề, phạm Ba-la-đề đề-xá-ni, phạm Đột-kiết-la, dùng Ba-la-di phỉ báng cũng như vậy. Ngoài ra như trên đã nói.

X. PHÁ TĂNG[241]

A. DUYÊN KHỞI

1. *Các vương tử họ Thích*

Đức Phật ở tại ấp Di-na, dưới rừng A-nậu.[242] Bấy giờ, những người

---

Ba-la-di còn lại là dị phần sự.

[239] Dựa vào thiên tội khác.

[240] *Tăng-kỳ* 7, tr. 281c12; *Tứ phần* 4, tr. 590b13; *Thập tụng* 4, tr. 24b22; *Căn bản* 14, tr.700b1. Vin. iii. 171.

[241] *Tăng-kỳ* 7, tr. 281a20; *Tứ phần* 4, tr. 590b13; *Thập tụng* 4, tr. 24b22; *Căn bản* 14, tr.700b1. Vin. iii. 171.

[242] *Tăng-kỳ* 7, tr. 281a20: Xá-vệ thành 舍衛城. *Tứ phần* 4, tr. 590b13: Di-ni-sưu quốc A-nô-di giới 彌尼搜國阿奴夷界 (địa phận của A-nô-di, nước Di-ni-sưu). quốc A-nô-di giới 彌尼搜國阿奴夷界 (địa phận của A-nô-di, nước Di-ni-sưu). *Thập tụng* 4, tr. 24b22; *Căn bản* 14, tr. 700b1: Vương Xá thành 王舍城. Pāli, *Anupiyā*, thị trấn thuộc xứ

quý tộc dòng họ Thích, phần nhiều xuất gia học đạo theo đức Phật.

Khi ấy, Thích-ma-nam[243] nói với A-na-luật:[244]

"Nay các quý tộc đều xuất gia tu Phạm hạnh, tại sao riêng anh em chúng ta lại không? Nếu anh xuất gia thì em làm chủ việc nhà, nếu em xuất gia thì anh sẽ lo liệu."

A-na-luật nói:

"Anh[245] cứ đi xuất gia, em sẽ làm chủ việc nhà."

Thích-ma-nam nói:

"Trước đây (mọi việc)* nhà do anh, em chỉ biết hưởng nhàn, mà không biết gian nan, song xuất gia hành đạo cũng lại khổ sở! Nay em ở nhà, anh sẽ chỉ cho em phương pháp quản lý gia nghiệp."

(Thích-ma-nam)* liền hướng dẫn mọi việc, ban ngày phải như vậy, ban đêm phải như vậy, phương pháp làm ruộng, cách điều hành mua bán hàng hóa, chỉ bày mọi việc.

A-na-luật nói:

"Nếu quản lý gia nghiệp mà phải như vậy mới được thành công, **[17a01]** thì một ngày em cũng không thể quản lý nổi. Xin, anh ở nhà, em sẽ đi xuất gia (tu đạo)."

Thích-ma-nam nói:

"Theo chư Phật Thế Tôn, cha mẹ không cho phép thì không được làm đạo. Nay em nên tự đến trình thưa với mẹ."

A-na-luật liền đến thưa:

Malla, gần *Kapilavatthu*.
[243] Thích-ma-nam 釋摩男, Skt *Sakkamahānāma*, còn gọi Ma-ha-nam 摩訶男. Pāli, *Mahānāma*.
[244] A-na-luật 阿那律. Pāli, *Anuruddha*, anh em với Mahānāma, con Vua Amitodana (Hộc Phạn Vương). Vin. ii 183 (*Cūḷavagga* 7. *Saṅghabheda*).
[245] Theo *Tứ Phần* thì A-na-luật là anh, còn Thích-ma-ha-nam là em. *Tăng-kỳ, Thập tụng, Căn bản*: Không có sự kiện này.

"Con muốn xuất gia học đạo ở trong Phật pháp."

Mẹ bảo:

"Ta chỉ có hai anh em con, tình thương yêu rất nặng, làm sao sống mà xa cách cho được!? Nhà ta rất giàu có, tu công đức tùy thích, sao phải xuất gia để làm tổn thương ý này của mẹ!?"

Khổ cầu đến ba lần, mẹ bèn nói:

"Nếu vua Bạt-đề[246] xuất gia thì mẹ cũng cho phép con."

Lúc ấy, vua Bạt-đề cùng A-na-luật, A-nan,[247] Nan-đề,[248] Điều-đạt,[249] Bà-bà,[250] Kim-bệ-lô[251] các vị thương mến nhau rất nặng, nếu có làm việc gì thề không trái nhau.

Bấy giờ, A-na-luật đến nói vua Bạt-đề:

"Nay có chút việc xin được bày tỏ."

Vua nói:

"Chúng ta vốn đã thề nặng là không làm trái nhau, nếu làm trái nhau thì đầu sẽ bị vỡ thành bảy mảnh. Chỉ cần theo ý nguyện, quyết sẽ làm theo."

A-na-luật liền đem những gì mẹ đã nói thưa lên vua. Vua nói:

"Theo như nguyện này của bạn, tôi chưa có thể tùy thuận. Vì sao? Vì ý nguyện làm vua của tôi, hôm nay mới bắt đầu có kết quả. Thân tộc tôi tuy giàu sang, nhưng sự lo lắng không thể không có, làm sao có thể bỏ nó để xuất gia học đạo?"

A-na-luật nói:

"Nếu vua xuất gia thì ý nguyện của tôi mới toại, tham đắm sự phồn

---

[246] Bạt-đề vương 跋提王. Pāli, *Bhaddiya Sakyarājan*; là anh em họ với A-na-luật.

[247] A-nan 阿難. Pāli, *Ānanda*.

[248] Nan-đề 難提. Pāli, *Nanda*.

[249] Điều-đạt 調達 (Đề-bà-đạt-đa). Pāli, *Devadatta*.

[250] Bà-bà 婆婆. Pāli, *Bhagu*.

[251] Kim-bệ-lô 金鞞廬. Pāli, *Kimbila*.

vinh thì tôi sẽ vĩnh viễn trầm luân. Xin vua ba lần, nên suy nghĩ đừng để trái với lời thề trước kia."

Vua Bạt-đề nói:

"Sẽ theo ý nguyện của bạn, nhưng để lui cho tôi bảy năm, sau đó sẽ cùng bạn xuất gia học đạo."

A-na-luật nói:

"Sau bảy năm chưa chắc đức Phật còn tại thế? Hơn nữa, tính mạng nguy thúy của tôi khó mà bảo toàn. Tại sao nay vua lại đem nó ra để hẹn?"

Vua lại nói:

"Bảy năm nếu lâu thì có thể sáu năm?"

Trả lời cũng như trên, từ năm, bốn, ba, hai đến một năm, rồi từ bảy tháng đến còn một tháng, từ bảy ngày đến còn một ngày đều cũng như vậy.

Nhà vua nói:

"Chúng ta là gia chủ,²⁵² đông như vậy làm sao tiện lợi mà đi. Cần phải tạo phương tiện, trang bị xa giá xuất hành, nhân cuộc vi hành này mới có thể được. Tiện đây bạn có thể nói với A-nan-đà cùng các vị để biết ý này."

A-na-luật liền thông báo hết với năm người, năm người vui mừng thuận ý. Liền trong đêm trang bị bốn loại binh (voi, ngựa, xe, lính bộ) trang sức bề ngoài nhất đời, trời vừa sáng thì họ xuất hành, tham quan du ngoạn xong, âm thầm dẫn theo người thợ cạo tóc Ưu-ba-ly,²⁵³ bỏ lại hết những người tùy tùng, tìm đến chỗ thanh vắng, y phục quý báu biếu cho Ưu-ba-li, nhờ ông cạo tóc, thay đổi y phục mà đi. (Bảy người)* đi chưa được bao lâu, Ưu-ba-ly nghĩ như vầy: "Các hào tộc dòng họ Thích cường bạo, nếu biết ta cạo đầu cho

---

²⁵² Trưởng giả 長者: ^{Skt} Śreṣṭhin, Gṛha-pati; ^{Pāli} Seṭṭhin, Gaha-pati; có nghĩa là gia chủ, cư sỹ. Thông thường thì gọi chung những người giàu sang có thế lực, hoặc những người tuổi cao, đức lớn.

²⁵³ Ưu-ba-li 優波離. ^{Pāli} Upāli.

những người này, chắc họ sẽ giết ta. Hơn nữa, các quý tộc này còn có thể bỏ nhà (đi xuất gia)*, **[17b01]** nay ta tại sao không bỏ đồ nghề hớt tóc và các y phục quý giá này theo họ mà đi!" Rồi liền tự cạo đầu, đem các y phục quý báu treo trên cây, nghĩ như vầy: "Ai cần thì lấy nó." Ngay lúc đó đi thật nhanh, trong chốc lát đuổi theo kịp và nói với bảy người: "Nay tôi cũng muốn theo (quí vị)* xuất gia." Bảy người liền chấp thuận, rồi cùng đi đến chỗ đức Phật, đầu mặt đảnh lễ sát chân, bạch:

"Kính bạch đức Thế Tôn, nay chúng con muốn xuất gia tịnh tu Phạm hạnh mà Ưu-ba-ly là người nô bộc của chúng con, xin Ngài cho ông ta thọ Cụ túc giới trước, sau mới độ chúng con,[254] để cho chúng con và mọi người dòng họ Thích phá lòng kiêu mạn lớn đối với người kia."

Đức Phật liền độ Ưu-ba-ly trước, độ bảy người sau.

Bấy giờ, đức Thế Tôn nghĩ như vầy: "Ca-duy-la-vệ[255] cách đây không xa, những người dòng họ Thích biết việc này sẽ gây trở ngại", liền đưa tám người đến thành Bạt-đề-la,[256] ở dưới cây Võng Lâm, vì họ nói diệu pháp về: Nhãn vô thường, sắc vô thường; nhãn thức, nhãn xúc; nhãn xúc làm duyên sanh thọ vô thường... *cho đến ý vô thường, pháp vô thường; ý thức, ý xúc; ý xúc làm duyên sanh thọ vô thường.* Các ngươi là Thánh đệ tử nên quán như vậy, sanh tâm yểm ly, sẽ đắc trí giải thoát, việc làm đã xong, Phạm hạnh đã lập, không tái sanh đời sau.

Lúc nói pháp này, sáu người hết lậu, đắc A-la-hán. A-nan vì hầu Phật, các lậu chưa hết. Điều-đạt, người duy nhất không thu hoạch được chi.[257]

Vua Bạt-đề đắc A-la-hán rồi, tâm tịnh không sợ hãi, hoặc ở dưới bóng cây, ngồi nơi đất trống, kinh hành, tự vui sướng, thốt lên:

---

[254] Hán: Ngã 我.
[255] Ca-duy-la-vệ 迦維羅衛. Pāli, Kapilavatthu.
[256] *Tứ phần*, tr. 591b21: Sau khi độ các Thích tử, đức Phật bảo họ đến nước Chiêm-ba 占波國.
[257] *Tứ phần*: Đề-bà-đạt-đa đạt được thần túc.

"Khoái thay! Khoái thay!"

Lúc ấy, có tỳ-kheo khác nghe câu nói đó, nghĩ như vầy: "Tỳ-kheo Bạt-đề chắc nhớ chuyện vui thế gian, không thích Phạm hạnh." Liền đến bạch Phật:

"Vừa rồi con nghe Bạt-đề nói: 'Khoái thay! Khoái thay!', chắc nhớ lại chuyện vui khi còn làm vua, không thích sống Phạm hạnh."

Đức Phật bảo tỳ-kheo ấy:

"Ngươi có thể gọi đến đây."

Liền đến nói:

"Đại sư cho gọi ông."

Bạt-đề liền đến chỗ đức Phật, đầu mặt kính lễ sát chân, rồi đứng qua một bên.

Đức Phật hỏi Bạt-đề:

"Thật sự ông có nói 'Khoái thay!' phải không?"

Bạt-đề thưa:

"Thật vậy, bạch đức Thế Tôn."

Lại hỏi Bạt-đề:

"Ông thấy được nghĩa gì mà nói khoái thay!?"

Bạt-đề thưa:

"Xưa kia con ở tại gia, con sống trong bảy lớp hào thành, bảy hàng voi, bảy hàng ngựa, bảy hàng xe, bảy hàng bộ binh; bốn loại binh bao quanh, mà bỗng nghe một tiếng gì khác lạ lòng kinh hoàng, lông dựng lên. Nay ở dưới bóng cây, nơi đất trống mà thản nhiên không lo, cho nên con đã nói 'khoái thay!'"

Đức Phật bảo tỳ-kheo: "Bạt-đề đã đắc La-hán, mà không thích Phạm hạnh là điều không thể có."

Bấy giờ, đức Phật vì Bạt-đề nói bài kệ:

[17c01] Khoái thay! A-la-hán,
Không bị ân ái buộc,
Đã phá dục, sân, si,
Lại không bị lưới bủa.
Đã đến nơi Niết-bàn,
Không còn tâm uế trược,
Không nhiễm đắm nơi đời,
Giải thoát không các lậu.
Thấu triệt về năm uẩn,
Dạo qua bảy rừng pháp,
Nơi sở hành đại long,
Đã thắng mọi khủng bố,
Thành tựu mười chủng phần.
Long đức Tam-muội thiền,
Hết tất cả hữu lậu,
Là đệ nhất thế gian,
Bất động, không sợ hãi.
Không tái sanh đời sau,
Đã dứt, chỗ tịch diệt,
Hằng không báo khổ vui,
Trụ nơi trí vô học.
Thân này là cuối cùng,
Phạm hạnh kiên cố lập,
Không có điều không tin,
Trên đời, trong trời đất,
Lại không mọi dục lạc.
Đây gọi sư tử rống,
Không thể hơn đức Phật.

2. Nhân duyên Chúng Lạc (A-xà-thế)[258]

Lúc bấy giờ, Đức Thế Tôn cùng các Đại đức Thanh văn nhận lời

---

[258] *Tứ phần; Căn bản:* Vị Sanh Oán 未生怨, dịch nghĩa. Phiên âm thường biết là A-xà-thế. Phá tăng sự 10 (tr. 147c6). Pāli *Ajātasattu/ Ajātasattu Vedehiputta,* A-xà-thế Vi-đề-hy Tử.

mời của Long vương A-nậu-đạt.²⁵⁹ Điều-đạt vì chưa đắt thần thông nên không thể đi được, xấu hổ vô cùng, liền nghĩ như vầy: "Nay ta nên hỏi pháp tu thần thông." Liền đến bạch Phật:

"Xin Phật vì con dạy pháp tu thần thông."²⁶⁰

Đức Phật vì ông mà dạy, Điều-đạt thọ giáo. Trong thời gian an cư, tiện đắc thần thông. Được thần thông rồi, suy nghĩ như vầy: "Ai nên giáo hóa trước? Rồi nghĩ như vầy: "Thái tử con vua Bình-sa²⁶¹ tên Chúng Lạc, trước hết nên hóa đạo người này, sau đó ta sẽ giáo hóa những người khác."

Nghĩ như vậy rồi, (Điều-đạt)* liền biến mất khỏi nơi Võng Lâm, hiện thành một đứa trẻ nít nằm ngửa, mút ngón tay, ở trên giường Thái tử. Thái tử thấy đứa trẻ, hoảng sợ vô cùng, hỏi:

"Ngươi là trời hay là quỷ thần?"

Trả lời:

"Tôi là Điều-đạt, đừng nên sợ hãi."

Thái tử nói:

"Nếu là Điều-đạt thì nên hiện nguyên hình trở lại."

Liền biến lại hình thái²⁶² như cũ. Thái tử hoan hỷ, tôn thờ làm thầy, hằng ngày đến thăm hỏi, đem theo năm trăm cổ xe. Điều-đạt lại hóa làm năm trăm đứa trẻ nằm ngửa, mút ngón tay trên xe. Lại dùng năm trăm cổ xe chở thức ăn ngon bổ đến cúng dường. Lúc ấy, người trong nước đều cho đây là việc hiếm có, nói: "Điều-đạt có đại thần lực biến hóa như vậy, nên khiến thái tử **[18a01]** hằng ngày đến thăm hỏi, cúng dường các thức ăn ngon bổ".

---

²⁵⁹ Long vương A-nậu-đạt 阿耨達龍王. Skt *Anavatapta*, Pāli *Anotatta*. Một trong tám Long vương lớn, sống ở hồ A-nậu-đạt.

²⁶⁰ *Căn bản* 14, tr. 700c14: Thập lực Ca-nhiếp(diếp)-ba 十力迦攝(葉)波 *Daśabala-kāśyapa* (là một trong mười vị đại đệ tử của đức Phật).

²⁶¹ Bình-sa vương 瓶沙王. Pāli *Bimbisāra/ Seniya Bimbisāra*, vua nước Ma-kiệt-đà.

²⁶² Hán: Uy nghi 威儀.

Ở đây, Điều-đạt không tự lượng sức mình, bèn muốn thu nhận nuôi dưỡng đồ chúng.

Bấy giờ, đức Thế Tôn ra khỏi Võng Lâm du hành trong nhân gian, đến nước Câu-xá-di,²⁶³ trú tại vườn Cù-sư-la.²⁶⁴ Khi ấy, Mục-kiền-liên đang ở một nơi riêng biệt. Nước này, trước đây có Kiều-trần-như Tử gọi là Kha-hưu,²⁶⁵ tịnh tu Phạm hạnh, đắc quả A-na-hàm, sanh lên cõi Phạm Thiên.²⁶⁶ Nửa đêm vắng lặng, từ cõi trời giáng hạ, phóng ánh sáng lớn, đến chỗ Mục-liên,²⁶⁷ đầu mặt kính lễ sát chân, thưa với Mục-liên: "Nay Điều-đạt, hiện các thần thông biến hóa thu phục²⁶⁸ thái tử Chúng Lạc và muốn nuôi đồ chúng, sợ ông ta (mưu tâm)* chắc sẽ phá hòa hiệp Tăng."

Nói như vậy rồi biến mất.

Sáng sớm hôm đó, Mục-liên sửa y phục, đến chỗ đức Phật, trình bày đầy đủ điều Kha-hưu vừa nói lên đức Phật. Đức Phật hỏi Mục-liên: "Ý ông thế nào? Có đúng như lời Kha-hưu nói không?"

Thưa:

"Ý con cũng như vậy."

Đức Phật bảo Mục-liên:

---

²⁶³ Nước Câu-xá-di 拘舍彌國. Skt. *Kauśāmbi,* Pāli *Kosambī,* 1 trong 16 nước lớn, và cũng là 1 trong 6 đô thị lớn ở Trung Ấn Độ. *Tứ phần:* Câu-thiểm-tỳ quốc 拘睒毘國.

²⁶⁴ Vườn Cù-sư-la 瞿師羅園. Skt. *Ghoṣilārāma,* Pāli *Ghositārāma,* khu vườn này do Trưởng giả Cù-sư-la (*Ghoṣila,* dịch là tiếng hay, giọng dịu dàng) dựng tinh xá cúng dường cho đức Phật.

²⁶⁵ Kiều-trần-như Tử danh viết Kha-hưu 憍陳如子名曰柯怵 (*Koliyaputta* – An epithet *Kakudha*). *Tứ phần:* Ca-hưu-câu-la Tử 迦休拘羅子. Vin. ii. 185, *Kakudha/ Kakudha Koliya;* nguyên là thị giả của ngài Đại Mục-kiền-liên. Cf. A.iii. 122ff.

²⁶⁶ *Tứ phần:* Hóa tự tại thiên 化自在天; Vin.ii. 185: *adhunā kālaṅkato aññataraṃ manomayaṃ kāyaṃ upapanno,* tái sinh với thân khác do ý sinh.

²⁶⁷ Pāli *Moggallāna.*

²⁶⁸ Hán Hóa 化.

"Đừng nói lời ấy, tại sao vậy? Vì trên trời, dưới trời, không thấy sa-môn, bà-la-môn, chư thiên, ma, phạm nào có thể thống lãnh đồ chúng của Phật."[269]

Lại bảo Mục-liên: "Ở đời có năm hạng thầy,[270] hiện nay đều có mặt:

1. Giới không thanh tịnh, tự nói thanh tịnh. Các đệ tử của họ đều biết sự thật, nhưng che giấu tội lỗi của họ để mong cầu lợi dưỡng.

2. Tà mạng, nịnh hót, quanh co, tự nói mình chánh trực; nhưng các đệ tử cũng che giấu điều đó.

3. Nói điều bất thiện, tự nói là lời thiện; nhưng các đệ tử vui mừng cho là thiện.

4. Kiến giải không thanh tịnh, tự nói là thanh tịnh, nhưng các đệ tử cho rằng kiến giải tịnh.

5. Nói lời phi pháp luật, nói là pháp luật, nhưng các đệ tử cũng cho là đúng pháp, mà không thể khiến cho người trí tin nhận.

Này Mục-liên, Như Lai giới tịnh, không có nịnh hót quanh co, lời nói không bất thiện, tri kiến thanh tịnh, nói năng như pháp, người trí tin nhận, không cần đệ tử che giấu và khen ngợi.

Bấy giờ có tỳ-kheo khác ở thành Vương Xá, an cư xong, mặc y bưng bát đến chỗ đức Phật, bạch: "Kính bạch đức Thế Tôn, Điều-đạt thu phục thái tử Chúng Lạc, hiện làm một đứa trẻ.... *cho đến* cúng dường các thức ăn ngon bổ."

Đức Phật bảo tỳ-kheo:

"Chớ hâm mộ những biến hóa này do Điều-đạt đã tạo ra để mong cầu lợi dưỡng. Nếu ai thọ nhận sự cung kính cúng dường này thì sẽ chịu mọi thống khổ lâu dài tăng thêm. Cũng như con chó dữ, dùng gậy đánh nó, nó sẽ lại dữ thêm. Điều-đạt cũng như vậy, nhận được nhiều sự cúng dường, phiền não lại tăng thêm."

Bấy giờ, Đức Thế Tôn muốn trùng tuyên lại nghĩa này nên nói

---

[269] Cf. Vin. ibid., Phật cảnh giác Mục-liên: "Hãy giữ kín lời nói!"
[270] *Tứ phần*: Ngũ chủng tôn 五種尊. Pāli *pañca satthāro*.

bài kệ:

[18b01] *Người ngu thêm ác kia,*
Do lợi dưỡng sanh ra.
Người si đoạn pháp thiện,
Giống như đầu lìa thân.
Không tu hạnh thanh tịnh,
Mà muốn nuôi đồ chúng,
Muốn ngồi trên mọi người,
Mong tất cả tôn kính.
Có người cầu lợi dưỡng,
Có người cầu Nê-hoàn,
Lợi dưỡng hại pháp thiện.
Tịch diệt trừ xan tham.

Lại bảo các tỳ-kheo:

"Cây chuối, cây trúc, cây lau do ra quả mà chết. Con Cự Hư[271] mang thai cũng bỏ mạng mình. Nay Điều-đạt tham cầu lợi dưỡng cũng lại như vậy."

Bấy giờ, Đức Thế Tôn muốn trùng tuyên nghĩa này, nói bài kệ:

Cây chuối vì quả chết,
Trúc, lau cũng như vậy.
Cự Hư mang thai chết,
Kẻ sĩ tham tự mất.

Bấy giờ, đức Thế Tôn từ nước Câu-xá-di, tuần tự du hành đến thành Vương Xá, trú nơi núi Kỳ-xà-quật. Ngài được tỳ-kheo, tỳ-kheo-ni, ưu-bà-tắc, ưu-bà-di, quốc vương, đại thần, sa-môn, bà-la-môn, phạm-chí, cư sĩ cúng dường y thực, ngọa cụ và các thuốc men, cung kính, tôn trọng, khen ngợi, nhưng Ngài không hề nhiễm trước, giống như bông sen.

Bấy giờ, Đức Thế Tôn nói pháp cho vô số đại chúng vây quanh. Điều-đạt từ chỗ ngồi đứng dậy, sửa y phục, để trống vai bên hữu, đầu

---

[271] Cự Hư 駏驉: Giống con la, là do ngựa đực và con la cái giao phối mà sinh ra.

mặt đảnh lễ sát chân, quỳ gối chắp tay bạch Phật:

"Kính bạch đức Thế Tôn, cúi xin Ngài an trụ, nay con sẽ tự thống lãnh chúng Tăng."

Đức Phật nói với Điều-đạt:

"Xá-lợi-phất, Mục-liên còn chưa thể thống lãnh đồ chúng của Ta, huống nữa ông, người ngu si, ăn đờm dãi ư!"[272]

Khi ấy Điều-đạt nổi lòng phẫn hận: "Tại sao trước đại chúng, Đức Thế Tôn lại mạ nhục ta thậm tệ như thế!" Do sanh ác tâm với đức Phật nên Điều-đạt bắt đầu tổn giảm thần túc. Lại nghĩ như vầy: "Đức Phật khen ngợi Xá-lợi-phất, Mục-liên mà hủy nhục ta". Rồi lại sanh ác tâm với Xá-lợi-phất và Mục-liên, đó là lần thứ hai bị tổn giảm thần túc.

(Điều-đạt)* trở về lại trú xứ thuyết pháp cho quốc vương, đại chúng vây quanh. Trong chúng đó có một tỳ-kheo đến bạch Phật:

"Nay Điều-đạt nói pháp cho quốc vương, đại chúng vây quanh."

Đức Phật bảo tỳ-kheo:

"Điều-đạt không những đời này có được đại chúng này, mà đời quá khứ cũng đã từng có các tỳ-kheo này."

Đời quá khứ xa xưa có một Ma-nạp[273] ở trong hang núi, tụng sách Sát-lợi (Sát-đế-lợi). Có một con cáo đồng ở xung quanh đó, chuyên nghe tụng sách, [18c01] tâm có điều hiểu, nghĩ như vầy: "Như ta hiểu lời sách này đủ để làm vua trong các loài thú". Nghĩ như vậy rồi, liền bắt đầu du hành, gặp một con cáo đồng khác ốm yếu, liền muốn giết nó.

(Con cáo)* kia nói:

"Tại sao muốn giết tôi?"

Trả lời:

"Ta là vua của loài thú, ngươi không phục ta, cho nên phải giết."

---

[272] Pāli, Vin.ii. 189: *chavassa kheḷāsakassa*, cái xác chết dính đàm dãi.
[273] Ma-nạp 摩納: *Māṇava*, người con trai tuổi trẻ, đồng tử, thiếu niên.

Cáo kia nói:

"Xin đừng giết tôi, tôi sẽ làm tùy tùng."

Thế là hai con cáo cùng nhau du hành, lại gặp một con cáo nữa, cũng muốn giết nó. Đối đáp như trên và cũng xin được tùy tùng. Như vậy, lần lữa nó hàng phục tất cả loài cáo. Lại dùng bầy cáo hàng phục tất cả voi. Lại dùng những con voi hàng phục tất cả hổ. Lại dùng những con hổ hàng phục tất cả sư tử. Nhân đó, tạm thời được làm vua trong loài thú. Đã được làm vua rồi, lại nghĩ như vầy: "Nay ta đã là vua loài thú, thì không nên lấy thú làm vợ". Liền cỡi voi trắng, điều khiển vô số loài thú, vây quanh thành Ca-di[274] trăm ngàn vòng.

Vua sai sứ hỏi: "Ngươi cùng các loài thú, tại sao làm như vậy?"

Con cáo đồng trả lời: "Ta là vua thú, nên lấy con gái của ông. Nếu gả cho ta thì hay, bằng không ta sẽ tiêu diệt nước ông."

(Sứ thần)* về báo như vậy, nhà vua tập họp quần thần cùng thương nghị. Chỉ trừ một vị thần (không đồng ý)*, tất cả đều bảo nên gả. Tại sao vậy? Vì chỗ dựa của quốc gia chỉ nương vào voi, ngựa; ta có voi ngựa, đối phương lại có sư tử. Voi ngựa nghe hơi thở (của sư tử)* cũng sợ hãi nằm sát đất, có chiến đấu chắc không thắng được, bị các loài thú tiêu diệt. Sao tiếc một người con gái mà để mất một quốc gia!?"

Khi ấy, vị đại thần thông minh, mưu sâu tâu với nhà vua:

"Theo nhận xét của thần thì xưa nay chưa từng nghe thấy, có con gái nhà vua nào đem gả cho một loài thú thấp hèn. Thần tuy yếu hèn nhưng muốn giết con cáo này, khiến bầy thú tự chúng sẽ chạy tán loạn."

Vua liền hỏi:

"Hãy trình bày mưu kế ra xem!"

Đại thần tâu:

"Vua chỉ cần sai sứ hẹn ngày giờ. Trước ngày giao chiến, yêu cầu

---

[274] Thành Ca-di 迦夷城: Pali *Kāsī*.

chúng một điều, điều đó là sư tử nên giao chiến trước, rồi rống sau. Chúng bảo ta sợ, tất ra lệnh sư tử rống trước, rồi giao chiến sau. Đến ngày giao chiến, vua ra lệnh cho (mọi người)* trong thành đều bịt lỗ tai lại."

Vua áp dụng theo kế này, sai sứ hẹn ngày giờ và yêu cầu điều trên. Đến ngày giao chiến, lại sai người đưa tin yêu cầu sau đó mới xuất quân. Trong đoàn quân tiên phong muốn giao chiến, quả thật cáo đồng ra lệnh sư tử rống trước. Cáo đồng nghe tiếng sư tử rống, tim bị vỡ làm bảy mảnh, từ trên lưng voi rớt xuống đất, ngay lúc đó, các loài thú đều tẩu tán.

Nhân việc này, đức Phật nói bài kệ:

Cáo đồng lắm kiêu mạn,
Muốn tìm cầu vây cánh,
Kéo đến thành Ca-di,
Tự xưng là vua thú.
[19a01] *Người kiêu mạn cũng vậy,*
Mưu toan lãnh đồ chúng,
Tại nước Ma-kiệt-đà,
Tự xưng là pháp chủ.

Đức Phật bảo các tỳ-kheo:

"Vua Ca-di bấy giờ, chính là Ta. Đại thần thông minh, chính là Xá-lợi-phất. Vua cáo đồng, chính là Điều-đạt.[275]

Này các tỳ-kheo! Xưa kia Điều-đạt dối trá để được vây cánh, nay cũng như vậy. Xá-lợi-phất, ông đến giữa chúng Điều-đạt công bố như vầy: 'Ai chấp nhận năm pháp[276] dạy của Điều-đạt thì người ấy sẽ

---

[275] Tăng-kỳ, Tứ phần, Thập tụng, Căn bản: Không có mẩu chuyện này.
[276] Ngũ phần 25, tr. 164a (Phần thứ 5, pháp phá Tăng): 1. không ăn muối. 2, không ăn sữa đặc. 3. không ăn cá thịt. 4. Chỉ xin ăn, không nhận mời. 5. Xuân, Hạ, 8 tháng ngồi giữa chỗ trống; Đông 4 tháng sống trong am cỏ. *Tứ phần* 4 (tr.594b01): Trọn đời khất thực, trọn đời mặc y phấn tảo, trọn đời ngồi nơi đất trống, trọn đời không ăn muối, trọn đời không ăn cá thịt. *Thập tụng* 36 (tr.259a22): 1. Mặc nạp y. 2.

không thấy Phật, Pháp, Tăng'."

Tôn giả Xá-lợi-phất thưa:

"Xưa kia con đã từng khen ngợi Điều-đạt, làm sao hôm nay lại chê trách được?"

Đức Phật dạy:

"Trước kia ông khen ngợi là đúng thật phải không?"

Thưa: "Là đúng thật."

Đức Phật dạy:

"Nay đáng chê trách, mà chê trách cũng lại đúng thật."

Đức Phật bảo các tỳ-kheo:

"Nay nên bạch Nhị yết-ma, sai Xá-lợi-phất đến giữa chúng Điều-đạt quở trách Điều-đạt:

Một tỳ-kheo bạch:

"Đại đức Tăng lắng nghe! Nay (Tăng) sai Xá-lợi-phất đến trong chúng Điều-đạt công bố rằng: 'Nếu vị nào chấp nhận năm pháp dạy của Điều-đạt thì sẽ không thấy Phật, Pháp, Tăng.' Nếu thời gian thích hợp đối với Tăng, Tăng chấp thuận, đây là lời tác bạch.

Đại đức Tăng lắng nghe! Nay (Tăng) sai Xá-lợi-phất đến trong chúng Điều-đạt công bố rằng: 'Nếu vị nào chấp nhận năm pháp dạy của Điều-đạt thì sẽ không thấy Phật, Pháp, Tăng.' Các Trưởng lão nào chấp thuận thì im lặng, vị nào không chấp thuận xin nói.

Tăng đã sai Xá-lợi-phất rồi, Tăng đã chấp thuận vì im

Chỉ khất thực. 3. Chỉ một lần ăn. 4. Ngồi giữa trời trống. 5. Không ăn thịt. *Phá Tăng sự* 10, tr. 149b8 (T24n1450): không dùng sữa; không ăn cá thịt; không ăn muối; không bứt bỏ sợi chỉ dài khi may y (?); chỉ sống trong thôn xá. Pāli, Vin. ii. 197, Vin. iii. 171: 1. Sống trong rừng. 2. Chỉ khất thực. 3. Mặc phấn tảo. 4. Sống dưới bóng cây. 5. Không ăn cá.

lặng. Việc này tôi ghi nhận như vậy."

Bấy giờ, Tôn giả Xá-lợi-phất liền đến trong chúng của Điều-đạt, cao giọng xướng: "Nếu vị nào chấp nhận năm pháp dạy của Điều-đạt thì sẽ không thấy Phật, Pháp, Tăng."

Khi ấy, trong hội chúng của Điều-đạt mọi người đều la rằng: "Sa-môn Thích tử lại ganh ghét nhau, thấy Điều-đạt nhận được cúng dường nhiều sự nên nói như vậy."

Bấy giờ, vua Bình-sa đang có mặt trong chúng kia, tuyên lệnh rằng: "Đừng nói như vậy! Tại vì sao? Vì chúng của Phật thanh tịnh, không có ganh ghét vậy."

Ngay lúc ấy, Điều-đạt nói với mọi người có muốn thấy hoa Mạn-đà-la[277] trên trời không?

Mọi người nói:

"Muốn thấy."

Điều-đạt liền ẩn mình trước mọi người, đến bên ao hoa, vừa muốn lấy hoa liền mất thần túc trở về chỗ ngồi cũ. Điều-đạt đã bị mất thần túc liền sanh ác tâm muốn hại đức Phật, thưa với thái tử:

"Nay phụ vương của thái tử cai trị đời bằng chánh pháp, theo chỗ tôi biết thì sự suy tàn vô thời hạn. Nhưng mạng người vô thường, trong nháy mắt khó bảo toàn. Vương vị này, phải nhanh chóng hà tất đợi lâu năm! Thái tử có thể mưu đồ nó để sớm được bốn biển. Còn tôi sẽ hại Phật, thay thế ngôi Pháp vương. Trong nước Ma-kiệt này sẽ có vua mới, Phật mới, **[19b01]** cùng hoằng hóa, không phải là điều tốt ư?"

Thái tử trả lời:

---

[277] Hoa Mạn-đà-la 曼陀羅華: Skt *māndārava*, dịch là Thiên diệu, Duyệt ý (thứ hoa thơm làm vừa ý đẹp lòng); một trong bốn loại hoa ở cõi thiên giới. Trong kinh Pháp hoa nói rằng, khi Phật thuyết pháp, trời mưa xuống hoa Mạn-đà-la (Diệu pháp liên hoa kinh 1, tr. 2b07, T9n262).

"Công ơn sinh thành dưỡng dục của cha mẹ nặng hơn trời đất,[278] nhìn lại muốn trả mà chưa trọn! Tại sao nay thầy lại bảo tôi làm điều phản nghịch như vậy?"

Điều-đạt nghe như thế mà lòng không biết hổ thẹn, còn dùng lời xảo quyệt để dẫn dụ (thái tử)* theo ý mình, làm cho mê đắm và vui lòng chấp nhận những lời của Điều-đạt. Sau đó, thái tử bí mật mang một lưỡi kiếm bén đi vào cửa vương cung. Vì ôm lòng ác, phản nghịch nên bất giác run sợ, té xuống trước cửa vương cung, rồi đứng dậy. Quan giữ cửa thấy vậy liền nghĩ như vầy: "Thái tử thường vào với oai nghi đĩnh đạc, hôm nay như vậy, ắt sẽ có lý do", liền đến hỏi.

Thái tử trả lời:

"Ta muốn giết vua cho nên như vậy."

Lại hỏi:

"Thái tử làm theo lời ai dạy?"

Đáp:

"Điều-đạt."

Các quan giữ cửa cùng bàn:

"Nên như thế nào?"

Vị thứ nhất bàn: "Nên giết tất cả sa-môn và thái tử Chúng Lạc."

Vị thứ hai bàn:

"Trước đây đức Phật đã sai Xá-lợi-phất tuyên bố sự ác nghịch của Điều-đạt, tại sao lại muốn giết hết sa-môn? Tội này chỉ do thái tử và Điều-đạt, hai người mà thôi."

Vị thứ ba bàn:

"Chúng ta không nên vội phán quyết tội này, phải tâu lên vua, vua sẽ có giáo sắc và sẽ phụng hành."

Bàn bạc như vậy rồi, liền đem việc này tâu lên vua. Vua hỏi: "Ý kiến của các khanh thế nào?"

---

[278] Hán: Nhị nghi 二儀 (lưỡng nghi).

(Các quan)* liền đem vấn đề trình bày đầy đủ. Nhà vua liền đuổi vị quan có ý kiến thứ nhất, hoán chuyển chỗ ở vị quan có ý kiến thứ hai, khen và trao thêm quyền hạn cho vị có ý kiến thứ ba.

Lại ra lệnh tập họp quần thần để bàn việc này. Các quan đều nói:

"Ý kiến vị quan thứ hai là hợp lý mà nhà vua còn hoán chuyển địa vị, xem ra ý vua không chấp nhận có tác hại. Với hình phạt chính đã không áp dụng thì phải dùng hạ kế."

Các quan nói:

"Ngôi vua, thái tử vốn là người thừa kế vị. Vì ý muốn gấp làm vua nên ôm lòng phản nghịch này. Chỉ nhường ngôi cho thái tử thì ác tâm kia tất chấm dứt."

Lời bàn này hợp với lòng vua, liền thoái vị, truyền ngôi cho thái tử, với vương hiệu là A-xà-thế. Khi mới lên ngôi vua, vì hưởng thụ ngũ dục lạc nên tâm sát nghịch tạm thời lắng xuống, chỉ trong thời gian ngắn như vậy, rồi (về sau)* nhân không có việc mà (A-xà-thế)* hại mạng phụ thân.

Bấy giờ, vua A-xà-thế có con voi rất hung hãn, Điều-đạt lén đến chỗ người nài voi nói: "Sáng nay Cù-đàm sẽ đi con đường này. Ông có thể vì tôi cho voi uống rượu khiến cho say, rồi thả nó chạy ra con đường này. Phật với tâm nhiều bình thản tất không tránh nó, do đó nó sẽ đạp chết; (tôi)* sẽ hậu tạ hiện vật cho ông."

Ngày hôm sau, đến giờ thọ trai, đức Phật đắp y mang bát, cùng năm trăm đệ tử vào thành khất thực. Trước đó, người nài voi đã cho con voi uống rượu say. Từ xa thấy đức Phật đến, ông ta liền thả voi ra. Những người kính tín Phật pháp, thấy thả con voi say, đều đến bạch Phật: **[19c01]** "Cúi xin Đức Thế Tôn nên đi theo con đường khác."

Năm trăm vị đệ tử cùng A-nan cũng bạch như vậy.

Đức Phật ba lần đều trả lời:

"Không can chi! Rồng còn không hại ta được!"

Các chúng đệ tử đều vô tình[279] bỏ Phật theo đường khác, chỉ có

---

[279] Hán: Bất giác 不覺.

Tôn giả A-nan một mình đi theo sau. Khi ấy người xem bốn phía đông đúc, mọi người bàn tán: "Nay hai rồng đấu nhau, xem ai đắc thắng". Bọn ngoại đạo thì nói: "Voi, rồng sức đều mạnh, chắc là hơn người". Đệ tử của Phật nói: "Rồng trong loài người, đạo cao đức trọng, chắc voi bị hàng phục." (Lời qua tiếng lại)* không lý không chứng, nhân đó gom góp tiền vàng cá nhau hơn thua.

Bấy giờ, voi say từ xa trông thấy Phật lại, tai phe phẩy, mũi khì hơi mạnh, chạy đến đức Phật. A-nan sợ hãi, hoảng hốt vô tình chui vào dưới nách Phật. Đức Phật bảo A-nan:

"Vừa rồi chính ông đã nghe ba lần 'Không can chi!' Tại sao không tin còn hoảng sợ đến thế?"

Đức Phật thấy voi tới, Ngài liền nhập Từ tâm Tam-muội mà nói kệ:

Ngươi đừng hại Đại long,
Đại long ra đời khó.
Nếu ai hại Đại long,
Đời sau đọa ác đạo!

Voi nghe kệ rồi, dùng vòi trải mặt đất, ôm chân Đức Thế Tôn. Trong chớp nhoáng nhìn lên nhìn xuống đức Phật, đi quanh bên hữu ba vòng, rồi lui. Từ đó về sau, nó thành một con voi hiền lành, thật là kỳ lạ! Mọi người đều khen ngợi:

"Sa-môn Thích tử không dùng đao gậy mà hàng phục được con voi hung dữ này". Nhân dân trong nước không còn bị khủng bố nữa. Điều này sao mà sung sướng thay! Các ngoại đạo thảy đều hổ thẹn, còn chúng đệ tử của đức Phật thì vui mừng hớn hở, thu được hơn bảy mươi vạn tiền vàng.

Đức Phật đã hàng phục voi, rồi lại nói kệ:

Voi say đầy sân nhuế,
Hướng đến đấng Đạo sư.[280]
Trăm họ đều chứng kiến,
Gom tiền cá hơn thua.

---

[280] Hán: Thiên trung thiên 天中天.

Thân voi như Thái sơn,
Sức thắng sáu mươi voi.
Tiếng vang động tâm người,
Rống lên phá quân địch.
Đức đại lực Đạo sư,
Thương chúng sanh, xuất thế,
Vì muốn độ voi dữ,
Nên đứng ngay trước nó.
Hàng voi, mọi người thấy.
Đạo tục thảy vui mừng,
Khen Phật hàng voi dữ,
Giống như sư tử vương.

Sau khi Điều-đạt thấy như vậy nghĩ: "Nay dùng phương thức này hại Phật không được, lại phải tìm một người hung bạo không biết Phật là ai, dùng của để dụ với giá đắt để đến giết Phật". (Điều-đạt)* liền đi khắp nơi tìm kiếm, gặp một người đàn ông vạm vỡ, bèn nói:

"Ông vì tôi giết Phật, **[20a01]** sẽ hậu tạ."

Người kia ham của nên xin đi. Bấy giờ, đức Phật đang kinh hành nơi đất trống, từ xa thấy người kia, Ngài dùng Từ tâm Tam-muội bủa khắp người ông, vẫy tay kêu. Người kia bất chợt buông dao, đi vội đến chỗ đức Phật, đầu mặt đảnh lễ sát chân, bạch Phật rằng:

"Nay con si cuồng, muốn hại đức Thế Tôn. Tự biết có tội nặng, xin cho phép con sám hối."

Đức Phật dạy: "Ông thật là ngu si! Tại sao vì của mà muốn hại đức Như Lai? Ở trong pháp của Ta, nếu ai biết có tội mà sám hối thì sẽ tăng trưởng căn lành."

Tiếp theo vì ông mà nói pháp, luận về bố thí, trì giới, sanh thiên; tại gia thì nhiễm ô trói buộc, xuất thế thì an lạc. Đức Phật biết tâm ý người ấy vui mừng nên vì ông thuyết pháp nói về khổ, tập, diệt,[281] đạo. (Người ấy)* nghe pháp được khai giải, ở trong các pháp xa lìa trần cấu, được mắt pháp thanh tịnh. Thấy pháp đắc quả rồi, tự

---

[281] Hán 盡 Tận 盡.

quy y Tam bảo, thọ trì năm giới. Đức Thế Tôn khiến trở về theo con đường khác, vì Điều-đạt lại mộ hai người (khác)* khiến họ giết người trước, nhằm thủ tiêu tiếng xấu. Tiếp lại sai khiến bốn người, *cho đến* ba mươi hai người, đều đến trước chỗ Phật và cũng như những lần trước đức Phật nói pháp khiến cho tất cả đều chứng quả Tu-đà-hoàn.

Lúc ấy, các tỳ-kheo nghe Điều-đạt sai người hại Phật, đều cầm đao trượng (đến để)* bảo vệ đức Thế Tôn. Họ phân bố nhau đứng mỗi (nhóm)* một bên. Theo thường pháp chư Phật là mặt trời xuất hiện thì ra khỏi phòng. Sáng hôm đó, Ngài đi ra thấy các tỳ-kheo đang đứng hai bên, hỏi:

"Vì lý do gì các ngươi cầm dao gậy đứng đây?"

Các tỳ-kheo thưa:

"(Chúng con)* nghe Điều-đạt sai người muốn hại Thế Tôn, không thể tự an tâm, nên đứng đây."

Đức Phật bảo các tỳ-kheo:

"Như Lai mà bị hoạnh tử (chết oan), không thể có điều này. Thế gian có năm hạng Thầy cần phải phòng hộ, Như Lai thì không cần. Các ngươi, mỗi người tuỳ theo chỗ an mà tự bảo hộ lấy tâm mình."

Điều-đạt biết rồi, lại nghĩ như vầy: "Lần này ta lại không thể hại được Phật; lại phải tìm người cùng tự thân dẫn đi mới mong có kết quả". (Điều-đạt)* liền tìm được một người, cùng lên núi Kỳ-xà-quật. Bấy giờ, Đức Thế Tôn đang đi kinh hành trên tảng đá dưới núi. Điều-đạt liền sai người kia xô đá hại Phật. Người kia vừa móng tâm xô đá thì tay chân không cử động được. Ý vừa nghĩ công đức Phật lớn thì tay chân bình phục lại.

Điều-đạt thấy vậy, nổi sân hận nói:

"Sao ngươi bạc nhược, hãy nhanh chóng biến đi!?"

Liền tự tay bưng một tảng đá lớn đẩy xuống hại Phật; may dưới núi có vị Thần tên là Kim-bệ-lô,²⁸² đỡ lấy hòn đá quăng ra xa, mảnh

---

²⁸² Kim-bệ-lô 金鞞盧: Skt *Kumbhīra*, Pali *Kimbila*, còn gọi là Kim-tì-la, Quân-tì-la, v.v... Hán dịch là Long vương, Giao long...; là vị thần hộ vệ thành

nhỏ văng trúng ngón chân cái Phật, làm bị thương. Đức Thế Tôn thấy vậy, nói với Điều-đạt: **[20b01]**

"Nay ông phạm phải tội Vô gián. Nếu dùng tâm ác làm thân Phật chảy máu, chắc chắn sẽ đọa vào A-tỳ²⁸³ địa ngục."

Điều-đạt lại nghĩ như vầy: "Ta đã không thể hại được Phật, chỉ còn có cách phá sự hòa hợp Tăng.²⁸⁴ Phật có đại thần lực, nếu ta có thể phá được Tăng của ông ta thì danh của ta sẽ chấn động khắp nơi".

Đức Phật biết ý nghĩ đó, nói với Điều-đạt:

"Ông chớ nên phá hòa hợp Tăng. Nếu Tăng đã bị phá mà ai có thể hòa hợp thì người đó sẽ được sanh lên trời, hưởng vui một kiếp. Nếu Tăng đang hòa hợp mà người nào phá thì (người đó)* sẽ đọa vào địa ngục chịu khổ một kiếp."

Điều-đạt nghe rồi tạm thời xả bỏ tâm này, nhưng sau đó lại tìm cách sanh lại những ý nghĩ như trên. Đức Phật cũng khuyên ngăn như ban đầu, liền nói kệ:

> *Chúng Tăng hòa hợp vui,*
> *Hòa hợp thường an ổn.*
> *Nếu phá hòa hợp Tăng,*
> *Khổ địa ngục một kiếp.*
> *Chúng Tăng hòa hợp vui,*
> *Hòa hợp thường an ổn.*
> *Hàn gắn Tăng bị phá,*
> *Hưởng vui trời một kiếp.*
> *Nếu chia rẽ riêng biệt,*
> *Thường nói lời bất thiện,*

Vương Xá, Trung Ấn Độ.

²⁸³ A-tì 阿鼻: ᴾᵏᵗ *Avīci*, dịch là vô gián 無間 (không gián đoạn). Kinh *Trường A-hàm* 1, tr. 125a23, T01n01: Tội nhân nơi đây (địa ngục), trong khoảnh khắc búng móng tay, không có một giây phút nào là không khổ. Vì vậy gọi là địa ngục Vô gián.

²⁸⁴ *Tứ phần*: Phá Tăng luân 破僧輪; ᴾᵃˡⁱ *saṅghabhedam, cakkabhedam*: Phá Tăng và phá luân (xe pháp).

Để phá hòa hợp Tăng,
Khổ địa ngục một kiếp.
Không chia rẽ riêng biệt,
Thường hay nói lời lành,
Để hàn gắn Tăng phá,
Hưởng vui trời một kiếp.

Điều-đạt nghe rồi, tạm thời từ bỏ ý này, nhưng bỗng sau đó cách phát sanh trở lại mạnh hơn trước. Lúc ấy, các tỳ-kheo nghe Điều-đạt muốn phá hòa hợp Tăng, liền đến bạch Phật. Nhân việc này, đức Phật tập họp tỳ-kheo Tăng, bằng mọi cách chuyển lời khiển trách đến Điều-đạt, rồi bảo các tỳ-kheo:

"Nên sai một tỳ-kheo thân quen với Điều-đạt đến can gián:

'Thầy đừng phá hòa hợp Tăng, đừng làm việc phá Tăng, nên cùng Tăng hòa hợp, vì cùng Tăng hòa hợp, nên hoan hỷ không tranh chấp, một lòng, cùng học (một Thầy)*, hòa hợp như nước với sữa, cùng nhau hoằng hóa lời đại Sư dạy sống an lạc.'

Nếu thuận tùng thì tốt, bằng không thuận tùng thì sai nhiều tỳ-kheo. Nếu lại không thuận tùng thì Tăng nên đến can gián."

Các tỳ-kheo vâng lời dạy, ba lần như vậy, đều không thuận tùng. Các tỳ-kheo bằng mọi cách quở trách rồi, đem việc này trình lên đức Phật. Nhân việc này, đức Phật tập họp tỳ-kheo Tăng, cũng bằng mọi cách chuyển lời khiển trách đến Điều-đạt rồi, bảo các tỳ-kheo:

"Vì mười điều lợi, nên nay Ta vì các tỳ-kheo kết giới. Từ nay, giới này nên nói như vầy:

B. GIỚI VĂN

"Tỳ-kheo nào, tìm phương tiện giúp phá hòa hợp Tăng, các tỳ-kheo nên [20c01] nói với tỳ-kheo kia rằng: 'Thầy đừng tìm phương tiện để phá hòa hợp Tăng. Nên cùng Tăng hòa hợp, vì Tăng hòa hợp nên vui vẻ không tranh chấp. Một lòng, cùng học (một Thầy)*, hòa hợp như nước với sữa, cùng hoằng hóa lời đại Sư dạy, sống an lạc'. Can gián như vậy mà kiên trì không bỏ thì nên can gián lần thứ hai, lần thứ ba. Can gián lần thứ hai, lần thứ ba bỏ thì tốt, không bỏ, Tăng-già-bà-thi-sa."

C. THÍCH TỪ

Giúp phá:[285] Tìm mọi cách để phá Tăng.

Hòa hợp:[286] Đồng Bố-tát, Tự tứ, Yết-ma, cùng Tăng làm những việc của Tăng.

Tăng: Từ bốn vị trở lên.

D. PHẠM TƯỚNG

Tỳ-kheo kia muốn phá Tăng, các tỳ-kheo[287] khác thấy, nghe, biết, nên sai một tỳ-kheo thân quen với vị ấy đến can gián, nếu bỏ thì phạm một Đột-kiết-la hối quá. Nếu không bỏ thì nên sai nhiều tỳ-kheo đến can gián, nếu bỏ thì phạm hai Đột-kiết-la hối quá. Nếu lại không bỏ thì Tăng nên đến can gián, nếu bỏ thì phạm ba Đột-kiết-la hối quá. Nếu không bỏ thì nên bạch Tứ yết-ma can gián.[288] Một tỳ-kheo tuyên bố:

> "Đại đức Tăng xin lắng nghe! Tỳ-kheo… này tìm phương tiện giúp phá hòa hợp Tăng. Tăng đã can gián: 'Thầy không nên tìm phương tiện giúp phá hòa hợp Tăng'. Can gián như vậy mà kiên trì không bỏ. Nay Tăng yết-ma can gián. Nếu thời gian thích hợp đối với Tăng, Tăng chấp thuận. Đây là

---

[285] Nói đủ là phá (hòa hiệp) Tăng pháp, tức luận điểm hay sự kiện dẫn đến phá hòa hiệp Tăng. Pali *bhedanasaṃvattanikaṃ vā adhikaraṇaṃ*, tránh sự dẫn đến phá Tăng; Giải thích, gồm 18 luận điểm dẫn đến phá Tăng (*aṭṭhārasabheda-karavatthūni*), tức 18 phá Tăng sự. Trong trường hợp Đề-bà-đạt-đa, 5 pháp mới được đề xuất để phá bốn Thánh chủng của Phật.

[286] Pali *samānasaṃvāsako samānasīmayaṃ*, đồng nhất trú xứ, trong cùng một cương giới.

[287] Hán 僧 Tăng.

[288] *Tăng-kỳ* 7, tr. 283a20: Cầu thính Yết-ma 求聽羯磨. *Thập tụng* 4, tr. 25b20: Bạch tứ yết-ma ước sắc 白四羯磨約勒; *Tứ phần*, *Căn bản*: Không có văn Bạch tứ yết-ma can gián này.

lời tác bạch".

Bạch rồi, nên nói với tỳ-kheo kia rằng:

"Tăng đã bạch rồi, còn ba Yết-ma nữa, thầy nên bỏ việc này, đừng để phạm Tăng-già-bà-thi-sa. Nếu họ bỏ thì nên trao ba Đột-kiết-la, một Thâu-lan-giá hối quá."

Nếu không bỏ thì nên xướng tiếp:

"Đại đức Tăng xin lắng nghe, tỳ-kheo... này tìm phương tiện giúp phá hòa hợp Tăng... Cho đến, nay Tăng yết-ma can gián. Các Trưởng lão nào chấp thuận thì im lặng, vị nào không chấp thuận thì xin nói".

Rồi lại nên nói với tỳ-kheo kia:

"Tăng đã yết-ma lần thứ nhất xong, còn hai yết-ma nữa. Thầy nên bỏ việc này, đừng để phạm Tăng-già-bà-thi-sa".

Nếu vị kia bỏ thì nên trao cho ba Đột-kiết-la, hai Thâu-lan-giá hối quá. Nếu không bỏ thì yết-ma lần thứ hai, như trên. Yết-ma lần thứ hai xong, lại phải nói như trên. Nếu vị kia chịu bỏ thì nên trao cho ba Đột-kiết-la, ba Thâu-lan-giá hối quá. Nếu không chịu bỏ thì yết-ma lần thứ ba, như trên. Yết-ma lần thứ ba chưa xong mà vị ấy chịu bỏ thì trao cho ba Đột-kiết-la, ba Thâu-lan-giá hối quá. Yết-ma lần thứ ba xong, bỏ hay không bỏ đều phạm Tăng-già-bà-thi-sa.

Tỳ-kheo-ni cũng như vậy. Thức-xoa-ma-na, sa-di, sa-di-ni phạm Đột-kiết-la. Nếu tác bạch không thành thì ba yết-ma đều không thành. Nếu tác yết-ma khác, ngăn yết-ma, **[21a01]** phi pháp yết-ma, không can gián tự bỏ đều không phạm.

XI. TUỲ THUẬN PHÁ TĂNG[289]

A. DUYÊN KHỞI

Đức Phật ở tại thành Vương Xá.[290] Bấy giờ những tỳ-kheo yểm trợ

---

[289] *Tăng-kỳ* 7, tr. 283b15; *Tứ phần* 5, tr. 595c2; *Thập tụng* 4, tr.25c16; *Căn bản* 15, tr. 704b28. Vin. iii. 174.

[290] *Tứ phần* 5, tr. 595c2: La-duyệt-kỳ Kỳ-xà-quật sơn 羅閱祇嗜闍崛山; *Tăng-kỳ* 7, tr. 283b15, *Thập tụng* 4, tr.25c16; *Căn bản* 15, tr.704b28:

Điều-đạt nói với các tỳ-kheo rằng: "Những gì Điều-đạt nói là biết mà nói, chứ chẳng phải không biết mà nói; nói đúng pháp chứ chẳng phải nói phi pháp; nói đúng luật chứ chẳng phải nói sai luật; những điều ấy tâm chúng tôi chấp nhận, vui thích."

Các tỳ-kheo Trưởng lão nghe, bằng mọi cách quở trách: "Tại sao các ngươi nói: 'Những gì Điều-đạt nói là biết mà nói, chứ chẳng phải không biết mà nói; nói đúng pháp chứ chẳng phả nói phi pháp; nói đúng luật chứ chẳng phải nói sai luật; những điều ấy tâm chúng tôi chấp nhận, vui thích?'"

Quở trách rồi, đem vấn đề bạch lên đức Phật. Nhân việc này, đức Phật tập họp các tỳ-kheo Tăng, bằng mọi cách chuyển những lời quở trách các tỳ-kheo yểm trợ cho Điều-đạt, rồi bảo các tỳ-kheo:

"Nên sai một tỳ-kheo thân quen với các tỳ-kheo yểm trợ Điều-đạt, đến can gián họ:

'Chớ nói những gì Điều-đạt nói là biết mà nói, chứ không phải không biết mà nói; nói đúng pháp chứ chẳng phải nói phi pháp; nói đúng luật chứ chẳng phải nói sai luật; những điều ấy chúng tôi chấp nhận, vui thích.'

Tại sao vậy? Vì Điều-đạt chẳng phải biết mà nói; chẳng phải nói đúng pháp; chẳng phải nói đúng luật. Các người chớ yểm trợ phá hòa hợp Tăng, nên yểm trợ hòa hợp Tăng. Vì hòa hợp Tăng là nên vui vẻ không tranh chấp. Một lòng đồng học (một thầy)* như nước hòa với sữa, cùng nhau hoằng truyền lời dạy của Đại sư, sống an lạc'. Nếu họ chấp nhận thì tốt, bằng không chấp nhận, nên sai nhiều tỳ-kheo và Tăng đến can gián."

Các tỳ-kheo vâng lời dạy, ba lần can gián như vậy, nhưng các tỳ-kheo yểm trợ Điều-đạt đều không chấp nhận. Các tỳ-kheo bằng mọi cách quở trách, rồi đem sự việc trình bày lên đức Phật. Nhân sự việc này, đức Phật tập họp các tỳ-kheo Tăng, bằng nhiều cách chuyển những lời quở trách đến các tỳ-kheo yểm trợ Điều-đạt, rồi bảo các tỳ-kheo:

Đều ở tại Vương-xá thành 王舍城.

"Vì mười điều lợi, nên nay Ta vì các tỳ-kheo kết giới. Từ nay giới này nên nói như vầy:

B. GIỚI VĂN

Tỳ-kheo nào, yểm trợ phá hòa hợp Tăng, hoặc một, hoặc hai, hoặc số đông, nói với các tỳ-kheo rằng: 'Những gì tỳ-kheo này nói là biết mà nói, chứ không phải không biết mà nói; nói như pháp chứ không nói phi pháp; nói đúng luật chứ không nói sai luật. Những điều ấy, tâm chúng tôi chấp nhận, vui thích.'

Các tỳ-kheo nói với các tỳ-kheo kia rằng: 'Các thầy chớ nói như vầy: 'Những gì tỳ-kheo ấy nói là biết mà nói chứ không phải không biết mà nói, nói như pháp chứ chẳng phải nói phi pháp, nói đúng luật chứ chẳng phải nói sai luật. Những điều ấy tâm chúng tôi chấp nhận, vui thích.' Tại sao vậy? Vì tỳ-kheo này chẳng phải biết mà nói, không nói như pháp, không nói đúng luật. Các người chớ nên vui thích yểm trợ phá hòa hợp Tăng, nên vui vẻ yểm trợ hòa hợp Tăng. Vì Tăng hòa hợp nên hoan hỷ, không tranh chấp. Một lòng cùng học (một Thầy) như nước hòa với sữa, cùng hoằng truyền lời dạy của Đại sư, sống an lạc.'

Can gián như vậy mà kiên trì không bỏ, nên can gián lần thứ hai, lần thứ ba. Lần thứ hai, lần thứ ba can gián [21b01] mà bỏ thì tốt, không bỏ, Tăng-già-bà-thi-sa.

C. THÍCH TỪ

Yểm trợ phá:[291] Nhân duyên yểm trợ thành tựu việc phá Tăng.

Hòa hợp: đồng Bố-tát, Tự tứ...

D. PHẠM TƯỚNG

Sai một người thân quen can gián, nếu bỏ thì phạm một Đột-kiết-la

---

[291] Hán: Trợ phá 助破. *Tứ phần:* Bạn đảng 伴黨. *Tăng-kỳ, Thập tụng*: Đồng ý tương trợ 同意相助. *Căn bản:* Cộng vi bạn đảng 共為伴黨. Pāli: vaggavādaka.

hối quá. Cho đến không can gián mà tự bỏ, đều như giới trước đã nói.

XII. ÁC TÁNH BẤT THỌ NHÂN NGỮ[292]

A. DUYÊN KHỞI

Đức Phật ở tại nước Câu-xá-di.[293] Khi ấy, tỳ-kheo Xiển-đà[294] thường phạm các tội, vào nhà bạch y, lên giường, xuống giường đều không như pháp; ăn riêng chúng, ăn mãi; vào xóm làng không đúng lúc mà không thưa với thiện tỳ-kheo. Các tỳ-kheo thấy nói rằng: "Thầy phạm tội như vậy, như vậy... Thầy nên thấy tội sám hối,[295] đối với Phạm hạnh đừng để không thanh tịnh; nếu không sẽ chịu mọi khổ não lâu dài! Đừng để cho thí chủ mất đại công đức."

Xiển-đà trả lời:

"Đại đức, các thầy không nên dạy tôi, mà tôi nên dạy các thầy! Tại sao vậy? Vì Pháp vương Thánh sư là chủ của tôi, pháp xuất ra từ tôi, không dính gì các Đại đức. Thí như gió lớn thổi các cỏ dơ cùng gôm một chỗ, tất cả các Đại đức xuất gia từ nhiều dòng họ, gồm nhiều gia đình, gồm nhiều quốc gia, cũng lại như vậy. Tại sao mà muốn dạy dỗ tôi!? Các Đại đức, đừng nói với tôi (điều gì)* hoặc tốt hoặc xấu, tôi cũng không nói với các Đại đức (điều gì)* hoặc tốt hoặc xấu."

Các tỳ-kheo lại nói với Xiển-đà:

---

[292] *Tăng-kỳ* 7, tr. 284c22: Tăng-già-bà-thi-sa 12. *Tứ phần* 5, tr. 599a16. *Thập tụng* 4, tr. 27c6. *Căn bản* 16, tr. 707a25: Tăng-già-bà-thi-sa 13. Pāli, *Saṅghādisesa* 12.

[293] *Tăng-kỳ* 7, tr. 284c22: Câu-xá-di 俱舍彌, *Tứ phần* 5, tr. 599a16, *Thập tụng* 4, tr. 27c6: Cũng Câu-thiểm-di 拘睒彌, *Căn bản* 16, tr. 707a25: Kiều-thiểm-tì 憍閃毘. Pāli *Kosambiyaṃ Ghositārāme*.

[294] Hán: Xiển-đà 闡陀: *Tăng-kỳ, Tứ phần, Căn bản*: Xiển-đà 闡陀, *Thập tụng*: Xiển-na 闡那. Pāli *Channa*, thường gọi là Xa-nặc, người hầu ngựa của Thái tử. Sau khi theo Phật xuất gia, ông là một trong những thành viên của nhóm lục quần. Sau khi Phật diệt độ, ông theo ngài A-nan học đạo, chứng A-la-hán.

[295] Sám hối: Nên hiểu là phát lồ.

"Đừng nuôi lớn bản ngã[296] mà không thể cùng nói chuyện. Thầy nên nói với các tỳ-kheo (những gì)* hoặc tốt hoặc xấu, các tỳ-kheo cũng sẽ nói với thầy (những gì)* hoặc tốt hoặc xấu. Như vậy lần lượt dạy bảo lẫn nhau, chỉ ra những tội cho nhau mới thành chúng của Như Lai."

Các tỳ-kheo can gián như vậy, (Xiển-đà)* vẫn kiên trì không bỏ; nên dẫn đến chỗ đức Phật trình bày sự việc lên Ngài. Nhân việc này, đức Phật tập họp tỳ-kheo Tăng, hỏi Xiển-đà:

"Thật ngươi có vậy không?"

Thưa:

"Thật vậy, bạch Thế Tôn."

Đức Phật bằng mọi cách quở trách:

"Ngươi là người ngu si! Không nên tự không cùng nói chuyện? Các tỳ-kheo thấy ngươi phạm tội, muốn không cùng ngươi thường làm những việc như Bố-tát, Tự tứ, Yết-ma. Vì dũ lòng thương ngươi, cho nên can gián ngươi. Tại sao nay ngươi lại không tin nhận?" Đức Phật bằng mọi cách quở trách, rồi bảo các tỳ-kheo:

"Nên sai một tỳ-kheo thân thiện với Xiển-đà đến can gián như trên. Kế đến, số đông tỳ-kheo, rồi đến Tăng (can gián.)*"

Các tỳ-kheo vâng lời dạy, ba phen (can gián mà Xiển-đà)* vẫn không chịu, nên đem sự việc bạch lên Phật. Nhân việc này, đức Phật tập họp tỳ-kheo Tăng, bằng mọi cách chuyển lời khiển trách Xiển-đà xong, bảo các tỳ-kheo:

"Vì mười điều lợi, nên nay Ta vì các tỳ-kheo kết giới. Từ nay giới này nên nói như vầy:

B. GIỚI VĂN

"Tỳ-kheo nào, có ác tánh, khó dạy, cùng các tỳ-kheo đồng học kinh, luật, thường hay phạm tội. [21c01] Các tỳ-kheo như pháp, như luật can gián kẻ phạm kia. Vị kia lại

---

[296] Hán: Tác tự ngã 作自我.

nói: 'Này Đại đức! Thầy đừng nói với tôi (điều gì)* hoặc tốt hoặc xấu, tôi cũng không đem điều tốt, xấu nói với thầy.'

Các tỳ-kheo lại nói: 'Thầy đừng nuôi lớn bản ngã* mà không thể nói chuyện (với ai)*. Thầy nên vì các tỳ-kheo nói như pháp, các tỳ-kheo cũng sẽ vì thầy nói như pháp. Như vậy, lần lượt dạy vẽ cho nhau, chỉ ra những tội cho nhau mới thành chúng của Như Lai.'

Can gián như vậy mà kiên trì không bỏ, nên can gián lần thứ hai, lần thứ ba. Lần thứ hai, thứ ba can gián, bỏ việc này thì tốt, không bỏ, Tăng-già-bà-thi-sa."

C. THÍCH TỪ

Ác tánh khó dạy:[297] không nhận sự răn dạy, không có tâm cung kính, cho mình là phải, cho người là trái.

Đồng học kinh luật: Kinh là tất cả lời Phật dạy. Luật là Ba-la-đề-mộc-xoa.

D. PHẠM TƯỚNG

Khi sai một tỳ-kheo thân quen đến can mà bỏ thì phạm một Đột-kiết-la hối quá, cho đến không can mà tự bỏ đều giống như giới trên đã nói.

---

[297] Hán: Ác tánh nan cộng ngữ 惡性難共語. *Tăng-kỳ:* Tự dụng lệ ngữ 自用戾語 (dùng lời ngang ngược bướng bỉnh). *Tứ phần, Căn bản:* Ác tánh bất thọ nhân ngữ 惡性不受人語 (tánh ngoan cố không nhận lời của người). *Thập tụng:* Ác tánh lệ ngữ 惡性戾語 (tánh ngoan cố nói lời ngang ngược bướng bỉnh). Pāli *dubbacajātiko*, bản tính khó nói; khó nói chuyện; không nhận lời khuyên can.

XIII. Ô THA GIA[298]

A. DUYÊN KHỞI

Đức Thế Tôn ở tại thành Xá-vệ.[299] Khi ấy, ấp Kiết-la[300] có hai tỳ-kheo, một người tên An-bễ,[301] người thứ hai tên Phân-na-bà,[302] rủ nhau xúm làm việc xấu, làm hoen ố nhà người, làm những việc phi oai nghi: Tự kết tràng hoa, dạy người kết tràng hoa; tự mình mang, dạy người mang; cùng ngồi một giường với người nữ, cùng ăn một mâm, ăn thịt, uống rượu, ca múa kỹ nhạc; tạo tiếng các loài chim, cũng làm các loài chim khi đá nhau; chơi các trò chơi bài bạc, làm các trò hề để trêu ghẹo người nữ. Cả thân, khẩu, ý làm các điều ác như vậy, phá giới, phá kiến, phá oai nghi chánh mạng.

Khi ấy, có năm trăm tỳ-kheo oai nghi đầy đủ, từ nước Ca-di[303] đến ấp này, tới giờ mang bát vào thôn khất thực, các cư sĩ thấy đều nói như vầy: "Các tỳ-kheo này từ đâu đến, cúi đầu làm thinh giống như hiếu tử, không biết giao tiếp nói năng cùng người. Ở đây, ta có hai

---

[298] *Tăng-kỳ* 7, tr. 286c16: Tăng-già-bà-thi-sa 13; *Tứ phần* 5, tr. 596c17, *Thập tụng* 4, tr. 26b9, *Căn bản* 15, tr. 705a10: Tăng-già-bà-thi-sa 12. Pāli, *Saṅghādisesa* 13.

[299] *Tăng-kỳ* 7, tr. 286c16; *Tứ phần* 5, tr. 596c17; *Thập tụng* 4, tr. 26b9: Xá-vệ thành (quốc) 舍衛城, *Căn bản* 15, tr. 705a10 Thất-la-phạt thành: 室羅伐城.

[300] Kiết-la ấp 吉羅邑. *Tăng-kỳ*: Ca-thi Hắc sơn tụ lạc 迦尸黑山聚落. *Tứ phần*: Ky-liên 羈連. *Thập tụng*: Hắc sơn thổ địa 黑山土地, thuộc nước Xá-vệ. *Căn bản*: Chỉ-tra sơn 抧吒山. Pāli *Kiṭāgiri*.

[301] An-bễ 頞髀. *Tăng-kỳ*: Trong nhóm Lục quần tỳ-kheo. *Tứ phần*: A-thấp-bà 阿濕婆. *Thập tụng*: Mã Tú 馬宿. *Căn bản*: A-thấp-phược-ca 阿濕薄迦. Pāli *Assaji*. Đây là tỳ-kheo trong nhóm Lục quần (*chabbaggiyā*); không phải *Assaji Thera* trong năm tỳ-kheo đầu tiên (*pañcavaggiya*).

[302] Phân-na-bà 分那婆. *Tăng-kỳ*: Trong nhóm Lục quần tỳ-kheo. *Tứ phần*: Phú-na-bà-sa 富那婆娑. *Thập tụng*: Mãn Tú 滿宿. *Căn bản*: Bổ-nại-phạt-tố 補捺伐素. Và thêm một người thứ ba nữa: Bán-đậu-lô-hê-đắc-ca 半豆盧呬得迦. Pāli *Punabbasu*.

[303] Ca-di quốc 迦夷國. *Tứ phần*: Ca-thi quốc 迦尸國. Pāli *Kāsī*, 1 trong 16 nước lớn thời Phật. Thủ phủ là *Bārāṇasī*.

hiền tỳ-kheo nhiều tài, nhiều nghề, khéo làm vui lòng người, phiền gì hạng người này ở lại lâu làng ấp này, cũng không cho thức ăn, để họ mang bát không ra về."

Lúc ấy, Xá-lợi-phất và Mục-liên cũng từ Ca-di đến ấp này. Bọn An-bể nghe, nghĩ như vầy: "Hai vị này đến chắc vì nghe chúng ta làm những việc mang tiếng xấu, họ sẽ ngăn chặn mọi sự cúng dường cho chúng ta."

Liền đến nói với các cư sĩ: "Chốc nữa sẽ có hai tỳ-kheo đến, một vị tên là Mục-liên, giỏi biết các trò huyễn thuật, hiện mọi thứ biến hóa; vị thứ hai tên là Xá-lợi-phất, giỏi biết về chú thuật, khéo nói mê hoặc người. Các người nên đồng tâm đừng để bị họ mê hoặc. Chúng tôi sẽ ở đây, nếu không đúng như vậy thì (chúng tôi)* sẽ đi."

Các cư sĩ nói: "Quý Trưởng lão cứ an trụ, chúng con không bao giờ bị họ mê hoặc đâu!"

[22a01] Khi hai vị đến, các cư sĩ già, trẻ, lớn, nhỏ đều ra nghinh đón, hỏi chào, đảnh lễ sát chân rồi ngồi qua một bên. Khi ấy, Mục-liên vì họ hiện thần biến, chia thân ra thành trăm ngàn rồi hiệp lại làm một, đi xuyên qua vách đá, vượt qua nước như trên đất, ngồi nằm trên hư không như chim dang cánh, thân đến Phạm thiên, tay sờ mặt trời, mặt trăng; phần trên của thân tuôn ra lửa, phần dưới của thân tuôn ra nước; phần trên thân tuôn ra nước, phần dưới thân tuôn ra lửa; hoặc hiện nửa thân, hoặc hiện toàn thân; trồi Đông, lặn Tây; trồi Tây, lặn Đông; trồi Nam, lặn Bắc; trồi Bắc, lặn Nam; trồi giữa, lặn bên; trồi bên, lặn giữa… Hiện thần thông biến hóa rồi trở lại ngồi vào chỗ cũ.

Các cư sĩ đều xầm xì nói với nhau rằng: "Mục-liên giỏi biết các trò huyễn thuật thật! Điều này đúng như vậy."

Bấy giờ, Xá-lợi-phất vì họ nói diệu pháp. Đoạn đầu, đoạn giữa, đoạn cuối đều thiện, nghĩa thiện, vị thiện, đầy đủ thanh bạch thể hiện Phạm hạnh. Nói pháp này rồi, ngồi im lặng.

Lúc này, các cư sĩ cũng lại bàn với nhau: "Xá-lợi-phất giỏi biết về chú thuật." Kiểm chứng lại cũng đúng. Lúc đó mọi người đều không tin nhận, họ không cúng dường chi cả.

Bấy giờ, ấp này có hai ưu-bà-tắc, một người tên là Phú-xà, một người tên là Ưu-lâu-già, tin ưa Phật pháp, kiến đế, đắc quả, thường ưa bố thí cúng dường sa-môn. Họ nghe Xá-lợi-phất, Mục-liên từ Ca-di đến, cả hai cùng ra nghinh đón, đầu mặt đánh lễ sát chân. (Hai ngài)* vì họ nói diệu pháp, chỉ vẽ điều lợi ích, khiến vui vẻ.

Nghe pháp rồi, thưa với ngài Xá-lợi-phất: "Trong ấp này có hai tỳ-kheo thường làm các việc phi oai nghi (nói đầy đủ như trên). Vừa rồi có năm trăm vị tỳ-kheo oai nghi tường tự, vào trong thôn khất thực, đành phải ôm bát không ra về. Cúi xin Đại đức đem việc này bạch với đức Phật."

Lúc này, hai ngài lại vì hai ưu-bà-tắc nói lại pháp vi diệu, chỉ dạy điều lợi ích, khiến họ vui vẻ rồi trở về thành Xá-vệ, đem vấn đề trên bạch lên đức Phật một cách đầy đủ. Nhân việc này, đức Phật tập hợp tỳ-kheo Tăng, bảo A-nan:[304]

"Ông đến ấp Kiết-la tác pháp Yết-ma khu xuất[305] cho hai tỳ-kheo này."

A-nan bạch Phật:

"Tỳ-kheo ác kia chẳng phải sa-môn, tự nói là sa-môn, thường làm bất tịnh. Tâm đã bại hoại, nếu một mình con đến, chắc chắn họ theo ác tánh tuỳ ý quậy phá con."

Đức Phật nói với A-nan:

"Đúng vậy, đúng vậy! như lời ông nói! Nay ông có thể tùy ý dẫn theo một số tỳ-kheo, nhiều ít tùy ý ông, đến đó tập chúng và sau đó mới cử tội[306] bọn An-bệ, bằng pháp bạch Tứ yết-ma, trục xuất khỏi

---

[304] *Tăng-kỳ* 7, tr. 287b2. *Thập tụng* 4, tr. 26c21. *Căn bản* 15, tr. 705b25: Cũng A-nan như Ngũ phần. *Tứ phần* tr. 597a23: Phật bảo hai ngài Xá-lợi-phất và Mục-liên.

[305] Hán: Khu xuất yết-ma 驅出羯磨. *Tăng-kỳ, Thập tụng*: Khu xuất yết-ma 驅出羯磨. *Tứ phần*: Tẫn yết-ma 擯羯磨. *Căn bản*: Khu khiển yết-ma 驅遣羯磨. Pāli *pabbājaniyakamma*; đuổi tỳ-kheo ra khỏi địa phương nơi mà họ đang mang tiếng xấu.

[306] Hán: Cử An-bệ đẳng tội 舉頞髀等罪; tiến hành luận tội và buộc tội An-

ấp kia."

Một tỳ-kheo xướng lên:

"Đại đức Tăng xin lắng nghe! Tỳ-kheo… này có hành vi xấu, làm hoen ố nhà người. Việc có hành vi xấu ai cũng thấy, ai cũng nghe, ai cũng biết. Việc làm nhơ nhớp nhà người ai cũng thấy, ai cũng nghe, ai cũng biết. Nay Tăng trục xuất khỏi ấp này. Nếu thời gian thích hợp đối với Tăng, Tăng [22b01] chấp thuận. Đây là lời tác bạch.

Đại đức Tăng xin lắng nghe! Tỳ-kheo… này có hành vi xấu, làm hoen ố nhà người. Việc có hành vi xấu ai cũng thấy, ai cũng nghe, ai cũng biết. Việc làm hoen ố nhà người, ai cũng thấy, ai cũng nghe, ai cũng biết. Nay Tăng trục xuất khỏi ấp này; các Trưởng lão nào chấp thuận thì im lặng, vị nào không chấp thuận xin nói. *(Lần thứ hai, lần thứ ba cũng nói như vậy).*

Tăng đã chấp thuận trục xuất tỳ-kheo… khỏi ấp rồi, Tăng đã chấp thuận vì im lặng. Việc này tôi ghi nhận như vậy."

Tôn giả A-nan vâng lời dạy, dẫn năm trăm tỳ-kheo đến ấp kia. Các cư sĩ nghe A-nan cùng năm trăm tỳ-kheo đến, đều ra nghinh đón, hỏi chào và đảnh lễ sát chân, rồi ngồi lui qua một bên. A-nan liền tập họp chúng… *cho đến* Yết-ma. Tác pháp Yết-ma xong, hai tỳ-kheo kia vẫn không đi.

Các tỳ-kheo hỏi:

"Tại sao hai người không đi?"

Trả lời:

"A-nan cùng các vị[307] có thiên vị, có thù nghịch, có bất minh, có sợ hãi, cho nên không đi. Tại sao vậy? Vì có tỳ-kheo đồng tội như vậy mà có người bị đuổi, có người không bị đuổi."

Các tỳ-kheo nói:

---

bễ và Phân-na-bà. Pali *codetabba*.
[307] Hán: Đẳng 等.

"Thầy đừng nói 'A-nan, cùng các vị có thiên vị, có thù nghịch, có bất minh, có sợ hãi. Vì có tỳ-kheo cùng đồng tội như vậy mà có người bị đuổi, có người không bị đuổi.' Các thầy có hành vi xấu, làm hoen ố nhà người. Có hành vi xấu ai cũng thấy, ai cũng nghe, ai cũng biết. Làm hoen ố nhà người, ai cũng thấy, ai cũng nghe, ai cũng biết. Thầy nên ra đi, không nên ở đây."

Các tỳ-kheo can gián như vậy, họ kiên trì không bỏ, nên đem việc này bạch Phật. Nhân việc này, đức Phật tập họp tỳ-kheo Tăng, bằng mọi cách chuyển lời khiển trách hai tỳ-kheo kia, rồi bảo các tỳ-kheo:

"Nên sai một vị thân thiết với hai tỳ-kheo kia đến can gián như trên. Kế đến, số đông tỳ-kheo, tiếp đến là Tăng."

Các tỳ-kheo vâng lời dạy, ba phen (can gián)* mà họ không chấp nhận, nên đem vấn đề bạch Phật. Nhân việc này, đức Phật tập họp tỳ-kheo Tăng, một lần nữa chuyển lời khiển trách, rồi bảo các tỳ-kheo:

"Vì mười điều lợi, nên nay Ta vì các tỳ-kheo kết giới. Từ nay giới này nên nói như vầy:

B. GIỚI VĂN

"Tỳ-kheo nào, nương nơi làng xóm, có hành vi xấu, làm hoen ố nhà người. Việc có hành vi xấu, ai cũng thấy, ai cũng nghe, ai cũng biết. Việc làm hoen ố nhà người, ai cũng thấy, ai cũng nghe, ai cũng biết. Các tỳ-kheo nên nói với tỳ-kheo kia: 'Thầy có hành vi xấu, làm hoen ố nhà người. Việc có hành vi xấu, ai cũng thấy, ai cũng nghe, ai cũng biết. Việc làm hoen ố nhà người, ai cũng thấy, ai cũng nghe, ai cũng biết. Thầy nên ra đi, không nên ở nơi đây,' tỳ-kheo kia nói: 'Các Đại đức có thiên vị, có thù nghịch, có bất minh, có sợ hãi. Tại sao vậy? Vì có tỳ-kheo cùng đồng tội như vậy mà có người bị đuổi, có người không bị đuổi.' Các tỳ-kheo lại nói rằng, Thầy đừng nói như vầy: 'Các Đại đức có thiên vị, có thù nghịch, có bất minh, có sợ hãi. Vì có người đồng tội mà có người bị đuổi, có người không bị đuổi. Thầy có hành vi xấu, làm hoen ố nhà người. Việc có hành vi xấu, ai cũng thấy, ai cũng nghe, ai cũng biết. Việc làm hoen ố nhà người, ai cũng thấy, ai cũng nghe, ai cũng biết. Thầy nên bỏ lời nói có thiên vị, có thù nghịch, có bất minh, có sợ hãi. Thầy nên ra đi, không [22c01] nên ở nơi nầy'. Khi can gián như vậy mà kiên trì không bỏ, nên can gián lần thứ hai, lần thứ ba. Can gián lần thứ hai, thứ ba, bỏ việc này thì tốt. Nếu không bỏ, Tăng-già-bà-thi-sa."

C. THÍCH TỪ

Có hành vi xấu:[308] Thân, khẩu, ý phát xuất ác hạnh.

Làm hoen ố nhà người:[309] Khiến cho nhà người không tin ưa Phật pháp nữa.

Thấy: Là do mắt thấy.

Nghe: Là nghe từ người tin cậy.

Biết: Là xa gần đều hay biết.

D. PHẠM TƯỚNG

Sai một tỳ-kheo thân thiết can gián mà chịu bỏ thì phạm một Đột-kiết-la hối quá, cho đến không can gián mà tự bỏ, đều như trên đã nói.[310]

---

[308] *Tăng-kỳ, Tứ phần, Căn bản:* Hành ác hạnh 行惡行, tự mình trồng cây hoa, hay sai người trồng cây hoa, cho đến giúp vui cho người... *Thập tụng*, Tác ác hạnh 作惡行. Pali *pāpasamācāro*, giải thích: Trồng hoa hay sai người trồng hoa; tưới cây hay sai người tưới cây...

[309] Hán: Ô tha gia 污他家. *Tăng-kỳ, Tứ phần, Thập tụng:* Ô tha gia 污他家 như Ngũ phần; hoặc sát-lợi gia, hoặc bà-la-môn gia, tỳ-xá gia, thủ-đà-la gia. Người trong tụ lạc đã có tín tâm nơi Phật pháp, mà làm cho họ mất tín tâm, gọi là ô tha gia. *Căn bản:* Ô gia pháp 污家法. Pali *kuladusāko*, giải thích: Gây tai tiếng cho một gia đình bằng những biếu xén như là hình thức hối lộ.

[310] Bản Hán, hết quyển 3.

CHƯƠNG III: PHÁP BẤT ĐỊNH[311]

I. GIỚI THỨ NHẤT

A. DUYÊN KHỞI

Đức Phật ở tại thành Xá-vệ,[312] khi ấy Bạt-nan-đà[313] thường tới lui một nhà cư sĩ. Một sáng sớm, đắp y mang bát đến nhà kia, trải Ni-sư-đàn, cùng vợ cư sĩ[314] ngồi một mình nơi chỗ vắng, nói những lời thô ác dâm dục. Khi ấy, Tỳ-xá-khư Lộc Tử Mẫu,[315] nghe Bạt-nan-đà cùng người vợ cư sĩ, ngồi một mình nơi chỗ vắng, nói những lời thô ác dâm dục, nghĩ rằng: "Nếu cư sĩ về bắt gặp chắc sanh tâm xấu đối với các tỳ-kheo khác, khiến cho ông ta phải nhận các khổ não lâu dài. Ta nên sai người đến bạch với đức Thế Tôn". Bà liền bảo Bà-la-môn Na-lân-

---

[311] *Tăng-kỳ 7*, tr. 289c18; *Tứ phần 5*, tr. 600b9; *Thập tụng 4*, tr. 28b8; *Căn bản 16*, tr. 710a24. Pāli, *Aniyatakaṇḍaṃ*, Vin. iii. 186ff.

[312] *Tăng-kỳ 7*, tr. 289c18, *Tứ phần 5*, tr. 600b9, *Thập tụng 4*, tr. 28b8: Cùng ở tại thành Xá-vệ 舍衛城 như *Ngũ phần*. *Căn bản 16*, tr. 710a24 Thất-la-phạt thành, Thệ Đa lâm 室羅伐城逝多林.

[313] *Tăng-kỳ*: Ưu-đà-di 優陀夷. *Tứ phần, Thập tụng*: Ca-lưu-đà-di 迦留陀夷. *Căn bản*: Ổ-đà-di 鄔陀夷. Skt. *Kālodāyin*, Pāli *Kāḷudāyin*.

[314] *Tứ phần*: Trai ưu-bà-tư (= Ưu-bà-di) 齋優婆私, người con gái xinh đẹp, vợ của bạn Ca-lưu-đà-di, khi Ca-lưu-đà-di còn là bạch y. *Tăng-kỳ*: Con gái của một người bà-la-môn quen biết. *Thập tụng*: người quen cũ là Ưu-bà-di Quật-đa. *Căn bản*: Ưu-bà-di Cấp-đa 笈多. Pāli Con gái của một nhà thí chủ; không nói tên cô gái.

[315] Tỳ-xá-khư Lộc Tử Mẫu 毘舍佉鹿子母, là con gái một vị trưởng giả ở nước Ương-già (*Aṅga*), bà nghe đức Phật thuyết pháp chứng quả Dự lưu. *Tứ phần*: Tỳ-xá-khư Mẫu 毘舍佉母. Pāli *Visākhā Migāramātā*. Bà có nhiều con và cháu, tất cả đều giàu có. Vì vậy, trong mọi lễ hay tiệc, bà đều được mời. Bà đến nhà này cũng do được mời.

già,³¹⁶ thường (sai đi)* cúng dường rằng:

"Ngươi đến chỗ đức Phật, đầu mặt đảnh lễ sát chân Ngài, rồi trình bày hết việc này."

Bà-la-môn liền đến bạch Phật. Đức Phật vì ông nói các diệu pháp rồi bảo trở về. Nhân việc này, đức Phật tập hợp tỳ-kheo Tăng, hỏi Bạt-nan-đà:

"Ngươi có thật vậy không?"

Thưa:

"Thật vậy, bạch đức Thế Tôn."

Đức Phật bằng mọi cách quở trách, như trong giới dâm đã nói, rồi bảo các tỳ-kheo:

"Vì mười điều lợi, nên nay Ta vì các tỳ-kheo kết giới. Từ nay giới này được nói như vầy:

B. GIỚI VĂN

Tỳ-kheo nào, cùng một người nữ, một mình ngồi chỗ vắng, chỗ có thể hành dâm. Có vị ưu-bà-di khả tín thấy, nói một pháp trong ba pháp, hoặc Ba-la-di, hoặc Tăng-già-bà-thi-sa, hoặc Ba-dật-đề. Nếu tỳ-kheo đó công nhận như lời người ưu-bà-di đã nói, thì nên tùy theo đó mà trị một trong ba [23a01] pháp, gọi là pháp bất định."

C. THÍCH TỪ

Một mình: Là một tỳ-kheo, một người nữ chứ không có người thứ ba.

Chỗ vắng: Là chỗ mắt không thấy.

Khả tín: Là người đã thấy bốn Chơn đế (chỉ quả vị Tu-đà-hoàn), không vì mình, không vì người, không vì lợi mà nói dối. *Ưu-bà-di:*³¹⁷

---

³¹⁶ Hán: Bà-la-môn Na-lân-già 婆羅門那隣伽. *Tăng-kỳ:* Tỳ-xá-khư Mẫu 毘舍佉母 đến bạch các tỳ-kheo, tỳ-kheo bạch lên Phật. *Tứ phần, Thập tụng, Căn bản:* Tỳ-xá-khư Lộc Tử Mẫu 毘舍佉鹿子母 đến bạch phật.

³¹⁷ *Tăng-kỳ* 7 tr. 290c13: Khả tín Ưu-bà-di 可信優婆夷; có 16 điều để gọi

Là người nữ thọ ba tự quy, đoạn tuyệt tà đạo.

*Bất định:*³¹⁸ Một trong ba pháp chưa nhất định là pháp nào.

D. PHẠM TƯỚNG

Các tỳ-kheo Thượng tọa nên hỏi tỳ-kheo này: "Thầy có đến nhà kia không?" Nếu tỳ-kheo nói có đến, thì chưa nên trị. Nên hỏi lại nhẹ nhàng:

"Thầy cùng với người nữ, một mình ngồi chỗ vắng, nói lời thô ác về hành dâm dục phải không."

Nếu nói không, thì tỳ-kheo Thượng tọa, Hạ tọa nên hỏi một cách tha thiết: "Thầy nên nói thật, đừng nói dối. Như ưu-bà-di nói không?" Nếu nói: "Như lời ưu-bà-di nói". Sau đó mới tùy theo những lời nói đó mà trị tội.

Sa-di phạm Đột-kiết-la.

---

là ưu-bà-di đáng tin: 3 quy y, 4 bất hoại tịnh, Tăng chưa được lợi, giúp cho được lợi; đã được lợi, giúp cho tăng trưởng; Tăng mang tiếng xấu, tìm cách dập tắt; không tùy ái, không tùy sân, không tùy bố, không tùy si; ly dục hướng thành tựu giới. *Tứ phần*, 5, tr. 500c18: Tín nhạo ưu-bà-tư 信樂優婆私, tin ưa Phật, Pháp, Tăng; quy y Phật, Pháp, Tăng; không giết, không trộm, không tà dâm, không vọng ngữ, không uống rượu; khéo ghi nhớ sự việc không nhầm lẫn, nói lời chơn thật không hư vọng. *Thập tụng* 4, tr. 28c13: Khả tín ưu-bà-di 可信優婆夷, đã thọ tam quy, đắc đạo, đắc quả. *Căn bản* 16, tr. 710c6: Chánh tín ô-ba-tư-ca 正信鄔波斯迦, vị đã kiến đế, đắc quả. Pali *saddheyyavacasā upāsikā*, ưu-bà-di mà lời nói đáng tin; giải thích: Đây chỉ người nữ đã đắc quả (*āgataphalā*), đắc hiện quán (*abhisametāvinī*), đã học hiểu giáo pháp.

³¹⁸ Pali *Aniyato*, vì không xác định là Ba-la-di, hay Tăng-già-bà-thi-sa, hay Ba-dật-đề, nên gọi là bất định.

II. GIỚI THỨ HAI

Giới[319] bất định thứ hai là cùng người nữ ngồi chỗ trống, trừ Ba-la-di, ngoài ra như trên đã nói.

Chỗ trống: Là chỗ mắt có thể thấy.

---

[319] Hán: Pháp 法.

CHƯƠNG IV: XẢ ĐỌA[320]

I. SÚC TRƯỜNG Y[321]

A. DUYÊN KHỞI

1. Y dư, quá một đêm

Đức Phật ở tại thành Xá-vệ.[322] Bấy giờ, đức Thế Tôn dạy các tỳ-kheo chỉ chứa ba y, mà nhóm sáu tỳ-kheo[323] trước bữa ăn, sau bữa ăn, buổi xế chiều, đều mặc y khác nhau. Các tỳ-kheo thấy, hỏi:

"Đức Thế Tôn không cho phép chứa y dư, các thầy không nghe hay sao?"

Trả lời:

"Chúng tôi cũng có nghe đấy, nhưng những y này của chúng tôi do Tăng cho, hoặc cư sĩ cho, hay là y phấn tảo.[324] Họ vì vấn đề cho chúng

---

[320] Xả đọa 捨墮: là dịch ý. Dịch âm, Ni-tát-kỳ ba-dạ-đề, 尼薩耆波夜提. *Tăng-kỳ* 8, tr. 292b10: "Ni-tát-kỳ ba-dạ-đề, y dư cần phải xả trước Tăng; sau đó sám tội Ba-dật-đề. Xả mà không sám hối, phạm tội việt tì-ni. Ba-dạ-đề, nghĩa là có thể đọa ác đạo." *Tứ phần* 6, tr. 601c6: Xả đọa pháp 捨墮法. *Thập tụng* 5, tr. 30b12: "Ni-tát-kỳ ba-dạ-đề, y ấy cần phải xả. Tội ba-dạ-đề cần phải sám hối." *Căn bản* 16, tr.711c26: "Ni-tát-kỳ ba-dật-để-ca, vật ấy cần phải xả; tội ấy cần phải sám." Pāli (Vin. iii. 195): *nissaggiya pācittiya*.

[321] Trường y 長衣畜: Atirekacīvara (chứa y dư), Vin. iii. 195.

[322] *Tăng-kỳ* 8, tr. 291a17: Tỳ-xá-li 毘舍離, *Tứ phần* 6, tr. 601c6, *Thập tụng* 5, tr. 29c27: Xá-vệ thành như *Ngũ phần*, *Căn bản* 16, tr. 711a29: Thất-la-phạt thành 室羅伐城.

[323] Lục quần tỳ-kheo 六群比丘: Chabbaggiyā bhikkhū.

[324] Y phấn tảo 糞掃衣: pāṃsu-kūla, paṃsu-kūla, y (vải) lượm từ

tôi che thân,³²⁵ chứ không phải sai chúng tôi cất chứa vì ngũ gia."³²⁶

Các tỳ-kheo bằng mọi cách quở trách, rồi dẫn đến chỗ đức Phật, trình bày sự việc lên Phật. Nhân việc này, đức Phật tập hợp tỳ-kheo Tăng, hỏi nhóm sáu tỳ-kheo:

"Các ngươi có thật vậy không?"

Thưa:

"Thật vậy, bạch Thế Tôn!"

Đức Phật bằng mọi cách quở trách:

"Trước đây, các ngươi không nghe Ta khen ngợi (hạnh)* thiểu dục tri túc, y cắt rọc để che thân, cơm ăn đủ để nuôi sống' chăng? Thí như các loài chim tự mang theo lông, tỳ-kheo cũng vậy, thường thọ trì ba y.³²⁷ Tại sao nay các ngươi lại cất chứa phi pháp?"

Bằng mọi cách quở trách rồi, bảo các tỳ-kheo:

"Vì mười điều lợi, nên nay Ta vì các tỳ-kheo kết giới. Từ nay giới này nên nói như vầy:

> "Tỳ-kheo nào, chứa y dư, qua một đêm,³²⁸ phạm Ni-tát-kỳ ba-dật-đề."

đống rác.

[325] Hán: Trước 著, mặc, đắp, che đậy.

[326] Ngũ gia 五家, năm nhà. Có hai cách hiểu: 1. Luận Đại trí độ 13, T25n1509, 156c02, giải thích về tội trộm cắp có 10 tội, mà tội thứ 10 thì của cải sẽ trở thành của chung năm nhà, là thuộc về vua, hoặc giặc cướp, hoặc bị nạn lửa, nước, hoặc con bất hiếu sử dụng. 2. Hoặc đoán định "Ngũ gia" theo từ Phạn là "*Pañcakula*", thì từ điển Phạn-Hòa (Wogihara biên soạn) định nghĩa là dịch nhân 役人 (người giúp việc), chức viên 職員 (viên chức). Vậy có thể hiểu theo hai nghĩa: nhóm sáu tỳ-kheo nói họ cất chứa y không vì nạn vua, giặc...; hoặc họ nói họ cất chứa không phải là người giúp việc.

[327] Hán: Tam y thường câu 三衣常俱, ba y thường đủ.

[328] Chỉ có ở *Ngũ phần*, các bộ khác không có.

2. Y Ca-thi-na đã xả, quá một đêm

Bấy giờ, các tỳ-kheo nếu cần mỗi một y, thì chúng Tăng nên Yết-ma, đáp ứng việc phân vật cho họ. Lúc ấy, y thô cũ rách của A-na-luật bị rách, các tỳ-kheo nói:

"Y thô cũ rách của thầy bị rách, sao không đến Tăng xin, nhờ may một ngày cho xong?"

A-na-luật nói:

"Tôi không dám xin, sợ một ngày may không xong, phạm tội Ni-tát-kỳ ba-dật-đề."

[23b01] Bấy giờ, các tỳ-kheo ở ấp Ba-lợi[329] muốn đến thành Xá-vệ hậu an cư mà đến không kịp, nên phải an cư tại ấp Sa-bệ-đà.[330] An cư xong, ngày 16 bèn đến chỗ Phật. Trên đường đi bị bùn nước, khiến ba y thô nặng, rất mệt nhọc, đến đảnh lễ sát chân Phật rồi ngồi lui qua một bên. Phật hỏi các tỳ-kheo:

"An cư có hòa hợp không? Khất thực có đủ không? Trên đường đi có mệt lắm không?"

Thưa:

"Chúng con an cư được hòa hợp, khất thực không bị thiếu. Chúng con trước đây ở ấp Ba-lợi, muốn đến đây an cư, nhưng có nhiều tri thức nên không khởi hành sớm được, muốn kịp hậu an cư nhưng vẫn không kịp, bèn đến an cư tại Sa-bệ-đà. An cư xong, ngày 16 đến đây, trên đường đi bị bùn nước, khiến ba y thô nặng rất mệt nhọc."

Các tỳ-kheo nhân việc này trình bày đầy đủ việc A-na-luật lên đức Phật. Đức Phật đem việc này tập họp tỳ-kheo Tăng, khen thiếu dục, tri túc, khen giới, khen người trì giới, rồi bảo các tỳ-kheo:

"Từ nay cho phép thọ y Ca-thi-na,[331] để khỏi phạm 5 việc: 1. Ăn

---

[329] Pāli: *Pāṭheyyakā bhikkhū*.
[330] Ấp Sa-bệ-đà 娑鞞陀邑, Pāli: *Sāketa*, thị trấn ở *Kosala*.
[331] Hán: Ca-thi(hi)-na y 迦絺那衣, Pāli: *Kaṭhina*, dịch là y công đức. Theo *Tứ phần* 43, Kiền độ Ca-thi-na y thì, các tỳ-kheo An cư, ngày 15 tự tứ xong, ngày 16 đến diện kiến đức Thế Tôn, giữa đường gặp trời mưa

riêng chúng; 2. Ăn nhiều lần; 3. Trước bữa ăn, sau bữa ăn đi đến nhà khác khỏi phải dặn tỳ-kheo khác; 4. Chứa y dư; 5. Ngủ riêng không mất ba y.

(Khi ấy),* các tỳ-kheo nghĩ như vầy: "Đức Phật cho thọ y Ca-thi-na, cho phép chứa y dư, được phép áp dụng vào lúc nào?" Nghĩ xong liền bạch Phật, Phật dạy:

"Khi thọ y Ca-thi-na thì được phép chứa. Từ nay giới này được nói như vầy:

"Tỳ-kheo nào, ba y đã xong, y Ca-thi-na đã xả, chứa y dư quá một đêm, phạm Ni-tát-kỳ ba-dật-đề."[332]

3. Quá mười ngày

Bấy giờ, Tôn giả A-nan nhận được hai tấm vải bệnh can tiêu,[333] vì ngài Xá-lợi-phất nên nhận. Khi ấy ngài Xá-lợi-phất ở nơi khác. Tôn giả A-nan nghĩ như vầy: "Đức Thế Tôn không cho phép chứa y dư quá một đêm, mà ngài Xá-lợi-phất nay không có ở đây, vấn đề này nên thế nào?" Nghĩ rồi bạch Phật, đức Phật hỏi A-nan:

"Mấy ngày nữa Xá-lợi-phất sẽ về?"

Thưa:

"Khoảng 10 ngày, hoặc không đến 10 ngày."

Nhân việc này, đức Phật tập họp tỳ-kheo Tăng, bằng nhiều cách khen thiểu dục tri túc, khen giới, khen người trì giới, rồi bảo các tỳ-kheo:

"Từ nay giới này được nói như vầy:

---

y phục đều bị ướt hết, vì mang Tăng-già-lê nặng mệt mỏi, nên đức Phật cho phép thọ y công đức này.

[332] *Tăng-kỳ, Tứ phần, Thập tụng*: Không có phần Giới tướng này. *Căn bản*: Có Giới tướng này như *Ngũ phần*.

[333] *Tứ phần* 6, tr. 601c25: Tôn giả A-nan được một tấm y phấn tảo quý giá (Quý giá phấn tảo y 貴價糞掃衣; quý giá ở đây nên hiểu là "thực chất, đúng nghĩa." Tức đúng loại y bị vất bỏ như là rác, chứ không phải y trân quý, có giá trị). (xem thêm cht. 42, Ch. i).

B. GIỚI VĂN

"Tỳ-kheo nào, ba y đã xong, y Ca-thi-na đã xả, chứa y cho đến 10 ngày, nếu quá, phạm Ni-tát-kỳ ba-dật-đề."

C. THÍCH TỪ

Ba y đã xong: Tức là giặt, nhuộm, may đã xong.

Y Ca-thi-na đã xả: Tức bạch nhị Yết-ma xả.

Dư: Ngoài ba y đều gọi là dư.

Y: Là y Kiếp-bối, y Khâm-bà-la,[334] y tơ tằm[335] (lụa), y vải lanh,[336] y vải gai thô.[337]

Mười ngày: Nếu ngày thứ nhất được y nên xả ngay trong ngày, hoặc thọ trì, hoặc cho người, hoặc tịnh thí.[338] [23c01] Nếu không xả liền trong ngày, ngày thứ hai lại được y, nên xả cả hai trong ngày này. Nếu ngày này không xả, ngày thứ ba cho đến ngày thứ 10 lại được y, cũng nên xả hết trong ngày này. Nếu ngày này không xả, đến ngày thứ 11, khi tướng mặt trời xuất hiện, y nhận được trong 10 ngày đều Ni-tát-kỳ ba-dật-đề.

Nếu có y quá 10 ngày, nên xả cho tỳ-kheo Tăng, hoặc xả cho 1, 2, 3 tỳ-kheo, không được xả cho người khác và phi nhân. Xả rồi, sau đó sám hối. Nếu không xả mà sám hối thì tội kia càng sâu.

---

[334] Hán: Khâm-bà-la y 欽婆羅衣: Pāli *Kambala*, vải lông, lông thú.

[335] Dã-tàm-miên y 野蠶綿衣, Pāli *Koseyya*.

[336] Trữ y 紵衣, Pāli *Khoma*.

[337] Ma y 麻衣, Pāli *Bhaṅga*.

[338] Tịnh thí 淨施, hay *tác tịnh*. Tăng-kỳ 8, tr. 292b14: "Được phép chứa y dư trong vòng 10 ngày không tác tịnh. Quá 10 ngày, ni-tát-kỳ ba-dạ-đề." *Căn bản* 16, tr.711c26: "y dư trên 10 ngày, nếu tác phân biệt pháp (tác tịnh), được phép chứa." *Tứ phần*, Ba-dật-đề 59: có hai cách tịnh thí, chân thật và triển chuyển. Chân thật tịnh thí là biếu luôn. Triển chuyển tịnh thí chỉ cho trên danh nghĩa, người cho vẫn dùng với ý niệm "mượn tạm." Pāli, *Pācittiya* 59 (Vin.iv.122): *vikappana*, tác tịnh hay tịnh thí, có hai cách: *sammukhavikappana*, hiện tiền tác tịnh và *parammukha-vikappana*, khiếm diện tác tịnh.

Trừ 3 y dư, nếu các y khác dư, cho đến khăn lau tay quá 10 ngày, đều Đột-kiết-la.

Tỳ-kheo-ni cũng như vậy. Thức-xoa-ma-na, sa-di, sa-di-ni, phạm Đột-kiết-la. Nếu tịnh thí thì không phạm.

II. NGỦ LÌA Y[339]

A. DUYÊN KHỞI

1. Lìa y

Đức Phật ở tại thành Xá-vệ,[340] bấy giờ nhóm tỳ-kheo mười bảy người an cư xong muốn du hành, nghĩ như vầy: "Chúng ta sẽ trở về lại đây, chỉ một y là đủ, cần nhiều làm gì?" Nghĩ rồi, liền lấy khăn gói y còn lại để trên giá, gởi cho tỳ-kheo tại trú xứ, rồi đi liền. Sau đó, nhóm sáu tỳ-kheo từ nơi khác trở về, nói với tỳ-kheo trú xứ rằng:

"Cung cấp phòng cho tôi".

Tỳ-kheo tại trú xứ liền lấy phòng nhóm mười bảy người để y phân phối cho họ. Nhóm sáu tỳ-kheo thấy y để trên giá, hỏi:

"Tại sao các thầy cất chứa y dư?"

"Đây là y của nhóm mười bảy tỳ-kheo, an cư xong du hành nhân gian không thể mang theo nên gởi lại cho tôi đó."

Nhóm sáu tỳ-kheo tìm mọi cách quở trách, rồi đem sự việc trình lên đức Phật. Nhân việc này, đức Phật tập họp tỳ-kheo Tăng, hỏi nhóm mười bảy tỳ-kheo:

"Các ngươi có thật vậy không?"

Thưa: "Thật vậy, bạch Thế Tôn."

Đức Phật bằng mọi cách quở trách:

"Các ngươi ngu si, không nghe Ta đã dạy: 'Tỳ-kheo nên thọ trì ba y,

---

[339] Pāli ticīvaravippavāseyya, Vin. iii. 198.
[340] Tăng-kỳ 8, tr. 291a17, Tứ phần 6, tr. 603a19, Thập tụng 5, tr. 31b10: Xá-vệ thành (quốc) 舍衛城 như Ngũ phần. Căn bản 17, tr. 712b9: Thất-la-phạt thành 室羅伐城.

bình bát đầy đủ. Thí như chim bay nhờ có lông cánh hay sao'!"

Quở trách rồi, Phật bảo các tỳ-kheo:

"Vì mười điều lợi, nên nay Ta vì các tỳ-kheo kết giới. Từ nay giới này nên nói như vầy:

Tỳ-kheo nào, ba y đã xong, y Ca-thi-na đã xả, nếu lìa mỗi một y trong ba y, ngủ quá một đêm, Ni-tát-kỳ ba-dật-đề."

2. Cương giới của y

Bấy giờ, có một tỳ-kheo mặc y phấn tảo[341] muốn đến ấp Sa-kiệt-đà, nhưng y nặng không thể mang đi, muốn xả, không biết nên như thế nào, đem việc này thưa các tỳ-kheo. Các tỳ-kheo dẫn [24a01] đến chỗ Phật trình việc này lên đức Phật. Nhân việc này, đức Phật tập họp tỳ-kheo Tăng, bảo các tỳ-kheo:

"Nếu tỳ-kheo thọ trì y phấn tảo nặng, muốn du hành nơi khác, không thể mang đi, tỳ-kheo ấy nên đến xin Tăng Yết-ma không mất y. Nghi thức như vầy:

(Tỳ-kheo này)* cởi giày dép, đầu mặt đảnh lễ sát chân Tăng, quỳ gối, chắp tay bạch:

Đại đức Tăng, xin lắng nghe! Tôi tỳ-kheo tên là… muốn du hành đến xứ…, vì y phấn tảo nặng không thể mang theo, muốn để lại. Nay đến xin Tăng Yết-ma pháp không mất y."

Lần thứ hai, lần thứ ba cũng xin như vậy. Một tỳ-kheo trong Tăng xướng rằng:

---

[341] Hán: Phấn tảo y tỳ-kheo 糞掃衣比丘. *Tăng-kỳ 8*: Xá-lợi-phất muốn về thăm quê, gặp phải lúc mưa dầm, tăng-già-lê nặng vì ướt sũng, nên không đi được. *Tứ phần 6*, tỳ-kheo bị bệnh Can tiêu 乾痟病, chứng gầy còm, hay nhức đầu kinh niên? Từ điển Khang Hy: tiêu 痟, chứng bệnh nhức đầu. Có lẽ Skt *śoṣa* (Pāli *sosa*): bệnh lao phổi (William-Monier). *Căn bản 17*: Ngày Tăng bố-tát, đại Ca-diếp không đến được vì ở cách sông, gặp khi trời mưa, qua sông nước lớn, y bị ướt. Pāli, *Pācittiya 2*: aññataro bhikkhu Kosambiyaṃ gilāno hoti, một tỳ-kheo ở *Kosambi* bị bệnh.

"Đại đức Tăng, xin lắng nghe! Tỳ-kheo này tên là... muốn du hành đến xứ..., vì y phấn tảo nặng không thể mang theo, muốn để lại. Nay đến xin Tăng Yết-ma không mất y. Nay Tăng trao cho Yết-ma không mất y. Nếu thời gian thích hợp đối với Tăng, Tăng chấp thuận. Đây là lời tác bạch.

Đại đức Tăng, xin lắng nghe! Tỳ-kheo này tên là... muốn du hành đến xứ..., vì y phấn tảo nặng không thể mang theo, muốn lưu lại, đến xin Tăng Yết-ma không mất y. Nay Tăng trao cho Yết-ma không mất y. Các trưởng lão nào chấp thuận thì im lặng, ai không đồng ý xin nói.

Tăng đã trao cho tỳ-kheo tên là... Yết-ma không mất y rồi. Tăng đồng ý nên im lặng. Việc này tôi ghi nhận như vậy."

Bấy giờ các tỳ-kheo thấy đức Thế Tôn cho phép Yết-ma ly y, bèn thường tác Yết-ma lìa y để ngủ đêm, thậm chí Yết-ma lìa hết cả ba y, chỉ mặc y cũ rách để đi. Tỳ-kheo Trưởng lão thấy hỏi:

"Tại sao các thầy mặc y cũ rách mà đi?"

"Đức Phật cho phép Yết-ma lìa y, cho nên chúng tôi thường Yết-ma lìa y để ngủ đêm, cũng Yết-ma lìa cả ba y."

Các tỳ-kheo bằng mọi cách quở trách, rồi dẫn đến chỗ đức Phật trình bày sự việc lên Ngài. Đức Phật dạy:

"Các người không nên thường Yết-ma lìa y để ngủ đêm và Yết-ma lìa cả ba y. Đây là hai Yết-ma phi pháp. Tỳ-kheo và Tăng (phạm)* hai tội Đột-kiết-la. Vì Yết-ma lìa y để ngủ đêm này, mỗi y, một đêm đều phạm tội mất y. Nay cho phép tỳ-kheo Yết-ma gởi y lại, tiền an cư 9 tháng, hậu an cư 8 tháng. Không được Yết-ma gởi y Tăng-già-lê,[342] An-đà-hội[343] mà cho phép Yết-ma Ưu-đa-la-tăng.[344] Chỗ có nạn giặc cướp,

---

[342] Tăng-già-lê 僧伽梨: Skt=Pali *Saṅghāṭī*, nghĩa là y hai lớp, loại y trùm kín thân thể.

[343] An-đà-hội 安陀會: Skt *Antarvāsa*, Pali *Antaravāsaka*, nghĩa là y trong hay y dưới.

[344] Ưu-đa-la-tăng 優多羅僧: Hoặc gọi là Uất-đa-la-tăng 鬱多羅僧, Skt=Pali *uttarāsaṅga*, là y khoác vai. Hán dịch là Thượng y.

trong ba y, y cắt rọc³⁴⁵ là hơn hết, cho phép tùy theo đó mà gởi. Từ nay giới này nên nói như vầy:

B. GIỚI VĂN

"Tỳ-kheo nào, ba y đã xong, y Ca-thi-na đã xả, trong ba y, nếu lìa mỗi một y, ngủ quá một đêm, trừ Tăng Yết-ma, phạm Ni-tát-kỳ ba-dật-đề."

C. THÍCH TỪ

Lìa y: Vườn, đồng giới khác giới;³⁴⁶ nhà, đồng giới khác giới; tinh xá của tỳ-kheo-ni, **[24b01]** đồng giới khác giới; xóm làng, đồng giới khác giới; nhà lầu, đồng giới khác giới; xe, đồng giới khác giới; thuyền, đồng giới khác giới; sân, đồng giới khác giới; dưới gốc cây, đồng giới khác giới; đất trống, đồng giới khác giới; trên đường đi, đồng giới khác giới.

- *Vườn đồng giới:* Tăng Yết-ma (quy định ranh)* giới không mất y, ở trong đó được tự tại tới lui.

- *Khác giới:* Tăng không Yết-ma (quy định ranh)* giới không mất y, tuy là ở trong đó (cùng một vườn)* mà không được tự tại tới lui.

Nhà, tinh xá tỳ-kheo-ni, xóm làng, nhà lầu cũng như vậy.

- *Xe đồng giới:* Trong đó được tự tại hoặc lấy hay đưa lên.

- *Khác giới:* Trong đó không được tự tại hoặc lấy hay đưa lên. Thuyền cũng như vậy.

- *Sân đồng giới:* Chỗ sân phơi lúa, được tự tại lấy.

- *Khác giới:* Không được tự tại lấy.

---

³⁴⁵ Hán: Cát tiệt y 割截衣. Pāli: *chinnaka*, vải được cắt thành từng miếng vuông như thửa ruộng, rồi may lại thành. Thường gọi là phước điền y.

³⁴⁶ Hán: Đồng giới, dị giới 同界異界; *Tứ phần* 6: Một giới... nhiều giới; *Thập tụng* 5: Một giới, biệt giới; *Căn bản* 17: Một thế phần, nhiều thế phần. Nghĩa là, mỗi nơi có một hay nhiều phạm vi phụ cận. Pāli: *ekūpacāra, nānūpacra*, tinh xá có một vùng phụ cận, hay nhiều vùng phụ cận.

- *Nơi gốc cây đồng giới*: Chỗ có bóng mát che.

- *Khác giới:* Chỗ không có bóng mát che.

- *Đất trống đồng giới*: Chỗ ngồi kiết già cách trước mặt bảy thước.

- *Khác giới*: Ngoài bảy thước.

- *Trên đường đi đồng giới*: Cách thân bảy cung.³⁴⁷

- *Khác giới*: Ngoài bảy cung, cho đến tướng mặt trời xuất hiện, khi ấy tỳ-kheo trở về đến giới, cho đến một chân vào trong giới cũng không mất y. Hoặc là miệng tự nói: "Tôi xả y đó", cũng không mất y. Nếu không nói xả, khi tướng mặt trời xuất hiện thì phạm Ni-tát-kỳ ba-dật-đề.

Ngoài ba y tỳ-kheo ra, những y thọ dụng khác mà lìa để ngủ ban đêm thì, phạm Đột-kiết-la.

Tỳ-kheo-ni cũng như vậy. Thức-xoa-ma-na, sa-di, sa-di-ni, phạm Đột-kiết-la.

III. CHỜ Y MỘT THÁNG³⁴⁸

A. DUYÊN KHỞI

Đức Phật ở thành Xá-vệ.³⁴⁹ Khi ấy, các tỳ-kheo ba y đã xong, y Ca-thi-na đã xả, đặng y phi thời, các tỳ-kheo hổ thẹn nói: "Đức Phật chưa cho phép chúng tôi nhận y phi thời".

---

[347] Cung 弓: Skt *dhanus*, Pāli *dhanu*, đơn vị đo chiều dài ở Ấn Độ thời xưa. *Tứ phần* 6, tr. 604a21: Cung pháp nước Giá-ma-lê trung bình dài bốn khủy tay. Cf, *Tứ phần luật thập tỳ-ni nghĩa sao phụ yếu ký* 5, X44n748, tr. 849c18: Một cung dài bốn khủy, tức bảy thước hai tấc. *Câu-xá luận tụng sớ luận bổn* 12, T41n1823, tr. 885b24: một cung dài bảy thước hai tấc.

[348] *Tăng-kỳ* 8, tr. 298b25; *Tứ phần* 6, tr. 604b29; *Thập tụng* 5, tr. 33b3; *Căn bản* 17, tr. 714c28. Pāli *Nissaggiya* 3, *akālacīvaram uppajjeyya*. Vin. iii. 202.

[349] *Tăng-kỳ* 8, tr. 298b25; *Tứ phần* 6, tr. 604b29: Xá-vệ thành (quốc) 舍衛城, như *Ngũ phần*; *Thập tụng* 5, tr. 33b3: Vương Xá thành 王舍城; *Căn bản* 17, tr.714c28: Thất-la-phạt thành 室羅伐城.

(Các tỳ-kheo)* do vậy bạch lên Phật. Nhân việc này, đức Phật tập hợp tỳ-kheo Tăng, hỏi các tỳ-kheo:

"Thật sự các ông có được y phi thời mà xấu hổ nói: 'Đức Phật chưa cho phép chúng tôi nhận y phi thời phải không?'"

Thưa:

"Thật vậy, bạch Thế Tôn."

Đức Phật bằng nhiều cách khen ngợi (hạnh)* thiểu dục tri túc, khen giới, khen người trì giới, rồi bảo các tỳ-kheo:

"Từ nay cho phép nhận y phi thời."

Khi ấy, nhóm sáu tỳ-kheo nghĩ như vầy: "Đức Thế Tôn cho phép chúng ta nhận y phi thời", họ bèn thọ nhận nhiều, không thọ trì, không cho người, không tịnh thí. Các tỳ-kheo thấy, hỏi:

"Các thầy không nghe đức Thế Tôn cấm không được chứa y dư hay sao?"

Trả lời:

"Tuy đức Phật cấm chứa y dư, mà cho phép nhận y phi thời."

Lại hỏi:

"Lúc nào các thầy cũng chứa y phi thời, không thọ trì, không cho người, không tịnh thí, phải không?"

[24c01] Trả lời:

"Đúng vậy."

Các tỳ-kheo trưởng lão bằng mọi cách quở trách rồi đem việc này trình lên đức Phật. Nhân việc này, đức Phật tập hợp các tỳ-kheo Tăng, hỏi nhóm sáu tỳ-kheo:

"Các ông có thật vậy không?"

Thưa:

"Thật vậy, bạch Thế Tôn."

Đức Phật bằng mọi cách quở trách:

"Các ông là kẻ ngu si, không nên muốn nhiều, cầu nhiều. Trong pháp ngoại đạo, người nhận không chán, kẻ thí có tính toán. Trong chánh pháp của Ta thì thiểu dục tri túc, người thí tuy không chán, nhưng người nhận phải nhận ít."

Quở trách rồi bảo các tỳ-kheo:

"Tỳ-kheo nào, nhận được y phi thời, không thọ trì, không cho người, không tịnh thí, *cho đến* một đêm, phạm Đột-kiết-la."

Bấy giờ ở một trú xứ, các tỳ-kheo nhận được nhiều y, thọ trì, cho người, tịnh thí, còn dư một khúc vải, cho các tỳ-kheo, các tỳ-kheo không nhận, nói: "Đức Phật chưa cho phép chúng tôi nhận vải không đủ (may y)*."

Thưa:

"Cứ nhận đi, chưa đủ sẽ cúng đủ."

Khi ấy có trưởng lão Già-tỳ nhận được miếng vải[350] vừa hẹp vừa ngắn, hằng ngày cứ kéo ra, muốn cho nó dài rộng.

Thường lệ, mỗi năm ngày, đức Phật đi xem xét các phòng, thấy Già-tỳ kéo vải, hỏi:

"Ông đang làm gì vậy?"

Thưa:

"Con nhận được miếng vải nhỏ này, không thọ trì được."

Đức Phật hỏi:

"Ông có hy vọng nhận được vải chỗ nào nữa không?"

"Thưa có."

Đức Phật lại hỏi:

"Thời gian bao lâu có thể được?"

Thưa:

"Một tháng, hoặc gần một tháng."

---

[350] Hán Y 衣. Y ở đây đồng nghĩa như chữ vải.

Nhân việc này, đức Phật bằng nhiều cách khen (hạnh)* thiểu dục tri túc, khen giới, khen (người)* trì giới, rồi bảo các tỳ-kheo:

"Từ nay cho phép chứa y (vải) phi thời, nếu không đủ, chờ cho đủ trong vòng một tháng."

Đức Phật đã cho phép chứa vải phi thời không đủ may y, các tỳ-kheo lại mang vải này đi du hành quá một tháng. Các tỳ-kheo thấy, hỏi:

"Đức Phật không cho phép chứa vải phi thời không đủ may y quá một tháng, tại sao các thầy mang vải này đi du hành quá một tháng?"

Dùng mọi cách quở trách, rồi dẫn các tỳ-kheo đến chỗ đức Phật, trình bày sự việc lên Ngài. Nhân việc này, đức Phật tập họp các tỳ-kheo Tăng, bảo các tỳ-kheo:

"Vì mười điều lợi, nên nay Ta vì các tỳ-kheo kết giới. Từ nay giới này được nói như vầy:

B. GIỚI VĂN

Tỳ-kheo nào, ba y đã đủ, y Ca-thi-na đã xả, được vải (y) phi thời, cần thì nhận, nhận rồi mau chóng may thành y thọ trì; đủ thì tốt, nếu không đủ thì chờ có chỗ cho để đủ may thành, cho đến một tháng, nếu quá, phạm Ni-tát-kỳ ba-dật-đề".

C. THÍCH TỪ

Y phi thời: Y nhận được sau khi xả y Ca-thi-na, đều gọi là y phi thời.

Cần: Trong ba y có cũ rách cần để bổ sung.

Chờ có chỗ cho: Hy vọng lại có nơi nào đó họ sẽ cho.

Nhận được (vải)* từ một ngày cho đến một tháng. Nếu tỳ-kheo ngày thứ nhất nhận được vải không đủ may y, mà ngày hôm đó có hy vọng nhận được **[25a01]** đủ để may thành y thì thọ trì, hoặc cho người, hay tịnh thí. Nếu không thọ trì, không cho người, không tịnh thí, đến ngày mười một khi tướng mặt trời xuất hiện, phạm Ni-tát-kỳ ba-dật-đề. Ngày thứ hai cho đến mười ngày cũng vậy. Ngày thứ mười một có hy vọng, nếu nhận được thì ngay trong ngày đó nên may thành y để thọ trì, hoặc cho người hay tịnh thí. Nếu không thọ trì, không cho người, không tịnh thí, đến ngày mười hai, khi tướng mặt trời xuất hiện, phạm Ni-tát-kỳ ba-dật-đề. Cho đến ngày ba mươi ngày cũng như vậy.

Tỳ-kheo-ni cũng vậy. Ba chúng dưới, phạm Đột-kiết-la.

IV. NHẬN Y PHI THÂN LÍ NI[351]

A. DUYÊN KHỞI

1. Liên Hoa Sắc và Ba-xà-ba-đề

Đức Phật ở tại thành Xá-vệ.[352] Bấy giờ nơi ấp Ưu-thiện-na[353] có một thiếu niên cư sĩ xuất hành dạo chơi, thấy một người nữ tên là Liên Hoa Sắc,[354] nhan sắc như hoa đào, đầy đủ nữ tướng. Tình cảm, kính trọng nảy sanh nhau, liền cưới làm vợ.

Sau một thời gian ngắn người vợ có thai,[355] bèn trở về nhà mình, đủ tháng sinh ra một bé gái. Trong thời gian sanh đẻ, không được gần gũi (chồng, nên chồng cô)* vụng trộm tư thông với mẹ mình. Liên Hoa Sắc biết được, vẫn muốn giả vờ, sợ nếu đoạn tuyệt đạo vợ chồng thì liên lụy đến mẹ cha. Hơn nữa, vì thương con trẻ nên phải ngậm đắng nuốt cay, chịu xấu hổ, về lại nhà chồng, nuôi con gái lên 8 tuổi. Sau đó mới đi đến thành Ba-la-nại, (dọc đường)* đói khát mệt nhọc, ngồi nghỉ bên bờ sông.

Khi ấy, có một gia chủ xuất hành dạo chơi, thấy (cô đem lòng)* yêu

---

[351] *Tăng-kỳ* 8, tr. 299b4, *Tứ phần* 6, tr. 605c6, *Thập tụng* 6, tr. 42a25. *Căn bản* 18, tr. 722b14: Ni-tát-kỳ 5. Pāli, *nissaggiya* 5, *Cīvarapaṭigganhaṇa*, Vin. iii. 207ff.

[352] *Tăng-kỳ* 8, tr. 299b4; *Thập tụng* 6, tr. 42a25: Xá-vệ thành (quốc) 舍衛城 như Ngũ phần; *Tứ phần* 6, tr. 605c6: La-duyệt thành 羅閱城; *Căn bản* 18, tr. 722b14: Thất-la-phạt thành 室羅伐城.

[353] Hán Ưu-thiện-na ấp 優善那邑. *Tứ phần*: Nước Uất-thiền 鬱禪國.

[354] *Tăng-kỳ* 8, 299b4: Ưu-bát-la tỳ-kheo-ni 優鉢羅比丘尼. *Tứ phần* 6, tr. 605c7: Liên Hoa Sắc 蓮華色. *Căn bản* 19, tr. 726b11: Liên Hoa Sắc tỳ-kheo-ni 蓮華色比丘尼. *Thập tụng* 6, tr. 42a25: Hoa Sắc tỳ-kheo-ni 華色比丘尼. Pāli, *Uppalavaṇṇā*.

[355] Hán Hữu thân 有身.

thương sâu nặng, liền hỏi:

"Cha mẹ, dòng họ, quê hương của cô ở đâu? Hiện tại, cô đã thuộc về ai, hay độc thân ở vậy?"

Liên Hoa Sắc trả lời:

"Tôi là đứa con gái thuộc dòng họ... nay tôi không thuộc về ai."

Gia chủ lại hỏi:

"Nếu không thuộc về ai thì có thể làm chánh thất với tôi được không?"

Liên Hoa Sắc nói:

"Người con gái thì lấy chồng, tại sao không được!?"

(Gia chủ)* liền đưa về nhà phong làm vợ cả. Liên Hoa Sắc liệu lý mọi việc trong nhà, từ lớn đến nhỏ đều vui vẻ, vợ chồng tôn trọng lẫn nhau. Sau tám năm, bấy giờ gia chủ nói với vợ mình rằng:

"Tôi có xuất vốn tại ấp Ưu-thiện-na, trong tám năm qua, lại chưa thu nợ, nếu kết toán tiền sanh lợi thì có đến cả ức. Nay (chúng ta)* tạm thời xa nhau, tôi muốn đến đó đòi nợ cho bà."

Người vợ nói:

"Phong tục tại ấp đó, người nữ phóng dật, anh đến đó hoặc có thể bị mất tiết tháo trượng phu. Của cải như phân đất, nào đáng để lưu tâm."

Trả lời:

"Tôi tuy sở đoản kém cỏi, nhưng không đến nỗi bị điều đó mê loạn."

Người vợ lại nói:

"Nếu đã quyết cần đi thì (em muốn)* nghe một lời thề."

Trả lời:

"Tốt lắm!"

Liền nói:

"Nếu anh có tác ý điều đó, khi trở về vào cửa ngõ thì ý niệm đó và tà tâm một đời cùng chết."³⁵⁶

Khi người chồng đến ấp kia, thu tiền lãi nhiều nơi nên trải qua thời gian cả năm. Xa nhà lâu ngày, nhớ nhà càng sâu hơn, nên có ý nghĩ như vầy: "Ta nên thế nào để không trái với lời thề trước mà vẫn thỏa tình này." Lại nghĩ như vầy: **[25b01]** "Nếu ta tà dâm mới phụ với lời thề trước. Tạo lấy một nhà riêng thì không làm trái yêu cầu." Trong khi đi tìm hỏi, gặp một người nữ nhan sắc rất đẹp, tướng mạo đoan trang, dáng điệu đáng yêu, bèn đến cầu hôn. Người cha, vì (thấy)* gia chủ tài giỏi giàu có, nên hoan hỷ gả cho.

Đòi nợ xong, dẫn về bổn quốc, an trú nơi nhà riêng, sau đó mới về nhà. (Từ đó)* sáng đi chiều về, khác so với sự bình thường trước đây. Liên Hoa Sắc ngạc nhiên, âm thầm hỏi người tùy tùng, người tùy tùng nói:

"Bên ngoài có thiếu phụ, cho nên như vậy."

Chiều chồng mình về, Liên Hoa Sắc hỏi:

"Anh có người hầu mới tại sao phải giấu nhẹm, không cho em biết?"

Trả lời:

"Anh sợ em giận cho nên để lại bên ngoài."

Người vợ nói:

"Em không ghen đâu, thần minh chứng giám. Có thể kêu về giúp anh lo liệu (việc nhà)*."

(Gia chủ)* bèn đem về, đó chính là người con gái của mình. Mẹ con gặp nhau mà lại không biết. Sau đó, nhơn lúc gội đầu, xem kỹ tướng mạo, mới nghi là con gái của mình. Liền hỏi về làng xã, cha mẹ, tộc tánh. Người nữ trả lời đầy đủ. Thế là vỡ lẽ! Người mẹ kinh hoàng nói:

"Xưa (con)* và mẹ cùng một chồng! Nay (mẹ)* và con cùng một chàng rể! Sanh tử mê loạn cho đến như thế này, nếu không đoạn ái dục, xuất gia học đạo thì sự điên đảo mê hoặc như vậy làm sao chấm

---

³⁵⁶ Hán: Đồng diệt 同滅.

dứt được?"

(Liên Hoa Sắc)* liền giao phó mọi việc mà ra đi, đến cửa Kỳ-hoàn, đói khát mệt nhọc, ngồi dưới bóng gốc cây.

Bấy giờ, đức Thế Tôn vì vô số đại chúng vây quanh mà nói pháp. Liên Hoa Sắc thấy mọi người ra vào tới lui, nghĩ là tiết hội chắc có đồ ăn thức uống, bèn vào trong tinh xá, thấy đức Phật Thế Tôn đang vì đại chúng thuyết pháp. Liên Hoa Sắc nghe pháp, lãnh hội được, nên quên đi sự đói khát.

Bấy giờ, đức Thế Tôn quan sát trong hội chúng xem ai có thể độ được, chỉ có Liên Hoa Sắc (là người)* đáng được đạo quả, liền vì (cô)* nói về pháp bốn sự thật: Khổ, Tập, Tận, Đạo. (Liên Hoa Sắc)* liền ở trên chỗ ngồi xa lìa trần cấu, đặng mắt pháp trong sạch. Đắc quả rồi, một lòng chắp tay đứng lên hướng về đức Phật. Đức Phật nói pháp xong, hội chúng cũng đều ra về, Liên Hoa Sắc đến trước đức Phật, kính lễ sát chân, quỳ gối, chắp tay bạch Phật:

"Con nguyện được xuất gia ở trong chánh pháp của đức Phật."

Đức Phật hứa khả, rồi bảo tỳ-kheo-ni Ba-xà-ba-đề:

"Nay cô có thể độ người nữ này hành đạo."

Vâng lời dạy, liền độ cho Liên Hoa Sắc xuất gia thọ giới. (Liên Hoa Sắc)* siêng năng thực hành tinh tấn, liền chứng La-hán. Thành La-hán rồi, dạo chơi trong các thiền giải thoát,³⁵⁷ nên nhan sắc càng sáng rực gấp bội so với trước.

Đến giờ, mang bát vào thành khất thực. Một người bà-la-môn thấy cô sanh say mê, tâm nghĩ như vầy: "Đây là tỳ-kheo-ni, nay ta không thể chiếm đoạt, chỉ nên tìm đến chỗ ở của cô rồi tìm cách thực hiện mưu đồ". Liên Hoa Sắc khất thực xong trở về nơi vườn An-đà,³⁵⁸ vào

---

³⁵⁷ Trong các tài liệu Pāli, *Uppalavaṇṇā Therī* nổi tiếng về bốn vô ngại giải (*paṭisambhidā*) và biến hoá thần thông (*iddhivikubbana*).

³⁵⁸ Vườn An-đà 安陀園: Skt=Pāli *Andhavana*, còn gọi là rừng An-đà, rừng Khủng bố (Khủng bố lâm 恐畏林), rừng tối tăm (Ám lâm 闇林). Khu vườn (rừng) này gần tinh xá Kỳ viên ở nước Xá-vệ. Theo *Tứ phần* thì chỉ nói Liên Hoa Sắc tỳ-kheo-ni trụ tại một khu rừng khác, không ở

trong phòng. **[25c01]** Người bà-la-môn kia theo sau quan sát, biết chỗ ở cô rồi, hôm sau, đến giờ (cô)* lại đi khất thực, sau đó bà-la-môn kia lén vào nấp dưới gầm giường của cô.

Cả ngày đến đêm, các tỳ-kheo-ni thuyết pháp xong, mệt mỏi trở về phòng nằm ngửa ngủ say. Lúc này, bà-la-môn từ dưới gầm giường bò ra làm hạnh bất tịnh. Tỳ-kheo-ni liền thức dậy, bay vọt lên hư không. Ngay ở trên giường bà-la-môn đọa vào địa ngục. Liên Hoa Sắc từ không trung bay đến chỗ đức Phật, đầu mặt đảnh lễ sát chân rồi đem sự việc bạch lên Phật. Đức Phật hỏi:

"Ngay lúc ấy, ý cô thế nào?"

Thưa:

"Như tấm sắt đốt đỏ rực áp vào thân."

Đức Phật dạy:

"Như thế là vô tội."

Liên Hoa Sắc lại bạch Phật:

"Ngủ một mình có phạm tội hay không?"

Đức Phật dạy:

"Người đắc đạo thì không phạm."

Bấy giờ, có bọn cướp tập trung cùng bàn với nhau: "Chúng ta nên phân chia vật dụng[359] ở nơi nào, để dễ có thức ăn ngon và sắc đẹp?"

Tất cả đều nói:

"Vườn An-đà này là trú xứ của tỳ-kheo-ni, chắc có sắc đẹp và cũng sẽ có nhiều thức ăn ngon được cúng dường, ta đến đó phân chia vật dụng chắc sẽ được như ý muốn."

Trong khi đó, tên thủ lĩnh của bọn cướp kia, tin ưa Phật Pháp, nghe

---

chung với các tỳ-kheo-ni nơi chỗ không nhàn (Rừng hay a-lan-nhã. Lúc này Phật chưa qui định tỳ-kheo-ni không được sống trong rừng (*ni bất trụ lan-nhã*).

[359] Phân chia vật dụng tức đi cướp.

vậy không vui, liền nghĩ như vầy: "Những người này chắc sẽ gây náo loạn các tỳ-kheo-ni. Ta nên âm thầm sai một người đến báo trước". Liền sai người nói với các tỳ-kheo-ni rằng:

"Tối nay sẽ có người ác đến đây, sợ chắc họ gây não loạn, xin có thể tránh đi".

Các tỳ-kheo-ni nghe liền vào trong thành Xá-vệ. Vị đại thần thành kia, trước đó có dành riêng một ngôi nhà cho tỳ-kheo Tăng, nhưng không có Tăng ở, các tỳ-kheo-ni chiều đến nghỉ qua đêm. Tối lại, bọn giặc đến vườn An-đà không gặp một người nào. Vị thủ lĩnh giặc cướp vui mừng nói thầm:

"Tỳ-kheo-ni đã thoát được sự gian nan, có gì vui sướng bằng!"

Ông lấy tấm vải tốt nhất, gói đầy thức ăn ngon bổ, treo trên nhánh cây với ý nghĩ: "Nếu có tỳ-kheo-ni nào đắc đạo thần thông thì lấy y thực này."

Lúc ấy, tỳ-kheo Liên Hoa Sắc như lực sĩ trong chớp nhoáng co duỗi cánh tay, từ thành Xá-vệ đến vườn An-đà lấy y thực trên nhánh cây. Sáng ngày, đến giờ ăn, đem những thức ăn đã được cúng dường cho Trưởng lão Ưu-ba-tư-na[360] và Bạt-nan-đà.[361] Đúng giờ hai vị ấy đến, lần lượt thọ dụng các món ăn. Ăn xong dâng nước, rồi lấy một chiếc ghế nhỏ ngồi trước chúng xin nói diệu pháp. Ưu-ba-tư-na vì cô thuyết pháp xong đứng dậy ra về. Bạt-nan-đà ở lại, hỏi Liên Hoa Sắc:

"Tỷ muội! Từ đâu được thức ăn ngon bổ này?"

Liên Hoa Sắc trình bày đầy đủ sự việc. Bạt-nan-đà nói: "Tôi có thể xem tấm y (vải) được không?"

Cô liền đưa cho xem. Bạt-nan-đà thấy**[26a01]** liền sanh tham đắm, bèn theo xin. Liên Hoa Sắc nói:

"Điều này không thể được. Tại sao? Vì người nữ phước mỏng nên phải chứa năm y."[362]

---

[360] Pāli *Upasena*.
[361] Pāli *Upananda*.
[362] Ngoài 3 y như tỳ-kheo, còn có thêm tăng-kỳ-chi (Pāli *saṃkacchikā*, yếm

Bạt-nan-đà nói:

"Như người cho voi ngựa mà không cho dây cương! Cô cũng như vậy. Tại sao cho các thức ăn ngon bổ, mà lại tiếc tấm y này không cho tôi?"

(Bạt-nan-đà)* dùng mọi cách xin mãi cho được. (Ông)* theo đuổi (đến khi nào cô)* bất đắc dĩ,³⁶³ buộc phải đem cho. Bạt-nan-đà được y (vải), về lại trú xứ. Các tỳ-kheo thấy, nói:

"Thầy là người có phước đức mới được y tốt này."

Trả lời:

"Tôi đâu có phước đức, phải dùng lời năn nỉ mãi³⁶⁴ tỳ-kheo-ni, mới được nó!"

Các tỳ-kheo nghe, bằng mọi cách quở trách:

"Tại sao thầy dùng lời nói cưỡng bức để đoạt y của tỳ-kheo-ni!?"

Bấy giờ, đức Thế Tôn lo ngại bốn chúng tới lui ồn ào nên bảo các tỳ-kheo:

"Nay Ta muốn vào tịnh thất ba tháng, không cho ai đến chỗ ta, chỉ trừ tỳ-kheo đem cơm. Các người cũng nên lập quy chế với nhau."

Vâng lời dạy, liền lập quy chế: "Từ nay, không cho phép, (mà ai)* vẫn cứ đến chỗ Phật, chỉ trừ tỳ-kheo đem cơm, người ấy phạm, Ba-dật-đề."

Khi ấy, có trưởng lão Ưu-ba-tư-na không nghe quy chế của Tăng, sau khi đến thành Xá-vệ hỏi tỳ-kheo khác để biết đức Phật ở phòng nào. Có tỳ-kheo mách bảo, Ưu-ba-tư-na liền đến trước cửa, gõ cửa. Đức Phật tự mở. Trước Phật, lễ sát chân rồi ngồi lui qua một bên. Đức Phật hỏi Ưu-ba-tư-na:

"Chúng của người thanh tịnh, oai nghi đầy đủ, thầy giáo hóa cách nào mà được như vậy?"

---

che ngực) và áo tắm (Pali *udakasāṭikā*).

363 Hán: Bất hoạch dĩ 不獲已, không giữ được thôi.
364 Hán: Cưỡng thuyết 強說, dùng lời nói cưỡng ép theo ý mình.

Thưa:

"Nếu người nào đến con cầu xin xuất gia, dạy họ hành 12 (hạnh)* đầu-đà,³⁶⁵ 'trọn đời thầy phải làm (tỳ-kheo)* ở A-lan-nhã, khất thực, nhất tọa thực, nhất chủng thực, nhất thọ thực, tuần tự khất thực, ở nơi gò mả, mặc y phấn tảo, ba y, phu tọa³⁶⁶ tùy thân, ngồi dưới bóng gốc cây, ngồi chỗ đất trống'. Kính bạch đức Thế Tôn! Nếu người nào nói trọn đời có thể hành pháp này thì được nhập vào chúng của con, con làm thầy họ."

Đức Phật khen:

"Lành thay! Lành thay! Như ngươi có thể gọi là hạng khéo giáo dục đồ chúng."

Lại hỏi:

"Ngươi có biết trong chúng Tăng này có quy chế hay không?"

Thưa:

"Con không biết. Tại sao vậy? Vì con nghe từ Phật dạy: 'Những gì Phật chưa chế không được vội chế, những gì đã chế nên phụng hành'."

Đức Phật lại đem sự việc trên nói đầy đủ.

Thưa:

"Con không thể theo Tăng chế mà sám hối tội Ba-dật-đề được."

Đức Phật dạy:

"Lành thay! Như những gì ngươi nói."

Lúc ấy, cựu trú tỳ-kheo đứng ở trước phòng, chờ Ưu-ba-tư-na đi ra để nói:

"Thầy đã phạm quy chế của Tăng, nên tác pháp sám Ba-dật-đề."

Trả lời:

---

³⁶⁵ Đầu-đà 頭陀: Skt=Pāli *Dhūta*, nghĩa là tẩy trừ phiền não cấu bẩn.
³⁶⁶ Phu tọa 敷坐: hay gọi Phu cụ 敷具, Tọa cụ 坐具, Skt. *niṣīdana*, Pāli *nisīdana*, dịch âm là Ni-sư-đàn; là khăn trải để ngồi.

"Tôi phạm Ba-dật-đề nào?"

Các tỳ-kheo trình bày sự việc trên đầy đủ.

Trả lời:

"Tôi không theo quy chế của Tăng để sám hối được! Tại sao? Vì chính tôi nghe từ Phật dạy: 'Nếu Phật không chế **[26b01]** thì Tăng không được chế; nếu Phật chế rồi Tăng không được trái phạm'."

Khi ấy, đức Phật tự ra, nói với các tỳ-kheo:

"Từ nay nếu có tỳ-kheo A-lan-nhã nào như Ưu-ba-tư-na thì cho phép đến chỗ Ta."

Các tỳ-kheo nghe rồi nghĩ như vầy: "Chúng ta cũng nên hành hạnh đầu-đà này để có thể được thường xuyên đến chỗ đức Thế Tôn". Nhân đó, mọi người đều tu khổ hạnh. Bấy giờ, các cư sĩ dựng lập phòng xá cúng dường, không có vị nào nhận nữa, nên do vậy bạch lên Phật. Đức Phật bảo các tỳ-kheo:

"Nay cho phép bốn chúng đến thăm Ta một cách dễ dàng."

Lúc ấy, tỳ-kheo-ni Ba-xà-ba-đề nghe đức Phật dạy như vậy, liền cùng năm trăm tỳ-kheo-ni hướng đến chỗ đức Phật. Trên đường đi gặp Ưu-ba-tư-na. Trong chúng của Ưu-ba-tư-na có một tỳ-kheo mặc y thô rách, Ba-xà-ba-đề hỏi:

"Tại sao trưởng lão mặc y như vậy?"

Trả lời:

"Vì không có chiếc nào khác."

Tỳ-kheo-ni chỉ vào chiếc y của mình mà nói:

"Thầy có thể mặc y này không?"

Trưởng lão đáp:

"Có thể."

Lại hỏi:

"Trưởng lão có thể cho con chiếc y đang mặc được không?"

Trả lời:

"Có thể."

(Cô ni)* liền đổi y. Khi đến trước chỗ đức Phật, kính lễ sát chân rồi, ngồi lui qua một bên. Đức Phật hỏi Cù-đàm-di:

"Tại sao cô mặc chiếc y rách rưới như thế?"

(Cù-đàm-di)* trình bày sự việc trên. Đức Phật vì các cô nói pháp rồi bảo về lại trú xứ. Nhân việc này, đức Phật tập họp tỳ-kheo Tăng, hỏi tỳ-kheo kia:

"Thật sự ông có đem chiếc y thô rách đổi lấy chiếc y tốt của tỳ-kheo-ni không?"

Thưa:

"Thật vậy, bạch đức Thế Tôn."

Đức Phật bằng mọi cách quở trách:

"Ngươi là người ngu si, không nên muốn nhiều."

Các tỳ-kheo nhân việc này, đem việc của Bạt-nan-đà ra bạch lại Phật. Đức Phật hỏi Bạt-nan-đà:

"Ông có thật vậy không?"

Thưa:

"Thật vậy, bạch Thế Tôn."

Đức Phật bằng mọi cách quở trách rồi, bảo các tỳ-kheo:

"Vì mười điều lợi, nên nay Ta vì các tỳ-kheo kết giới. Từ nay giới này nên nói như vầy:

> **Tỳ-kheo nào, nhận y từ tỳ-kheo-ni, phạm Ni-tát-kỳ ba-dật-đề.**"[367]

2. Những ngoại lệ khác

Có các tỳ-kheo, có tỳ-kheo-ni bà con, nhiều người quen biết, có thể

---

[367] Giới tướng này được đức Phật kết lại từ hai sự kiện: Ma-ha Ba-xà-ba-đề và Liên Hoa Sắc. *Tứ phần* phát xuất từ tỳ-kheo-ni Liên Hoa Sắc.

nhận được y vật, nhưng các tỳ-kheo vẫn mặc y thô rách, nên các tỳ-kheo-ni bà con hỏi:

Tại sao mặc y xấu rách thế?

Trả lời:

Vì không có người nào để xin.

Thưa:

Sao không đến con lấy!

Trả lời:

Đức Phật cấm không cho phép đến các tỳ-kheo-ni nhận y. Các tỳ-kheo-ni nói:

"Trong phạm vi bà con, nếu biết thì có thể cho và có thể nhận, nguyện xin bạch lên Phật."

Do vậy các tỳ-kheo liền bạch lên Phật. Nhân việc này, đức Phật tập họp tỳ-kheo Tăng, bằng nhiều cách khen ngợi người thiểu dục tri túc, khen giới, khen người trì giới rồi bảo các tỳ-kheo:

"Từ nay giới này nên nói như vầy:

Tỳ-kheo nào, nhận y từ tỳ-kheo-ni không phải thân quyến, phạm Ni-tát-kỳ ba-dật-đề."

Bấy giờ, tỳ-kheo, tỳ-kheo-ni tại thành Xá-vệ, cùng nhận được y cúng dường, cùng nhau phân chia, **[26c01]** hoặc có tỳ-kheo được y tỳ-kheo-ni, hay các tỳ-kheo-ni được y tỳ-kheo. Các tỳ-kheo-ni thưa với các tỳ-kheo:

"Cho chúng con đổi y."

Trả lời:

"Đức Phật không cho phép chúng tôi nhận y tỳ-kheo-ni không phải bà con."

Các tỳ-kheo-ni thưa:

"Dùng y đổi y, tại sao nói nhận?"

Bèn đến bạch Phật. Nhân việc này, đức Phật tập họp tỳ-kheo Tăng, bằng nhiều cách khen ngợi người ít ham muốn, biết đủ, khen giới, khen người trì giới, rồi bảo các tỳ-kheo:

"Từ nay giới này nên nói như vầy:

B. GIỚI VĂN

Tỳ-kheo nào, nhận y từ tỳ-kheo-ni không phải thân quyến, trừ đổi chác, phạm Ni-tát-kỳ-ba-dật-đề."

C. THÍCH TỪ

Không phải thân quyến:[368] Không liên hệ bên cha hay bên mẹ trong phạm vi bảy đời.

Đổi chác:[369] Hai bên đều có ích, lại tùy theo sở thích của mỗi người.

Nhận y từ thức-xoa-ma-na, sa-di, sa-di-ni, phạm Đột-kiết-la. Nếu nhận y từ thân quyến phạm giới, tà kiến, phạm Đột-kiết-la. Nếu sa-di nhận y từ tỳ-kheo-ni, thức-xoa-ma-na, sa-di-ni, phạm Đột-kiết-la. Nếu không có tâm tìm cầu, họ tự bố thí, hay biết người kia dư mà nhận thì không phạm.

V. NHỜ PHI THÂN LÍ NI GIẶT Y CŨ[370]

A. DUYÊN KHỞI

Đức Phật ở tại thành Xá-vệ.[371] Khi ấy, Bạt-nan-đà,[372] sáng sớm

---

[368] Hán: Phi thân lý 非親里, chẳng phải thân bằng quyến thuộc với mình.
[369] Hán: Mậu dịch 貿易. Pāli: *pārivattaka*, trao đổi, giao dịch, không hàm ý buôn bán đổi chác. Được phép trao đổi với nhau trong năm chúng: tỳ-kheo, tỳ-kheo-ni, sa-di, sa-di-ni, thức-xoa-ma-na. Cf. Vin. iii. 209.
[370] *Tăng-kỳ* 9, tr. 300b22; *Tứ phần* 6, tr. 607a26; *Thập tụng* 6, tr. 43a26. *Căn bản* tr.716a23: ni-tát-kỳ 4. Pāli: *nissaggiya* 4, *purāṇacīvara-dhovāpa*. Vin. iii. 205ff.
[371] *Tăng-kỳ* 9, tr. 300b22; *Tứ phần* 6, tr. 607a26; *Thập tụng* 6, tr. 43a26: Xá-vệ thành (quốc) 舍衛城(國) như *Ngũ phần*. *Căn bản* tr.716a23: ni-tát-kỳ 4.
[372] *Tăng-kỳ* 9, tr. 300b22 優陀夷. *Tứ phần* 6, tr. 607a27. *Thập tụng* 6, 43a26: Ca-lưu-đà-di 迦留陀夷. *Căn bản* 18, tr. 721b6: Ô-đà-di 鄔陀夷.

khoác y bưng bát đến chỗ tỳ-kheo-ni Thâu-la-nan-đà.[373] (Cô ni)* đứng dậy nhanh tuột y vô tình để lộ hình, Bạt-nan-đà nhìn thấy xuất bất tịnh. Tỳ-kheo-ni biết, nói:

"Trưởng lão đưa y cho tôi giặt."

(Bạt-nan-đà)* liền thay y đưa. Tỳ-kheo-ni nhận y rồi lấy thứ bất tịnh để vào trong nữ căn của mình.

Các tỳ-kheo khác cũng đưa y cho các tỳ-kheo-ni nhờ giặt, nhuộm, đập. Do đó, các tỳ-kheo-ni phải làm nhiều việc, nên trở ngại cho vấn đề đọc tụng, tọa thiền, hành đạo. Các bạch y thấy vậy, nên chê trách đủ cách rằng: "Các tỳ-kheo-ni lấy việc giặt, nhuộm, đập y làm sự nghiệp, cùng với kẻ tại gia có khác chút nào đâu?"

Khi ấy, tỳ-kheo-ni Ba-xà-ba-đề cùng năm trăm tỳ-kheo-ni đến chỗ đức Phật, đầu mặt đảnh lễ sát chân, rồi ngồi qua một bên. Đức Phật hỏi Cù-đàm-di:

"Tại sao tay chân các tỳ-kheo-ni đều có dính màu hết vậy?"

(Các tỳ-kheo-ni)* đem sự việc bạch đầy đủ. Đức Phật vì họ nói diệu pháp rồi, tất cả về lại trú xứ. Nhân việc này, đức Phật tập họp tỳ-kheo Tăng, hỏi các tỳ-kheo:

"Thật sự các ông có sai tỳ-kheo-ni giặt, nhuộm, đập y không?"

Thưa: "Thật vậy, bạch đức Thế Tôn."

Nhân việc này, các tỳ-kheo đem việc Bạt-nan-đà bạch lên Phật.

Đức Phật bằng mọi cách quở trách rồi bảo các tỳ-kheo:

"Vì mười điều lợi, nên nay Ta vì các tỳ-kheo kết giới. Từ nay giới này nên nói như vầy:

Tỳ-kheo nào, sai tỳ-kheo-ni giặt y cũ, hoặc nhuộm, hoặc đập, [27a01] phạm Ni-tát-kỳ ba-dật-đề."

Có các tỳ-kheo già, bệnh, không thể tự giặt, nhuộm hay đập y, có các tỳ-kheo-ni thân quyến có thể giặt, nhuộm, đập, đều muốn đến xin

---

[373] *Tứ phần*: Thâu-lan-nan-đà 偷蘭難陀; *Thập tụng*: Quật-đa 掘多; *Căn bản*: Cấp-đa 笈多.

làm việc đó. Các tỳ-kheo nói: "Đức Phật không cho phép chúng tôi sai tỳ-kheo-ni giặt nhuộm hay đập y".

Các tỳ-kheo-ni thưa: "Chỉ trong thân quyến thì biết (việc nào)* có thể và biết (việc nào)* không thể làm, nguyện xin bạch lên Phật."

Các tỳ-kheo liền đem việc này bạch Phật. Nhân việc này, đức Phật tập họp tỳ-kheo Tăng, khen hạnh thiểu dục tri túc, khen giới, khen người trì giới, rồi bảo các tỳ-kheo:

"Từ nay giới này nên nói như vầy:

B. GIỚI VĂN

Tỳ-kheo nào, sai tỳ-kheo-ni không phải thân quyến giặt y cũ, hoặc nhuộm, hoặc đập, phạm Ni-tát-kỳ ba-dật-đề."

C. THÍCH TỪ

Y cũ:[374] Là y đã mặc qua thân thể bị nhơ; hoặc bảo giặt giũ mà không nhuộm, không đập; hoặc bảo nhuộm mà không giặt, không đập; hoặc bảo đập mà không giặt, không nhuộm; hoặc bảo giặt nhuộm mà không đập, hoặc bảo giặt đập mà không nhuộm; hoặc khiến nhuộm đập mà không giặt; hoặc khiến giặt nhuộm, đập, đều phạm Ni-tát-kỳ ba-dật-đề.

Nếu bảo giặt, không giặt mà nhuộm; hoặc khiến giặt, không giặt mà đập; hoặc bảo giặt, không giặt mà nhuộm, đập đều phạm Đột-kiết-la. Khiến nhuộm, không nhuộm mà giặt, đập, hoặc giặt đập; khiến đập, không đập mà giặt, nhuộm, hoặc giặt nhuộm; khiến giặt nhuộm, không giặt nhuộm mà đập; khiến giặt đập, không giặt đập mà nhuộm. Khiến nhuộm đập, không nhuộm đập mà giặt, cũng như vậy.

Nếu khiến chẳng phải thân quyến giặt, nhuộm, đập, mà bà con giặt, nhuộm, đập; nếu khiến chẳng phải thân quyến giặt, nhuộm, đập mà thân quyến, chẳng phải thân quyến cùng giặt, nhuộm, đập; nếu khiến thân quyến, chẳng phải thân quyến cùng giặt, nhuộm, đập mà

---

[374] *Tăng-kỳ* 9, tr. 300c26: Cho đến chỉ cần qua một lần gối đầu gọi là y cũ. *Tứ phần* 6 tr. 607c3; *Thập tụng* 6, tr. 43b28: Cho đến một lần mặc qua thân. *Căn bản* 18, tr. 722a27: Là một trong bảy loại y...

thân quyến giặt, nhuộm, đập; nếu khiến thân quyến, chẳng phải thân quyến cùng giặt, nhuộm, đập, mà chẳng phải thân quyến giặt, nhuộm, đập; nếu khiến thân quyến, chẳng phải thân quyến cùng giặt, nhuộm đập mà thân quyến, chẳng phải thân quyến cùng giặt, nhuộm, đập đều phạm Ni-tát-kỳ ba-dật-đề.

Nếu y chưa có thể giặt, nhuộm, đập mà khiến chẳng phải thân quyến giặt, nhuộm, đập, phạm Đột-kiết-la. Nếu khiến thân quyến giặt, nhuộm, đập, mà chẳng phải thân quyến giặt, nhuộm, đập thì không phạm. Ngoài ra như trong giới nhận y đã nói.

VI. XIN Y NƠI NHÀ PHI THÂN LÍ[375]

A. DUYÊN KHỞI

1. *Xin y từ phi thân lý*

Đức Phật ở tại thành Xá-vệ.[376] Khi ấy, trong thành có gia chủ[377] mặc áo tốt, tin ưa Phật Pháp, thường đến nghe pháp. Một hôm, gia chủ kia mặc áo tốt hai lớp, cùng với các vị khách đi ra khỏi thành, viếng thăm đức Thế Tôn và các tỳ-kheo. Đức Phật vì họ nói pháp, chỉ dạy những điều lợi ích, khiến họ vui mừng, rồi đảnh lễ từ biệt ra về, gặp Bạt-nan-đà.[378] Bạt-nan-đà **[27b01]** lại vì họ nói pháp. Đến lúc từ biệt, họ nói:

"Ngày mai, mời trưởng lão hạ cố dùng bữa cơm đạm bạc."

Trả lời:

---

[375] *Tăng-kỳ* 9, tr. 301c3; *Tứ phần* 7, tr. 608a21; *Thập tụng* 6, tr. 44a29; *Căn bản* 19, tr. 728a22. Vin. iii. 210. niss. 6, *aññātakaviññatti*.

[376] *Tăng-kỳ* 9, tr. 302c3; *Tứ phần* 7, tr. 608a21; *Thập tụng* 6, tr. 44a29: Xá-vệ thành (quốc) 舍衛城(國) như Ngũ phần; *Căn bản* 19, tr. 728a22 Thất-la-phạt thành 室羅伐城.

[377] *Tăng-kỳ* 9, tr. 301c5: Gia chủ A-bạt-tra 阿跋吒. *Tứ phần* 7, tr. 608a21: *Căn bản* 19, tr. 728a22: Gia chủ không tên; *Thập tụng* 6, tr. 44a29: Cư sĩ không tên; [Pāli] *seṭṭhiputta*, con trai của một nhà phú hộ.

[378] *Tăng-kỳ* 9, tr. 301c6: Ưu-ba-nan-đà 優波難陀; *Tứ phần* 7, tr. 608a24: Bạt-nan-đà Thích tử 跋難陀釋子; *Thập tụng* 6, tr. 44b1: Bạt-nan-đà 跋難陀; *Căn bản* 19, tr. 728b17: Ổ-ba Nan-đà 鄔波難陀, là một trong nhóm lục quần tỳ-kheo.

"Tôi không thiếu ăn, mà khổ vì thiếu mặc. Ông có thể cho tôi chiếc áo đang mặc không?"

Gia chủ nói:

"Sẽ cho, về nhà tính lại, không tiện cho liền được."

Bạt-nan-đà nói:

"Tôi nghe gia chủ ưa thích bố thí, vì sao đối với tôi chỉ có thờ ơ thôi!"

Lại nói:

"Tôi nói pháp là giúp mọi người có thể xa lìa sanh, lão, bệnh, tử, ưu bi khổ não, nên phế bỏ việc mưu sinh cho chính mình. Tại sao nay ông lại tiếc lẫn một chiếc áo ấy?"

Lúc này gia chủ liền cởi áo cho rồi đi đến cửa thành, người giữ cửa hỏi:

"Vừa rồi ông mặc hai lớp áo đi ra, mà bây giờ mặc áo mỏng trở về; vì cho người nữ hay là vì gặp giặc cướp đoạt?"

Ông trưởng giả nói:

"Tôi không cho người nữ, cũng không gặp giặc cướp, mà bị Sa-môn Thích tử cưỡng bức xin."

Người giữ cửa nói:

"Ông đừng nói như vậy! Tôi nghe Sa-môn Thích tử ít muốn, biết đủ. Nếu ai cúng dường còn không bằng lòng nhận, tại sao hôm nay lại cưỡng xin vật người?"

Gia chủ kể lại sự việc như trên. Những người không tin ưa Phật pháp, nghe liền lên tiếng tuyên bố: "Gần đúng như cướp đoạt. Nếu ông gần gũi cũng sẽ lại quá quắt (như vậy)*. Sa-môn Thích tử này thường khen sự bố thí, chê không cho mà lấy, nhưng nay cưỡng đoạt y vật của người thì đâu khác gì bọn cướp?"

Gia chủ về nhà, người trong nhà hỏi, cũng trả lời như trên.

Các tỳ-kheo trưởng lão nghe, bằng mọi cách quở trách rồi dẫn đến chỗ đức Phật, đem sự việc bạch lên đức Phật. Nhân việc này, đức Phật tập họp tỳ-kheo Tăng, hỏi Bạt-nan-đà:

"Ngươi có thật vậy không?"

Thưa: "Thật vậy, bạch đức Thế Tôn."

Đức Phật bằng mọi cách quở trách, rồi bảo các tỳ-kheo:

"Vì mười điều lợi, nên Ta vì các tỳ-kheo kết giới. Từ nay giới này nên nói như vầy:

Tỳ-kheo nào, xin y từ cư sĩ hay vợ cư sĩ, phạm Ni-tát-kỳ ba-dật-đề."

Bấy giờ, các tỳ-kheo mặc y thô rách, các thân quyến thấy, nói: "Tại sao mặc y rách này, mà không đến con lấy?"

Đáp:

"Đức Phật không cho phép chúng tôi đến cư sĩ hay vợ cư sĩ xin y. Nếu đem y cúng cho Tăng, tôi sẽ nhận từ Tăng."

Các thân quyến nói:

Chính con muốn cúng cho thầy, không muốn cúng cho Tăng, để người khác nhận."

Các tỳ-kheo nói:

"Nếu đức Phật cho phép chúng tôi xin y từ cư sĩ hay vợ cư sĩ thân quyến thì cũng sẽ không mặc xấu rách thế này!"

Các thân quyến thưa:

"Chỉ có thân quyến với nhau mới biết (những gì)* có thể cho và biết (những gì) có thể nhận. Mong đem việc này bạch lên đức Phật."

Các tỳ-kheo liền đem sự việc bạch lên Phật. Nhân việc này, đức Phật tập họp tỳ-kheo Tăng, bảo các tỳ-kheo:

"Từ nay giới này nên nói như vầy:

Tỳ-kheo nào, xin y từ cư sĩ hay vợ cư sĩ không phải thân quyến, phạm Ni-tát-kỳ ba-dật-đề."

2. Tỳ-kheo bị cướp y

[27c01] Bấy giờ có số đông tỳ-kheo đi theo đoàn khách buôn, lạc đường gặp bọn cướp trấn lột hết y, để thân trần truồng mà đến thành Xá-vệ. Người đi đường thấy, hỏi:

"Ông là người nào?"

Trả lời:

"Tôi là Sa-môn Thích tử."

Lại hỏi:

"Y bát của ông đâu?"

Trả lời:

"Bị bọn cướp cướp hết cả rồi."

Khi đến Kỳ-hoàn, các tỳ-kheo hỏi, cũng đáp như vậy.

Lại hỏi:

"Nếu ông là tỳ-kheo thì thọ giới, Bố-tát, Tự tứ như thế nào?"

Đáp:

"Thọ giới, Bố-tát, Tự tứ như vậy!"

Các tỳ-kheo (hỏi)* rồi vẫn không đưa y cho,[379] liền đến chỗ Phật.

Đức Phật quở trách:

"Tại sao các ông đem thân trần truồng diện kiến Như Lai! Há không thể dùng lá cây hay cỏ để che thân được ư!?"

Rồi bảo các tỳ-kheo:

"Từ nay thân trần truồng đến trước Như Lai, Đột-kiết-la."

Các tỳ-kheo bạch Phật:

"Ngài không cho phép chúng con xin y từ cư sĩ hay vợ cư sĩ chẳng phải thân quyến; (trong khi)* thân quyến của chúng con ở cách đây

---

[379] Chi tiết này ngược lại *Tăng-kỳ, Tứ phần, Thập tụng, Căn bản*: Các tỳ-kheo đưa y mặc vào mới đến yết kiến đức Phật.

rất xa thì làm sao có y được?"

Đức Phật hỏi:

"Các ông đã đến nơi chỗ tỳ-kheo cựu trú chưa?"

Thưa:

"Chúng con đến rồi."

Lại hỏi:

"Tại sao họ không đưa y cho các ông?"

Thưa:

"Các thầy ấy vừa thấy chúng con, liền hỏi: Thọ giới, Bố-tát, Tự tứ thế nào? Tuy (chúng con)* trả lời như pháp, nhưng không thấy đưa y cho."

Đức Phật chuyển lời quở trách các cựu trú tỳ-kheo:

"Tại sao chính mắt trông thấy tỳ-kheo thân trần truồng mà không xót thương!"

Đối với tỳ-kheo mất y, Ngài khen hạnh ít ham muốn, biết đủ, khen giới, khen người trì giới, rồi bảo các tỳ-kheo:

"Từ nay giới này nên nói như vầy:

B. GIỚI VĂN

Tỳ-kheo nào, xin y từ cư sĩ hay vợ cư sĩ không phải thân quyến, trừ nhân duyên,[380] phạm Ni-tát-kỳ ba-dật-đề. Nhân duyên là: Y bị cướp, y bị mất, y bị cháy, y bị nước cuốn trôi, y bị rách. Đó gọi là nhân duyên."

C. PHẠM TƯỚNG

Nếu y bị đoạt *cho đến* y bị hư hoại; vốn có y khác và có y để chỗ khác thì đều không được xin. Tỳ-kheo-ni cũng như vậy. Thức-xoa-ma-na, sa-di, sa-di-ni, phạm Đột-kiết-la.

---

[380] Nguyên Hán: Trừ nhân duyên 除因緣. *Tăng-kỳ, Tứ phần; Thập tụng; Căn bản:* Trừ dư thời 除餘時. Pali: *aññatra samayā*.

VII. NHẬN Y QUÁ PHẦN[381]

A. DUYÊN KHỞI

Đức Phật ở tại thành Xá-vệ.[382] Khi ấy số đông tỳ-kheo từ ấp Ba-lợi[383] đến chỗ đức Phật, gặp bọn cướp cướp mất y, cùng nhau bàn:

"Tuy đức Phật cho phép, trong năm nhân duyên, được xin y từ cư sĩ hay vợ cư sĩ không phải thân quyến, nay chúng ta không biết đến xin ai!"

Khi ấy, nhóm sáu tỳ-kheo nghĩ như vầy: "Các tỳ-kheo bị mất y này không biết xin từ ai. Ta nên vì họ xin, nếu có dư thì ta sẽ lấy". Nghĩ rồi, liền đem việc này nói với các tỳ-kheo mất y. Các tỳ-kheo mất y nói:

"Tốt lắm!"

Lúc ấy, nhóm sáu tỳ-kheo nói với cư sĩ hay vợ cư sĩ khắp trong thành rằng:

"Có các tỳ-kheo từ ấp Ba-lợi đến, muốn viếng thăm đức Thế Tôn, gặp bọn cướp cướp mất y, **[28a01]** quý vị có thể cùng chia nhau cúng y cho họ."

Các cư sĩ, vợ cư sĩ nghe rồi, mỗi người chia nhau cúng nên nhận được y phục khá nhiều. Mỗi vị đều đầy đủ. Các tỳ-kheo mất y nói: "Chúng tôi đủ rồi, không cần xin nữa."

Nhóm sáu tỳ-kheo nói:

"Các thầy có nhân duyên xin y, mà chúng tôi không được phép. Chúng tôi nhờ nhân duyên của quý thầy mới có lý do để xin."

---

[381] *Tăng-kỳ* 9, tr. 303a6; *Tứ phần* 7, tr. 609c13; *Thập tụng* 6, tr.45a24; *Căn bản* 20, tr. 729c28. Pāli, niss. 7, *tatuttari*, Vin. iii. 213.

[382] *Tăng-kỳ* 9, tr. 303a6; *Tứ phần* 7, tr. 609c13; *Thập tụng* 6, tr.44c22: Đều thành Xá-vệ hay nước Xá-vệ 舍衛城(國) như *Ngũ phần*; *Căn bản* 20, tr. 729c28 Thất-la-phạt thành 室羅伐城.

[383] *Tăng-kỳ* 9, tr. 303a7: Từ phương Bắc đến Xá-vệ thành, không có tên địa danh; *Tứ phần* 7, tr. 608c12: Từ nước Câu-tát-la; *Thập tụng* 6, tr. 44c22: Từ nước Kiều-tát-la; *Căn bản* 19, tr. 729b6: Có bốn mươi tỳ-kheo du hành trong nhân gian.

Các tỳ-kheo mất y nói: "Tùy ý các trưởng lão."

Lúc ấy, nhóm sáu tỳ-kheo lại đi xin các nơi nữa, nhận được y rất nhiều. Bấy giờ, các cư sĩ họp cùng nhau bàn:

"Tỳ-kheo mất y không có bao nhiêu người, chúng ta nam nữ, lớn nhỏ trong thành đều chia nhau cúng dường rồi, như vậy là quá đủ, tại sao xin nữa! Há không phải là muốn tích trữ để mua bán, đổi chác, mà không tu Phạm hạnh chăng?"

Lúc ấy, các tỳ-kheo trưởng lão nghe, bằng mọi cách quở trách, rồi do vậy bạch lên Phật. Nhân việc này, đức Phật tập hợp tỳ-kheo Tăng, hỏi nhóm sáu tỳ-kheo:

"Các ông có thật vậy không?"

Thưa:

"Thật vậy, bạch đức Thế Tôn."

Đức Phật bằng mọi cách quở trách rồi, bảo các tỳ-kheo:

"Vì mười điều lợi, nên nay Ta vì các tỳ-kheo kết giới. Từ nay giới này nên nói như vầy:

B. GIỚI VĂN

Tỳ-kheo nào, y bị cướp, bị mất, bị cháy, bị trôi, bị hư hoại, mà xin y từ cư sĩ hay vợ cư sĩ không phải thân quyến. Nếu cư sĩ hay vợ cư sĩ muốn cúng nhiều y thì tỳ-kheo này nên nhận hai y,[384] **nếu nhận quá mức này, phạm Ni-tát-kỳ ba-dật-đề."**

Tỳ-kheo-ni cũng như vậy. Ba chúng dưới, phạm Đột-kiết-la.

---

[384] *Tăng-kỳ*: Đắc thọ thượng hạ y 得受上下衣; *Tứ phần*: Tri túc thọ y 知足受衣; *Thập tụng*: Ưng thủ thượng hạ y 應取上下衣; *Căn bản*: Ưng thọ thượng hạ nhị y 應受上下二衣. Pāli *abhihaṭṭhuṃ pavāreyya*, yêu cầu tùy ý nhận; nhưng, tỳ-kheo mất cả 3 y, nhận 2 y; mất 2 y chỉ được nhận 1 y. Chỉ mất một y, hoàn toàn không được nhận.

VIII. KHUYẾN CƯ SĨ TĂNG GIÁ Y[385]

A. DUYÊN KHỞI

Đức Phật ở tại thành Xá-vệ.[386] Khi ấy, Bạt-nan-đà[387] thường tới lui một nhà cư sĩ vì họ nói pháp và, vì họ liệu lý các việc quan cùng tật bệnh. Có một tỳ-kheo, buổi sáng sớm khoác y bưng bát vào thành khất thực, đến nhà này gặp hai vợ chồng kia đang cùng nhau bàn: "Bạt-nan-đà đối với ta có ân, nên dùng giá tiền y như vậy để may y cho thầy". Tỳ-kheo kia khất thực trở về nói với Bạt-nan-đà:

"Thầy có phước đức."

Bạt-nan-đà hỏi:

"Có phước đức gì?"

Trả lời:

"Hôm nay, tôi vừa khất thực, đến nhà cư sĩ đó, nghe vợ chồng họ bàn: 'Bạt-nan-đà đối với ta có ân, nên dùng giá tiền y như vậy để sắm y cho thầy.' Nay thầy đến đó, chắc được y không ngại."

Sáng sớm, đến giờ khất thực, Bạt-nan-đà khoát y, bưng bát đến nhà kia. Cư sĩ liền ra đón chào. Bạt-nan-đà hỏi:

"Quý vị vì tôi dùng số tiền y như vậy để sắm y cho tôi phải không?"

Thưa:

"Đúng vậy."

"Quý vị tự biết, tôi không mặc y xấu. Nếu sắm y tốt thì tôi sẽ mặc. Tôi lúc nào cũng nhớ đến việc vì quý vị mà liệu lý (mọi việc)* từ việc quan cho đến tật bệnh. [28b01] Nếu y không tốt sẽ cho đệ tử hay

---

[385] *Tăng-kỳ* 9, tr. 304b21; *Tứ phần* 7, tr. 610c29; *Thập tụng* 6, tr. 45c5; *Căn bản* 20, tr. 731b15. Pāli, niss. 8, *upakkhaṭa*, Vin. iii. 213.

[386] *Tăng-kỳ* 9, tr. 304b21; *Tứ phần* 7, tr. 610c29; *Thập tụng* 6, tr. 45c5: Xá-vệ thành (quốc) 舍衛城(國) như Ngũ phần; *Căn bản* 20, tr. 731b15: Thất-la-phạt thành 室羅伐城.

[387] *Tăng-kỳ*: Nan-đà và Ưu-ba-nan-đà; *Tứ phần*: Bạt-nan-đà; *Thập tụng*: Bạt-nan-đà Thích tử; *Căn bản*: Ổ-ba-nan-đà.

đem cất trong rương, (như vậy)* vật này là đồ bỏ không có phước thí dụng."

Sau đó, cư sĩ kia nói với người xung quanh rằng:

"Thầy này không nhàm chán, khó nuôi, không biết đủ, đã đòi gấp năm, sáu lần hơn so với chỗ phát tâm của tôi mà vẫn không thỏa lòng. Trước đây lòng tốt có dư, nhưng bây giờ thì bị bào mòn hết rồi, nghiêng về không cúng."

Lúc ấy, các tỳ-kheo trưởng lão nghe, bằng mọi cách quở trách, rồi do vậy bạch lên Phật. Nhân việc này, đức Phật tập họp tỳ-kheo Tăng, hỏi Bạt-nan-đà:

"Ông có thật vậy không?"

Thưa:

"Thật vậy, bạch Thế Tôn."

Đức Phật bằng mọi cách quở trách rồi, bảo các tỳ-kheo:

"Vì mười điều lợi, nên Ta vì các tỳ-kheo kết giới. Từ nay giới này nên nói như vầy:

B. GIỚI VĂN

> Tỳ-kheo nào, có cư sĩ hay vợ cư sĩ chẳng phải thân quyến[388] cùng bàn: 'Nên dùng số tiền như vậy sắm y cho tỳ-kheo có tên như vậy'. Tỳ-kheo này, trước đó không được yêu cầu tuỳ ý, bèn đến nhà cư sĩ, vợ cư sĩ nói: 'Người vì tôi dùng số tiền như vậy, sắm y phải không?' Trả lời: 'Đúng như vậy'. Liền nói: 'Lành thay! Cư sĩ, vợ cư sĩ có thể sắm y như vậy cho tôi', vì muốn đẹp, phạm Ni-tát-kỳ ba-dật-đề."

C. THÍCH TỪ

Trước đó không được yêu cầu tuỳ ý: Nghĩa là trước không hỏi tỳ-kheo muốn thứ y nào.

---

[388] *Tăng-kỳ, Tứ phần*: Có cư sĩ hay vợ cư sĩ; *Thập tụng, Căn bản*: như *Ngũ phần*; Pāli aññatakassa gahapatissa vā gahapatāniyā, cư sĩ hay vợ cư sĩ không phải thân quyến.

Vì muốn đẹp: Tức là yêu cầu khiến (may)* thật đẹp hơn đã hứa trước. Nếu đòi y tốt từ thân quyến, phạm Đột-kiết-la. Tỳ-kheo-ni cũng như vậy. Ba chúng dưới, phạm Đột-kiết-la.

IX. KHUYÊN HỢP LẠI TĂNG GIÁ Y[389]

A. DUYÊN KHỞI

Khi đức Phật ở tại nước Xá-vệ,[390] Bạt-nan-đà[391] lại thường lui tới các gia đình. Có vợ chồng kia cùng bàn với nhau: "Chúng ta mỗi người nên vì Bạt-nan-đà dùng số tiền y như vậy để sắm y cho Bạt-nan-đà". Tỳ-kheo khất thực nghe, về nói lại. Bạt-nan-đà liền đến hỏi cư sĩ, vợ cư sĩ rằng:

"Tôi có nghe quý vị mỗi người vì tôi, dùng số tiền như vậy để sắm y (cho tôi)* thật vậy phải không?"

Thưa: "Đúng vậy."

"Có thể hợp lại may một y hết sức tốt. Nếu thật tốt thì tôi sẽ mặc và thường nhớ đến quí vị. Nếu không tốt thì sẽ cất trong rương. (Như vậy)*, vật này sẽ là đồ bỏ không có phước thí dụng."

Khi ấy, cư sĩ, vợ cư sĩ liền nổi cực giận nói:

"Thầy này không biết nhàm chán, khó nuôi, khó biết đủ. Tuy yêu cầu hợp lại thành một y, nhưng so với chỗ hứa phát tâm của chúng tôi lại gấp năm, sáu lần, còn không thỏa lòng. Người ác như vầy, không đủ để tồn tại; từ nay không cho phép lai vãng đến nữa."

Bấy giờ, các tỳ-kheo trưởng lão nghe, bằng mọi cách quở trách, rồi đến chỗ đức Phật đem sự việc bạch lên Phật. Nhân việc này, đức Phật tập họp tỳ-kheo Tăng, hỏi Bạt-nan-đà:

---

[389] *Tăng-kỳ* 9, tr. 305a26; *Tứ phần* 7, tr. 611b28; *Thập tụng* 6, tr. 46a26; *Căn bản* 20, tr. 733a2. Pāli, niss. 9, *dutiya-upakkhaṭa*, Vin. iii. 217

[390] *Tăng-kỳ* 9, tr. 305a27; *Tứ phần* 7, tr. 611c01; *Thập tụng* 6, tr. 46a26: Xá-vệ thành (quốc) 舍衛城(國) như *Ngũ phần*; *Căn bản* 20, tr. 733a2: Thệ Đa lâm 逝多林.

[391] *Tăng-kỳ*: Nan-đà và Ưu-ba-nan-đà; *Tứ phần*: Bạt-nan-đà; *Thập tụng*: Bạt-nan-đà Thích tử; *Căn bản*: Ổ-ba-nan-đà.

"Ngươi có thật vậy không?"

Thưa:

[28c01] "Thật vậy, bạch đức Thế Tôn."

Đức Phật bằng mọi cách quở trách rồi, bảo các tỳ-kheo:

"Vì mười điều lợi, nên nay Ta vì các tỳ-kheo kết giới. Từ nay giới này nên nói như vầy:

B. GIỚI VĂN

Tỳ-kheo nào, nếu có cư sĩ, vợ cư sĩ không phải thân quyến[392] cùng nhau bàn: 'Mỗi người chúng ta sẽ dùng số tiền y như vậy, sắm y cho tỳ-kheo có tên như vậy'. Tỳ-kheo này, trước đó, không được yêu cầu tùy ý, liền đến hỏi cư sĩ, vợ cư sĩ rằng: 'Quý vị vì tôi dùng số tiền y như vậy, sắm y phải không?' Trả lời: 'Đúng như vậy'.

Liền nói: 'Lành thay! Cư sĩ, vợ cư sĩ có thể hợp lại sắm một y cho tôi', vì muốn đẹp, phạm Ni-tát-kỳ ba-dật-đề."

Tỳ-kheo-ni cũng như vậy. Ba chúng dưới, phạm Đột-kiết-la.

X. YÊU SÁCH GIÁ Y QUÁ HẠN[393]

A. DUYÊN KHỞI

Đức Phật ở tại thành Vương Xá.[394] Khi ấy, đại thần (thành)* Vương Xá nói với người hầu rằng:

"Ngươi đến chỗ Bạt-nan-đà,[395] nhân danh ta đánh lễ, thăm hỏi và

---

[392] *Tăng-kỳ; Tứ phần:* Có cư sĩ hay vợ cư sĩ; *Thập tụng; Căn bản:* như *Ngũ phần;* Pāli *aññatakassa gahapatissa vā gahapatāniyā,* cư sĩ hay vợ cư sĩ không phải thân quyến.

[393] *Tăng-kỳ* 9, tr. 305b7; *Tứ phần* 7, tr. 612b28; *Thập tụng* 6, tr. 46c12; *Căn bản* 20, tr. 733a14. Pāli, niss. 10, *rājasikkhāpadaṃ,* Vin. iii. 219.

[394] *Tăng-kỳ* 9, tr. 305b07; *Tứ phần* 7, tr. 612b28; *Thập tụng* 6, tr. 46c12: Xá-vệ thành (quốc) 舍衛城(國) như *Ngũ phần; Căn bản* 20, tr. 733a14: Vương Xá thành 王舍城.

[395] *Tăng-kỳ:* Nan-đà, Ưu-ba-nan-đà 難陀,優波難陀; *Tứ phần; Thập tụng:*

đem số tiền y này cúng cho thầy."

Sứ giả vâng lệnh, đến chỗ Bạt-nan-đà nói:

"Đại thần tên đó, thăm hỏi sức khỏe và sai tôi đem số tiền y này cúng cho Đại đức, xin Đại đức nhận cho."

Bạt-nan-đà nói:

"Tôi không được phép nhận số tiền y này, nếu được tịnh y thì sẽ nhận thọ trì."

Sứ giả hỏi:

"Đại đức có người chấp sự[396] hay không?"

Bạt-nan-đà liền chỉ chỗ người chấp sự. Sứ giả liền đến chỗ người chấp sự nói:

"Đại thần tên đó, sai tôi đem số tiền y này cúng cho ngài Bạt-nan-đà, ông có thể nhận giùm, (khi nào Bạt-nan-đà)* đến lấy thì đưa."

Sứ giả đã đưa rồi trở lại chỗ Bạt-nan-đà bạch:

"Đại đức chỉ chỗ người chấp sự, tôi đã đưa rồi, Đại đức cần y thì có thể đến lấy."

Bạch xong liền trở về. Sau đó, đại thần lại sai người thân tín đến hỏi Bạt-nan-đà:

"Gần đây tôi có sai sứ đem số tiền (sắm)* y đến gởi nơi người ... chấp sự, Đại đức đã mặc y này chưa?"

Bạt-nan-đà nói:

"Tôi chưa lấy mặc."

(Người kia)* trở về thưa lại như vậy, đại thần nghĩ như vầy: "Ta đã sắm y lâu rồi mà vẫn chưa lấy, chắc coi nhẹ y của ta, cho nên đưa đến như vậy". Liền lại sai thân tín đến nói với Bạt-nan-đà:

"Tôi cúng y lâu rồi, vì sao không mặc? Nếu không cần thì trả lại

---

Bạt-nan-đà Thích tử 跋難陀釋子; *Căn bản:* Ổ-ba-nan-đà 鄔波難陀.

[396] Người chấp sự 執事人: Người giúp việc, người làm công quả.

cho tôi".

Bạt-nan-đà trả lời:

"Tôi rất cần".

Rồi liền đến chỗ ở người chấp sự, nhưng không đúng lúc, nói: "Nay tôi cần y, có thể cho nhận."[397]

Người chấp sự thưa:

"Xin Ngài chờ một chút, hôm nay chúng tôi có cuộc họp, tôi phải đến đó, nếu không đến kịp giờ sẽ bị phạt năm trăm[398] tiền vàng."

Bạt-nan-đà nói:

"Ông thường tin ưa, siêng năng đối với pháp duyên, tại sao hôm nay bỗng coi trọng việc thế tục?"

Người chấp sự nghe nói vậy liền nghĩ như vầy: "Dù khiến bị họ phạt **[29a01]** vẫn phải giao y, sau đó mới đi". (Người chấp sự)* liền sửa soạn y để giao. Khi hoàn tất công việc may rồi nên buộc đến trễ. Mọi người hỏi:

"Tại sao người đến trễ ?"

Trả lời: "Bạt-nan-đà đòi y, phải lo liệu để giao, do đó nên mới vậy."

Mọi người đều nói:

"Vì một tỳ-kheo mà xem nhẹ quy chế của nhiều người, theo lý không thể tha thứ! Liền bị phạt"

---

[397] Hán: Kiến dữ 見與.

[398] Pali: paññāsaṃ baddho, phạt 50. Được giải thích là phạt 50 *kahāpaṇa* (tiền vàng). *Tăng-kỳ*: Người được ký thác tiền là cư sĩ Pháp Dự. Nhân vì lúc cần nên ông tạm mượn. Khi Ưu-ba-nan-đà đến đòi, cư sĩ chưa có tiền mặt để ứng liền, bị tỳ-kheo này đưa ra quan kiện. *Tứ phần*: Bạt-nan-đà dẫn sứ giả của gia chủ này đến gởi tiền sắm y cho một gia chủ khác... *Thập tụng*: Bạt-nan-đà nhờ người khách buôn nhận tiền sắm y của một cư sĩ cúng... *Căn bản*: Một thương nhân cúng cho Ổ-ba-nan-đà sáu mươi kim tiền gởi qua một đại thần Hành Vũ để sắm y...

Sau khi người đó bị phạt, bèn nổi giận nói:

"Sa-môn Thích tử tự nói có đạo lý, làm lợi ích cho mọi vật, mà nay ngược lại, khiến cho tôi bị phạt."

Người không tin ưa Phật pháp cùng nhau nói rằng: "Ông tin kính sa-môn để rồi đưa đến bị phạt nặng vậy, nếu còn gần gũi sẽ bị nặng hơn nữa."

Tiếng xấu ác đồn khắp cả thành Xá-vệ, các tỳ-kheo trưởng lão nghe, bằng mọi cách quở trách, rồi dẫn đến chỗ đức Phật trình bày sự việc lên Ngài. Nhân việc này, đức Phật tập họp tỳ-kheo Tăng, hỏi Bạt-nan-đà:

"Ông có thật vậy không?"

Thưa: "Thật vậy, bạch Thế Tôn."

Đức Phật bằng mọi cách quở trách rồi bảo các tỳ-kheo:

"Vì mười điều lợi, nên nay Ta vì các tỳ-kheo kết giới. Từ nay giới này nên nói như vầy:

B. GIỚI VĂN

Tỳ-kheo nào, hoặc vua hay đại thần, bà-la-môn, cư sĩ, vì tỳ-kheo nên sai sứ mang tiền sắm y đến chỗ tỳ-kheo. nói: 'Đại đức, vua, đại thần, bà-la-môn, cư sĩ kia đưa tiền sắm y này, Đại đức nhận cho.' Tỳ-kheo này nói: 'Tôi không được phép nhận tiền sắm y, nếu được y thanh tịnh thì sẽ thọ trì'. Sứ hỏi: 'Đại đức có người chấp sự hay không?' Tỳ-kheo liền chỉ chỗ người chấp sự. Người sứ liền đến chỗ người chấp sự nói: 'Vua, đại thần tên ... , đưa tiền sắm y này đến cho tỳ-kheo tên..., ông vì tỳ-kheo cất cho, khi tỳ-kheo cần lấy thì đưa'. Người sứ đưa rồi, trở lại chỗ tỳ-kheo nói: 'Đại đức chỉ chỗ người chấp sự, tôi đã đưa tiền cho họ rồi, khi nào Đại đức cần y, cứ đến lấy'. Tỳ-kheo ấy hai lần, ba lần đến chỗ người chấp sự nói: 'Tôi cần y! Tôi cần y!' Nếu được thì tốt; nếu không được thì bốn lần, năm lần, sáu lần đến trước người chấp sự đứng im lặng. Nhận được thì tốt, nếu cần cầu quá giới hạn đó, nếu được y, phạm Ni-tát-kỳ ba-

dật-đề. Nếu không được y, thì chính mình, hoặc sai người tin cậy đến chỗ người sứ, nói: 'Ông đã vì tỳ-kheo có tên.... sai người mang tiền sắm y đến, cuối cùng tỳ-kheo này không nhận được y, ông nên đến lấy lại, đừng để mất'. Sự việc đó phải như vậy."³⁹⁹

Tỳ-kheo-ni cũng như vậy. Ba chúng dưới, phạm Đột-kiết-la.

XI. XIN TƠ SỢI ĐỂ DỆT Y⁴⁰⁰

A. DUYÊN KHỞI

Đức Phật ở tại thành Xá-vệ.⁴⁰¹ Bấy giờ, chúng Tăng nhận được nhiều tơ sợi cúng dường, liền cùng phân chia. Các tỳ-kheo dùng tơ để may Tăng-già-lê, Ưu-đa-la-tăng, An-đà-hội và tất cả các y khác [29b01], lại làm dây lưng, dây ngồi thiền, cho đến dây cột cửa, mà vẫn không hết. Khi ấy, nhóm sáu tỳ-kheo liền thuê thợ dệt, dệt làm một y, tơ sợi vẫn còn dư; lại thuê dệt thành chiếu, nhưng vì ít không đủ, bèn đi xin thêm. Trưởng giả, cư sĩ tất cả đều cho. Bấy giờ, nhóm sáu tỳ-kheo lại nghĩ như vầy: "Ta đặng thiện lợi, từ nay thường xuyên ta chỉ làm việc này", liền xin nhiều tơ sợi, thuê tất cả thợ dệt để dệt.

Khi ấy, có cư sĩ đến thuê một thợ dệt, dệt y. Thợ dệt nói: "Tôi đã hứa với tỳ-kheo rồi, nên không dệt được nữa". Đi khắp mọi nơi đều cũng như vậy. Lúc này, cư sĩ nổi giận mắng:

"Sa-môn Thích tử, thiểu dục tri túc, mà nay lại thuê khắp tất cả thợ dệt, không biết chán đủ, cùng người tham ở đời nào có khác gì đâu!

---

³⁹⁹ Sự việc đó phải như vậy, Hán: *Tăng-kỳ*: Thị sự pháp nhĩ 是事法爾. *Tứ phần; Căn bản*: Thử thị thời 此是時. *Thập tụng*: Thị sự ưng nhĩ 是事應爾. Pāli *ayaṃ tattha samīcī*, đây là điều hợp cách. Và giải thích: *ayaṃ tattha anudhammatā*, ở đây điều này tùy thuận pháp tánh.

⁴⁰⁰ *Tăng-kỳ* 11, tr. 320b6: Ni-tát-kỳ 26; *Tứ phần* 9, tr. 624a14 Ni-tát-kỳ 23, *Thập tụng* 8, tr. 55a3, *Căn bản* 22, tr. 746b5: Ni-tát-kỳ 23; Pāli, *Nissaggiya* 26: *Suttaviññatti*.

⁴⁰¹ *Tăng-kỳ* 11, tr. 320b6; *Tứ phần* 9, tr. 624a14: Xá-vệ thành (quốc) 舍衛城(國) như *Ngũ phần*; *Thập tụng* 8, tr. 55a3: Vương Xá thành 王舍城. *Căn bản* 22, tr. 746b5: Thất-la-phạt thành Thệ Đa lâm 室羅伐城逝多林.

Không hạnh sa-môn, phá pháp sa-môn!"

Các tỳ-kheo trưởng lão nghe, bằng mọi cách quở trách đem sự việc bạch lên Phật. Nhân việc này đức Phật tập hợp tỳ-kheo Tăng, hỏi nhóm sáu tỳ-kheo:

"Các ông có thật vậy không?"

Thưa:

"Thật vậy, bạch Thế Tôn."

Đức Phật bằng mọi cách quở trách rồi bảo các tỳ-kheo:

"Vì mười điều lợi, nên nay Ta vì các tỳ-kheo kết giới. Từ nay giới này nên nói như vầy:

B. GIỚI VĂN

"Tỳ-kheo nào, tự mình đi xin tơ sợi, rồi thuê thợ dệt, dệt thành y,[402] phạm Ni-tát-kỳ ba-dật-đề."

Tỳ-kheo-ni cũng như vậy. Ba chúng dưới, phạm Đột-kiết-la.

XII. CHỈ DẪN THỢ DỆT[403]

A. DUYÊN KHỞI

Đức Phật ở tại thành Xá-vệ,[404] khi ấy Bạt-nan-đà[405] thường lui tới

---

[402] *Tứ phần*: Khiến thợ dệt không phải thân quyến dệt thành ba y. *Thập tụng, Căn bản*: Khiến thợ dệt không phải thân lý (thân quyến). Pali *tantavāyehi*, bởi những người thợ dệt, không phân biệt thân lý hay không thân lý.

[403] *Tứ phần* 9, tr. 624c22, *Thập tụng* 8, tr. 55c10, *Căn bản* 23, tr. 748b9: Ni-tát-kỳ 24; *Tăng-kỳ* 11, tr. 320c12: ni-tát-kỳ 27; Pali *Nissaggiya* 27, *Mahāpesakāra*.

[404] *Tăng-kỳ* 11, tr. 320c12; *Tứ phần* 9, tr. 624c22, *Thập tụng* 8, tr. 55c10: Xá-vệ thành (quốc) 舍衞城(國) như *Ngũ phần*; *Căn bản* 23, tr. 748b9: Thất-la-phạt thành, Thệ Đa lâm 室羅伐城逝多林.

[405] *Tăng-kỳ* 11, tr. 320c15: Nan-đà, Ưu-ba-nan-đà 難陀,優波難陀; *Tứ phần* 9, tr.624c23; *Thập tụng* 8, tr. 55c10: Bạt-nan-đà Thích tử 跋難陀釋子; *Căn bản* 23, tr. 748b13: Ổ-ba-nan-đà 鄔波難陀.

nhà một khách buôn nói pháp, chữa bệnh. Người khách buôn nói với vợ:

"Bạt-nan-đà có ân đối với chúng ta, có thể dùng số tơ sợi này thuê thợ dệt thành y, khi tôi trở về sẽ cúng."

Sau khi (người chồng)* đi, người vợ liền đem tơ sợi đến chỗ thợ dệt thuê dệt thành y, và nói:

"Tính toán cho đủ, đừng để dư, hay thiếu."

Bạt-nan-đà nghe, liền đến nhà kia, người vợ ra đón chào thăm hỏi và thưa:

"Chồng con bảo con dệt y cho Đại đức, con đã thuê thợ dệt đang dệt."

Bạt-nan-đà hỏi:

"Thuê ai dệt?"

Thưa:

"Thợ tên đó..."

Bạt-nan-đà liền đến chỗ thợ dệt nói:

"Ông biết chăng! Y này họ dệt cho tôi, ông dệt tốt, cho tỉ mỉ, rộng, tôi sẽ trả ơn ông ít nhiều."

Người thợ dệt nói:

"Bà kia bảo tôi tính toán cho đủ (theo kiểu đó)*, nay tôi phải làm sao dệt cho tỉ mỉ, rộng được!?"

Bạt-nan-đà nói:

"Chỉ cần dệt cho tốt, nếu chỉ sợi không đủ thì đem ý tôi yêu sách, tự khắc (bà ta)* sẽ đưa cho ông."

Người thợ dệt theo lời, dệt hết chỉ, đến đòi thêm. Bà vợ khách buôn nói:

"Trước đây tôi đã bảo ông tính toán cho đủ, tại sao nay lại đòi thêm?"

Người thợ dệt đem sự việc trên (kể lại)* trả lời. Người vợ bèn lại đưa thêm. Khi người khách buôn trở về, **[29c01]** hỏi vợ: "Trước đây tôi đã bảo bà vì Bạt-nan-đà dệt y, đã dệt chưa?"

Trả lời:

"Xong rồi."

(Người chồng nói)*:

"Có thể lấy ra (cho tôi)* xem."

Người vợ liền lấy (cho chồng)* xem, người chồng thấy chiếc y tỉ mỉ, tốt, hỏi:

"Dự dùng tơ sợi ít, sao lại được như vậy?"

Trả lời: "Bạt-nan-đà đến lấy thêm, cho nên được thế này."

Người khách buôn liền nổi giận mắng:

"Bạt-nan-đà khó nuôi, khó biết đủ, không biết chán đủ. Theo bổn ý của ta thì y này bằng hai lần hơn. Trước kia, tuy là có ân, nhưng nay thì hết rồi!"

(Ông ta)* bèn không cúng y nữa. Tiếng xấu như vậy đồn khắp gần xa, các tỳ-kheo trưởng lão nghe, bằng mọi cách quở trách rồi đưa đến chỗ Phật, đem sự việc bạch lên Ngài. Nhân việc này, đức Phật tập họp tỳ-kheo Tăng, hỏi Bạt-nan-đà:

"Ngươi có thật vậy không?"

Thưa:

"Thật vậy, bạch đức Thế Tôn."

Đức Phật bằng mọi cách quở trách, rồi bảo các tỳ-kheo:

"Vì mười điều lợi, nên nay Ta vì các tỳ-kheo kết giới. Từ nay giới này nên nói như vầy:

B. GIỚI VĂN

Tỳ-kheo nào, nếu có cư sĩ, vợ cư sĩ[406] khiến thợ dệt vì

---

[406] *Thập tụng, Căn bản*: Cư sĩ hay vợ cư sĩ không phải thân lý. Pāli *aññātako*

tỳ-kheo dệt làm y. Trước đó, tỳ-kheo này không được yêu cầu tùy ý,[407] bèn đến chỗ thợ dệt bảo: 'Ông biết không! Y này dệt cho tôi; ông vì tôi dệt cho tốt, khiến cho thật tỉ mỉ rộng, tôi sẽ đền ơn riêng cho ông'. Sau đó dù bằng một bữa ăn, hay chỉ đáng giá một bữa ăn, nhận được y, phạm Ni-tát-kỳ ba-dật-đề."

Tỳ-kheo-ni cũng như vậy. Ba chúng dưới, phạm Đột-kiết-la.

XIII. ĐOẠT LẠI Y[408]

A. DUYÊN KHỞI

Khi đức Phật ở tại thành Xá-vệ,[409] bấy giờ Bạt-nan-đà[410] nói với đệ tử là Đạt-ma:[411]

"Nay ta muốn cùng ngươi du hành đến nước Câu-tát-la."

Đạt-ma thưa:

"Nước đó lạnh, không có y, con không thể đi được."

Bạt-nan-đà nói:

"Nếu ngươi có thể đi thì ta sẽ cho ngươi y."

Đạt-ma nói:

"Cho con y trước, sau đó sẽ đi."

---

gahapati, cư sĩ không phải bà con.
[407] Mời tuỳ ý, 皢 Tự tứ thỉnh 自恣請. 皕 *pubbe pavārito*, được yêu cầu nói sở thích.
[408] *Tứ phần* 9, tr. 626a2, *Thập tụng* 8, tr. 56c12, *Căn bản* 23, 749c15: Ni-tát-kỳ 25; *Tăng-kỳ* 11, tr. 318b28: Ni-tát-kỳ 24. Pāli, *Nissaggiya* 25, *cīvara-acchindana*.
[409] *Tăng-kỳ* 11, tr. 318b28; *Tứ phần* 9, tr. 626a2; *Thập tụng* 8, tr. 56c12: Xá-vệ thành (quốc) 舍衛城(國) như *Ngũ phần*; *Căn bản* 23, 749c15: Thất-la-phạt thành, Thệ Đa lâm 室羅伐城逝多林.
[410] *Tăng-kỳ* 11, tr. 318b28: Nan-đà, Ưu-ba-nan-đà 難陀,優波難陀; *Tứ phần* 9, tr.626a3; *Thập tụng* 8, tr. 56c12: Bạt-nan-đà Thích tử 跋難陀釋子; *Căn bản* 23, tr. 749c20: Nan-đà 難陀.
[411] *Thập tụng* 8; *Căn bản* 23: Đạt-ma 蓬摩 cũng như *Ngũ phần*.

(Bạt-nan-đà)* liền cho y. Đã được y rồi, (Đạt-ma)* lại không bằng lòng đi. Bạt-nan-đà nói:

"Ngươi nói được y sẽ đi, tại sao được y rồi lại không bằng lòng? Nếu không thể đi thì đem y trả lại cho ta."

Đạt-ma thưa:

"Thầy đã cho rồi, tại sao đòi lại?"

Bạt-nan-đà nói:

"Ta chẳng phải cho ngươi, mà vì muốn cùng du hành nên mới cho. Nay ngươi không đi, lấy lý do gì mà không trả lại cho ta!"

Bạt-nan-đà liền cưỡng đoạt y. Đạt-ma liền lớn tiếng khóc la, tỳ-kheo trưởng lão, hỏi:

"Tại sao ông khóc?"

Thưa: "Thầy đoạt y con."

Các tỳ-kheo bằng mọi cách quở trách Bạt-nan-đà: "Là tỳ-kheo tại sao cưỡng đoạt y người?"

Thưa:

"Tôi muốn cùng đi đến nước Câu-tát-la nên dùng y để thuê ông ấy. Ông ta đã được y rồi liền không bằng lòng đi, cho nên lấy lại, chứ không phải là cưỡng đoạt."

Các tỳ-kheo lại bằng mọi cách quở trách Đạt-ma: **[30a01]** "Tại sao ông dối trá với thầy, hứa đi nếu đòi được y, được rồi mà không đi?"

Rồi đưa cả hai cùng đến chỗ đức Phật và đem sự việc bạch lên ngài. Nhân việc này, đức Phật tập họp tỳ-kheo Tăng, hỏi Bạt-nan-đà:

"Thật sự ông có đem y cho đệ tử rồi đoạt lại hay không?"

Thưa: "Thật vậy, bạch Thế Tôn."

Đức Phật lại hỏi Đạt-ma:

"Thật sự ông có dối trá với thầy không?"

Thưa: "Thật vậy, bạch Thế Tôn."

Đức Phật bằng mọi cách quở trách hai tỳ-kheo rồi bảo các tỳ-kheo:

"Vì mười điều lợi, nên nay Ta vì các tỳ-kheo kết giới. Từ nay giới này nên nói như vầy:

Tỳ-kheo nào, đem y cho tỳ-kheo rồi đoạt lấy lại, Ni-tát-kỳ ba-dật-đề."

Bấy giờ, nhóm sáu tỳ-kheo đem y cho các tỳ-kheo rồi lại sai sa-di hay người giữ vườn đoạt lấy lại. Các tỳ-kheo hỏi:

"Thầy không nghe đức Phật cấm đem y cho tỳ-kheo rồi không được lấy lại hay sao?"

Thưa: "Có nghe, nhưng hiện tại sai sa-di hay người giữ vườn đoạt lại, nên không trái với lời Phật cấm."

Các tỳ-kheo nói:

"Tự mình đoạt, dạy người đoạt, đâu có khác gì?"

Bằng mọi cách quở trách rồi, đem vấn đề bạch lên đức Phật. Nhân việc này, đức Phật tập họp tỳ-kheo Tăng, hỏi nhóm sáu tỳ-kheo:

"Các ông có thật vậy không?"

Thưa: "Thật vậy, bạch Thế Tôn."

Đức Phật bằng mọi cách quở trách rồi bảo các tỳ-kheo: "Từ nay giới này nên nói như vầy:

Tỳ-kheo nào, đem y cho tỳ-kheo rồi, hoặc tự đoạt, hay sai người đoạt, phạm Ni-tát-kỳ ba-dật-đề."

Có các tỳ-kheo khách gởi y cho cựu trú tỳ-kheo, rồi đi lâu ngày trở về, vì sợ phạm giới này nên không dám đòi lại. Lại có các tỳ-kheo trên đường đi, gởi y cho tỳ-kheo, vì đường đi đã xa, lại sợ phạm giới này nên cũng không đến đòi y lại; hoặc có đòi rồi lại sanh hổ thẹn, nghĩ là phạm giới này, tác pháp hối quá Xả đọa. Các tỳ-kheo do vậy bạch lên Phật. Nhân việc này, đức Phật tập họp tỳ-kheo Tăng, hỏi các tỳ-kheo:

"Các ngươi, có thật vậy không?"

Thưa: "Thật vậy, bạch đức Thế Tôn."

Đức Phật bằng mọi cách khen ngợi thiểu dục tri túc, khen giới, khen người trì giới, rồi bảo các tỳ-kheo:

"Nếu đòi y đã gởi mà phạm Xả đọa thì điều này không thể có. Từ nay giới này nên nói như vầy:

B. GIỚI VĂN

> Tỳ-kheo nào, đã đem y cho tỳ-kheo, sau vì giận, không vui, hoặc tự đoạt, hay sai người khác đoạt, nói như vầy: 'Trả y cho tôi, không cho thầy', phạm Ni-tát-kỳ ba-dật-đề."

Tỳ-kheo-ni cũng như vậy. Ba chúng dưới, phạm Đột-kiết-la.[412]

XIV. XOAY TĂNG VẬT VỀ MÌNH[413]

A. DUYÊN KHỞI

[30b07] Đức Phật ở tại thành Vương Xá.[414] Khi ấy, có số đông cư sĩ cùng thỉnh Phật và chúng Tăng. Trong đó, có người bửa củi, có người lấy nước, có người rưới nước đất quét dọn, có người trải tọa cụ, có người rải hoa, có người trải tòa cao, có người lo trai soạn. Sáng sớm hôm đó, Bạt-nan-đà[415] khoác y, bưng bát đến trước nhà thỉnh, tới chỗ mọi người, tuỳ theo việc làm của họ mà khen ngợi, lại nói:

"Hiện tại, mọi người làm việc tốt đẹp và hoan hỷ."

Mọi người nói:

"Chúng con thật sự vui mừng được làm mọi thứ để cúng dường. Ngoài việc đồ ăn thức uống, mỗi thứ đầy hương vị thơm ngon, còn cúng dường y vật cho chúng Tăng nữa."

---

[412] Bản Hán, hết quyển 4.
[413] Tăng-kỳ 11, tr. 323c23; Tứ phần 10, tr. 633a14: Ni-tát-kỳ 30. Thập tụng 8, tr.59a28, Căn bản 24, tr. 757a28: Ni-tát-kỳ 29. Pāli, *Nissaggiya* 30 *pariṇata*.
[414] Tăng-kỳ 11, tr. 323c23; Tứ phần 10, tr. 633a14; Thập tụng 8, tr. 59a28: Xá-vệ thành (quốc) 舍衛城(國) như *Ngũ phần*; Căn bản 24, tr. 757a28: Thích Ca xứ 釋迦處.
[415] Tăng-kỳ 11, tr. 324a2; Thập tụng 8, tr. 59b9: Lục quần tỳ-kheo 六群比丘; Tứ phần 10, tr. 633a14: Bạt-nan-đà Thích tử 跋難陀釋子; Căn bản 24, tr. 757b01: Thánh giả La-khô-la 聖者羅枯羅.

Bạt-nan-đà nói:

"Mọi người đã cúng dường y vật cho chúng Tăng rất nhiều. Nếu quý vị cúng nữa thì cũng chỉ là chất đống thành vật vô dụng, là đồ bỏ làm sao có được cái dụng phước đức, mà không cho tôi! Nếu cho tôi, tôi luôn sẽ mặc bên mình để nhớ nghĩ nhau, ốm đau, việc quan, sẽ lo liệu nhau."

Mọi người nghe vậy liền cùng họp bàn, trong đó có người nói: "Nếu Tăng không cần thì hãy đem cho vị này, để cho việc cúng dường của chúng ta, phước được tác dụng." Hoặc có người nói: "Với bản nguyện của chúng ta cúng cho Tăng, tại sao lại hướng cúng cho một người?". Ý kiến cho (một người)* đông, nên mọi người cùng đồng ý cúng cho Bạt-nan-đà.

Bấy giờ, Bạt-nan-đà gánh y, vác nặng trở về trú xứ của Tăng, các tỳ-kheo khen:

"Thầy là người có phước đức, làm thế nào mới đi ra một lát mà có được số y như vậy?"

Bạt-nan-đà nói:

"Khéo miệng nói êm tai nên được chứ chẳng do phước đức gì cả."

(Bạt-nan-đà)* liền kể lại đầy đủ lý do câu chuyện được y. Thế là các trưởng lão tỳ-kheo nghe được, bằng mọi cách quở trách:

"Ông là người ngu si, tại sao xoay vật cúng cho Tăng về riêng cho mình?!"

Sau khi thiết dọn trai soạn đầy đủ, các cư sĩ ấy sai người đến thỉnh Phật. Đức Thế Tôn khoác y, ôm bát đi giữa tỳ-kheo Tăng đi đến nhà kia, đến an toạ vào chỗ ngồi. Các cư sĩ đích thân dâng cúng các món ăn. Ăn xong họ dâng nước, song chẳng có (phẩm vật nào để)* cúng dường. Những người trước kia không muốn cúng cho Bạt-nan-đà, họ thầm thì bàn với nhau: "Bữa cơm hôm nay của chúng ta, không phải không đầy đủ, vì những người ấy vô cớ đem y vật cúng cho Tăng cúng riêng cho một người, nên việc cúng dường chúng Tăng thiếu như thế, làm sao không hổ thẹn được!?"

Các tỳ-kheo hỏi:

"Các vị xầm xì, nói điều gì đó?"

Họ đem sự việc kể lại đầu đuôi câu chuyện. [30c01] Các tỳ-kheo bằng mọi cách quở trách Bạt-nan-đà:

"Ông là người ngu si, tại sao xoay vật cúng cho Tăng về riêng cho mình?"

Bấy giờ đức Thế Tôn vì các cư sĩ nói diệu pháp rồi rời chỗ ngồi ra về. Các trưởng lão tỳ-kheo đem sự việc bạch lên Phật. Nhân việc này, đức Phật tập họp các tỳ-kheo Tăng, hỏi Bạt-nan-đà:

"Ngươi có thật vậy không?" "Thật vậy, bạch đức Thế Tôn."

Đức Phật bằng mọi cách quở trách rồi bảo các tỳ-kheo:

"Vì mười điều lợi, nên nay Ta vì các tỳ-kheo kết giới. Từ nay giới này nên nói như vầy:

Tỳ-kheo nào, xoay vật cúng cho Tăng về riêng cho mình, phạm Ni-tát-kỳ ba-dật-đề."

Có tỳ-kheo không biết là vật định cho Tăng, xoay về cho mình, sau đó mới biết, sanh tâm hổ thẹn, hoặc đã hối quá. Do đó bạch Phật, nhân việc này đức Phật tập họp các tỳ-kheo Tăng, khen sự thiểu dục tri túc, khen giới, khen người trì giới, rồi nói với các tỳ-kheo:

"Nếu không biết vật cúng cho Tăng mà xoay về cho mình, người đó phạm Xả đọa thì điều này không thể có. Từ nay giới này nên nói như vầy:

B. GIỚI VĂN

Tỳ-kheo nào, biết phẩm vật đàn-việt muốn cúng cho Tăng, lại xoay về cho riêng mình, phạm Ni-tát-kỳ ba-dật-đề."

C. THÍCH TỪ

Biết: Tự mình biết hoặc nghe từ người khác.

Vật (cúng)* cho Tăng:[416] Hoặc người phát tâm, nói: "Tôi sẽ đem

---

[416] *Tứ phần:* Tăng vật 僧物. *Tăng-kỳ, Thập tụng:* Vật hướng Tăng 物向僧, vật được nhắm để cho Tăng. *Căn bản:* Tha dữ chúng vật 他與眾物,

phẩm vật này cúng cho chúng Tăng kia".

Nếu muốn xoay vật cúng cho Tăng về cho người khác, phạm Ba-dật-đề. Cho Tăng khác, tỳ-kheo-ni Tăng, hai bộ Tăng, Tứ phương Tăng, hay cho tháp đều phạm Đột-kiết-la.

Nếu xoay phẩm vật muốn cúng cho tỳ-kheo-ni Tăng, hai bộ Tăng, Tứ phương Tăng cũng như vậy.

Nếu xoay phẩm vật muốn cúng cho tháp về mình, cho tỳ-kheo Tăng, tỳ-kheo-ni Tăng, hai bộ Tăng, Tứ phương Tăng, người khác, tháp khác cũng đều phạm Đột-kiết-la.

Nếu xoay phẩm vật muốn cho người cũng như vậy, *cho đến* xoay một miếng ăn định cho súc sanh này, đem cho súc sanh khác cũng phạm Đột-kiết-la.

Tỳ-kheo-ni cũng như vậy. Thức-xoa-ma-na, sa-di, sa-di-ni, phạm Đột-kiết-la.

Nếu bạch Tăng, Tăng cho, hoặc thí chủ tự ý xoay vật muốn cúng cho Tăng đem cho mình thì không phạm.

XV. THUỐC BẢY NGÀY[417]

A. DUYÊN KHỞI

Đức Thế Tôn ở tại thành Vương Xá.[418] Bấy giờ, Tất-lăng-già-bà-ta[419] ở núi Lăng-cầu-la, bay lên không trung rưới nước rửa bụi nơi phòng ở. Lúc đó vua Bình-sa cũng đi đến núi ấy. Tất-lăng-già thấy vua đến,

---

vật mà người khác để dành cho chúng (Tăng). Pāli *saṅghikaṃ labhaṃ*, lợi dưỡng (sở đắc) thuộc Tăng, hay *saṅghikaṃ labhaṃ pariṇataṃ*, lợi dưỡng đã được để dành cho Tăng.

[417] *Tăng-kỳ* 10, tr. 316b3: Ni-tát-kỳ 23. *Tứ phần* 10, tr. 626c17: Ni-tát-kỳ 26. *Thập tụng* 8, tr. 60c18; *Căn bản* 24, tr. 759b4: Ni-tát-kỳ 30. Pāli, Nissaggiya 23, *bhesajja*. Cf. *Mahāvagga* vi, *Bhesajja-kkhando*, Vin.i.198.

[418] *Tăng-kỳ* 10, tr. 316b3; *Tứ phần* 10, tr. 626c17; *Thập tụng* 8, tr. 60c18; *Căn bản* 24, tr. 759b4: Xá-vệ thành (quốc) 舍衛城(國).

[419] Tất-lăng-già-bà-ta 畢陵伽婆蹉: Pāli *Pilindavaccha*.

lập tức trở về lại mặt đất, thưa rằng:

"Lành thay Đại vương mới đến! Mời Đại vương ngồi nơi này."

Vua ngồi rồi, hỏi:

"Tại sao ngài tự làm? Không có người giúp việc[420] sao?" (Tất-lăng-già)* nói:

"Không."

Nhà vua liền lệnh cho một vị cận thần:

"Nên cung cấp người giúp việc* cho tỳ-kheo này."

[31a01] Tất-lăng-già nói:

"Đức Phật không cho phép chúng tôi nuôi người giúp việc*."

Vua nói:

"Có thể đem việc này bạch lên đức Phật."

Sau khi nhà vua đi, (Tất-lăng-già)* liền đem sự việc bạch lên Phật. Nhân việc này, đức Phật tập họp tỳ-kheo Tăng, khen thiểu dục tri túc, khen giới, khen người trì giới xong, bảo các tỳ-kheo:

"Từ nay, cho phép các tỳ-kheo nuôi người giúp việc*".

Tuy vua đã ra lệnh vị đại thần kia, nhưng ông ta không tin ưa Phật pháp cuối cùng không cung cấp người. Tất-lăng-già sau đó cũng không đến hỏi. Một hôm, Tất-lăng-già đắp y bưng bát vào thành khất thực, vua cùng quần thần từ trên lầu cao nhìn thấy, liền nghĩ như vầy: "Trước đây, ta hứa cung cấp người giúp việc cho tỳ-kheo này, không biết đã làm chưa?" liền hỏi vị đại thần trước, ông ta tâu:

"Dạ, chưa cấp."

Vua lại hỏi:

"Ta ra lệnh đến nay là bao nhiêu ngày?"

Đại thần tâu:

---

[420] Hán: Thủ viên nhân 守園人, người giữ vườn.

"Đã năm trăm ngày."

Vua bảo:

"Tùy theo số ngày này mà cung cấp."

Vị đại thần vâng lệnh, liền chọn năm trăm nhà, mỗi nhà một người để cấp. Bấy giờ, năm trăm nhà, mỗi ngày sai một người đến để lau quét phòng xá và thừa hành mọi việc.

Lúc ấy, người thôn kia đến ngày lễ hội, nam nữ trang sức y phục đẹp rực rỡ xuất hành dạo chơi. Có một người con gái nhà nghèo vừa đi vừa khóc lớn. Lúc ấy, Tất-lăng-già vào thôn khất thực, thấy người con gái khóc lóc, hỏi bà mẹ cô gái:

"Con gái của bà tại sao lại khóc la như vậy?"

Thưa:

"Hôm nay, mọi người đều trang sức y phục đẹp xuất hành dạo chơi, nhà tôi bần cùng không lấy chi chưng diện với người cho nên nó buồn, nó khóc."

Lúc ấy, Tất-lăng-già nhìn thấy con bò đang gặm cỏ, nói với bà mẹ cô gái:

"Lấy một ít cỏ đến đây!"

Bà ta liền lấy đưa. Tất-lăng-già kết cỏ lại, biến hóa thành hai tràng hoa vàng, đưa cho mẹ cô gái kia, nói:

"Trong trời đất có hai loại vàng tốt hơn hết, là vàng Diêm-phù-đàn[421] và vàng do thần túc biến hóa. Bà có thể cầm nó cho con gái bà mang."

Cô gái kia nhận được rồi, rất vui mừng, bèn mang đi mang về,[422] ai (thấy)* cũng đều ham thích. Hôm ấy, có một người thấy rồi sanh lòng

---

[421] Vàng Diêm-phù-đàn 閻浮檀金: Skt *jambūnada-suvarṇa*, loại vàng này được sản xuất từ dòng sông Na-đa (nada, đàn), chảy qua rừng cây Diêm-phù (*jambū*). Vàng này có màu vàng đỏ óng ánh như tia lửa, là loại vàng quí nhất.

[422] Hán Trước xuất nhập 著出入, mang vòng hoa đi chơi lễ hội và mang về nhà.

ganh tỵ, liền tâu với vua Bình-sa:

"Thôn đó, gia đình đó, được kho chứa tốt (vật báu)*, nên người con gái của họ mang tràng hoa vàng mà trong thiên hạ không ai sánh kịp, hậu cung của Đại vương cũng chưa hề có."

Vua liền cho kêu, và hỏi:

"Ngươi có được kho tàng, có thể chỉ cho ta?"

Thưa:

"Tâu Đại vương, thật sự tôi không được!"

Vua lại hỏi:

"Vật con gái ngươi mang, từ đâu có được?"

Thưa:

"Vật ấy do Tất-lăng-già kết cỏ biến hóa thành."

Nhà vua nghe nói như vậy hết sức nổi giận và lấy làm lạ: "Tại sao cỏ mà hóa thành tràng hoa vàng?" Liền ra lệnh cho quan cai[423] bắt trói hạ ngục.

Hôm sau, Tất-lăng-già lại đến thôn kia. Người con gái chợt thấy liền khóc lóc lớn. Hỏi:

"Vì sao nay ngươi lại kêu khóc lớn vậy?"

Thưa:

"Mẹ của con[424] đang ở tù."

Hỏi:

"Bị những tội gì?"

Thưa:

"Do Đại đức cho con tràng hoa vàng!"

Tất-lăng-già nói:

---

[423] Hán Hữu ti 有司, chỉ quan cai ngục.
[424] Hán Gia thân 家親, người thân trong nhà.

"Thôi đừng khóc! Ta sẽ **[31b01]** vì con tìm cách để mẹ con được ra."

Trước hết Tất-lăng-già đến chỗ quan giữ ngục, quan giữ ngục thấy chào hỏi:

"Đại đức, có việc gì mà phải hạ cố đến đây?"

Trả lời:

"Người giúp việc* của ta bị nhốt nơi ngục, nên ta mới đến đây. Nay, ông có thể vì ta mà thả họ ra được không?"

Thưa:

"Người này được kho tàng báu mà không chỉ cho vua, nếu chỉ cho vua thì mới có thể được thả."

Tất-lăng-già nói:

"Ta kết cỏ làm thành, chứ không phải là kho tàng đâu."

Người kia hỏi:

"Kết cỏ thành vàng là điều không thể có!"

Tất-lăng-già liền biến chỗ ngồi kia đều thành giường vàng và hỏi: "Nay ông có thấy mình ngồi ở chỗ ngồi nào không?"

(Người giữ ngục)* thấy mình đang ngồi trên giường vàng, hoảng hồn quá, liền xuống giường, cúi đầu:

"Cúi xin Tôn giả tha thứ và mau giải phép giùm cho, nếu vua nghe tôi ngồi trên giường vàng thì chắc sẽ bị trọng tội!"

Tất-lăng-già nói:

"Thả người giúp việc* ra, sau đó mới giải phép cho ngươi."

Quan giữ ngục nói:

"Việc này (quyền)* không phải do tôi."

Hỏi: "Do ai?"

Trả lời: "Do vua."

Tất-lăng-già liền giải phép, rồi bay đến chỗ vua, đứng trong hư không. Lúc ấy, vua đang ở trên lầu cao thấy, liền làm lễ, thưa:

"Đại đức vì việc gì đến?"

Trả lời:

"Người giúp việc* đang bị giam ở trong ngục, nên tôi đến đây, xin vì tôi mà thả ra."

Nhà vua nói:

"Người kia có được kho tàng bảo vật, nếu chỉ cho trẫm thì mới được thả ra."

Tất-lăng-già nói:

"Tôi kết cỏ làm thành, chứ không phải của kho tàng đâu."

Vua nói:

"Kết cỏ mà thành vàng là điều không thể có!"

Khi ấy, Tất-lăng-già-bà-ta dùng cây gậy gõ vào trụ cột lầu, nhà lầu liền biến thành lầu vàng, và hỏi:

"Lầu cao của bệ hạ dùng vật gì để xây dựng?"

Vua thấy vậy, rất vui mừng, liền ra lệnh thả người đó.

Tất-lăng-già lần lượt bốn lần hiện thần túc như vậy. Lúc ấy, mọi người dân đều nghe biết thần biến, nên sanh lòng tin ưa đối với Phật pháp và Thánh chúng. Họ cúng dường Tăng, nào Đát-bát-na,[425] thức ăn trước, thức ăn sau, nước uống phi thời, dụng cụ dùng để tắm rửa, dầu thoa mình, dầu thoa chân và dầu thắp đèn.

Bấy giờ chúng Tăng nhận được nhiều thứ như bơ trong, bơ tươi, dầu, mật, đường mía,[426] ăn không hết, dồn chứa, cất giữ, để rỉ chảy khắp nơi, nhơ nhớp y phục, giường chiếu, ngọa cụ. Các cư sĩ thấy

---

[425] Đát-bát-na 怛鉢那: ˢᵏᵗ tarpaṇa, ᴾᵃˡⁱ tappaṇa, là bánh, miến, cháo, tức những thức ăn làm bằng bột gạo.

[426] Sinh tô, thục tô, du, mật, thạch mật 生酥熟酥油蜜石蜜. ᴾᵃˡⁱ, nt. *sappi navanītaṃ telaṃ madhu phāṇitaṃ*, bơ trong, bơ tươi, dầu ăn, mật, mật mía.

vậy, hỏi:

"Vật này là của ai?"

Có người nói:

"Đó là đồ tích trữ của Sa-môn Thích tử."

Các cư sĩ nói:

"Sa-môn Thích tử tự nói tiết chế ăn uống, mà tích trữ như vầy thì tự do ăn uống. Những người này vì cầu giải thoát, xa lìa sanh, lão, tử, mà nay chỉ cầu mỹ vị như vậy, thì không có hạnh sa-môn, phá pháp của sa-môn."

Các tỳ-kheo trưởng lão nghe, bằng mọi cách quở trách rồi đem việc này bạch lên đức Phật. Nhân việc này, đức Phật tập họp tỳ-kheo Tăng, hỏi các tỳ-kheo:

"Các ngươi có thật vậy không?"

Các tỳ-kheo thưa:

[31c01] "Thật vậy, bạch Thế Tôn."

Đức Phật bằng mọi cách quở trách rồi, bảo các tỳ-kheo:

"Từ nay không cho phép ăn đồ ăn cách đêm, như bơ, dầu, mật, đường mía. Người nào phạm, Đột-kiết-la."

Khi ấy, có số đông tỳ-kheo bệnh, không thể có tịnh nhân[427] đi nhận (đồ ăn thức uống)* hằng ngày, cũng không có tiền để mua, lại không có chỗ bán. Các tỳ-kheo không biết làm thế nào, do vậy bạch lên Phật. Nhân việc này, đức Phật tập họp các tỳ-kheo Tăng, khen thiểu dục tri túc, khen giới, khen người trì giới rồi bảo các tỳ-kheo:

"Từ nay cho phép các tỳ-kheo bệnh nhận thức ăn cách đêm như bơ, dầu, mật, đường mía, cho đến đêm thứ sáu."

Lúc ấy các tỳ-kheo lại để quá sáu đêm, trưởng lão tỳ-kheo bằng mọi cách quở trách rồi đem sự việc bạch lên đức Phật. Nhân việc này, đức Phật tập họp tỳ-kheo Tăng, hỏi các tỳ-kheo:

---

[427] Tịnh nhân 淨人: āramika, người phục vụ, giúp việc trong chùa.

"Các ông có thật vậy không?"

Thưa:

"Thật vậy, bạch đức Thế Tôn."

Đức Phật bằng mọi cách quở trách rồi, bảo các tỳ-kheo:

"Vì mười điều lợi, nên nay Ta vì các tỳ-kheo kết giới. Từ nay giới này nên nói như vầy:

B. GIỚI VĂN

Tỳ-kheo nào có bệnh được uống bốn thứ thuốc hàm tiêu[428] như: bơ, dầu, mật và đường thỏi; một lần nhận, cho đến bảy ngày, nếu quá, phạm Ni-tát-kỳ ba-dật-đề."

Nếu ngày thứ nhất nhận được, ngày thứ hai lại nhận được, cho đến ngày thứ bảy cũng lại nhận được, lưu lại đến ngày thứ tám, khi tướng mặt trời xuất hiện, đều phạm Ni-tát-kỳ ba-dật-đề. Vật ấy nên thưa và xả cho Tăng, Tăng cho bạch y hay sa-di, hay dùng để thắp đèn, hoặc dùng thoa chân. Chỉ có thuốc đã xả, tỳ-kheo không được dùng và tất cả tỳ-kheo không được để vào miệng. Tỳ-kheo-ni cũng như vậy. Thức-xoa-ma-na, sa-di, sa-di-ni, phạm Đột-kiết-la.

---

[428] *Ngũ phần, Thập tụng*: Hàm tiêu dược 含消藥, thuốc như thức ăn loại mềm (không cần nhai). *Tứ phần*: Tàn dược 殘藥 (loại thuốc dư tàn). Pāli *Paṭisāyanīyāni bhesajjāni*, các loại thuốc được uống như ăn. *Căn bản*: Chư dược tùy ý phục thực 諸藥隨意服食 (các loại thuốc được tuỳ ý uống hay ăn).

XVI. A-LAN-NHÃ GẶP NẠN LÌA Y[429]

A. DUYÊN KHỞI

Đức Phật ở tại thành Xá-vệ,[430] bấy giờ có giặc Tháng tám,[431] thường rình bắt người giết để tế trời; tất cả nhân dân và các tỳ-kheo, không ai là không kinh sợ. Ngày tế sắp đến mà chưa bắt được ai, bọn giặc cùng bàn nhau: "Nơi A-lan-nhã[432] chắc có tỳ-kheo, bắt họ không khó," liền đến một nơi. Các tỳ-kheo nghe, ai nấy đều chạy lánh. Bọn giặc không bắt được, họ lại bàn với nhau: "Sẽ đến chỗ khác, không nên có tính lười, để không kịp ngày tế". Khi ấy, trong bọn chúng có một người bỏ đạo, nói với bọn chúng rằng:

"Tôi biết đức Phật đã dạy, không cho phép tỳ-kheo lìa y một đêm, chỉ cùng đợi ở đây, tờ mờ sáng chắc họ sẽ về."

Bọn chúng nói:

"Nếu họ không về thì sẽ giết ngươi. Nếu ngươi không ân hận thì bọn tao sẽ ở lại."

Trả lời: "Tốt lắm!"

Trong khi, bọn giặc ở lại, thì các tỳ-kheo vì sợ phạm tội lìa y ngủ nên cuối đêm hôm ấy đều trở về. Bọn giặc hỏi: **[32a01]**

"Các ông tưởng bọn tôi đã đi rồi phải không?"

Trả lời:

"Chúng tôi biết các ông còn ở lại, nhưng đức Phật không cho phép

---

[429] *Tăng-kỳ* 11, tr. 323a2: Ni-tát-kỳ 29; *Tứ phần* 10, tr. 632a19: Ni-tát-kỳ 29, *Thập tụng* 8, tr. 57a14: Ni-tát-kỳ 26. *Căn bản* 24, tr. 755a13: Ni-tát-kỳ 27. Pāli, *Nissaggiya* 29, *sāsaṅkasi*.

[430] *Tăng-kỳ* 11, tr. 323a2; *Tứ phần* 10, tr. 632a19; *Thập tụng* 8, tr. 57a14: Xá-vệ thành (quốc) 舍衛城(國) như *Ngũ phần*; *Căn bản* 24, tr. 755a13: Thất-la-phạt thành 室羅伐城.

[431] Pāli gọi là *kattikacorakā*, bọn cướp ca-đề, vì chúng hoạt động vào tháng ca-đề, thường nhất là đêm có trăng. Chủ yếu cướp y các tỳ-kheo nhận được sau an cư.

[432] Pāli *araññakāni*, các khu rừng, cách thôn xóm 500 *dhanu* (cung).

chúng tôi lìa y ngủ, cho nên phải trở về."

Bọn giặc liền giết, cần máu thì lấy máu, cần thịt thì cắt thịt. Các vị thoát chết, nghĩ như vầy: "Nếu đức Thế Tôn cho phép chúng ta khi chưa hết ngày tháng tám, được gởi mỗi một loại y, nơi nhà bạch y trong giới thì đâu có gặp tai nạn này". Rồi đem việc này bạch Phật. Nhân việc này, đức Phật tập họp tỳ-kheo Tăng, khen sự thiểu dục tri túc, khen giới, khen người trì giới, rồi bảo các tỳ-kheo:

"Từ nay cho phép tỳ-kheo ở nơi A-lan-nhã an cư ba tháng, chưa hết tháng tám được gởi mỗi một loại y nơi nhà bạch y trong giới, lìa y ngủ đêm không phạm tội."

Có các tỳ-kheo ở gần xóm làng cũng gởi mỗi một y nơi nhà bạch y trong giới, lìa (y)* mà ngủ đêm. Các tỳ-kheo do vậy bạch lên Phật, đức Phật dạy:

"Không cho phép tỳ-kheo ở gần xóm làng mà lìa y ngủ."

Lại có tỳ-kheo ở A-lan-nhã, nơi không có khủng bố mà lìa y ngủ. Các tỳ-kheo đem việc này bạch lên đức Phật, đức Phật dạy:

"Cũng không cho phép tỳ-kheo nơi A-lan-nhã không có khủng bố, lìa y ngủ đêm. Nếu có sự nghi ngờ khủng bố thì sau đó mới cho phép."

Khi ấy, các tỳ-kheo gởi y nơi nhà người khác rồi không trở lại thăm chừng, lâu ngày bị ẩm nhơ, trùng cắn, mục nát. Các tỳ-kheo đem việc này bạch Phật, đức Phật dạy:

"Nên đến xem chừng, hong phơi."

Bấy giờ, các tỳ-kheo lúc nào cũng đến, cư sĩ chán ghét. Các tỳ-kheo do vậy bạch lên Phật, đức Phật dạy:

"Cho phép mười ngày đến thăm coi một lần."

Khi ấy, các tỳ-kheo có việc Tăng, việc tháp, việc Hòa thượng, A-xà-lê, hay việc của mình, của người, cần ra đi ngoài giới, vì (lìa)* y cho nên không dám đi, đem việc đó bạch lên Phật, Phật dạy:

"Nếu có việc cần thiết phải tự ra ngoài giới, cho phép lìa y một đêm."

Các tỳ-kheo ra ngoài giới một đêm, việc này chưa xong, trở về lại bạch Phật, Phật dạy:

"Cho phép sáu đêm."

Đã cho phép sáu đêm rồi, các tỳ-kheo lại mặc y cũ rách đi quá sáu đêm, tỳ-kheo trưởng lão đem việc này bạch Phật. Nhân việc này, đức Phật tập họp tỳ-kheo Tăng, hỏi các tỳ-kheo:

"Các ông, có thật vậy không?"

Thưa:

"Thật vậy, bạch đức Thế Tôn."

Đức Phật bằng mọi cách quở trách rồi, bảo các tỳ-kheo:

"Vì mười điều lợi, nên nay Ta vì các tỳ-kheo kết giới. Từ nay giới này nên nói như vầy:

B. GIỚI VĂN

> Tỳ-kheo nào, ở chỗ A-lan-nhã, an cư[433] ba tháng, chưa hết tháng tám, nếu chỗ đó có khủng bố,[434] cho phép gởi mỗi một loại y nơi nhà bạch y trong nội giới, nếu có nhân duyên ra ngoài giới, lìa y này ngủ cho đến sáu đêm, nếu quá, phạm Ni-tát-kỳ ba-dật-đề."

C. THÍCH TỪ

An cư ba tháng: Là tiền an cư.[435]

---

[433] **Hán** An cư 安居 (**Skt.** *Vārṣṣika*; **Pāli** *Vassa*) theo *Tứ phần luật bổ tuỳ cơ yết-ma số 4* thì an cư có nghĩa là thân và tâm tập trung tĩnh lặng gọi là an, thời gian hiện trú vào đó gọi là cư. Vì lệ thuộc vào thời tiết, nên còn gọi là vũ an cư hay vũ kỳ an cư.

[434] **Pāli** *sappaṭibhayaṃ*, chỗ có sợ hãi, chỗ mất an ninh, nơi bọn cướp đang hoạt động.

[435] Thời gian an cư phải đủ ba tháng dù là tiền an cư, là hậu an cư hay là trung an cư. Theo *Đại Đường Tây vức ký 2* và 8 thì thời gian an cư bắt đầu vào ngày 16/5 đến ngày 15/8. Có hai thuyết an cư: Một, là tiền an cư, hậu an cư. Tiền an cư thì bắt đầu ngày 16/5; hậu an cư thì bắt đầu ngày 16/6. Hai, là tiền an cư, trung an cư, hậu an cư. Tiền

Chưa hết tháng tám: Là hậu an cư.[436]

[32b01] *Mỗi một loại y:* Hoặc Tăng-già-lê, hoặc Ưu-đa-la-tăng, tùy theo đó mà gởi một y. Không được gởi y An-đà-hội vì y mặc nơi thân vậy. Lễ bái, nhập Tăng, khất thực, không được chỉ mặc một y. Không được gởi hai y.

Có nhân duyên ra ngoài giới sáu đêm, hoặc có việc của tháp, việc của Hòa thượng, A-xà-lê và việc riêng mình, hay việc của người, để lại một loại y nơi nhà bạch y, ra ngoài giới tối đa là sáu đêm. Nếu một đêm, hai đêm cho đến năm đêm, việc xong mà không trở về, phạm Đột-kiết-la. Sa-di, phạm Đột-kiết-la.

XVII. Y TẮM MƯA[437]

A. DUYÊN KHỞI

Đức Phật ở tại thành Xá-vệ.[438] Bấy giờ, Tỳ-xá-khư Lộc Tử Mẫu[439] thỉnh Phật và Tăng ngày mai thọ trai. Hôm ấy lại gặp trời mưa như trút nước,[440] chỉ trong chớp nhoáng như lực sĩ co duỗi cánh tay nước mưa kia liền đầy bình bát để giữa đất. Nhưng nước này bị đất ngấm hết, như giọt dầu rơi xuống đống cát nóng, nếu không vậy thì chắc đã trở thành biển cả. Đức Phật bảo các tỳ-kheo:

---

an cư bắt đầu ngày 16/4; Trung an cư bắt đầu ngày 17/4 đến ngày 15/5 (ngày nào bắt đầu cũng được); hậu an cư bắt đầu ngày 16/5.

[436] **Xem cht. trên.**

[437] *Tăng-kỳ* 11, tr. 319c1: Ni-tát-kỳ 25. *Tứ phần* 10, tr. 628c24: Ni-tát-kỳ 27. *Thập tụng* 8, tr. 58c28, *Căn bản* 24, tr. 757a3: Ni-tát-kỳ 28. Pāli, *Nissaggiya* 24, vass ikasāṭikā.

[438] *Tăng-kỳ* 11, tr. 319c1; *Tứ phần* 10, tr. 628c24; *Thập tụng* 8, tr. 58c28: Xá-vệ thành (quốc) 舍衛城(國) như *Ngũ phần*; *Căn bản* 24, tr. 757a3: Thất-la-phạt thành 室羅伐城.

[439] *Tăng-kỳ* 11, tr. 319c2; *Tứ phần* 10, tr. 628c24: Cũng Tỳ-xá-khư Lộc Tử Mẫu như *Ngũ phần*. Tỳ-xá-khư Lộc Tử Mẫu: **xem cht. 351**, Ch. iii, Bất định 1.

[440] **Hán:** Thiên khủng bố vũ 天恐怖雨, trời mưa kinh khủng. *Tứ phần:* Như tượng niệu hạ 如象尿下, như voi đái.

"Như trận mưa hôm nay trong Kỳ-hoàn, khắp Diêm-phù-đề[441] cũng lại như vậy. Các ngươi có thể ra ngoài đó tắm gội. Đây là trận mưa đều khắp cuối mùa."

Các tỳ-kheo liền ra ngoài mưa, trần truồng mà tắm.

Khi ấy, Tỳ-xá-khư sai tớ gái đến bạch Phật, thức ăn đã sửa soạn xong. Người tớ gái đến Kỳ-hoàn, thấy các tỳ-kheo đều đang trần truồng tắm mưa, nghĩ như vầy: "Đây là ngoại đạo chứ chẳng phải tỳ-kheo". Trở về báo cáo như vậy. Tỳ-xá-khư nghĩ như vầy: "Chắc là đứa tớ gái khờ khạo không biết các tỳ-kheo đang tắm gội nơi đất trống mà gọi đó là ngoại đạo". Liền sai lại:

"Ngươi đến cửa Kỳ-hoàn thưa lớn như vầy: 'Thức ăn đã sửa soạn xong, mời quý ngài đã đến giờ'."

Cô tớ gái lại đến trước cửa Kỳ-hoàn, muốn thưa như lời dạy, nhưng lúc đó các tỳ-kheo đã tắm xong, đều vào phòng không còn một vị nào cả, cô ta lại nghĩ: "Vừa rồi thấy trong sân đầy cả ngoại đạo, bây giờ lại không thấy ai cả". Cô ta lại trở về báo cáo như trên. Tỳ-xá-khư nghĩ như vầy: "Chắc là các tỳ-kheo tắm xong vào an nghỉ." Lại sai đi thưa nữa:

"Ngươi có thể vào trong cửa, ở giữa sân thưa!"

(Người tớ gái)* vâng lời, vào trong cửa ngõ Kỳ-hoàn, ở giữa sân thưa. Đức Phật nghe tiếng thưa, bảo các tỳ-kheo:

"Tỳ-xá-khư thỉnh, đã đến giờ. Tất cả, các ông nên khoát y mang bát cùng phó trai."

Các tỳ-kheo vâng lời tập họp hết nơi giảng đường Phổ hội.[442] Đứa

---

[441] Diêm-phù-đề 閻浮提: (Skt. *Jambu-dvīpa*, Pali *Jambu-dīpa*) Diêm-phù (Jambu) là tên cây đào đỏ (lá dày lớn, phấn hoa màu hồng, bên ngoài quả có lông nhung, có thể ăn được. Tên khoa học là *Eugeniajambolana*); đề (*dvīpa*) là châu, dịch theo Phạn-Hán "Diêm-phù châu", là nước sinh trưởng nhiều cây Diêm-phù. Trước đây Diêm-phù-đề vốn chỉ riêng cho Ấn Độ, về sau chỉ chung cho thế giới nhân gian.

[442] Hán: Phổ hội giảng đường 普會講堂.

tớ gái bước đến trước, bạch Phật:

"Thức ăn đã chuẩn bị xong, xin quý ngài chứng tri."

Đức Phật bảo:

"Ngươi có thể về trước, (chư Tăng)* sẽ đến sau."

Trong lúc đó, như kẻ lực sĩ co duỗi cánh tay, đức Thế Tôn cùng các tỳ-kheo biến mất khỏi giảng đường Phổ hội, rồi xuất hiện trên chỗ ngồi đã sắp sẵn nơi nhà Tỳ-xá-khư, y phục không bị ướt.

[32c01] Tỳ-xá-khư thấy đức Phật và Tăng bỗng nhiên ngồi trên chỗ ngồi mà y phục không ướt, bèn nghĩ như vầy: "Ta được thiện lợi cúng dường bậc Thánh sư và đệ tử như vậy, vì trời đổ mưa lớn mà (đi)* không ướt y phục". Bà vui mừng hớn hở, tự tay dâng các thức ăn ngon bổ. Ăn xong bà dâng nước, rồi chắp tay đứng qua một bên, bạch Phật:

"Xin đức Thế Tôn cho con nguyện!"

Đức Phật bảo Tỳ-xá-khư:

"Đối với các ước nguyện thế gian Ta đã xa lìa vĩnh viễn."⁴⁴³

Tỳ-xá-khư lại thưa:

"Xin đức Phật cho con được phát nguyện thanh tịnh."

Đức Phật dạy:

"Lành thay, rất tốt!"

Tỳ-xá-khư bạch Phật:

"Sáng nay con sai đứa tớ gái đến thưa là thức ăn đã sửa soạn xong, nó gặp lúc các tỳ-kheo đang tắm trần truồng, liền về báo với con là:

---

[443] *Tứ phần*: Như Lai bất dữ nhân quá nguyện 如來不與人過願. Xem *Thập tụng 27*, (tr. 195c17) "Các Như Lai... đã vượt qua các ước nguyện (Hán: dĩ quá chư nguyện 已過諸願)." Cf. Pāli (Vin. i. 192): *atikkantavārā kho... thāgatā*, "Các đức Như Lai siêu quá các ước nguyện." Nghĩa là chỉ hứa khả những thỉnh nguyện không phi pháp. Câu Phật thường xuyên trả lời khi có người thỉnh nguyện.

'Trong Kỳ-hoàn đều là ngoại đạo, không có tỳ-kheo'. Kính bạch đức Thế Tôn! Tại sao các tỳ-kheo lại tắm trần truồng ở trước Hòa thượng, A-xà-lê? Xin đức Thế Tôn cho phép các tỳ-kheo được chứa y tắm mưa. Con nguyện trọn đời cung cấp y tắm mưa cho các tỳ-kheo trong thành Xá-vệ."

Lại thưa:

"Thời gian gần đây, con có chút việc đến sông A-di-la,⁴⁴⁴ thấy các tỳ-kheo-ni tắm giặt trần truồng ở dưới sông. Khi ấy có người thấy đều chê cười rằng: Người nữ mặc y vẫn còn coi không được, huống là người nữ xuất gia mà thân thể trần truồng.' Xin đức Phật cũng cho phép tỳ-kheo-ni được chứa y tắm.⁴⁴⁵ Con cũng xin nguyện trọn đời cung cấp y tắm nước cho các tỳ-kheo-ni trong thành Xá-vệ."

Lại thưa:

"Đức Phật dạy có ba loại bệnh: Loại một, có thuốc hay không có thuốc cũng chết. Loại hai, có thuốc hay không có thuốc cũng lành. Loại ba, có thuốc thì lành, không có thuốc thì chết. Xin Phật cho phép các tỳ-kheo được uống các loại thuốc. Con cũng xin nguyện trọn đời cung cấp thuốc cho các tỳ-kheo trong thành Xá-vệ."

Lại thưa:

"Đức Phật dạy có ba loại bệnh: Loại một, được ăn thức ăn tùy theo bệnh, hay không được ăn thức ăn tùy theo bệnh, vẫn chết. Loại hai, được ăn thức ăn tùy theo bệnh, hay không được ăn thức ăn tùy theo bệnh, vẫn sống. Loại ba, được ăn thức ăn tùy theo bệnh thì sống, không được ăn thức ăn tùy theo bệnh thì chết. Xin đức Phật cho phép các tỳ-kheo được ăn thức ăn tùy theo bệnh. Con cũng xin nguyện trọn đời cung cấp thức ăn tùy theo bệnh cho các tỳ-kheo ở tại thành Xá-vệ."

Lại thưa:

---

⁴⁴⁴ *Tứ phần*: Sông A-di-la-bạt-đề 阿夷羅跋提河. Pali *Aciravatī* - nay là sông *Rāpti* ở Oudh; là một trong ngũ đại hà (*Pañcamahānadī*), năm con sông lớn chảy từ *Himālaya* về hướng đông (*pācīnaninnā*) xuôi ra biển.

⁴⁴⁵ Hán: Thuỷ dục y 水浴衣.

"Người nuôi bệnh, nếu đi khất thực thì không chu toàn việc chức năng của mình. Xin Phật cho phép các tỳ-kheo được nhận thức ăn (để có thời gian)* nuôi bệnh. Con cũng nguyện trọn đời cung cấp thức ăn cho các vị nuôi người bệnh trong thành Xá-vệ."

Lại thưa:

"Tỳ-kheo khách đi đường mỏi mệt, mới đến không biết chỗ nào khất thực. Xin cho phép các tỳ-kheo khách nhận thức ăn trong lúc nghỉ mệt và để biết chỗ khất thực. Con cũng xin nguyện trọn đời cung cấp thức ăn cho quý tỳ-kheo khách trong thành Xá-vệ."

Lại thưa:

"Nếu có tỳ-kheo nào đi xa, vào thôn khất thực, đến khi quay trở lại đường thì không kịp bạn đồng hành, [33a01] hoặc gặp phải bọn giặc Tháng tám, hoặc đi lối tắc lạc đường. Xin đức Phật cho phép các tỳ-kheo đi xa nhận thức ăn đi xa của con. Con cũng nguyện trọn đời cúng dường lương thực đi đường xa cho các tỳ-kheo trong thành Xá-vệ."

Lại thưa:

"Con nghe đức Thế Tôn cho phép các tỳ-kheo ở nước A-na-tần-đầu[446] ăn cháo. Xin Ngài cho phép các tỳ-kheo được nhận cháo của con. Con cũng nguyện trọn đời cúng dường cháo cho các tỳ-kheo trong thành Xá-vệ."

Lại bạch đức Phật rằng:

"Nguyện đức Thế Tôn trọn đời nhận y phục, ẩm thực, thuốc thang của con."

Đức Phật hỏi Tỳ-xá-khư:

"Ngươi thấy ý nghĩa lợi ích thế nào, mà phát chín lời nguyện[447] này?"

(Tỳ-xá-khư)* thưa:

---

[446] A-na-tần-đầu 阿那頻頭. Cf. *Mahāvagga 6*, Vin. i. 220: *Andhakavinda*, một thị trấn trong vương quốc *Magadha*.
[447] *Tứ phần*: Thỉnh nguyện tám điều.

"Trong nước này sẽ có các tỳ-kheo ở các nơi đến thăm hỏi đức Thế Tôn, hoặc có tỳ-kheo tên... ở địa phương kia đã qua đời, đắc quả Tu-đà-hoàn, Tư-đà-hàm, A-na-hàm, A-la-hán, con sẽ hỏi về họ, tỳ-kheo kia đã từng đến đây chưa? Nếu vị ấy đã từng đến đây, con nghĩ như vầy: 'Tỳ-kheo kia chắc đã từng nhận nơi con ít nhất là một món cúng dường.' Nhờ đó mà hoan hỷ, tăng thêm căn lành."

Lúc ấy, đức Thế Tôn nói với Tỳ-xá-khư rằng:

"Chỉ cho phép ngươi thực hiện tám nguyện, còn một nguyện không thể được."

Khi ấy, Tỳ-xá-khư lấy một chiếc ghế nhỏ ngồi trước đức Phật. Phật vì bà nói bài kệ tùy hỷ:

Hoan hỷ cúng ẩm thực
Phật và Thánh đệ tử.
Làm phước phá xan tham,
Thọ báo thường an lạc,
Sanh thiên, được sống lâu.
Lại đây lìa bụi nhiễm,
Quả lớn hành pháp này,
Vui mãi nơi Tịnh thiên.

Bấy giờ, đức Thế Tôn lại vì Tỳ-xá-khư nói các pháp vi diệu, dạy bảo lợi ích, khiến hoan hỷ, rồi trở về lại Kỳ-hoàn, tập hợp các tỳ-kheo, khen ngợi thiểu dục tri túc, khen giới, khen người trì giới, rồi bảo các tỳ-kheo:

"Từ nay cho phép các tỳ-kheo nhận y tắm mưa, các tỳ-kheo-ni nhận y tắm, nhận thuốc tùy theo bệnh, nhận thức ăn tùy theo bệnh, người nuôi bệnh được nhận thức ăn, tỳ-kheo khách được nhận thức ăn, tỳ-kheo đi xa được nhận thức ăn đi đường, và tỳ-kheo được ăn cháo."

Khi ấy các tỳ-kheo nghĩ như vầy: "Đức Phật cho phép ta chứa y tắm mưa", nên thường xin để chứa cất, không thọ trì, mà không cho người, không tịnh thí, gánh cả gánh nặng y đi. Các tỳ-kheo thấy, hỏi:

"Thầy không nghe đức Phật cấm chứa y dư hay sao?"

Trả lời:

"Tuy Phật có cấm nhưng lại cho phép chứa y tắm mưa."

Các tỳ-kheo lại hỏi:

"Các thầy thường chứa y tắm mưa, mà không thọ trì, không cho người, không tịnh thí, phải không?"

Trả lời:

"Đúng vậy."

Các tỳ-kheo trưởng lão bằng mọi cách quở trách, rồi đem sự việc bạch lên đức Phật. Nhân việc này, đức Phật tập hợp tỳ-kheo Tăng, hỏi các tỳ-kheo:

"Các ông có thật vậy không?" "Thật vậy, bạch đức Thế Tôn."

Đức Phật bằng mọi cách quở trách rồi **[33b01]** bảo các tỳ-kheo:

"Vì mười điều lợi, nên nay Ta vì các tỳ-kheo kết giới. Từ nay giới này nên nói như vầy:

B. GIỚI VĂN

> **Tỳ-kheo nào, mùa xuân còn một tháng, nên tìm y tắm mưa, còn nửa tháng nên dùng. Nếu chưa đến một tháng mà tìm, trước nửa tháng mà dùng, phạm Ni-tát-kỳ ba-dật-đề."**

C. THÍCH TỪ

Y tắm mưa:[448] Chỉ sử dụng khi tắm mưa, vào mùa hạ tắm cũng dùng.

Nếu còn một tháng nữa đến mùa xuân, mà trước đó có người hứa cúng y tắm mưa thì tỳ-kheo quen biết nên đến nói: "Nay chính là lúc may, nhuộm y tắm mưa". Nếu nhận được thì tốt, bằng không được thì nên nói lại: "Các nơi đều đã may, nhuộm y tắm mưa". Nếu nhận được thì tốt, bằng không được thì nên nói lại: "Trước đây, người hứa cho tỳ-kheo đó y tắm mưa, nay chính là lúc!" Nếu nhận được thì tốt, bằng không được thì tỳ-kheo kia nên đến chỗ khác xin để chứa dùng, cho đến nửa tháng tám, tức là dùng một trăm ba mươi lăm ngày. Nếu quá

---

[448] *Tứ phần:* Vũ dục y 雨浴衣. Pali vassikasāṭikā, khăn quấn để tắm khi trời mưa. Khác với *udakasāṭikā,* dục y 浴衣, khăn tắm để tỳ-kheo-ni quấn người khi tắm sông.

thời hạn ấy, mà không sắm y khác, không thọ trì, không cho người khác, không tịnh thí, phạm Đột-kiết-la. Sa-di phạm Đột-kiết-la.

XVIII. Y CẤP THÍ[449]

A. DUYÊN KHỞI

Đức Phật ở tại thành Xá-vệ,[450] khi ấy nhóm sáu tỳ-kheo đến thôn nhà buôn. Khách buôn nói:

"Trưởng lão an cư ở nơi đây. Chúng tôi đi về sẽ cúng phẩm vật an cư."

Nhóm sáu tỳ-kheo nói:

"Muốn cho chúng tôi ở lại thì phải cúng cho chúng tôi. Trong khi an cư chúng tôi may y, an cư xong mặc đến thăm hỏi đức Phật."

Khách buôn cùng nhau bàn:

"Chúng ta nên cúng trước phẩm vật an cư để các tỳ-kheo ở lại, ngõ hầu kẻ lớn người nhỏ trong gia đình được nghe lời pháp, thọ tám phần giới, tịnh thân, khẩu, ý".

Họ liền gom góp phẩm vật cúng dường, sau đó mới đi. Lúc ấy, nhóm sáu tỳ-kheo nhận được phẩm vật cúng dường an cư và sau khi khách buôn đi rồi, họ cũng đi nơi khác.

Sau khi các khách buôn thu được lời trở về, nói với người trong nhà rằng:

"Trước đây, tuy ta đã cúng phẩm vật an cư cho các tỳ-kheo rồi, nay ta được lời, an ổn trở về, phải cúng dường thêm, các người cứ an tâm nghe pháp.

Người nhà trả lời:

---

[449] *Tăng-kỳ* 11, tr. 321c27; *Tứ phần* 10, tr. 630b28: Ni-tát-kỳ 28. *Thập tụng* 8, tr. 57c11: Ni tát kỳ 27. *Căn bản* 23, tr. 750c27: Ni-tát-kỳ 26. Pāli, *Nissaggiya* 28, *accekacīvara*.

[450] *Tăng-kỳ* 11, tr. 321c27; *Thập tụng* 8, tr. 57c11: Xá-vệ thành (quốc) 舍衛城(國) như *Ngũ phần*; *Tứ phần* 10, tr. 630b28: Tỳ-lan-nhã 毘蘭若. *Căn bản* 23, tr. 750c27: Thất-la-phạt thành 室羅伐城.

"Các tỳ-kheo sau đó họ cũng đi."

Các khách buôn lại mời các tỳ-kheo ở gần đó. Các tỳ-kheo trả lời:

"Các người có thể cúng dường cho các vị đã thỉnh trước, chúng tôi không được nhận sự cúng dường của các người."

Khi ấy, các khách buôn liền nổi giận nói:

"Bổn ý của chúng tôi là cúng dường (tỳ-kheo)* an cư ở đây; (quý ngài)* nhận phẩm vật rồi đi, cùng với kẻ trộm nào khác!?"

Các tỳ-kheo trưởng lão nghe được, bằng mọi cách quở trách, rồi đem sự việc bạch lên Phật. Nhân việc này, đức Phật tập họp tỳ-kheo Tăng, hỏi nhóm sáu tỳ-kheo:

"Các ngươi có thật vậy không?"

Thưa: "Thật vậy, bạch Thế Tôn."

Đức Phật bằng mọi cách quở trách, rồi bảo các tỳ-kheo:

"[33c01] Từ nay không được phép ở trong an cư nhận (phẩm vật)* cúng dường an cư, ai phạm, Đột-kiết-la."

Bấy giờ, nơi biên giới có giặc, vua Ba-tư-nặc sai Ất-sư-đạt-đa và Phú-lan-na[451] đến dẹp giặc. Hai vị bàn với nhau: "Nay chúng ta đi hành quân, có thể bị bỏ mạng. Nên cùng đem phẩm vật cúng dường cho tỳ-kheo". Họ liền mang phẩm vật đến chỗ tỳ-kheo thưa:

Nay chúng tôi đi đánh giặc, sợ không trở về được, xin cúng dường phẩm vật này, mong (quý ngài)* nhận cho.

Các tỳ-kheo nghĩ như vầy: "Đức Thế Tôn không cho phép chúng ta trong khi an cư nhận (phẩm vật)* cúng dường an cư, không biết thế nào?" Do vậy bạch lên Phật. Nhân việc này, đức Phật tập họp tỳ-kheo Tăng, hỏi tôn giả A-nan:

"Còn mấy ngày nữa đến Tự tứ?"

---

[451] *Tăng-kỳ*: Tiên nhân Đạt-đa 仙人達多. *Tứ phần*: Ly(Lợi)-sư-đạt-đa và Phú-la-na 利師達多富羅那. Pāli *Isidatta* và *Purāṇa*, hai quan nội giám của vua Pasenadi. Vin. iii. 260: Có một vị Đại thần nọ (không nói tên).

Thưa:

"Còn mười ngày, bạch Thế Tôn!"

Đức Phật bằng mọi cách khen hạnh thiểu dục tri túc, khen giới, khen người trì giới, rồi bảo các tỳ-kheo:

"Từ nay cho phép các tỳ-kheo tiền hay hậu an cư, còn mười ngày nữa đến ngày Tự tứ, được nhận y cấp thí."[452]

Được đức Phật đã cho phép nhận y cấp thí, nhân đó các tỳ-kheo thường cất chứa, mà không thọ trì, không cho người, không tịnh thí, gánh cả gánh nặng du hành khắp nơi. Các tỳ-kheo trưởng lão thấy, hỏi:

"Thầy không nghe đức Phật cấm chứa y dư hay sao?"

Thưa:

"Tuy Phật có cấm mà lại cho nhận y cấp thí."

Các tỳ-kheo lại hỏi:

"Các thầy thường chứa y cấp thí, mà không thọ trì, không cho người, không tịnh thí phải không?"

Trả lời: "Đúng vậy."

Các tỳ-kheo trưởng lão bằng mọi cách quở trách, rồi đem sự việc bạch lên Phật. Nhân việc này, đức Phật tập họp tỳ-kheo Tăng, hỏi các tỳ-kheo:

"Các ngươi, có thật vậy không?"

Thưa:

"Thật vậy, bạch Thế Tôn."

Đức Phật bằng mọi cách quở trách rồi bảo các tỳ-kheo:

"Từ nay không cho phép thường chứa y cấp thí, mà không thọ trì, không cho người, không tịnh thí; cho phép (chứa)* đến thời của y."[453]

---

[452] Y cấp thí 急施衣; Y được cúng trong lúc khẩn cấp. Pali *acceka-cīvara*.
[453] Hán Thời y (衣時): Thời của y, thời gian cho phép tỳ-kheo sắm y (trong

Đã được cho phép đến thời của y, các tỳ-kheo còn chứa quá thời của y. Các tỳ-kheo trưởng lão do vậy bạch lên Phật. Nhân việc này, đức Phật tập hợp tỳ-kheo Tăng, hỏi các tỳ-kheo:

"Các ông, có Thật vậy không?"

Thưa:

"Thật vậy, bạch Thế Tôn."

Đức Phật bằng mọi cách quở trách, rồi bảo các tỳ-kheo:

"Vì mười điều lợi, nên nay Ta vì các tỳ-kheo kết giới. Từ nay giới này nên nói như vầy:

B. GIỚI VĂN

Tỳ-kheo nào, tiền hay hậu an cư còn mười ngày nữa mới đến ngày Tự tứ,[454] **được y cấp thí; nếu cần thì nhận chứa cất cho đến thời của y; nếu quá, phạm Ni-tát-kỳ ba-dật-đề."**

C. THÍCH TỪ

Y cấp thí: Hoặc hành quân, hoặc đàn bà gần sanh, những trường hợp cúng cấp thời như vậy, nếu qua thời gian này thì không cúng được nữa.

Thời của y:[455] Thọ y Ca-thi-na, xả y Ca-thi-na rồi, gọi là phi thời y.

Tỳ-kheo-ni cũng như vậy. Thức-xoa-ma-na, Sa-di, Sa-di-ni phạm Đột-kiết-la.

---

vòng một tháng cho không thọ y Ca-thi-na và trong vòng năm tháng cho có thọ y Ca-thi-na). **Pali** *cīvarakālasamaya*.

[454] **Pali** 10 ngày trước ngày trăng tròn tháng ca-đề (*kattikā*), tức trước Tự tứ 10 ngày.

[455] Thời của y, **xem cht. 453 trước.**

XIX. ĐỔI BÁT MỚI[456]

A. DUYÊN KHỞI

[34a01] Đức Phật ở tại thành Xá-vệ.[457] Bấy giờ, Bạt-nan-đà[458] đến một nhà buôn vào lúc phi thời xin bát, nói:

"Nay tôi cần bình bát, có thể cho tôi!"

Nhà buôn nói:

"Đại đức đợi một thời gian ngắn. Nay các nhà buôn có phiên họp, nếu ai đến không đúng giờ thì bị phạt năm trăm tiền!"

Bạt-nan-đà nói:

"Tôi nghe ông thường hay cung cấp (y vật thực)* cho việc hành đạo, tại sao nay vì việc thế tục, mà bỏ việc làm công đức trước đây!?"

Khách buôn nghe như vậy, liền nghĩ như vầy: "Dù khiến bị phạt, ta cũng nên làm việc này trước". Liền vì (Bạt-nan-đà)* đi mua bát cúng rồi mới đến, nên đến không kịp giờ, mọi người thấy vậy, đều nói: "Đáng bị phạt."

Khách buôn nói:

"Tôi không phải vì việc riêng mà vi phạm quy chế của quý vị. Có một sa-môn đến tôi xin bình bát, không thể bỏ đi được, cho nên đến trễ vậy!"

Người không tin ưa Phật pháp đều nói: "Vì một sa-môn mà ông vi phạm quy chế chung nhiều người, cần phải phạt nặng". Họ bèn phạt. Khách buôn đã bị phạt rồi nên nổi giận nói:

---

[456] *Tăng-kỳ* 10, tr. 315a11, *Tứ phần* 9, tr. 623a9, *Thập tụng* 8, tr. 54a21, *Căn bản* 22, 744b22: Ni-tát-kỳ 22. Pāli, *Nissaggiya* 22, ūnapañcabandhana.

[457] *Tăng-kỳ* 10, tr. 315a11, *Tứ phần* 9, tr. 623a9: Xá-vệ thành (quốc) 舍衛城(國) như *Ngũ phần*; *Thập tụng* 8, tr. 54a21: Xá-bà-đề 舍婆提; *Căn bản* 22, 744b22: Thất-la-phạt thành: 室羅伐城 (một tên khác của thành Xá-vệ).

[458] *Tứ phần* 9; *Thập tụng* 8: Bạt-nan-đà Thích tử 跋難陀釋子, *Căn bản* 22: Ổ-ba-nan-đà 鄔波難陀.

"Sa-môn Thích tử không biết thời nghi, bảo chờ không bằng lòng, khiến tôi bị phạt!"

Mọi người đều chê trách:

"Bọn sa-môn này thường nói biết thời, thiểu dục tri túc, mà nay phi thời đến người cưỡng bức xin; không có hạnh sa-môn, phá pháp sa-môn!"

Các tỳ-kheo trưởng lão nghe, bằng mọi cách quở trách rồi đem sự việc bạch lên Phật. Nhân việc này, đức Phật tập hợp tỳ-kheo Tăng, hỏi Bạt-nan-đà:

"Ngươi có thật vậy không?"

Thưa:

"Thật vậy, bạch đức Thế Tôn." Đức Thế Tôn bằng mọi cách quở trách rồi, hỏi các tỳ-kheo: "Ý các ông thế nào? Bát không bị trám là bát phải không?"

Thưa:

"Dạ vâng."

Lại hỏi:

"Bát trám một đường cho đến năm đường, là bát phải không?"

Thưa: "Dạ vâng."

(Đức Phật)* bảo các tỳ-kheo:

"Không trám, trám một chỗ cho đến bốn chỗ là bát; trám năm chỗ không phải là bát. Vì mười điều lợi, nên Ta vì các tỳ-kheo kết giới. Từ nay giới này nên nói như vầy:

B. GIỚI VĂN

> Tỳ-kheo nào, bát chưa đủ năm chỗ trám,⁴⁵⁹ lại xin bát mới, vì muốn đẹp, phạm Ni-tát-kỳ ba-dật-đề.

---

⁴⁵⁹ 〖Pāli〗 Vị mãn ngũ xuyết 未滿五綴. *Tứ phần*: Chứa bát trám dưới năm chỗ không chảy rỉ (giảm ngũ xuyết bất lậu 減五綴不漏). 〖Pāli〗 *ūnapañcabandhanena*, dưới năm chỗ vá.

Bát ấy nên xả giữa Tăng, Tăng nên lấy cái bát chót[460] (bát không vị nào lấy) đưa cho và nói: 'Thầy nên thọ trì cái bát này cho đến vỡ'. Pháp xả bát là như vậy."

C. THÍCH TỪ

Bát có ba loại: Bát sắt, bát Tô-ma,[461] bát sành.

Lại có ba cỡ: Lớn, nhỏ và vừa.

Lớn: Là đựng được ba bát cơm của người khác, trừ canh và rau.

Nhỏ: Là đựng được một bát cơm của người khác, trừ canh và rau.

Vừa: Là khoảng giữa của cỡ lớn và cỡ nhỏ.

Vì muốn đẹp: Cầu bền chắc và tốt hơn. Nếu đã có bát không chỗ trám, *cho đến* trám bốn chỗ, lại xin bát không trám, *đến* trám bốn chỗ, nhận được, đều phạm Ni-tát-kỳ ba-dật-đề.

Nếu đã có bát không chỗ trám, *cho đến* bát trám bốn chỗ, lại xin bát trám năm chỗ, nhận được, đều phạm Đột-kiết-la.

Nên xả giữa Tăng: Bát mới nhận được **[34b01]** nên xả cho chúng Tăng, không được xả cho một, hai, ba người.

Cách xả nên đến giữa Tăng, thưa:

"Đại đức Tăng, xin lắng nghe! Tôi tỳ-kheo tên là... có bát chưa đủ năm chỗ trám, lại xin bát mới, phạm Xả đọa, nay xả cho Tăng. Đây là lời tác bạch."

Tăng nên bạch nhị Yết-ma sai tỳ-kheo biết pháp, ở giữa Tăng làm việc này, một tỳ-kheo xướng:

"Đại đức Tăng, xin lắng nghe! Tỳ-kheo này tên là... có bát chưa đủ năm chỗ trám, lại xin bát mới, nay xả cho Tăng. Nay Tăng sai tỳ-kheo này tên là... làm người hành

---

[460] *Tứ phần*: Tối hạ bát 最下鉢. *Thập tụng, Căn bản*: Chúng trung tối hạ bát 眾中最下鉢. ᴾᵃˡⁱ yo ca tassā bhikkhuparisāya pattapariyanto, bình bát cuối cùng của chúng tỳ-kheo đó.

[461] Bát Tô-ma 蘇摩鉢: là bát ở nước Tô-ma. Nước Tô-ma 蘇摩國 (ˢᵏᵗ *Soma*, dịch là nguyệt 月). Một trong 16 đại quốc thời Phật.

bát.⁴⁶² Nếu thời gian thích hợp đối với Tăng, Tăng chấp thuận. Đây là lời tác bạch".

Đại đức Tăng, xin lắng nghe! Tỳ-kheo này tên là... có bát chưa đủ năm chỗ trám, lại xin bát mới, nay xả cho Tăng. Nay Tăng sai tỳ-kheo tên là... làm người hành bát. Các trưởng lão nào đồng ý thì im lặng, không đồng ý xin nói. Tăng đã sai tỳ-kheo tên là... làm người hành bát rồi. Tăng đồng ý nên im lặng. Việc này tôi ghi nhận như vậy."⁴⁶³

Tỳ-kheo này nên công bố, khiến cho các tỳ-kheo đều mang bát của mình đến. Sau đó, đem bát đã xả đến trước Thượng tọa, hỏi: "Ngài cần cái bát này không?" Nếu nói cần, thì nên lấy cái bát của Thượng tọa xem. Nếu không có bát, hay bát quá lớn, hoặc quá nhỏ, hoặc lủng lỗ, hoặc bị méo mó thì không nên đổi. Nếu không có năm trường hợp trên thì nên trao đổi. Trao đổi rồi, lấy cái bát của Thượng tọa đem đến vị Thượng tọa thứ hai, *cho đến* trước vị mới thọ giới Cụ túc cũng làm như vậy. Tăng nên lấy cái bát chót (tức cái bát không ai lấy) trao cho vị tỳ-kheo xả bát. Nếu khi hành bát (trao đổi bát)*, mà không có vị nào lấy thì cho phép hoàn cái bát đó lại cho đương sự. Tăng nên có lời dạy: "Đây là bát của thầy, thầy nên quý mến, giữ gìn, đừng để dưới đất, đừng đựng những đồ thối rữa, đừng đựng thức ăn cách đêm, đừng đựng nước nóng, đừng đựng hương, đừng đựng thuốc, nên yêu giữ như vậy. Nếu bát bị bể thì cho phép thầy xin lại."

Tỳ-kheo-ni cũng như vậy. Thức-xoa-ma-na, sa-di, sa-di-ni phạm Đột-kiết-la.

---

⁴⁶² Hán 行鉢人, vị Tăng được sai làm việc đổi bát đã được xả cho chúng Tăng.
⁴⁶³ Văn bạch nhị yết-ma để sai vị hành bát, trong các bản khác không có?

XX. CHỨA BÁT DƯ[464]

A. DUYÊN KHỞI

Đức Phật ở tại thành Xá-vệ.[465] Lúc ấy, Bạt-nan-đà[466] được nhiều bát, dùng năm, sáu ngày lại đem cất. Vì vậy mà bát cũ chỗ nào cũng có. Các gia chủ thấy, hỏi:

"Ai chất đống (bát)* đây?"

Có người nói:

"Của Bạt-nan-đà đó."

Các gia chủ nói:

"Sa-môn Thích tử thường nói thiểu dục tri túc, mà nay không nhàm chán, thâu góp, chất chứa như người bán bát, không có hạnh sa-môn, phá pháp sa-môn."

Các trưởng lão tỳ-kheo nghe, bằng mọi cách quở trách, rồi đến chỗ đức Phật, đem sự việc bạch lên Phật. Nhân việc này, đức Phật tập họp tỳ-kheo Tăng, hỏi Bạt-nan-đà:

"Ngươi có thật vậy không?"

[34c01] "Thật vậy, bạch đức Thế Tôn."

Đức Phật bằng mọi cách quở trách rồi bảo các tỳ-kheo:

"Vì mười điều lợi, nên nay Ta vì các tỳ-kheo kết giới. Từ nay giới này nên nói như vầy:

> Tỳ-kheo nào, chứa bát dư cho đến một đêm, phạm Ni-tát-kỳ ba-dật-đề."

---

[464] *Tăng-kỳ* 10, tr. 314b8, *Tứ phần* 9, tr. 621c7, *Thập tụng* 7, tr. 53b10, *Căn bản* 22, tr. 744a8: Ni-tát-kỳ 21. Pāli, *Nissaggiya* 21, *atirekapatta*, Vin. iii. 240.

[465] *Tăng-kỳ* 10, tr. 314b8, *Tứ phần* 9, tr. 621c7: Xá-vệ thành (quốc) 舍衛城 (國) như *Ngũ phần*, *Thập tụng* 7, tr. 53b10: Vương Xá thành 王舍城, *Căn bản* 22, tr.744a8: Thất-la-phạt thành 室羅伐城.

[466] *Tứ phần* 9: Bạt-nan-đà (trong nhóm sáu tỳ-kheo); *Thập tụng* 7: Nhóm sáu tỳ-kheo; *Căn bản* 22: Ổ-ba-nan-đà 鄔波難陀.

Bấy giờ có một tỳ-kheo, độc thân nhận được hai bát, nghĩ như vầy: "Đức Phật không cho phép ta chứa bát dư qua một đêm". Liền đem một bát cho tỳ-kheo khác. Sau khi cho thì bát của mình bị bể, không có bát để du hành. Các tỳ-kheo hỏi:

"Trước đây thầy có hai bát, tại sao nay không?"

(Tỳ-kheo)* trả lời bằng cách đem sự việc trên kể lại. Các tỳ-kheo đem sự việc này bạch lên đức Phật. Nhân việc này, đức Phật tập họp tỳ-kheo Tăng, hỏi tỳ-kheo kia:

"Sau khi ngươi đem bát cho tỳ-kheo khác thì mấy ngày bát bị bể?"

Thưa:

"Mười ngày, bạch Thế Tôn." Đức Phật khen hạnh thiểu dục tri túc, khen giới, khen ngợi người trì giới, rồi bảo các tỳ-kheo:

"Từ nay giới này nên nói như vầy:

B. GIỚI VĂN

Tỳ-kheo nào, chứa bát dư cho đến mười ngày, nếu quá, phạm Ni-tát-kỳ ba-dật-đề."

C. THÍCH TỪ

Khi nhận được hai bát thì nên hỏi Hòa thượng, A-xà-lê: "Hai bát này, cái nào tốt hơn?".

Nếu Hòa thượng, A-xà-lê không khéo phân biệt thì nên dùng mỗi cái năm ngày, để biết cái nào tốt hơn thì thọ trì, cái không như ý thì cho người. Sa-di, phạm Đột-kiết-la.

XXI. NGỌA CỤ BẰNG TƠ TẰM[467]

A. DUYÊN KHỞI

Đức Phật ở tại ấp A-trà-bệ,[468] khi ấy, các tỳ-kheo tự thân làm ngọa

---

[467] *Tứ phần* 7, tr. 613c25, *Tăng-kỳ* 9, tr. 307c20, *Thập tụng* 7, tr. 47c10, *Căn bản* 20, tr. 735c6: ni-tát-kỳ 11. Pāli, *Nissaggiya* 11, *kosiya*, Vin. iii. 223.

[468] Ấp A-trà-bệ: xem cht. 201, Tăng tàn 6.

cụ⁴⁶⁹ bằng kiều-xa-da,⁴⁷⁰ tự làm, cũng dạy người làm; tự gánh kén cũng sai người gánh kén; tự ươm,⁴⁷¹ khiến người ươm. Các cư sĩ thấy, nói: "Chúng ta ươm (nấu) kén, tỳ-kheo cũng vậy. Sa-môn Thích tử cùng với ta nào khác gì? Những người này thường nói từ nhẫn chúng sinh, nhưng nay lại tự mình ươm kén, không có hạnh sa-môn, phá pháp của sa-môn."

Có một tỳ-kheo dùng kén tằm còn thô quay thành tơ rồi nhờ các tỳ-kheo may ngọa cụ. Vì bị thiếu tơ, liền đến nhà người làm tơ nói:

"Ngọa cụ tôi bị thiếu tơ, giúp cho ít nhiều!"

Người kia nói:

"Chưa có thành tơ."

Tỳ-kheo lại nói:

"Có thể vì tôi ươm."

Người kia liền ở trước mặt tỳ-kheo ươm kén. Tiếng nhộng khua động trong kén, tỳ-kheo bảo nhận nó xuống nước sôi. Người kia liền trách mắng:

"Thầy thường nói không sát sanh mà nay lại bảo người sát sanh, không có hạnh sa-môn, phá pháp sa-môn."

Các tỳ-kheo trưởng lão nghe, bằng mọi cách quở trách, đem sự việc bạch lên Phật. Nhân việc này, đức Phật tập họp tỳ-kheo Tăng, hỏi các tỳ-kheo:

"Các ngươi có thật vậy không?"

Thưa: "Thật vậy, bạch đức Thế Tôn."

Đức Phật bằng mọi hình thức quở trách rồi bảo các tỳ-kheo:

"Vì mười điều lợi, nên nay Ta vì các tỳ-kheo kết giới. Từ nay giới này nên nói như vầy:

---

⁴⁶⁹ Ngọa cụ 臥具: Pāli, *santhata*, đồ trải lót: Chiếu, thảm, hay miếng vải. Các bộ khác: Phu cụ 敷具 (**xem cht. 366**, Ni-tát-kỳ 4).

⁴⁷⁰ Kiều-xa-da 憍賒耶: Pāli *Kosiya*, tơ lụa.

⁴⁷¹ Hán Chử 煮: Nấu, thổi.

B. GIỚI VĂN

Tỳ-kheo nào, làm ngọa cụ mới bằng kiều-xa-da, [35a01] phạm Ni-tát-kỳ ba-dật-đề."

C. THÍCH TỪ

Kiều-xa-da: Tức tơ làm từ con tằm.

Ngọa cụ: Nệm nằm, cho đến mới thành ba nấc dày không hư hoại gọi là ngọa cụ.

Nên xả cho Tăng, không nên xả cho người khác. Tăng dùng để trải trên đất, hay trên giường dây,[472] giường nằm.[473]

Trừ tỳ-kheo xả ngọa cụ, ngoài ra tất cả tùy theo thứ tự mà Tăng nằm ngồi. Móng tâm muốn làm hay tìm cách làm đều phạm Đột-kiết-la. Làm thành, phạm Ni-tát-kỳ ba-dật-đề. Tuy không tự làm, không khiến người làm, người khác cho mà nhận cũng phạm Ni-tát-kỳ ba-dật-đề. Sa-di, phạm Đột-kiết-la.

XXII. NGỌA CỤ TOÀN ĐEN[474]

A. DUYÊN KHỞI

Đức Phật ở tại thành Câu-xá-di,[475] khi ấy số đông Bạt-kỳ Tử[476] dùng

---

[472] Giường dây (thằng sàng 繩牀): Skt.=Pali *pīṭha*, là giường ngồi thiền, loại giường dùng dây, cỏ hoặc mây đan lại thành giường (ghế) gấp, gọn nhẹ để có thể mang theo được. 1 trong 18 vật dụng của tỳ-kheo.

[473] Giường nằm (ngọa sàng 臥床): Skt. *mañca, khaṭvā*; là giường gỗ, phần nhiều dùng trong nội thất.

[474] *Tăng-kỳ* 9, tr. 306c3: Ni-tát-kỳ 11; *Tứ phần* 7, tr. 614a27, *Thập tụng* 7, tr. 48a3, *Căn bản* 21, tr. 736a11: Ni-tát-kỳ 12. Pāli, *Nissaggiya* 12, *suddhakāḷaka*, Vin. iii. 223.

[475] *Tăng-kỳ* 9, tr. 306c3; *Tứ phần* 7, tr. 614a27: Tỳ-xá-li 毘舍離; *Thập tụng* 7, tr. 48a3: Vương Xá Thành 王舍城; *Căn bản* 21, tr. 736a11: Thất-la-phạt thành 室羅伐城 (còn gọi là Xá-vệ thành).

[476] Bạt-kỳ Tử 跋耆子 (Pali *Vajji-putta*). *Tứ phần*: Tỳ-xá-ly Lê-xa Tử 毘舍離梨車子 (Pali *Licchavī-putta*). (Pali *Vajji-putta*). Pāli không có chi tiết này.

dạ⁴⁷⁷ lông toàn đen,⁴⁷⁸ bóng sáng khả ái, để làm đồ phục sức, ngọa cụ. Các tỳ-kheo Bạt-kỳ cũng bắt chước làm như vậy. Một hôm, các cư sĩ vào phòng xem, thấy rất kinh sợ, tưởng đó là hào tộc Bạt-kỳ tụ tập vui chơi, bèn hỏi người đồng hành:⁴⁷⁹

"Đây là phục sức của những quý nhân nào?"

Trả lời:

"Không phải vật của quý nhân, là của tỳ-kheo Bạt-kỳ!"

Các cư sĩ liền hiềm trách, nói: "Các tỳ-kheo mà phục sức như nhà vua, như đại thần, như hào tộc lúc đi xe ngựa. Tôi nghe tỳ-kheo mặc y cắt rọc, cầu đạo vô vi, mà nay như thế này! Họ không có hạnh sa-môn, phá pháp của sa-môn."

Các tỳ-kheo trưởng lão nghe, bằng mọi cách quở trách rồi đem sự việc bạch lên Phật. Nhân việc này, đức Phật tập họp tỳ-kheo Tăng, hỏi tỳ-kheo kia:

"Ngươi có thật vậy không?"

Thưa:

"Thật vậy, bạch Thế Tôn."

Đức Phật bằng mọi cách quở trách rồi bảo các tỳ-kheo:

"Vì mười điều lợi, nên nay Ta vì các tỳ-kheo kết giới. Từ nay giới này nên nói như vầy:

B. GIỚI VĂN

Tỳ-kheo nào, sắm ngọa cụ mới bằng lông dê toàn đen, phạm Ni-tát-kỳ ba-dật-đề."

---

⁴⁷⁷ Hán: Chiên 氈, vật dụng bện từng mảnh bằng lông thú.

⁴⁷⁸ Hán: Thuần hắc mao chiên 純黑毛氈. *Tứ phần*: Thuần hắc nhu dương mao 純黑糯羊毛. *Căn bản*: thuần hắc dương mao 純黑羊毛. Pāli: *suddhakāḷakānaṃ eḷakalomānaṃ*, lông dê thuần đen; *eḷaka*, một loại sơn dương. *Khang hy*: Nhu dương, tức hồ dương (một loại dê của người Hồ).

⁴⁷⁹ Hán: Hành nhơn 行人, người đi đường.

C. THÍCH TỪ

Toàn đen: Đen tự nhiên,⁴⁸⁰ hay đen do nhuộm.

Nên xả cho Tăng, Tăng dùng trải trên giường dây hay giường nằm, không được trải trên đất. Ngoài ra đều như trong giới ngọa cụ bằng Kiều-xa-da đã nói.

XXIII. NGỌA CỤ QUÁ PHẦN⁴⁸¹

A. DUYÊN KHỞI

Đức Phật ở tại thành Câu-xá-di.⁴⁸² Khi ấy, các tỳ-kheo Bạt-kỳ⁴⁸³ làm ngọa cụ bằng lông dê đen trộn thêm một ít lông trắng và lông màu khác,⁴⁸⁴ bèn nói là tịnh rồi. Các tỳ-kheo trưởng lão thấy, hỏi:

"Thầy không nghe đức Phật cấm sắm ngọa cụ bằng lông dê toàn đen hay sao?"

Trả lời: "Có nghe, nhưng tôi đã trộn lông trắng và màu khác, chẳng phải hoàn toàn đen!"

Các tỳ-kheo nói:

"Hoàn toàn đen, và trộn một ít màu tạp thì sao đủ gọi là khác?"

---

⁴⁸⁰ Hán: Sanh hắc 生黑. Pāli: *jātiyā kālakaṃ*.

⁴⁸¹ *Tăng-kỳ* 9, tr. 307b19: Ni-tát-kỳ 12. *Tứ phần* 8, tr. 615a7, *Thập tụng* 7, tr.48a28, *Căn bản* 21, tr. 736b3: Ni-tát-kỳ 13. Pāli, Nissaggiya 13, *dve bhāgā suddha-kāḷakānaṃ*, Vin. iii. 226ff.

⁴⁸² *Tăng-kỳ* 9, tr. 307b19: Tỳ-xá-li 毘舍離. *Tứ phần* 8, tr. 615a7: Xá-vệ quốc 舍衞國; *Thập tụng* 7, tr. 48a28: Vương Xá Thành 王舍城; *Căn bản* 21, tr. 736b3: Thất-la-phạt thành 室羅伐城.

⁴⁸³ *Tứ phần* 8, *Thập tụng* 7: Nhóm sáu tỳ-kheo 六群比丘.

⁴⁸⁴ Hán: Hạ sắc 下色, là màu xám, màu khác, không còn nguyên màu ban đầu. *Thập tụng*: Đệ tứ phần hạ 第四分下; được giải thích: Hạ, chỉ lông đầu, lông bụng, lông gót chân. *Tứ phần*: Mang sắc 尨色. Thích từ không có trong Giới tướng. Giới tướng nói: *Tứ phần* mang 四分尨, phần thứ tư xám. *Căn bản*: Đệ tứ phần thô 第四分麁, giải thích: Thô, chỉ lông đầu, lông bụng và lông chân. Pāli *catutthaṃ gocariyānaṃ*, phần thứ tư màu nâu đỏ (hạt sắc).

Bằng mọi cách quở trách rồi, **[35b01]** đem sự việc bạch lên Phật. Nhân việc này, đức Phật tập hợp tỳ-kheo Tăng, hỏi tỳ-kheo kia:

"Ngươi có thật vậy không?"

Thưa: "Thật vậy, bạch đức Thế Tôn."

Phật bảo các tỳ-kheo:

"Từ nay cho phép các tỳ-kheo làm ngọa cụ với hai phần lông dê hoàn toàn đen, phần thứ ba màu trắng, phần thứ tư màu khác.

"Vì mười điều lợi, nên nay Ta vì các tỳ-kheo kết giới, từ nay giới này nên nói như vầy:

B. GIỚI VĂN

Tỳ-kheo nào, sắm ngọa cụ mới, nên dùng hai phần lông dê đen, phần thứ ba màu trắng, phần thứ tư màu khác. Nếu làm quá lượng này, phạm Ni-tát-kỳ ba-dật-đề."

C. THÍCH TỪ

Nếu tỳ-kheo làm ngọa cụ bốn mươi Ba-la[485] thì nên dùng hai mươi Ba-la lông màu đen, mười Ba-la màu trắng, mười Ba-la màu khác. Nếu màu đen dư một Ba-la, phạm Ni-tát-kỳ ba-dật-đề. Ngoài ra như trong giới làm ngọa cụ bằng lông dê hoàn toàn đen đã nói.

---

[485] Ba-la 波羅: *Tứ phần*, bát-la 鉢羅. *Thập tụng*, ba-la 波羅. (^{Pali} *Pala*, đơn vị trọng lượng). *Căn bản*: Thí dụ, ngọa cụ nặng 10 cân, thì 5 cân toàn đen, 2,5 cân trắng và 2,5 cân thô. Cf. Pāli (Vin. iii .227): 2 *tūla* (cân) đen, 1 *tūla* trắng, 1 *tūla* nâu đỏ.

năm. Nếu chưa đủ sáu năm, dù xả hay không xả[489] lại sắm ngọa cụ mới, phạm Ni-tát-kỳ ba-dật-đề."

Bấy giờ có một tỳ-kheo cất chứa ngọa cụ phấn tảo, thấy trong đó có lợi lạc. Muốn từ thành Xá-vệ đi đến ấp Ta-kiệt-đà, vì ngọa cụ nặng, nên tỳ-kheo ấy không thể mang theo được, không biết làm thế nào, đem sự việc bạch với các tỳ-kheo. Các tỳ-kheo đến chỗ đức Phật, bạch sự việc lên Ngài. Nhân việc này, đức Phật tập họp tỳ-kheo Tăng, bảo các tỳ-kheo:

"Tỳ-kheo này muốn đến ấp Ta-kiệt-đà, ngọa cụ nặng, vì trong đó thấy có lợi lạc, nên không thể xả, lại không thể mang theo được. Tăng nên bạch nhị Yết-ma cho đổi cái nhẹ hơn. Tỳ-kheo kia nên đến giữa Tăng xin:

> **Tôi, tỳ-kheo tên là... tự mình chứa ngọa cụ, thấy trong đó có lợi lạc. Nay muốn du hành đến chỗ đó..., vì (ngọa cụ)* nặng nên không thể mang đi, xin Tăng đổi cái nhẹ hơn của tăng."**

Lần thứ hai, [35c01] lần thứ ba cũng xin như vậy. Trong Tăng nên sai một tỳ-kheo bạch:

> **"Đại đức Tăng, xin lắng nghe! Tỳ-kheo này tên là... tự mình chứa ngọa cụ, thấy trong đó có lợi lạc. Nay muốn du hành đến chỗ đó..., vì nặng nên không thể mang đi, đến Tăng xin đổi cái nhẹ hơn. Nay Tăng cho đổi. Nếu thời gian thích hợp đối với Tăng, Tăng chấp thuận. Đây là lời tác bạch.**
>
> **Đại đức Tăng xin lắng nghe! Tỳ-kheo này tên là... tự chứa ngọa cụ, thấy trong đó có lợi lạc, muốn du hành đến chỗ đó..., vì nặng không thể mang đi, đến Tăng đổi cái nhẹ hơn. Nay Tăng cho đổi. Các trưởng lão nào chấp thuận thì im lặng, vị nào không đồng ý xin nói.**
>
> **Tăng đã (đồng ý)* cho tỳ-kheo tên là... đổi ngọa cụ nhẹ**

---

[489] *Tăng-kỳ; Thập tụng:* Dù xả hay không xả; *Tứ phần; Căn bản:* Không xả; [Pāli] *vissajjetvā vā avissajjetvā vā,* dù đã xả hay không xả cái cũ.

XXIV. NGỌA CỤ DƯỚI SÁU NĂM[486]

A. DUYÊN KHỞI

Đức Phật ở tại thành Câu-xá-di.[487] Bấy giờ, các tỳ-kheo Bạt-kỳ[488] nghĩ như vầy:

"Đức Phật đã cho phép chúng ta dùng hai phần lông dê hoàn toàn đen, phần thứ ba màu trắng, phần thứ tư màu khác để làm ngọa cụ." Họ bèn xin ba loại lông ấy thật nhiều; tại nơi chỗ ở không chỗ nào không có, họ tự làm, hay sai người làm. Các cư sĩ đến xem thấy, hỏi:

"Vật này của ai?"

Trả lời:

"Của tỳ-kheo Bạt-kỳ."

Các cư sĩ hiềm trách, như trong (giới chứa)* bát dư đã nói. Các tỳ-kheo trưởng lão nghe, bằng mọi cách quở trách rồi đem sự việc bạch lên Phật. Nhân việc này, đức Phật tập họp tỳ-kheo Tăng, hỏi tỳ-kheo kia:

"Các ngươi, có thật vậy không?"

Thưa:

"Thật vậy, bạch đức Thế Tôn."

Đức Phật bằng mọi cách quở trách, rồi bảo các tỳ-kheo:

"Vì mười điều lợi, nên nay Ta vì các tỳ-kheo kết giới. Từ nay giới này nên nói như vầy:

Tỳ-kheo nào, sắm ngọa cụ mới, phải thọ trì cho đến sáu

---

[486] *Tăng-kỳ* 9, tr. 308b12, *Tứ phần* 8, tr. 615c9, *Thập tụng* 7, tr. 48b25; *Căn bản* 21, tr. 736b23: Ni-tát-kỳ 14. ᴾᵃˡⁱ *Nissaggiya* 14, *santhatachabbassāni*, Vin. iii. 227.

[487] *Tăng-kỳ* 9, tr. 308b12: Tỳ-xá-li 毘舍離; *Tứ phần* 8, tr. 615c9: Xá-vệ quốc 舍衛國; *Thập tụng* 7, tr. 48b25: Vương Xá Thành 王舍城; *Căn bản* 21, tr. 736b23: Thất-la-phạt thành 室羅伐城.

[488] *Tứ phần* 8, thập tụng 7: Nhóm sáu tỳ-kheo 六群比丘.

của Tăng rồi. Tăng chấp thuận nên im lặng. Việc này, tôi ghi nhận như vậy."

Từ nay giới này nên nói như vầy:

B. GIỚI VĂN

"Tỳ-kheo nào, sắm ngọa cụ mới, phải thọ trì sáu năm. Nếu chưa đủ sáu năm, dù xả, hay không xả, lại sắm ngọa cụ mới, trừ Tăng yết-ma, phạm Ni-tát-kỳ ba-dật-đề."

C. THÍCH TỪ

Sáu năm: Là tính đủ ngày trong sáu năm.

Ngoài ra, như trong giới sắm ngọa cụ lông dê toàn đen đã nói.

XXV. TỌA CỤ KHÔNG HOẠI SẮC[490]

A. DUYÊN KHỞI

Đức Phật ở tại thành Câu-xá-di.[491] Bấy giờ, các Bạt-kỳ Tử làm Ni-sư-đàn[492] bằng lông dê hoàn toàn đen, tỳ-kheo Bạt-kỳ cũng xin làm. Các cư sĩ chán ghét nạn đòi xin. Sau đó họ đến phòng Tăng xem, thấy các tỳ-kheo cất chứa nhiều nệm ngồi lông dê hoàn toàn đen, bèn chê trách, như trong giới ngọa cụ hoàn toàn đen đã nói. Các tỳ-kheo trưởng lão nghe, đem sự việc bạch lên Phật. Nhân việc này, đức Phật tập họp tỳ-kheo Tăng, hỏi các tỳ-kheo kia:

"Các ngươi có thật vậy không?" "Thật vậy, bạch Thế Tôn."

Đức Phật bằng nhiều cách quở trách rồi bảo các tỳ-kheo:

"Vì mười điều lợi, nên nay Ta vì các tỳ-kheo kết giới. Từ nay giới này nên nói như vầy:

---

[490] *Tăng-kỳ* 9, tr. 309a15, *Tứ phần* 8, tr. 616c2, *Thập tụng* 7, tr. 49b11, *Căn bản* 21, tr. 737a25: Ni-tát-kỳ 15. Pāli *Nissaggiya* 15, *nisīdana dubbaṇṇa-karaṇa*, Vin. iii. 230.

[491] *Tăng-kỳ* 9, tr. 309a15: Tỳ-xá-li 毘舍離, *Tứ phần* 8, tr. 616c2, *Thập tụng* 7, tr.49b11: Xá-vệ quốc 舍衛國, *Căn bản* 21, tr. 737a26: Thất-la-phạt thành 室羅伐城, còn gọi là Xá-vệ thành.

[492] Ni-sư-đàn: **Xem cht. 366.**

B. GIỚI VĂN

Tỳ-kheo nào, sắm Ni-sư-đàn mới, bằng lông dê toàn đen, nên dùng miếng Ni-sư-đàn cũ, cỡ một gang tay Tu-già-đà[493] may lên làm hoại sắc. Nếu không làm hoại sắc, phạm Ni-tát-kỳ ba-dật-đề."

C. THÍCH TỪ

Một gang tay Tu-già-đà: Vuông vức hai thước.[494]

Làm hoại sắc: Là tùy ý phủ lên trên cái mới.

Ngoài ra, như trong ngọa cụ lông dê hoàn toàn đen đã nói.

XXVI. QUẢY LÔNG DÊ[495]

A. DUYÊN KHỞI

Đức Phật ở tại thành Xá-vệ.[496] Bấy giờ, các tỳ-kheo[497] gánh vác lông dê đi dọc đường. Người đi đường thấy, đều cơ hiềm nói:

"Chúng ta hệ lụy gia đình nên phải gánh vác lông dê, các tỳ-kheo lại cũng như vậy. Vậy thì người mặc y cắt rọc hoại sắc, cạo đầu, khất

---

[493] Tu-già-đà 修伽陀: Skt *Sugata*, dịch là Thiện Thệ, nghĩa là giải thoát sinh tử, quay về niết-bàn, hướng đến chỗ thiện mà đi nên gọi là Thiện Thệ. Một trong mười hiệu của Phật.

[494] Thước (Hán, xích 尺): Thước Trung Quốc bằng 1/3 mét. Ngài *Buddhaghosa* giải thích, một gang tay của đức Thiện Thệ (*Sugatavidatthi*) bằng ba lần gang tay của người bậc trung. Trong tài liệu *Vinayamukha*, ngài *Mahāsamaṇa Chao* đề nghị rằng *sugatavidatthi*, tức là gang tay của đức Thiện Thệ, nên được tính theo kích thước trung bình là 0,25 mét.

[495] *Tăng-kỳ* 9, tr. 309b18, *Tứ phần* 8, tr. 617b23, *Thập tụng* 7, tr. 49c26, *Căn bản* 21, tr. 738a10: Ni-tát-kỳ 16. Pāli *Nissaggiya* 16, *eḷakalomaharaṇa*.

[496] *Tăng-kỳ* 9, tr. 309b18: Tỳ-xá-li 毘舍離, *Tứ phần* 8, tr. 617b23, *Thập tụng* 7, tr.49c26: Xá-vệ quốc 舍衛國, *Căn bản* 21, tr. 738 a10: Thất-la-phạt thành 室羅伐城, còn gọi là Xá-vệ thành.

[497] *Tăng-kỳ:* Ưu-đà-di 優陀夷; *Tứ phần:* Bạt-nan-đà Thích tử 跋難陀釋子; *Thập tụng:* Các tỳ-kheo như *Ngũ phần*; *Căn bản:* Nhóm sáu tỳ-kheo (六群比丘).

thực cùng ta nào khác!? Họ không hạnh sa-môn, phá pháp sa-môn."

Có một tỳ-kheo ở núi, quen thích gánh vác lông dê đi đường, vì quá nhọc mệt nên đã về đến giữa sân Tăng phường thì té xỉu xuống đất. **[36a01]** Các tỳ-kheo thấy, tưởng là bị quỷ nhập, liền lấy nước tiểu xối lên. Tỳ-kheo kia hỏi:

"Tại sao trưởng lão lại dội nước lên tôi?"

Trả lời:

"Vì sợ quỷ nhập vào, nên dùng nước xối lên vậy!"

"Tôi chẳng phải bị quỷ nhập mà vì gánh lông dê nặng đi đường mỏi mệt, nóng bức, khó thở nên vậy."

Các tỳ-kheo nói:

"Đức Phật chế, tỳ-kheo chỉ thọ trì ba y và bình bát. Giống như chim bay được cũng nhờ đôi cánh, thầy há không nghe sao mà còn gánh thứ này?"

Bằng mọi cách quở trách, rồi đem sự việc bạch lên Phật. Nhân việc này, đức Phật tập họp tỳ-kheo Tăng, hỏi tỳ-kheo kia:

"Ngươi có thật vậy không?"

Thưa:

"Thật vậy, bạch Thế Tôn."

Đức Phật bằng mọi cách quở trách rồi bảo các tỳ-kheo:

"Vì mười điều lợi, nên nay Ta vì các tỳ-kheo kết giới. Từ nay giới này nên nói như vầy:

Tỳ-kheo nào, gánh lông dê đi đường, phạm Ni-tát-kỳ ba-dật-đề."

Khi ấy, có cư sĩ vì Tăng làm một cái phòng, nghĩ rằng: "Nếu tỳ-kheo nào đến ở phòng này thì mình cúng dường và cung cấp y."

Có một tỳ-kheo đến nghỉ phòng này, (cư sĩ)* bèn cúng lông dê, tỳ-kheo không nhận, cư sĩ nói:

"Con để dồn lông dê, bổn ý là vì tỳ-kheo chứ không phải vì

bản thân."

Tỳ-kheo nói:

"Đức Phật không cho phép tôi tự gánh lông dê thì làm sao nhận?"

Lại có tỳ-kheo cần lông dê làm ngọa cụ, tự mình không biết làm. Vì muốn nhờ tỳ-kheo khác, nên không dám nhận, rồi đem sự việc bạch lên Phật. Nhân việc này, đức Phật tập họp tỳ-kheo Tăng, hỏi tỳ-kheo kia:

"Người mà ông muốn nhờ cách ông xa gần?"

Thưa: "Cách con ba do-tuần."[498]

Bấy giờ, đức Thế Tôn khen hạnh thiểu dục tri túc, khen giới, khen người trì giới, rồi bảo các tỳ-kheo, từ nay giới này nên nói như vầy:

B. GIỚI VĂN

"Tỳ-kheo nào, được lông dê, cần mang đến chỗ làm, nếu tự mình mang cho đến ba do-tuần. Nếu quá, phạm Ni-tát-kỳ ba-dật-đề."

Tỳ-kheo được lông dê, cần mang đến chỗ (làm)*, thì nên sai tịnh nhơn gánh, nếu không có tịnh nhơn mới cho phép tự mang, nhưng không được đội đầu hay gánh vác trên vai. Ai vi phạm, thì phạm Đột-kiết-la. Sa-di, phạm Đột-kiết-la.

Không phạm: Trong phạm vi ba do-tuần, hay lần lượt thay nhau mang, hoặc có người mang thế; hoặc trong ba do-tuần mang trở lại;

---

[498] Do-tuần 由旬: Skt.=Pāli *Yojana*. Đơn vị đo đường dài ở Ấn Độ. Tiếng Phạn *yojana* có nghĩa là mang ách (cái vạy), do chữ gốc *yuj* chỉ quãng đường con bò mang ách (kéo xe) đi một ngày. Căn cứ theo Đại Đường Tây Vực ký quyển 2 chép, một do-tuần là chỉ cho lộ trình hành quân một ngày của nhà vua. Về cách tính do-tuần có nhiều thuyết, nhưng theo thuyết của các học giả cận đại như ông J. Flect đổi do-tuần tính theo cây số ngàn (kilometre), thì một do-tuần xưa bằng 19,5 km; theo quốc tục Ấn Độ là 14,6 km, Phật giáo là 7,3 km. Nếu theo thuyết của ông Major Vost thì một do-tuần xưa bằng 22,8 km, quốc tục Ấn Độ là 17 km, Phật giáo 8,5 km.

hoặc chỉ mang năm, sáu Ba-la⁴⁹⁹ làm dây lưng hay cái mão và các loại khác.⁵⁰⁰

XXVII. NHỜ CHẢI LÔNG DÊ⁵⁰¹

A. DUYÊN KHỞI

Đức Phật ở tại thành Xá-vệ.⁵⁰² Bấy giờ, các tỳ-kheo sai tỳ-kheo-ni giặt, nhuộm, đập lông dê. Các tỳ-kheo-ni vì cúng dường nên không dám từ nan, nên công việc đa đoan bề bộn, phế bỏ đọc tụng, tọa thiền, hành đạo. Các cư sĩ nghe thấy, cơ hiềm. Tỳ-kheo-ni Ba-xà-ba-đề⁵⁰³ cùng năm trăm tỳ-kheo-ni đi đến chỗ Phật, **[36b01]** cũng như giặt y cũ đã nói ở trên. Nhân việc này, bấy giờ đức Thế Tôn tập hợp tỳ-kheo Tăng, hỏi các tỳ-kheo:

"Các ngươi, có thật vậy không?"

Thưa: "Thật vậy, bạch đức Thế Tôn."

Đức Phật bằng mọi cách quở trách rồi bảo các tỳ-kheo:

"Vì mười điều lợi, nên nay Ta vì các tỳ-kheo kết giới. Từ nay giới này nên nói như vầy:

Tỳ-kheo nào, sai tỳ-kheo-ni giặt, nhuộm, chải lông dê, phạm Ni-tát-kỳ ba-dật-đề."

Lúc bấy giờ, các tỳ-kheo có tỳ-kheo-ni thân quyến, cũng như giới giặt y cũ ở trên đã nói. Đem sự việc bạch lên Phật. Nhân việc này, đức Phật tập họp tỳ-kheo Tăng, khen hạnh thiểu dục tri túc, khen

---

[499] Ba-la: **xem cht. 485**, Ni-tát-kỳ 23.
[500] Hán Đẳng 等.
[501] *Tăng-kỳ* 9, tr. 310a18, *Tứ phần* 8, tr. 618a22, *Thập tụng* 7, tr. 50b2, *Căn bản* 21, tr. 739a20: Ni-tát-kỳ 17. Pāli *Nissaggiya* 17, *elākalomadhovāpana*, Vin. iii. 234ff.
[502] *Tăng-kỳ* 9, tr. 310a18: Tỳ-xá-li 毘舍離; *Tứ phần* 8, tr. 618a22: Thích-sí-sấu trong vườn Ni-câu-luật, Ca-duy-la-vệ (釋翅瘦迦維羅衛尼拘律園); *Thập tụng* 7, tr. 50b2: Xá-vệ quốc 舍衛國, *Căn bản* 21, tr. 739a20: Thất-la-phạt thành 室羅伐城, còn gọi là Xá-vệ thành.
[503] Hán Ba-xà-ba-đề 波闍波提; Skt *Prajāpatī*; Pāli *Pajāpatī*.

giới, khen người trì giới rồi bảo các tỳ-kheo, từ nay giới này nên nói như vầy:

B. GIỚI VĂN

"**Tỳ-kheo nào, sai tỳ-kheo-ni không phải thân quyến giặt lông dê, hoặc nhuộm, hoặc chải, phạm Ni-tát-kỳ ba-dật-đề.**"

Ngoài ra, như giới giặt y cũ đã nói ở trên.

XXVIII. BUÔN BÁN[504]

A. DUYÊN KHỞI

Đức Phật ở tại thành Xá-vệ,[505] bấy giờ, Bạt-nan-đà[506] trao đổi mọi thứ, thường thủ lợi về mình, người khác không bao giờ được lợi. Có một ngoại đạo được y (tấm vải)* chưa may thành, mang đến nhà ngoại đạo (khác) nói:

"May thành (y)* cho tôi."

Mọi người đều trả lời:

"Nhà tôi nhiều việc không may được. Sa-môn Thích tử nhàn rỗi không có việc gì, lại được cúng nhiều y, có thể đến đó nhờ may, cũng có thể trao đổi; song sa-môn kia thường hay nổi tiếng là một nhà buôn lớn, ông đến đó nên cẩn thận."

Lúc ấy, ngoại đạo mang đến Tăng phường, hỏi:

"Ai có thể vì tôi may chiếc y này?"

Mọi người đều nói không thể may được.

Lại hỏi Bạt-nan-đà:

---

[504] *Tăng-kỳ* 10, tr. 312c3: Ni-tát-kỳ 19. *Tứ phần* 8, tr. 620b28, *Thập tụng* 7, tr.52a27, *Căn bản* 22, tr. 743c14: Ni-tát-kỳ 20. Pāli (Vin. iii. 242): Nissaggiya 20, *kayavikkaya*.

[505] *Tăng-kỳ* 10, tr. 312c3; *Tứ phần* 8, tr. 620b28; *Thập tụng* 7, tr. 52a27: Xá-vệ thành (quốc) 舍衛城 (國) như *Ngũ phần*; *Căn bản* 22, tr. 743c14: Thất-la-phạt thành 室羅伐城, còn gọi là Xá-vệ thành.

[506] *Tăng-kỳ* 10, *Căn bản* 22: Lục quần tỳ-kheo 六群比丘; *Tứ phần* 8; *Thập tụng* 7: Bạt-nan-đà thích tử 跋難陀釋子.

"Tôi nghe Đại đức có nhiều y đã may xong, có thể đổi một cái cho tôi được không?"

Bạt-nan-đà nói:

"Ngoại đạo các ông, tâm không dứt khoát, hay thay đổi bất thường; đổi được rồi lại nói tốt xấu không công bằng. Nếu sau đó không nói thì sẽ đổi cho nhau."

Trả lời: "Người khác thì như vậy, chứ tôi dứt khoát không hối hận."

Bấy giờ, Bạt-nan-đà lấy nước nhuộm dơ, nhuộm lại y Bệnh can tiêu[507] cũ, giặt xếp thật tỉ mỉ để đổi. Ngoại đạo đổi được y rồi đem về trong chúng ngoại đạo, ngoại đạo hỏi:

"Đã may thành y chưa?"

Trả lời: "Đã đổi được y rồi!"

Lấy y ra cho xem. Ngoại đạo liền lấy ra cho mọi người xem, họ thấy rồi đều nói: "Ôi cha! Bỏ đi tấm vải quý giá mà đổi lấy cái vật tệ thế này, so ra (tệ hơn)* gấp năm, sáu lần. có thể lấy vải lại, chúng tôi sẽ cùng nhau bỏ việc vì ông may cho."

Người ngoại đạo liền mang y trả lại, nói với Bạt-nan-đà:

"Ông là con dòng họ Thích, tại sao đem y xấu tệ thế này lừa dối tôi? Có thể đổi lại cho tôi! Không rao truyền việc xấu của ông đâu!"

Bạt-nan-đà nói:

"Tôi biết tâm **[36c01]** ngoại đạo không dứt khoát, hay thay đổi bất thường, tôi không muốn trao đổi nhau. Ông đã nói không hối hận, cho nên tôi mới theo ý ông, tại sao bây giờ lại nói như vậy? Không đổi lại đâu!"

Ngoại đạo bèn khóc lớn. Các cư sĩ hỏi: "Tại sao ông khóc?"

Ngoại đạo kể lại mọi chuyện. Các cư sĩ cơ hiềm nói: "Người đời mua bán sau bảy ngày còn đổi lại được, tại sao sa-môn mới trong chốc lát lại không đổi được? Ăn mặc cùng người có khác, mà mua bán

---

[507] Kiếp-bối: **Xem cht. 42,** Ba-la-di 1.

quá hơn người!"

Tiếng xấu như vậy lan khắp các nơi. Các tỳ-kheo trưởng lão nghe, bằng mọi cách quở trách rồi đem sự việc bạch lên Phật. Nhân việc này, đức Phật tập họp tỳ-kheo Tăng, hỏi Bạt-nan-đà:

"Ngươi có thật vậy không?"

Thưa: "Thật vậy, bạch Thế Tôn."

Đức Phật bằng mọi cách quở trách, rồi bảo các tỳ-kheo:

"Vì mười điều lợi, nên nay Ta vì các tỳ-kheo kết giới. Từ nay giới này nên nói như vầy:

B. GIỚI VĂN

Tỳ-kheo nào, mua bán trao đổi dưới mọi hình thức cầu lợi,[508] phạm Ni-tát-kỳ ba-dật-đề."

C. THÍCH TỪ

Dùng vật đã làm đổi vật đã làm, dùng vật đã làm đổi vật chưa làm; dùng vật đã làm đổi vật làm chưa xong; dùng vật chưa làm đổi vật chưa làm; dùng vật chưa làm đổi vật đã làm; dùng vật chưa làm đổi vật làm chưa xong; dùng vật làm chưa xong đổi vật làm chưa xong; dùng vật làm chưa xong đổi vật đã làm; dùng vật làm chưa xong đổi vật chưa làm, đều phạm Ni-tát-kỳ ba-dật-đề.

Nếu tỳ-kheo muốn trao đổi, nên sai tịnh nhân nói: "Vì tôi lấy vật này đổi vật kia." Hơn nữa, phải với tâm niệm: "Nên khiến cho người kia được lợi hơn ta, ta không nên được lợi hơn người kia."

Nếu tự đổi chác thì nên (trao đổi)* giữa năm chúng (xuất gia)*. Nếu trao đổi cùng bạch y, phạm Đột-kiết-la.

Tỳ-kheo-ni cũng như vậy. Ba chúng dưới, phạm Đột-kiết-la.

---

[508] *Tăng-kỳ* 10; *Thập tụng* 7; *Căn bản* 22: Chủng chủng mãi mại 種種買賣; *Tứ phần* 8: Chủng chủng phiến mại 種種販賣.

XXIX. KINH DOANH TÀI BẢO[509]
A. DUYÊN KHỞI

Đức Phật ở tại thành Vương Xá.[510] Bấy giờ, Nan-đà, Bạt-nan-đà[511] dùng vàng, bạc; tiền bằng vàng, tiền bằng bạc, tiền bằng tạp vật để bán vật hay mua vật thu vào. Khi ấy, có bọn cướp đến thành Vương Xá rình tìm các nhà giàu, thấy hai tỳ-kheo dùng nhiều vàng bạc và tiền bán vật dụng và mua vật dụng thu vào, bọn chúng cùng nhau bàn: "Quan sát nơi thôn ấp này không ai giàu hơn Sa-môn Thích tử. A-lan-nhã lại là nơi dễ cướp đoạt". Liền ngày hôm sau, đến nơi A-lan-nhã, bắt các tỳ-kheo tra khảo để lấy vàng bạc và các loại tiền. Các tỳ-kheo nói:

"Chúng tôi đã xa lìa vàng bạc và tiền, lại không nhận và chứa vật bất tịnh này."

Bọn cướp nói:

"Các ông nói láo. Chính tôi thấy tỳ-kheo dùng nó để mua bán."

Họ tra khảo gần chết rồi cướp hết y bát mà đi. Các tỳ-kheo này từ xa quở trách **[37a01]** Nan-đà, Bạt-nan-đà:

"Tại sao xuất gia lại chất chứa bảo vật để đến nỗi gây tai họa đến chúng tôi?"

Rồi đem sự việc bạch lên Phật. Nhân việc này, đức Phật tập họp tỳ-kheo Tăng, hỏi Nan-đà, Bạt-nan-đà:

---

[509] *Tăng-kỳ* 10, tr. 313c15: Ni-tát-kỳ 20; *Tứ phần* 8, tr. 619c26, *Thập tụng* 7, tr.51c01, *Căn bản* 22, tr. 741c21, "Xuất nạp cầu lợi": Ni-tát-kỳ 19. Pāli *Nissaggiya* 19: *rūpiyasaṃvohāra*.

[510] *Tăng-kỳ* 10, tr. 313c15: Tỳ-xá-li 毘舍離; *Tứ phần* 8, tr. 619c26: La-duyệt-kỳ 羅閱祇; *Thập tụng* 7, tr. 51c01: Vương Xá thành 王舍城, *Căn bản* 22, tr.741c21: Thất-la-phạt thành 室羅伐城, còn gọi là Xá-vệ thành.

[511] *Tăng-kỳ* 10: Nan-đà, Bạt-nan-đà 難陀, 跋難陀; *Tứ phần* 8: Bạt-nan-đà 跋難陀; *Thập tụng* 7: Lục quần tỳ-kheo 六群比丘; *Căn bản* 22: Ổ-ba-nan-đà 鄔波難陀.

"Các ngươi có thật vậy không?"

Thưa:

"Thật vậy, bạch đức Thế Tôn."

Đức Phật bằng mọi cách quở trách:

"Các ông là người ngu si, nếu các ông không làm vậy thì các tỳ-kheo kia đâu có bị tai họa như thế!"

Bằng mọi cách quở trách rồi Phật bảo các tỳ-kheo:

"Vì mười điều lợi, nên nay Ta vì các tỳ-kheo kết giới. Từ nay giới này nên nói như vầy:

B. GIỚI VĂN

Tỳ-kheo nào, dùng vàng bạc và các loại tiền mua bán, phạm Ni-tát-kỳ ba-dật-đề."

(Vật phạm)* nên xả giữa Tăng, không nên xả cho một, hai, ba người. Tỳ-kheo ấy nên bạch Tăng:

"Đại đức Tăng, xin lắng nghe! Tôi tỳ-kheo tên là... dùng vàng bạc và tiền mua bán, phạm Xả đọa, nay xin xả giữa Tăng. Đây là lời tác bạch."

Tăng nên bạch nhị Yết-ma sai một tỳ-kheo làm người vất bỏ vàng bạc và tiền. Một tỳ-kheo bạch:

"Đại đức Tăng, xin lắng nghe! Tỳ-kheo này tên... dùng vàng bạc và tiền mua bán, phạm Xả đọa, nay xả cho Tăng. Tăng sai tỳ-kheo tên... làm người vất bỏ vàng bạc và tiền. Nếu thời gian thích hợp đối với Tăng, Tăng chấp thuận. Đây là lời tác bạch."

"Đại đức Tăng xin lắng nghe! Tỳ-kheo này tên... dùng vàng bạc và tiền mua bán, phạm Xả đọa, nay xả cho Tăng. Tăng sai tỳ-kheo tên... làm người vất bỏ vàng bạc và tiền. Các trưởng lão nào chấp thuận thì im lặng, không đồng ý xin nói. Tăng đã sai tỳ-kheo tên... làm người vất bỏ vàng bạc và tiền rồi. Tăng đồng ý nên im lặng. Việc này tôi ghi nhận như vậy."

Tỳ-kheo kia nên vất bỏ vật này trong hầm, trong lửa, trong dòng nước, trong đồng hoang, vất bỏ rồi không nên ghi nhớ chỗ vất bỏ. Hoặc cầm đem bỏ chỗ khác thì không được lấy lại. Tỳ-kheo kia không nên hỏi Tăng: "Vật này nên làm thế nào?" Tăng cũng không nên bảo phải làm thế này, thế này. Nếu không đem vất bỏ, không hỏi Tăng, mà bảo tịnh nhơn đem đổi chác lấy thức ăn hay y phục đem đến cho Tăng, Tăng có thể nhận. Nếu đem phân chia thì chỉ có người phạm tội không được nhận phần.

Tỳ-kheo-ni phạm cũng như vậy. Ba chúng dưới phạm thì phạm Đột-kiết-la.

Không phạm: Tuy cho mà tỳ-kheo, tỳ-kheo-ni không biết, tịnh nhơn nhận rồi mua tịnh vật.

XXX. CẦM GIỮ VÀNG BẠC[512]

A. DUYÊN KHỞI

Khi đức Phật ở tại thành Vương Xá,[513] bấy giờ, Nan-đà, Bạt-nan-đà[514] tự tay cầm vàng bạc và tiền, bảo người cầm, người cho cũng nhận. Các cư sĩ thấy, cơ hiềm, như trong giới gánh lông dê đã nói. Các tỳ-kheo trưởng lão nghe, bằng mọi cách quở trách, rồi đem sự việc bạch lên Phật. **[37b01]** Nhân việc này, đức Phật tập họp tỳ-kheo Tăng, hỏi Nan-đà và Bạt-nan-đà:

"Các ngươi có thật vậy không?"

Thưa:

"Thật vậy, bạch đức Thế Tôn."

---

[512] *Tăng-kỳ* 10, tr. 310c7, *Tứ phần* 8, tr. 618c22, *Thập tụng* 7, tr. 51a27, *Căn bản* 21, 740a19: Ni-tát-kỳ 18. Pāli, *Nissaggiya* 18, *jātarūparajata*, Vin. iii. 236.

[513] *Tăng-kỳ* 10, tr. 310c7; *Thập tụng* 7, tr. 51a27, *Căn bản* 21, 740a19: Vương Xá thành 王舍城, cũng như *Ngũ phần*; *Tứ phần* 8, tr. 618c22: La-duyệt thành 羅閱城.

[514] *Tăng-kỳ* 10: Nan-đà, Bạt-nan-đà 難陀, 跋難陀; *Tứ phần* 8: Bạt-nan-đà 跋難陀; *Thập tụng* 7: Lục quần tỳ-kheo 六群比丘; *Căn bản* 22: Ổ-ba-nan-đà 鄔波難陀.

Đức Phật bằng mọi cách quở trách rồi bảo các tỳ-kheo:

"Vì mười điều lợi, nên nay Ta vì các tỳ-kheo kết giới. Từ nay giới này nên nói như vầy:

B. GIỚI VĂN

Tỳ-kheo nào, tự mình cầm vàng bạc và tiền, hoặc sai người cầm hay móng tâm thọ nhận, phạm Ni-tát-kỳ ba-dật-đề."

Ngoài ra, như trong giới sử dụng vàng bạc và tiền đã nói.[515]

---

[515] Bản Hán, hết quyển 5.

CHƯƠNG V: PHÁP ĐỌA

I. CỐ Ý VỌNG NGỮ[516]

A. DUYÊN KHỞI

Đức Phật ở tại thành Xá-vệ.[517] Bấy giờ, có tỳ-kheo pháp sư tên là Sa-lan,[518] thông minh biện tài, tất cả bốn chúng, ngoại đạo, sa-môn, bà-la-môn không ai sánh kịp. Chạy theo việc lấy quấy làm phải, lấy phải làm quấy, biết nói chẳng biết, chẳng biết nói biết, luôn luôn dùng miệng lưỡi xảo biện để hơn người. Các tỳ-kheo thấy vậy, không ai là không thán phục. Có vị hỏi:

"Sư cùng người bàn luận, lấy quấy làm phải. Ý cho là phải đó, có biết là quấy chăng?"

Trả lời:

"Thật sự tôi biết đó là quấy, nhưng sẽ xấu hổ nếu đưa đến thất bại nên phải nói dối vậy!"

---

[516] *Tăng-kỳ* 12 tr. 324c7; Cf. *Tứ phần* 11, tr. 634a9; *Thập tụng* 9, tr. 63b16; *Căn bản* 25, tr. 760b16. Pāli, *Pācittiya* 1, *Mūsavāda*, Vin.iv. 2. *Pācittiya*, phiên âm là Ba-dật-đề, dịch là đơn đề, đơn đọa (rơi), phải sám hối, v.v...

[517] *Tứ phần*: Thích-súy-sấu 釋翅瘦 (Pāli *Sakkesu*), giữa những người họ Thích; không phải địa danh. Các *Tăng-kỳ*, *Thập tụng*, *Căn bản* đều nói Phật tại Xá-vệ như *Ngũ phần*; Pāli cũng vậy.

[518] *Tăng-kỳ* 12 (tr. 324c08): Trưởng lão Thi-lị-da-bà 長老尸利耶婆; *Tứ phần*: Tượng Lực 象力; *Thập tụng* 9 (tr. 63b22): tỳ-kheo họ Thích Ha-đa 訶哆釋子比丘; *Căn bản* 25 (tr. 760b17): Duyên khởi từ Tôn giả La-hầu-la 具壽羅怙羅 (Cụ thọ La-hỗ-la), nhưng chưa chế giới; cho đến duyên khởi bởi tỳ-kheo Pháp Thủ 法手苾芻 mới chế giới. Pāli *Hatthako Sakyaputto*.

Các tỳ-kheo Trưởng lão bằng mọi cách quở trách:

"Đức Phật thường khen ngợi người không nói dối, dạy người không nói dối, nay tại sao thầy vì vấn đề thắng bại mà tạo ra việc nói dối này."

Rồi đem sự việc bạch lên Phật. Nhân việc này, đức Phật tập họp tỳ-kheo Tăng, hỏi Sa-lan:

"Ngươi có thật vậy không?"

Thưa: "Thật vậy, bạch đức Thế Tôn."

Đức Phật bằng mọi cách quở trách, rồi bảo các tỳ-kheo:

"Nay Ta vì các tỳ-kheo kết giới. Từ nay giới này nên nói như vầy:

Tỳ-kheo nào, nói dối, phạm Ba-dật-đề."

Bấy giờ, các tỳ-kheo thấy tỳ-kheo-ni nhầm nói là tỳ-kheo, thấy tỳ-kheo nói là tỳ-kheo-ni; hoặc thấy nam nói nữ, thấy nữ nói nam; hay thấy ngoại đạo nhầm nói Thích tử, thấy Thích tử nói ngoại đạo. Các trường hợp thấy khác nói khác như vậy, bèn sanh lòng hổ thẹn, chúng ta há không phạm **[37c01]** Ba-dật-đề chăng?" đem sự việc bạch lên Phật. Nhân việc này, đức Phật tập họp tỳ-kheo Tăng, bảo các tỳ-kheo:

"Tỳ-kheo nào, từ tâm tưởng nói ra, mà phạm Ba-dật-đề là điều không thể có. Từ nay giới này nên nói như vầy:

B. GIỚI VĂN

Tỳ-kheo nào, cố ý nói dối,[519] **Ba-dật-đề."**

C. THÍCH TỪ

Cố ý nói dối: Như đã nói trong giới nói dối, là được pháp hơn người. Tỳ-kheo-ni phạm cũng như vậy. Ba chúng dưới phạm thì phạm Đột-kiết-la.

---

[519] *Tăng-kỳ, Tứ phần:* tỳ-kheo nào, biết mà nói dối.

II. MẮNG NHIẾC[520]

A. DUYÊN KHỞI

Đức Phật ở tại thành Xá-vệ.[521] Bấy giờ, các tỳ-kheo cùng Hòa thượng, A-xà-lê, đồng Hòa thượng, A-xà-lê đều siêng năng học vấn, đầu đêm cuối đêm không hề ngủ nghỉ. Nhóm sáu tỳ-kheo nghĩ như vầy: "Nay các tỳ-kheo lần lượt đêm ngày dạy nhau không phế bỏ, như vậy không lâu sẽ hơn chúng ta, sẽ thấy lỗi của ta, sẽ tìm những tỳ vết của ta. Chúng ta cần phải cùng nhau hủy báng gây phiền, khiến họ phế bỏ việc học." Họ bèn đến nói:

"Thầy thuộc hạng công nghiệp, tiểu nhân, dòng họ hạ tiện. Thầy đã từng làm các việc đại ác, không hành nhân thiện."[522]

Các tỳ-kheo nghe liền sầu não, phế bỏ việc học hành. Nhóm sáu tỳ-kheo nói với người khác:

"Tôi đã phá hoại việc đọc tụng, tọa thiền, hành đạo của họ." Các tỳ-kheo Trưởng lão bằng mọi cách quở trách:

"Tại sao các thầy hủy báng các tỳ-kheo, khiến cho họ bỏ phế việc học hành?"

Rồi đem sự việc bạch lên Phật. Nhân việc này, đức Phật tập họp tỳ-kheo Tăng, hỏi nhóm sáu tỳ-kheo:

"Các ngươi có thật vậy không?"

Thưa:

"Thật vậy, bạch đức Thế Tôn."

Đức Phật bằng mọi cách quở trách, rồi bảo các tỳ-kheo:

"Xưa kia, có thành tên Đắc-xoa-thi-la.[523] Bấy giờ, trong thành có bà-

---

[520] Các bộ giống nhau, Ba-dật-đề 2.
[521] *Tăng-kỳ* 12, tr. 325b13; *Tứ phần* 11, tr. 634c12: Xá-vệ thành 舍衛城 (國); *Thập tụng* 9, tr. 64a06 Vương Xá thành 王舍城; *Căn bản* 25, tr. 763c03: Thất-la-phạt thành 室羅伐城 (tức Vương Xá thành).
[522] Hán: Nhân thiện 仁善 (nhân ái lương thiện), đạo lý làm người.
[523] Đắc-xoa-thi-la 得叉尸羅. *Tứ phần* 11, tr. 634c24: Đắc-sát-thi-la quốc 得

la-môn nuôi một con bò đực,⁵²⁴ đi nhanh, nhiều sức khỏe. Lại có một cư sĩ⁵²⁵ cũng có một con bò, giống như con bò kia. Hai người cùng đem hai con bò đọ sức nhau, đánh cá con nào thua (sẽ bị phạt)* năm mươi tiền vàng.⁵²⁶ Con bò người bà-la-môn đắc thắng. Lúc đó, người cư sĩ xấu hổ vì mất tiền, nên phải tậu một con bò (mạnh)* hơn gấp bội con trước, đánh cá quyết tăng gấp bội. Bà-la-môn kia liền nói với con bò rằng: "Cư sĩ kia lại phải tậu một con bò khác, sức mạnh phi phàm, muốn đánh cá gấp bội, ngươi có thể giúp (thắng)* được không?"

Trả lời: "Tôi có thể."

Họ liền tập trung một chỗ để hai con bò đọ sức.

Bấy giờ, bà-la-môn vì sợ con bò mình không thắng, nên dùng lời chê bai để thôi thúc (tự ái)*: Nào là thương xót cho đôi sừng cong! Thương xót cho cái cổ nhỏ giương ra của nó! Nay tướng đi của ngươi tại sao không vững vàng? Con bò nghe những lời này, sức mạnh liền mất hết, không thắng được con bò kia. Bà-la-môn nọ chung tiền phạt gấp đôi rồi hỏi con bò:

"Vừa rồi ngươi nói với ta là có thể (thắng)*, tại sao bây giờ không vậy?"

Con bò trả lời:

"Thật sự tôi rất có thể, nhưng nghe những lời chê bai nên liền bị kiệt sức. **[38a01]** Ông có thể quyết đoán cá lại gấp bội lần trước. Quan trọng là khi đọ sức kéo trăm xe lên sườn núi cao, ông phải có lời khéo khuyến dụ, có thể nói cái sừng cong, bộ đi của tôi vững chãi, thân thể nhàn nhã đẹp đẽ, kéo trăm xe lên sườn núi cao (như chơi)*. Lúc đó ông đánh cuộc lại, quả thật liền được thắng."

剎尸羅國. ᴾᵃˡⁱ *Takkasilā*, thủ phủ của *Gandhāra*, nổi tiếng về giáo dục. Được đề cập rất nhiều trong các chuyện tiền thân.

⁵²⁴ ᴾᵃˡⁱ con bò tên là *Nandivisāla*.

⁵²⁵ ᴾᵃˡⁱ *seṭṭhi*, nhà phú hộ, hay đại thương gia.

⁵²⁶ ᴾᵃˡⁱ *sahassena abbhutaṃ karoti*, đánh cuộc một nghìn. Không nói "một nghìn" cái gì. Bản dịch Anh phỏng định: *kahāpaṇa* (tiền vàng). *Căn bản 15* (tr. 765a22), 500 tiền vàng.

Nhân việc này, đức Phật liền nói kệ:

"Nên nói lời vừa ý,
Không nên lời không thể.
Súc sanh nghe còn vui,
Kéo nặng lên sườn cao,
Do đó không ai địch.
Bội thu sanh hoan hỷ,
Huống là đối với người.
Huỷ danh chỉ có hại?

Này các tỳ-kheo, loài súc sanh kia nghe lời hủy báng còn mất sức kéo, huống là đối với người ư! Nay Ta vì các tỳ-kheo kết giới. Từ nay giới này nên nói như vầy:

B. GIỚI VĂN

Tỳ-kheo nào, hủy báng[527] **tỳ-kheo, Ba-dật-đề."**

C. THÍCH TỪ

Hủy báng: Như nói dòng hạ tiện, công nghiệp, những dòng như vậy. Tuy nói thật mà muốn hủy báng, nếu người kia nghe hiểu những lời này thì phạm Ba-dật-đề, nếu không nghe, không hiểu, phạm Đột-kiết-la.

Nếu nói: Ngươi là dòng hạ tiện, mà vị ấy nói "Chẳng phải", còn chứng minh là phải, mỗi một lời nói, phạm Ba-dật-đề.

Tỳ-kheo hủy báng tỳ-kheo-ni, thức-xoa-ma-na, sa-di, sa-di-ni, phạm Đột-kiết-la. Tỳ-kheo-ni hủy báng tỳ-kheo, tỳ-kheo-ni, phạm Ba-dật-đề; hủy báng thức-xoa-ma-na, sa-di, sa-di-ni, phạm Đột-kiết-la. Thức-xoa-ma-na, sa-di, sa-di-ni hủy báng năm chúng, phạm Đột-kiết-la.

Không phạm: Lời nói vì muốn lợi ích, lời nói vì răn dạy, lời nói có sự thỏa thuận.

---

[527] *Tứ phần*: Nhục mạ bằng giống loài (chủng loại huỷ tỷ ngữ 種類毀呰語); như nói, "Ngươi sanh trong gia đình dòng họ thấp hèn, hành nghề cũng thấp hèn, kỹ thuật công xảo cũng thấp hèn."...

III. NÓI LY GIÁN[528]

A. DUYÊN KHỞI

Đức Phật ở tại thành Xá-vệ.[529] Bấy giờ, các tỳ-kheo siêng năng học hỏi, như trong giới hủy báng đã nói. Nhóm sáu tỳ-kheo lại sợ hơn mình, bèn tìm cách "quậy". Họ đến tỳ-kheo này nói:

"Thầy cùng tôi là chỗ quen biết thâm tình, mà (tỳ-kheo)* kia nói thầy là dòng họ hạ tiện, hạng công nghiệp, tiểu nhân; đã từng làm những việc đại ác, không hành nhân-thiện. Tôi nghe những lời như vậy, như là nói cho tôi không khác. Và đến chỗ tỳ-kheo kia lại cũng nói như vậy."

Hai bên nghe như vậy, tâm bị dao động, phế bỏ việc học tập, lại giận ghét nhau, không nói chuyện với nhau.

Có một tỳ-kheo hỏi các tỳ-kheo:

"Tại sao các thầy không nói chuyện với tôi?" Tỳ-kheo kia trả lời:

"Có người nói, thầy bảo tôi xấu."

Vị kia hỏi: "Ai nói?"

Trả lời: "Nhóm sáu tỳ-kheo."

Vị kia nói: "Nhóm sáu tỳ-kheo cũng nói rằng các thầy nói tôi xấu."

Các tỳ-kheo Trưởng lão nghe, bằng mọi cách quở trách nhóm sáu tỳ-kheo:

"Tại sao các thầy [38b01] nói ly gián nhau?"

Rồi đem sự việc bạch lên Phật. Nhân việc này đức Phật tập họp tỳ-kheo Tăng, hỏi nhóm sáu tỳ-kheo:

"Các ngươi, có thật vậy không?"

Thưa:

---

[528] Các bộ giống nhau, Ba-dật-đề 3.
[529] *Tăng-kỳ* 12, tr. 326b07; *Tứ phần* 11, tr. 636a11: Xá-vệ thành 舍衛城(國) như *Ngũ phần*. *Thập tụng* 9, tr. 66a01: Vương Xá thành 王舍城; *Căn bản* 25, tr.767c20: Thất-la-phạt thành 室羅伐城.

"Thật vậy, bạch Thế Tôn."

Đức Phật bằng mọi cách quở trách:

"Các ông là người ngu si, tại sao đồng sống trong một giáo pháp mà lại nói ly gián nhau?"[530]

Đức Phật kể cho các tỳ-kheo nghe:

"Thời quá khứ có con sư tử tên là Thiện Nha,[531] có con cọp tên là Thiện Trảo,[532] cùng làm bạn thâm tình nhau. Có một con chồn hoang thường đi theo tìm ăn đồ thừa. Sư tử và cọp không nói chuyện với nó. Sau đó, chồn hoang nghĩ như vầy: "Hai con thú này rất thương yêu nhau, ta nên tìm cách gây rối để tìm thức ăn dư mà ta sẽ được, từ cả hai bên tất sẽ nhiều." Chồn bèn đến cọp nói kệ:

Thiện Trảo, ông hùng mạnh,
Chỗ sanh, thân, sức tốt.
Thiện Nha nói ông xấu,
Tôi nghe không vui lòng.

Chồn lại đến bên sư tử nói kệ:

Thiện Nha, ông hùng mạnh,
Chỗ sanh, thân, sức tốt.
Thiện Trảo nói ông xấu,
Tôi nghe không vui lòng.

Hai con thú nghe kệ, cả hai không vui nhau. Thiện Nha thông minh nên nghĩ như vầy: "Thiện Trảo không nói ta vậy, mà chắc là chồn hoang gây rối tạo ra đây!"

---

[530] Nói ly gián nhau, 夢 Lưỡng thiệt đấu loạn 兩舌鬪亂. ᴾᵃˡⁱ *Pesuñña*, lời vu khống, sự nói xấu sau lưng.

[531] *Tứ phần* 11, tr. 636a29: Sư tử Thiện Nha 善牙師子. *Thập tụng* 9, tr. 66a27: Sư tử Hảo Mao 好毛師子. *Căn bản* 26, tr. 768a02: Mẫu sư tử 母師子. Sư tử cái không có tên; và tr. 768c28: Có con sư tử tên Thiện Nha 善牙.

[532] *Tứ phần*: Cọp Thiện Bác 善博. *Thập tụng*: Cọp Hảo Nha 好牙. *Căn bản*, tr. 768a05: Tự ngưu 牸牛. Con trâu cái không tên; và tr. 768c28: Con cọp vẫn tên Thiện Bác 善髆.

Sau đó, sư tử bắt được con trâu nghé cho cọp; nhưng cọp không bằng lòng ăn. Khi ấy, sư tử liền nói kệ, hỏi:

> *Bỏ đồ tôi đem biếu,*
> *Tại sao mà không dùng?*
> *Tình thâm không hề lỗi,*
> *Phản lại không vui nhau!*
> *Không tin theo lời chồn,*
> *Nó ly gián ý mình!*
> *Nếu ôm lòng tình hận.*
> *Mãi trở thành oán kết.*
> *Xét ra không ai khác,*
> *Đích thị chồn gièm pha.*
> *Kẻ hạ tiện gây rối,*
> *Nay phải trừ khử nó.*

Đức Phật bảo các tỳ-kheo:

"Súc sanh gây rối còn cho là bậy, huống là đối với người ư! Nay Ta vì các tỳ-kheo kết giới. Từ nay giới này nên nói như vầy:

B. GIỚI VĂN

Tỳ-kheo nào, nói hai lưỡi khiến tỳ-kheo loạn đấu,[533] **Ba-dật-đề."**

Ngoài ra như trong giới hủy báng đã nói.

---

[533] *Tứ phần*: Lưỡng thiệt ngữ 兩舌語. *Căn bản*: Ly gián ngữ 離間語. Pali: *bhikkhupesuñña*, lời nói ly gián tỳ-kheo.

IV. THUYẾT PHÁP QUÁ NĂM LỜI[534]

A. DUYÊN KHỞI

Đức Phật ở tại thành Xá-vệ.[535] Bấy giờ, Bạt-nan-đà[536] thường tới lui một nhà cư sĩ vì họ nói pháp, liệu lý các việc quan, cứu các bệnh khổ. Thời gian sau, gia đình kia bị **[38c01]** suy tán kiệt quệ, chỉ còn hai người, mẹ chồng và nàng dâu mà thôi. Vì tình thân hậu, khi Bạt-nan-đà vì mẹ chồng nói pháp, nàng dâu đến thì lại dừng (không nói nữa)*; vì nàng dâu nói pháp, mẹ chồng đến thì cũng như vậy. khiến cả hai có ý nghi, là họ muốn làm hạnh bất tịnh. Cả hai mang rao truyền cho nhau khắp nơi đều nghe vậy. Những người không tin ưa Phật pháp bèn cơ hiềm nói:

"Sa-môn Thích tử làm việc phi pháp, còn hơn cả hạng người dâm đãng ở thế gian, không có hạnh sa-môn, phá pháp sa-môn."

Các tỳ-kheo Trưởng lão nghe, bằng mọi cách quở trách rồi đem sự việc bạch lên Phật. Nhân việc này, đức Phật tập họp tỳ-kheo Tăng, hỏi Bạt-nan-đà:

"Ngươi có thật vậy không?"

Thưa:

"Thật vậy, bạch đức Thế Tôn."

Đức Phật bằng mọi cách quở trách rồi, bảo các tỳ-kheo:

"Nay ta vì các tỳ-kheo kết giới. Từ nay giới này nên nói như vầy:

Tỳ-kheo nào, nói pháp cho người nữ, phạm Ba-dật-đề."

Bấy giờ, có một tỳ-kheo đại oai đức, đến giờ, khoác y mang bát vào

---

[534] *Tăng-kỳ* 13, tr. 335b28, *Tứ phần* 11, tr. 640a14: Ba-dật-đề 9. *Thập tụng* 9, tr. 70b14, *Căn bản* 26, tr. 770b24: Ba-dật-đề 5. Pāli, Pāc. 7 Dhammadesanasikkhā.

[535] *Tăng-kỳ* 13, tr. 335b28; *Tứ phần* 11, tr. 640a14. *Thập tụng* 9, tr. 70b14: Xá-vệ thành (quốc) 舍衛城(國) như *Ngũ phần*; *Căn bản* 26, tr. 770b24: Thất-la-phạt thành 室羅伐城.

[536] *Tăng-kỳ*: Ưu-đà-di 優陀夷; *Tứ phần; Thập tụng*: Ca-lưu-đà-di 迦留陀夷; *Căn bản*: Ổ-đà-đi 鄔陀夷.

thành khất thực, theo thứ tự đến một gia đình. Người phụ nữ ra trải tòa mời ngồi, cúng dường đồ ăn thức uống ngon bổ. Ăn xong, bà ta lấy một chiếc ghế nhỏ ngồi phía trước, bạch:

"Đại đức vì con nói pháp."

Tỳ-kheo quan sát, biết người phụ nữ này chỉ trong chốc lát nữa sẽ bị trúng gió chết và đọa vào địa ngục. Nếu vì bà nói pháp thì, liền trên chỗ ngồi xa lìa trần cấu. Tuy thấy biết như vậy, nhưng lại nghĩ như vầy: "Đức Phật cấm không cho phép vì người nữ nói pháp, cho dù bỏ mạng cũng không được phạm". Liền trả lời:

"Tỷ muội cứ an, không thể nói được!"

Nói xong bỏ đi. (tỳ-kheo)* đi không lâu, quả thật người phụ nữ trúng gió mà chết. Tỳ-kheo xót thương, trở về lại Tăng phòng kể lại với các thầy. Các tỳ-kheo dẫn đến chỗ Phật, đem sự việc bạch lên Phật. Nhân việc này, đức Phật tập họp tỳ-kheo Tăng, hỏi tỳ-kheo kia:

"Ngươi có thật vậy không?"

Thưa:

"Thật vậy, bạch đức Thế Tôn."

Đức Phật lại hỏi tỳ-kheo kia:

"Nếu ông vì phụ nữ đó nói pháp thì cần bao nhiêu lời họ hiểu được?"

Thưa:

"Bạch Thế Tôn, chừng năm, sáu lời."

Khi ấy, đức Phật khen hạnh thiểu dục tri túc, khen giới, khen người trì giới rồi bảo các tỳ-kheo:

"Từ nay cho phép các tỳ-kheo vì người nữ nói pháp đến năm, sáu lời. Từ nay giới này nên nói như vầy:

Tỳ-kheo nào, nói pháp cho người nữ quá năm, sáu lời, phạm Ba-dật-đề."

Bấy giờ, các tỳ-kheo vào trong nhà người khác, người phụ nữ mời nói pháp, tỳ-kheo nói năm, sáu lời rồi đứng im lặng. Các phụ nữ thưa:

"Chúng con chưa hiểu, xin thầy nói lại." Các tỳ-kheo nói:

"Này tỷ muội, đức Phật không cho phép chúng tôi nói pháp cho người nữ quá năm, sáu lời."

Các phụ nữ thưa:

"Có thể vì các tỳ-kheo khác thuyết, nhân đó chúng con được hiểu." Các tỳ-kheo nói:

"Đức Phật chưa cho phép chúng tôi **[39a01]** nhân có tỳ-kheo khác mà vì người nữ nói pháp."

Rồi do vậy bạch lên Phật. Nhân việc này, đức Phật tập họp tỳ-kheo Tăng, bảo các tỳ-kheo:

"Từ nay cho phép, nhân có tỳ-kheo mà vì người nữ thuyết pháp."

Bấy giờ, có một tỳ-kheo vào nhà đại thần, không có tỳ-kheo bạn, các phụ nữ mời thuyết pháp, tỳ-kheo nói:

"Đức Phật không cho phép tôi nói pháp quá năm, sáu lời, cho người nữ."

Các phụ nữ liền kêu tiểu nhi đến trước mặt rồi thưa:

"Bạch Đại đức, có thể vì thiếu nhi này nói pháp, nhân đó, chúng con được hiểu."

Trả lời:

"Đức Phật chưa cho phép chúng tôi nhân có thiếu nhi vì phụ nữ thuyết pháp."

Rồi do vậy bạch lên Phật. Nhân việc này, đức Phật tập họp tỳ-kheo Tăng, bảo các tỳ-kheo:

"Từ nay nếu có người nam hiểu biết, thì cho phép nói pháp cho người nữ."

Khi ấy, các tỳ-kheo nghĩ như vầy: "Tuy đức Phật cho phép ta nhân có người nam hiểu biết, thì được vì người nữ nói pháp; tuy biết người nam hiểu biết nhưng khó gặp, nên không vì họ mà nói." Rồi do vậy bạch lên Phật. Nhân việc này, đức Phật tập họp tỳ-kheo Tăng, bảo các tỳ-kheo:

"Từ nay, nhân có người nam biết phân biệt được những lời thiện, ác, thì cho phép vì người nữ thuyết pháp. Từ nay giới này nên nói như vầy:

B. GIỚI VĂN

"Tỳ-kheo nào, nói pháp cho người nữ quá năm, sáu lời, trừ có người nam biết phân biệt lời thiện ác, Ba-dật-đề."

Bấy giờ, có người ưu-bà-tắc cưới người nữ nhà không tín ngưỡng[537] làm vợ, thưa với các tỳ-kheo:

"Đại đức (có thể)* vì vợ con nói pháp, giúp cho cô ấy tin ưa Tam bảo, thọ trì Tam quy, Ngũ giới và Bát phần giới;[538] nói cho cô ấy mười điều thiện và mười điều bất thiện."

Các tỳ-kheo đều không vì cô nói pháp, rồi do vậy bạch lên Phật. Nhân việc này, đức Phật tập họp tỳ-kheo Tăng, bảo các tỳ-kheo:

"Từ nay cho phép nói mười điều thiện và mười điều bất thiện cho người nữ thọ trì Tam quy, Ngũ giới, Bát phần giới."

Tỳ-kheo-ni cũng như vậy. Thức-xoa-ma-na, sa-di, sa-di-ni, phạm Đột-kiết-la.

C. THÍCH TỪ

Năm lời: Sắc vô thường, thọ, tưởng, hành, thức vô thường.

Sáu lời: Nhãn vô ngã, nhĩ, tỷ, thiệt, thân, tâm vô ngã.[539]

---

[537] Hán Bất phụng pháp 不奉法, không phụng thờ (Phật) pháp.
[538] Bát phần giới 八分戒, còn gọi là Bát quan trai giới, Bát trai giới (Skt & Pali *upavāsa*: Trai giới, cận trụ).
[539] *Tăng-kỳ:* Ngũ lục ngữ 五六語, có 2 loại: Trường cú và đoản cú. Trường cú, như "chư ác mạc tác." Đoản cú như "Mắt là vô thường." Các bộ khác, giải thích đồng với *Ngũ phần*. Pali *uttarichappañcavacāhi*, không giải thích rõ. Theo Luật sớ, một lời (*vāca*) tương đương với một câu thơ.

Nếu tỳ-kheo vì người nữ nói năm, sáu lời, rồi nói: "Này tỷ muội! Chánh pháp ngang chừng ấy thôi". Rồi từ chỗ ngồi đứng dậy đi, sau có nhân duyên trở lại ngồi vì họ nói nữa, không phạm. Nếu nói năm, sáu lời rồi, lại có người nữ (khác)* đến, vì người nữ đến sau mà nói, như vậy tiếp tục vì vô lượng người nữ mà nói cũng không phạm. Nếu tự mình tụng kinh, người nữ đến nghe, hay người nữ hỏi nghĩa, cần giúp cho họ hiểu, nói quá năm, sáu lời đều không phạm.

V. KHƠI LẠI TRÁNH SỰ[540]

A. DUYÊN KHỞI

Đức Phật ở tại thành Xá-vệ.[541] Bấy giờ, nhóm sáu tỳ-kheo có thế lực, còn các thiện tỳ-kheo khác **[39b01]** không có thế lực. Nhóm sáu tỳ-kheo thường ngăn năm loại Yết-ma: Yết-ma ha trách,[542] Yết-ma khu xuất,[543] Yết-ma y chỉ,[544] Yết-ma cử tội,[545] Yết-ma hạ ý.[546] Nếu tỳ-kheo nào bị năm Yết-ma này, mà Tăng muốn giải họ cũng ngăn không cho. Sau đó, nhóm sáu tỳ-kheo không còn thế lực, các thiện tỳ-kheo lại có thế lực. Chúng Tăng có việc cần Yết-ma, nhân lúc nhóm sáu tỳ-kheo đang may y, các tỳ-kheo nói:

"Hôm nay nên kêu nhóm sáu tỳ-kheo cùng Tăng hành Tăng sự, nếu họ bận may y không đến thì tự họ gởi lại lời,[547] chúng ta được hành sự như pháp."

---

[540] *Tăng-kỳ* 12, tr. 327a25, *Tứ phần* 17, tr. 680c28: Ba-dật-đề 66. *Thập tụng* 9, tr. 69c4, *Căn bản* 26, tr. 770a13: Ba-dật-đề 4. Pāli, Pāc. 63 *Ukkoṭanasikkhāpadaṃ*.

[541] *Tăng-kỳ* 12, tr. 327a25; *Tứ phần* 17, tr. 680c28: Xá vệ thành (quốc) 舍衛城 (國). *Thập tụng* 9, tr. 69c4: Vương Xá thành 王舍城; *Căn bản* 26, tr. 770a13: Thất-la-phạt thành 室羅伐城.

[542] Yết-ma ha trách 呵責羯磨: *Tajjaniyakamma*, khiển trách.

[543] Yết-ma khu xuất 驅出羯磨: *Pabbājaniya*, trục xuất, đuổi đi.

[544] Yết-ma y chỉ 依止羯磨: *Nissayakamma*, Yết-ma nương tựa.

[545] Yết-ma cử tội 舉罪羯磨: *Ukkhepaniya*, Yết-ma cử tội tỳ-kheo...

[546] Yết-ma hạ ý 下意羯磨: *Paṭisāraṇiya*, Yết-ma hạ ý tùy thuận (thuận ý), khiến phải xin lỗi.

[547] Gởi lại lời, Chúc thọ 囑授.

Các tỳ-kheo liền tập Tăng, sai người nói với nhóm sáu tỳ-kheo: "Nay Tăng tập họp, các thầy nên đến."

Nhóm sáu tỳ-kheo nói:

"Chúng tôi có việc, nay sai người gởi lại lời."

Họ liền gởi lại lời cho một tỳ-kheo đến đại chúng. Khi ấy, Tăng cần tác năm thứ Yết-ma thì cho tác năm thứ Yết-ma; cần giải năm thứ Yết-ma thì cho giải năm thứ Yết-ma. Yết-ma xong, vị tỳ-kheo được gởi lại lời trở về chỗ nhóm sáu tỳ-kheo, nhóm sáu tỳ-kheo hỏi:

"Tăng làm việc gì?"

Trả lời:

"Những điều chúng ta muốn Yết-ma thì, Tăng đều không làm; những điều chúng ta không muốn, Tăng lại làm!"

Nhóm sáu tỳ-kheo liền đến chỗ tỳ-kheo bị Yết-ma, nói:

"Các thầy chớ buồn lo, chúng tôi sẽ trợ lực cho các thầy. Vừa rồi vì chúng tôi không biết tác Yết-ma vì các thầy, cho nên mới gởi lại lời; nếu biết, chúng tôi đã bỏ việc để đến thì làm sao Yết-ma này của họ thành tựu được!?"

Họ lại đến chỗ tỳ-kheo được giải Yết-ma, nói:

"Tôi không cho thầy giải Yết-ma, không nhận sự sám hối của thầy." Các tỳ-kheo Trưởng lão nghe, quở trách nhóm sáu tỳ-kheo:

"Tăng đã như pháp xử đoán sự việc rồi, tại sao phát khởi trở lại?"

Rồi dẫn đến chỗ đức Phật đem sự việc bạch lên Phật. Nhân việc này, đức Phật tập họp tỳ-kheo Tăng, hỏi nhóm sáu tỳ-kheo: "Các ngươi có thật vậy không?"

Thưa: "Thật vậy, bạch đức Thế Tôn."

Đức Phật bằng mọi cách quở trách rồi, bảo các tỳ-kheo:

"Nay Ta vì các tỳ-kheo kết giới. Từ nay giới này nên nói như vầy:

Tỳ-kheo nào, sự việc đã được Tăng xử đoán rồi, mà phát khởi lại, phạm Ba-dật-đề."

Khi ấy, các tỳ-kheo không biết sự việc Tăng đã xử đoán rồi, nên phát khởi lại, sau biết sanh tâm hổ thẹn, hoặc có người đã xuất tội hối quá. Các tỳ-kheo Trưởng lão do vậy bạch lên Phật. Nhân việc này, đức Phật tập hợp tỳ-kheo Tăng, bảo các tỳ-kheo:

"Nếu không biết sự việc Tăng đã xử đoán rồi, phát khởi lại, mà phạm Ba-dật-đề là điều không có. Từ nay giới này nên nói như vầy:

Tỳ-kheo nào, biết sự việc Tăng đã xử đoán rồi, mà phát khởi lại, phạm Ba-dật-đề."

Lại có sự việc, xử đoán không như pháp, các tỳ-kheo nghĩ như vầy: **[39c01]** "Nếu đức Phật cho phép chúng ta những sự việc nào không xử đoán như pháp, được phát khởi lại là tốt." rồi do vậy bạch lên Phật. Nhân việc này, đức Phật tập hợp tỳ-kheo Tăng, bảo các tỳ-kheo:

"Từ nay cho phép sự việc nào Tăng xử đoán không như pháp, được phát khởi lại. Từ nay giới này nên nói như vầy:

B. GIỚI VĂN

Tỳ-kheo nào, biết sự việc Tăng xử đoán như pháp rồi,[548] **mà phát khởi lại,**[549] **Ba-dật-đề."**

Nếu sự việc nào Tăng xử đoán như pháp, mà phát khởi, phạm Ba-dật-đề. Nếu sự việc Tăng không bạch nhị Yết-ma xử đoán mà phát khởi, phạm Đột-kiết-la. Nếu phát khởi việc riêng, phạm Đột-kiết-la. Tỳ-kheo-ni cũng như vậy. Ba chúng dưới, phạm Đột-kiết-la.

---

[548] *Tăng-kỳ:* Biết tránh sự Tăng đã như pháp, như luật dập tắt rồi. *Tứ phần:* Biết tránh sự đã được dập tắt (sám hối) như pháp rồi. *Thập tụng:* Tránh đã được Tăng dập tắt như pháp rồi. *Căn bản:* Biết tránh sự đã được Tăng-già hòa hợp như pháp dập tắt rồi. Pāli: *yathādhammaṃ nihatādhikaraṇam*, tránh sự đã được trừ diệt như pháp.

[549] *Tăng-kỳ:* Thêm: "... nói rằng, yết-ma này bất thành. Hãy tác pháp lại với nhân duyên như vậy, không khác..."

VI. ĐỌC KINH CHUNG[550]

A. DUYÊN KHỞI

Đức Phật ở tại thành Xá-vệ,[551] cùng năm trăm tỳ-kheo Tăng đến ấp A-trà-bệ. khi ấy cư sĩ kia nghĩ như vầy: "Đức Phật lâu mới đến đây, cũng lại sẽ đi. Chúng ta nên gần gũi các tỳ-kheo để học tụng kinh kệ, thưa hỏi những điều chưa hiểu, sau khi Đức Thế Tôn đi, (chúng ta)* có được chỗ nương tựa." (Người ấy)* liền đến chỗ các tỳ-kheo thưa như vầy:

"Xin Đại đức dạy con đọc tụng kinh kệ."

Các tỳ-kheo nói: "Đức Phật chưa cho phép chúng tôi dạy người cư sĩ tụng kinh."

Rồi do vậy bạch lên Phật, đức Phật dạy:

"Cho phép dạy bạch y tụng kinh."

Các tỳ-kheo từ nhiều nước xuất gia nên đọc tụng kinh kệ âm cú không chính xác, các cư sĩ chê trách nói:

"Tại sao tỳ-kheo ngày đêm thân thừa[552] mà không biết được ngữ âm người nam, người nữ, huỳnh môn, hai căn và ngữ pháp nhiều ít."

Các tỳ-kheo nghe, ai ai cũng đều xấu hổ, do vậy bạch lên Phật. Nhân việc này, đức Phật tập họp tỳ-kheo Tăng, hỏi các tỳ-kheo:

"Các ngươi có thật vậy không?"

Thưa: "Thật vậy, bạch đức Thế Tôn."

Phật liền chuyển lời quở trách các cư sĩ:

"Các ngươi là người ngu si, tại sao hiềm trách âm cú tụng kinh các nước khác nhau, cho là không chính xác!?"

---

[550] Các bộ, Ba-dật-đề 6. Pāli, Pāc. 4, *Padasodhammasikkhā*.
[551] *Tăng-kỳ 13*, tr. 336c05; *Tứ phần 11*, tr. 638c21: Thành Khoáng Dã 曠野城; *Thập tụng 9*, tr. 71a06: A-la-tỳ quốc 阿羅毘國; *Căn bản 26*, tr. 771c07 Thất-la-phạt thành 室羅伐城.
[552] Thân thừa 親承: Tự thân thừa hành, tự thân vâng theo, tự thân nhận lấy.

Đức Phật bảo các tỳ-kheo:

"Nay Ta vì các tỳ-kheo kết giới. Từ nay giới này nên nói như vầy:

Tỳ-kheo nào, dạy người chưa thọ Cụ túc giới tụng kinh,[553] phạm Ba-dật-đề."

Sau đó lại có các cư sĩ xin học tụng kinh. Các tỳ-kheo nói:

"Các người chê âm cú[554] của chúng ta, không chịu theo ta học, nay người lại đến, không phải tự làm cực khổ mình sao?"

Cư sĩ thưa: "Thưa Đại đức, con không hủy báng Phật pháp, không cầu mong phước điền nào khác. Đâu có thể vì người kia có lỗi mà không dạy con ư!"

Lại có các sa-di cũng muốn học kinh, các tỳ-kheo nói: "Chờ thọ Cụ túc giới rồi sẽ dạy cho ông."

Các sa-di thưa: "Chúng con xuất gia cần phải đọc tụng kinh kệ. Tại sao phải đợi thọ Cụ túc giới rồi mới dạy đọc tụng?"

Các tỳ-kheo do vậy bạch lên Phật. Nhân việc này, đức Phật tập họp tỳ-kheo Tăng, bảo các tỳ-kheo:

[40a01] "Nay cho phép dạy người chưa thọ Cụ túc giới tụng kinh, nhưng không được cùng tụng. Từ nay giới này nên nói như vầy:

B. GIỚI VĂN

Tỳ-kheo nào, dạy người chưa thọ Cụ túc giới tụng kinh, cùng tụng, Ba-dật-đề."

---

[553] *Tăng-kỳ:* Dạy người chưa thọ giới Cụ túc thuyết pháp cú. *Tứ phần:* Tụng đọc chung với người chưa thọ giới. *Thập tụng:* Đem cú pháp dạy người chưa thọ Cụ túc. *Căn bản:* Cùng người chưa thọ giới đồng đọc tụng, dạy dỗ cú pháp. Pāli *Anupasampannaṃ padaso dhammaṃ vāceti*, dạy người chưa thọ Cụ túc đọc pháp theo từng câu.

[554] *Tứ phần* 11, tr. 639a8: Cú nghĩa 句義, là người đọc tụng không trước không sau, như tụng: "Chớ làm các việc ác, hãy làm các việc lành…" Cú vị 句味, hai người cùng tụng không trước không sau, như tụng: "Mắt vô thường… *cho đến ý vô thường*."

C. THÍCH TỪ

Cùng tụng: Tụng một lượt. Hoặc âm thinh (người tụng trước)* chưa dứt người kia đã tụng, hoặc người kia tụng chưa xong, người này (tụng)* lập lại.⁵⁵⁵ Mỗi câu đều phạm Ba-dật-đề.

Trước hết nên chỉ dẫn: "Đợi tôi nói rồi, sau mới lập lại." Tỳ-kheo-ni cũng như vậy. Ba chúng dưới, phạm Đột-kiết-la.

VII. NGỦ CHUNG BUỒNG VỚI NGƯỜI CHƯA THỌ CỤ TÚC⁵⁵⁶

A. DUYÊN KHỞI

Khi đức Phật ở tại ấp A-trà-bễ,⁵⁵⁷ vì đức Phật sắp đi nên các cư sĩ kia đều đến chỗ tỳ-kheo, cùng các tỳ-kheo ở chung một nhà ngồi thiền,⁵⁵⁸ hoặc cùng đi kinh hành, đầu đêm cuối đêm đều không ngủ. Trong năm ngày (thuyết pháp)* thì đêm hoàn tất nói pháp vì quá mệt mỏi nên các tỳ-kheo ngủ mê. Có một tỳ-kheo không chuyên niệm, ngủ quá mê, đạp y lìa khỏi thân, hình bày rõ ràng. Cư sĩ thấy, lấy y phủ lại, cho đến ba lần, bèn nổi giận chê trách: "Thường nghe những người này hay dùng mọi cách chê trách dục mà nay phát khởi lộ hình. Như vậy, giống như không thích đạo, sao không hoàn tục!?"

Tỳ-kheo kia nghe, sanh tâm hổ thẹn. Các tỳ-kheo Trưởng lão nghe cũng hổ thẹn vô cùng, rồi do vậy bạch lên Phật. Nhân việc này, đức

---

⁵⁵⁵ *Tứ phần*: Phi cú nghĩa 非句義, như một người nói "Chớ làm các việc ác" chưa xong, người thứ hai nói lại câu "Chớ làm các việc ác". Phi cú vị 非句味, như một người chưa nói xong "Mắt vô thường...", người thứ hai lập lại lời nói trước "Mắt vô thường..."

⁵⁵⁶ *Tăng-kỳ* 17, tr. 365b03: Ba-dật-đề 41; *Tứ phần* 11, tr. 638a28: Ba-dật-đề 5. *Thập tụng* 15, tr. 105b09, *Căn bản* 39, tr. 838c07: Ba-dật-đề 54. ᴾᵃˡⁱ Pāc. 5, *sahaseyya*, Vin. iv.15.

⁵⁵⁷ A-trà-bễ ấp 阿荼髀邑. *Tăng-kỳ* 17, tr. 365b03: Khoáng Dã tinh xá 曠野精舍; *Tứ phần* 11, tr. 638a28: Khoáng Dã thành 曠野城. *Thập tụng* 15, tr. 105b09: A-la-tỳ quốc 阿羅毘國, *Căn bản* 39, tr. 838c08: Thất-la-phạt thành 室羅伐城. ᴾᵃˡⁱ *Āḷarī*.

⁵⁵⁸ ᴾᵃˡⁱ *navakā bhikkhū ... upāsakehi saddhiṃ*..., các tân tỳ-kheo... cùng với các cư sĩ.

Phật tập hợp tỳ-kheo Tăng, hỏi tỳ-kheo kia:

"Ngươi có thật vậy không?"

Thưa:

"Thật vậy, bạch đức Thế Tôn."

Đức Phật bằng mọi cách quở trách tỳ-kheo kia:

"Ta thường khen ngợi ngủ không tâm tán loạn thì không có năm điều ác, nay tại sao ông ngủ mà không buột niệm? Nếu tỳ-kheo ở chỗ kinh hành, ngồi toạ thiền, đứng, nằm mà phi oai nghi, người thấy sẽ không vui, (người không tin sẽ)* không sanh lòng tin; người đã có lòng tin thì sẽ thối lui, chẳng phải là người tạo ánh sáng cho đời.

Rồi bảo các tỳ-kheo:

"Nay Ta vì các tỳ-kheo kết giới. Từ nay giới này nên nói như vầy:

Tỳ-kheo nào, cùng ngủ đêm với người chưa thọ đại giới, phạm Ba-dật-đề."

Sau đó, các cư sĩ lại muốn đến chỗ các tỳ-kheo tọa thiền hành đạo, các tỳ-kheo đuổi ra không cho phép. Các cư sĩ thưa:

"Đại đức không được xua đuổi! Chúng con không tìm cầu phước điền nào khác, chỉ nương nhờ Đại đức, há có thể vì một người có lỗi mà tất cả chợt bị đuổi hết?"

Trong số cư sĩ, có người khỏe mạnh đột nhập vào phòng, các tỳ-kheo không ngăn chận được, bèn ra ngủ bên ngoài, bị mòng muỗi, gió mưa, bụi bặm làm khốn đốn.

Bấy giờ, đức Phật từ ấp A-trà-tỳ đến nước Câu-xá-di,[559] ngụ ở vườn Cù-sư-la.[560] La-hầu-la[561] một mình đến Tăng phường Bà-kỳ-la;[562] rưới

---

[559] Câu-xá-di quốc 拘舍彌國. *Tăng-kỳ:* Ca-duy-la-vệ quốc 迦維羅衛國. *Tứ phần:* Câu-thiệm-tỳ quốc 拘睒毘國. *Thập tụng:* Phật tại Xá-vệ 舍衛國. *Căn bản:* Kiều-thiểm-tì, Diệu âm viên 憍閃毘妙音園. Pali *Kosambī*.

[560] Vườn Cù-sư-la (*Ghositārāma*): xem cht. 264, Ch. ii, Tăng-già-bà-thi-sa 10.

[561] La-hầu-la (Pali *Rāhula*). *Tứ phần:* La-vân.

[562] Tăng phường Bà-kỳ-la 婆耆羅僧坊: Pali *Badarikārāma*, khu phường

nước, lau quét một căn phòng, trải tọa cụ, lấy nước, rồi đóng cửa, đến chỗ Phật. Sau đó, tỳ-kheo phân ngọa cụ **[40b01]** lại giao cho vị khách. Tỳ-kheo kia liền vào phòng ở. La-hầu-la, sau khi nghe pháp đầu đêm xong trở về phòng đã được (dọn)*. Tỳ-kheo kia nghe thấy hỏi:

"Ai đó?"

Trả lời:

"Là La-hầu-la."

Tỳ-kheo kia nói:

"Ông đến đây có việc gì?"

Trả lời:

"Đây là phòng của tôi."

Tỳ-kheo kia nói:

"Tỳ-kheo phân phối ngọa cụ đã giao cho tôi."

La-hầu-la nói:

"Nhưng trước đây tôi đã dọn quét, trải ngọa cụ, rồi tạm thời đến chỗ Phật để nghe pháp, tại sao không trả phòng lại cho tôi?"

Tỳ-kheo kia nói:

"Tuy ông đã liệu lý, nhưng tôi là Thượng tọa nên được ở phòng này."

La-hầu-la nói:

"Cùng tôi ở được không?" Vị kia nói:

"Không được."

(La-hầu-la)* xin vào ngồi, đứng trong phòng, hay ở trước hiên nhà cũng đều không được. Lúc này, La-hầu-la nghĩ như vầy: "Ta đến phòng nào khác thì cũng sẽ như vậy, chỉ có nhà vệ sinh mới được yên thôi!". La-hầu-la liền đến nhà vệ sinh. Bấy giờ, trong nhà vệ sinh có một con rắn đen. Đức Phật bằng thiên nhãn đức Phật thấy và nghĩ: "Nếu Ta không đến thì chỉ trong chốc lát nữa là La-hầu-la bị rắn cắn

---

Tăng này gần vườn Cù-sư-la, cách *Kosambī* ba dặm.

chết!" Ngài liền đến trước nhà vệ sinh khảy móng tay, tằng hắng. La-hầu-la cũng trả lời (bằng khảy móng tay, tằng hắng.)* đức Phật hỏi:

"Ngươi là ai?"

Thưa: "Là La-hầu-la."

Lại hỏi: "Tại sao ở nơi đây?"

(La-hầu-la)* trình bày lại hết mọi sự việc. Bấy giờ đức Thế Tôn dẫn La-hầu-la về nơi phòng mình. Sáng ngày tập họp tỳ-kheo Tăng, hỏi tỳ-kheo kia:

"Thật sự ông không dung chứa La-hầu-la phải không?"

Thưa: "Thật vậy, bạch Thế Tôn."

Đức Phật bằng mọi cách quở trách:

"Ông là người ngu si. Tại sao con cáo hoang lại xua đuổi sư tử?"[563]

Khi ấy, các tỳ-kheo nhân việc này, lại đem việc các cư sĩ đột nhập vào phòng, phải ngủ bên ngoài ở trên bạch lên Phật. Đức Phật bằng mọi cách khen thiểu dục tri túc, khen giới, khen người trì giới rồi bảo các tỳ-kheo:

"Nay cho phép các tỳ-kheo cùng người chưa thọ đại giới ngủ hai đêm. Từ nay giới này nên nói như vầy:

B. GIỚI VĂN

Tỳ-kheo nào, cùng người chưa thọ đại giới ngủ quá hai đêm,[564] Ba-dật-đề."

---

[563] *Tứ phần 11*, tr. 638b28: "Các ông không có từ tâm, nên mới đuổi con nít đi. Đây là con của Phật (Ý nói sa-di đã xuất gia, không còn nhận cha mẹ ngoài đời, mà là con của Phật. Không chỉ riêng La-hầu-la là con Phật)." *Thập tụng 15*, tr.105c11: "Sa-di này không cha mẹ. Nếu các ngươi không thương tưởng che chở, làm sao sống nổi?" *Căn bản 39*, tr. 839c02: "Các cầu tịch (tức sa-di) không có cha mẹ. Duy chỉ các ngươi, những người đồng phạm hạnh, phải thương yêu che chở."

[564] *Tăng-kỳ 17*, tr. 365c11: "Được phép ngủ chung buồng ba đêm; bốn đêm thì nên biệt trú." *Tứ phần 11*, tr. 638c01: Người chưa thọ đại giới

C. THÍCH TỪ

Cùng ngủ: Cùng ngủ một phòng. Phòng trên có lợp, bốn phía có vách, hoặc trên có lợp, không có một vách hay hai vách đều phạm Ba-dật-đề. Không có ba vách thì không phạm. Nếu có 4 vách mà trên đã lợp một nửa, hoặc chưa được một nửa, hoặc hơn một nửa đều phạm Ba-dật-đề. Nếu chỉ mới lợp chút ít thì không phạm. Đối với những chỗ này, nếu quá hai đêm, đến phần sau của đêm, mà hông dính xuống giường, cùng nghiêng trở mình, đều phạm Ba-dật-đề.

Không phạm: Có lợp, đều có sự ngăn cách, hoặc bệnh, không thể dời đi được, hoặc có các nạn, hoặc thường ngồi không nằm, hoặc người kia nằm tỳ-kheo ngồi, hay người kia ngồi tỳ-kheo nằm.

Tỳ-kheo-ni cũng như vậy.

VIII. NÓI PHÁP THƯỢNG NHÂN[565]

A. DUYÊN KHỞI

Đức Phật ở tại Tỳ-xá-ly.[566] Bấy giờ, mất mùa, khất thực khó được. Đức Phật bảo các tỳ-kheo **[40c01]**, mỗi vị tùy theo chỗ quen biết nên đến đó an cư. Có các tỳ-kheo an cư ở bên sông Bà-cầu-mạt,[567] bằng mọi nhân duyên, như trong giới tự xưng mình được pháp thượng nhân đã nói, *cho đến* Phật hỏi:

---

cùng ngủ hai đêm. Nếu đến đêm thứ ba khi dấu hiệu bình minh chưa xuất hiện nên thức dậy tránh đi. Nếu đến đêm thứ tư, hoặc tự mình đi, hay bảo người chưa thọ đại giới đi. *Thập tụng* 15, tr. 105c15: Cho phép người chưa thọ đại giới cùng ngủ hai đêm. *Căn bản* 39, tr. 838c22: Không được cùng người chưa thọ cụ túc ngủ quá hai đêm.

[565] *Tăng-kỳ* 13, tr. 337a13, *Thập tụng* 10, tr. 71b19: Ba-dật-đề 7. *Tứ phần* 11, tr.639c14, *Căn bản* 27, tr. 773c14: Ba-dật-đề 8. Pāli, Pāc. 8. *Bhūta-rocanasikkhā*. Tham chiếu Ch.i, Ba-la-di 4.

[566] *Tăng-kỳ* 13, tr. 337a13: Xá-vệ thành (quốc) 舍衛城(國). *Tứ phần* 11, tr. 639c14 Tỳ-xá-ly 毘舍離, *Thập tụng* 10, tr. 71b19: Duy-da-ly quốc 維耶離國. *Căn bản* 27, tr. 773c15: Quảng Nghiêm thành 廣嚴城.

[567] *Tứ phần* 11, tr. 639c15 Bà-cầu viên 婆求園; *Thập tụng* 10, tr. 71b26 Bà-cầu-ma hà biên 婆求摩河邊, bên sông Bà-cầu-ma; *Căn bản* 27, tr. 773c16 Thắng Tuệ hà biên 勝慧河邊, bên sông Thắng Tuệ.

"Các ngươi lại khen ngợi nhau là thật hay là hư?"

Thưa: "Có thật, có hư."

Đức Phật dạy:

"Hư thì phạm Ba-la-di."

Bằng mọi cách quở trách các tỳ-kheo có thật chứng rằng: "Tại sao các ngươi lại hướng đến người chưa thọ giới Cụ túc nói mình đắc pháp hơn người?"

Quở trách rồi, Phật bảo các tỳ-kheo:

"Nay Ta vì các tỳ-kheo kết giới. Từ nay giới này nên nói như vầy:

B. GIỚI VĂN

Tỳ-kheo nào, hướng đến người chưa thọ Cụ túc giới, tự nói đắc pháp hơn người, như nói: 'Tôi biết như vậy, thấy như vậy.' Nếu là thật,[568] Ba-dật-đề."

C. THÍCH TỪ

Pháp hơn người: Như trước đã nói.[569] Nếu hướng đến người chưa thọ Cụ túc tự nói đắc pháp hơn người, mỗi lời nói phạm Ba-dật-đề. Nếu người thọ đại giới không hỏi mà nói, mỗi lời phạm Đột-kiết-la.

Tỳ-kheo-ni cũng như vậy. Thức-xoa-ma-na, sa-di, sa-di-ni, phạm Đột-kiết-la.

Không phạm: Nói trước khi Nê-hoàn, người thọ Cụ túc giới hỏi, nên nói.

---

[568] không phải là sự thật, không chứng mà nói chứng, phạm Ba-la-di.
[569] Xem giải thích Ch. i, Ba-la-di 4.

IX. NÓI THÔ TỘI[570]

A. DUYÊN KHỞI

Đức Phật ở tại thành Xá-vệ.[571] Bấy giờ, các tỳ-kheo phạm tội Tăng-già-bà-thi-sa, hoặc cố xuất bất tịnh, hoặc cùng người nữ xúc chạm thân nhau, hoặc hướng đến người nữ nói lời thô tục, hoặc hướng đến người nữ tự khen để được cúng dường bằng thân. Có vị đến Tăng xin Biệt trú, Tăng cho Biệt trú, hoặc hành Ma-na-đỏa,[572] hoặc hành Bổn nhật,[573] hoặc có người xuất tội.[574] Lúc ấy, nhóm sáu tỳ-kheo ở trong chúng bỡn cợt châm biếm, khiến cho các tỳ-kheo càng thêm xấu hổ. Lại có một tỳ-kheo phạm tội cố ý xuất bất tịnh, Tăng cho Biệt trú. Lúc ấy, đàn-việt của tỳ-kheo kia thỉnh Tăng dùng cơm, vì tỳ-kheo kia trải riêng một tọa cụ tốt. Nhóm sáu tỳ-kheo đến nhà đàn-việt trước, ngồi lên chỗ tọa cụ tốt, cư sĩ nói:

"Đừng ngồi chỗ này. Tôi dành riêng cho tỳ-kheo... sẽ ngồi chỗ này."

Nhóm sáu tỳ-kheo nói:

"Tỳ-kheo kia không nên ngồi chỗ này." Cư sĩ nói:

"Nên hay không nên tôi tự biết điều đó." Lục quần tỳ-kheo nói:

"Trước đây nên ngồi chỗ này, nhưng nay thì nên ngồi chỗ thấp nhất."

Cư sĩ lại hỏi:

---

[570] *Tăng-kỳ* 14, tr. 337b23, *Thập tụng* 10, tr. 72b22: Ba-dật-đề 8. *Tứ phần* 11, tr.639a29, *Căn bản* 27, tr. 772a25: Ba-dật-đề 7. Pāli, Pāc. 9 Duṭṭhullārocana.

[571] *Tăng-kỳ* 14, tr. 337b23: Xá-vệ thành 舍衛城, *Tứ phần* 11, tr. 639a29 Kỳ-xà-quật sơn 耆闍崛山, *Thập tụng* 10, tr. 72b22: Vương Xá thành 王舍城. *Căn bản* 27, tr. 772a25: Thất-la-phạt thành 室羅伐城.

[572] **Xem cht. 165**, Ch. ii, Tăng-già-bà-thi-sa 1.

[573] Hành Bổn nhật 行本日: Hay gọi Bổn nhật trị 本日治, Pali mūlāyapaṭikassanā, kéo trở lại gốc; *Thập tụng* dẫn: Tái phạm tội cũ, một ngày không phú tàng, cho bản nhật trị.

[574] Xuất tội 出罪, *Tăng-kỳ*: A-phù-ha-na 阿浮呵那. Pali abbhāna, sự phục hồi.

"Tại sao như vậy?"

Trả lời:

"Tỳ-kheo kia có tội."

Cư sĩ lại hỏi:

"Là phạm tội gì?"

"Tội cố ý xuất bất tịnh."

Cư sĩ bèn cơ hiềm nói:

"Các sa-môn này thường nói: Trừ tưởng dục, diệt lửa dục, đoạn cảm giác dục, mà nay làm ô uế đạo như vậy, không hạnh sa-môn, phá pháp sa-môn."

Các tỳ-kheo Trưởng lão nghe, bằng mọi cách quở trách nhóm sáu tỳ-kheo:

[41a01] "Tại sao các thầy lại nói với người chưa thọ Cụ túc giới về tội thô ác người khác?"

Rồi do vậy bạch lên Phật. Nhân việc này, đức Phật tập hợp tỳ-kheo Tăng, hỏi nhóm sáu tỳ-kheo:

"Các ngươi có thật vậy không?"

Thưa: "Thật vậy, bạch đức Thế Tôn."

Đức Phật bằng mọi cách quở trách, rồi bảo các tỳ-kheo:

"Nay Ta vì các tỳ-kheo kết giới. Từ nay giới này nên nói như vầy:

Tỳ-kheo nào, nói với người chưa thọ Cụ túc giới về tội thô ác người khác, phạm Ba-dật-đề."

Có các tỳ-kheo không biết là tội thô ác, nên nói với người chưa thọ Cụ túc giới, sau đó biết, sanh nghi: "Ta sẽ không phạm Ba-dật-đề chứ?!" Rồi do vậy bạch lên Phật. Nhân việc này, đức Phật tập hợp tỳ-kheo Tăng, bảo các tỳ-kheo:

"Nếu tỳ-kheo không biết người khác phạm thô tội, mà nói với người chưa thọ Cụ túc giới, phạm Ba-dật-đề là điều không có. Từ nay giới này nên nói như vầy:

Tỳ-kheo nào, biết người khác phạm tội thô ác, đem nói với người chưa thọ Cụ túc giới, phạm Ba-dật-đề."

Bấy giờ, đức Thế Tôn ra lệnh cho Tăng Yết-ma sai Xá-lợi-phất đến trong chúng Điều-đạt công bố: "Nếu có người nào thừa nhận năm pháp của Điều-đạt thì người ấy là người không thấy Phật, Pháp, Tăng." Các tỳ-kheo nghĩ như vầy: "Nếu hướng đến người chưa thọ Cụ túc giới nói tội thô ác của người khác, có cần thiết nên tác Yết-ma (sai lầm)* hay không?"

Rồi do vậy bạch lên Phật. Nhân việc này, đức Phật tập hợp tỳ-kheo Tăng, bảo các tỳ-kheo:

"Nếu Tăng không Yết-ma thì không được nói với người chưa thọ Cụ túc giới về tội thô ác của người khác. Từ nay giới này nên nói như vầy:[575]

B. GIỚI VĂN

Tỳ-kheo nào, biết tỳ-kheo khác phạm tội thô ác, đem nói với người chưa thọ Cụ túc giới, trừ Tăng Yết-ma, Ba-dật-đề."

C. THÍCH TỪ

Tội thô ác: Ba-la-di, hoặc Tăng-già-bà-thi-sa.

Người được Tăng Yết-ma, phải tùy theo sự chỉ giáo của Tăng, nếu Tăng bảo đến nói với A, mà nói với B; bảo nói tội này lại nói tội khác, đều phạm Ba-dật-đề.

Tỳ-kheo nói thô tội[576] của tỳ-kheo-ni, phạm Đột-kiết-la. Tỳ-kheo-ni nói thô tội của tỳ-kheo, của tỳ-kheo-ni, phạm Ba-dật-đề. Thức-xoa-ma-na, sa-di, sa-di-ni nói tội thô ác của tỳ-kheo, tỳ-kheo-ni, phạm Đột-kiết-la.

---

[575] *Tăng-kỳ, Thập tụng*, kết một lần. *Tứ phần*, giới được kết ba lần. *Căn bản*, kết hai lần. Pāli, một lần.

[576] Thô tội, hay thô ác tội, các bộ đều chỉ Ba-la-di hay Tăng-già-bà-thi-sa. Pāli *duṭṭhulā āpatti*, cũng vậy. Chính xác, có lẽ chỉ nên kể Tăng-già-bà-thi-sa, và Thâu-lan-giá của Ba-la-di. Phạm Ba-la-di, không còn là tỳ-kheo nữa nên không kể trong điều khoản này.

Nếu người chưa thọ Cụ túc giới đã nghe tỳ-kheo kia phạm thô tội, hỏi tỳ-kheo, tỳ-kheo hỏi lại: "Thế nào, ngươi nghe những gì?"

Người kia nói: "Tôi nghe như vậy, như vậy". Sau đó, lại nói: "Tôi cũng nghe như vậy, như vậy" thì không phạm.

X. CHÊ BAI GIỚI[577]

A. DUYÊN KHỞI

Đức Phật ở tại thành Xá-vệ.[578] Bấy giờ, đức Thế Tôn bằng nhiều cách khen ngợi Tỳ-ni, khen ngợi tụng Tỳ-ni, khen ngợi thọ trì Tỳ-ni, khen ngợi Ưu-ba-ly. Tỳ-kheo trì luật có năm công đức:

1. Tự mình kiên cố hộ trì giới phẩm.

2. Có khả năng đoạn nghi cho người có tàm quý. [41b01]

3. Tự mình trụ trong chánh pháp.

4. Khi cần nói giữa Tăng, không có sự sợ sệt.

5. Hàng phục oán địch.

Khi ấy, các tỳ-kheo nghĩ như vầy: "Đức Phật vì chúng ta dạy như vậy, tại sao chúng ta không siêng năng đọc tụng, học hỏi Tỳ-ni?" Các tỳ-kheo liền nỗ lực tụng tập suốt ngày đêm không biếng nhác. Lúc này, nhóm sáu tỳ-kheo nghĩ như vầy: "Nay các tỳ-kheo siêng năng đọc tụng học hỏi Tỳ-ni, chắc chắn sẽ thông minh hiểu rõ các tướng tội, thấy cái lỗi của chúng ta, cuối cùng làm tổn hại ta. Nay ta phải cùng nhau chê bai Tỳ-ni, (chê bai)* người học Tỳ-ni, khiến cho họ phế bỏ sự nghiệp không đọc tụng, học tập nữa." Họ liền đến chỗ các tỳ-kheo hỏi:

"Thầy tập tụng những gì?"

Trả lời: "Tỳ-ni."

---

[577] *Tứ phần* 18, tr. 685c7: Ba-dật-đề 72; Pāli, Pāc. 72 Vilekhanasikkhāpadaṃ. Các bộ khác: Ba-dật-đề 10.

[578] *Tăng-kỳ* 14, tr. 338c4: Xá-vệ thành 舍衛城; *Tứ phần* 18, tr. 685c07 Xá-vệ quốc 舍衛國; *Thập tụng* 10, tr. 74b21: Câu-thiểm-di quốc 拘睒彌國; *Căn bản* 27, tr.775a21: Thất-la-phạt thành 室羅伐城.

Nhóm sáu tỳ-kheo nói:

"Phiền gì phải học tập, đọc tụng các giới linh tinh đó làm gì? Sao không tụng đọc năm ấm, sáu nhập cùng các nghĩa kinh? Đọc tụng Tỳ-ni bất quá là bốn việc, mười ba sự, hai pháp bất định. Biết nhiều để làm gì? Biết nhiều thấy nhiều càng tăng thêm nghi ngờ cho người!"

Các tỳ-kheo nói:

"Chúng tôi cũng thấy như vậy, biết nhiều thì nghi nhiều!"

(Do đó, các tỳ-kheo)* không tụng tập nữa. Nhóm sáu tỳ-kheo nói với nhau:

"Các tỳ-kheo kia không tụng tập Tỳ-ni nữa, chúng ta thoải mái, sẽ được an lạc."

Các tỳ-kheo nghe, hỏi: "Các thầy nói những gì?"

Họ liền trả lời như thật. Lúc ấy, các tỳ-kheo Trưởng lão bằng mọi cách quở trách, do vậy bạch lên Phật. Nhân việc này, đức Phật tập họp tỳ-kheo Tăng, hỏi nhóm sáu tỳ-kheo:

"Các ngươi, có thật vậy không?"

Thưa: "Thật vậy, bạch Thế Tôn."

Đức Phật bằng mọi cách quở trách rồi bảo các tỳ-kheo:

"Nay Ta vì các tỳ-kheo kết giới. Từ nay giới này nên nói như vầy:

B. GIỚI VĂN

Tỳ-kheo nào, nói như vầy:⁵⁷⁹ 'Dụng làm gì những giới linh tinh ấy, khi nói giới này khiến cho người lo buồn.'⁵⁸⁰ Ai chê bai giới như vậy, Ba-dật-đề."

---

⁵⁷⁹ *Tăng-kỳ*: "Khi tụng Ba-la-đề-mộc-xoa mỗi nửa tháng mà nói như vầy..." Các bộ khác nói khi thuyết giới (Bố-tát), nói như vầy:... Pāli *uddissamāne*, trong khi đang thuyết giới; sớ giải, VA. 876: *ācariyena antevāsikassa uddissamāne*, "trong khi thầy đang thuyết cho đệ tử."

⁵⁸⁰ Pāli *kukkccāya vihesāya vilekhāya*..., khiến cho nghi hoặc, phiền muộn, rối loạn.

C. THÍCH TỪ

Giới: Tức là Ba-la-đề-mộc-xoa, giới kinh được đọc mỗi nửa tháng một lần khi Bố-tát.

Nếu tỳ-kheo móng tâm tác ý, muốn cho người xa lìa Tỳ-ni không tụng không đọc, chê bai giới, phạm Ba-dật-đề. Nếu tỳ-kheo móng tâm tác ý, ta sẽ chê bai khiến cho Ba-la-đề-mộc-xoa không được cửu trụ, chê bai giới, phạm Thâu-lan-giá. Nếu dạy người xa lìa các kinh do Phật nói, mà chê bai, phạm Ba-dật-đề.

Nếu muốn khiến cho chánh pháp không cửu trụ, mà chê bai, phạm Thâu-lan-giá.

Nếu tỳ-kheo chê bai giới tỳ-kheo, phạm Ba-dật-đề; chê bai giới tỳ-kheo-ni, Thức-xoa-ma-na, Sa-di, Sa-di-ni, phạm Đột-kiết-la.

Tỳ-kheo-ni chê bai giới Tỳ-kheo, Tỳ-kheo-ni, phạm Ba-dật-đề; chê bai giới Thức-xoa-ma-na, Sa-di, Sa-di-ni, **[41c01]** phạm Đột-kiết-la.

Thức-xoa-ma-na, Sa-di, Sa-di-ni chê bai giới năm chúng, phạm Đột-kiết-la. Năm chúng chê bai giới Ưu-bà-tắc, Ưu-bà-di, phạm Đột-kiết-la.

Không phạm: Nếu sợ người mới thọ giới, sanh tâm nghi, phế bỏ, thối tâm, nên dạy rằng: "Chưa có thể tụng giới" thì không phạm.

XI. PHÁ HOẠI THỰC VẬT[581]

A. DUYÊN KHỞI

Đức Phật từ nước Câu-tát-la,[582] cùng năm trăm tỳ-kheo đến ấp A-trà-tỳ. Bấy giờ tỳ-kheo ở đó nghe Phật sẽ đến, nghĩ như vầy: "Các cư sĩ ở đây, không tin ưa Phật pháp, không có giảng đường lớn, Phật cùng đại chúng sẽ ở đâu?" Liền họp nhau bàn, rồi tự chặt phá cây cỏ

---

[581] *Tăng-kỳ* 14, tr. 339a6; *Tứ phần* 12, tr. 641c07; *Thập tụng* 10, tr. 74c22; *Căn bản* 27, tr. 775c11. Các bộ giống nhau, Ba-dật-đề 11. Vin. iv. 34 Pāc. 11. *bhūtagāma*.

[582] Nước Câu-tát-la 拘薩羅國. *Tăng-kỳ* 14, tr. 339a6: Khoáng Dã tinh xá 曠野精舍; *Tứ phần* 12, tr. 641c07: Khoáng Dã thành 曠野城; *Thập tụng* 10, tr. 74c22: A-la-tỳ 阿羅毘; *Căn bản* 27, tr. 775c11: Thất-la-phạt thành 室羅伐城.

để sắp xếp chỗ ở. Lúc ấy, các cư sĩ cơ hiềm nói:

"Chúng ta là cư sĩ mới chặt phá cây cỏ, còn người xuất gia duyên cớ gì cũng lại như vậy! Những người này thường nói từ nhẫn, hộ niệm chúng sanh, mà nay vô đạo, chặt phá (cây cỏ)*, tổn hại (sinh linh)*, không có hạnh sa-môn, phá pháp sa-môn."

Đức Phật đã đến đây rồi, liền tới giảng đường mới cất, an tọa nơi tòa, hỏi các tỳ-kheo:

"Nhà này ai tạo?"

Thưa:

"Chúng con tạo ra."

Lại hỏi:

"Ai đã chặt đốn cây cỏ?"

Thưa:

"Cũng là chúng con."

Đức Phật bằng mọi cách quở trách:

"Các ông là người ngu si, không nên làm việc này, trong thảo mộc, người sanh mạng tưởng. Các ông làm việc này khiến người mang lòng ác."

Chê trách rồi, đức Phật bảo các tỳ-kheo:

"Nay Ta vì các tỳ-kheo kết giới. Từ nay giới này nên nói như vầy:

Tỳ-kheo nào, chặt phá cây cỏ sống, phạm Ba-dật-đề."

Bấy giờ, các tỳ-kheo bảo người giữ vườn, hoặc sa-di chặt phá cây cỏ. Các tỳ-kheo Trưởng lão hỏi:

"Đức Phật há không cấm chặt phá cây cỏ hay sao?"

Các tỳ-kheo trả lời:

"Chúng tôi khiến người làm, không trái lời Phật cấm."

Các tỳ-kheo Trưởng lão nói:

"Tự mình giết, dạy người giết, có gì khác đâu!?"

Rồi đem việc này bạch lên Phật. Nhân việc này, đức Phật tập họp tỳ-kheo Tăng, hỏi các tỳ-kheo:

"Các ngươi có thật vậy không?"

Thưa:

"Thật vậy, bạch Thế Tôn."

Đức Phật bằng mọi cách quở trách rồi bảo các tỳ-kheo: "Từ nay giới này nên nói như vầy:

Tỳ-kheo nào, tự mình chặt phá cỏ cây sống, hoặc bảo người chặt phá, phạm Ba-dật-đề."

Khi ấy, các tỳ-kheo làm phòng xá mới, có các cư sĩ xem xét nơi chốn, nói với các tỳ-kheo:

"Lành thay, Đại đức! Vật liệu làm phòng xá này con xin cúng hết, nên hoàn thành sớm, để chúng con được cái phước cúng vật dụng."

Các tỳ-kheo nói:

"Đức Phật không cho phép tôi tự chặt phá cây cỏ, hoặc sai người chặt phá thì làm sao hoàn thành được?"

Lúc đó, các tỳ-kheo không có phòng xá để ở, ngoài sân cỏ mọc lút người, lại thiếu tăm xỉa răng không biết làm sao! Rồi do vậy bạch lên Phật. Nhân việc này đức Phật **[42a01]** tập họp tỳ-kheo Tăng, bảo các tỳ-kheo:

Có bốn loại mầm sống: Mầm sống từ gốc,[583] mầm sống từ nhánh,[584] mầm sống từ lóng,[585] mầm sống từ hột.[586] Phàm cây cỏ từ bốn loại mầm sống này mà sanh. Nếu tỳ-kheo cần dùng loại nào thì nói với tịnh nhơn: "Người biết việc này cho!"

Nếu họ không hiểu nên nói lại: "Người xem việc này cho!" Nếu họ cũng không hiểu, nói lại: "Người xem việc này cho".

---

[583] Hán Căn chủng tử 根種子. Pali *Mūlabīja*.
[584] Hành chủng tử 莖種子. Pali *Khandhabīja*.
[585] Tiết chủng tử 節種子. Pali *Phaḷubīja*.
[586] Thật chủng tử 實種子. Pali *Phaḷubīja*.

Nếu cũng không hiểu, nói lại: "Tôi cần việc này!" Nếu họ không hiểu nữa thì nói: "Cho tôi việc này!" Từ nay giới này nên nói như vầy:

B. GIỚI VĂN

Tỳ-kheo nào, tự mình chặt phá mầm sống thực vật,[587] **hoặc sai người, nói: 'Chặt cái này', Ba-dật-đề."**

Nếu là cỏ sống, tưởng là cỏ sống, nghi là cỏ sống (mà chặt)* đều phạm Ba-dật-đề. Cỏ khô, tưởng là cỏ sống, nghi là cỏ khô (mà chặt)* phạm Đột-kiết-la. Cỏ khô, tưởng là cỏ khô (mà chặt)* không phạm. Nếu dùng dao búa chặt, mỗi nhát chặt là phạm một Ba-dật-đề. Tỳ-kheo-ni cũng như vậy. Thức-xoa-ma-na, sa-di, sa-di-ni vô cớ mà chặt phá cỏ cây sống, phạm Đột-kiết-la. Nếu cỏ cây đã bị cháy không còn sự sống mà chặt phá thì không phạm.

XII. NÓI QUANH[588]

A. DUYÊN KHỞI

Đức Phật ở tại thành Xá-vệ,[589] khi ấy nhóm sáu tỳ-kheo[590] luôn luôn phạm tội, như lên giường, xuống giường đều không đúng pháp; ăn mãi, ăn biệt chúng; vào xóm làng phi thời không thưa với thiện tỳ-

---

[587] *Tăng-kỳ 14*: Hoại chủng tử phá quỷ thôn 壞種子破鬼村; giải thích: quỷ thôn, chỉ cây cối, cỏ các loại. *Tứ phần 12*: Quỷ thần thôn 鬼神村; do dịch nghĩa đen. *Thập tụng 10*: Chước bạt quỷ thôn chủng tử 斫拔鬼村種子; giải thích: quỷ thôn, các loại cỏ, cây, chỗ y trú của chúng sanh như thần cây, thần suối, v.v... *Căn bản 27*: hoại chủng tử hữu tình thôn 壞種子有情村. ᴾāli bhūtagāma-pātavyatāya. Bhūtagāma, chủng loại (hạt giống) có mầm sống; Vin. A., (iv.761) giải thích: *jāyanti vaḍḍhanti jātā vaḍḍhitā cāti attho*, chúng sinh sản, tăng trưởng, và những cái đã sinh sản, đã tăng trưởng.

[588] *Thập tụng 10*, tr. 76b01, *Căn bản 28*, tr. 778a21: Ba-dật-đề 13. Các bộ khác: Ba-dật-đề 12. Pāli, Pāc. 12, *aññavādaka*.

[589] *Tăng-kỳ 14*, tr. 340a26 Câu-thiểm-di 拘睒彌; *Tứ phần 12*, tr. 642a20 Câu-thiểm-tỳ 拘睒毘; *Thập tụng 10*, tr. 76b01: Câu-thiểm-di 拘睒彌, *Căn bản 28*, tr.778a21: Kiều-thiểm-tỳ quốc 憍閃毘國.

[590] *Tăng-kỳ, Tứ phần*: Xiển-đà tỳ-kheo 闡陀比丘. *Thập tụng, Căn bản*: Xiển-na tỳ-kheo 闡那比丘.

kheo. Các tỳ-kheo bắt gặp nói:

"Các thầy chớ phạm mãi những tội như vậy. Nên tự thấy tội và hướng đến người (thiện tỳ-kheo)* sám hối, đừng nên phụ lòng tín thí mà chịu khổ mãi mãi."

Nhóm sáu tỳ-kheo hỏi:

"Tôi phạm tội gì?" Các tỳ-kheo nói:

"Thầy phạm những tội như vậy, như vậy..."

Nhóm sáu tỳ-kheo không trả lời là phạm hay không phạm, lại nói việc khác. Các tỳ-kheo nói:

"Tại sao thầy không trả lời là phạm hay không phạm, mà lại nói việc khác, (việc mà)* chúng tôi không hỏi thầy?"

Nhóm sáu tỳ-kheo nói:

"Tôi biết các thầy không hỏi việc đó mà tôi tự nói thô!"

Các tỳ-kheo bằng mọi cách quở trách rồi do vậy bạch lên Phật. Nhân việc này, đức Phật tập họp tỳ-kheo Tăng, hỏi nhóm sáu tỳ-kheo:

"Các ngươi có thật vậy không?"

Thưa: "Thật vậy, bạch Thế Tôn."

Đức Phật bằng mọi cách quở trách rồi bảo các tỳ-kheo:

"Nay Ta vì các tỳ-kheo kết giới. Từ nay giới này nên nói như vầy:

Tỳ-kheo nào, không tùy thuận trả lời mà nói việc khác,[591] **phạm Ba-dật-đề."**

Sau đó, nhóm sáu tỳ-kheo cũng phạm tội như trước, các tỳ-kheo cũng bảo sám hối như trên. Nhóm sáu tỳ-kheo lại nín thinh không trả lời. Các tỳ-kheo hỏi:

"Đức Phật chế giới không cho phép không tùy thuận trả lời, tại sao thầy cố tình nín thinh?"

---

[591] Nói việc khác, Hán Dư ngữ 餘語. Pāli aññavādaka, sự nói lảng, nói quanh để chối tội.

Nhóm sáu tỳ-kheo nói:

"Đức Phật cấm không tùy thuận trả lời, nay tôi không nói thì có tội gì?"

Các tỳ-kheo nói:

"Nói quanh với không nói, có khác gì đâu?"

Bằng mọi cách quở trách, rồi do vậy bạch lên Phật. Nhân việc này, Phật tập hợp tỳ-kheo Tăng, **[42b01]** hỏi nhóm sáu tỳ-kheo:

"Các ngươi, có thật vậy không?"

Thưa:

"Thật vậy, bạch Thế Tôn."

Đức Phật bằng mọi cách quở trách:

"Nói quanh với không nói đâu có khác gì?" Quở trách xong, Phật bảo các tỳ-kheo:

"Từ nay giới này nên nói như vầy:

B. GIỚI VĂN

Tỳ-kheo nào, cố ý không trả lời theo câu hỏi, Ba-dật-đề."

Nếu không trả lời theo câu hỏi, mỗi câu hỏi đều phạm Ba-dật-đề. Tỳ-kheo-ni cũng như vậy. Thức-xoa-ma-na, sa-di, sa-di-ni, phạm Đột-kiết-la.

Nếu trả lời nhầm câu hỏi người khác, hay trước đó có sự giận nhau, không nói chuyện nhau, nên không trả lời thì không phạm.

XIII. NÓI XẤU NGƯỜI ĐƯỢC TĂNG SAI[592]

A. DUYÊN KHỞI

Đức Phật ở tại thành Vương Xá.[593] Bấy giờ tỳ-kheo Từ Địa[594] nói

---

[592] *Thập tụng* 10, tr. 75c12, *Căn bản* 28, tr. 777a22: Ba-dật-đề 12. Pāli. Pāc. 13, ujjhāpanaka. Các bộ khác: Ba-dật-đề 13.

[593] *Tăng-kỳ* 14, tr. 340a26: Câu-thiểm-di 拘睒彌; *Tứ phần* 12, tr. 643a13: La Duyệt thành 羅閱城; *Thập tụng* 10, tr. 75c12: Xá-vệ thành 舍衛城; *Căn bản* 28, tr.777a22: Vương Xá thành 王舍城.

[594] Xem Ch. ii, Tăng-già-bà-thi-sa 8, 9. *Tăng-kỳ* 14: Ưu-ba-nan-đà. *Căn bản*

như vầy: "Tỳ-kheo Đà-bà[595] (làm việc)* tuỳ theo sở thích giận, si, sợ."
Các tỳ-kheo nghe, quở trách:

"Tại sao thầy nói xấu[596] người được Tăng sai, (làm việc)* tùy theo sở thích, giận, si, sợ?"

Rồi do vậy bạch lên Phật. Nhân việc này đức Phật tập họp tỳ-kheo Tăng, hỏi tỳ-kheo Từ Địa:

"Ngươi có thật vậy không?"

Thưa: "Thật vậy, bạch Thế Tôn."

Đức Phật bằng mọi cách quở trách, rồi bảo các tỳ-kheo:

"Nay Ta vì các tỳ-kheo kết giới. Từ nay giới này nên nói như vầy:

Tỳ-kheo nào, trước mặt, nói xấu vị Tăng sai, phạm Ba-dật-đề."

Bấy giờ, Từ Địa không nói xấu trước người được nữa, liền ở chỗ một mình nói xấu: "Tỳ-kheo Đà-bà (làm việc)* tùy theo sở thích, giận, si, sợ."

Các tỳ-kheo Trưởng lão nghe, quở trách:

"Đức Phật cấm trước mặt, tại sao thầy còn cố ý nói xấu vị được Tăng sai?"

Rồi do vậy bạch lên Phật. Nhân việc này đức Phật tập họp tỳ-kheo Tăng, hỏi Từ Địa:

"Ngươi có thật vậy không?"

Thưa: "Thật vậy, bạch Thế Tôn."

Đức Phật bằng mọi cách quở trách:

28: Hai tỳ-kheo Hữu và Địa cùng bàn chuyện với Ô-ba-nan-đà.

[595] Tỳ-kheo Đà-bà 陀婆. Pāli: *Dabba*. Xem Ch. ii, Tăng-già-bà-thi-sa 8, 9.

[596] Nói xấu, Hán Vu thuyết 誣說; Pāli: *ujjhāpanaka*, sự bêu xấu hay nói xấu; giải thích (Vin. iv. 38): "Muốn làm cho người đó xấu hổ, mất danh dự; gây khó khăn cho người đó." *Tứ phần*, cơ hiềm 譏嫌. Ở đây nói xấu sau lưng. *Tăng-kỳ*, hiềm trách 嫌責. *Thập tụng*, sân cơ 瞋譏, giận hờn mà chỉ trích. *Căn bản*, hiềm hủy 嫌毀.

"Nói xấu trước mặt với nói xấu sau lưng có gì khác đâu!"

Quở trách rồi, Phật bảo các tỳ-kheo:

"Từ nay giới này nên nói như vầy:

B. GIỚI VĂN

Tỳ-kheo nào, nói xấu người được Tăng sai, Ba-dật-đề."

Người được Tăng sai bằng pháp bạch Yết-ma, Bạch nhị yết-ma, Bạch tứ yết-ma, nếu nói xấu người này (làm việc)* theo sự ưa muốn, giận, si, sợ thì, mỗi lời nói đều phạm Ba-dật-đề. Nếu Tăng sai mà không Yết-ma và người khác nói xấu như vậy, mỗi lời nói phạm Đột-kiết-la. Tỳ-kheo-ni cũng như vậy. Thức-xoa-ma-na, sa-di, sa-di-ni, phạm Đột-kiết-la.

Nếu sự thật có làm tùy theo sở thích, giận, si, sợ nên nói: "Tôi sẽ nói cho người kia nghe", không phạm.

XIV. TRẢI TỌA CỤ CỦA TĂNG KHÔNG CẤT[597]

A. DUYÊN KHỞI

Đức Phật ở tại Tỳ-xá-ly.[598] Có một trú xứ ẩm thấp, một tỳ-kheo nhận được phòng ẩm thấp, đem ngọa cụ[599] ra trải chỗ đất trống[600] để phơi. Đến giờ, đắp y mang bát vào thành khất thực. Sau đó, trời mưa lớn, nước ngập trôi mất. Khất thực xong trở về không thấy, liền vội vã đi tìm **[42c01]** hoặc được chiếc giường lớn, giường nhỏ (ghế)*, chăn lông dê,[601] hay cái mền. Các tỳ-kheo thấy hỏi:

"Thầy được ngọa cụ và các vật này ở đâu?"

---

[597] Các bộ giống nhau, Ba-dật-đề 14. Pāli Pāc. 14, *mañcā (pathama-senāsanasikkhāpadaṃ)*.

[598] Tỳ-xá-ly 毘舍離. *Tăng-kỳ* 14, tr. 341c14: Bạt-kỳ quốc 跋祇國; *Tứ phần* 12, tr.643c05: Xá-vệ quốc 舍衛國; *Thập tụng* 76c23: Xá-vệ quốc 舍衛國; *Căn bản* 28, tr. 779c13: Thất-la-phạt thành 室羅伐城.

[599] Hán Ngọa cụ 臥具, Pāli Senāsana, chỗ nằm ngồi, như giường hay ghế.

[600] Đất trống, Hán Lộ địa 露地. Pāli Ajjhokāsa.

[601] Hán Câu nhiếp 拘攝. Pāli, Vin. i. 281, *kojava*, áo choàng hay chăn bằng lông dê.

Tỳ-kheo kia đem sự việc trên thưa lại. Các tỳ-kheo Trưởng lão quở trách:

"Những việc làm của Thầy là phi pháp, vì Tăng sắm được ngọa cụ là điều khó, đã trải phơi, sau lại không thể thu cất. Lúc đi, tại sao không lấy cất để trôi mất! Nếu bây giờ dần dần mất hết thì trở thành một phòng trống không!"

(Các tỳ-kheo)* quở trách rồi bạch lên Phật, nhân việc này đức Phật tập họp tỳ-kheo Tăng, hỏi tỳ-kheo kia:

"Ngươi có thật vậy không?"

Thưa:

"Thật vậy, Bạch Thế Tôn."

Đức Phật bằng mọi cách quở trách rồi bảo các tỳ-kheo:

"Nay Ta vì các tỳ-kheo kết giới. Từ nay giới này nên nói như vầy:

Tỳ-kheo nào, trải ngọa cụ của Tăng nơi đất trống, khi đi không cất, phạm Ba-dật-đề."

Lúc ấy, nhóm sáu tỳ-kheo sai người giữ vườn, sa-di, trải ngọa cụ của Tăng nơi đất trống, khi đi không bảo cất, bị chim mổ cắn, bị mưa lấm bùn mục hư. Các tỳ-kheo Trưởng lão thấy, hỏi:

"Thầy không nghe Phật cấm, không cho phép trải ngọa cụ của Tăng, nơi đất trống, khi đi không bảo cất hay sao?"

Trả lời: "Tôi sai người trải nên không trái lời Phật cấm."

Các tỳ-kheo nói:

"Tự trải với sai người trải có gì khác nhau đâu?"

Rồi do vậy bạch lên Phật. Nhân việc này, đức Phật tập họp tỳ-kheo Tăng, hỏi nhóm sáu tỳ-kheo:

"Ngươi có thật vậy không?"

Thưa: "Thật vậy, bạch Thế Tôn."

Bằng mọi cách quở trách rồi đức Phật bảo các tỳ-kheo:

"Từ nay giới này nên nói như vầy:

> Tỳ-kheo nào, tự trải ngọa cụ của Tăng nơi đất trống, hoặc sai người trải. Khi đi không tự cất, không bảo người cất, phạm Ba-dật-đề."

Có các tỳ-kheo, trải ngọa cụ của Tăng nơi đất trống, nhóm sáu tỳ-kheo đến sau, hoặc nằm hoặc ngồi trên ngọa cụ đó, khi đi không cất. Tỳ-kheo đến trước bảo là nhóm sáu tỳ-kheo phải cất; nhóm sáu tỳ-kheo bảo là tỳ-kheo đến trước phải cất. Các tỳ-kheo không biết thế nào, nên do vậy bạch lên Phật. Nhân việc này, đức Phật tập họp tỳ-kheo Tăng, bảo các tỳ-kheo:

"Tỳ-kheo trước nên dặn tỳ-kheo sau, tỳ-kheo sau nên cất. Từ nay giới này nên nói như vầy:

B. GIỚI VĂN

> Tỳ-kheo nào, tự mình trải ngọa cụ[602] của Tăng, hoặc sai người trải, hoặc người khác trải nơi đất trống, hoặc ngồi hay nằm. Khi đi không tự cất, không bảo người cất, không dặn người cất, Ba-dật-đề."

Có các tỳ-kheo thấy ngọa cụ của Tăng bụi nhơ không sạch, hoặc dùng tro, đất, hoặc phân bò bôi lên (giặt sạch)* rồi phơi, ở trong giới không dám lìa xa. Rồi do vậy bạch lên Phật. Đức Phật dạy:

"Nếu trời mưa, nên lấy vào, cho phép ra đi."

Có các tỳ-kheo phơi ngọa cụ của Tăng, không dám **[43a01]** ra ngoài giới, rồi do vậy bạch lên Phật. Đức Phật dạy:

"Nếu đoán biết khi trở về không mưa thì cho phép ra ngoài giới."

Lại có các tỳ-kheo phơi ngọa cụ của Tăng bên người ngồi thiền hay người biểu hiện ngủ say. Các tỳ-kheo do vậy bạch lên Phật. Đức Phật dạy:

"Không cho phép phơi ngọa cụ bên người ngồi thiền hay ngủ say, ai phạm, thì phạm Đột-kiết-la."

---

[602] *Tăng-kỳ*: Giường nằm, giường ngồi, nệm, gối. *Tứ phần*: Giường dây, giường gỗ, hoặc ngọa cụ, đệm ngồi. *Thập tụng*: Ngọa cụ, giường dây mịn, giường dây thô, mền, đệm. *Căn bản*: Phu cụ cùng các sàng tòa.

Lại có các tỳ-kheo phơi ngọa cụ của Tăng không đem cất, để đến chiều tối nên bị hư hoại. Các tỳ-kheo do vậy bạch lên Phật. Đức Phật dạy:

"Nếu thâu cất không đúng lúc, phạm Đột-kiết-la."

Lại có các tỳ-kheo thấy ngọa cụ của Tăng trải nơi đất trống, vì không phải tự mình trải, không sai người trải, mình không nằm ngồi, nên không đem cất. Các tỳ-kheo do vậy bạch lên Phật. Đức Phật dạy:

"Nếu thấy ngọa cụ của Tăng trải nơi đất trống mà không cất, phạm Ba-dật-đề."

Có các cư sĩ đến trong Tăng phường mượn ngọa cụ của Tăng trải nơi đất trống, các tỳ-kheo không cho, bèn nổi giận hiềm trách. (Các tỳ-kheo)* do vậy bạch lên Phật. Đức Phật dạy:

"Được phép cho mượn."

(Các tỳ-kheo)* đã cho mượn, rồi muốn được trả sớm, bảo họ trả gấp. Các cư sĩ lại nổi giận. (tỳ-kheo)* do vậy bạch lên Phật. Đức Phật dạy:

"Không nên bảo họ trả gấp, nên chờ họ đi rồi mới dọn cất. Nếu không dọn cất, phạm Ba-dật-đề."

Lại có cư sĩ thỉnh Tăng, mượn ngọa cụ của Tăng trải ở nhà, các tỳ-kheo ngồi rồi đi không dọn cất, Phật dạy:

"Nên dọn cất, nếu không dọn cất, phạm Ba-dật-đề. Nếu các tỳ-kheo đến Tăng phường tỳ-kheo-ni, trải ngọa cụ của Tăng tỳ-kheo-ni nơi đất trống, bảo chẳng phải là ngọa cụ của Tăng, mà không dọn cất, cũng phạm Ba-dật-đề."

Lại có các tỳ-kheo tự gánh giường chiếu, các cư sĩ cơ hiềm nói: "Các sa-môn này như con gánh hát, như đoàn ảo thuật."

Các tỳ-kheo do vậy bạch lên Phật. Đức Phật dạy:

"Không cho phép tự gánh, ai phạm, Đột-kiết-la."

Trường hợp khi đại hội trải ngọa cụ của Tăng nơi đất trống. Các tỳ-kheo một lần ngồi, khi đứng dậy dọn cất liền, do đó mau bị hư. Rồi do vậy bạch lên Phật. Đức Phật dạy:

"Nếu không mưa thì cho phép mọi việc hoàn tất sau đó dọn cất."

Đức Phật đã cho phép dặn tỳ-kheo đến ngồi, nằm ngọa cụ sau (dọn cất)*. (Tỳ-kheo)* lại dặn nhờ Hòa thượng, A-xà-lê, đồng Hòa thượng, A-xà-lê và các Đại đức cũng như tỳ-kheo bệnh. Các tỳ-kheo do vậy bạch lên Phật. Đức Phật dạy:

"Không nên dặn nhờ Hòa thượng, A-xà-lê, đồng Hòa thượng, A-xà-lê và các Đại đức cũng như tỳ-kheo bệnh, ai phạm, thì phạm Đột-kiết-la."

Các tỳ-kheo dặn nhờ một tỳ-kheo; một mình tỳ-kheo dọn cất khốn đốn mệt mỏi, do vậy bạch lên Phật. Đức Phật dạy:

"Tùy ngọa cụ nhiều hay ít, nếu ít thì dặn nhờ ít tỳ-kheo, nếu nhiều thì dặn nhờ nhiều tỳ-kheo."

Các tỳ-kheo không biết thế nào gọi là nhận dặn bảo, không nhận dặn bảo, **[43b01]** do vậy bạch lên Phật. Đức Phật dạy:

"Khiến cho người kia biết có nhận, nên gọi là nhận dặn bảo. Nếu không tự mình dọn cất, không bảo người dọn cất, không dặn người dọn cất, một chân bước ra ngoài giới, phạm Đột-kiết-la, hai chân bước ra ngoài giới, phạm Ba-dật-đề."

Tỳ-kheo-ni cũng vậy. Ba chúng dưới, phạm Đột-kiết-la.

XV. TRẢI NGỌA CỤ TRONG PHÒNG TĂNG[603]

A. DUYÊN KHỞI

Đức Phật ở tại Tỳ-xá-ly,[604] có một trú xứ ẩm thấp. Bấy giờ, nhóm mười bảy tỳ-kheo[605] an cư trong một phòng, khi đi không dọn cất ngọa cụ của Tăng, nên tất cả bị hư mục. Sau đó, nhóm sáu tỳ-kheo đến nói với tỳ-kheo cựu trú rằng: "Vì chúng tôi mở phòng và chỉ chỗ

---

[603] Các bộ như nhau. Pāli. Pāc. 15, *seyya* (*dutiyasenāsana-sikkhāpadaṃ*).
[604] Tỳ-xá-ly 毘舍離. Tăng-kỳ 14, tr. 342b29; *Tứ phần* 12, tr. 644b12: Xá-vệ thành 舍衛城; *Thập tụng* 11, tr. 787c06: Xá-vệ quốc 舍衛國; *Căn bản* 28, tr. 783a14: Thất-la-phạt thành 室羅伐城.
[605] Hán Thập thất quần tỳ-kheo 十七群比丘. Pāli *Sattarasavaggiyā bhikkhū*.

để ngọa cụ". Cựu tỳ-kheo liền mở phòng an cư chỗ ở của nhóm mười bảy tỳ-kheo cho họ. (Nhóm sáu tỳ-kheo)* vào rồi sờ tay lên ngọa cụ (thì ra ngọa cụ)* đã mục nát thành đất, hỏi cựu tỳ-kheo:

"Trước đây ai ở đây?"

Trả lời:

"Nhóm mười bảy tỳ-kheo."

Lúc này, nhóm sáu tỳ-kheo bằng mọi cách quở trách nhóm mười bảy tỳ-kheo, rồi do vậy bạch lên Phật. Nhân việc này, đức Phật tập họp tỳ-kheo Tăng, hỏi nhóm mười bảy tỳ-kheo:

"Các người có thật vậy không?"

Thưa:

"Thật vậy, bạch Thế Tôn."

Đức Phật bằng mọi cách quở trách rồi bảo các tỳ-kheo:

"Nay Ta vì các tỳ-kheo kết giới. Từ nay giới này nên nói như vầy:

B. GIỚI VĂN

Tỳ-kheo nào, ở trong phòng Tăng, tự trải ngọa cụ của Tăng, hoặc khiến người trải, hoặc người khác trải, hoặc ngồi hay nằm. Khi đi không tự cất, không bảo người cất, không dặn người cất, Ba-dật-đề."

Ngoài ra, như trong giới trải ngọa cụ nơi đất trống đã nói.

XVI. ĐUỔI TỲ-KHEO RA NGOÀI[606]

A. DUYÊN KHỞI

Đức Phật ở tại thành Xá-vệ.[607] Bấy giờ, nhóm mười bảy tỳ-kheo làm một phòng xá mới, nhóm sáu tỳ-kheo đến sau, hỏi cựu trú tỳ-kheo:

---

[606] *Tăng-kỳ* 14, tr. 343a12, *Thập tụng* 11, tr. 78b7, *Căn bản* 29, tr. 785c23: Ba-dật-đề 16. *Tứ phần* 12, tr. 645c09, như Pāli, Pāc. 17, *nikkaḍḍhana*.

[607] *Tăng-kỳ* 14, tr. 343a12, *Tứ phần* 12, tr. 645a16, *Thập tụng* 11, tr. 78b7: Xá-vệ thành (quốc) 舍衞城(國) như *Ngũ phần*. *Căn bản* 29, tr. 785c23: Thất-la-phạt thành 室羅伐城.

"Theo thứ tự, vì chúng tôi cho phòng ở?"[608]

Cựu trú tỳ-kheo hỏi:

"Thầy thích ở phòng nào?"

Trả lời:

"Chúng tôi muốn thất mới làm, chỗ nhóm mười bảy tỳ-kheo."

(Cựu trú tỳ-kheo)* liền phân phối cho họ. Nhóm sáu tỳ-kheo liền đến chỗ đó nói:

"Các Thầy ra đi! Chúng tôi sẽ ở nơi này."

Nhóm mười bảy tỳ-kheo nói:

"Phòng này rất lớn, chúng ta có thể cùng ở."

Lúc này, nhóm sáu tỳ-kheo nghĩ như vầy: "Các tỳ-kheo này có tâm quý, học giới pháp; đầu đêm cuối đêm không ngủ, không nằm, chắc thấy lỗi của ta, không nên cho ở chung." Liền nói:

"Chúng tôi không thích ở chung, các thầy có thể yêu sách phòng khác."

Nhóm mười bảy tỳ-kheo nói:

"Nếu không thích ở chung thì Thượng tọa có thể ở phòng trước, chúng con ở hậu thất."

Nhóm sáu tỳ-kheo nói:

"Điều này, cũng không được."

(Nhóm mười bảy tỳ-kheo)* lại xin ở dưới mái hiên, ngoài sân nơi đất trống, nhưng tất cả đều không cho. Nhóm mười bảy tỳ-kheo không chịu đi. (Nhóm sáu tỳ-kheo)* liền cưỡng bức lôi ra. Nhóm mười bảy tỳ-kheo la lớn, các tỳ-kheo ra hỏi:

[43c01] "Tại sao các người la to thế?"

Thưa: "Nhóm sáu tỳ-kheo cưỡng bức lôi chúng con ra!"

---

[608] Hán: Khai phòng 開房, mở cửa phòng.

Các tỳ-kheo quở trách nhóm sáu tỳ-kheo:

"Tại sao các Thầy lại cưỡng bức kéo người ta ra?"

Do vậy (các tỳ-kheo)* bạch lên Phật. Nhân việc này, đức Phật tập họp tỳ-kheo Tăng, hỏi nhóm sáu tỳ-kheo:

"Các ngươi có thật vậy không?"

Thưa: "Thật vậy, bạch Thế Tôn."

Đức Phật bằng mọi cách quở trách rồi bảo các tỳ-kheo:

"Nay Ta vì các tỳ-kheo kết giới. Từ nay giới này nên nói như vầy:

Tỳ-kheo nào, cưỡng bức lôi tỳ-kheo khác ra khỏi phòng Tăng, phạm Ba-dật-đề."

Nhóm sáu tỳ-kheo, tự mình đã không được lôi, liền sai người giữ vườn, sa-di lôi. Các tỳ-kheo thấy hỏi:

"Đức Phật đã không cấm lôi tỳ-kheo ra khỏi phòng Tăng hay sao?"

Trả lời: "Chúng tôi không tự lôi."

Các tỳ-kheo nói:

"Tự lôi với sai người khác lôi có khác gì đâu?"

(Các tỳ-kheo)* do vậy bạch lên Phật. Nhân việc này đức Phật tập họp tỳ-kheo Tăng, hỏi nhóm sáu tỳ-kheo: "Các ngươi có thật vậy không?"

"Thật vậy, bạch Thế Tôn."

Đức Phật bằng mọi cách quở trách rồi bảo các tỳ-kheo: "Từ nay giới này nên nói như vầy:

B. GIỚI VĂN

Tỳ-kheo nào, lôi tỳ-kheo ra khỏi phòng Tăng; hoặc tự lôi, hay sai người lôi,[609] Ba-dật-đề."

Trường hợp có tỳ-kheo bệnh ở trong phòng, muốn ra ngoài sân

---

[609] *Tăng-kỳ* thêm chi tiết: "... cho đến, bảo tỳ-kheo: Ông hãy đi ra!" *Thập tụng* cũng thêm: "... Đi ra, si nhân! Không nên ở đây." *Căn bản* thêm:

nhưng không thể làm được, nói với các tỳ-kheo:

"Lành thay! Trưởng lão đỡ (lôi) giúp tôi ra khỏi phòng!"

Các tỳ-kheo nói: "Đức Phật không cho phép tôi lôi tỳ-kheo ra khỏi phòng."

Lại có tỳ-kheo tắm trong phòng, khi tắm nóng khó thở bị té xuống đất, các tỳ-kheo không dám lôi ra, khiến khí tuyệt mà chết. Các tỳ-kheo đem cả hai việc bạch lên Phật. Nhân việc này đức Phật tập họp tỳ-kheo Tăng, bảo các tỳ-kheo:

"Nếu người bị bệnh cần lôi ra khỏi phòng, lôi ra mà phạm Ba-dật-đề thì điều không thể có. Từ nay giới này nên nói như vầy:

Tỳ-kheo nào vì giận hờn không vui, tự mình lôi tỳ-kheo ra khỏi phòng Tăng, hoặc sai người lôi, và nói như vầy: 'Ra đi! Biến đi, đừng ở trong đây', phạm Ba-dật-đề."

Nếu ở nhà sau lôi đến nhà trước, hoặc ở nhà trước lôi ra ngoài cửa, hoặc ở ngoài cửa lôi ra sân, hoặc ở trong sân lôi ra ngoài sân, đều phạm Ba-dật-đề.

Nếu vất y bát của họ ra, phạm Đột-kiết-la. Nếu mang những điều không vui của người đến ở chung phòng, rồi muốn khiến tự họ ra đi, nếu họ đi hay không đi, đều phạm Đột-kiết-la.

Tỳ-kheo lôi tỳ-kheo-ni ra, phạm Đột-kiết-la. Tỳ-kheo-ni lôi tỳ-kheo, tỳ-kheo-ni ra, phạm Ba-dật-đề.

Tỳ-kheo, tỳ-kheo-ni lôi thức-xoa-ma-na, sa-di, sa-di-ni ra, phạm Đột-kiết-la. Thức-xoa-ma-na, sa-di, sa-di-ni lôi năm chúng ra, phạm Đột-kiết-la.

Nếu lôi người không tàm quý, **[44a01]** hoặc muốn hàng phục đệ tử mà lôi ra, đều không phạm.

"Trừ duyên cớ khác..." saṅghikā vihārā, (kéo) ra khỏi tinh xá của Tăng.

XVII. CHEN LẤN CHỖ NGỦ[610]

A. DUYÊN KHỞI

Đức Phật ở tại nước Câu-tát-la,[611] cùng đông đủ một nghìn hai trăm năm mươi vị đại tỳ-kheo Tăng. Bấy giờ, các tỳ-kheo phân phối ngọa cụ, có người nghỉ trong phòng, có người nghỉ dưới bóng gốc cây. Nhóm sáu tỳ-kheo[612] đến giờ, đắp y mang bát vào thôn khất thực, sau khi ăn xong, ở nơi ngã tư đường cùng các cư sĩ ngoại đạo, sa-môn, bà-la-môn bàn luận việc vua, việc đấu chiến, việc lợi hại, những việc thế tục như vậy. Những người ấy đều cơ hiềm nói:

"Chúng ta là người thế tục, vì nhân duyên việc nhà nên ở đây phải bàn luận về chúng, Sa-môn Thích tử ở đây cũng lại bàn luận việc đời, cùng ta có khác nào?"

Mãi đến chiều tối mới trở về trú xứ, lại tiếp tục nói chuyện với người giữ vườn, cùng các sa-di, cho đến trời tối mới đến tìm phòng xá trong một thất, hỏi tỳ-kheo ở trước:

"Các ông bao nhiêu tuổi?"

Trả lời:

"Tôi... tuổi."

Nhóm sáu tỳ-kheo nói:

"Ông nhỏ tuổi, đi ra! Thượng tọa phải ở chỗ này."

Các tỳ-kheo nói:

"Trưởng lão đến tối là có ý gì?"

Nhóm sáu tỳ-kheo nói:

"Tôi đi theo Phật đến đây."

---

[610] *Tứ phần* 12, tr. 645a16: Ba-dật-đề 16. Pāli. Pāc. 16, *anupakhajja*. Các bộ khác giống *Ngũ phần*.

[611] Câu-tát-la quốc 拘薩羅國. *Tăng-kỳ* 15, tr. 344a07: Câu-thiểm-di 拘睒彌; *Tứ phần* 12, tr. 645a16; *Thập tụng* 11, tr. 78c15: Xá-vệ quốc 舍衛國; *Căn bản* 29, tr.786c17: Thất-la-phạt thành 室羅伐城.

[612] *Thập tụng*, nguyên nhân do Ca-lưu-đà-di.

Các tỳ-kheo nói:

"Tôi cũng đi theo Phật đến đây. Nếu tôi đến xin phòng khác thì làm phiền các tỳ-kheo, cũng như bây giờ Trưởng lão đang gây phiền chúng tôi!"

Nhóm sáu tỳ-kheo liền trải ngọa cụ giữa những vị ấy. Đầu đêm, cuối đêm cao tiếng tụng kinh, lại vấn nạn nhau, nửa đêm ngủ ngáy, trở ngại các tỳ-kheo tọa thiền, hành đạo. Các tỳ-kheo Trưởng lão nghe, bằng mọi cách quở trách nhóm sáu tỳ-kheo:

"Các thầy gây não này đối các tỳ-kheo, chẳng đau thương cho Phật pháp sao!?"

Rồi do vậy bạch lên Phật. Nhân việc này, đức Phật tập họp tỳ-kheo Tăng, hỏi nhóm sáu tỳ-kheo:

"Các ngươi có thật vậy không?"

Thưa: "Thật vậy, bạch Thế Tôn."

Đức Phật bằng mọi cách quở trách rồi bảo các tỳ-kheo:

"Nay Ta vì các tỳ-kheo kết giới. Từ nay giới này nên nói như vầy:[613]

Tỳ-kheo nào, các tỳ-kheo trước đã trải ngọa cụ rồi, đến sau lại trải, phạm Ba-dật-đề."

Có các tỳ-kheo trước trải ngọa cụ rồi, tạm thời ra ngoài, nhóm sáu tỳ-kheo đến sau, sai bạch y trải ngọa cụ nữa. Các tỳ-kheo thấy, hỏi:

"Thầy không nghe Phật cấm, người khác trải ngọa cụ rồi, không được trải nữa hay sao?"

Trả lời: "Tôi sai bạch y, không trái việc cấm này."

Các tỳ-kheo nói: "Tự trải, với sai người có gì khác đâu?"

(Các tỳ-kheo)* do vậy bạch lên Phật. Nhân việc này, đức Phật tập họp tỳ-kheo Tăng, hỏi nhóm sáu tỳ-kheo:

"Các ngươi có thật vậy không?"

---

[613] Giới văn này: *Tăng-kỳ* đức Phật nói một lần, *Tứ phần* nói hai lần, *Thập tụng, Căn bản* dạy một lần.

Thưa:

"Thật vậy, bạch Thế Tôn."

Đức Phật bằng mọi cách quở trách rồi bảo các tỳ-kheo: "Từ nay giới này nên nói như vầy:

[44b01] Tỳ-kheo nào, các tỳ-kheo trước trải ngọa cụ rồi, nếu đến sau, hoặc tự trải, hay sai người trải, phạm Ba-dật-đề."

Có các tỳ-kheo trước trải ngọa cụ rồi, tạm thời ra ngoài. Tỳ-kheo đến sau không biết, trải ngọa cụ nữa; Tỳ-kheo trải ngọa cụ trước trở về, tỳ-kheo trải ngọa cụ sau liền sanh nghi: "Ta sẽ không phạm Ba-dật-đề?!" Rồi do vậy bạch lên Phật. Nhân việc này đức Phật tập họp tỳ-kheo Tăng, bảo các tỳ-kheo:

"Nếu không biết tỳ-kheo trước đã trải ngọa cụ, mình đến sau trải nữa, mà phạm Ba-dật-đề là điều không thể có. Từ nay giới này nên nói như vầy:

Tỳ-kheo nào, biết người khác trước đã trải ngọa cụ, đến sau, hoặc tự trải hay sai người trải, phạm Ba-dật-đề."

Bấy giờ có đại hội, nhiều tỳ-kheo tập họp, phòng xá tuy lớn nhưng không đủ dùng, tỳ-kheo đến sau không có chỗ ở, tỳ-kheo đến trước trải ngọa cụ rồi, kêu vào cùng ở. Tỳ-kheo kia sợ phạm tội Ba-dật-đề không dám vào, do vậy bạch lên Phật. Nhân việc này đức Phật tập họp tỳ-kheo Tăng, bảo các tỳ-kheo:

"Nếu không gây phiền não cho nhau mà phạm tội Ba-dật-đề là điều không thể có. Từ nay giới này nên nói như vầy:

B. GIỚI VĂN

Tỳ-kheo nào, biết người khác trước đã trải ngọa cụ, đến sau cưỡng bức tự mình trải hay sai người trải, với ý nghĩ rằng: 'Nếu người kia không thích, tự sẽ đi chỗ khác,' Ba-dật-đề."

Tỳ-kheo-ni cũng như vậy. Thức-xoa-ma-na, sa-di, sa-di-ni, phạm Đột-kiết-la.

XVIII. GHẾ NGỒI KHÔNG VỮNG[614]

A. DUYÊN KHỞI

Đức Phật ở tại thành Xá-vệ.[615] Lúc ấy, một trú xứ nọ có một nhà gác cao,[616] một tỳ-kheo ở trên đó sử dụng giường chân nhọn.[617] Lúc nào cũng buộc niệm mình khi ngồi, nằm, hay khi lên, xuống, tuyệt đối không vội vã. Bấy giờ, có một tỳ-kheo khách đến, là bậc Thượng tọa nên nhường chỗ cho. Tỳ-kheo này thân thể lớn nặng, thiếu sự cẩn thận, vội đặt thân xuống giường, chân giường rớt xuống trúng đầu vị tỳ-kheo ở tầng dưới. Đầu bị thương la lớn, tỳ-kheo trên gác liền xuống xin lỗi. Tỳ-kheo tầng dưới quở trách nói:

"Vị tỳ-kheo ở trước, tôi tuyệt không hề nghe tiếng động khi đứng ngồi. Tại sao thầy mới đến liền xảy ra sự việc này? Thầy há không nghe Đức Thế Tôn khen ngợi sự buộc niệm hay sao?"

Các tỳ-kheo Trưởng lão nghe liền đến hỏi, vị kia kể rõ việc trên. Các tỳ-kheo bằng mọi cách quở trách rồi do vậy bạch lên Phật. Đức Phật nhân việc này tập họp tỳ-kheo Tăng, hỏi tỳ-kheo kia:

"Ngươi có thật vậy không?"

Thưa: "Thật vậy, bạch đức Thế Tôn."

---

[614] *Tăng-kỳ* 15, tr. 344c03; *Tứ phần* 12, tr. 646a25; *Thập tụng* 11, tr. 79a20; *Căn bản* 30, tr. 788b26. Các bộ giống nhau. Pāc. 18, *vehāsakuṭi*.

[615] *Tăng-kỳ* 15, tr. 344c03: Khoáng Dã tinh xá 曠野精舍; *Tứ phần* 12, tr. 646a25; *Thập tụng* 11, tr. 79a20: Xá-vệ quốc 舍衛城 (國); *Căn bản* 30, tr. 788b27: Thất-la-phạt thành 室羅伐城.

[616] Trùng các ốc 重閣屋. *Tăng-kỳ*: Các (thượng tòa các hạ, hạ tòa các thượng) 閣 (上座閣下下座閣上). *Tứ phần*: Trùng các 重閣. *Thập tụng* 11 (tr. 79a22): "Một người được chỗ trên gác; một người được chỗ dưới gác." *Căn bản*: "Phòng trên gác, phòng dưới gác". Cf. Nam Truyền, *Luật tạng 2*: "Một tỳ-kheo ở trên lầu, một tỳ-kheo ở dưới lầu." Pāli *upari-vehāsa-kuṭī*, nghĩa không rõ, có lẽ chỉ tầng trên của gác cao, hay gác lửng.

[617] Giường chân nhọn, Hán Tiêm cước sàng 尖腳床. *Tứ phần*: Thoát cước sàng 脫腳床, giường chân ráp. Pāli *āhaccapādakaṃ mañcaṃ*, giường có chân tháo gỡ được.

Đức Phật bằng mọi cách quở trách rồi bảo các tỳ-kheo:

"Nay Ta vì các tỳ-kheo kết giới. Từ nay giới này nên nói như vầy:

B. GIỚI VĂN

Tỳ-kheo nào, trên tầng gác của Tăng, có giường chân nhọn, giường dây,[618] **giường cây,**[619] **khi ngồi hay nằm dùng sức, Ba-dật-đề."**

Ở nhà gác, **[44c01]** nên dùng giường có chân nhọn để tầng dưới, giường chân không nhọn để tầng trên. Nếu chỉ có giường chân nhọn thì dùng vật lớn giữ lại, không có vật giữ thì nên cột ngang qua, nếu không cột ngang thì nên để trên đất lấp giữ. Nếu không như vậy mà ngồi, nằm, cho đến ngồi nằm nơi giường nhọn một chân đều phạm Ba-dật-đề. Tỳ-kheo-ni cũng như vậy. Thức-xoa-ma-na, sa-di, sa-di-ni, phạm Đột-kiết-la. Nếu dùng ván lót trên gác hay có sàn gỗ, biết chắc không bị rớt xuống thì không phạm.

XIX. LÀM PHÒNG XÁ LỚN[620]

A. DUYÊN KHỞI

Đức Phật ở tại nước Câu-xá-di.[621] Bấy giờ, Tỳ-kheo Xiển-đà[622] thường tới lui các gia đình... *cho đến,* Xiển-đà thấy sự ân cần của họ, khó từ chối nhau, như đã nói trong giới "Có thí chủ vì mình làm phòng xá"[623] ở trên. Khi ấy, Xiển-đà tìm được chỗ đất tốt để cất thất, liền đắp nền cao, dùng gạch mỏng xây tường; (bên trên)* bốn bức vách lợp rất nặng. Vì lợp nặng nên vách đất cùng lúc bị sập đổ, đè lấp làm hư hại

---

[618] Giường dây (thằng sàng 繩床): ᴾᵃˡⁱ *pīṭha,* ghế ngồi.
[619] Giường cây (mộc sàng 木床): ᴾᵃˡⁱ *mañca,* giường ngủ.
[620] *Tứ phần* 12, tr. 647a2, *Tăng-kỳ* 15, tr. 345a29, *Thập tụng* 11, tr. 80a1, *Căn bản* 30, tr. 789c7: Ba-dật-đề 20. Pāli, Pāc. 19, *mahallaka-vihāra*.
[621] *Tăng-kỳ* 15, tr. 345a29; *Tứ phần* 12, tr. 647a2: Câu-thiêm-di 拘睒彌國. *Thập tụng* 11, tr. 80a1: Câu-xá-di quốc 俱舍彌國; *Căn bản* 30, tr. 789c7: Kiều-thiểm-tỳ Cù-sư-la viên 憍閃毘瞿師羅園.
[622] *Tăng-kỳ*; *Tứ phần*: Xiển-đà tỳ-kheo 闡陀比丘 như *Ngũ phần*; *Thập tụng*: Xiển-na trưởng lão 闡那長老; *Căn bản*: Lục chúng bí-sô 六衆苾芻.
[623] Xem Ch. ii, Tăng-già-bà-thi-sa 7.

ruộng lúa của người bà-la-môn. Người bà-la-môn nổi giận nói:

"Bọn sa-môn này vì muốn sống đời trọn kiếp, muốn truyền tử lưu tôn hay sao? Lợp một, hai lớp đủ để sống một đời rồi, sao phải làm quá nặng để đến nỗi sụp đổ thế này?"

Họ lại nói: "Những việc làm của bọn này không hao tốn đến của cha mẹ, nên tha hồ làm theo ý muốn mình tạo ra nghiệp ác này, không có hạnh sa-môn, phá pháp sa-môn".

Các tỳ-kheo Trưởng lão nghe, bằng mọi cách quở trách rồi do vậy bạch lên Phật. Nhân việc này, đức Phật tập họp tỳ-kheo Tăng, hỏi Xiển-đà:

"Ngươi có thật vậy không?"

Thưa: "Thật vậy, bạch Thế Tôn."

Đức Phật bằng mọi cách quở trách rồi bảo các tỳ-kheo:

"Nay Ta vì các tỳ-kheo kết giới. Từ nay giới này nên nói như vầy:

B. GIỚI VĂN

Tỳ-kheo nào, làm phòng xá lớn,[624] **từ đất bằng xây tường đến chỗ chừa cửa sổ, khiến cho bền chắc, bên trên lợp hai, hay ba lớp,**[625] **nếu quá, Ba-dật-đề."**

Nếu đến lớp thứ tư, hoặc lớp bằng tranh, hoặc bằng ngói hay bằng ván; mỗi một lớp tranh, ngói, ván đều phạm Ba-dật-đề. Tạo phương tiện và lúc nung, chặt đều phạm Đột-kiết-la. Lợp xong, phạm Ba-dật-đề. Sa-di, phạm Đột-kiết-la.

---

[624] *Hán:* Đại phòng xá 大房舍. *Tăng-kỳ, Thập tụng:* Đại phòng 大房. *Căn bản:* Đại trú xứ 大住處. *Pāli:* mahallakaṃ...vihāraṃ, tinh xá cỡ lớn.

[625] *Tăng-kỳ:* "Làm phòng lớn có cửa lớn, cửa sổ..." *Tứ phần:* "Làm phòng xá lớn, có cánh cửa, khung cửa sổ và các thứ trang trí." *Thập tụng:* "...dựng nhà lớn, đắp vách chừa cửa, trên đặt rường, dọn đất thật chắc, nên lợp hai, hay ba lớp..." *Căn bản:* "...ở bên phên cửa nên đặt thanh xà ngang và khung cửa sổ; đặt đường thoát nước. Khi dựng vách, nếu là đất bùn, nên đắp hai, ba lớp, cho đến xà ngang..."

XX. DÙNG NƯỚC CÓ TRÙNG[626]

A. DUYÊN KHỞI

Đức Phật ở tại nước Câu-xá-di.[627] Bấy giờ, Xiển-đà[628] làm phòng xá lớn, dùng nước có trùng tưới trên bùn trên cỏ, cũng sai người tưới. Ưu-đà-di ăn uống, tắm rửa nước có trùng. Các cư sĩ thấy Xiển-đà dùng nước có trùng tưới trên bùn trên cỏ, họ đến Ưu-đà-di xin nước uống, đem nước có trùng cho, cư sĩ nói:

"Nước này có trùng."

Trả lời: "Chỉ uống nước, chớ uống trùng."

Các cư sĩ nói:

"Đại đức! Đã uống nước làm sao không uống trùng?"

Vị ấy không thèm trả lời. Các cư sĩ cơ hiềm trách nói:

[45a01] "Các sa-môn này thường nói từ mẫn hộ niệm chúng sanh, mà nay dùng nước có trùng tưới trên bùn, ăn uống, tắm rửa, không có lòng lân mẫn, không có hạnh sa-môn, phá pháp sa-môn."

Các tỳ-kheo Trưởng lão nghe, bằng mọi cách quở trách, rồi do vậy bạch lên Phật. Nhân việc này, đức Phật tập họp tỳ-kheo Tăng, hỏi Xiển-đà, Ưu-đà-di:

"Các ngươi có thật vậy không?"

"Thật vậy, bạch đức Thế Tôn."

Đức Phật bằng mọi cách quở trách rồi bảo các tỳ-kheo:

"Nay Ta vì các tỳ-kheo kết giới. Từ nay giới này nên nói như vầy:

---

[626] *Tăng-kỳ* 15, tr. 344c27, *Tứ phần* 12, tr. 646b27, *Thập tụng* 11, tr. 79c3, *Căn bản* 30, tr. 789b8: Ba-dật-đề 19. Pāli, Pāc. 20, *sappāṇaka*.

[627] *Tăng-kỳ* 15, tr. 344c27: Khoáng Dã tinh xá 曠野精舍, *Tứ phần* 12, tr. 646b27: Câu-thiểm-di 拘睒彌, *Thập tụng* 11, tr. 79c03: Câu-xá-di 俱舍彌, *Căn bản* 30, tr.789b8: Kiều-thiểm-tỳ Cù-sư-la viên 憍閃毘瞿師羅園.

[628] *Tăng-kỳ*; *Tứ phần*: Xiển-đà tỳ-kheo 闡陀比丘 như *Ngũ phần*; *Thập tụng*: Xiển-na trưởng lão 闡那長老; *Căn bản*: Cụ thọ Xiển-đà 具壽闡陀.

B. GIỚI VĂN

Tỳ-kheo nào, biết nước có trùng, dùng rưới lên bùn hoặc ăn uống và, các việc khác,[629] Ba-dật-đề."

C. THÍCH TỪ

Nước có trùng: Dùng đãy lọc có được, hay dùng nhục nhãn thấy được.

Nếu dùng tưới lên bùn hay ăn uống, mỗi con trùng là phạm một Ba-dật-đề. Nếu có trùng, tưởng có trùng, có trùng nghi, đều phạm Ba-dật-đề.

Không trùng, tưởng có trùng, không trùng nghi, đều phạm Đột-kiết-la. Dùng nước có trùng, có nội dụng và ngoại dụng.

Nội dụng: Là dùng ăn uống,

Ngoại dụng: Là dùng tưới lên bùn (trộn hồ), tắm rửa, v.v... Tỳ-kheo-ni cũng như vậy. Ba chúng dưới, phạm Đột-kiết-la.

Nếu xem kỹ mà không thấy, hay dùng đãy lọc mà không có thì không phạm.

XXI. GIÁO GIỚI NI KHÔNG ĐƯỢC TĂNG SAI[630]

A. DUYÊN KHỞI

Đức Phật ở tại thành Xá-vệ.[631] Bấy giờ, các tỳ-kheo không giáo thọ tỳ-kheo-ni, không vì họ nói pháp, do đó cho nên họ không có sở đắc, mà lại mắng nhiếc:

"Do các ngươi nên khiến chánh pháp Phật giảm năm trăm năm, khiến mọi người không kính sa-môn, khinh tiện tỳ-kheo, không cúng

---

[629] *Tứ phần:* "...rưới lên bùn hoặc cỏ." *Căn bản:* thêm, "...hoặc hòa với phân bò..." Pali *tiṇṇaṃ vā mattikaṃ vā siñceyya,* tưới lên cỏ hoặc đất sét (hay đất bùn).

[630] Các bộ giống nhau. Pāc. 21, *ovāda*.

[631] *Tăng-kỳ* 15, tr. 345c23, *Tứ phần* 12, tr. 647b09, *Thập tụng* 11, tr. 80a29: Xá-vệ thành (quốc) 舍衛城(國) cũng như *Ngũ phần. Căn bản* 30, tr. 792a17: Thất-la-phạt thành 室羅伐城.

dường thêm".

Khi ấy, Tỳ-kheo-ni Ba-xà-ba-đề[632] cùng năm trăm tỳ-kheo-ni đi đến chỗ đức Phật, đầu mặt đảnh lễ sát chân rồi đứng lui qua một bên. Đức Phật hỏi Cù-đàm-di:

"Có thể có tỳ-kheo Thượng tọa giáo giới, thuyết pháp cho tỳ-kheo-ni để cho họ có sở đắc không?"

(Cù-đàm-di)* thưa:

"Bạch Thế Tôn, không! Do các tỳ-kheo không giáo giới, không nói pháp cho nên các tỳ-kheo-ni không sở đắc, mà lại còn mắng nhiếc là: 'Do các ngươi cho nên chánh pháp của đức Phật giảm bớt năm trăm năm, mọi người không cung kính cúng dường sa-môn nữa'."

Bấy giờ, đức Thế Tôn vì các tỳ-kheo-ni nói nhiều bài pháp, chỉ bày sự lợi ích, khiến họ hoan hỉ rồi, cho họ trở về trú xứ. Nhân việc này, đức Phật tập họp tỳ-kheo Tăng, hỏi các tỳ-kheo:

"Thật sự Thượng tọa các người không giáo giới các tỳ-kheo-ni, không vì họ thuyết pháp, mà lại còn mắng nhiếc phải không?"

Các Thượng tọa thưa:

"Thật vậy, bạch Thế Tôn."

Đức Phật bằng mọi cách quở trách rồi bảo các tỳ-kheo:

"Không nên mắng nhiếc như vậy. Ai phạm, thì phạm Đột-kiết-la. Từ nay các tỳ-kheo nên giáo giới tỳ-kheo-ni, nên vì họ thuyết pháp."

Khi ấy, [45b01] các tỳ-kheo bèn giáo giới tỳ-kheo-ni, vì họ thuyết pháp, họ liền có sở đắc. Sau đó, nhóm sáu tỳ-kheo[633] cũng đến trú xứ tỳ-kheo-ni, nói:

"Các tỷ muội nên tập họp! Tôi sẽ giáo giới, nói pháp cho."

---

[632] *Tứ phần:* Đại Ái Đạo 大愛道. *Thập tụng:* Ma-ha Ba-xà-ba-đề (Cù-đàm-di) 摩訶波闍波提 (瞿曇彌) như *Ngũ phần*. *Căn bản:* Đại Thế Chủ 大世主.

[633] *Tăng-kỳ:* Nan-đà, Ưu-ba Nan-đà (trong nhóm sáu tỳ-kheo). Các bộ khác, lục quần tỳ-kheo không nói rõ tên vị nào.

Các tỳ-kheo-ni liền tập họp lại một chỗ. Nhóm sáu tỳ-kheo vì họ nói những lời thô ác dâm dục. Trong số tỳ-kheo-ni, có vị đắc các Thiền giải thoát tam-muội, chánh thọ đều không chấp nhận; lúc ấy nhóm sáu tỳ-kheo-ni đều khen ngợi, nói:

"Các tỳ-kheo này khéo hay giáo giới, không ai hơn được nữa".

Khi ấy, Tỳ-kheo-ni Ba-xà-ba-đề lại cùng năm trăm tỳ-kheo-ni đến chỗ đức Thế Tôn. Đức Phật hỏi Cù-đàm-di:

"Các tỳ-kheo có giáo giới tỳ-kheo-ni, vì họ nói pháp cho hay không?"

(Cù-đàm-di)* thưa:

"Có các tỳ-kheo giáo giới tỳ-kheo-ni, vì họ thuyết pháp, có nhiều vị được sở đắc; lại có nhóm sáu tỳ-kheo đến, bảo tỳ-kheo-ni tập họp để giáo giới, nhưng lại nói những điều thô ác, dâm dục. Nhóm sáu tỳ-kheo-ni khen cho là hay không ai hơn họ được nữa."

Đức Phật vì các tỳ-kheo-ni thuyết pháp, rồi cho họ về lại trú xứ. Nhân việc này, Phật tập họp tỳ-kheo Tăng, hỏi nhóm sáu tỳ-kheo:

"Các ngươi có thật vậy không?"

"Thật vậy, bạch đức Thế Tôn."

Đức Phật bằng mọi cách quở trách rồi bảo các tỳ-kheo:

"Nếu Tăng không sai giáo giới tỳ-kheo-ni mà giáo giới, phạm Ba-dật-đề."

Khi ấy, nhóm sáu tỳ-kheo liền ra ngoài giới trường, cùng sai nhau giáo giới tỳ-kheo-ni, đến chỗ tỳ-kheo-ni nói:

"Nay Tăng sai tôi đến giáo giới Ni".

Các tỳ-kheo-ni cũng tập họp một chỗ như trên. Nhóm sáu tỳ-kheo lại vì họ nói những lời thô ác... *cho đến* tỳ-kheo-ni Ba-xà-ba-đề đến chỗ đức Phật... rồi cho về lại trú xứ, như trên. Nhân việc này, đức Phật tập họp tỳ-kheo Tăng, hỏi nhóm sáu tỳ-kheo:

"Thật sự, các ông có ra ngoài giới trường tự động cùng sai nhau giáo giới tỳ-kheo-ni hay không?"

Thưa: "Thật vậy, bạch đức Thế Tôn."

Đức Phật bằng mọi cách quở trách rồi bảo các tỳ-kheo:

"Tỳ-kheo nào thành tựu mười pháp,[634] Tăng mới sai giáo giới tỳ-kheo-ni. Những gì là mười pháp?

1. Thành tựu giới, thành tựu oai nghi, thường sợ lỗi nhỏ.

2. Đa văn, có khả năng liễu đạt sự thật, biết những lời Phật dạy về chặng đầu, giữa, cuối đều thiện, nghĩa thiện, vị thiện, đầy đủ tướng thanh bạch Phạm hạnh.

3. Khéo hay tụng và hiểu rõ hai bộ giới luật.

4. khéo hay ăn nói, trình bày lý nghĩa phân minh.

5. Tộc tánh xuất gia, các căn thù đặc.

6. Ở trong Phật pháp chưa từng uế trược.

7. Cử chỉ nhã nhặn, thân không tà vạy, mặc pháp phục thanh tịnh, tề chỉnh. [45c01]

8. Làm chỗ kính trọng của chúng tỳ-kheo-ni.

9. Có khả năng tùy thuận nói pháp, chỉ bày lợi ích khiến cho an vui.

10. Đủ hay hơn hai mươi tuổi hạ.

Có năm pháp không nên sai, nếu đã sai nên hủy bỏ:

1. Những kinh, giới điều được tụng đều bị quên hết.

2. Các căn không đầy đủ.

3. Đa dục.

4. Hiện ác tướng.

5. Dạy tỳ-kheo-ni gần gũi người ác.

Nay Ta vì các tỳ-kheo kết giới. Từ nay giới này nên nói như vầy:

B. GIỚI VĂN

Tỳ-kheo nào, Tăng không sai mà giáo giới tỳ-kheo-ni, Ba-dật-đề."

---

[634] Pali: 8 đức tính.

C. THÍCH TỪ

Không sai: Tức là người không được Tăng bạch nhị Yết-ma giáo giới, nói Tám kính pháp.⁶³⁵ Nếu không được sai giáo giới tỳ-kheo-ni (mà giáo giới)*, thì mỗi lời nói đều phạm Ba-dật-đề. Giáo giới Thức-xoa-ma-na, sa-di ni, phạm Đột-kiết-la. Sa-di, phạm Đột-kiết-la.⁶³⁶

XXII. GIÁO GIỚI NI SAU MẶT TRỜI LẶN⁶³⁷

A. DUYÊN KHỞI

Đức Phật ở tại thành Xá-vệ.⁶³⁸ Bấy giờ, theo thứ tự giáo giới tỳ-kheo-ni, các tỳ-kheo nói với tỳ-kheo-ni:

"Sáng mai tới phiên tỳ-kheo Ban-đà⁶³⁹ giáo giới, các cô nên đến đó thọ lãnh giáo pháp."

Nói như vậy rồi, họ trở về trú xứ nói với Ban-đà: "Sáng mai thầy giáo giới tỳ-kheo-ni."

Trưởng lão Ban-đà, sáng sớm đến giờ, khoác y bưng bát vào thành khất thực. Sau khi ăn, trở về quét dọn trong ngoài, lấy nước sạch, để sẵn khăn lau tay lau chân, dọn chỗ ngồi nơi đất trống, tự lấy giường dây, ngồi thiền ở một bên. Khi các tỳ-kheo-ni đến chỗ Ban-đà, đầu mặt kính lễ sát chân, rồi đến chỗ ngồi để ngồi. Lúc này, Ban-đà hỏi các tỳ-kheo-ni:

"Các cô đã từng nghe Tám kính pháp chưa?"

Thưa:

"Đã nghe."

---

⁶³⁵ *Tứ phần:* Dạy tám điều không thể vượt qua (Bát bất khả vi pháp 八不可違法).

⁶³⁶ Bản Hán, hết quyển 6.

⁶³⁷ Các bộ giống nhau. Pāc. 22, *atthaṅgata*.

⁶³⁸ *Tăng-kỳ* 15, tr. 346a26, *Tứ phần* 12, tr. 649c12, *Thập tụng* 11, tr. 80a29: Xá-vệ thành (quốc) 舍衛城(國) cũng như *Ngũ phần*. *Căn bản* 32, tr. 803c25: Thất-la-phạt thành 室羅伐城.

⁶³⁹ Tỳ-kheo Bàn-đà 般陀比丘. [Pāli] *Cūḷapanthaka*, Châu-lợi-bàn-đặc.

Lại nói:

"Tỷ muội nghe lại."

1. Chúng tỳ-kheo-ni mỗi nửa tháng nên đến chúng tỳ-kheo thỉnh vị giáo giới.

2. Chúng tỳ-kheo-ni khi an cư cần phải nương nơi chúng tỳ-kheo Tăng.

3. Tỳ-kheo-ni khi Tự tứ **[46a01]** nên bạch nhị Yết-ma, sai ba tỳ-kheo-ni đến chúng tỳ-kheo thỉnh tội thấy, nghe, nghi.

4. Thức-xoa-ma-na, hai năm học sáu pháp rồi, nên đối trước hai bộ chúng cầu thọ giới Cụ túc.

5. Tỳ-kheo-ni không được mắng tỳ-kheo, không được nói với bạch y về tội phạm giới, phạm oai nghi, tà kiến, tà mạng của tỳ-kheo.

6. Tỳ-kheo-ni không được cử tội tỳ-kheo, mà tỳ-kheo được quở trách tỳ-kheo-ni.

7. Tỳ-kheo-ni phạm thô tội nên đến giữa hai bộ Tăng cầu nửa tháng hành Ma-na-đỏa,[640] hành Ma-na-đỏa rồi, hành A-phù-ha-na,[641] nên đến trước chúng hai mươi vị tỳ-kheo và hai mươi vị tỳ-kheo-ni xuất tội.

8. Tỳ-kheo-ni dù thọ giới Cụ túc trước một trăm năm, cũng phải lễ bái tỳ-kheo mới thọ đại giới.

Nói Tám kính pháp này rồi, liền nói bài kệ:

Muốn được tâm tốt đừng phóng dật,
Cần nên học pháp lành Thánh nhân.
Chỉ có người trí tuệ, nhất tâm,
Mới có thể không ưu sầu nữa.

Nói kệ này xong, nhắm mắt ngồi thẳng, khi ấy các tỳ-kheo-ni nói riêng với nhau: "Tỳ-kheo này chỉ biết một bài kệ này, làm sao sẽ có

---

[640] Ma-na-đỏa 摩那埵. Mānatta. Xem cht. 161, 165, Ch. ii, Tăng-già-bà-thi-sa 1.
[641] *Tứ phần:* Xuất tội 出罪, *Tăng-kỳ:* A-phù-ha-na 阿浮呵那. abbhāna, sự phục hồi.

thể giáo giới chúng ta!"

Ban-đà nghe rồi, nghĩ như vầy: "Các tỳ-kheo-ni này khinh dễ ta." Lúc ấy bay vụt lên hư không, một thân hiện thành vô số thân, hiệp lại thành một; xuyên qua vách đá, vượt trên nước như đất; vào đất như vào nước, hoặc hiện nửa thân, hoặc hiện toàn thân; hoặc thân trên tuôn khói, thân dưới tuôn lửa; hoặc thân trên tuôn lửa, thân dưới tuôn khói; hoặc thân trên tuôn nước, thân dưới tuôn lửa; hoặc thân trên tuôn lửa, thân dưới tuôn nước; hoặc ngồi nằm giữa hư không như chim bay lượn; hoặc tay rờ mặt trời, mặt trăng; hoặc thân đứng thẳng đến trời Phạm Tự Tại. Hiện thần biến xong, trở về ngồi chỗ cũ, nói bài kệ như trước.

Các tỳ-kheo-ni thấy các thứ thần biến này tâm rất hoan hỷ, bạch: "Đại đức! Xin ngài dùng lại thần túc để giáo hoá."

Lúc này, Ban-đà hiện Đông chìm Tây, hiện Tây chìm Đông. Các phương khác cũng vậy. Hiện tất cả những thần biến như vậy, sau đó trở về ngồi chỗ cũ, lại nói bài kệ như trên, ... *cho đến* mặt trời lặn, sau đó mới cho đi. Bấy giờ trời xẩm tối, các tỳ-kheo-ni đến cửa thành, cửa thành đã đóng, gõ cửa xin vào. Người giữ cửa hỏi:

"Ngươi là ai?"

Trả lời:

"Là tỳ-kheo-ni."

Người giữ cửa hỏi:

"Từ đâu về tối thế?"

Trả lời:

"Tôn giả Ban-đà giáo giới chúng tôi, cho nên về trễ."

[46b01] Người giữ cửa bảo:

"Có thể trở về chỗ cũ, chứ dù vua đến, tôi cũng không dám mở."

Các tỳ-kheo-ni đã không vào được, hoặc ở bên cửa, hoặc ở bên hào, hoặc nương dưới gốc cây, suốt đêm bị mòng muỗi, gió bụi gây phiền não!

Sáng ngày cửa thành mở, (các cô ni)* vào trước nhất. Lúc ấy, các cư sĩ tự hỏi nhau rằng: "Các tỳ-kheo-ni này, từ đâu đến mà sáng sớm, vừa mở (cửa)* đã vào trước?" Trong số đó có người nói: "Chính là họ đi tìm nam tử, trở về!"

Những người không tin ưa Phật pháp bằng mọi cách quở trách: "Chúng ta là bạch y, không tu Phạm hạnh, chứ nhóm tỳ-kheo-ni, đầu không tóc, mặc đồ hoại sắc mà cũng lại như vậy!"

Các tỳ-kheo Trưởng lão nghe, quở trách Ban-đà: "Tại sao giáo giới tỳ-kheo-ni đến mặt trời lặn!"

Rồi do vậy bạch lên Phật. Nhân việc này, đức Phật tập họp tỳ-kheo Tăng, hỏi Ban-đà:

"Ngươi có thật vậy không?"

Thưa:

"Thật vậy, bạch đức Thế Tôn."

Đức Phật bằng mọi hình thức quở trách rồi bảo các tỳ-kheo:

"Nay Ta vì các tỳ-kheo kết giới. Từ nay giới này nên nói như vầy:

B. GIỚI VĂN

Tỳ-kheo nào, tuy Tăng sai, nhưng giáo giới tỳ-kheo-ni cho đến mặt trời lặn,[642] **Ba-dật-đề."**

C. THÍCH TỪ

Tăng sai: Tức Bạch nhị yết-ma sai. Nếu tỳ-kheo đã được Tăng sai thì nên nói với tỳ-kheo-ni:

"Này tỷ muội! Nếu lúc không nạn thì nên giáo giới, còn khi có nạn thì không được giáo giới."

Nếu đến chỗ trú xứ tỳ-kheo-ni giáo giới thì nên nói: "Các cô sửa soạn chỗ ngồi, tôi sẽ đến."

Nếu không đến được thì tại trú xứ của mình rưới nước quét sạch

---

[642] *Tăng-kỳ 15:* "...từ sau mặt trời lặn cho đến trước khi bình minh xuất hiện..."

sẽ như trước. Nên mời thêm một tỳ-kheo lớn làm bạn, liệu không có thì sau đó mới đi một mình. Vì họ nói Tám kính pháp rồi, nếu còn sớm thì nói thêm các pháp khác cũng tốt. Nên trù tính xong sớm kịp về đến trú xứ của mình trong ngày. Nếu nói pháp xong nên đi trước thì đi liền. Nếu chỗ có sự khủng bố thì tỳ-kheo nên đưa tỳ-kheo-ni về đến nơi. Nếu tỳ-kheo giáo giới cho tỳ-kheo-ni đến chiều tối, mỗi lời giáo giới đều phạm Ba-dật-đề, Sa-di, phạm Đột-kiết-la.

XXIII. VÀO TRÚ XỨ TỲ-KHEO-NI[643]

A. DUYÊN KHỞI

Đức Phật ở tại thành Xá-vệ. Bấy giờ, các tỳ-kheo, theo thứ tự giáo giới tỳ-kheo-ni. Tỳ-kheo-ni đều được các thiền giải thoát tam-muội, chánh định. Khi ấy, nhóm sáu tỳ-kheo, Tăng không sai cũng đến giáo giới, chỉ nói những lời thô ác bất thiện, các tỳ-kheo-ni Trưởng lão im lặng không nghe, còn nhóm sáu tỳ-kheo-ni khen ngợi: "Lành thay! Không ai hơn." Lúc ấy, Tỳ-kheo-ni Ba-xà-ba-đề cùng năm trăm tỳ-kheo-ni đều đến chỗ đức Phật, do vậy bạch lên Phật. Nhân việc này, đức Phật tập họp tỳ-kheo Tăng, hỏi nhóm sáu tỳ-kheo:

"Các ngươi có thật vậy không?"

Thưa: "Thật vậy, bạch Thế Tôn."

[46c01] Đức Phật bằng mọi cách quở trách rồi bảo các tỳ-kheo: "Nay Ta vì các tỳ-kheo kết giới. Từ nay giới này nên nói như vầy:

Tỳ-kheo nào, vào trú xứ tỳ-kheo-ni, phạm Ba-dật-đề."

Khi ấy, các tỳ-kheo có việc nhân duyên, việc tháp, việc Tăng, việc riêng cần vào trú xứ tỳ-kheo-ni nhưng vì tàm quí không dám, không biết thế nào, do vậy bạch lên Phật. Nhân việc này, đức Phật tập họp tỳ-kheo Tăng, bảo các tỳ-kheo:

"Nếu không vì nhân duyên giáo giới thì không cho phép vào. Từ nay giới này nên nói như vầy:

Tỳ-kheo nào, Tăng không sai, vì nhân duyên giáo giới, vào trú xứ tỳ-kheo-ni, phạm Ba-dật-đề."

---

[643] Pāli, Pāc. 23, *bhikkhunupassaya*. Các bộ khác không có.

Có các tỳ-kheo dù Tăng sai mà vẫn tàm quí không dám vào; vì các tỳ-kheo-ni không được giáo giới, nên không có sở đắc về Không, do vậy bạch lên Phật. Nhân việc này, đức Phật tập họp tỳ-kheo Tăng, bảo các tỳ-kheo:

"Tỳ-kheo được Tăng sai, cho phép vào. Từ nay giới này nên nói như vầy:

Tỳ-kheo nào, Tăng không sai, vì giáo giới, cố vào trú xứ tỳ-kheo-ni, phạm Ba-dật-đề."

Bấy giờ, Tỳ-kheo-ni Bạt-đà bị bệnh, sai người tin cậy thưa với Tôn giả Xá-lợi-phất, mời Tôn giả đến vì cô thuyết pháp lần cuối cùng. Tôn giả Xá-lợi-phất nói: "Đức Phật không cho phép Tăng không sai mà vì giáo giới, cố vào trong trú xứ tỳ-kheo-ni."

Do vậy bạch lên Phật. Nhân việc này, đức Phật tập họp tỳ-kheo Tăng, bảo các tỳ-kheo:

"Cho phép Tăng không sai mà do tỳ-kheo-ni bệnh đến thuyết pháp. Từ nay giới này nên nói như vầy:

B. GIỚI VĂN

Tỳ-kheo nào, Tăng không sai, vì giáo giới, cố vào trú xứ tỳ-kheo-ni, trừ nhân duyên, Ba-dật-đề."

Nhân duyên: Là tỳ-kheo-ni bệnh, gọi là nhân duyên.

Nếu Tăng không sai, vì giáo giới, cố vào trú xứ tỳ-kheo-ni, tuỳ theo việc vào nhiều hay ít, mỗi bước đều phạm Ba-dật-đề. Nếu một chân vào trong cửa, phạm Đột-kiết-la. Sa-di, phạm Đột-kiết-la.

XXIV. GIÁO GIỚI NI VÌ LỢI DƯỠNG[644]

A. DUYÊN KHỞI

Đức Phật ở tại thành Xá-vệ.[645] Bấy giờ, các Thượng tọa tỳ-kheo

---

[644] *Tăng-kỳ* 15, tr. 347b25: Ba-dật-đề 24. *Tứ phần* 13, tr. 650a27, *Thập tụng* 11, tr.82c1, *Căn bản* 32, tr. 804b26: Ba-dật-đề 23. Vin. iv. 57. Pāc. 24, *āmisa*.

[645] *Tăng-kỳ* 15, tr. 347b25; *Tứ phần* 13, tr. 650a27: Xá-vệ quốc 舍衛國, *Thập*

theo thứ tự giáo giới tỳ-kheo-ni. Các tỳ-kheo-ni hoặc biệt thỉnh cúng dường, hoặc cúng dường đẫy đựng bát, dây lưng, dầu đèn, y thực, thuốc thang. Nhóm sáu tỳ-kheo thấy vậy nói với các tỳ-kheo:

"Có thể sai chúng tôi làm người giáo giới." Các tỳ-kheo nói:

"Theo những lời Phật dạy thì phải thành tựu mười pháp (mới sai)*, mà các thầy không có, thì làm sao sai?"

Nhóm sáu tỳ-kheo liền nói: "Các tỳ-kheo vì lợi cúng dường nên giáo giới tỳ-kheo-ni."

Các tỳ-kheo bằng mọi cách quở trách, rồi do vậy bạch lên Phật. Nhân việc này, đức Phật tập họp tỳ-kheo Tăng, hỏi nhóm sáu tỳ-kheo: "Các ngươi, có thật vậy không?" **[47a01]**

"Thật vậy, bạch đức Thế Tôn."

Đức Phật bằng mọi hình thức quở trách, rồi bảo các tỳ-kheo:

"Nay Ta vì các tỳ-kheo kết giới. Từ nay giới này nên nói như vầy:

B. GIỚI VĂN

> Tỳ-kheo nào, nói như vầy: 'Các tỳ-kheo vì lợi dưỡng,[646] nên giáo giới tỳ-kheo-ni,' Ba-dật-đề."

Nếu nói vì lợi cúng dường nên giáo giới tỳ-kheo-ni, thức-xoa-ma-na, sa-di, sa-di-ni, phạm Đột-kiết-la. Nếu nói tỳ-kheo hành mười hai hạnh đầu-đà, tọa Thiền, tụng kinh, làm các công đức, đều là vì lợi cúng dường, mỗi lời nói đều phạm Đột-kiết-la. Sa-di, phạm Đột-kiết-la.

---

tụng 11, tr. 82c1: Vương Xá thành 王舍城, Căn bản 32, tr. 804b26: Thất-la-phạt thành 室羅伐城.

[646] *Tăng-kỳ:* "Vì thức ăn" *Tứ phần:* "Vì ăn uống." *Thập tụng:* "Vì tài lợi." *Căn bản:* "Vì sự cúng dường ăn uống." Pali "Vì lợi lộc vật chất".

XXV. NGỒI VỚI TÌ-KHEO-NI Ở CHỖ KHUẤT[647]

A. DUYÊN KHỞI

Đức Phật ở tại thành Xá-vệ.[648] Bấy giờ, các tỳ-kheo cùng với tỳ-kheo-ni một mình ngồi chỗ vắng, sanh đắm nhiễm không thích Phạm hạnh, có người hoàn tục, có người làm ngoại đạo. Các cư sĩ thấy, đều hiềm trách nói:

"Những sa-môn này cùng tỳ-kheo-ni một mình ngồi chỗ vắng, giống như bạch y đối với dâm nữ. Ăn của tín thí mà làm việc như thế, không có hạnh của sa-môn, phá pháp sa-môn."

Các Trưởng lão tỳ-kheo nghe, bằng mọi cách quở trách, do vậy bạch lên Phật. Nhân việc này, đức Phật tập họp tỳ-kheo Tăng, hỏi tỳ-kheo kia:

"Ngươi, có thật vậy không?"

Thưa:

"Thật vậy, bạch Thế Tôn."

Đức Phật bằng mọi cách quở trách rồi bảo các tỳ-kheo:

"Nay Ta vì các tỳ-kheo kết giới. Từ nay giới này nên nói như vầy:

B. GIỚI VĂN

> Tỳ-kheo nào, một mình[649] cùng tỳ-kheo-ni ngồi chỗ vắng, Ba-dật-đề."

---

[647] *Tăng-kỳ* 25, tr. 347: Ba-dật-đề 25; *Tứ phần* 13, tr. 652c12: Ba-dật-đề 26; *Thập tụng* 12, tr. 84c24: Ba-dật-đề 28; *Căn bản* 33, tr. 808a8: Ba-dật-đề 29. Vin. iv. 68. Pāc. 30, *rahonisajja*.

[648] *Tăng-kỳ* 25, tr. 347; *Tứ phần* 13, tr. 652c12; *Thập tụng* 12, tr. 84c24: 舍衛城(國) như *Ngũ phần*; *Căn bản* 33, tr. 808a8: Thất-la-phạt thành 室羅伐城.

[649] Một mình, Hán 獨獨, như *Thập tụng* và *Căn bản*. *Tứ phần*: Nhất xứ 一處, một chỗ, chỗ chỉ có một tỳ-kheo và tỳ-kheo-ni (từ này không có trong giới văn của *Tứ phần* mà có trong Thích từ). Pāli *eko ekāya*, một người với một người.

Cùng với thức-xoa-ma-na, sa-di-ni ngồi chỗ vắng cũng như vậy. Sa-di, phạm Đột-kiết-la.

Nếu số đông tỳ-kheo cùng tỳ-kheo-ni cùng ngồi, hoặc có nạn sự khởi, cần phải cùng ngồi nơi chỗ vắng đều không phạm.

XXVI. ĐEM Y CHO TÌ-KHEO-NI[650]

A. DUYÊN KHỞI

Đức Phật ở tại thành Xá-vệ.[651] Bấy giờ, có một tỳ-kheo A-lan-nhã, sống nơi A-lan-nhã. Ban đầu không thân quen với bất kỳ đạo hay tục nào, nhưng vào một buổi sáng, tỳ-kheo kia, khoác y, bưng bát vào thôn khất thực, trên đường đi gặp hai tỳ-kheo-ni. Tỳ-kheo-ni này nói với tỳ-kheo-ni kia:

"Nay tôi muốn làm quen với tỳ-kheo này, cô có thể đồng ý không?"

Trả lời:

"Tốt lắm!"

Tỳ-kheo đã đến, cô liền vì ông tác lễ. Tỳ-kheo im lặng không nói năng gì cả. Hai tỳ-kheo-ni cùng nhau bàn: "Nay tỳ-kheo này không muốn chúng ta làm quen giữa đường, nên cùng đến nơi trú xứ của ông để lễ bái thăm hỏi."

Sáng sớm, hai tỳ-kheo-ni đi đến sớm chỗ tỳ-kheo lễ bái thăm hỏi. Lạy một lạy, lạy hai lạy không nói gì, đến lạy thứ ba, tỳ-kheo mới nói: "Lão thọ."[652]

Hai tỳ-kheo-ni kính lễ xong ra về. Sau đó, tỳ-kheo ấy lại vào thôn khất thực, **[47b01]** hai tỳ-kheo-ni gặp nơi đường hẻm, liền lễ bái

---

[650] *Tăng-kỳ* 15, tr. 349b10: Ba-dật-đề 28; *Tứ phần* 13, tr. 650c02; *Thập tụng* 12, tr.84a07; *Căn bản* 32, tr. 805a6: Ba-dật-đề 24. Vin. iv. 59. Pāc. 25, *cīvaradāna*.

[651] *Tăng-kỳ* 15, tr. 349b10; *Tứ phần* 13, tr. 650c02; *Thập tụng* 12, tr. 84a07: Xá-vệ thành (quốc) 舍衛城(國) cũng như *Ngũ phần*; *Căn bản* 32, tr. 805a6: Thất-la-phạt thành 室羅伐城.

[652] Lão thọ 老壽: Từ dùng chúc thọ, cũng có nghĩa để đáp lễ cầu điều tốt lành cho nhau.

hỏi chào, cùng nhau nói chuyện. Hai tỳ-kheo-ni bèn lấy một đoạn vải và chỉ may nhuộm cúng cho tỳ-kheo. Tỳ-kheo thọ nhận. (Hai cô ni)* thưa:

"Đại đức có mỏi mệt, đến trú xứ của chúng con nghỉ một chút rồi sau đó khất thực."

Tỳ-kheo liền đến nghỉ. Nghỉ xong muốn khất thực cho kịp, tỳ-kheo-ni lại thưa:

"Nơi đây có rau tương, nếu được thức ăn rồi mời trở lại đây dùng."

Tỳ-kheo lại nhận lời họ, được thức ăn rồi đem về. Nhiều lần như vậy. Có khi tỳ-kheo khất thực về trước, đợi tỳ-kheo-ni; có khi tỳ-kheo-ni khất thực về trước, đợi tỳ-kheo. Và cứ lần lượt (từ nhà này)* đến nhà khác, lại khen ngợi lẫn nhau.

Tỳ-kheo kia sau đó, nhận được một tấm y tốt, bèn khởi tâm không đúng đắn, nghĩ như vầy: "Nay ta sẽ đem y này biếu cho tỳ-kheo-ni kia, chắc chắn họ không nhận, ta may mắn nhận được huệ thí nhiều hơn." Nghĩ như vậy rồi, trước hết đến trước mặt các tỳ-kheo khen ngợi tỳ-kheo-ni kia rằng:

"Tỳ-kheo-ni... là con nhà giòng dõi xuất gia, có lòng tin kiên chánh, ít muốn biết đủ."

Các tỳ-kheo nói:

"Phàm người xuất gia, nên đáng khen ngợi như vậy."

Sau đó, đem y cho tỳ-kheo-ni kia, tỳ-kheo-ni kia liền nhận y ngay. Mưu đồ bị vỡ, tỳ-kheo ôm lòng phiền hận, trở lại nói với các tỳ-kheo:

"Tỳ-kheo-ni... tín tâm mỏng manh, nhiều ham muốn, không nhàm chán!"

Các tỳ-kheo nói:

"Vừa rồi Thầy nói tỳ-kheo-ni... ít muốn biết đủ, vì lý do gì bây giờ lại nói như vậy?"

(Tỳ-kheo kia)* đem việc trên kể lại đầy đủ. Các tỳ-kheo bằng mọi cách quở trách:

"Tại sao tâm không xả vật, lại dối trá đem cho người, nghĩ rằng họ không nhận, hy vọng hão là để được người cảm tình!"

Rồi do vậy bạch lên Phật. Nhân việc này, đức Phật tập họp tỳ-kheo Tăng, hỏi tỳ-kheo kia:

"Ngươi có thật vậy không?"

Thưa:

"Thật vậy, bạch đức Thế Tôn.".

Đức Phật bằng mọi cách quở trách:

"Ngươi há không nghe Ta khen ngợi xả vật cho người, sau đó sẽ được công đức lớn hay sao? Tại sao nay tâm ngươi không xả vật, mà dối cho người?"

Quở trách rồi, bảo các tỳ-kheo:

"Nay Ta vì các tỳ-kheo kết giới. Từ nay giới này nên nói như vầy:

Tỳ-kheo nào, đem y cho tỳ-kheo-ni, phạm Ba-dật-đề."

Khi ấy các tỳ-kheo có tỳ-kheo-ni bà con, y phục, ngọa cụ tất cả đều thô tệ; đau ốm thuốc men cũng không thể có được. Các tỳ-kheo nghĩ như vầy: "Nếu Đức Thế Tôn cho phép ta đem y vật cho tỳ-kheo-ni bà con thì sẽ không khổ đến nỗi này". Họ do vậy bạch lên Phật. Nhân việc này đức Phật tập họp tỳ-kheo Tăng, bảo các tỳ-kheo:

"Nay cho phép các tỳ-kheo đem y vật cho tỳ-kheo-ni bà con. Từ nay giới này nên nói như vầy:

Tỳ-kheo nào, đem y cho tỳ-kheo-ni không phải thân quyến, phạm Ba-dật-đề." [47c01]

Bây giờ, hai bộ Tăng tại thành Xá-vệ, nhận được y đã may thành, liền cùng phân chia cho nhau. Có trường hợp tỳ-kheo nhận được cỡ y của tỳ-kheo-ni, có trường hợp tỳ-kheo-ni nhận được cỡ y của tỳ-kheo, muốn trao đổi cho nhau mà không dám, do vậy bạch lên Phật. Nhân việc này, đức Phật tập họp tỳ-kheo Tăng, bảo các tỳ-kheo:

"Nay cho phép các tỳ-kheo cùng tỳ-kheo-ni đổi y. Từ nay giới này nên nói như vầy:

B. GIỚI VĂN

Tỳ-kheo nào, đem y cho tỳ-kheo-ni chẳng phải bà con, trừ đổi chác,[653] Ba-dật-đề.

Nếu đem y cho tỳ-kheo-ni bà con mà họ là người phá giới, phá kiến, phạm Đột-kiết-la. Nếu đem y cho thức-xoa-ma-na, sa-di-ni không phải bà con, phạm Đột-kiết-la. Sa-di, phạm Đột-kiết-la.

Nếu vì liệu lý công việc, hoặc vì khéo nói kinh pháp, hoặc vì tụng nhiều kinh giới nên cho y thì không phạm.

XXVII. MAY Y CHO TỲ-KHEO-NI[654]

A. DUYÊN KHỞI

Đức Phật ở tại thành Xá-vệ.[655] Bấy giờ, có một tỳ-kheo-ni[656] ít người quen biết, nhận được y chưa may thành, mà tự mình không biết may, nói với các tỳ-kheo-ni rằng:

"Tôi không biết may y, xin vì tôi may giùm." Các tỳ-kheo-ni nói:

"Này tỷ muội! Chúng tôi nhiều việc không thể may được, cô có thể đến trong chúng tỳ-kheo thưa, có thầy nào rủ lòng thương, chắc sẽ vì cô may."

Cô liền đến trong chúng tỳ-kheo thưa:

---

[653] Đổi chác, Hán Mậu dịch 貿易. *Tứ phần*: Trao đổi, đem y đổi y, đem y đổi phi y, đem phi y đổi y, đem kim đổi dao hoặc chỉ may, cho đến một ngọn thuốc.

[654] *Tăng-kỳ* 15, tr. 349c12: Ba-dật-đề 29. *Tứ phần* 13, tr. 651a19: Ba-dật-đề 25; *Thập tụng* 12, tr. 84b22: Ba-dật-đề 27. *Căn bản* 33, tr. 805b27: Ba-dật-đề 25. Vin. iv. 61. Pāc. 26, *cīvarasibbana*.

[655] *Tăng-kỳ* 15, tr. 349c12; *Tứ phần* 13, tr. 651a19; *Thập tụng*: 12, tr. 84b22 Xá-vệ thành (quốc) 舍衛城(國) cũng như *Ngũ phần*. *Căn bản* 33, tr. 805b28: Thất-la-phạt thành 室羅伐城.

[656] *Tăng-kỳ*: Tỳ-kheo-ni Thiện Sinh 善生比丘尼, vợ cũ của Ưu-đà-di. *Tứ phần*: Không tên như *Ngũ phần*. *Thập tụng*: Quật-đa tỳ-kheo-ni 掘多比丘尼, quen biết cũ với Ca-lưu-đà-di. *Căn bản*: Cấp-đa bí-sô-ni 笈多苾芻尼.

"Con là kẻ ít quen biết, nhận được y chưa may thành này, con không tự may được, mong vì con may giùm cho."

Các tỳ-kheo cũng trả lời như trên. Cô lại đến Trưởng lão Ưu-đà-di[657] thưa như trên.

Ưu-đà-di nói:

"Tôi có thể may được, nhưng đừng lúc nào cũng đến thúc hối, tuỳ ý tôi may, tôi sẽ vì cô mà may."

Thưa: "Tuỳ ý Trưởng lão."

Lúc ấy, Ưu-đà-di nhận lấy y cắt may. Trải qua thời gian lâu không nhận được y, tỳ-kheo-ni kia đến hỏi:

"Thưa Đại đức! Y may xong chưa?"

Ưu-đà-di nói:

"Trước đây tôi đã có giao hẹn, tại sao đến hối thúc?"

Thưa:

"Con đến tham vấn để biết chứ không dám thúc."

Liền trở về chỗ ở. Sau đó, Ưu-đà-di dùng các loại chỉ đủ màu sắc, thêu hình nam nữ giao hội trên lá y giữa. Lúc hình thêu xong, Ca-lưu-đà-di kêu tỳ-kheo-ni đến lấy.

Cô liền đến nhận, Ưu-đà-di dặn:

"Chưa có thể trương ra xem và cũng đừng cho ai coi. Khi nào tỳ-kheo-ni Ba-xà-ba-đề đến chỗ đức Phật, ở nơi đầu đường, sau đó mới trương ra mặc."

Tỳ-kheo-ni kia nhận y đem về, xong rồi nhưng không trương ra xem cũng không đưa ai xem. Khi tỳ-kheo-ni Ba-xà-ba-đề đến chỗ đức Phật, tại nơi đầu đường mới mặc, người đi đường thấy, không ai không vỗ tay cười lớn, cùng nhau nói:

"Tỳ-kheo-ni này thật là khéo, mới có thể thêu hình hành dục lên trên y như vậy!"

---

[657] *Tứ phần:* Tôn giả Ca-lưu-đà-di 尊者迦留陀夷. *Pali: Udāyin* khéo may y.

Tỳ-kheo-ni này **[48a01]** quá xấu hổ, liền trở về lại trú xứ. Tỳ-kheo-ni Ba-xà-ba-đề cuốn gấp cái y đó mang đến chỗ đức Phật trương ra, bạch Phật:

"Cúi xin Đức Thế Tôn chứng tri cho việc làm này."

Đức Phật vì Cù-đàm-di nói các pháp rồi bảo bà trở về trú xứ. Nhân việc này, đức Phật tập họp tỳ-kheo Tăng, hỏi Ưu-đà-di:

"Ngươi có thật vậy không?"

Thưa: "Thật vậy, bạch Thế Tôn." Bằng mọi cách đức Phật quở trách:

"Ông là người ngu si, tại sao làm việc ô nhục này lên trên y người!"

Quở trách rồi, đức Phật bảo các tỳ-kheo:

"Nay Ta vì các tỳ-kheo kết giới. Từ nay giới này nên nói như vầy:

Tỳ-kheo nào, may y cho tỳ-kheo-ni, phạm Ba-dật-đề."

Trường hợp các tỳ-kheo có tỳ-kheo-ni bà con, y phục bị hư rách, xin được một khổ vải mà không biết may. Các tỳ-kheo nghĩ như vầy: "Nếu Đức Thế Tôn cho phép ta may y cho tỳ-kheo-ni bà con thì cái khổ này sẽ không xảy ra." Rồi do vậy bạch lên Phật. Nhân việc này, đức Phật tập họp tỳ-kheo Tăng, bảo các tỳ-kheo:

"Nay cho phép các tỳ-kheo vì tỳ-kheo-ni bà con may y. Từ nay giới này nên nói như vầy:

B. GIỚI VĂN

Tỳ-kheo nào, may y[658] cho tỳ-kheo-ni không phải bà con, Ba-dật-đề."

Tỳ-kheo vì tỳ-kheo-ni không phải bà con nhận vải, phạm Đột-kiết-la; cắt, may, nhuộm phạm Ba-dật-đề. Khi may mỗi mũi kim đều phạm Ba-dật-đề. Ngoài ra như trong giới cho y đã nói.

---

[658] Pāli: *sibbeyya vā sibbāpeya vā*, may và khiến (người khác) may.

XXVIII. HẸN ĐI CHUNG ĐƯỜNG VỚI TY-KHEO-NI[659]

A. DUYÊN KHỞI

Đức Phật ở tại thành Xá-vệ.[660] Bấy giờ, các tỳ-kheo và tỳ-kheo-ni ở nước Ma-kiệt-đề cùng du hành trong nhân gian,[661] hoặc một tỳ-kheo cùng đi với một tỳ-kheo-ni, cho đến số đông; hoặc lội qua nước sâu, hoặc lên sườn cao, lại thấy hình nhau, sanh tâm đắm nhiễm, không thích Phạm hạnh nữa, đưa đến hoàn tục, hoặc làm ngoại đạo. Các bạch y thấy, cơ hiềm nói: "Bọn sa-môn này, như người dẫn vợ hay dâm nữ đi." Chê trách đủ cách như trong giới ngồi một mình nơi chỗ vắng đã nói trên.

Các tỳ-kheo Trưởng lão nghe, bằng mọi cách quở trách rồi do vậy bạch lên Phật. Nhân việc này, đức Phật tập họp tỳ-kheo Tăng, hỏi các tỳ-kheo:

"Các ngươi có thật vậy không?"

Thưa:

"Thật vậy, bạch Thế Tôn."

Đức Phật bằng mọi cách quở trách rồi bảo các tỳ-kheo:

"Nay Ta vì các tỳ-kheo kết giới. Từ nay giới này nên nói như vầy:

Tỳ-kheo nào, cùng tỳ-kheo-ni đi một đường, phạm Ba-dật-đề."

Trường hợp các tỳ-kheo cùng số đông bạn đồng đi một đường, thấy các tỳ-kheo-ni cũng đi đường này, bèn nghĩ như vầy: "Chúng ta sẽ không phạm Ba-dật-đề!?" Do vậy bạch lên Phật. Nhân việc này, đức Phật tập họp tỳ-kheo Tăng, bảo các tỳ-kheo: **[48b01]**

---

[659] *Tăng-kỳ* 15, tr. 348bo1: Ba-dật-đề 26. *Tứ phần, Thập tụng*: Ba-dật-đề 27. *Căn bản* 33, tr. 805b27: Ba-dật-đề 25. Vin. iv. 61. Pāc. 26, *cīvarasibbana*.

[660] *Tăng-kỳ* 15, tr. 348b01. *Tứ phần* 13, tr. 653a20. *Thập tụng* 12, tr. 84b22: Xá-vệ thành (quốc) 舍衛城(國) cũng như *Ngũ phần. Căn bản* 33, tr. 805b28: Thất-la-phạt thành 室羅伐城.

[661] *Tứ phần*: Tại Câu-tát-la du hành trong nhân gian.

"Nếu trước không cùng hẹn mà phạm Ba-dật-đề là điều không thể có. Từ nay giới này nên nói như vầy:

Tỳ-kheo nào, cùng tỳ-kheo-ni hẹn trước cùng đi một đường, phạm Ba-dật-đề."

Trường hợp các tỳ-kheo cùng tỳ-kheo-ni đã hẹn trước đi một đường, sau không dám đi; hoặc hai bên tránh nhau, do trước có hẹn nên nghi. Do vậy bạch lên Phật. Nhân việc này, đức Phật tập hợp tỳ-kheo Tăng, bảo các tỳ-kheo:

"Nếu hẹn trước cùng tỳ-kheo-ni đồng đi một đường, hoặc không đi, hoặc hai bên tránh nhau mà phạm Ba-dật-đề là điều không thể có. Từ nay giới này nên nói như vầy:

Tỳ-kheo nào, cùng tỳ-kheo-ni, hẹn trước cùng đi một đường từ tụ lạc[662] này đến tụ lạc kia, phạm Ba-dật-đề."

Bấy giờ, có một tỳ-kheo-ni, nơi đoạn đường nguy hiểm, thấy một tỳ-kheo, kêu:

"Đại đức đến mau, đi cùng đường với nhau." Tỳ-kheo kia liền đến nói:

"Này tỷ muội! Đức Phật cấm không cho phép cùng tỳ-kheo-ni đi cùng đường."

Tỳ-kheo-ni thưa: "Đoạn đường này nguy hiểm, mà con là nữ yếu ớt, xin được nương cậy Đại đức mới có thể đi qua được!"

Vẫn trả lời như trước, rồi tỳ-kheo liền đi. Sau đó, tỳ-kheo-ni bị giặc cướp lột y phục, lõa hình, kêu lớn: "Giặc lột đồ con! Giặc lột đồ con!"

Tỳ-kheo kia từ xa nghe, về đến trú xứ, đến nói với các tỳ-kheo. Các tỳ-kheo do vậy bạch lên Phật. Nhân việc này, đức Phật tập hợp tỳ-kheo Tăng, bảo các tỳ-kheo:

"Nay cho phép các tỳ-kheo, nếu gặp chỗ nguy hiểm, nghi ngờ có sự khủng bố, được đi với tỳ-kheo-ni cùng đường. Từ nay giới này nên nói như vầy:

---

[662] Tụ lạc: **Xem cht. 103**, Ch. i, Ba-la-di 2.

B. GIỚI VĂN

Tỳ-kheo nào, hẹn trước với tỳ-kheo-ni, đi cùng đường, từ tụ lạc này đến tụ lạc kia, trừ nhân duyên, Ba-dật-đề."

C. THÍCH TỪ

Nhân duyên:[663] Hoặc có nhiều bạn, chỗ có sự nghi ngờ, gọi là nhân duyên.

Nếu tỳ-kheo cùng tỳ-kheo-ni đã hẹn trước đi cùng đường; chỗ không có tụ lạc, thì nửa do-tuần[664] phạm Ba-dật-đề. Nếu cùng Thức-xoa-ma-na, sa-di-ni trước hẹn đi cùng đường cũng như vậy. Sa-di, phạm Đột-kiết-la.

XXIX. ĐI CHUNG THUYỀN VỚI TỲ-KHEO-NI[665]

A. DUYÊN KHỞI

Đức Phật ở thành Xá-vệ.[666] Bấy giờ, các tỳ-kheo và tỳ-kheo-ni[667] ở nước Ma-kiệt-đề cùng du hành trên thuyền, hoặc một tỳ-kheo với một tỳ-kheo-ni đi cùng thuyền, cho đến số đông. Khi lên xuống thuyền thấy hình thể nhau. Bạch y cơ hiềm nói (như trước)*. Các Trưởng lão tỳ-kheo nghe... *cho đến câu* Đức Phật bảo các tỳ-kheo... đều như trong giới "cùng đi một đường" trên đã nói.

"Nay Ta vì các tỳ-kheo kết giới. Từ nay giới này được nói như vầy:

Tỳ-kheo nào, hẹn trước với tỳ-kheo-ni đi cùng thuyền, phạm Ba-dật-đề."

[48c01] Có một tỳ-kheo-ni muốn qua sông, đứng đợi đò bên bờ

---

[663] *Tứ phần:* Cùng đi với khách buôn; hoặc khi có nghi ngờ, có kinh sợ.
[664] Do-tuần: **Xem cht. 104**, Ch. i, Ba-la-di 2.
[665] *Tăng-kỳ* 15, tr. 349a02: Ba-dật-đề 27; *Tứ phần* 13, tr. 652c12: Ba-dật-đề 28; *Thập tụng* 12, tr. 83c11: Ba-dật-đề 25; *Căn bản* 33, tr. 806a19: Ba-dật-đề 27. Vin. iv. 62. Pāc. 27, *saṃvidhāna*.
[666] *Tăng-kỳ* 15, tr. 349a02; *Tứ phần* 13, tr. 652c12; *Thập tụng* 12 tr. 83c11: Xá-vệ thành(quốc) 舍衛城(國). *Căn bản* 33, tr. 806a19: Thất-la-phạt thành 室羅伐城.
[667] *Thập tụng 12*: Các tỳ-kheo-ni đồng bọn của Đề-bà-đạt-đa.

sông A-di-la.⁶⁶⁸ Sau đó, có một tỳ-kheo đến, tỳ-kheo-ni thưa:

"Thưa Đại đức, nơi đây có nạn nguy hiểm, có thể cùng qua một chuyến."

Tỳ-kheo trả lời:

"Đức Phật cấm không cho chúng tôi với tỳ-kheo-ni đi qua cùng một thuyền."

Người lái đò lại nói: "Cả hai cùng lên đò, mỗi vị ngồi một đầu."

Tỳ-kheo không đồng ý. Tỳ-kheo-ni thưa:

"Nếu không được thì Đại đức qua trước."

Tỳ-kheo liền qua trước. Thuyền chưa đến bờ, tỳ-kheo-ni đã bị bọn cướp lột trần. Người lái đò thấy vậy liền hiềm trách:

"Các người đồng cùng xuất gia mà không thể bảo hộ nhau, huống là đối với người ngoài, không có hạnh sa-môn, phá pháp sa-môn."

Tỳ-kheo kia trở về trong Tăng phường, kể lại cho các tỳ-kheo. Các tỳ-kheo đem đến bạch Phật. Nhân việc này, đức Phật tập họp tỳ-kheo Tăng, hỏi tỳ-kheo kia:

"Ngươi, có thật vậy không?"

Thưa: "Thật vậy, bạch Thế Tôn." Đức Phật bằng mọi cách quở trách:

"Ngươi là người ngu si, tại sao bỏ tỳ-kheo-ni lại, để giặc cướp trấn lột sạch!"

Quở rồi, bảo các tỳ-kheo: "Từ nay giới này nên nói như vầy:

B. GIỚI VĂN

> **Tỳ-kheo nào, đã hẹn trước với tỳ-kheo-ni đi cùng thuyền, hoặc thuận dòng nước, hoặc nghịch dòng nước,⁶⁶⁹ trừ đò ngang,⁶⁷⁰ Ba-dật-đề."**

---

⁶⁶⁸ Sông A-di-la: **Xem cht. 444**, Ch. iv, Ni-tát-kỳ 17.

⁶⁶⁹ *Căn bản*: hoặc duyên ba 沿波, hoặc tố lưu 泝流. Giải thích: *duyên ba*, đi xuôi dòng; *tố lưu*, đi ngược dòng.

⁶⁷⁰ Trừ đò ngang, Hán Trừ trực 除直. *Tứ phần* 13, tr. 653a18: Trừ trực

Ngoài ra, như trong giới "đồng đi một đường" đã nói.

XXX. THỨC ĂN DO TỲ-KHEO-NI KHUYẾN HÓA[671]

A. DUYÊN KHỞI

Đức Phật ở tại thành Vương Xá.[672] Bấy giờ, Nan-đà, Bạt-nan-đà ăn thức ăn do tỳ-kheo-ni khen ngợi (mà được)*. Các tỳ-kheo thấy, bằng mọi cách quở trách. Khi ấy, Xá-lợi-phất, Mục-kiền-liên du hành trong nhân gian, đến thành Vương Xá. Có một cư sĩ nghe hai vị đến, liền ra nghinh đón, đầu mặt đảnh lễ sát chân, rồi ngồi qua một bên. Vì họ nói pháp chỉ bày lợi ích, (khiến họ)* vui mừng. Cư sĩ mời sáng hôm sau làm tỳ-kheo khách thọ trai, hai vị im lặng nhận lời. Cư sĩ liền về nhà mình sửa soạn các thứ đồ ăn, thức uống, trải tọa cụ tốt. Xá-lợi-phất, Mục-kiền-liên đến giờ khoác y mang bát đến nhà đó. Xá-lợi-phất đi trước, muốn vào, nhưng nghe tiếng tỳ-kheo-ni Thâu-la-nan-đà[673] hiện có mặt tại nhà này, nên dừng lại không vào. Tỳ-kheo-ni kia thấy gia chủ sửa soạn đồ ăn thức uống, trải tọa cụ tốt, hỏi:

"(Gia chủ)* vì rước vua hay làm đám cưới?"

Trả lời:

"Nay, không phải rước vua cũng chẳng làm đám cưới mà muốn cúng dường Tôn giả Xá-lợi-phất, đại Mục-kiền-liên thôi."

Tỳ-kheo-ni nói:

"Tại sao không thỉnh Đại Long mà lại cúng dường tỳ-kheo tiểu đức này?"

Cư sĩ hỏi:

"Ai là Đại long?"

độ 除直渡.

[671] *Tứ phần* 13, tr. 653a29: Ba-dật-đề 29. Pāli. Pāc. 29, *bhikkhuniparipācitaṃ*. Các bộ khác, Ba-dật-đề 30.

[672] *Tăng-kỳ* 15, tr. 350a01; *Tứ phần*: 13, tr. 653a29; *Thập tụng*:12, tr. 85b08: Xá-vệ quốc (thành) 舍衛城(國). *Căn bản* 33, tr. 808b04: Thất-la-phạt thành 室羅伐城.

[673] Thâu-la-nan-đà 偷羅難陀. *Thullanandā*.

Trả lời:

"Là nhóm sáu tỳ-kheo."⁶⁷⁴

Lại nói:

"Muốn thỉnh hàng tỳ-kheo tộc tánh xuất gia, hành đầu-đà, Tứ niệm xứ, cho đến Tám phần **[49a01]** thánh đạo, Tu-đà-hoàn cho đến tỳ-kheo A-la-hán; muốn cầu rể tốt, con tốt, sinh thiên, giải thoát, hiện đời này giàu sang thì nên cúng dường cho nhóm sáu tỳ-kheo."

Khen ngợi như vậy rồi đứng im lặng.

Sau đó, Xá-lợi-phất, Mục-kiền-liên mới vào, Tỳ-kheo-ni Thâu-la-nan-đà đến trước hỏi chào rồi nói:

"Lành thay Tôn giả! Mời Tôn giả an tọa nơi đây." (Cô ta)* lại nói với cư sĩ:

"Lành thay cư sĩ! Nay người được phước lợi lớn, thỉnh được tỳ-kheo hàng Đại long như vậy."

Cư sĩ liền chê trách:

"Vừa rồi cô nói 'Tiểu đức', bây giờ nói 'Đại long'? Ăn nói ngược ngạo như vậy,⁶⁷⁵ sao không xấu hổ?"

Từ nay về sau cô đừng đến nhà này nữa, tôi không cúng dường cho cô nữa đâu. Lúc này, cư sĩ tự tay sớt thức ăn. Ăn xong dâng nước, rồi lấy chiếc ghế nhỏ ngồi trước hai Tôn giả. (Hai Tôn giả)* vì gia chủ nói diệu pháp, xong liền rời tòa ra về, đến chỗ đức Phật. Đức Phật từ xa trông thấy liền hỏi:

"Thiện lai Xá-lợi-phất, Mục-kiền-liên! Hai thầy ăn cơm khách từ đâu về đó?"

Thưa:

"Bạch đức Thế Tôn! Vừa rồi (chúng con)* đến một nhà cư sĩ, có

---

⁶⁷⁴ *Tứ phần:* Đề-bà-đạt 提婆達, Tam-văn-đà-la-đạt 三聞陀羅達, Khiên-đà-la-đạt-bà 騫駄羅達婆, Cù-bà-ly 瞿婆離, Ca-lưu-la-đề-xá 迦留羅提舍. Xem Ch. ii. Tăng-già-bà-thi-sa 10.

⁶⁷⁵ Hán: Tác thử phản phúc 作此反覆, làm việc phản phúc này.

một tỳ-kheo-ni hoặc bị gọi là 'Tiểu đức', hoặc bị gọi là 'Đại long'."

Đức Phật hỏi:

"Tại sao gọi như thế?"

(Hai Tôn giả)* kể rõ đầu đuôi câu chuyện. Nhân việc này, đức Phật tập họp tỳ-kheo Tăng, hỏi nhóm sáu tỳ-kheo: "Các ngươi thật sự có ăn thức ăn do tỳ-kheo-ni khen ngợi (mà được)* hay không?"

"Thật vậy, bạch đức Thế Tôn."

Đức Phật bằng mọi cách quở trách, rồi bảo các tỳ-kheo:

"Nay Ta vì các tỳ-kheo kết giới. Từ nay giới này nên nói như vầy:

Tỳ-kheo nào, ăn thức ăn do tỳ-kheo-ni khen ngợi (mà được)*, phạm Ba-dật-đề."

Có các tỳ-kheo-ni khen ngợi nơi chỗ vắng, sau khi tỳ-kheo ăn xong mới biết, bèn sanh hổ thẹn: "Ta sẽ không phạm Ba-dật-đề chăng?" Do vậy bạch lên Phật. Nhân việc này, đức Phật tập họp tỳ-kheo Tăng, bảo các tỳ-kheo: "Nếu không biết thức ăn do tỳ-kheo-ni khen ngợi có được rồi ăn, mà phạm Ba-dật-đề là điều không thể có. Từ nay giới này nên nói như vầy:

Tỳ-kheo nào, biết thức ăn do tỳ-kheo-ni khen ngợi có được mà ăn, phạm Ba-dật-đề."

Bấy giờ, có một gia đình thỉnh năm trăm tỳ-kheo thọ trai. Gia đình này trước đây có cúng dường tỳ-kheo-ni, do cô ấy nói: "Nên thiết trai cúng dường cho các tỳ-kheo đừng để mất cơ hội tốt."

Các tỳ-kheo nghe sanh hổ thẹn, không dám ăn nữa, trở về bạch Phật. Nhân việc này, đức Phật tập họp tỳ-kheo Tăng, bảo các tỳ-kheo:

"Nếu tỳ-kheo-ni trước không khen ngợi, đến khi ăn mới nói: Lành thay! Cúng dường thức ăn cho các tỳ-kheo. Tỳ-kheo ăn thức ăn này mà phạm Ba-dật-đề là điều không thể có. Từ nay giới này nên nói như vầy:

B. GIỚI VĂN

Tỳ-kheo nào, biết thức ăn do nhân duyên tỳ-kheo-ni

khen ngợi mà ăn phạm Ba-dật-đề, [49b01] trừ trước đó đàn-việt phát tâm làm."[676]

C. THÍCH TỪ

Khen ngợi: Khen ngợi được pháp hơn người.

Nếu thức-xoa-ma-na, sa-di,[677] sa-di-ni ăn thức ăn do tỳ-kheo khen ngợi mà được, phạm Đột-kiết-la. Sa-di, phạm Đột-kiết-la.

XXXI. TRIỂN CHUYỂN THỰC[678]

A. DUYÊN KHỞI

Đức Phật ở tại thành Vương Xá,[679] khi ấy, có một đại thần thường cúng dường Phật và tỳ-kheo Tăng. Có một người nghèo[680] thấy vậy nghĩ như vầy: "Vị đại thần này, nay được thiện lợi lớn mới có thể cúng dường Phật và Tăng như thế. Nếu ta có của cũng sẽ như vậy." Lại nghĩ như vầy: "Nay ta không tài vật, chính là lúc nên làm thuê để dùng cúng dường." (Người ấy)* lập tức thành người làm thuê, hằng ngày ăn một phần, để lại một phần.

Người chủ hỏi:

"Tại sao ngươi để lại một phần?"

Trả lời:

---

[676] Hán: Trừ đàn-việt tiên phát tâm tác 除檀越先發心作. *Tứ phần*: Trừ đàn-việt có chủ ý trước 除檀越先有意.

[677] Có thể trong chánh văn viết nhầm: Tỳ-kheo-ni là sa-di. Tứ phần tr. 654a17: Tỳ-kheo-ni, phạm đột-kiết-la. Thức-xoa-ma-na, sa-di, sa-di-ni, phạm đột-kiết-la.

[678] *Tăng-kỳ* 16, tr. 352a5; *Tứ phần* 13, tr. 655b10: Ba-dật-đề 32; *Thập tụng* 12, tr. 86c29, *Căn bản*: 34, tr. 810c223: Ba-dật-đề 31; Pāli, Pāc. 33, *paramparabhojana*.

[679] *Tứ phần*: La-duyệt-kỳ 羅閱祇; *Tăng-kỳ, Thập tụng*: Xá-vệ thành 舍衛城(國); *Căn bản*: Vương Xá thành 王舍城.

[680] *Tứ phần* 13: Có người Bà-la-môn tên Sa-nậu 沙甕. *Thập tụng* 12: Một tiểu nhi mồ côi làm thuê. Pāli (Vin. iv. 75): *aññatarassa daliddassa kammakārassa*, một người làm thuê nghèo.

"Tôi tạm gửi lại nó, sau sẽ lấy luôn."

Trải qua một thời gian như vậy, biết số tiền dành dụm đã đủ, nói với người chủ:

"Số tiền tôi dành dụm lâu nay, vì tôi sửa soạn các thức ăn đầy đủ." Người chủ hỏi:

"Hiện tại ngươi nghèo khổ, tại sao lại dùng hết số tiền đó vội sửa soạn các thứ đồ ăn thức uống đầy đủ để làm gì?"

Trả lời:

"Vì tôi thấy vị đại thần của thành Vương Xá thường thỉnh Phật và Tăng để cúng dường các thứ, nên tôi nguyện cũng sẽ làm như vậy. Do đó, tôi trở thành kẻ làm thuê để thực hiện ý muốn này. Nay số tiền đã làm tính đủ để thiết lập một lễ cúng dường, vì vậy hôm nay tôi vội chuẩn bị đầy đủ các thức ăn."

Người chủ nghe như vậy, sinh tâm hi hữu: "Người nghèo khổ như vậy, đem thân làm thuê mướn, đặng một ít tài vật mà còn đem cúng dường, huống là ta giàu có, chỉ cần phát tâm là có đầy đủ thức ăn liền, thế mà không thể làm được!" Nghĩ vậy, người chủ liền trả tiền thuê gấp bội để cho ông mặc ý sắm sửa các thứ ngon bổ thượng vị.

Khi ấy, người làm thuê mang ngay tài vật đến chỗ đức Phật, bày biện các thức ăn ngon bổ nhất trên đời. Nhờ tấm lòng thành này, nên cả quỉ thần cũng đến giúp đỡ. Chỉ trong chốc lát tự nhiên đầy đủ tất cả. Hôm đó, gặp ngày tiết hội, nhiều người tranh đến thỉnh về nhà thọ trai. Các tỳ-kheo bàn với nhau: "Hôm nay người nhà nghèo này tận lực mở hội (cúng dường)* (đối với các gia đình khác)* chúng ta nên dùng một ít thôi." Tuy dặn nhau là ăn rất ít nhưng nhiều nhà mời nên họ ăn khá no.

Khi người nhà nghèo sửa soạn thức ăn đầy đủ đã xong, đến giờ thỉnh mời. Lúc ấy, các tỳ-kheo đều tập trung an toạ, chỉ trừ đức Phật ở tại phòng. Bấy giờ, người nghèo kia hoan hỷ tự tay sớt các thức ăn, các tỳ-kheo tuy thọ thực nhưng rất ít. Người nghèo nghĩ như vầy: "Các tỳ-kheo vì thương ta nghèo túng, sợ thức ăn không đủ, hay vì thức ăn dở không ăn thêm!" Liền đem việc này hỏi. Trong các tỳ-kheo ấy, có vị ít tàm quí trả lời:

"Sợ ông **[49c01]** thức ăn ít nên đã ăn trước các nhà khác." Người nghèo giận, thưa:

"Tại sao đã nhận lời mời của con trước mà ăn các nhà khác? Con vốn mong mỏi bày tỏ hết sức mình để cúng dường, nay các Đại đức tuy không dám dùng hết thì xin tuỳ ý mang về, đừng để dư!"

Các tỳ-kheo nghe vậy, bèn cố ăn, nhưng vẫn không hết phân nửa đồ cúng. Chúng Tăng dùng rồi, người nghèo lại nghĩ như vầy: "Ta cố ép chư Tăng ăn như vậy không biết có mắc tội hay không?" Người nghèo đến bạch Phật.

Đức Phật dạy:

"Lành thay, bần sĩ! Ngươi có thấy người làm phước, đem sức mình ra làm thuê mà được hâm mộ bằng ngươi không? Tuy đang thọ thân người nhưng nhân duyên sanh lên cõi trời đều đã đầy đủ. Từ khi ngươi phát tâm muốn cúng dường Phật và Tăng đến nay, tùy theo sự việc, đều được vô lượng công đức. Dù cho Chúng Tăng không ăn một miếng nào, nhưng đối với ngươi thì công đức vẫn đầy đủ. Nay ngươi sẽ lại được quả báo hiện đời này."

Người nghèo nghe xong vui mừng hớn hở. Đức Phật lại vì người nghèo nói các diệu pháp. Người nghèo trên chỗ ngồi xa trần lìa cấu, được con mắt pháp trong sạch, ông thấy pháp rồi, liền thọ ba pháp qui y, phụng trì năm giới, từ chỗ ngồi đứng dậy, đầu mặt kính lễ sát chân, nhiễu quanh Phật rồi cáo lui.

Bấy giờ có năm trăm người lái buôn,[681] đến từ nước Ưu-thiền-na,[682] trên đường xa xôi trở về, hết lương thực ba ngày. Họ sai người cỡi ngựa đi trước để tìm kiếm thức ăn đã nấu sẵn. Người ấy rao nói khắp nơi:

"Chúng tôi gồm năm trăm người lái buôn, đến từ nước Ưu-thiền-na, hết lương thực ba ngày, cho nên sai tôi đến trước, tìm thức ăn nấu

---

[681] *Tứ phần*: Có năm trăm hành khất...
[682] Ưu-thiền-na quốc 優禪那國. Pali *Ujjenī*.

sẵn, nếu ai có thì với giá nào chúng tôi cũng xin mua."

Người trong thành nói:

"Nơi đây không ai có, chỉ có một người nghèo đang cúng dường tại Tăng phường, còn dư thức ăn rất nhiều, ông có thể đến tìm nơi đó chắc được không nghi."

Lúc ấy sứ giả kia, liền thúc ngựa đến, trình bày tình cảnh như vậy. Người nghèo trả lời:

"Nay tôi thiết lễ cúng dường không vì tài lợi, chỉ cần chịu thì mời đến, đừng bàn đến chuyện giá cả."

Người sứ giả nghe vậy, vốn ngoài ý mong muốn của mình, vui mừng trở về báo. Trong chốc lát đều đến, mọi người nói:

"Mau cho chúng tôi ăn, chúng tôi sẽ báo đáp." Vẫn trả lời như trước.

Họ vội vàng ăn liền. Khi đã được no nê rồi, nhờ người khác hỏi người này có sự nghiệp thế nào mà có thể thiết bày, bố thí nhiều thứ như vậy. Có người đem việc này kể lại đầy đủ. Đoàn buôn nghe rồi càng cho là điều hiếm có. Liền góp nhau một trăm ngàn lượng vàng để trả ơn cho người thí kia. Lại còn nhờ hỏi:

"Tại thành này có người tên là... hiện nay ở đâu?"

Trả lời:

"Đã qua đời rồi."

Lại hỏi:

"Ông ấy có con cháu gì không?"

Trả lời:

"Người vừa cho các ông ăn là con của ông ấy."

Cả đoàn lái buôn nghe như thế, nói với người nghèo như chuyện xưa: "Thân sinh của ông chính là thầy của chúng tôi."

Họ liền lấy ra một trăm ngàn lượng vàng nữa để tặng gọi là báo đáp ân tình trước kia.

[50a01] Đại thần thành Vương Xá và người chủ thuê mướn, nghe thấy việc này rất đỗi vui mừng, mỗi người lại biếu tặng một ngàn lượng vàng để kết tình tốt mới. Cũng trong ngày ấy, vua Bình-sa tấn phong cho chức Đại thần. Chỉ trong một ngày mà bỗng nhiên giàu có và quyền quí. Người trong nước ban cho hiệu là "Trưởng giả bất ngờ".

Các tỳ-kheo đem vấn đề này bạch Phật, nhân việc này, đức Phật tập hợp tỳ-kheo Tăng, hỏi các tỳ-kheo:

"Thật sự các ông có nhận lời mời của người mà lại ăn trước nơi nhà khác không?"

Thưa:

"Thật vậy, bạch đức Thế Tôn."

Đức Phật bằng mọi cách quở trách:

"Các ông là người ngu si, tại sao đã nhận lời thỉnh của người mà lại đi ăn trước nơi nhà khác!"

Quở trách rồi, Phật bảo các tỳ-kheo:

"Nay Ta vì các tỳ-kheo kết giới. Từ nay, giới này nên nói như vầy:

Tỳ-kheo nào, ăn nhiều lần, phạm Ba-dật-đề."

Bấy giờ, Tất-lăng-già-bà-ta cùng tám mươi tỳ-kheo, đều mắc trọng bệnh không thể ăn nhanh (một lần đủ no)*. Nhân việc này bạch Phật, đức Phật hợp Tăng, bảo các tỳ-kheo:

"Nay cho phép tỳ-kheo bệnh được ăn nhiều lần. Từ nay giới này nên nói như vầy:

Tỳ-kheo nào, ăn nhiều lần, trừ nhân duyên, phạm Ba-dật-đề."

Nhân duyên, là khi bệnh. Đó gọi là nhân duyên.

Bấy giờ, Đức Thế Tôn cho phép các tỳ-kheo thọ y Ca-thi-na để không phạm năm việc. Các tỳ-kheo nghĩ như vầy: "Là lúc may y, ăn nhiều lần không phạm. May y rồi cũng không phạm hay chăng?" Họ do vậy bạch lên Phật. Nhân việc này, đức Phật tập hợp tỳ-kheo Tăng, bảo các tỳ-kheo:

"Khi đang may y không phạm, may y rồi thì phạm. Từ nay giới này nên nói như vầy:

> Tỳ-kheo nào, ăn nhiều bữa, trừ nhân duyên, phạm Ba-dật-đề."

Nhân duyên là khi bệnh, khi may y. Đó gọi là nhân duyên.

Có các cư sĩ biết các tỳ-kheo không được phép ăn nhiều lần, bèn nghĩ như vầy: "Ta nên tạo phương tiện vì các tỳ-kheo may y, tỳ-kheo đến nhận, và được cúng dường." Họ liền may y, rồi thỉnh các tỳ-kheo, các tỳ-kheo nói:

"Chúng tôi không được phép ăn, tôi chỉ nhận y." Các cư sĩ thưa:

"Bạch Đại đức! Nhận thức ăn của con rồi mới cúng y."

Các tỳ-kheo nghĩ như vầy: "Nếu Đức Thế Tôn cho phép ta vì thí y nên được ăn nhiều lần, để có thể khỏi bị thiếu y." Rồi do vậy bạch lên Phật. Nhân việc này, đức Phật tập họp tỳ-kheo Tăng, bảo các tỳ-kheo:

"Nay cho phép tỳ-kheo vì thí y nên được ăn nhiều lần. Từ nay giới này nên nói như vầy:

B. GIỚI VĂN

> Tỳ-kheo nào, ăn nhiều lần,[683] trừ nhân duyên, Ba-dật-đề. Nhân duyên là: khi bệnh, khi may y, khi thí y.[684] Đó gọi là nhân duyên.

C. PHẠM TƯỚNG

Bấy giờ, A-nan đến nhà gia chủ, gia chủ bày các thức ăn. A-nan quên trước đó đã nhận lời mời, liền thọ thức ăn này. Khi sắp ăn **[50b01]** mới nhớ lại, liền nói với người chủ:

"(Xin lỗi)* có thể thâu lại thức ăn, vì trước đây tôi đã lỡ nhận lời

---

[683] *Ngũ phần, Thập tụng*: Sác sác thực 數數食. *Tứ phần*: Triển chuyển thực 展轉食, ăn luân phiên, ăn nhiều lần. *Tăng-kỳ*: Xứ xứ thực 處處食, ăn nhiều chỗ. Pāli *Paraṃparabhojana*, ăn từ chỗ này đến chỗ khác.

[684] Hán Thí y thời 施衣時. Pāli *Cīvaradānasamaya*. *Tứ phần*: Thí y, sau tự tứ, không thọ y ca-thi-na là một tháng, có thọ y ca-thi-na thì năm tháng.

mời khác rồi, nên không thể ăn được!"

Gia chủ giận nói:

"Tại sao đã thọ thức ăn của tôi lại bỗng dưng hối hận." Sau đó, A-nan vội vàng về bạch Phật, đức Phật dạy:

"Nếu có nhân duyên như vậy, nên khởi tâm nhường lại cho vị khác, nghĩ như vầy:

'Phần thỉnh của tôi, xin nhường lại cho tỳ-kheo tên là...' sau đó, có thể ăn. Nếu không nghĩ nhường cho người khác mà ăn, phạm Đột-kiết-la."

Bấy giờ, lại có lời thỉnh trước lại dọn thức ăn sau, hoặc có việc dọn thức ăn trước rồi thỉnh sau, các tỳ-kheo không biết nên như thế nào, do vậy bạch lên Phật. Đức Phật dạy:

"Khi thỉnh, nên nói rằng: 'Chỗ nào dọn trước thì tôi sẽ ăn chỗ đó.'"

Ăn nhiều lần: Là trước nhận người thỉnh, sau lại ăn chỗ khác. Đó gọi là ăn nhiều lần.

Tỳ-kheo-ni cũng như vậy. Thức-xoa-ma-na, sa-di, sa-di-ni phạm Đột-kiết-la.

Nếu được Tăng sai, hoặc ăn phòng riêng, hoặc bạch y đến thọ Tám giới, thiết trai cúng dường, hay thường thực thì không phạm.

XXXII. BIỆT CHÚNG THỰC[685]

A. DUYÊN KHỞI

Đức Phật ở tại thành Vương Xá.[686] Bấy giờ, Điều-đạt[687] tìm cách lôi

---

[685] *Tăng-kỳ* 17: Ba-dật-đề 40, lời chú (tr. 362b24) nói: bản Phạn lưu trong tinh xá Kỳ-hoàn bị mọt ăn mất điều 40 "Biệt chúng thực"; *Tứ phần* 14, tr. 657b14: Ba-dật-đề 33; *Thập tụng* 13, tr. 93b11, *Căn bản* 36, tr. 823b12: Ba-dật-đề 36. Pāli, Pāc. 32, *gaṇabhojana*.

[686] *Tứ phần:* La-duyệt-kỳ 羅閱祇; *Thập tụng; Căn bản:* Vương Xá thành 王舍城.

[687] Điều-đạt 調達. *Tứ phần; Căn bản:* Đề-bà-đạt-đa 提婆達多; *Thập tụng:* Đề-bà-đạt 提婆達.

kéo vây cánh⁶⁸⁸ nên giáo hoá các cư sĩ, hoặc khiến một nhà thỉnh bốn Tăng, hoặc năm, hoặc mười vị. Các tỳ-kheo Trưởng lão quở trách các tỳ-kheo thọ thỉnh rằng:

"Tại sao vì việc lôi kéo vây cánh của Điều-đạt mà nhận sự thỉnh ăn riêng chúng?"⁶⁸⁹

Do vậy bạch lên Phật. Nhân việc này, đức Phật tập họp tỳ-kheo Tăng, hỏi các tỳ-kheo:

"Thật sự các ngươi có nhận sự thỉnh ăn riêng chúng của Điều-đạt không?"

Thưa: "Thật vậy, bạch đức Thế Tôn."

Đức Phật bằng mọi cách quở trách rồi bảo các tỳ-kheo:

"Nay Ta vì các tỳ-kheo kết giới. Từ nay giới này nên nói như vầy:

Tỳ-kheo nào, nhận lời mời ăn riêng chúng, phạm Ba-dật-đề."

Có một tỳ-kheo dắt (tỳ-kheo)* bệnh đi khất thực, nên bệnh của ông trầm trọng thêm. Các cư sĩ, nói:

"Đừng dắt (tỳ-kheo)* bệnh đi khất thực, có thể đến nhà con lấy thức ăn."

Tỳ-kheo nói:

"Đức Thế Tôn kết giới không cho phép chúng tôi nhận mời, ăn riêng chúng, nếu cúng dường cho chúng Tăng, thì chúng tôi liền tự được phần."

Các cư sĩ nói:

---

⁶⁸⁸ *Tứ phần*: Đề-bà-đạt-đa cùng với năm tỳ-kheo đi khất thực từng nhà. Năm tỳ-kheo này tên là: Tam-văn-đà-la-đạt, Khiên-đà-la-đạt-bà, Cù-bà-ly, Ca-lưu-la-đề-xá. *Thập tụng*: Đề-bà-đạt-đa cùng các niên thiếu tỳ-kheo mới xuất gia. *Căn bản*: Đề-bà-đạt-đa cùng nhiều tỳ-kheo ở chùa gần đó ăn riêng chúng.

⁶⁸⁹ Thỉnh ăn riêng chúng, Hán Biệt thỉnh chúng thực 別請眾食. Pali *Gaṇabhojana*. *Tứ phần*: Biệt chúng thực 別眾食.

"Nhà chúng con nghèo không thể cúng rộng được, chỉ có thể đủ sức cúng dường cho người bệnh, nếu cần thì Đại đức có thể đến nhận."

Các tỳ-kheo không biết nên như thế nào, do vậy bạch lên Phật. Nhân việc này, đức Phật tập họp tỳ-kheo Tăng, bảo các tỳ-kheo:

"Nay cho phép tỳ-kheo bệnh nhận mời ăn riêng chúng. Thời của y,[690] khi thí y,[691] như trong giới ăn nhiều lần đã nói. Từ nay giới này nên nói như vầy:

Tỳ-kheo nào, nhận mời ăn riêng chúng, trừ nhân duyên, phạm Ba-dật-đề."

Nhân duyên: Là khi bệnh, (khi)* thời của y, khi thí y. Đó gọi là nhân duyên.

Có các tỳ-kheo muốn may y, vì phải khất thực **[50c01]** nên y không thành, phế bỏ việc hành đạo, họ nghĩ: "Nếu khi may y mà đức Phật cho phép ta nhận mời ăn riêng chúng thì y sẽ được mau thành, không phế bỏ việc hành đạo." Họ do vậy bạch lên Phật. Nhân việc này, đức Phật tập họp tỳ-kheo Tăng, bảo các tỳ-kheo:

"Nay cho phép các tỳ-kheo, khi may y được nhận mời ăn riêng chúng. Từ nay giới này nên nói như vầy:

Tỳ-kheo nào, nhận mời ăn riêng chúng, trừ nhân duyên, phạm Ba-dật-đề."

Nhân duyên là khi bệnh, (khi)* thời của y, khi thí y, khi may y. Đó gọi là nhân duyên.

Có các tỳ-kheo cùng với bạn đồng đi đến một tụ lạc, nói với các người bạn rằng:

"Chúng tôi vào thôn khất thực, có thể chờ cho một chút."

Các người bạn nói: "Không cần khất thực, tôi sẽ cung cấp cho."

Các tỳ-kheo nói: "Đức Phật không cho phép chúng tôi nhận mời ăn riêng chúng."

---

[690] Thời của y: **Xem cht. 453**, Ch. iv, Ni-tát-kỳ 18.
[691] Khi thí y (thí y thời 施衣時): **Xem cht. 684 trước.**

Tiếp tục vào thôn khất thực. Các người bạn bỏ đi. Tỳ-kheo khất thực rồi, đi không kịp bạn, bị bọn cướp lột trần truồng. Các tỳ-kheo nghĩ như vầy:

"Nếu Đức Thế Tôn cho phép chúng ta, khi đi đường, được nhận mời ăn riêng chúng thì không gặp tai nạn này!"

Có các tỳ-kheo đi quá giang thuyền người, đến giờ khất thực chủ thuyền bỏ đi, đưa đến các khổ nạn cũng lại như trên. Họ đem những việc này bạch lên Phật. Nhân đó, đức Phật tập họp tỳ-kheo Tăng, bảo các tỳ-kheo:

"Từ nay cho phép các tỳ-kheo, khi đi đường, khi đi trên thuyền được nhận mời ăn riêng chúng. Từ nay giới này nên nói như vầy:

Tỳ-kheo nào, nhận mời ăn riêng chúng, trừ nhân duyên, phạm Ba-dật-đề."

Nhân duyên là khi bệnh, (khi)* thời của y, khi thí y, khi may y, khi đi đường, khi đi thuyền. Đó gọi là nhân duyên.

Theo thường pháp của chư Phật, hai lần đại hội trong năm vào tháng cuối mùa Xuân và tháng cuối mùa Hạ, tỳ-kheo các nơi đều đến thăm hỏi nhau. Vì số chúng đông cho nên theo thứ tự thỉnh rất ít và khất thực khó được, các tỳ-kheo nghĩ như vầy: "Nếu Đức Thế Tôn cho phép chúng ta khi đại hội được nhận mời ăn riêng chúng thì không đến nỗi khổ như thế này."[692] Do vậy họ bạch lên Phật. Nhân việc này, đức Phật tập họp tỳ-kheo Tăng, bảo các tỳ-kheo:

"Nay cho phép các tỳ-kheo, khi đại hội được nhận mời ăn riêng chúng. Từ nay giới này nên nói như vầy:

Tỳ-kheo nào, nhận mời ăn riêng chúng, trừ nhân duyên, phạm Ba-dật-đề."

Nhân duyên là khi bệnh, (khi)* thời của y, khi thí y, khi may y, khi

---

[692] *Tứ phần* (tr. 658c20): Khi đại chúng tập họp (đại chúng tập 大眾集), là thức ăn đủ cho bốn người mà dư một người là có sự khốn đốn. Năm người, mười người, cho đến trăm người mà dư một người là khốn đốn.

đi đường, khi đi thuyền, khi đại hội. Đó gọi là nhân duyên.

Bấy giờ em vua Bình-sa[693] tên là Ca-lưu,[694] phụng thờ một đạo, mà hằng năm mời tất cả chín mươi sáu hàng sa-môn tổ chức một đại hội. Nghe Sa-môn Thích tử không nhận mời ăn riêng chúng, song sức của ông khả năng thỉnh hết chúng Tăng. Vì thiếu sa-môn đạo Phật **[51a01]** nên lòng ưu sầu không vui, nghĩ như vầy: "Ta nên làm thế nào để thỉnh được Sa-môn Thích Tử, chỉ có cách là nhờ vua, mới có thể được kết quả." Ông bèn đến trình bày với vua. Nhận lời, nhà vua liền đến chỗ đức Phật, trình bày đầy đủ sở nguyện của em mình.

Sau khi nhà vua ra về, nhân việc này, đức Phật tập họp tỳ-kheo Tăng, bảo các tỳ-kheo:

"Nay cho phép các tỳ-kheo, khi Sa-môn hội,[695] được nhận sự mời riêng chúng ăn. Từ nay giới này nên nói như vầy:

B. GIỚI VĂN

> **Tỳ-kheo nào, nhận mời ăn riêng chúng, trừ nhân duyên, Ba-dật-đề. Nhân duyên: Là khi bệnh, thời của y, khi thí y,**

---

[693] Bình-sa vương 瓶沙王. Xem Ch. i, Ba-la-di 2; Ch. ii, Tăng-già-bà-thi-sa 10.

[694] *Tứ phần* (tr. 658b16): Con của chị vua Bình-sa tên là Ca-la 迦羅. *Thập tụng* 13 (tr. 94c25), *Căn bản* 36 (tr. 824a01): Cậu của vua. Pāli, Vin. iv. 747, một người thân tộc của vua *Seniya* Bimbisāra xuất gia theo bọn lõa hình tà mạng (*Ājīvaka*); không nói tên.

[695] Khi Sa-môn hội 沙門會時. *Tứ phần*: Sa-môn thí thực, là chỉ cho những người xuất gia theo ngoại đạo bên ngoài Sa-môn Thích tử. Pāli *Samaṇabhattasamaya*, được giải thích: "Bữa ăn của sa-môn, nghĩa là bữa ăn được làm bởi sa-môn." (Vin. iv. 475).

khi may y,⁶⁹⁶ **khi đi đường,**⁶⁹⁷ **khi đi thuyền,**⁶⁹⁸ **khi đại hội,**⁶⁹⁹ **khi Sa-môn hội.**⁷⁰⁰ Đó gọi là nhân duyên.

C. THÍCH TỪ

Mời ăn riêng chúng: Là ở trong chúng mà thỉnh riêng bốn vị trở lên. Như vậy gọi là thỉnh ăn riêng chúng.

Tỳ-kheo-ni cũng như vậy. Thức-xoa-ma-na, sa-di, sa-di-ni, phạm Đột-kiết-la.

Nếu mới bắt đầu nhận mời ăn riêng chúng, khi đến lại chia ra, nói thọ thỉnh khác, không thành chúng thì không phạm.

XXXIII. LỮ QUÁN MỘT BỮA ĂN⁷⁰¹

A. DUYÊN KHỞI

Đức Phật ở tại thành Vương Xá.⁷⁰² Khi ấy, các nơi bị đói kém, khất thực khó được, tất cả các tỳ-kheo tập trung hết về thành Vương Xá. Người xa bốn phương nói:

---

[696] Khi may y 作衣時. *Tứ phần*: Thời may y, sau tự tứ, nếu không thọ y ca-thi-na thì khoảng một tháng; nếu có thọ y ca-thi-na thì khoảng năm tháng, cho đến trên y chỉ may một đường khâu răng ngựa.

[697] Khi đi đường 行路時. *Tứ phần*: Cho đến chỉ đi trong nửa do-tuần gồm cả đi tới và đi lui.

[698] Khi đi thuyền 舡上行時. *Tứ phần*: Cho đến nương trên thuyền xuôi hay ngược dòng nước trong vòng nửa do-tuần.

[699] Khi đại hội 大會時. ᴾᵃˡⁱ *Mahāsamaya*, bản Anh dịch hiểu là sự khan hiếm cực kỳ, do Pāli *samaya* có nghĩa: thời tiết, cơ hội. Trong ˢᵏᵗ *samaya* còn có nghĩa "tập hội." *Thập tụng*: Đại tập hội 大集會. *Căn bản*: Đại chúng thực 大眾食. *Tứ phần*: Đại chúng tập 大眾集, **xem cht. 692 trước.**

[700] Khi Sa-môn hội: **Xem cht. 695 trước.**

[701] *Tăng-kỳ* 16, tr. 351b07; *Tứ phần* 13, tr. 654c21: Ba-dật-đề 31; *Thập tụng* 12, tr.89b27, *Căn bản* 35, tr. 816a14: Ba-dật-đề 32. Pāli, Pāc. 31, *āvasathapiṇḍa*.

[702] *Tăng-kỳ*; *Tứ phần*; *Thập tụng*: Xá-vệ thành (quốc) 舍衞城(國); *Căn bản*: Thất-la-phạt thành 室羅伐城.

"Trước đây, chúng ta mai chiều đều thấy các tỳ-kheo, tại sao nay tuyệt nhiên không thấy nữa?"

Có người nói:

"Lúc này khất thực khó được, tất cả đều đến thành Vương Xá cho nên không thấy!"

Mọi người nói:

"Chúng ta có thể kiến lập một cái nhà nhỏ,⁷⁰³ mỗi ngày lo cho một tỳ-kheo ngủ một đêm, ăn một bữa. Nếu ai không đến dùng cơm thì nên gom góp lại, đợi các tỳ-kheo đến sau."

Họ liền thực hiện. Khi ấy, có một gia đình thường làm thức ăn ngon, nhóm sáu tỳ-kheo du hành trong nhân gian, thường đến nhà đó. Các tỳ-kheo khác đều không được đến lại, hỏi cư sĩ:

"Ngươi vì Tăng thiết lập 'nhất túc thực' tại sao tôi lại không được dự một lần?"

Cư sĩ thưa:

"Bổn nguyện của tôi là vì Tăng nên thiết lập chỗ này, nhưng nhóm sáu tỳ-kheo ở mãi không chịu đi, khiến tôi không được đón tiếp vị Tăng nào khác. Đây là lỗi tại nhóm sáu tỳ-kheo, chứ chẳng phải lỗi của tôi."

Các tỳ-kheo Trưởng lão nghe, bằng mọi cách quở trách nhóm sáu tỳ-kheo, rồi do vậy bạch lên Phật. Nhân việc này, đức Phật tập họp tỳ-kheo Tăng, hỏi nhóm sáu tỳ-kheo:

"Các ngươi có thật vậy không?" "Thật vậy, bạch đức Thế Tôn."

Đức Phật bằng mọi cách quở trách rồi bảo các tỳ-kheo:

"Nay Ta vì các tỳ-kheo kết giới. Từ nay giới này nên nói như vầy:

---

⁷⁰³ Cái nhà nhỏ, 🈷 Tiểu ốc 小屋. *Thập tụng 12*: Phước đức xá 福德舍 (nhà từ thiện), với phụ chú (T23n1435, tr. 89c25): "Chính xác, gọi là nhất túc xứ 一宿處 (chỗ ngủ trọ một đêm)". 🈶 *āvasaṭhapiṇḍa*, lữ xá có bố thí thức ăn.

Tỳ-kheo nào, nơi cúng một bữa ăn,[704] ăn quá một bữa, phạm Ba-dật-đề."

Khi ấy Tôn giả Xá-lợi-phất bị trúng gió, đến nơi cúng một bữa ăn, ăn một bữa rồi liền muốn đi chỗ khác. Các [51b01] tỳ-kheo thưa:

"Trưởng lão bệnh hoạn không cần đi chỗ khác, chúng tôi sẽ nhường phần ăn để cúng dường."

Tôn giả Xá-lợi-phất nói:

"Đức Thế Tôn không cho phép chỗ ngủ một đêm, ăn quá một bữa."

Có các cư sĩ nghe Tôn giả Xá-lợi-phất bị bệnh cũng cùng mời ở lại. (Tôn giả)* cũng trả lời như trước, rồi mang bệnh ra đi. Các tỳ-kheo nghĩ như vầy:

"Nếu Đức Thế Tôn cho phép tỳ-kheo bệnh, ở nơi cúng một bữa, ăn quá một bữa thì không có cái khổ này."

Do vậy các tỳ-kheo bạch lên Phật. Nhân việc này, đức Phật tập họp tỳ-kheo Tăng, bảo các tỳ-kheo:

"Nay Ta cho phép các tỳ-kheo bệnh, ở nơi cúng một bữa, được ăn quá một bữa. Từ nay giới này nên nói như vầy:

B. GIỚI VĂN

Tỳ-kheo nào, không bệnh ở nơi cúng một bữa, ăn quá một bữa, Ba-dật-đề."

Nơi cúng một bữa ăn, số đông tỳ-kheo vào buổi chiều cùng lúc đến, nếu đàn-việt cúng nước phi thời, hay dầu xoa chân, cho phép theo thứ tự nhận; sáng ngày, theo thứ tự ăn.

Nếu không, thì chỉ nghỉ một đêm, ăn một bữa rồi nên đi. Nếu đàn-việt mời ở lại thì được phép ở.

Nếu đi rồi, có duyên sự cần trở lại nên nói với chủ nhân, chủ nhân cho phép ở thì ở, không cho phép thì nên đi.

Nếu tỳ-kheo đến sau nên nhận thức ăn đủ ăn một bữa, có dư nên

---

[704] Hán: *Thí nhất thực xứ* 施一食處. Pali: *āvasaṭhapiṇḍa*; xem cht. 703 trên.

cho tỳ-kheo mà chủ nhân lưu lại.

Nếu tỳ-kheo đến, mà có nhiều chỗ cúng một bữa ăn, các tỳ-kheo nên chia ra để ở.

Nếu nhà bà con mà nhận quá một bữa ăn, phạm Đột-kiết-la. Tỳ-kheo-ni cũng như vậy. Thức-xoa-ma-na, sa-di, sa-di-ni, phạm Đột-kiết-la.

Nếu có các nạn không đi được thì không phạm.

XXXIV. NHẬN QUÁ BA BÁT[705]

A. DUYÊN KHỞI

Đức Phật ở tại thành Vương Xá.[706] Khi ấy, có một người nữ[707] muốn trở về lại nhà chồng, chuẩn bị các thứ bánh, dùng làm lương thực đi đường. Có một tỳ-kheo theo thứ tự khất thực đến nhà kia, người nữ hỏi:

"Thầy muốn cần gì?"

Trả lời: "Cần thức ăn."

Lại hỏi:

"Có thể ăn Khư-xà-ni[708] được không?"

Trả lời:

---

[705] *Tăng-kỳ* 17, tr. 360c13: Ba-dật-đề 38; *Tứ phần* 14, tr. 659a08: Ba-dật-đề 34; *Thập tụng* 13, tr. 90a24, *Căn bản* 35, tr. 819b6: Ba-dật-đề 33. Pāli, Pāc. 34, *Dvattipattapūrā (Kāṇamātusikkhāpada)*.

[706] *Tăng-kỳ; Tứ phần; Thập tụng:* Xá-vệ thành (quốc) 舍衛城(國); *Căn bản:* Thất-la-phạt thành 室羅伐城.

[707] *Tứ phần:* Có người nữ tên Già-nhã-na 伽若那. *Tăng-kỳ:* Hạt Nhãn 瞎眼; *Thập tụng:* Lai Nhãn 睞眼; nghĩa là người nữ mắt lé. Pāli *Kāṇamātā*, người nữ mù một mắt.

[708] Khư-xà-ni 佉闍尼 (Kha-đán-ni 珂但尼). Pāli *khādanīya*, thức ăn loại cứng (cần phải cắn); được giải thích (Vin. iv. 83): trừ 5 loại thức ăn chính (*bhojanīya*, loại mềm), trừ thực phẩm loại để qua đêm, 7 ngày, và suốt đời, còn lại đều là thức ăn loại cứng. *Thập tụng* 13 (tr. 91b11), 5 loại khư-đà-ni 佉陀尼: rễ, cọng, lá, mài, quả 根莖葉磨果.

"Có thể."

(Cô gái)* liền lấy bình bát cho đầy các loại bánh vào trong. Tỳ-kheo này được bánh rồi lại nói các tỳ-kheo khác:

"Nhà đó có nhiều thức ăn ngon, thầy nên đến đó xin."

Các tỳ-kheo nghe theo đều đến xin. Tất cả các bánh chín đó đều đem cho hết.

Khi ấy, người chồng cho người đến hối thúc. (Cô gái)* trả lời: "Lương thực làm chưa xong."

(Cô ta)* lại làm các thức ăn khác, như vậy cho đến ba lần,[709] Tỳ-kheo đến xin, (cô ta)* đều cúng hết. Người chồng ba lần hối thúc, cô đều trả lời như lần đầu. (Người chồng)* liền nổi giận, nghĩ rằng cô ta đã có ý khác, bèn sai người nói:

"Tôi đã cầu hôn người khác rồi, không cần đến người nữ mù loà[710] như cô nữa."

Lúc đó, cả gia đình người nữ nổi giận nói:

"Do Sa-môn Thích tử nên con ta bị góa bụa."

Họ lại dùng mọi cách mắng nhiếc, miệng tuông ra đầy lời xấu xa. Người xung quanh hỏi:

"Người khác bạc bẽo con bà, can dự gì đến sa-môn?"

[51c01] Họ liền kể rõ lại đầy đủ. Người không tin Phật pháp đều khoái chí nói:

"Do kính sa-môn nên đưa đến việc này, nếu gần gũi lại còn gặp những điều tệ hại hơn nữa."

Bấy giờ lại có người chủ khách buôn nói với các lái buôn rằng:

"Có thể chuẩn bị lương thực, ngày… là (ngày)* rất tốt, ta sẽ khởi hành."

---

[709] Pali: Ba lần cô chuẩn bị lương thực đi đường đều lần lượt bố thí hết cho ba tỳ-kheo, nên trễ chuyện về nhà chồng. Các bộ khác cũng vậy.

[710] Hán: Hạt nữ 瞎女, xem cht. 707 trước.

Mọi người đều chuẩn bị các thứ đồ ăn thức uống đầy đủ. Có một tỳ-kheo, theo thứ tự khất thực đến nhà một người lái buôn.

Người lái buôn hỏi:

"Muốn cần những thứ gì?"

Trả lời:

"Cần thức ăn."

Hỏi:

"Có thể dùng bánh,[711] lương khô[712] được không?"

Trả lời;

"Có thể được."

(Người lái buôn)* liền lấy cho vào đó đầy bình bát. Tỳ-kheo nhận được rồi, nói với các tỳ-kheo khác:

"Tại nhà đó có nhiều thức ăn ngon, các thầy có thể đến đó xin." Vì các tỳ-kheo đến đó xin đều được, nên lương thực hết sạch! Người chủ khách buôn nói:

"Ngày tốt nay đã đến, chúng ta nên khởi hành." Người lái buôn này nói:

"Lương thực chưa xong." Người chủ khách buôn hỏi:

"Trước đây tôi đã thông báo, chuẩn bị lương thực cho đầy đủ, tại sao nay lại nói chưa xong?"

Trả lời:

"Vì sa-môn đến xin nên cho hết." Người chủ khách buôn bảo:

"Nay là ngày tốt, không thể không khởi hành, tôi đi trước, người

---

[711] Hán Bính 餅, Pali pūva, bánh để làm quà.
[712] Hán Xiếu 麨, mạch yến mài nát vụn (Khang Hy). Hoặc đọc là *khứu* 糗, lương khô (Thiều Chửu). *Từ nguyên: xiếu* 麨, tức *khứu* 糗; gạo, lúa mạch các thứ rang chín sau đó nghiền thành bột làm lương khô. Pali *mantha*, lương khô để đi đường.

có thể đi sau."

Lúc đó (người chủ khách buôn)* liền khởi hành. Sau đó trở về an ổn, thu nhiều lợi nhuận. Người lái buôn kia một mình đi sau, gặp bọn cướp quét sạch mất hết tài vật, bèn la khóc:

"Do Sa-môn Thích tử nên gặp khốn cùng này!" Bọn giặc cướp hỏi:

"Ta cướp của ngươi, tại sao lại oán người?"

(Người lái buôn)* kể rõ lại đầu đuôi câu chuyện. Bọn giặc cướp nghe rồi, lại bảo rằng:

"Ngươi gần gũi sa-môn nên bị đánh, bị giết, bị cướp đồ là phải, nếu có sự gần gũi nữa thì cũng sẽ bị như vậy!"

Các tỳ-kheo Trưởng lão nghe, bằng mọi cách quở trách, rồi do vậy bạch lên Phật. Nhân việc này, đức Phật tập họp tỳ-kheo Tăng, hỏi các tỳ-kheo kia:

"Các ngươi, có thật vậy không?"

Thưa:

"Thật vậy, bạch đức Thế Tôn."

Đức Phật bằng mọi cách quở trách rồi bảo các tỳ-kheo:

"Nay Ta vì các tỳ-kheo kết giới. Từ nay giới này nên nói như vầy:

Tỳ-kheo nào, đến nhà bạch y, được mời cúng nhiều đồ ăn thức uống, hoặc bánh, hoặc lương khô. Nếu cần thì nhận hai, ba bát; nhận quá, phạm Ba-dật-đề."

Có các tỳ-kheo bệnh, vào thôn khất thực, có một cư sĩ mời cúng nhiều, không dám nhận quá hai, ba bát, do vậy bạch lên Phật. Nhân việc này, đức Phật tập họp tỳ-kheo Tăng, bảo các tỳ-kheo:

"Nay Ta cho phép tỳ-kheo bệnh được nhận quá hai, ba bát. Từ nay giới này nên nói như vầy:

Tỳ-kheo nào, đến nhà bạch y, được mời cúng nhiều đồ ăn thức uống, hoặc bánh, hoặc lương khô. Nếu cần thì nên nhận hai, ba bát; nếu không bệnh nhận quá, phạm Ba-dật-đề."

Có các tỳ-kheo đến nhà mời thọ trai, ăn rồi lại xin người chủ thức ăn mang đi. [52a01] Các tỳ-kheo do vậy bạch lên Phật, Đức Phật dạy:

"Nếu đến nhà người mời ăn, thì không được xin thêm mang đi. Nếu không đến nhà người mời ăn thì cho phép mang đi."

Có các tỳ-kheo nhận hai, ba bát mang đi rồi, không cho các tỳ-kheo cùng ăn; rồi do vậy bạch lên Phật. Nhân việc này, đức Phật tập họp tỳ-kheo Tăng, bảo các tỳ-kheo:

"Nên cho các tỳ-kheo để cùng ăn. Từ nay giới này nên nói như vầy:

B. GIỚI VĂN

Tỳ-kheo nào, đến nhà bạch y, được mời tùy ý nhận nhiều đồ ăn thức uống, hoặc bánh, hoặc lương khô. Nếu không ăn tại nhà đó, cần thì nên nhận hai, ba bát; ra ngoài nên cho các tỳ-kheo khác cùng ăn. Nếu không bệnh mà nhận quá mức đó và, không cho các tỳ-kheo khác ăn, Ba-dật-đề.

C. THÍCH TỪ

Mời cúng thức ăn:[713] Tức là đến xin cho liền. Nếu tỳ-kheo nhận bát thứ nhất, trở về nên nói với các tỳ-kheo rằng: Tôi đã nhận nơi nhà... một bát, còn hai bát, thầy cần thì đến lấy. Nếu nhận bát thứ hai, nên nói: Tôi đã nhận nhà... hai bát, còn một bát, Thầy cần thì đến nhận. Nếu nhận bát thứ ba, nên nói: Tôi đã nhận nhà... ba bát rồi, đừng đến nhận nữa. Nếu không nói thì phạm Đột-kiết-la.

Tỳ-kheo-ni cũng như vậy. Thức-xoa-ma-na, sa-di, sa-di-ni, phạm Đột-kiết-la.

---

[713] Tự tứ dữ thực 自恣與食. *Tứ phần*: Thỉnh tỳ-kheo cúng thức ăn 請比丘與食.

XXXV. PHÁP DƯ THỰC⁷¹⁴

A. DUYÊN KHỞI

Đức Phật ở tại thành Vương Xá.⁷¹⁵ Bấy giờ, các nơi bị đói kém, khất thực khó được, các tỳ-kheo đều trở về thành Vương Xá. Các cư sĩ nơi thành Vương Xá hỏi các tỳ-kheo:

"Tăng có bao nhiêu vị và có bao nhiêu người hứa cúng?"

Trả lời:

"Tăng có chừng ấy vị, thức ăn có… người hứa cúng." Khi ấy, các cư sĩ cùng bàn nhau nói:

"Chúng ta sẽ vì các tỳ-kheo, tuỳ theo khả năng mà làm thức ăn. Lúc ấy, hoặc có một người làm thức ăn cho một tỳ-kheo cho đến mười tỳ-kheo. Hoặc có hai người cho đến mười người, cùng làm thức ăn cho một tỳ-kheo cho đến thức ăn mười tỳ-kheo."

Chuẩn bị thức ăn đầy đủ rồi, các người cư sĩ chủ trương lại nghĩ như vầy: "Chúng ta tuy tuỳ theo khả năng làm thức ăn cho từ một người cho đến mười người ăn, nhưng chắc không chu đáo, nay cần kiểm tra tất cả phẩm vật làm thức ăn, nếu ai không đầy đủ ta sẽ bổ túc." Họ liền kiểm tra, thì trong số đó có một người nghèo, tuy lòng họ không tiếc của nhưng họ không có gạo tốt. Theo sự kiểm tra này thì sở hữu của gia đình họ chỉ có đậu mạch là đầy đủ. Theo thứ tự đến phiên chủ cư sĩ này làm thức ăn; vì đồ ăn thức uống thô xấu, nên các tỳ-kheo già bệnh không thể ăn uống được, đem cho người ăn xin hay ngoại đạo, rồi đến nhà quen biết ăn. Các cư sĩ biết, liền cơ hiềm nói:

"Chúng tôi cắt giảm phần ăn của vợ con **[52b01]** để gieo vào trong ruộng phước, tại sao tỳ-kheo lại coi rẻ thức ăn này của chúng tôi?! Dùng của xin cho người ăn xin và ngoại đạo, rồi tìm (thức ăn)* mỹ vị

---

⁷¹⁴ *Tứ phần* 14, tr. 660a12: Ba-dật-đề 35. *Tăng-kỳ* 16, tr. 354b4: Ba-dật-đề 33; *Thập tụng* 13, tr. 91a16, *Căn bản* 36, tr. 821a24: Ba-dật-đề 34. Pāli, Pāc. 35, *Pavāraṇā*.

⁷¹⁵ *Tăng-kỳ*; *Tứ phần*; *Thập tụng*: Xá-vệ thành (quốc) 舍衛城(國); *Căn bản*: Thất-la-phạt thành 室羅伐城.

là sao?! Hạng người này chủ đích là tìm giải thoát, lìa già, bệnh, chết, tại sao nay phản lại tìm cái ngon đẹp, không có hạnh sa-môn, phá pháp sa-môn."

Khi ấy, người thí chủ của Bạt-nan-đà đến giám sát bữa ăn. Bạt-nan-đà đã ăn với chúng rồi lại đến nhà người thí chủ đòi thức ăn ngon. Người thí chủ hỏi:

"Vừa rồi Đại đức không ăn ở trong chúng sao?"

Trả lời:

"Có ăn trong chúng nhưng sợ đàn-việt mất phước cúng riêng, cho nên lại đến đây."

Người kia cơ hiềm nói:

"Hiện nay ở đời đói khổ, mọi người kiệt quệ mà phải chung nhau làm thức ăn, tại sao lại coi nhẹ nó, để đi tìm đồ ngon lạ?!"

Các tỳ-kheo nghe, bằng mọi cách quở trách, rồi do vậy bạch lên Phật. Nhân việc này đức Phật tập họp tỳ-kheo Tăng, hỏi Bạt-nan-đà:

"Ngươi có thật vậy không?"

Thưa:

"Thật vậy, bạch đức Thế Tôn."

Đức Phật bằng mọi cách quở trách rồi bảo các tỳ-kheo:

"Nay Ta vì các tỳ-kheo kết giới. Từ nay giới này nên nói như vầy:

Tỳ-kheo nào, ăn rồi, ăn lại, phạm Ba-dật-đề."

Lúc bấy giờ Tất-lăng-già-bà-ta cùng tám mươi tỳ-kheo bị bệnh, các tỳ-kheo vì họ mời ăn, họ ăn không hết, vất bỏ trước phòng, các cư sĩ thấy hỏi:

"Đây là những thức ăn gì?"

Trả lời: "Là thức ăn dư của các tỳ-kheo bệnh." Các cư sĩ nói:

"Sao không lấy ít!"

Trả lời:

"Vì các tỳ-kheo bệnh có người ăn nhiều, có người ăn ít, bởi vậy nên chúng tôi không thể lấy ít được."

Cư sĩ lại nói:

"Hiện nay bị đói kém, đem bố thí một hột cơm, là có thể sanh Thiên, tại sao lại vất bỏ, mà không bố thí?!"

Hoặc lại có người nói:

"Bọn sa-môn này, thà vất bỏ nơi đất chứ không đem cho người! Chúng ta đã cúng cho Tăng, một hột cơm rơi xuống đất cũng coi đó là một tội lớn, tại sao tỳ-kheo lại không tiếc vật này?!"

Các tỳ-kheo Trưởng lão nghe, bằng mọi cách quở trách, rồi do vậy bạch lên Phật. Đức Phật hỏi Tôn giả A-nan:

"Có người nào có thể ăn thức ăn này hay không?" Tôn giả thưa:

"Tỳ-kheo nuôi bệnh xin thức ăn này, mà thoạt tiên chính họ ăn vẫn chưa đủ. Họ muốn ăn thức ăn dư này, nhưng không dám ăn."

Nhân việc này, đức Phật tập họp tỳ-kheo Tăng bảo các tỳ-kheo: "Nay cho phép các tỳ-kheo ăn thức ăn dư của tỳ-kheo bệnh."

Bấy giờ, chúng Tăng thành Vương Xá ăn rồi, có tỳ-kheo từ bên ngoài nhận được thức ăn đem về, các tỳ-kheo không biết làm thế nào, do vậy bạch lên Phật. Đức Phật dạy:

"Có thể dùng thức ăn này cho tỳ-kheo bệnh." Họ liền đem cho, các tỳ-kheo bệnh nói:

"Thức ăn này làm tăng bệnh, chúng tôi không cần." (Các tỳ-kheo)* do vậy bạch lên Phật. Đức Phật dạy:

"Cho phép các tỳ-kheo đến bên tỳ-kheo bệnh làm pháp tàn thực[716] để ăn."

Bấy giờ, chúng Tăng thành Vương Xá ăn rồi đứng dậy, **[52c01]** lại có tỳ-kheo từ bên ngoài nhận được thức ăn đem về, (cho)* tỳ-kheo

---

[716] Các bộ giống *Ngũ phần*, gọi là tàn thực pháp 殘食法 (pháp tàn thực). *Tứ phần*: Dư thực pháp 餘食法.

bệnh đã lành. (Tỳ-kheo này)* không biết nên thế nào, lại do vậy bạch lên Phật. Đức Phật dạy:

"Nên đến bên tỳ-kheo ăn chưa xong, làm pháp tàn thực để ăn. Nếu không (có vị nào ăn chưa xong)*, thì đến bên tỳ-kheo chưa ăn để làm. Nếu trong chúng không có tỳ-kheo nào chưa ăn thì nên tìm đến nơi gần nhất, nếu nơi gần nhất lại cũng không có tỳ-kheo, thì nên cho sa-di (đủ điều kiện)* thọ Cụ túc giới, nhanh chóng thọ giới, sau đó đến bên vị này làm pháp tàn thực để ăn."

Nhân việc này, đức Phật tập họp tỳ-kheo Tăng, bảo các tỳ-kheo: "Từ nay giới này nên nói như vầy:

B. GIỚI VĂN

Tỳ-kheo nào, ăn rồi, không làm pháp tàn thực mà ăn, Ba-dật-đề."

Có tỳ-kheo sáng sớm mời các tỳ-kheo dùng tiểu thực bằng ăn và uống thức ăn Khư-đà-ni,⁷¹⁷ (uống)* Xa-đà-ni.⁷¹⁸ Các tỳ-kheo gọi đó là túc thực (ăn đã đủ), không dám ăn nữa, do vậy bạch lên Phật. Đức Phật dạy:

"Đây không gọi là túc thực. Có năm thức ăn gọi là túc thực:⁷¹⁹ Cơm,

---

[717] Khư-đà-ni 佉陀尼: Xem cht. 708, Ba-dật-đề 34.

[718] Xa-đà-ni 賒陀尼: bhojanīya, là loại thức ăn mềm. Xem cht. 708, Ba-dật-đề 34, và cht. 719 dưới.

[719] Cf. *Căn bản 36*: Năm loại thức ăn không thành túc thực, đó là 5 loại kha-đản-ni (*khādaniya*): thức ăn từ rễ củ, thân cọng, lá, hoa, quả). Năm loại thành túc thực, đó là năm loại bồ-thiện-ni (*bhojanīya*): cơm, cơm đậu mạch, cơm khô, thịt và bánh. *Tứ phần 14*: Có năm loại ăn đủ: Biết là cơm, biết được đem đến, biết ngăn, biết oai nghi, biết xả oai nghi (nghĩa là, không còn "đang đi" nữa). Pāli, Vin. iv. 82, 5 yếu tố để thành túc thực: 1. được biết là đang ăn (*asanaṃ paññāyati*), 2. được biết là có thức ăn (*bhojanaṃ paññāyati*), 3. đứng gần trong tầm tay (*hatthapāse ṭhito*), 4. mang đến cho (*abhiharati*), 5. được biết là đã từ chối, vì đã ăn no (*paṭikkhepo paññāyati*).

cơm khô,[720] bánh,[721] lương khô,[722] cá và thịt. Đối với năm thức ăn này, mỗi thức ăn có năm trường hợp gọi là túc thực: 1. Có thức ăn, 2. Đã trao cho, 3. Đã nhận ăn (đã nhai, nuốt),* 4. (Đã ăn xong)* không nhận thêm nữa, 5. Thân lìa khỏi bổn xứ (đã rời khỏi chỗ ngồi)."

Nếu lìa khỏi chỗ ngồi rồi lại nhận được thức ăn: cơm, lương khô, không làm pháp tàn thực mà ăn thì mỗi một miếng ăn, phạm Ba-dật-đề.

Các tỳ-kheo không biết làm pháp tàn thực, bạch Phật. Đức Phật dạy: "Đem thức ăn để vào bình bát rồi bưng nơi tay, trống vai bên hữu, đầu gối bên hữu chấm đất, nói như vầy:

Trưởng lão nhất tâm niệm:

"Tôi tên là... ăn đã đủ, xin vì tôi làm pháp tàn thực."

Tỳ-kheo kia lấy bát, hỏi:

"Thức ăn này cho tôi phải không?"

Trả lời:

"Vâng!"

(Vị kia)* liền vì họ hứa khả, ăn một ít còn bao nhiêu trả lại, hoặc hoàn toàn không ăn chỉ lấy rồi đưa lại, nói: Đây là thức ăn dư của tôi, mời thầy!"

Như vậy gọi là (làm pháp)* tàn thực. Tỳ-kheo-ni cũng như vậy. Thức-xoa-ma-na, sa-di, sa-di-ni, phạm Đột-kiết-la.

---

[720] Hán **Phạn can** 飯乾. Pali *Odana*, thức ăn khô.
[721] Hán **Phạn bính** 飯餅. Pali *Kummāsa*, cháo; thực phẩm sữa đông đặc.
[722] Hán **Xiếu** 麨. Pali *Sattu*, bột khô, bột lúa mạch. **Xem thêm cht. 712 trước.**

XXXVI. MỜI NGƯỜI TÚC THỰC[723]

A. DUYÊN KHỞI

Đức Phật ở tại thành Vương Xá.[724] Bấy giờ, có hai tỳ-kheo là bạn thân với nhau; một người thông minh, một người ám độn. Người ám độn thường phạm tội ác, người thông minh luôn luôn nêu tội người kia, và khuyên bạn phải sám hối. Lòng người ám độn kia đâm ra giận hờn, nghĩ như vầy: "Nay ta cũng nên tìm tội lỗi của anh ta." Nhưng tìm không được, bèn chờ người bạn ăn xong, không làm pháp tàn thực, bảo bạn ăn. Tỳ-kheo kia vì tình bạn thân nên không hoài nghi gì cả, bèn ăn liền, ăn xong (ông bạn ám độn)* mới nói:

"Thầy ăn mà không làm pháp tàn thực, **[53a01]** phạm tội cần phải sám hối, đừng để vi phạm Phạm hạnh, mãi mãi chịu khổ."

Lúc ấy, tỳ-kheo kia quở trách:

"Vì tôi muốn ích lợi cho thầy nên cùng nhau chỉ vẽ, tại sao vì việc này mà hận và, lừa tôi đến chỗ phạm tội?"

Các tỳ-kheo Trưởng lão nghe, bằng nhiều cách quở trách, rồi do vậy bạch lên Phật. Nhân việc này, đức Phật tập họp tỳ-kheo Tăng, hỏi tỳ-kheo kia:

"Ngươi có thật vậy không?"

Thưa:

"Thật vậy, bạch đức Thế Tôn."

Bằng nhiều cách đức Phật quở trách rồi bảo các tỳ-kheo:

"Nay Ta vì các tỳ-kheo kết giới. Từ nay giới này nên nói như vầy:

Tỳ-kheo nào, không làm pháp tàn thực, đã ăn cố nài nỉ tỳ-kheo ăn, vì muốn khiến cho người kia phạm tội, phạm

---

[723] *Tăng-kỳ* 16, tr. 356b24: Ba-dật-đề 34; *Tứ phần*: Ba-dật-đề 36. *Thập tụng* 13, tr.92c10, *Căn bản* 36, tr. 822c11: Ba-dật-đề 35. Pāli, Pāc, 36, *Dutiyapavāraṇā*.

[724] *Tăng-kỳ, Tứ phần, Thập tụng*: Xá-vệ thành (quốc) 舍衛城(國); *Căn bản*: Thất-la-phạt thành 室羅伐城.

Ba-dật-đề."

Có tỳ-kheo ăn đủ rồi, các tỳ-kheo không biết lại mời khiến cho ăn. Tỳ-kheo kia nói: "Tôi đã ăn rồi." Các tỳ-kheo liền sanh nghi: "Ta cố (nài nỉ)*, sẽ không phạm Ba-dật-đề chứ!"

Do vậy bạch lên Phật. Nhân việc này, đức Phật tập họp tỳ-kheo Tăng, bảo các tỳ-kheo: "Nếu không biết người kia đã ăn rồi, mời họ ăn, mà phạm Ba-dật-đề là điều không thể có. Từ nay giới này nên nói như vầy:

B. GIỚI VĂN

Tỳ-kheo nào, biết tỳ-kheo kia đã ăn rồi, không làm pháp tàn thực, cố nài nỉ khiến ăn, vì muốn cho người kia phạm tội, Ba-dật-đề."

Nếu đã ăn mà nài nỉ, tỳ-kheo ăn, không làm pháp tàn thực; nếu lúc người kia ăn, mỗi một miếng phạm Ba-dật-đề. Tỳ-kheo-ni cũng như vậy. Thức-xoa-ma-na, sa-di, sa-di-ni, phạm Đột-kiết-la.

XXXVII. BỎ VÀO MIỆNG VẬT KHÔNG ĐƯỢC CHO[725]

A. DUYÊN KHỞI

Đức Phật ở tại thành Vương Xá.[726] Bấy giờ, đức Thế Tôn chưa cấm tỳ-kheo thọ thực[727] mới ăn. Các tỳ-kheo đối với các gia đình quen biết, không thọ thực mà ăn, các bạch y cơ hiềm, nói:

"Chúng tôi không thích thấy người ác này, mặc y hoại sắc cắt rọc, không thọ[728] thực mà ăn. Ăn thức ăn không được người mời tức là lấy

---

[725] *Tăng-kỳ* 16, tr. 357a5: Ba-dật-đề 35; *Tứ phần* 15, tr. 663b18: Ba-dật-đề 39. *Thập tụng* 13, tr. 95c25, *Căn bản* 36, tr. 825a26: Ba-dật-đề 39. Pāli, Pāc. 40, *dantapoṇa*.

[726] *Tứ phần*: La-duyệt thành 羅閱城; *Tăng-kỳ, Thập tụng*: Xá-vệ thành(quốc) 舍衛城(國); *Căn bản*: Thất-la-phạt thành 室羅伐城.

[727] Thọ thực 受食: Nhận thức ăn từ người khác mời.

[728] Hán Bất thọ 不受. *Thập tụng*: Bất thọ 不受, không nhận từ người khác. *Tăng-kỳ*: Bất dữ thủ 不與取. Pāli *adinna*, (vật) không được cho; giải thích: *appaṭiggahitakaṃ*, (vật) chưa được nhận lấy, hay chưa được

của không cho."

Bấy giờ, Đại Ca-diếp[729] mặc y phấn tảo, nhặt những thức ăn đã bỏ ở các ngõ hẻm mà ăn, các cư sĩ thấy chê trách rằng:

"Sa-môn này thật giống chó, đi rảo được đồ ăn thì ăn không kể sạch dơ, làm sao để cho họ, vào nhà chúng ta."

Các tỳ-kheo Trưởng lão nghe hai việc như vậy rồi, do vậy bạch lên Phật. Nhân việc này, đức Phật tập họp tỳ-kheo Tăng, trước hết hỏi các tỳ-kheo:

"Thật sự các ông có việc không thọ thực mà ăn hay không?"

Thưa:

"Thật vậy, bạch đức Thế Tôn."

Đức Phật bằng nhiều cách quở trách rồi nói với Ca-diếp:

"Tuy là thầy thiểu dục song làm cho người ta căm ghét coi thường, không nên ăn thức ăn bị vất bỏ, nếu ăn thì phạm Đột-kiết-la."

Đức Phật bảo các tỳ-kheo:

"Nay Ta vì các tỳ-kheo kết giới. Từ nay giới này nên nói như vầy:

Tỳ-kheo nào, không thọ thực[730] mà để (thức ăn)* vào trong miệng, phạm Ba-dật-đề."

---

tiếp nhận.

[729] *Tăng-kỳ 16* (tr. 357a05): A-na-luật sống hoàn toàn bằng phấn tảo: lượm giẻ rách làm y, nhặt cơm từ đống rác mà ăn; bị chỉ trích tranh ăn với chim chóc. *Tứ phần:* Có một tỳ-kheo nghĩ rằng, "Ta nên thường đi khất thực với chiếc y phấn tảo." *Thập tụng 13* (tr. 95c25): Tỳ-kheo Ma-ha Ca-la; *Căn bản 36* (tr. 825a27), cụ thọ Ca-la; nhân duyên tương tợ như các bộ, chỉ khác nhân vật. Pāli, Vin. iv. 89: *aññataro bhikkhu sabbapaṃsukūliko susāne viharati*, một tỳ-kheo nọ, là vị trì phấn tảo toàn diện, sống trong khu mộ.

[730] Bất thọ thực 不受食. Pāli *adinnaṃ mukhadvāraṃ āhāraṃ*, thức ăn chưa được trao cho (chưa được bố thí). *Tứ phần:* Thức ăn, hoặc thuốc không được trao nhận.

Khi ấy, các tỳ-kheo vì người làm, làm thức ăn, không dám nếm, [53b01] nên khi mặn, khi lạt; người làm giận dỗi không chịu phục vụ nữa. Do vậy bạch Phật. Nhân việc này, đức Phật tập họp tỳ-kheo Tăng, bảo các tỳ-kheo:

"Nay cho phép vì người nấu thức ăn, nếm thức ăn, nhưng không được nuốt vào. Từ nay giới này được nói như vầy:

Tỳ-kheo nào, không thọ thực mà để thức ăn vào miệng, trừ nếm thức ăn, phạm Ba-dật-đề."

Khi ấy, các tỳ-kheo chưa nhận được (bất thọ) tăm xỉa răng[731] và nước (người trao)*, nên không dám xỉa răng và súc miệng; miệng hôi, mắt mờ. Khi nói chuyện với người, họ nghe mùi hôi, hỏi:

"Tại sao miệng Đại đức hôi?"

Các tỳ-kheo rất xấu hổ, bèn xin nhận nhành dương (tăm xỉa răng) và nước, mọi người nói:

"Tự Thầy lười lấy, chứ ai vì Thầy mà tham tiếc tăm xỉa răng và nước đâu!?"

Do vậy, các tỳ-kheo bạch lên Phật. Nhân việc này, đức Phật tập họp tỳ-kheo Tăng, bảo các tỳ-kheo:

"Nay cho phép không phải thọ tăm xỉa răng và nước, Từ nay giới này nên nói như vầy:

B. GIỚI VĂN

Tỳ-kheo nào, chưa được mời ăn mà để thức ăn vào trong miệng, trừ nếm thức ăn, tăm xỉa răng và nước, Ba-dật-đề.

Bấy giờ, Tôn giả Xá-lợi-phất bị trúng gió, Tôn giả Mục-liên đến hỏi: "Khi thầy còn ở nhà đã từng có bệnh này chưa?"

Xá-lợi-phất đáp:

"Có bị rồi."

"Trị bằng cách nào để lành?"

---

[731] Hán: dương chi 楊枝; Pali: *dantapoṇa*.

Trả lời: "Ăn ngó sen."

Thế là Mục-liên đến hồ A-nậu-đạt⁷³² lấy ngó sen đem về cho Xá-lợi-phất.

Xá-lợi-phất hỏi: "Lấy nó ở đâu?"

Trả lời: "Ao A-nậu-đạt."

Lại hỏi: "Nhận từ ai?"

Trả lời: "Từ rồng."

(Xá-lợi-phất)* không dám ăn, do vậy bạch lên Phật. Đức Phật dạy:

"Cho phép nhận thức ăn từ rồng."

Khi ấy, Đại Ca-diếp đến khất thực nơi nhà người nghèo, Thích Đề-hoàn Nhân⁷³³ nghĩ như vầy: "Nay Đại đức Ca-diếp đến nhà nghèo khất thực, nay ta nên tạo phương tiện để cho ngài nhận thức ăn nơi ta." (Thích Đề-hoàn Nhân)* liền theo thứ lớp từng nhà mà ngài Ca-diếp khất thực, hoá làm một người thợ dệt ở trên khung cửa, lại hoá một người con gái đưa thoi (sợi ngang)*.

Theo thứ tự, Ca-diếp đến (chỗ thợ dệt)*, (người con gái)* liền lấy bình bát cho đầy thức ăn trăm vị. Sau khi nhận lại bình bát, Ca-diếp nghĩ như vầy: "Người bần cùng này, từ đâu có được thức ăn thế này?" Liền nhập định quán sát, biết là Đế Thích, bèn nói:

---

⁷³² Hồ A-nậu-đạt 阿耨達池: Skt. *Anavatapta*, Pali *Anotatta*, dịch là hồ Vô nhiệt (không nóng). Một trong bảy hồ lớn ở núi *Himālaya* (Tuyết sơn), được vây quanh bởi năm đỉnh núi: *Sudassanakūṭa, Citrakūṭa, Kāḷakūṭa, Gandha-mādana* và *Kelāsa*. Đỉnh Sudassanakūṭa lõm lòng chảo, có dạng mỏ quạ và phủ bóng trọn hồ, vốn cũng được che khuất bởi các đỉnh kia. Hồ dài 150 dặm, rộng 50 dặm và sâu 50 dặm. Mọi cơn mưa rơi trên năm đỉnh núi cùng các dòng suối bắt nguồn từ chúng đều đổ vào hồ. Ánh sáng từ mặt trời và mặt trăng chỉ phản chiếu chứ không bao giờ chạm trực tiếp vào nước hồ. Điều này có nghĩa là nước luôn lạnh và hồ có tên gọi từ đó.

⁷³³ Thích Đề-hoàn Nhân 釋提桓因: Skt. *Śakra Devānām-indra*, hay gọi trời Đế Thích (Đế Thích Thiên), Kiều-thi-ca... là chủ tầng trời Ba mươi ba.

"Này Kiều-thi-ca! Sau này đừng làm như vậy."

Do vậy, Ca-diếp không dám ăn, bạch lên Phật. Đức Phật dạy:

"**Nay cho phép các tỳ-kheo nhận thức ăn từ trời.**"

Bấy giờ, buổi chiều Đức Thế Tôn đi trở lại con đường đến thôn quỷ Khoáng Dã. Lúc ấy, quỷ thần kia thấy Phật vui mừng, liền thỉnh Phật và Tăng thọ trai vào ngày mai. Đức Phật im lặng nhận lời. Suốt đêm, quỷ sửa soạn các thứ đồ ăn, nước uống. Sáng sớm, trải chỗ ngồi thỉnh Phật và Tăng. Phật ra lệnh cho các tỳ-kheo phải cùng nhận lời mời kia. (Phật và Tăng)* liền đến ngồi. Quỷ thần tự tay san sớt thức ăn. Các tỳ-kheo không dám thọ, do đó bạch lên Phật. Đức Phật dạy:

"**Nay cho phép các tỳ-kheo nhận thức ăn từ loài quỷ.**"

Bấy giờ, đức Thế Tôn [53c01] đi đến rừng cây Sa-la,⁷³⁴ khi ấy có một con khỉ từ trên cây nhảy xuống lấy bình bát Phật đem đi. Các tỳ-kheo nắm chặt không cho, đức Phật bảo các tỳ-kheo, cứ để cho khỉ lấy bát. Khỉ cầm bát leo lên một cây, lấy đầy bát mật ong dâng lên Phật. Đức Phật thấy có trùng không nhận. Khỉ nhìn kỹ thấy trùng liền bắt bỏ rồi dâng Phật. Đức Phật vì khỉ nhận bát mật. Lúc ấy, khỉ vui mừng nhảy múa hớn hở rồi cáo từ mà lui. Đức Phật đem bình bát mật ong này cho các tỳ-kheo, các tỳ-kheo không dám ăn, do vậy bạch lên Phật. Đức Phật dạy:

"**Cho phép nhận thức ăn từ loài khỉ trao.**"

Bấy giờ, có người buôn ngựa thỉnh Phật và Tăng dùng nước rồi, có người đến báo: "Chuồng ngựa bị cháy." Vì vậy họ không tự trao thức ăn được, nói với các tỳ-kheo: "Xin quí vị tự lấy thức ăn cho!" Nói xong liền đi. Các tỳ-kheo nghi, không dám ăn, do vậy bạch lên Phật, Phật dạy:

"**Nếu không có tịnh nhân, cho phép các tỳ-kheo theo lời thí chủ, tự lấy thức ăn để ăn.**"

Lại có các bạch y, từ xa ném thức ăn cho tỳ-kheo, tỳ-kheo đem việc này bạch lên Phật, đức Phật dạy:

---

[734] Sa-la thọ lâm 娑羅樹林 (*Sālavana*), rừng cây Sa-la.

"Không được nhận thức ăn từ xa ném đến."

Có các tỳ-kheo già bệnh mắt lại mờ, khi nhận được thức ăn xúc chạm tay tịnh nhân, phải rửa tay nhiều lần cực nhọc, do vậy bạch lên Phật. Đức Phật dạy:

"Nên lấy lá cây trải (trên mặt đất)*, dùng tay đè xung quanh, khiến để thức ăn lên, đó cũng gọi là nhận."

Các tỳ-kheo bèn trải rộng lá cây ra. Đem điều này bạch lên Phật.

Đức Phật dạy:

"Không nên trải rộng, chỉ trải trong phạm vi ngang tầm tay với tới."

Có các bạch y khinh ghét tỳ-kheo không chịu đích thân trao, bỏ thức ăn trên đất trước mặt tỳ-kheo và bảo khiến tự lấy! Các tỳ-kheo không biết nên như thế nào, do vậy bạch lên Phật. Đức Phật dạy:

"Nếu thí chủ khinh ghét không chịu trao thức ăn, cũng cho phép theo lời bảo lấy của họ mà nhận thức ăn."

Có bốn cách thọ: Thân trao thân nhận, vật trao vật nhận, tay trao tay nhận, bảo lấy mà nhận.

Có nước muối, tỳ-kheo không nhận, không dám uống, do vậy bạch lên Phật. Đức Phật dạy:

"Nếu không bỏ muối, mà tánh nó lại mặn thì cho phép không nhận mà được uống."

Tỳ-kheo-ni cũng như vậy. Thức-xoa-ma-na, sa-di, sa-di-ni, phạm Đột-kiết-la.[735]

---

[735] Bản Hán, hết quyển 7.

XXXVIII. PHI THỜI THỰC[736]

A. DUYÊN KHỞI

[54a7] Đức Phật ở tại thành Vương Xá.[737] Bấy giờ, Thế Tôn chưa vì tỳ-kheo cấm ăn phi thời.[738] Các tỳ-kheo đi khất thực vào đêm tối, hoặc bị rơi xuống hào, rãnh; hoặc đụng phải người nữ, hoặc gặp giặc trấn lột; hoặc bị các loại thú, trùng làm hại, ăn bất kể ngày đêm, chểnh mảng việc tu Phạm hạnh. Khi ấy, Ca-lưu-đà-di[739] mặt y tạp sắc, mặt đen, mắt đỏ, khất thực trong đêm tối. Có một người phụ nữ mang thai, thấy (Ca-lưu-đà-di)* qua ánh sáng trời chớp, hoảng hồn, la lên: "Tỳ-xá-giá! Tỳ-xá-giá! (ma! ma!)"

Ca-lưu-đà-di nói:

"Tôi là sa-môn khất thực, chứ không phải là Tỳ-xá-giá." (Người phụ nữ)* liền mắng nặng lời:

"Tại sao ông không lấy dao mổ bụng đi, mà khất thực trong đêm tăm tối! Các sa-môn, bà-la-môn khác chỉ ăn một lần là đủ, tại sao ông ăn không kể ngày đêm!?"

Các tỳ-kheo Trưởng lão nghe, bằng mọi cách quở trách, rồi đem việc này bạch lên Phật. Nhân việc này, đức Phật tập họp tỳ-kheo Tăng, hỏi Ca-lưu-đà-di:

"Ngươi có thật vậy không?" "Thật vậy, bạch đức Thế Tôn."

Đức Phật bằng mọi cách quở trách rồi bảo các tỳ-kheo:

---

[736] *Tăng-kỳ* 17, tr. 359b11: Ba-dật-đề 36; *Tứ phần* 14, tr. 662b8, *Thập tụng* 13, tr.95a22, *Căn bản* 36, tr. 824b8: Ba-dật-đề 37. Pāli, Pāc. 37, *vikālabhojana*.

[737] *Tăng-kỳ*, *Thập tụng*: Xá-vệ thành (quốc) 舍衛城(國); *Tứ phần*: La-duyệt thành 羅閱城; *Căn bản*: Thất-la-phạt thành 室羅伐城.

[738] Hán Phi thời thực 非時食, ăn phi thời. Pāli *Vikālabhojana*, lấy (xin) thức ăn vào buổi chiều tối (đêm). Pāli Hiểu là khất thực phi thời.

[739] *Tứ phần*: Ca-lưu-đà-di 迦留陀夷. Cf. M. i. 437 (*Bhaddālisutta*): chuyện tôn giả *Bhaddāli*. Xem *Trung A-hàm* 51, kinh 194 Bạt-đà-hòa-lợi, T1, tr. 746.

"Nay Ta vì các tỳ-kheo kết giới. Từ nay giới này nên nói như vầy:

B. GIỚI VĂN

Tỳ-kheo nào, ăn phi thời, Ba-dật-đề."

Bấy giờ, có tỳ-kheo uống thuốc xổ không cầm ra hết, khi ăn vào thì bụng lại trống nên buồn nôn. Các tỳ-kheo không biết làm thế nào, đem việc này bạch lên Phật. Đức Phật dạy:

"Dùng bơ thoa vào thân," vẫn không thuyên giảm.

Phật dạy:

"Dùng bột gạo thoa nơi thân," vẫn không lành.

Phật dạy: "Lấy bơ hòa với bột gạo thoa nơi thân," cũng không lành. Phật dạy: "Lấy nước nóng xoa rửa," vẫn không lành.

Phật bảo: "Thì cho uống nước nóng," vẫn không lành.

Đức Phật bảo: "Lấy cái chậu đựng đầy nước thịt mỡ, rồi đặt ngồi trong đó."

Dùng các phương thức như vậy đủ để cho đến sáng. Dứt khoát không được ăn phi thời.

Phi thời: Là từ giữa trưa cho đến khi tướng mặt trời chưa xuất hiện gọi là phi thời.

Nếu tỳ-kheo phi thời, tưởng là phi thời, nghi là phi thời; phi thời tưởng là thời đều phạm Ba-dật-đề. Thời, tưởng là phi thời, nghi là thời, phạm Đột-kiết-la.

XXXIX. THỨC ĂN CÁCH ĐÊM[740]

A. DUYÊN KHỞI

[54b01] Đức Phật ở tại thành Vương Xá.[741] Bấy giờ, Đức Thế Tôn

---

[740] *Tăng-kỳ* 17, tr. 359b11: Ba-dật-đề 37 (chung với phi thời thực); *Tứ phần* 14, tr.662c25: Ba-dật-đề 38; *Thập tụng* 13, tr. 95b26, *Căn bản* 36, tr. 824c21: Ba-dật-đề 38. Pāli, Pāc. 38, *sannidhikāraka*.

[741] *Tứ phần*: La duyệt thành 羅閱城; *Tăng-kỳ, Thập tụng*: Xá-vệ thành (quốc) 舍衛城(國); *Căn bản:* Thất-la-phạt thành 室羅伐城.

chưa chế giới cấm tỳ-kheo ăn thức ăn cách đêm.⁷⁴² Có miếu Thần nọ là nơi du ngoạn, mọi người đua nhau mang theo thức ăn ngon đến đây để chiêm ngưỡng, hoặc trải qua đêm, với nhiều thức ăn béo bổ. Các tỳ-kheo ở đây nhận được nhiều thức ăn, ăn không thể hết, chứa đầy trong phòng, không chỗ nào không có. Trùng, chuột tìm đến, đục khoét, phá hoại làm hỏng cả vách tường nhà. Các cư sĩ thấy hỏi:

"Ai cất thức ăn này?" Có người nói:

"Sa-môn Thích tử."

Họ liền cơ hiềm: "Bọn trọc đầu này chỉ biết tham nhận, không kể tới việc phí phạm tổn hao, không có hạnh sa-môn, phá pháp của sa-môn."

Lại có một tỳ-kheo A-lan-nhã ở chỗ vắng vẻ, nghĩ như vầy: "Ngày nào cũng đi khất thực, phế bỏ việc hành đạo", bèn xin các loại thức ăn để dành, hoặc đem chúng cất, hoặc phơi cho khô. Khi ấy, các tỳ-kheo du hành thấy vậy bảo rằng:

"Đức Thế Tôn không dạy: 'Áo mặc mục đích là để che thân, thức ăn mục đích là để nuôi sống hay sao? Tại sao dồn chứa nhiều đồ ăn thức uống, hong phơi bừa bãi vậy?"

Tỳ-kheo kia trả lời:

"Chỗ này cách xa làng xóm, ngày nào cũng đi khất thực phế bỏ việc hành đạo, cho nên tôi xin để dành cho khỏi phiền bận."

Các tỳ-kheo đem việc này bạch lên Phật. Nhân việc này, đức Phật tập họp tỳ-kheo Tăng, hỏi tỳ-kheo kia:

"Ngươi có thật vậy không?"

Thưa:

"Thật vậy, bạch Thế Tôn."

Đức Phật bằng mọi cách quở trách rồi, bảo các tỳ-kheo:

"Nay Ta vì các tỳ-kheo kết giới. Từ nay giới này nên nói như vầy:

---

⁷⁴² Hán: Tàn túc thực 殘宿食. Pali: *Sannidhikārakabhojana*, thức ăn lưu trữ qua đêm.

B. GIỚI VĂN

"Tỳ-kheo nào, ăn thức ăn cách đêm,⁷⁴³ **Ba-dật-đề.**"

C. THÍCH TỪ

Thức ăn cách đêm: Thức ăn nhận rồi để lại đến ngày mai, gọi là thức ăn cách đêm. Nếu tỳ-kheo ăn thức ăn này, mỗi miếng ăn đều phạm Ba-dật-đề.

Tỳ-kheo-ni cũng như vậy. Thức-xoa-ma-na, sa-di, sa-di-ni, phạm Đột-kiết-la.

XL. CHO NGOẠI ĐẠO ĂN⁷⁴⁴

A. DUYÊN KHỞI

Đức Phật ở tại thành Vương Xá.⁷⁴⁵ Bấy giờ, nước này bị mất mùa, khất thực khó được, hai mươi tám vị tướng quân quỉ thần, đến chỗ đức Phật, đầu mặt kính lễ sát chân, bạch Phật:

"Kính bạch đức Thế Tôn! Hiện nay, đời bị đói khát, xin đức Phật du hành trong nhân gian, chúng con sẽ giáo hoá mọi người, khiến họ phát thiện tâm."

Đức Thế Tôn hứa khả bằng cách im lặng. Lúc này, Tứ thiên vương, Thích Đề-hoàn Nhân, Phạm thiên vương chủ thế giới Ta-bà cũng đến đảnh lễ sát chân Phật rồi đứng lui qua một bên và, cũng thưa với Phật như trên. Đức Phật cũng hứa khả bằng cách im lặng.

Lúc ấy, Đức Thế Tôn từ thành Vương Xá cùng một ngàn hai trăm năm mươi đại tỳ-kheo Tăng, lại có năm trăm tỳ-kheo-ni, năm trăm

---

⁷⁴³ *Tứ phần:* Tàn túc thực 殘宿食. *Tăng-kỳ:* Đình thực 停食, thức ăn để dành. *Căn bản 36:* Tằng xúc thực 曾觸食. sannidhikāraṃ khādanīyaṃ vā bhojanīyaṃ vā khādeyya vā bhuñjeyya vā, ăn các thức ăn được tích trữ.

⁷⁴⁴ *Tăng-kỳ* 18, tr. 373b25: Ba-dật-đề 52; *Tứ phần* 15, tr. 664b19: Ba-dật-đề 41; *Thập tụng* 14, tr. 98b28, *Căn bản* 37, tr. 829b5: 44. Pāli. Pāc. 41, *acelaka*.

⁷⁴⁵ *Tứ phần:* Câu-tát-la quốc 拘薩羅國; *Tăng-kỳ, Thập tụng*: Xá-vệ thành (quốc) 舍衛城(國); *Căn bản:* Vương Xá thành 王舍城.

ưu-bà-tắc, năm trăm ưu-bà-di, cùng du hành đến nước Ma-kiệt. Lại có một ngàn nam nữ ngoại đạo, năm trăm người ăn xin, cùng tháp tùng theo sau đức Phật để xin thức ăn dư. Chỗ nào đức Thế Tôn đến, không nơi nào là không dốc lòng **[54c01]** cúng dường hết, người bốn phương mang (phẩm vật)* đến cúng dường, đều không thể nào thiết cổ được, vì thế đồ ăn thức uống gom lại nhiều không cách nào dùng hết. Các tỳ-kheo đem thức ăn dư cho nam nữ ngoại đạo và người ăn xin. Các cư sĩ thấy cơ hiềm nói:

"Sa-môn Thích tử được thì nhận hết, ăn chúng không hết đem cho bọn tà kiến. Không như người vắt sữa, còn biết lưu lại sữa cho bê con!"

Hoặc có người lại nói:

"Sa-môn Thích tử còn cúng dường ngoại đạo, tại làm sao chúng ta không phụng sự họ!?"

Bấy giờ, đức Thế Tôn đi đến ấp An-na-tần-đầu,[746] thời có đại Bà-la-môn tên là Sa-môn,[747] dùng năm trăm cỗ xe chở đầy đồ ăn thức uống đi theo Phật. Hơn năm tháng, chờ ngày đến phiên mình được cúng dường, cuối cùng vẫn chưa thể được, trong khi người nhà đuổi theo báo: Thời vụ muốn quá hạn, hãy trở về lo phụ làm việc. Lúc này, người Bà-la-môn đến chỗ A-nan, thưa với A-nan rằng:

"Năm trăm chiếc xe của tôi chở đầy đồ ăn thức uống, muốn cúng dường Phật và Tăng, theo Phật đến nay đã hơn năm tháng mà vẫn chưa thiết trai được, nay người nhà đuổi theo báo tin, không thể ở lại được. Tôi muốn đem thức ăn trải giữa đường để Phật và Tăng bước ngang qua, cho lòng tôi được an và được mãn nguyện."

Tôn giả A-nan nói:

"Phải bạch Phật đã."

A-nan bạch Phật, Phật dạy:

"Ngươi có thể dẫn người Bà-la-môn ấy xem xét thức ăn nhà cúng

---

[746] An-na-tần-đầu ấp 安那頻頭邑, nước Ma-kiệt.
[747] Hán Sa-môn 沙門. Pāli *Samaṇa*.

dường, nếu những thứ nào thiếu thì làm."

Vâng lời Phật, A-nan dẫn người Bà-la-môn xem thức ăn nhà cúng dường. (Người Bà-la-môn)* thấy không có cháo và bánh ram dầu, mật. Ông ta cho nấu bảy thứ cháo và làm hai thứ bánh. Sáng sớm, đến bạch:

"Bạch Thế Tôn! Bánh và cháo đã làm xong."

Đức Phật bảo A-nan:

"Ngươi nên tiếp tay dọn ra."

A-nan vâng lời Phật, dọn bày bánh và cháo.

Khi ấy, có ngoại đạo, người mẹ bồng một đứa con gái nhỏ,[748] A-nan, vì bà có đứa nhỏ nên cho bà ta hai cái bánh. Các ngoại đạo nói:

"Tỳ-kheo này đã nhiễm tâm đối với người mẹ nên thiên vị cho hai cái bánh."

Có người lại nói:

"Chính là vì đứa bé bà bồng (cho đứa nhỏ)*, chứ không phải thiên vị."

Họ cãi nhau lôi thôi, làm náo động nơi chỗ ngồi. Tôn giả A-nan thấy vậy, tự thấy lòng mình không yên, bèn đến chỗ Phật, và đem việc này bạch lên Phật. Nhân việc này, đức Phật tập họp tỳ-kheo Tăng, hỏi A-nan:

"Ngươi có thật vậy không?"

"Thật vậy, bạch đức Thế Tôn."

Đức Phật bằng mọi cách quở trách rồi, bảo các tỳ-kheo:

"Nay Ta vì các tỳ-kheo kết giới. Từ nay giới này nên nói như vầy:

Tỳ-kheo nào, đem thức ăn cho nam nữ ngoại đạo, phạm

---

[748] *Tứ phần*: Lõa hình ngoại đạo (xuất) gia nữ 裸形外道家女. Bản Hán (*Tứ phần*) có sự chép nhầm. Chính xác, ngoại đạo xuất gia nữ (Pali *paribbājikā*). Trong giới văn Pāli, lõa hình *acelakassa* (Skt *acelakāya*) thuộc nam tánh.

Ba-dật-đề."

Lại có các tỳ-kheo đem thức ăn cho ngoại đạo lõa thể. Ngoại đạo kia gói một gói bánh đem vào thành Vương Xá. Mọi người hỏi:

"Từ đâu đến?"

Trả lời: "Từ chỗ bọn cư sĩ trọc đầu đến.⁷⁴⁹

Lại hỏi: "Vật gì trong gói đó?"

[55a01]

Trả lời: "Là bánh ram mật."

Lại hỏi: "Được từ ai?"

Trả lời:

"Các cư sĩ thì lấy sa-môn làm ruộng phước, Sa-môn Thích tử lại lấy tôi làm ruộng phước, nên nhận được từ họ đây."

Mọi người bèn cơ hiềm nói:

"Sa-môn Thích tử không biết tự lượng, ham thọ nhận không nhàm chán. Chúng tôi giảm bớt phần ăn của vợ con dùng để cúng dường, lại đem cho bọn người ác tà kiến này. Nếu cần cúng dường thì chúng tôi sẽ cúng dường, phiền chi phải nhờ sa-môn!?"

Các tỳ-kheo Trưởng lão nghe, bằng mọi cách quở trách, rồi đem việc này bạch lên Phật. Nhân việc này, đức Phật tập hợp tỳ-kheo Tăng, hỏi các tỳ-kheo:

"Các ngươi có thật vậy không?"

Thưa: "Thật vậy, bạch đức Thế Tôn."

Đức Phật bằng mọi cách quở trách:

"Có y, không y thì có khác nhau những gì?"

Bằng mọi cách quở trách rồi, đức Phật bảo các tỳ-kheo: "Từ nay

---

⁷⁴⁹ Ngốc đầu cư sĩ 禿頭居士 (Pali Muṇḍagahapati), cư sĩ đầu trọc. Những người ngoại đạo lõa thể không ưa các Sa-môn Thích tử nên gọi như thế.

giới này nên nói như vầy:

Tỳ-kheo nào, đem thức ăn cho ngoại đạo lõa hình nam hay nữ, phạm Ba-dật-đề."

Khi ăn, có các ngoại đạo đến xin. Các tỳ-kheo không dám cho, liền nổi giận mắng:

"Sa-môn Thích tử dạy người bố thí mà chính mình lại tham lận, keo kiệt thì làm gì có đạo!"

Các bạch y có lòng tín kính nghe vậy, cũng cơ hiềm nói:

"Tại sao sa-môn thường đến xin người, mà lại không (cho)* người xin?"

Lại có ngoại đạo quen với tỳ-kheo đến xin, (tỳ-kheo)* cũng không dám cho, đem việc này bạch lên Phật. Nhân việc này, đức Phật tập họp tỳ-kheo Tăng, bảo các tỳ-kheo:

"Nay cho phép các tỳ-kheo cho ngoại đạo ăn, nhưng đừng tự tay mình đưa. Từ nay giới này nên nói như vầy:

B. GIỚI VĂN

Tỳ-kheo nào, tự tay cho ngoại đạo lõa thể nam hay nữ[750] ăn, Ba-dật-đề."

Nếu ngoại đạo đến xin nên dùng một vắt (cơm)* riêng của mình đặt một chỗ nào đó, khiến họ tự lấy, không nên đem thức ăn của Tăng cho. Nếu có người xin, trẻ nít xin, chó xin, chim xin, nên lượng lấy phần thức ăn của mình nhiều hay ít, sau đó giảm bớt để cho, chứ không được lấy ngoài phần mình để cho. Sa-di, phạm Đột-kiết-la.

Nếu cha mẹ mình là ngoại đạo, tự tay mình trao thì không phạm.

---

[750] *Tăng-kỳ*: Vô y ngoại đạo và xuất gia nam, nữ. *Tứ phần:* Trong văn kết giới thiếu hai chữ *lõa hình* 裸形 như lần kết thứ nhất. *Căn bản:* Vô y ngoại đạo, và các nam, nữ ngoại đạo khác. Pali *acelakassa vā paribbājakassa vā paribbājikāya vā*, cho các lõa hình (nam), hay xuất gia (ngoại đạo) nam hay xuất gia (ngoại đạo) nữ; không có lõa hình ngoại đạo nữ.

XLI. ĐÒI THỨC ĂN NGON[751]

A. DUYÊN KHỞI

Đức Phật ở tại thành Vương Xá.[752] Bấy giờ, có các bạch y đến nơi Tăng phường, hỏi các tỳ-kheo: "Tăng có bao nhiêu vị?"

Các tỳ-kheo trả lời: "Tăng có... vị."

Các bạch y thưa: "Sáng mai, chúng con xin thỉnh hết chúng Tăng hạ cố (đến nhà)* thọ trai đạm bạc."

Nhóm sáu tỳ-kheo nói: "Nếu quí vị cho chúng tôi sữa, bơ, bơ trong, dầu, cá, thịt thì sẽ nhận lời mời của quí vị."

Mọi người thưa: "(Chúng con)* sẽ nhờ người ra chợ mua sắm." Thưa xong, họ trở về nhà mình. Hoặc (có người)* vay mượn không được, hoặc ra chợ mua không có (những đồ ăn thức uống như yêu cầu)*. Sáng hôm sau, sửa soạn thức ăn đã đầy đủ, họ đến mời đã đến giờ. Chúng Tăng khoác y, mang bát đến nhà thí chủ, tới an tọa nơi chỗ ngồi. **[55b01]** Họ lấy nước rửa và dọn thức ăn. Nhóm sáu tỳ-kheo hỏi:

"Tại sao không có sữa, bơ, bơ trong, dầu, cá, thịt?"

Thưa: "(Chúng con)* vay mượn không được, mua cũng không có." Nhóm sáu tỳ-kheo liền úp bát mà về. Các bạch y đều nói như vầy:

"Những người này, không có thức ăn ngon, úp bát mà về, làm như là quốc vương hay đại thần. Phàm người xuất gia là cầu giải thoát, xin ăn đủ sống, mà tại sao nay ngược lại, đắm vào mỹ vị, không có hạnh sa-môn, phá pháp sa-môn."

Các tỳ-kheo Trưởng lão nghe, bằng mọi cách quở trách rồi đem việc này bạch lên Phật. Nhân việc này, đức Phật tập họp tỳ-kheo Tăng, hỏi nhóm sáu tỳ-kheo:

---

[751] *Tăng-kỳ* 17, tr. 361c7: Ba-dật-đề 39. *Tứ phần* 15, tr. 664a12, *Thập tụng* 13, tr.96c2, *Căn bản* 37, tr. 827b20: Ba-dật-đề 40. Pāli, Pāc. 39, Paṇītabhojana.

[752] *Tăng-kỳ, Tứ phần*: Xá-vệ thành (quốc) 舍衛城國; *Thập tụng*: Ca-duy-la-vệ quốc 迦維羅衛國; *Căn bản*: Thích-ca trú xứ - Kiếp-tỉ-la thành 釋迦住處 - 劫比羅城.

"Các ngươi có thật vậy không?"

Thưa:

"Thật vậy, bạch đức Thế Tôn."

Đức Phật bằng mọi cách quở trách rồi bảo các tỳ-kheo:

"Nay Ta vì các tỳ-kheo kết giới. Từ nay giới này nên nói như vầy:

Tỳ-kheo nào, đến nhà bạch y, yêu cầu sữa, bơ, bơ trong, dầu, cá, thịt, phạm Ba-dật-đề."

Sau đó, các tỳ-kheo được thức ăn ngon không dám ăn, hoặc ăn rồi sám hối xuất tội. Đem việc này bạch lên Phật. Nhân việc này, đức Phật tập họp tỳ-kheo Tăng, bảo các tỳ-kheo:

"Nếu không đòi hỏi thức ăn ngon[753] tự nhận được để ăn, mà phạm Ba-dật-đề là điều không thể có. Từ nay giới này nên nói như vầy:

Tỳ-kheo nào, đến các nhà bạch y yêu cầu sữa, bơ, bơ trong, dầu, thịt, cá, những thức ăn ngon như vậy; nếu nhận được mà ăn, phạm Ba-dật-đề."

Trường hợp các tỳ-kheo bệnh, thầy thuốc bảo ăn thức ăn ngon, các tỳ-kheo nói: "Đức Phật không cho phép chúng tôi đòi hỏi (các thức ăn này)*, làm sao có được?!"

Rồi nghĩ như vầy: "Nếu đức Phật cho phép chúng ta, đòi các thức ăn này bệnh mới có thể lành," nên đem việc này bạch lên Phật. Nhân việc này, đức Phật tập họp tỳ-kheo Tăng, bảo các tỳ-kheo:

"Nay cho phép tỳ-kheo bệnh được đòi xin thức ăn ngon. Từ nay giới này được nói như vầy:

B. GIỚI VĂN

Nếu trong các gia đình có các thức ăn ngon[754] như sữa, bơ, bơ trong, dầu, cá, thịt như vậy, tỳ-kheo nào không bệnh

---

[753] Hán: Mỹ thực 美食. Pali: Paṇītabhojana, thức ăn mỹ vị.
[754] Căn bản: "Loại ẩm thực mà Thế tôn nói là mỹ diệu." Pali: pāṇitabhojanāni, liệt kê: sappi, bơ lỏng (trong) hay đề hồ, navanīta, bơ tươi (đặc) hay sanh tô, tela, dầu mè, madhu, mật ong, phāṇita,

mà vì mình đòi để được ăn, Ba-dật-đề."

Nếu vì tỳ-kheo bệnh mà đòi xin, hoặc từ nhà bà con, hoặc nơi nhà quen biết hỏi xin, đều không phạm. Sa-di, phạm Đột-kiết-la.

XLII. NGỒI VỚI NGƯỜI NỮ TRONG NHÀ CÓ THỨC ĂN[755]

A. DUYÊN KHỞI

Đức Phật ở tại thành Xá-vệ.[756] Bấy giờ, Bạt-nan-đà[757] thường nhận sự cúng dường của một bà-la-môn. Sau đó, một hôm khoác y bưng bát đến nhà đó, bà-la-môn không có ở nhà, bèn ngồi chỗ riêng nói chuyện với người vợ ông. Giữa đường, bà-la-môn, lúc này dâm dục tâm phát khởi liền trở về, thấy Bạt-nan-đà cùng vợ mình đang nói chuyện, liền nghĩ như vầy: "Hiện nay, tỳ-kheo này nói pháp, chẳng phải lúc hành dục." liền trở ra ngoài, nhưng tâm dục càng tăng, trong khoảnh khắc vào lại. Bạt-nan-đà vẫn chưa đi. Ông ta lại nghĩ như trước, chịu ức chế, mà ra. Trong chốc lác vào lại, **[55c01]** nói với vợ:

"Cho tỳ-kheo ăn mau, biểu lộ khiến cho đi, chớ để ông ta phế bỏ hành đạo."

Người vợ biết ý chồng, không muốn để cho chồng vì dục tâm mà trái với đạo, nên trả lời:

"Để tỳ-kheo ăn từ từ, chứ có việc gì đâu gấp?"

Người chồng lập lại ba lần như vậy, Bạt-nan-đà vẫn không chịu đi. Bà-la-môn bèn nói:

"Chúng tôi là bạch y, thì duyên sự rất nhiều, đối với thời gian rảnh

---

    đường mía hay mật mía, *maccha*, cá, *maṃsa*, thịt, *khīra*, sữa, *dadhi*, sữa đặc.

[755] *Tăng-kỳ*: Không có; *Tứ phần* 15, tr. 666a27: Ba-dật-đề 43; *Thập tụng* 14, tr.97c01, *Căn bản* 37, tr. 828c12: Ba-dật-đề 42. Pāli, Pāc. 43, *Sabhojana*.

[756] *Tứ phần, Thập tụng*: Xá-vệ thành (quốc) 舍衛城(國); *Căn bản*: Thất-la-phạt thành 室羅伐城.

[757] *Tứ phần*: Ca-lưu-đà-di 迦留陀夷; *Thập tụng*: Bạt-nan-đà Thích tử 跋難陀釋子; *Căn bản*: Ổ-đà-di 鄔陀夷.

rồi thì nên đến nhà bên cạnh. Thầy ngồi mà không biết giờ, không chịu đi, ai biết các người đối Phạm hạnh có tu?"

Các tỳ-kheo Trưởng lão nghe, bằng mọi cách quở trách, rồi đem việc này bạch lên Phật. Nhân việc này, đức Phật tập hợp tỳ-kheo Tăng, hỏi Bạt-nan-đà: "Ngươi, có thật vậy không?"

Thưa: "Thật vậy, bạch đức Thế Tôn."

Đức Phật bằng mọi cách quở trách rồi bảo các tỳ-kheo:

"Nay Ta vì các tỳ-kheo kết giới. Từ nay giới này nên nói như vầy:

B. GIỚI VĂN

> Tỳ-kheo nào, trong nhà có thức ăn,[758] cùng ngồi với người nữ, Ba-dật-đề."

C. THÍCH TỪ

Thức ăn: Là nam nữ dùng tình ái giao cảm nhau.

Ngồi: Biết trở ngại việc làm của họ mà vẫn ngồi.

Tỳ-kheo-ni cũng như vậy. Thức-xoa-ma-na, sa-di, sa-di-ni, phạm Đột-kiết-la.

Nếu nhiều người cùng ngồi, hoặc có vật ngăn che, hoặc trong ngày đó vợ chồng thọ tám giới thì không phạm.

---

[758] Thực gia 食家; *Thập tụng:* hữu thực gia 有食家; giải thích: người nữ là thức ăn của người nam. *Căn bản:* tri hữu thực gia 知有食家, biết trong nhà nam nữ đang có dục tâm với nhau. *Tăng-kỳ:* biết nhà có ăn, ngồi chỗ hành dâm; giải thích: nam là thức ăn của nữ; nữ là thức ăn của nam. Pāli *Sabhojana,* giải thích: nhà có nam và nữ; nam nữ đang có dục tâm với nhau (*ubho avītarāgā*).

XLIII. NGỒI VỚI NGƯỜI NỮ Ở CHỖ KHUẤT[759]

A. DUYÊN KHỞI

Đức Phật ở tại thành Xá-vệ.[760] Bấy giờ, Bạt-nan-đà[761] thường nhận sự cúng dường của một người bà-la-môn. Sau đó, đến nhà họ. Bà-la-môn không có ở nhà, cùng với bà vợ ông ngồi ở chỗ khuất. Bà-la-môn trở về, nói với bà vợ:

"Bà cùng với tỳ-kheo ngồi chỗ khuất, tôi thành thật tôi không nghi ngờ, nhưng người ta thấy, chắc chắn họ sẽ nói bà làm điều ác, tổn thương đến sa-môn và, nhục cho gia môn mình."

Lại nói với Bạt-nan-đà:

"Thành thật tôi không nghi Đại đức, Đại đức nên cẩn thận về ác danh này."

Vợ ông ỷ mình có sức mạnh về nhan sắc đẹp, về nhiều con, về giàu có và, khéo léo nên quở trách chồng:

"Tôi cùng ngồi với tỳ-kheo, cốt yếu là không hệ lụy đến ông, nay ông không cần phải nói những lời tội lỗi như thế!"

Bà-la-môn nổi sân nhuế, trách Bạt-nan-đà:

"Chúng tôi là bạch y còn không cùng với vợ người khác ngồi chỗ vắng, huống chi sa-môn các thầy làm việc ngược lại như vậy, không có hạnh sa-môn, phá pháp sa-môn."

Các tỳ-kheo Trưởng lão nghe, bằng mọi cách quở trách, rồi đem việc này bạch lên Phật. Nhân việc này, đức Phật tập họp tỳ-kheo Tăng, hỏi Bạt-nan-đà:

---

[759] *Tăng-kỳ* 19, tr. 384a1425: Ba-dật-đề 53; *Tứ phần* 15, tr. 666c16: Ba-dật-đề 44; *Thập tụng* 14, tr. 98a8, *Căn bản* 37, tr. 82914: Ba-dật-đề 43. Pāli, Pāc. 44, *Rahopaṭicchanna*.

[760] *Tăng-kỳ, Tứ phần, Thập tụng*: Xá-vệ thành (quốc) 舍衛城(國); *Căn bản*: Thất-la-phạt thành 室羅伐城.

[761] *Tăng-kỳ*: Ưu-đà-di 優陀夷; *Tứ phần*: Ca-lưu-đà-di 迦留陀夷; *Thập tụng*: Bạt-nan-đà Thích tử 跋難陀釋子; *Căn bản*: Ổ-đà-di 鄔陀夷.

"Ngươi có thật vậy không?" "Thật vậy, bạch đức Thế Tôn."

Đức Phật bằng mọi cách quở trách rồi bảo các tỳ-kheo:

"Nay Ta vì các tỳ-kheo kết giới. Từ nay giới này nên nói như vầy:

B. GIỚI VĂN

Tỳ-kheo nào, một mình cùng với người nữ ngồi chỗ khuất,[762] Ba-dật-đề."

Sa-di, phạm Đột-kiết-la.

XLIV. NGỒI VỚI NGƯỜI NỮ Ở CHỖ TRỐNG[763]

A. DUYÊN KHỞI

[56a01] Đức Phật ở tại thành Xá-vệ.[764] Bấy giờ, Bạt-nan-đà[765] thường nhận sự cúng dường của một bà-la-môn. Sau đó, đến nhà họ. Bà-la-môn không có ở nhà, Bạt-nan-đà cùng với người vợ bà-la-môn ngồi chỗ trống... *cho đến câu* Đức Phật bằng mọi cách quở trách... *như trong giới ngồi chỗ khuất đã nói*... Bảo các tỳ-kheo:

"Nay Ta vì các tỳ-kheo kết giới. Từ nay giới này nên nói như vầy:

B. GIỚI VĂN

Tỳ-kheo nào, một mình cùng với người nữ ngồi chỗ trống,[766] Ba-dật-đề."

---

[762] *Tăng-kỳ*: Ngồi với người nữ độc nhất tại chỗ khuất vắng. *Tứ phần*: "Trong nhà có ăn, có vật báu mà ngồi nơi khuất". *Căn bản*: Ngồi tại chỗ khuất kín. Pāli, Pāc. 44: *Mātugāmena saddhiṃ raho paṭicchanne āsane nisajjaṃ kappet*, ngồi với người nữ tại chỗ vắng khuất được che kín (không có yếu tố thực gia như *Tăng-kỳ* và *Tứ phần*).

[763] *Tăng-kỳ* 19, tr. 382b26: Ba-dật-đề 69; *Tứ phần* 15, tr. 667b3: Ba-dật-đề 45; *Thập tụng* 12, tr. 85a15: Ba-dật-đề 29; *Căn bản*: Không có. Pāli, Pāc. 45, *Rahonisajja*.

[764] *Tăng-kỳ, Tứ phần, Thập tụng*: Xá-vệ thành (quốc) 舍衛城(國).

[765] *Tăng-kỳ*: Ưu-đà-di 優陀夷; *Tứ phần, Thập tụng*: Ca-lưu-đà-di 迦留陀夷.

[766] *Tăng-kỳ*: Tại chỗ trống vắng 空靜處. *Tứ phần*: Lộ địa, hay lộ xứ 露地, 露處. Nhưng trong phần thích từ giải là *bình xứ* 屏處, chỗ khuất. *raho*, tại chỗ vắng khuất; giải thích: Khuất mắt không thấy, khuất tai

Sa-di, phạm Đột-kiết-la.

XLV. XEM QUÂN TRẬN[767]

A. DUYÊN KHỞI

Đức Phật ở tại thành Xá-vệ.[768] Bấy giờ, biên cương có giặc, vua Ba-tư-nặc[769] nghiêm giá bốn binh chủng để đi thảo phạt. Nhóm sáu tỳ-kheo cùng nhau bàn tán:

"Ta nghe nhà vua Quán Đảnh,[770] mỗi khi đi chinh phạt, thời nghi thức xuất quân hết sức trang nghiêm, lộng lẫy. Chúng ta chưa thấy, có thể cùng đến xem."

(Nhóm sáu tỳ-kheo)* liền đến bên đường, quân tiên phong thấy, tất cả đều giận nói:

"Hôm nay, tại sao chúng ta gặp người không tốt? Chúng ta ở tại gia chán thấy hạng người này, hôm nay hành quân lại không thoát được. Nếu nhà vua không tín kính thì sẽ chặt đầu hết bọn này."

Khi ấy, từ xa trông thấy nhóm sáu tỳ-kheo, nhà vua cũng không hài lòng, liền bảo người hỏi:

"Tại sao các Đại đức có mặt nơi đây?"

Nhóm sáu tỳ-kheo trả lời: "Chúng tôi nghe, khi vua Quán Đảnh khi xuất quân thì nghi thức xuất quân hết sức oai nghiêm lộng lẫy. Vì chúng tôi chưa từng thấy nên đến xem!"

Vua nghĩ như vầy: "Ai có thể đem việc này bạch lên Phật!" Rồi lại nghĩ như vầy: "Bạch không bạch, đức Phật tự sẽ biết." Nhà vua liền lấy đường phèn và gừng khô gởi cho nhóm sáu tỳ-kheo và nói:

---

không nghe.
[767] *Tăng-kỳ* 18, tr. 374b14: Ba-dật-đề 54; *Tứ phần* 15, tr. 669b11: Ba-dật-đề 48; *Thập tụng* 14, tr. 101a11, *Căn bản* 37, tr. 831a14: Ba-dật-đề 45. Pāli, Pāc. 48, *Uyyuttasenā*.
[768] *Tăng-kỳ, Tứ phần, Thập tụng:* Xá-vệ thành (quốc) 舍衛城(國); *Căn bản:* Thất-la-phạt thành 室羅伐城.
[769] Ba-tư-nặc vương 波斯匿王. Pāli *Pasenadi*.
[770] Vua Quán Đảnh 灌頂王: **Xem cht. 99**, Ch. i, Ba-la-di 2, Pāli *Abhisekarājan*.

"Đại đức vì tôi mang vật này về dâng lên đức Phật, với tất cả lòng chí kính vô lượng của tôi."

Sau khi lễ xuất quân tàn, các vị mới trở về chỗ ở, đem những phẩm vật nhà vua gởi, dâng lên đức Phật, thưa:

"Với tất cả lòng chí kính vô lượng của vua (dâng lên cúng dường Thế Tôn.)*"

Đức Phật hỏi nhóm sáu tỳ-kheo: "Lý do gì các ông gặp nhà vua?"

(Nhóm sáu tỳ-kheo)* trình bày đầy đủ sự việc.

Nhân việc này, đức Phật tập hợp tỳ-kheo Tăng, bằng mọi cách quở trách nhóm sáu tỳ-kheo:

"Các ông ngu si, làm điều phi pháp. Khi xuất trận hành quân mà gặp sa-môn là điềm không tốt. Điều này chắc các binh chủng giận dữ, cơ hiềm, nhà vua cũng bực mình các ông, cho nên mới gởi vật này đến ta."

Quở trách rồi, bảo các tỳ-kheo: "Nay Ta vì các tỳ-kheo kết giới. Từ nay giới này nên nói như vầy:

B. GIỚI VĂN

Tỳ-kheo nào, xem quân ra trận,[771] **Ba-dật-đề."**

Nếu móng tâm muốn xem, chuẩn bị, đã bắt đầu bước đi, nếu thấy mà không nghe, hoặc nghe mà không thấy, đều phạm Đột-kiết-la. Hoặc nghe hoặc thấy riêng từng binh chủng trang bị, tiến về phía trước hay lui phía sau đều phạm Ba-dật-đề. Tỳ-kheo-ni cũng như vậy. Thức-xoa-ma-na, sa-di, sa-di-ni, phạm Đột-kiết-la.

Nếu trên đường đi, hoặc chỗ kinh hành gặp mà không đứng lại xem thì không phạm.

---

[771] Pali: *uyyuttaṃ senaṃ dassanāya*, xem quân đội xuất chinh; giải thích: hoặc ra khỏi làng (*gāmato kikkhamitvā*), hoặc đồn trú (*niṭṭhitvā*), hoặc xuất phát (*payātā*).

XLVI. NGỦ LẠI TRONG QUÂN[772]

A. DUYÊN KHỞI

[56b01] Đức Phật ở tại thành Xá-vệ.[773] Bấy giờ, kẻ dị đạo bàn như vầy:

"Nay vua Ba-tư-nặc và các vị đại thần có lòng tin chánh pháp đều không có ở nhà và, nay không ai có thể làm trở ngại cho chúng ta. Chúng ta sẽ cùng chung sức đào cống thông nước qua Kỳ-hoàn."

Các tỳ-kheo nghe tin, nói với ưu-bà-tắc, ưu-bà-di:

"Quí vị có thể đến tâu với vua, chứ chúng tôi không thể ra sức ngăn cấm được."

Bấy giờ, vua và đại thần Ất-sư-đạt-đa, Phú-la-na, Tu-đạt-đa, v.v... lâu ngày không gặp các tỳ-kheo, sai người đến đón mời. Các tỳ-kheo bàn nói:

"Nếu đức Phật cho phép chúng ta đến nơi quân trận, chắc chắn không khiến kẻ dị đạo đào cống thông nước qua Kỳ-hoàn."

Đem việc này bạch lên Phật. Đức Phật dạy:

"Nay cho phép các tỳ-kheo đến trong quân trận."

Các tỳ-kheo vâng lời Phật dạy, bèn nhận lời mời của vua. Khi đến nơi, đem việc này tâu hết với vua. Vua liền ra lệnh, nếu ai đào cống thông nước qua Kỳ-hoàn sẽ bị giết cả họ. Sau đó, vì các tỳ-kheo thiết lễ cúng dường. Các tỳ-kheo đã nhận được thức ăn ngon bổ rồi lại không chịu về. Các quân nhân cơ hiềm, nói:

"Nơi đây không phải là trú xứ A-lan-nhã, chúng tôi là bạch y không thể thoát khỏi nơi này, còn sa-môn vì lý do gì lại ở nơi đây?" Hoặc có người lại nói:

---

[772] *Tăng-kỳ* 18; tr. 374b16: Ba-dật-đề 56; *Tứ phần* 15, tr. 671a07: Ba-dật-đề 49; *Thập tụng* 14, tr. 101b27; *Căn bản* 37, tr. 831c16: Ba-dật-đề 46. Pāli, Pāc. 49, *Senāvāsa*.

[773] *Tăng-kỳ, Tứ phần, Thập tụng*: Xá-vệ thành (quốc) 舍衛城(國); *Căn bản*: Thất-la-phạt thành 室羅伐城.

"Bọn tỳ-kheo này không tin ưa Phật pháp, chỗ nào có được thức ăn ngon bổ bèn ở, không có hạnh sa-môn, phá pháp sa-môn."

Các tỳ-kheo Trưởng lão nghe bằng mọi cách quở trách, rồi đem việc này bạch lên Phật. Nhân việc này, đức Phật tập họp tỳ-kheo Tăng, hỏi các tỳ-kheo:

"Các ngươi có thật vậy không?"

Thưa:

"Thật vậy, bạch đức Thế Tôn."

Đức Phật bằng mọi cách quở trách rồi bảo các tỳ-kheo:

"Nay Ta vì các tỳ-kheo kết giới. Từ nay giới này nên nói như vầy:

B. GIỚI VĂN

Tỳ-kheo nào, có nhân duyên đến trong quân trận cho đến hai, ba đêm; nếu quá, Ba-dật-đề."

Tuy có nhân duyên mà dùng thư tín được thì nên dùng thơ tín; trường hợp cần phải đích thân đi, sau đó được đi. Sự việc xong nên trở về liền, không được ở lại đêm. Nếu chưa xong nên ở lại một đêm; một đêm không xong nên ở lại đêm thứ hai; nếu lại không xong nên ở lại đến đêm thứ ba; nếu việc xong hay không xong, ở quá đêm thứ ba, phạm Ba-dật-đề. Việc xong liền phải trở về không nên ở lại đêm, ở đêm thì phạm Đột-kiết-la. Tỳ-kheo-ni cũng như vậy. Thức-xoa-ma-na, sa-di, sa-di-ni, phạm Đột-kiết-la.

XLVII. XEM QUÂN ĐỘI CHIẾN ĐẤU[774]

A. DUYÊN KHỞI

Đức Phật ở tại thành Xá-vệ.[775] Bấy giờ, các tỳ-kheo đến trong quân trận ở lại ba đêm, xem binh lính cầm binh trượng dàn trận cho đến

---

[774] *Tăng-kỳ* 18, tr. 374b14: Ba-dật-đề 54; *Tứ phần* 16, tr. 671a07: Ba-dật-đề 50; *Thập tụng* 14, tr. 101c13, *Căn bản* 37, tr. 832b11: Ba-dật-đề 47; Pāli, Pāc. 50, *Uyyodhika*.

[775] *Tăng-kỳ, Tứ phần, Thập tụng:* Xá-vệ thành (quốc) 舍衛城(國); *Căn bản:* Thất-la-phạt thành 室羅伐城.

lúc chiến đấu. Các chiến sĩ thấy tỳ-kheo đều nổi giận nói:

"Hạng người không tốt này lại đến đây. Nếu nhà vua không tin ưa Phật pháp thì **[56c01]** trước hết ta sẽ chặt đầu bọn này sau đó mới giết giặc."

Sau đó, nhân binh sĩ loạn chiến, bắn nhằm các tỳ-kheo, bị thương hại nhiều. Các tỳ-kheo cùng dìu nhau về lại chỗ ở. Người đi đường thấy vậy cũng giận nói:

"Như các sa-môn này bị bắn giết là phải, không có cớ gì mà đi xem quân trận làm chi, không có hạnh sa-môn, phá pháp sa-môn."

Các tỳ-kheo Trưởng lão nghe, bằng mọi cách quở trách, rồi đem việc này bạch lên Phật. Nhân việc này, đức Phật tập họp tỳ-kheo Tăng, hỏi các tỳ-kheo:

"Các ngươi có thật vậy không?"

Thưa:

"Thật vậy, bạch đức Thế Tôn."

Đức Phật bằng mọi cách quở trách rồi bảo các tỳ-kheo:

"Nay Ta vì các tỳ-kheo kết giới. Từ nay giới này nên nói như vầy:

B. GIỚI VĂN

> **Tỳ-kheo nào, có nhân duyên**[776] **vào trong quân trận hai, ba đêm, để xem quân trận hợp chiến,**[777] **Ba-dật-đề.**"

Nếu xem chim, thú đấu đá, phạm Đột-kiết-la.

Tỳ-kheo-ni cũng như vậy. Thức-xoa-ma-na, sa-di, sa-di-ni, phạm Đột-kiết-la.

---

[776] *Tăng-kỳ:* Hữu duyên sự 有緣事, còn các bản khác không có đề cập đến sự kiện này.

[777] *Tứ phần:* Xem quân đội chiến đấu, hoặc xem thế lực quân bộ, quân voi, quân ngựa. *Thập tụng:* Xem dụng binh khí, tù và, cờ xí, hai bên giao chiến. *Căn bản:* Xem chỉnh trang quân đội, cờ xí, bố trận.

XLVIII. KIÊN TRÌ ÁC KIẾN[778]

A. DUYÊN KHỞI

Đức Phật ở tại thành Xá-vệ.[779] Bấy giờ, có tỳ-kheo tên là A-lê-tra[780] phát sanh ác tà kiến,[781] nói:

"Tôi hiểu rõ lời Phật dạy, Phật nói pháp chướng đạo, thật sự không chướng đạo."[782]

Các tỳ-kheo hỏi:

"Thật sự ngươi có nói những lời này: 'Ta hiểu rõ lời Phật dạy, Phật nói pháp chướng đạo, thật sự không chướng đạo hay không'?"

Trả lời:

"Đúng vậy."

Các tỳ-kheo lại hỏi:

"Tại sao ngươi hiểu vậy?"

Trả lời:

"Trường hợp này có hai gia chủ: Chất-đa và, Tu-đạt-đa cùng các ưu-bà-tắc đều sống với ngũ dục, bị dục chi phối, bị dục thiêu đốt, nay đều đắc đạo quả Tu-đà-hoàn, Tư-đà-hàm, A-na-hàm; lại có các ngoại đạo không bỏ kiến giải cũ, xuất gia trong chánh pháp cũng được bốn quả Sa-môn. Do vậy, cho nên tôi hiểu vậy."

---

[778] *Tăng-kỳ* 17, tr. 367a3: Ba-dật-đề 45; *Tứ phần* 17, tr. 682a9: Ba-dật-đề 68; *Thập tụng* 15, tr. 106a3, *Căn bản* 39, tr. 840b21: Ba-dật-đề 55. Pāli, Pāc. 68, *Ariṭṭha* (*Diṭṭhi* [*micchādiṭṭhi*]).

[779] *Tăng-kỳ, Tứ phần, Thập tụng*: Xá-vệ thành (quốc) 舍衛城(國); *Căn bản*: Thất-la-phạt thành 室羅伐城.

[780] A-lê-tra 阿梨吒, Skt *ariṣṭa*, Pāli *Ariṭṭha*. Vin. iv. 133; M.i. 130; S.v. 314. *Căn bản*: Vô Tướng 無相.

[781] Ác tà kiến 惡邪見. Skt *Dṛṣṭi*, Pāli *Diṭṭhi* (*micchādiṭṭhi*), tà kiến, dị đoan.

[782] *Tứ phần*: "Tôi hiểu pháp mà đức Thế Tôn nói, theo đó phạm dâm dục chẳng phải là pháp chướng đạo." Cf. *Trung A-hàm* 54, kinh 200 "A-lê-tra", (T1. tr.763b). M. i. 130-2.

Các tỳ-kheo muốn cho bỏ ác tà kiến này nên can gián, nói:

"Ngươi chớ nói những lời này, chớ huỷ báng Đức Thế Tôn, chớ vu khống đức Thế Tôn, đức Thế Tôn không nói những lời này. Nên bỏ ác tà kiến này. Đức Thế Tôn bằng mọi cách quở trách dục, nói dục như đống xương khô, *cho đến* như chất độc. Nếu thụ hưởng ngũ dục, bị dục thiêu đốt, bị dục giác làm mê loạn và, các ngoại đạo không bỏ kiến giải của mình mà đặng bốn quả Sa-môn đều là những việc không thể có."

Các tỳ-kheo can gián như vậy, song lại tăng thêm tà kiến, kiên trì không bỏ. Các tỳ-kheo bèn đến chỗ Tôn giả Xá-lợi-phất, bạch:

"Bạch Đại đức, A-lê-tra khởi tà kiến như vầy... trình bày đầy đủ như trên. Cúi xin Tôn giả rủ lòng thương xót khuyến dụ can gián cho bỏ việc này."

Tôn giả Xá-lợi-phất im lặng hứa khả. Tôn giả liền đến ngay chỗ A-lê-tra, chào hỏi thăm viếng rồi ngồi qua một bên, hỏi:

"Thật sự ông có nói như vậy không?"

Trả lời:

"Đúng như vậy, liền nói đầy đủ như trước."

[57a01] Tôn giả Xá-lợi-phất can gián:

"Ông chớ nên nói những lời như vậy. Những điều thầy nói là phi pháp, phi luật...", bằng mọi cách Tôn giả quở trách.

Tỳ-kheo kia vẫn kiên trì không bỏ. Tôn giả Xá-lợi-phất từ chỗ ngồi đứng dậy, đến chỗ đức Phật, trình bày đầy đủ rồi thưa:

"Cúi xin đức Thế Tôn rủ lòng lân mẫn khuyến dụ tỳ-kheo này xả bỏ ác tà kiến."

Đức Phật liền bảo một tỳ-kheo:

"Ông kêu A-lê-tra đến đây." Vị kia vâng lời đến bảo:

"Đức Đạo sư gọi thầy."

A-lê-tra liền đến, đầu mặt đánh lễ sát chân Phật rồi đứng qua một bên. Đức Phật hỏi A-lê-tra:

"Thật sự ông có nói những lời này không?"

Thưa:

"Thật vậy, bạch đức Thế Tôn."

Đức Phật lại hỏi:

"Ngươi hiểu những lời dạy của Ta thế nào?"

Thưa lại như trước.

Đức Phật nói:

"Ngươi là người ngu si. Chớ nên hủy báng Như Lai, chớ nên vu khống Như Lai. Tại sao vậy? Ta nói pháp chướng đạo, thật sự là chướng đạo. Nếu thụ hưởng ngũ dục, sẽ bị lửa dục thiêu đốt, bị dục giác mê loạn và, ngoại đạo không xả kiến giải cũ mà chứng đặng bốn quả Sa-môn là điều không thể có."

Đức Thế Tôn vì ông khuyên dạy, nhưng ông vẫn không bỏ. Đức Phật lại nói:

"Ta đã thấy ngươi tạo ác tà kiến, đó là huỷ báng Ta, là vu khống Ta, ngươi hãy trở về lại trú xứ. Ta tự hỏi lại các tỳ-kheo khác."

A-lê-tra đi rồi, đức Phật muốn biết rõ ác tà kiến của tỳ-kheo kia, nên hỏi các tỳ-kheo:

"Các ngươi hiểu những lời dạy của Ta có như A-lê-tra hay không?"

Các tỳ-kheo thưa:

"Chúng con không hiểu như vậy."

Lại hỏi:

"(Hiểu)* thế nào?"

Thưa:

"Phật nói pháp chướng đạo, thật sự là chướng đạo. Nói rộng như trên."

Đức Phật dạy:

"Lành thay! Các ông đã khéo hiểu ý của Ta." (Đức Phật)* bảo các tỳ-kheo:

"Nên sai một tỳ-kheo thân thiện với A-lê-tra, nơi chỗ vắng dùng lời mềm mỏng can gián, rằng: 'Người chớ nên nói những lời như vậy, chớ nên hủy báng Phật, chớ nên vu khống Phật. Đức Phật dạy pháp chướng đạo, thật sự là chướng đạo. người nên bỏ ác tà kiến này.' Nếu bỏ thì tốt, nếu không bỏ thì số đông tỳ-kheo đến can gián như trên. Nếu bỏ thì tốt, nếu không bỏ thì Tăng lại nên đến can gián như trên, nếu bỏ thì tốt."

Các tỳ-kheo vâng lời Phật dạy ba phen (can gián)* như vậy, A-lê-tra vẫn kiên trì không bỏ. Các tỳ-kheo đem việc này bạch lên Phật. Nhân việc này, đức Phật tập họp tỳ-kheo Tăng, chuyển lời quở trách A-lê-tra rồi bảo các tỳ-kheo:

"Nay Ta vì các tỳ-kheo kết giới. Từ nay giới này nên nói như vầy:

B. GIỚI VĂN

> Tỳ-kheo nào, nói như vầy: 'Như chỗ tôi hiểu, những gì đức Phật dạy là pháp chướng đạo thì thật sự không chướng đạo.'[783] Các tỳ-kheo nói với tỳ-kheo này: 'Thầy chớ nói như vậy, chớ hủy báng Phật, chớ vu khống Phật. Đức Phật nói pháp chướng đạo, thật sự là chướng đạo. Thầy nên bỏ ác tà kiến đó.' Khi can gián như vậy đương sự kiên trì không bỏ, nên can gián lần thứ hai, lần thứ ba. Lần thứ hai, lần thứ ba can gián [57b01] bỏ việc này thì tốt, không bỏ, Ba-dật-đề."

Tỳ-kheo kia không bỏ ác tà kiến, các tỳ-kheo hoặc thấy hoặc nghe, sai một tỳ-kheo can gián nơi chỗ vắng, nếu họ bỏ thì trao cho một

---

[783] *Tăng-kỳ:* "Tôi biết, pháp Thế Tôn dạy, Thế Tôn nói pháp chướng đạo thì rõ ràng pháp này không chướng đạo." *Thập tụng:* "Tôi biết nghĩa pháp Phật như vầy, pháp tạo chướng đạo thì không thể chướng đạo." *Căn bản:* "Tôi biết những pháp đức Phật dạy thì dục là pháp chướng ngại thì rõ ràng khi thực hành nó không phải là chướng ngại." Pāli Pāc. 68, *Ariṭṭha (Diṭṭhi [micchādiṭṭhi])*. "Theo như tôi hiểu về Pháp đã được đức Thế Tôn dạy thì những pháp chướng ngại được đức Thế Tôn dạy không thể đem đến sự chướng ngại cho người thực hành."

Đột-kiết-la hối quá. Nếu không bỏ thì số đông tỳ-kheo đến can gián, nêu họ chịu bỏ, thì trao cho hai Đột-kiết-la hối quá. Nếu không bỏ thì Tăng đến can gián, nếu họ bỏ, thì trao cho ba Đột-kiết-la hối quá. Nếu không bỏ thì nên bạch tứ Yết-ma để can gián. Một tỳ-kheo xướng:

> "Đại đức Tăng lắng nghe! Tỳ-kheo tên là... sanh ác tà kiến nói những lời như vầy: 'Như chỗ tôi hiểu, những gì đức Phật dạy là pháp chướng đạo, sự thật không chướng đạo.' Tăng đã can gián: 'Chớ nói như vậy, chớ hủy báng Phật, chớ vu khống Phật. Đức Phật nói pháp chướng đạo, thật sự là chướng đạo.' Tăng can gián như vậy mà vẫn kiên trì không bỏ. Nay Tăng Yết-ma can gián. Nếu thời gian thích hợp đối với Tăng, Tăng chấp thuận. Đây là lời tác bạch."

Tác bạch rồi nên nói:

> "Tăng đã bạch rồi, người nên bỏ ác tà kiến này."

Nếu họ bỏ thì trao cho bốn Đột-kiết-la hối quá. Nếu không bỏ thì nên xướng:

> "Đại đức Tăng, xin lắng nghe! Tỳ-kheo tên là... nói những lời như vầy: 'Theo chỗ tôi hiểu, những gì đức Phật nói, là pháp chướng đạo, sự thật không chướng đạo.' Tăng đã can gián: 'Chớ nói như vậy, chớ hủy báng Phật, chớ vu khống Phật. Phật nói pháp chướng đạo, sự thật là chướng đạo.' Tăng can gián như vậy, họ vẫn kiên trì không bỏ. Nay Tăng Yết-ma can gián. Các Trưởng lão nào chấp thuận thì im lặng. Vị nào không đồng ý xin nói."

Xướng rồi nên nói:

> "Tăng đã Yết-ma lần thứ nhất rồi, người nên bỏ ác tà kiến này đi."

Nếu họ bỏ thì trao cho năm Đột-kiết-la hối quá. Nếu không chịu bỏ thì lại xướng lần thứ hai cũng như trên. Xướng xong lại nói:

> "Tăng đã Yết-ma lần thứ hai rồi, ngươi nên bỏ ác tà kiến này đi."

Nếu họ bỏ thì trao cho sáu Đột-kiết-la hối quá. Nếu không bỏ lại nên xướng lần thứ ba. Xướng lần thứ ba chưa xong mà bỏ cũng trao cho sáu Đột-kiết-la hối quá. Yết-ma lần thứ ba xong, nếu bỏ hay không bỏ cũng phạm Ba-dật-đề.

Tỳ-kheo-ni cũng như vậy. Thức-xoa-ma-na, sa-di, sa-di-ni, phạm Đột-kiết-la.

XLIX. HỖ TRỢ TỲ-KHEO BỊ XẢ TRÍ[784]

A. DUYÊN KHỞI

Đức Phật ở tại thành Xá-vệ.[785] Bấy giờ, có tỳ-kheo biết A-lê-tra không bỏ tà kiến, mà cùng ngồi, cùng nói, cùng ngủ, cùng làm việc. Các tỳ-kheo quở trách, nói:

"A-lê-tra không bỏ ác tà kiến, Tăng đã Yết-ma rồi, tại sao các thầy cùng ngồi, cùng chuyện vãn, cùng ngủ, cùng làm việc?"

Các tỳ-kheo nghe không để ý lắm, còn các tỳ-kheo Trưởng lão bằng mọi cách quở trách, rồi đem việc này bạch lên Phật. Nhân việc này, đức Phật tập họp tỳ-kheo Tăng, **[57c01]** hỏi các tỳ-kheo:

"Các ngươi có thật vậy không?"

Thưa:

"Thật vậy, bạch đức Thế Tôn."

Đức Phật bằng mọi cách quở trách rồi bảo các tỳ-kheo:

"Nay Ta vì các tỳ-kheo kết giới. Từ nay giới này nên nói như vầy:

B. GIỚI VĂN

Tỳ-kheo nào, biết tỳ-kheo kia không như pháp sám hối,[786]

---

[784] *Tăng-kỳ* 18, tr. 367c13: Ba-dật-đề 46; *Tứ phần* 17, tr. 683a16: Ba-dật-đề 69; *Thập tụng* 15, tr. 106b25, Căn bản 39, tr. 841b06: Ba-dật-đề 56. Pāli, Pāc. 69, *Ukkhittasambhoga*.

[785] *Tăng-kỳ, Tứ phần, Thập tụng:* Xá-vệ thành (quốc) 舍衛城(國); *Căn bản:* Thất-la-phạt thành 室羅伐城.

[786] Hán: Bất như pháp hối 不如法悔. Pāli: *Akatānudhamma*, không thực hành việc trừ bỏ (sám hối) như pháp. *Tăng-kỳ:* "Đã bị Tăng tác cử yết-ma mà chưa như pháp giải." *Tứ phần:* Chưa được tác pháp (giải).

không bỏ ác tà kiến, mà cùng ngồi, cùng nói, cùng ngủ, cùng làm việc, Ba-dật-đề."

Tuỳ theo nói chuyện lâu hay mau, mỗi lời nói phạm một Ba-dật-đề; cùng ngồi, mỗi một lần ngồi phạm một Ba-dật-đề; cùng ngủ, mỗi một lần ngủ phạm một Ba-dật-đề; cùng làm việc, mỗi một việc làm phạm một Ba-dật-đề. Tuy xả ác tà kiến, Tăng chưa giải Yết-ma, cũng phạm Ba-dật-đề.

Nếu tạo ác tà kiến, Tăng chưa Yết-ma, phạm Đột-kiết-la. Tỷ-kheo-ni cũng như vậy. Thức-xoa-ma-na, sa-di, sa-di-ni, phạm Đột-kiết-la.

Nếu không biết, cho đến Yết-ma không như pháp thì không phạm.

L. BAO CHE SA-DI BỊ ĐUỔI[787]

A. DUYÊN KHỞI

Đức Phật ở tại thành Xá-vệ.[788] Bấy giờ, Bạt-nan-đà có hai sa-di[789] sanh ác tà kiến, nói như vầy:

"Như chỗ tôi hiểu những gì đức Phật đã dạy, thì thọ hưởng ngũ dục không có gì chướng đạo..." *cho đến câu Tôn giả Xá-lợi-phất đem việc này bạch lên Phật, như trong giới A-lê-tra sanh ác tà kiến đã nói.*

Đức Phật liền ra lệnh một tỳ-kheo:

"Ngươi kêu hai sa-di kia đến."

Liền vâng lời Phật dạy, đến nói:

"Đại sư kêu hai ngươi."

---

[787] *Tăng-kỳ* 18, tr. 368a14: Ba-dật-đề 47; *Tứ phần* 17, tr. 671a07: Ba-dật-đề 50; *Thập tụng* 15, tr. 106c29, *Căn bản* 39, tr. 841b28: Ba-dật-đề 57. Pāli, Pāc. 70, *Kaṇḍaka*.

[788] *Tăng-kỳ, Tứ phần, Thập tụng:* Xá-vệ thành (quốc) 舍衛城(國); *Căn bản:* Thất-la-phạt thành 室羅伐城.

[789] *Tăng-kỳ:* Đệ tử của A-lê-tra là Sa-di Pháp Dữ 法與. *Tứ phần:* Yết-na 羯那, và Ma-hầu-ca 摩睺迦, đệ tử của Bạt-nan-đà Thích tử. *Thập tụng:* Có (một) sa-di tên Ma-già 摩伽 (không nói đệ tử vị nào). *Căn bản:* Lợi Thích 利刺 và Trường Đại 長大, đệ tử của Ổ-ba Nan-đà Thích tử. Pāli Sa-di *Kaṇḍaka*.

Hai sa-di vội theo lời dạy đến đảnh lễ sát chân Phật, rồi đứng lui qua một bên.

Đức Phật hỏi hai sa-di:

"Các ngươi có thật nói những lời này không?"

Thưa:

"Thật vậy, bạch đức Thế Tôn."

Đức Phật hỏi hai sa-di:

"Các ngươi hiểu những gì Ta đã thuyết pháp như thế nào?"

Hai sa-di thưa cũng như những gì A-lê-tra đã nói.

Đức Phật bảo các tỳ-kheo: "Nên gọi hai Sa-di này đến giữa Tăng dạy bảo họ xả bỏ. Lần thứ hai, lần thứ ba dạy, nếu họ xả bỏ thì tốt, nếu họ không bỏ thì, Tăng nên bạch tứ Yết-ma diệt tẫn."

Một tỳ-kheo xướng:

"Đại đức Tăng xin lắng nghe! Sa-di tên là… không xả ác tà kiến. Nay Tăng trao cho pháp diệt tẫn. Nếu thời gian thích hợp đối với Tăng, Tăng chấp thuận. Đây là lời tác bạch.

Lại xướng:

Đại đức Tăng xin lắng nghe! Sa-di tên là… không bỏ ác tà kiến. Nay Tăng đã trao cho pháp diệt tẫn. Các Trưởng lão nào chấp thuận thì im lặng. Vị nào không đồng ý xin nói.

Lần thứ hai, lần thứ ba cũng xướng như vậy.

Tăng trao cho Sa-di tên… pháp diệt tẫn rồi. Tăng chấp thuận nên im lặng. Việc này tôi ghi nhận như vậy."

Hai sa-di kia đã bị Tăng diệt tẫn rồi, bèn du hành trong nhân gian. Lúc ấy, Bạt-nan-đà vẫn nuôi hai sa-di kia, cùng nói chuyện, cùng ngủ. Các tỳ-kheo nói:

"Tăng đã Yết-ma diệt tẫn hai sa-di này rồi, thầy chớ nên nuôi, chớ nên cùng nói chuyện, cùng ngủ."

Bạt-nan-đà nói:

"Sa-di này là anh của tôi, nếu tôi không chăm sóc thì ai chăm sóc?

[58a01] Ai có thể bảo hộ sự cô đơn, khổ sở, để họ được an lạc?"

Các tỳ-kheo Trưởng lão nghe, bằng mọi cách quở trách, rồi đem việc này bạch lên Phật. Nhân việc này, đức Phật tập hợp tỳ-kheo Tăng, hỏi Bạt-nan-đà: "Ngươi có thật vậy không?"

"Thật vậy, bạch đức Thế Tôn."

Đức Phật bằng mọi cách quở trách rồi bảo các tỳ-kheo:

"Nay Ta vì các tỳ-kheo kết giới. Từ nay giới này nên nói như vầy:

B. GIỚI VĂN

> Sa-di nào, nói như vầy: 'Như chỗ tôi hiểu, những gì Phật đã dạy, thì thụ hưởng ngũ dục, không trở ngại gì đối với đạo.' Các tỳ-kheo nói với sa-di này: 'Ngươi đừng nói như vậy, đừng hủy báng Phật, đừng vu khống Phật. Đức Phật dạy: Thụ hưởng ngũ dục thật sự có trở ngại đối với đạo. Này sa-di! Ông nên xả bỏ ác tà kiến này.' Khi dạy như vậy, sa-di kiên trì không bỏ, nên dạy lần thứ hai, lần thứ ba. Lần thứ hai, lần thứ ba dạy bảo, sa-di bỏ thì tốt, nếu không bỏ, các tỳ-kheo nên nói với sa-di ấy rằng: 'Ngươi đi đi! Từ nay ngươi đừng nói Phật là thầy của tôi, đừng đi theo sau tỳ-kheo, như các sa-di khác. Các sa-di khác được cùng phòng tỳ-kheo ngủ hai đêm, nhưng ông thì không được làm điều đó. Ông là người ngu si nên ra khỏi chỗ này, đừng ở nơi đây nữa.' Nếu tỳ-kheo biết sa-di bị diệt tẩn như vậy mà nuôi dưỡng, cùng ở, cùng nói chuyện, Ba-dật-đề."

Tỳ-kheo-ni cũng như vậy. Thức-xoa-ma-na, sa-di, sa-di-ni, phạm Đột-kiết-la.

LI. ĐOẠN SANH MẠNG[790]

A. DUYÊN KHỞI

Đức Phật ở tại thành Xá-vệ.[791] Trưởng lão Ca-lưu-đà-di không thích thấy tỳ-kheo xấu (trai), cũng không thích thấy quạ. Khi ấy, có bầy quạ tập trung đậu trên nóc nhà, các bạch y cầm cung đến canh bắn. (Ca-lưu-đà-di)* nói:

"Các loài chim quạ này có đầy đủ mười pháp của tỳ-kheo tệ ác:[792] 1. Bỏn xẻn, 2. Tham lam, 3. Sung sức, 4. Chịu nhục, 5. Xấu xí, 6. Không từ bi, 7. Thèm muốn, 8. Không nhàm chán, 9. Tích chứa, 10. Thích quên. Loài chim này có đủ mười pháp như vậy, các người muốn giết không?"

Có người không tin tội phước nói: "Muốn giết." (Ca-lưu-đà-di)* liền lấy cây cung và hỏi mọi người: "Muốn bắn chỗ nào?"

Có người nói:

"Bắn con mắt bên tả."

(Ca-lưu-đà-di)* liền nhắm bắn ngay nơi con mắt bên tả, chim chết. Lại có người nói:

"Bắn con mắt bên hữu."

(Ca-lưu-đà-di)* liền nhắm bắn ngay nơi con mắt bên hữu, chim chết. Chỉ trong chốc lát mà lên đến chục con (chim bị chết)*. Những người không tin ưa Phật pháp liền cơ hiềm, nói:

"Bọn sa-môn này thường nói từ bi, hộ niệm chúng sanh, mà nay tàn hại một cách vô đạo, không có hạnh sa-môn, phá pháp sa-môn."

Các tỳ-kheo Trưởng lão nghe, bằng mọi cách quở trách, rồi đem

---

[790] *Tăng-kỳ* 19, tr. 377a26: Ba-dật-đề 60; *Tứ phần* 16, tr. 676c25, *Thập tụng* 16, tr.110b28, *Căn bản* 40, tr. 847c18: Ba-dật-đề 61. Pāli, Pāc. 61, Sañcicca (*Pāṇaṃ jīvitā voropeti*).

[791] *Tăng-kỳ*: Tỳ-xá-ly 毘舍離; *Tứ phần*: Xá-vệ 舍衛城; *Thập tụng*: Duy-da-ly quốc 維耶離國; *Căn bản*: Thất-la-phạt thành 室羅伐城.

[792] *Tăng-kỳ*, *Tứ phần*, *Thập tụng*, *Căn bản*: Không có chi tiết này.

việc này bạch lên Phật. Nhân việc này, đức Phật tập họp tỳ-kheo Tăng, hỏi Ca-lưu-đà-di:

"Ngươi có thật vậy không?" "Thật vậy, bạch đức Thế Tôn."

Đức Phật bằng mọi cách quở trách rồi bảo các tỳ-kheo:

"Nay Ta vì các tỳ-kheo kết giới. Từ nay giới này nên nói như vầy: [58b01] Tỳ-kheo nào, đoạn mạng súc sanh, phạm Ba-dật-đề."

Trường hợp các tỳ-kheo, trên đường đi, hoặc kéo đồ vật, hoặc xông bát. Lúc ấy, ngộ sát các loài trùng, sanh lòng tàm quí, cũng có người hối quá xuất tội, đem việc này bạch lên Phật. Nhân việc này, đức Phật tập họp tỳ-kheo Tăng, bảo các tỳ-kheo:

"Ngộ sát chúng sanh mà phạm Ba-dật-đề là điều không thể có. Từ nay giới này nên nói như vầy:

B. GIỚI VĂN

Tỳ-kheo nào, cố ý đoạt mạng súc sanh,[793] **Ba-dật-đề."**

C. THÍCH TỪ

Súc sanh: Trừ loài rồng, ngoài ra đều thuộc súc sanh.

Cố ý đoạt mạng: Trước đó có tâm sát mà đoạn mạng chúng. Nếu đoạt mạng súc sanh, tuỳ theo nhiều ít, tất cả đều phạm Ba-dật-đề.

Tỳ-kheo-ni cũng như vậy. Thức-xoa-ma-na, sa-di, sa-di-ni, phạm Đột-kiết-la.

---

[793] Hán: Súc sanh mạng 畜生命, *Tăng-kỳ, Tứ phần, Thập tụng* như *Ngũ phần*; *Căn bản:* Bàng sanh mạng 傍生命. Phạn: *pāṇaṃ jīvitā*, sinh mạng của loài có hơi thở.

LII. CỐ GIEO NGHI HỐI[794]

A. DUYÊN KHỞI

Đức Phật ở tại thành Xá-vệ.[795] Bấy giờ, nhóm mười bảy tỳ-kheo đến chỗ ở của nhóm sáu tỳ-kheo. Nhóm sáu tỳ-kheo nghĩ như vầy:

"Số tỳ-kheo này có tàm quí, ít muốn, biết đủ, nay đến đây chắc thấy lỗi lầm của ta. Chúng ta nên tạo ra mọi cách khiến cho họ sanh nghi hối, sanh nghi hối rồi chắc họ sẽ trở về nơi chỗ thầy họ." Nghĩ vậy, liền nói:

"Quí vị có khéo thọ giới Cụ túc không? Thọ giới có giới trường hay không? Yết-ma có như pháp hay không? Không phạm Ba-la-di, Tăng-già-bà-thi-sa, Ba-dật-đề, Ba-la-đề-đề-xá-ni, Đột-kiết-la chứ? Có khéo phòng hộ thân khẩu không? Hòa thượng, A-xà-lê của quí vị trước kia có khéo thọ Cụ túc giới, cho đến khéo hộ thân khẩu không?"

(Nhóm mười bảy tỳ-kheo)* thưa:

"Chúng con không tự biết, cũng không biết Hòa thượng, A-xà-lê thế nào? Nay chúng con xin thưa hỏi Đại đức, xin Đại đức chỉ vẽ cho chúng con: Khi chúng con thọ Cụ túc giới, và Hòa thượng, A-xà-lê, có như pháp không?"

(Nhóm sáu tỳ-kheo)* nói:

"Nếu tôi nói thật thì các ông chắc cũng không tin. Các ông nên hỏi người nào mà các ông từng tin cậy."

Khi ấy, nhóm mười bảy tỳ-kheo bèn đến chỗ thầy để hỏi việc này. Thầy trả lời:

"Mọi việc của các con đều như pháp và, xưa kia ta thọ giới cũng lại như pháp. Nhưng ai là những người gây sự nghi hối này?"

---

[794] *Tăng-kỳ* 19, tr. 378a27: Ba-dật-đề 61; *Tứ phần* 17, tr. 677c24: Ba-dật-đề 63; *Thập tụng* 16, tr. 111a27, *Căn bản* 40, tr. 848a18: Ba-dật-đề 62. Pāli, Pāc. 77, *Sañcicca*.

[795] *Tăng-kỳ, Tứ phần, Thập tụng*: Xá-vệ thành (quốc) 舍衛城(國); *Căn bản*: Thất-la-phạt thành 室羅伐城.

Thưa: "Nhóm sáu tỳ-kheo."

Các tỳ-kheo Trưởng lão nghe, bằng mọi cách quở trách, rồi đem việc này bạch lên Phật. Nhân việc này, đức Phật tập họp tỳ-kheo Tăng, hỏi nhóm sáu tỳ-kheo:

"Các ngươi có thật vậy không?" "Thật vậy, bạch đức Thế Tôn."

Đức Phật bằng mọi cách quở trách rồi bảo các tỳ-kheo:

"Nay Ta vì các tỳ-kheo kết giới. Từ nay giới này nên nói như vầy:

Tỳ-kheo nào, khiến tỳ-kheo khác sanh nghi hối,[796] **phạm Ba-dật-đề."**

(Trường hợp)* có tỳ-kheo phạm tội, lòng sanh nghi hối, hỏi các tỳ-kheo, phạm việc như vậy, như vậy, là mắc vào những tội gì? Các tỳ-kheo nghĩ như vầy: **[58c01]** "Đức Phật đã kết giới, không cho phép khiến tỳ-kheo khác sanh nghi hối." Nên liền trả lời: "Không biết," rồi đem việc này bạch lên Phật. Nhân việc này, đức Phật tập họp tỳ-kheo Tăng, bảo các tỳ-kheo:

"Nếu không muốn khiến cho người sanh nghi hối, mà nói chỗ phạm tội của họ, phạm Ba-dật-đề là điều không thể có. Từ nay giới này nên nói như vầy:

B. GIỚI VĂN

Tỳ-kheo nào, cố ý khiến tỳ-kheo sanh nghi hối, nghĩ như vầy: Khiến tỳ-kheo này buồn, dù chỉ trong chốc lát,[797] **Ba-dật-đề."**

C. THÍCH TỪ

Nghi hối: Nghi về chỗ sanh, nghi về thọ giới, nghi về phạm giới, nghi về y phục. Nếu làm cho tỳ-kheo-ni, thức-xoa-ma-na, sa-di, sa-

---

[796] Khiến tỳ-kheo khác sanh nghi hối 令他比丘 生疑悔. Pali *Bhikkhussa kukkuccaṃ upadahati,* cố ý khơi dậy sự hoang mang (hối tiếc) cho các tỳ-kheo khác.

[797] *Tứ phần:* Khiến cho không vui dù chỉ trong chốc lát; *Tăng-kỳ, Căn bản:* Khiến bất an chỉ trong chốc lát; *Thập tụng:* Khiến cho tâm không an ổn dù trong chốc lát, chỉ với mục đích ấy chứ không gì khác.

di-ni nghi hối, phạm Đột-kiết-la. Nếu tỳ-kheo-ni khiến cho tỳ-kheo, tỳ-kheo-ni sanh nghi hối, phạm Ba-dật-đề; làm cho thức-xoa-ma-na, sa-di, sa-di-ni nghi hối, phạm Đột-kiết-la. Thức-xoa-ma-na, sa-di, sa-di-ni tạo ra nghi hối cho năm chúng đều phạm Đột-kiết-la.

LIII. KHÔNG DỮ DỤC[798]

A. DUYÊN KHỞI

Đức Phật ở tại thành Xá-vệ.[799] Bấy giờ, nhóm sáu tỳ-kheo có thế lực, ngăn Yết-ma và giải Yết-ma của Tăng, Tăng không tuỳ thuận liền đứng dậy đi. Khi đến chỗ tỳ-kheo bị tẫn, nói:

"Thầy đừng buồn lo, tôi đã yểm trợ thầy, ngăn Yết-ma của Tăng. Tăng không theo ý tôi, tôi liền đứng dậy đi, vậy là Yết-ma không thành."

(Nhóm sáu tỳ-kheo)* lại đến chỗ tỳ-kheo được giải Yết-ma, nói:

"Thầy đừng tưởng là Tăng đã giải Yết-ma cho thầy. Khi Tăng giải Yết-ma, tôi đã ngăn, Tăng không theo ý tôi, tôi liền đứng dậy đi. Vậy là Yết-ma giải không thành. Nay thầy có thể tự cầu Tăng để giải."

Các tỳ-kheo Trưởng lão nghe, bằng mọi cách quở trách rồi, đem việc này bạch lên Phật. Nhân việc này, đức Phật tập họp tỳ-kheo Tăng, hỏi nhóm sáu tỳ-kheo:

"Các ngươi có thật vậy không?"

Thưa:

"Thật vậy, bạch đức Thế Tôn."

Đức Phật bằng mọi cách quở trách rồi, bảo các tỳ-kheo:

"Nay Ta vì các tỳ-kheo kết giới. Từ nay giới này nên nói như vầy:

Tỳ-kheo nào, khi Tăng đoán sự, đứng dậy đi, phạm Ba-dật-đề."

---

[798] *Tăng-kỳ* 20, tr. 388b28: Ba-dật-đề 78; *Tứ phần* 18, tr. 687a15: Ba-dật-đề 75; *Thập tụng* 17, tr. 119b29, *Căn bản* 42, tr. 856b18: Ba-dật-đề 77. Pāli, Pāc. 80, *Chandaṃadatvāgamana*.

[799] *Tăng-kỳ, Tứ phần, Thập tụng*: Xá-vệ thành (quốc) 舍衛城(國); *Căn bản*: Thất-la-phạt thành 室羅伐城.

Bây giờ, các tỳ-kheo có việc cần đi mà không dám, rồi đem việc này bạch lên Phật. Nhân việc này, đức Phật tập họp tỳ-kheo Tăng, bảo các tỳ-kheo:

"Nay cho phép các tỳ-kheo, có việc cần, dữ dục,[800] rồi đứng dậy đi. Dữ dục là nói với một người: Trưởng lão nhất tâm niệm, nay Tăng đoán sự, tôi tỳ-kheo tên là... như pháp Tăng sự, xin dữ dục. Từ nay giới này được nói như vầy:

B. GIỚI VĂN

Tỳ-kheo nào, khi Tăng đoán sự, không dữ dục, đứng dậy đi,[801] Ba-dật-đề."

C. THÍCH TỪ

Tăng đoán sự: Bạch yết-ma, bạch nhị, bạch tứ Yết-ma. Nếu Yết-ma trong thất, thì tuỳ theo bao nhiêu lần ra khỏi thất, mỗi một lần ra đều phạm Ba-dật-đề. [59a01] Nếu Yết-ma chỗ đất trống, mỗi lần đi cách Tăng một tầm, là phạm Ba-dật-đề. Nếu người có Thần thông thì đi cách đất bốn ngón tay, phạm Ba-dật-đề. Nếu Tăng không Yết-ma đoán sự mà ra đi thì phạm Đột-kiết-la. Nếu nơi phòng riêng đoán sự, đến rồi bỏ ra đi, phạm Đột-kiết-la.

Tỳ-kheo-ni cũng như vậy. Nếu Tăng không Yết-ma đoán sự và đoán sự nơi phòng riêng, sa-di được ở trong đó, nếu đứng dậy đi, phạm Đột-kiết-la. Thức-xoa-ma-na, sa-di-ni cũng như vậy.

Nếu Tăng không như pháp Yết-ma, không dữ dục, đứng dậy bỏ đi, không phạm.

---

[800] Dữ dục 與欲: Pali *adatvā*, tuỳ thuận.
[801] *Tăng-kỳ*: "Không bạch tỳ-kheo." *Tứ phần*: "Không dữ dục, mà bỏ đi"; *Thập tụng*: "Im lặng, đứng dậy bỏ đi"; *Căn bản*: "Mặc nhiên đứng dậy (bỏ đi), không chúc thọ 不囑授." Pali *chandaṃ adatvā*, không dữ dục.

LIV. THỌC CÙ NÔN[802]

A. DUYÊN KHỞI

Đức Phật ở tại thành Xá-vệ.[803] Bấy giờ, nhóm mười bảy tỳ-kheo đến chỗ ở của nhóm sáu tỳ-kheo, cùng nhau thọc lét. Có một tỳ-kheo bị nhiều người thọc lét, không ngăn được cơn cười, nên bị hết hơi mà chết. Nhóm mười bảy tỳ-kheo vì vậy thương khóc. Các tỳ-kheo Trưởng lão hỏi:

"Vì cớ gì khóc kể?"

Thưa:

"Có một tỳ-kheo bị cười giỡn (quá trớn)* mà chết, vì vậy nên chúng con thương khóc."

Lại hỏi:

"Vì sao đưa đến sự việc như thế?"

Thưa:

"Chúng con cùng nhau thọc lét, vì không ngăn được cơn cười nên hết hơi."

Các tỳ-kheo quở trách rồi đem việc này bạch lên Phật. Nhân việc này, đức Phật tập họp tỳ-kheo Tăng, hỏi nhóm mười bảy tỳ-kheo:

"Các ngươi có thật vậy không?"

"Thật vậy, bạch đức Thế Tôn."

Đức Phật bằng mọi cách quở trách rồi, bảo các tỳ-kheo:

"Nay Ta vì các tỳ-kheo kết giới. Từ nay giới này nên nói như vầy:

---

[802] *Tăng-kỳ* 19, tr. 380c24: Ba-dật-đề 66; *Tứ phần* 16, tr. 673a01: Ba-dật-đề 53; *Thập tụng* 16, tr. 112a28; *Căn bản* 40, tr. 848c19: Ba-dật-đề 63. Pāli, Pāc. 52, *Aṅgulipatodaka*.

[803] *Tăng-kỳ, Tứ phần, Thập tụng:* Xá-vệ thành (quốc) 舍衛城(國); *Căn bản:* Thất-la-phạt thành 室羅伐城.

B. GIỚI VĂN

Tỳ-kheo nào, thọc lét⁸⁰⁴ tỳ-kheo khác, Ba-dật-đề."

Tỳ-kheo thọc lét sa-di, cho đến súc sanh, phạm Đột-kiết-la. Tỳ-kheo-ni cũng vậy. Thức-xoa-ma-na, sa-di, sa-di-ni, phạm Đột-kiết-la.

LV. ĐÙA GIỠN TRONG NƯỚC⁸⁰⁵

A. DUYÊN KHỞI

Đức Phật ở tại thành Xá-vệ.⁸⁰⁶ Bấy giờ, nhóm mười bảy tỳ-kheo đến sông A-di-la⁸⁰⁷ lấy nước, liền nhân đó xuống tắm rửa, bơi lặn vui đùa, cút bắt tát nước lên nhau. Lúc ấy, vua Ba-tư-nặc cùng Mạt-lợi phu nhân,⁸⁰⁸ lên lầu, từ xa nhìn thấy. Vua nói với phu nhân rằng:

"Xem, ruộng phước của mình kia!" Phu nhân tâu với vua:

"Đó là do đức Phật chưa chế giới, tuổi nhỏ xuất gia, chưa hiểu giáo pháp, bệ hạ đừng thấy vậy, sanh lòng không kính tín các tỳ-kheo khác, để rồi mãi mãi chịu khổ!"

Nhóm mười bảy tỳ-kheo vui chơi đủ kiểu rồi đứng trên nước mặc y. Phu nhân tâu với vua rằng:

"Bệ hạ thử xem kìa, ruộng phước của em thờ là đó."

Mặc y xong, lấy cái bình nước ném lên hư không rồi bay theo nó, bay qua trên lầu, giống như nhạn chúa. Phu nhân lại tâu với vua:

---

⁸⁰⁴ *Tăng-kỳ*: "Dùng ngón tay chỉ trỏ nhau"; *Tứ phần*: "Dùng ngón tay thọc lét nhau" *Thập tụng, Căn bản*: "Dùng ngón tay thọc lét người khác."

⁸⁰⁵ *Tăng-kỳ* 19, tr. 380a23: Ba-dật-đề 65; *Tứ phần* 16, tr. 672b20: Ba-dật-đề 52; *Thập tụng* 16, tr. 112b11, *Căn bản* 40, tr. 849a08: Ba-dật-đề 64. Pāli, Pāc. 53, *Udake hasadhammo*.

⁸⁰⁶ *Tăng-kỳ, Tứ phần, Thập tụng*: Xá-vệ thành (quốc) 舍衛城(國); *Căn bản* Thất-la-phạt thành 室羅伐城.

⁸⁰⁷ Sông A-di-la 阿夷羅河. Skt=Pāli *Aciravatī*. Con sông này chảy ngang qua *Kosala*, và tại *Sāvatthi* một rừng cây ưu-đàm (*udumbara*) mọc bên bờ sông; có thể nhìn thấy nó từ sân thượng của cung điện của vua Ba-tư-nặc (*Pasenadi*). (xem thêm cht. 126, Ch. iv, Ni-tát-kỳ 17).

⁸⁰⁸ Mạt-lợi phu nhân 末利夫人. Pāli *Mallikā*.

"Đại vương lại xem ruộng phước của em thờ là đó." Nhà vua rất hoan hỷ, lòng kính tín càng tăng.

Ngay sau đó, phu nhân bảo Bà-la-môn Na-lân-già: "Ngươi đến chỗ đức Phật **[59b01]** bạch việc này."

(Ba-lân-già)* liền vâng lệnh đến (trình sự việc lên đức Phật)*. Đức Phật vì ông nói pháp, chỉ bày chỗ lợi ích, khiến cho vui mừng, rồi Phật cho về. Nhân việc này, đức Phật tập họp tỳ-kheo Tăng, hỏi nhóm mười bảy tỳ-kheo: "Các ngươi có thật vậy không?"

Thưa: "Thật vậy, bạch đức Thế Tôn."

Đức Phật bằng mọi cách quở trách rồi, bảo các tỳ-kheo:

"Nay Ta vì các tỳ-kheo kết giới. Từ nay giới này nên nói như vầy:

B. GIỚI VĂN

Tỳ-kheo nào, đùa giỡn trong nước, Ba-dật-đề."

Nếu đùa giỡn trong nước *cho đến* dùng đồ đựng nước để tạt với nhau đều phạm Ba-dật-đề. Nếu vắt tuyết, cho đến thổi những hạt sương trên đầu ngọn cỏ để chơi đều phạm Đột-kiết-la. Tỳ-kheo-ni cũng như vậy. Thức-xoa-ma-na, sa-di, sa-di-ni, phạm Đột-kiết-la.

Nếu không nhằm mục đích đùa giỡn thì không phạm.

LVI. NGỦ CHUNG BUỒNG NGƯỜI NỮ[809]

A. DUYÊN KHỞI

Đức Phật ở tại thành Xá-vệ.[810] Bấy giờ, đức Thế Tôn chưa cấm tỳ-kheo cùng người nữ ngủ chung nhà[811] nên, hoặc có một tỳ-kheo và một người nữ, hoặc nhiều tỳ-kheo và số ít người nữ, hoặc số ít tỳ-kheo

---

[809] *Tăng-kỳ 19*, tr. 382b26: Ba-dật-đề 69; *Tứ phần 11*, tr. 637a29: Ba-dật-đề 04; *Thập tụng 16*, tr. 112c22, Căn bản 40, tr. 849b26: Ba-dật-đề 65. Pāli, Pāc. 6, *Mātugāmena sahaseyyaṃ kuppeti*.

[810] *Tăng-kỳ, Tứ phần, Thập tụng*: Xá-vệ thành (quốc) 舍衛城(國); *Căn bản*: Thất-la-phạt thành 室羅伐城.

[811] Hán Đồng thất 同室, chung nhà. Chính xác là chung buồng, chung phòng. Pāli *sahaseyya*, ngủ cùng phòng.

và nhiều người nữ ngủ chung nhà, do vậy sanh tâm đắm nhiễm, có người hoàn tục, có người làm ngoại đạo. Các cư sĩ thấy cơ hiềm, nói:

"Bọn Sa-môn này cùng người nữ ngủ chung một nhà, cùng bạch y khác nào đâu! Không có hạnh sa-môn, phá pháp sa-môn."

Khi ấy, có một người đàn bà tuổi còn trẻ, chồng chết, nghĩ như vầy: "Nay ta sẽ tìm người lương thiện hợp ý nơi nào?" Lại nghĩ như vầy: "Nay ta không thể tìm đến nhà cửa nào (tìm người hợp ý)*, sẽ làm một cái khách xá,⁸¹² để cho người tại gia hay xuất gia đến tạm nghỉ theo ý muốn của họ, rồi từ trong đó sẽ chọn lựa." Liền thực hiện nó. Bà thông báo khách đi đường, ai cần nghỉ đêm thì đến nghỉ.

Khi ấy, A-na-luật đến thôn đó, trời đã sẩm tối, hỏi nhờ nơi nghỉ đêm. Có người nói: "Có nhà bà tên..... (A-na-luật)* liền đến xin nghỉ qua đêm. Trước đây, A-na-luật đã có dung mạo đẹp (đẹp trai), sau khi đắc đạo sắc tướng thường còn đẹp hơn gấp bội. Quả phụ kia trông thấy (A-na-luật)* nghĩ như vầy: "Nay ta có cơ hội được một người chồng đẹp trai rồi." Liền chỉ chỗ, có thể vào trong đó nghỉ đêm. A-na-luật vào nhà trước ngồi kiết già. Ngồi chưa được bao lâu thì lại có đoàn khách buôn đến xin nghỉ lại đêm. Bà quả phụ nói:

"Tuy bình thường tôi là chủ khách xá, nhưng nay đã cho vị tỳ-kheo, lại không do tôi nữa."

Đoàn khách buôn theo lời người chủ khách xá, đến A-na-luật xin nghỉ qua đêm. A-na-luật nói với quả phụ:

"Nếu do tôi thì có thể cho phép hết, được nghỉ đêm."

Đoàn buôn liền vào nhà trước. (Lúc này)* người quả phụ nghĩ như vầy: "Nên đón tỳ-kheo vào trong,⁸¹³ nếu không như vậy, sau ai đến bất ngờ thì sao?" Liền vào trong trải giường tốt lại, đốt đèn rồi mời A-na-luật: "Thầy có thể vào nhà trong." A-na-luật liền vào trong ngồi kiết già, buộc ý niệm trước mắt. Sau khi mọi người đã ngủ, Quả phụ đến

---

⁸¹² Khách xá 客舍. Một người nữ có dựng một phúc đức xá (āvasathāgāra), nhà trọ miễn phí.

⁸¹³ Nhập nội 入內. *Tứ phần:* Xá nội 舍內; chính xác, nên hiểu là buồng trong. mañcakaṃ abbhantaraṃ, giường ở buồng trong.

nói với A-na-luật:

"Đại đức có biết mục đích và chủ ý của tôi (khi làm khách xá này)* không?"

A-na-luật nói:

[59c01] "Tỷ muội! Chủ ý của bà chính là muốn cầu phước đức." Người Quả phụ nói:

"Bổn ý của tôi không phải vậy, mà là chuẩn bị để tìm tình nhân (chồng)."

A-na-luật nói:

"Tỷ muội! Chúng tôi không thể làm điều tội lỗi này, Đức Thế Tôn chế pháp cũng không cho phép."

Người quả phụ nói:

"Tôi là con nhà tộc tánh, ở độ tuổi dồi dào sức lực, lễ nghi hoàn bị, kể cả của báu dư dật, muốn vì Đại đức cung cấp mọi thứ cần dùng, nguyện Đại đức thuận ý cho."

A-na-luật vẫn trả lời như ban đầu. Người quả phụ lại nghĩ như vầy: "Kẻ nam tử bị mê hoặc bởi sắc, ta cần khoả thân đến đứng trước mặt người." Ngay lúc đó thoát y đến đứng trước vừa cười, vừa nói. A-na-luật nhắm mắt ngồi thẳng quán tưởng đống xương khô.

Người quả phụ lại nghĩ như vầy: "Ta tuy đã thể hiện như vậy, nhưng vẫn chưa thuyết phục được người, bèn leo lên giường cùng ngồi. Ngay tức thì, A-na-luật vụt bay lên hư không. Quả phụ quá thẹn thùng, tâm sanh hổ thẹn, vội vàng mặc lại y, chắp tay hối quá, thưa:

"Bạch Đại đức, con thật là ngu si, nay con không còn dám nghĩ đến những ý nghĩ đó nữa, nguyện Đại đức rủ lòng thương tha thứ, nhận sự sám hối của con."

A-na-luật nói: "Tôi nhận sự sám hối của bà" và nhân đó vì bà nói các pháp vi diệu. Đoạn đầu, chặng giữa, đoạn sau đều thiện, nghĩa thiện và vị thiện, đầy đủ tướng thanh bạch Phạm hạnh.[814] Bà quả phụ

---

[814] *Tứ phần:* "Nói các pháp vi diệu, như ý nghĩa về bố thí, về trì giới, về ý

nghe pháp xong liền xa trần cấu đặng con mắt pháp thanh tịnh.

Bấy giờ, A-na-luật liền dựng lại bối cảnh đã qua này đến chỗ đức Phật, luôn cả sự việc của tỳ-kheo trước trình bày đầy đủ lên Đức Thế Tôn. Nhân việc này đức Phật tập họp tỳ-kheo Tăng, hỏi các tỳ-kheo:

"Các ngươi có thật vậy không?"

Thưa:

"Thật vậy, bạch đức Thế Tôn."

Đức Phật bằng mọi cách quở trách rồi, bảo các tỳ-kheo:

"Nay Ta vì các tỳ-kheo kết giới. Từ nay giới này nên nói như vầy:

B. GIỚI VĂN

Tỳ-kheo nào, cùng người nữ ngủ chung nhà (buồng), Ba-dật-đề."

C. THÍCH TỪ

Người nữ: Cho đến cả mới sinh và người nữ hai căn, ngủ chung nhà đều phạm Ba-dật-đề.

Nhà:[815] Như trong giới cùng người chưa thọ Cụ túc đã nói.

Nếu cùng phi nhơn nữ, súc sanh cái, huỳnh môn ngủ chung nhà đều phạm Đột-kiết-la. Tỳ-kheo-ni cũng như vậy. Thức-xoa-ma-na, sa-di, sa-di-ni, phạm Đột-kiết-la.

Nếu nhà có lợp và có ngăn cách, hoặc đại hội nói pháp, hoặc mẹ hay chị em thân thuộc có bệnh mà có người nam tử hiểu biết làm bạn, không nằm, đều không phạm.

---

    nghĩa sanh thiên. Tôn giả chê trách dục là bất tịnh, là thấp hèn, là hữu lậu, là kết phược. Tôn giả khen ngợi sự an lạc của xuất ly, ích lợi của giải thoát.

[815] *Nhà,* Hán 室 *thất. Thập tụng:* Xá 舍. Các bộ khác đều nói là *thất.* Pāli *seyya,* buồng ngủ; định nghĩa: hoặc được che lợp kín; hoặc được bao che kín; hoặc che lợp một phần; hoặc bao quanh một phần.

LVII. UỐNG RƯỢU[816]

A. DUYÊN KHỞI

Đức Phật ở tại nước Câu-xá-di.[817] Bấy giờ, đức Thế Tôn chưa cấm tỳ-kheo uống rượu. Có các tỳ-kheo ở trong quán rượu hay trong nhà bạch y, uống nhiều rượu say túy lúy. Có khi rớt xuống hầm, hào hoặc va vào vách, vào đồ vật; có khi làm cho y bát rách, vỡ, thương tổn đến thân thể. Các bạch y thấy cơ hiềm nói:

"Bạch y chúng tôi còn không có uống rượu, huống là Sa-môn Thích tử **[60a01]** bỏ đời[818] cầu đạo mà lại say rượu nhiều còn hơn người đời, không xứng mặc y hoại sắc cắt rọc, không hạnh sa-môn, phá pháp sa-môn."

Bấy giờ, đức Thế Tôn từ nước Câu-xá-di đến ấp Bạt-đà-việt.[819] Khi ấy, nơi ở của Phạm-chí bối tóc có một con độc long, thường phun mưa đá lớn làm hại ruộng lúa. Các cư dân ở đây thường nghĩ như vầy: "Trong số sa-môn, bà-la-môn, ai là người có oai đức có thể hàng phục được con rồng này!"

Nghe đức Phật cùng một nghìn hai trăm năm mươi đệ tử đều đến ấp này, không ai là không vui mừng, tất cả đều ra nghinh đón, đảnh lễ sát chân Phật rồi thưa:

"Kính bạch đức Thế Tôn, ấp này có một con độc long ác, thường phá hoại ruộng lúa, chúng con hằng mong có được một vị đại oai đức để hàng phục nó."

Khi ấy, Sa-kiệt-đà[820] ở sau quạt hầu Phật, đức Phật liền quay lại

---

[816] *Tăng-kỳ* 20, tr. 386c13: Ba-dật-đề 75; *Tứ phần* 16, tr. 671b21: Ba-dật-đề 51; *Thập tụng* 17, tr. 120b29, *Căn bản* 42, tr. 857a13: Ba-dật-đề 79. Pāli, Pāc. 51, *Surāmerayapāna*.

[817] *Tăng-kỳ*: Câu-thiểm-di 拘睒彌; *Tứ phần*: Chi-đà quốc 支陀國; *Thập tụng*: Chi-đề quốc 支提國; *Căn bản*: Thất-la-phạt thành 室羅伐城.

[818] Hán Xả luy 捨累.

[819] Ấp Bạt-đà-việt 跋陀越邑: Pāli *Bhaddavatikā*, gần nước Câu-xá-di.

[820] Sa-kiệt-đà 沙竭陀. *Tăng-kỳ, Căn bản*: Thiện Lai 善來. *Tứ phần*: Sa-già-đà 娑伽陀. *Thập tụng*: Sa-già-đà 莎伽陀. Pāli *Sāgata*.

hỏi: "Ông có nghe các cư sĩ này nói những gì không?"

Thưa:

"Có nghe."

Lần thứ hai, lần thứ ba (Phật)* hỏi và (Sa-kiệt-đà)* trả lời cũng như vậy. Sa-kiệt-đà liền nghĩ như vầy: "Đức Thế Tôn ba lần hỏi lại là đã sai ta hàng phục độc long này." Sa-kiệt-đà liền đến trước kính lễ sát chân Phật rồi nhiễu quanh mà đi. Đến chỗ con rồng kia, nghĩ như vầy: "Nay ta nên hàng phục con rồng này, nhưng không hoại thân hình, mà khiến thân nó nhỏ lại như cái que cây." (Sa-kiệt-đà)* liền vào trong nhà Phạm-chí, ngồi lui qua một bên. Thân rồng bèn tuôn ra khói, thân Sa-kiệt-đà cũng tuôn ra khói. Cả thân con rồng thành lửa, cả thân Sa-kiệt-đà cũng thành lửa. Lửa rồng biến thành năm màu, lửa của Sa-kiệt-đà cũng biến thành năm màu. Lúc này, thân rồng biến nhỏ lại như cây que, bỏ vào trong bình bát đem đến chỗ Phật, thưa:

"Bạch đức Thế Tôn, rồng ác độc này, nay đã bị hàng phục, nên để nó vào chỗ nào?"

Đức Phật dạy:

"Có thể để nó nơi trung gian thế giới."

Sa-kiệt-đà vâng lời Phật dạy, trong chớp nhoáng như kẻ lực sĩ co duỗi cánh tay, đem nó để nơi trung gian thế giới, chỉ trong chốc lác trở về. Bấy giờ, đức Thế Tôn muốn rời ấp Bạt-đà-việt trở về Câu-xá-di. Lúc này, các cư sĩ ấp Bạt-đà-việt nghe Sa-kiệt-đà hàng phục con độc long, tất cả đều rất vui mừng, hỏi các tỳ-kheo:

"Vị nào là Sa-kiệt-đà?"

Khi ấy, Sa-kiệt-đà đang đứng phía sau Phật. Các tỳ-kheo nói: "Là người đang đứng hầu phía sau Phật đó."

Các cư sĩ đến trước mặt kính lễ sát chân và thưa: "Xin ngài nhận lời thỉnh mời của chúng con."

(Sa-kiệt-đà)* im lặng nhận lời. Các cư sĩ thưa: "Đại đức cần những thức ăn gì?"

Trả lời:

"Khi tôi là bạch y, tánh ưa rượu thịt."

Cư sĩ hoan hỷ, liền sắm sửa nó. Sa-kiệt-đà đến nhà họ, ăn thịt uống rượu hết sức đầy đủ, rồi trở về lại Câu-xá-di. Khi về đến ngoài Tăng phường, vì bị quá say, nằm bẹp, ói mửa, y bát vung vãi lung tung. Bấy giờ, đức Thế Tôn với thiên nhãn từ xa nhìn thấy, bảo Tôn giả A-nan:

"Cùng Ta ra ngoài Tăng phường xem."

[60b01] Vâng lời dạy, theo Phật ra ngoài chứng kiến hiện tượng này. Đức Phật cùng Tôn giả khiêng lại cạnh giếng nước. Đức Phật tự xách nước dội, còn A-nan thì lau rửa, rồi mặc y vào, để nằm trên giường dây, đầu hướng về đức Phật. Trong giây lát, Sa-kiệt-đà lại trở mình chân đạp Phật. Nhân việc này, đức Phật tập họp tỳ-kheo Tăng, hỏi các tỳ-kheo:

"Sa-kiệt-đà trước đây có kính trọng Như lai không?"

Thưa:

"Có kính trọng."

Lại hỏi:

"Hiện nay còn kính hay không?"

Thưa:

"Bất kính vậy!"

Lại hỏi:

"Có nên uống rượu để rồi mất bản tính hay không?"

Thưa:

"Không nên."

Lại hỏi:

"Trước đây, Sa-kiệt-đà có thể hàng phục độc long, nay có thể hàng phục được con ễnh ương hay không?"

Thưa:

"Không thể."

Các tỳ-kheo lại đem việc trước kia bạch đầy đủ với đức Phật. Do nhân duyên này, đức Phật bằng mọi cách quở trách các tỳ-kheo, rồi bảo các tỳ-kheo:

"Nay Ta vì các tỳ-kheo kết giới. Từ nay giới này nên nói như vầy:

B. GIỚI VĂN

Tỳ-kheo nào, uống rượu,[821] **Ba-dật-đề."**

Khi đức Phật đã chế giới cấm rồi, nên Sa-kiệt-đà không dám uống rượu. Song vì thói quen trước đây, nên (cơn nghiện nổi lên)* đứt hơi muốn chết, ăn uống lại không tiêu, không biết phải thế nào, do vậy bạch lên Phật. Đức Phật bảo:

"Cho ngửi đồ đựng rượu. Ngửi đồ đựng rượu không lành. Đức Phật dạy: Dùng rượu cho vào trong bánh, hoặc trong cháo hay trong canh cho ăn, nếu ăn vẫn không khỏi. Phật dạy: Cho phép dùng rượu (để chữa bệnh)*."

Sa-kiệt-đà đã được lành bệnh, liền đem bạch Phật. Đức Phật dạy:

"Lành rồi nên từ từ bỏ rượu, kể cả việc ngửi đồ đựng rượu. Muốn không làm người xấu trở lại thì không được ngửi rượu nữa."

Có loại rượu có sắc rượu, vị rượu, hương rượu. Có loại rượu thì có sắc rượu, hương rượu, mà không có vị rượu. Có loại rượu thì có sắc rượu, vị rượu, mà không có hương rượu. Có loại rượu không có cả sắc, hương, vị rượu, uống vào khiến người say; nếu uống chúng đều phạm Ba-dật-đề. Có loại chẳng phải rượu, nhưng có sắc rượu, vị rượu, hương rượu, uống vào khiến người say; nếu uống phạm Đột-kiết-la. Có loại chẳng phải rượu, nhưng có sắc rượu, hương rượu, vị rượu, nhưng không khiến cho người say; cần uống thì cho phép uống nơi chỗ vắng. Nếu tỳ-kheo uống rượu, mỗi lần nuốt phạm một Ba-dật-đề. Tỳ-kheo-ni cũng như vậy. Thức-xoa-ma-na, sa-di, sa-di-ni phạm Đột-kiết-la.

---

[821] Pāli: *Surāmerayapāna*, uống rượu mạnh, uống chất gây say.

LVIII. BẤT KÍNH[822]

A. DUYÊN KHỞI

Đức Phật ở tại thành Xá-vệ.[823] Bấy giờ, nhóm sáu tỳ-kheo không kính Hòa thượng, A-xà-lê, không kính giới, có các tỳ-kheo cũng bắt chước như vậy. Các tỳ-kheo Trưởng lão thấy, bằng mọi cách quở trách, rồi đem việc này bạch lên Phật. Nhân việc này, đức Phật tập hợp tỳ-kheo Tăng, hỏi nhóm sáu tỳ-kheo:

"Các ngươi có thật vậy không?"

Thưa:

"Thật vậy, bạch đức Thế Tôn."

Đức Phật bằng mọi cách quở trách rồi, bảo các tỳ-kheo:

"Nay Ta vì các tỳ-kheo kết giới. Từ nay giới này nên nói như vầy:

B. GIỚI VĂN

Tỳ-kheo nào, khinh thầy,[824] Ba-dật-đề."

[60c01] Tỳ-kheo nào khinh ba thầy[825] và giới đều phạm Ba-dật-đề. Nếu khinh tỳ-kheo khác phạm Đột-kiết-la… *cho đến* thầy sai quét đất mà không quét, bảo quét xuôi gió mà quét ngược gió đều phạm Đột-kiết-la. Tỳ-kheo-ni cũng như vậy. Thức-xoa-ma-na, sa-di, sa-di-ni, phạm Đột-kiết-la.

---

[822] *Tăng-kỳ* 20, tr. 487b25: Ba-dật-đề 76; *Tứ phần* 16, tr. 673a24: Ba-dật-đề 54; *Thập tụng* 17, tr. 120a02, *Căn bản* 42, tr. 856c22: Ba-dật-đề 78. Pāli, Pāc. 54, *Anādariya*.

[823] *Tăng-kỳ*: Câu-thiểm-di quốc 拘睒彌國; *Tứ phần*: Câu-thiểm-tỳ quốc 拘睒毘國; *Thập tụng*: Câu-xá-di 俱舍彌國; *Căn bản*: Vương-xá thành 王舍城.

[824] Hán Khinh sư 輕師; *Tăng-kỳ*: Khinh tha 輕他, coi thường các tỳ-kheo, khi Tăng gọi thì không đến. *Thập tụng, Căn bản*: Bất cung kính 不恭敬, coi thường đại chúng tỳ-kheo. Pāli *anādariya*, bất kính. *Tứ phần*: Bất thọ gián 不受諫, không nhận lời can gián.

[825] Ba thầy 三師: Thầy Hòa thượng, thầy Yết-ma (A-xà-lê), thầy Giáo thọ.

LIX. ĐÀO PHÁ ĐẤT[826]

A. DUYÊN KHỞI

Đức Phật ở tại nước Câu-tát-la,[827] cùng đại tỳ-kheo Tăng năm trăm vị đầy đủ, đến ấp A-trà-tỳ. Bấy giờ, các tỳ-kheo nơi ấp này nghe đức Phật sẽ đến, mà không có nhà giảng đường, bèn cùng nhau phát cỏ đào đất để làm... cho đến câu: Đức Phật bằng mọi cách quở trách, như trong giới cất giảng đường[828] đã nói như trên. Phật bảo các tỳ-kheo:

"Nay Ta vì các tỳ-kheo kết giới. Từ nay giới này nên nói như vầy:

Tỳ-kheo nào, tự mình đào đất lấy đất, phạm Ba-dật-đề."

Khi ấy, nhóm sáu tỳ-kheo sai người giữ vườn, sa-di đào đất lấy đất. Các tỳ-kheo thấy, nói:

"Đức Phật cấm không được đào đất, tại sao nay các người làm nghiệp ác này?"

Trả lời:

"Tôi sai người đào." Các tỳ-kheo nói:

"Sai người đào với tự mình đào có gì khác nhau?!"

Rồi đem việc này bạch lên Phật. Nhân việc này đức Phật tập họp tỳ-kheo Tăng, hỏi nhóm sáu tỳ-kheo:

"Các ngươi có thật vậy không?" "Thật vậy, bạch đức Thế Tôn."

Đức Phật bằng mọi cách quở trách rồi bảo các tỳ-kheo: "Từ nay giới này nên nói như vầy:

Tỳ-kheo nào, tự mình đào đất hoặc sai người đào, phạm Ba-dật-đề."

---

[826] *Tăng-kỳ* 19 tr. 384c10: Ba-dật-đề 72; *Tứ phần* 11, tr. 641a11: Ba-dật-đề 10; *Thập tụng* 16, tr. 117b16, *Căn bản* 41, tr. 854a07: Ba-dật-đề 73; Pāli, Pāc. 10, *Pathavīkhaṇana*.

[827] *Tăng-kỳ*; *Tứ phần*: Khoáng Dã thành 曠野城; *Thập tụng*: A-la-tỳ quốc 阿羅毘國; *Căn bản*: Thất-la-phạt thành 室羅伐城.

[828] Xem Ba-dật-đề 11: Phá hoại thực vật.

Có các bạch y cúng vật liệu để làm nhà cho Tăng. Sau thời gian khá lâu đến thăm, thấy không thành, hỏi tỳ-kheo phụ trách việc xây cất:

"Tại sao không làm, để tôi mau hoàn thành phước đức này?"

Trả lời: "Đức Phật không cho phép chúng tôi tự đào đất hay sai người đào đất thì làm sao thành được?"

(Các tỳ-kheo)* đem việc này bạch lên Phật. Nhân việc này, đức Phật tập họp tỳ-kheo Tăng, bảo các tỳ-kheo:

"Nếu cần đất thì nên nói với tịnh nhơn: Biết việc này, xem việc này; tôi cần cái này, cho tôi cái này. Từ nay giới này nên nói như vầy:

B. GIỚI VĂN

Tỳ-kheo nào, tự tay đào đất hoặc sai người đào, nói đào chỗ này,[829] Ba-dật-đề."

Tỳ-kheo-ni cũng vậy. Thức-xoa-ma-na, sa-di, sa-di-ni, không có việc gì mà đào đất, phạm Đột-kiết-la.

Nếu lấy đất khô thì không phạm.

LX. NGHE LÉN ĐẤU TRANH[830]

A. DUYÊN KHỞI

Đức Phật ở tại thành Xá-vệ.[831] Bấy giờ, nhóm sáu tỳ-kheo cùng các tỳ-kheo đấu nhau. Đấu nhau rồi, ở ngoài cửa lén nghe. Nghe rồi, nói với các tỳ-kheo:

"Tại sao người nói như vậy?"

Hỏi:

---

[829] *Tăng-kỳ:* "Sai người đào, hoặc chỉ điểm chỗ đào." *Thập tụng:* "Chỉ dạy người khác đào, bảo, 'Ngươi hãy đào chỗ này'."

[830] *Tăng-kỳ* 20, tr. 588a: Ba-dật-đề 77; *Tứ phần* 18, tr. 688a01: Ba-dật-đề 77; *Thập tụng* 17, tr. 119a27, *Căn bản* 41, tr. 855c20: Ba-dật-đề 76. Pāli, Pāc. 78, *Upassuti.*

[831] *Tăng-kỳ, Tứ phần, Thập tụng:* Xá-vệ thành (quốc) 舍衛城(國); *Căn bản:* Thất-la-phạt thành 室羅伐城.

"Người nghe ai nói như vậy?"

Trả lời:

"Tôi đứng ngoài cửa nghe."

Các Trưởng lão tỳ-kheo biết việc này, bằng mọi cách quở trách rồi đem việc này bạch lên Phật. Nhân việc này, đức Phật tập họp tỳ-kheo Tăng, hỏi nhóm sáu tỳ-kheo:

"Các ngươi có thật vậy không?"

[61a01] Thưa:

"Thật vậy, bạch đức Thế Tôn."

Đức Phật bằng mọi cách quở trách rồi, bảo các tỳ-kheo:

"Nay Ta vì các tỳ-kheo kết giới. Từ nay giới này nên nói như vầy:

Tỳ-kheo nào, chỗ khuất nghe lén tỳ-kheo khác nói, phạm Ba-dật-đề."

Khi ấy, có các tỳ-kheo cùng tỳ-kheo tranh biện lý sự phải quấy, có tỳ-kheo cách vách nghe, sanh nghi: 'Ta cố ý (nghe)* sẽ không phạm Ba-dật-đề? Có làm xuất tội hối quá, rồi đem việc này bạch lên Phật. Nhân việc này, đức Phật tập họp tỳ-kheo Tăng, bảo các tỳ-kheo:

"Nếu tỳ-kheo lén nghe tranh biện lý sự phải quấy mà phạm Ba-dật-đề là điều không thể có. Từ nay giới này nên nói như vầy:

B. GIỚI VĂN

Tỳ-kheo nào, tranh đấu nhau rồi lén nghe, nghĩ như vầy: Những gì các tỳ-kheo nói, ta sẽ ghi nhớ, Ba-dật-đề."[832]

Lén nghe tỳ-kheo-ni, thức-xoa-ma-na, sa-di, sa-di-ni nói, phạm Đột-kiết-la. Tỳ-kheo-ni nghe tỳ-kheo, tỳ-kheo-ni nói, phạm Ba-dật-đề; nghe thức-xoa-ma-na, sa-di, sa-di-ni nói, phạm Đột-kiết-la. Thức-xoa-ma-na, sa-di, sa-di-ni nghe lén năm chúng nói, phạm Đột-kiết-la.

---

[832] *Tứ phần:* Tỳ-kheo nào, sau khi các tỳ-kheo cùng tranh cãi nhau, nghe lời người này đem qua nói với người kia, phạm Ba-dật-đề.

LXI. TRUYỀN CỤ TÚC CHO NGƯỜI CHƯA ĐỦ TUỔI 20[833]

A. DUYÊN KHỞI

Đức Phật ở tại thành Xá-vệ.[834] Bấy giờ, nhóm mười bảy đồng tử,[835] cha mẹ rất mực thương yêu. Người mẹ nói như vầy:

"Con ta không quen chịu khó nhọc, thể tánh yếu đuối, nên bảo nó học nghề nào cho được sung sướng trọn đời."

Người cha nói:

"Nên bảo nó học kế toán, hội họa." Người mẹ nói:

"Bảo nó học hội họa sợ nó hư con mắt, bảo nó học kế toán sợ nó đau ngón tay, rồi đi đến đau tim."

Cha mẹ chúng cùng bàn tính:

"Nên bảo nó xuất gia trong dòng họ Thích, đời này khỏi phải làm gì, đời sau được sướng mãi mãi."

Nhóm mười bảy đồng tử đều muốn xuất gia, chúng cùng nhau bàn: "Chúng ta cần chờ Ưu-ba-ly đến để từ biệt nhau."

Khi Ưu-ba-ly đi trở về đến chỗ các đồng tử, các đồng tử nói:

"Bạn có biết chăng! Chúng tôi muốn xuất gia trong giáo pháp của Như Lai, chờ bạn để từ biệt."

Ưu-ba-ly nghe, cũng thích cùng đi xuất gia, liền trở về xin cha mẹ. Cha mẹ liền cho phép, và nghĩ như vầy: "Nay ai sẽ làm thầy nó?"

Lại nghĩ như vầy: "Tất-lăng-già-bà-ta đem nó từ trong tay giặc trở về, nay nên cho làm đệ tử."

---

[833] *Tăng-kỳ* 19, tr. 383a12: Ba-dật-đề 70; *Tứ phần 17,* tr. 679a21: Ba-dật-đề 65; *Thập tụng* 16, tr. 116b07, *Căn bản* 41, tr. 853a09: Ba-dật-đề 72. Pāli, Pāc. 65, *Ūnavīsativassa*.

[834] *Tăng-kỳ:* Xá-vệ thành 舍衛城; *Tứ phần:* La-duyệt thành 羅閱城; *Thập tụng:* Vương Xá thành 王舍城; *Căn bản:* Thất-la-phạt thành 室羅伐城.

[835] *Tăng-kỳ 19* (tr.383a14): Nhân duyên bởi "Lục quần tỳ-kheo," và cha con Ma-ha-la. Các bộ khác như *Ngũ phần*.

Họ liền đưa con mình đến Tất-lăng-già-bà-ta thưa rằng:

"Bạch Đại đức, Đại đức đối với đứa nhỏ này có đại ân, nay xin dâng cho ngài, ngài hãy nhận làm đệ tử."

Tất-lăng-già-bà-ta liền độ nó, cho thọ giới Cụ túc. Thọ giới rồi, ban đêm không thể một mình đến nhà vệ sinh và nơi rửa tay, thường tự (Tất-lăng-già-bà-ta)* dẫn nó. Có khi trong tối, thấy thầy mà không biết, liền gọi là quỉ, thất thanh kêu lớn:

[61b01] "Tỳ-xá-giá! Tỳ-xá-giá! (ma! ma!)"

Thầy nói:

"Đừng sợ, ta chứ không phải ma đâu."

Hoặc ban đêm đòi ăn, thầy nói:

"Tăng có thức ăn, sáng sớm sẽ cho con."

Đồng tử hỏi:

"Nếu Tăng không có thức ăn thì sẽ có được ở đâu?"

Thầy nói:

"Nếu Tăng không có thì sẽ đi xin."

Nghe những lời này rồi, bèn khóc lớn, nói:

"Tỳ-kheo khất thực trở về thì chúng con đã chết rồi."

Ban đêm, đức Phật nghe tiếng khóc, thời hỏi Tôn giả A-nan: "Đó là tiếng khóc của ai?"

Tôn giả trình bày đầy đủ việc này lên đức Phật. Nhân việc này, sáng sớm đức Phật tập họp tỳ-kheo Tăng, hỏi Tất-lăng-già-bà-ta:

"Ngươi có thật vậy không?"

Thưa:

"Thật vậy, bạch đức Thế Tôn." Bằng mọi cách đức Phật quở trách:

"Ngươi không nên cho người chưa đủ hai mươi tuổi thọ giới Cụ túc. Người chưa đủ hai mươi tuổi phần nhiều không thể kham nhẫn, có thể đưa đến việc phá giới."

Quở trách rồi, Phật bảo các tỳ-kheo:

"Nay Ta vì các tỳ-kheo kết giới. Từ nay giới này nên nói như vầy:

> **Tỳ-kheo nào, cho người chưa đủ hai mươi tuổi thọ giới Cụ túc, phạm Ba-dật-đề.**"

Bấy giờ, đồng tử Ca-diếp không đủ hai mươi tuổi thọ Cụ túc giới, sau đó mới sanh nghi, không biết giải quyết thế nào, đem việc này bạch lên Phật. Nhân việc này, đức Phật tập họp tỳ-kheo Tăng, hỏi các tỳ-kheo:

"Đồng tử Ca-diếp có sở đắc gì không?" Các tỳ-kheo thưa:

"Đắc Tu-đà-hoàn."

Đức Phật dạy:

"Người này mới là thọ giới Cụ túc đệ nhất, song không gọi là bạch tứ Yết-ma như pháp thọ giới. Nay cho phép tính tuổi trong thai để đủ hai mươi tuổi. Nếu vẫn chưa đủ thì cho phép tính tháng nhuần để cho đủ. Nếu lại không đủ thì lại cho phép dùng đến tuổi sa-môn(?) cho đủ.⁸³⁶ Từ nay giới này nên nói như vầy:

B. GIỚI VĂN

> **Tỳ-kheo nào, biết người chưa đủ hai mươi tuổi mà trao cho giới Cụ túc,⁸³⁷ Ba-dật-đề. Người này không đắc giới, các tỳ-kheo cũng bị quở trách. Pháp ấy phải như vậy.⁸³⁸**

---

[836] Theo *Tứ phần* 17, Ba-dật-đề 65: Cho phép tính năm tháng trong thai, tính tháng nhuần, hoặc tính tất cả 14 ngày thuyết giới để làm niên (Tính tất cả các tháng âm lịch thiếu) số thì không phạm.

[837] Tứ phần 17: "nếu biết người chưa đủ hai mươi tuổi mà cho thọ đại giới, thì người này không đắc giới, tỳ-kheo kia bị quở trách là người si (si cố 癡故), phạm Ba-dật-đề."

[838] Pháp ấy phải như vậy 是法應爾. *Tăng-kỳ* 19, "Các tỳ-kheo phải bị khiển trách". *Thập tụng* 16: "Sự việc ấy phải như vậy 是事應爾." Pāli *te ca bhikkhū gārayhā, idaṃ tasmiṃ pācittiyan'ti*, "Các tỳ-kheo ấy đang bị khiển trách; cái này trong đây Ba-dật-đề." Bản Skt. *ayaṃ tatra samaya*, "Trong đây sự việc này là hợp thức."

Chưa đủ hai mươi, tưởng là chưa đủ hai mươi, nghi là chưa đủ hai mươi, phạm Ba-dật-đề. Đủ hai mươi, tưởng là chưa đủ, đủ hai mươi mà nghi, phạm Đột-kiết-la. Nếu biết không đủ hai mươi, khởi ý niệm muốn cho thọ Cụ túc giới, và tạo phương tiện, đến Yết-ma lần thứ tư chưa xong, đều phạm Đột-kiết-la. Yết-ma lần thứ tư xong, Hòa thượng phạm Ba-dật-đề, Sư Tăng khác phạm Đột-kiết-la.

LXII. THUỐC BỐN THÁNG[839]

A. DUYÊN KHỞI

Đức Phật ở nước Câu-tát-la,[840] cùng năm trăm vị đại tỳ-kheo Tăng đi đến thành Ca-duy-la-vệ. Những người họ Thích nghe Phật từ nước Câu-tát-la đến, cùng lập ra định chế: "Nếu không ra nghinh đón Phật sẽ bị phạt năm trăm kim tiền." Do đó, lớn bé mọi nhà đều ra nghinh đón đức Thế Tôn, đầu mặt đảnh lễ sát chân, rồi đứng lui qua một bên. Đức Phật vì họ nói pháp chỉ bày sự lợi ích, khiến cho hoan hỷ, cùng nhau thỉnh Phật và Tăng an cư bốn tháng mùa Hạ. Đức Thế Tôn im lặng nhận lời. Mỗi người đều **[61c01]** tùy theo khả năng cúng dường; hoặc một gia đình cúng một ngày cho đến mười ngày, hoặc hai gia đình cùng cúng một ngày, cho đến mười gia đình; hoặc bữa ăn trước, hay bữa ăn sau, hoặc chỉ cúng đát-bát-na,[841] hoặc chỉ cúng cháo, hoặc chỉ cúng nước tắm, hoặc chỉ cúng nước uống buổi chiều, hoặc cúng dầu thoa thân, thoa chân, dầu thắp đèn.

Bấy giờ, Thích Ma-nam[842] không có ở nhà, nên chưa có ai nhận được sự cúng dường của ông, hỏi người xung quanh: "Có vị nào nhận vật cúng dường của tôi?"

"Chưa có ai nhận." Ông lại hỏi:

---

[839] *Tăng-kỳ* 20, tr. 385b28: Ba-dật-đề 73, *Tứ phần* 15, tr. 668b03: Ba-dật-đề 47; *Thập tụng* 17, tr. 117c06, *Căn bản* 41, tr. 854b17: Ba-dật-đề 74. Pāli, Pāc. 47 *Mahānāma*.

[840] *Tăng-kỳ*: Câu-thiểm-di quốc 拘睒彌國; *Tứ phần*: Thích-sí-sấu 釋翅搜; *Thập tụng*: Thích Thị quốc 釋氏國; *Căn bản*: Thích-ca xứ 釋迦處.

[841] Đát-bát-na 怛鉢那: Xem cht. 425, Ni-tát-kỳ 15.

[842] Thích Ma-nam 釋摩男. *Mahānāma Sakka*. Ma-ha-nam giòng họ Thích.

"Những tài vật cúng dường nào, đức Phật và Tăng chưa nhận được?"

Trả lời:

"Chỉ có thuốc (trị bệnh, Phật và Tăng)* chưa nhận được."

Thích Ma-nam liền xin cúng thuốc bốn tháng mùa Hạ[843] cho Phật và Tăng, hoặc tự dâng, hoặc sai người dâng. Ông lại đến chỗ nhóm sáu tỳ-kheo nói:

"Đại đức cần thuốc gì tùy ý đến lấy."

Nhóm sáu tỳ-kheo nghĩ như vầy: "Nay vua xin cúng thuốc cho Phật và Tăng trong bốn tháng an cư, hoặc sai người đến dâng cho đến tự dâng lên, mà lại bảo ta tự đến nhận, xem ra tâm nhà vua này có sự khinh thường chúng ta. Chúng ta sẽ chờ khi năm thân tộc họp, đến xin thứ thuốc hiếm khó có được, chắc nhà vua không có, khiến ông ta phải hổ thẹn!" Họ lại nghĩ như vầy: "Nhà vua này phước đức, cũng có thể là, không thứ thuốc nào là không có. Trước hết ta nên tìm hỏi mọi người những loại nào không có, sau đó sẽ đến xin." Họ liền đi tìm hỏi thì chỉ một loại không có. Lúc này, họ chờ ngày năm thân tộc của vua họp, liền đến xin thuốc. Nhà vua sai người đi tìm khắp trong nước nhưng không có. Vua nói với nhóm sáu tỳ-kheo:

"Tìm kiếm khắp nơi mà tuyệt không thể có."

Nhóm sáu tỳ-kheo nói với vua:

"Nhà vua tự thỉnh Phật và Tăng cúng thuốc chữa bệnh trong bốn tháng mà nay không cho tôi một thứ nào!"

Nhà vua nói:

"Thưa Đại đức! Không phải là không muốn cúng, cũng không phải là không có thuốc, chỉ vì thứ thuốc mà thầy cần, trẫm tìm hỏi tuyệt nhiên không có; hơn nữa bốn tháng đã qua sao phải làm khổ cho nhau!"

Nhóm sáu tỳ-kheo lại làm nhục nhà vua trước công chúng:

---

[843] Hán: Hạ tọa dược 夏坐藥.

"Trước đây nói với chúng tôi cứ đến lấy thuốc theo nhu cầu, mà nay không nhận được một thứ nào!"

Các tỳ-kheo nghe, hỏi nhóm sáu tỳ-kheo:

"Các thầy nói những gì?"

Nhóm sáu tỳ-kheo đem sự thật mà trả lời.

Các tỳ-kheo bằng mọi cách quở trách, rồi đem việc này bạch lên Phật. Nhân việc này, đức Phật tập họp tỳ-kheo Tăng, hỏi nhóm sáu tỳ-kheo:

"Các ngươi có thật vậy không?"

Thưa:

"Thật vậy, bạch đức Thế Tôn."

Đức Phật bằng mọi cách quở trách rồi, bảo các tỳ-kheo:

"Nay Ta vì các tỳ-kheo kết giới. Từ nay giới này nên nói như vầy:

Tỳ-kheo nào, nhận sự cúng dường tùy ý trong bốn tháng,[844] **nếu nhận quá thời hạn ấy, phạm Ba-dật-đề."**

Bấy giờ các tỳ-kheo, thường mắc phải bệnh mùa Thu, Thích Ma-nam đến tận phòng thăm hỏi:

"Đại đức mắc phải bệnh gì?"

Trả lời:

[62a01] "Chúng tôi mắc phải bệnh mùa Thu." (Ma-ha-nam)* liền thưa với tỳ-kheo:

"(Quí ngài)* có thể đến tôi lấy thuốc."

---

[844] Nhận sự cúng dường tuỳ ý trong bốn tháng, Hán: Tứ nguyệt tự tứ thỉnh 四月自恣請. *Tứ phần*: Tứ nguyệt nhân duyên thỉnh dữ dược 四月因緣請與藥. Từ *nhân duyên* 因緣 tức Pali *paccaya, duyên*; đây chỉ một trong bốn duyên hay bốn nhu yếu của tỳ-kheo là thuốc. *Tăng-kỳ*: Tứ nguyệt biệt tự tứ thỉnh 四月別自恣請. *Thập tụng*: tứ nguyệt tự tứ thỉnh 四月自恣請. Pali *cātumāsapaccaya-pavāraṇā*, được yêu cầu tuỳ ý đối với các nhu yếu trong bốn tháng.

Các tỳ-kheo nói:

"Trước đây vua cúng bốn tháng, nay đã qua, đức Phật không cho phép chúng tôi nhận thuốc quá thời gian này."

Vua liền xin cúng lại thêm một tháng. Các tỳ-kheo nói:

"Đức Phật chưa cho phép chúng tôi nhận lại."

(Nhà vua)* không biết làm thế nào, đem việc này bạch lên Phật. Nhân việc này, đức Phật tập họp tỳ-kheo Tăng, bảo các tỳ-kheo:

"Nay cho phép các tỳ-kheo nhận sự mời cúng lại một tháng. Từ nay giới này nên nói như vầy:

Tỳ-kheo nào, nhận sự cúng dường tùy ý bốn tháng, nếu nhận quá, trừ thỉnh lại, phạm Ba-dật-đề."

Có các cư sĩ lại đến thăm phòng Tăng, thấy các tỳ-kheo mắc bệnh mùa Thu, hỏi:

"(Các thầy)* cần những thuốc gì con sẽ đem đến?" Các tỳ-kheo nói:

"Đức Phật chưa cho chúng tôi nhận (cúng dường)* thuốc từ thí chủ mang đến."

Họ không biết làm sao, đem việc này bạch lên Phật. Nhân việc này, đức Phật tập họp tỳ-kheo Tăng, bảo các tỳ-kheo:

"Nay cho phép các tỳ-kheo nhận sự mời (cúng dường)* từ thí chủ mang đến. Từ nay giới này nên nói như vầy:

Tỳ-kheo nào, nhận sự mời tuỳ ý bốn tháng, nếu nhận quá, trừ thỉnh lại, tự đem đến, phạm Ba-dật-đề."

Khi ấy, Thích Ma-nam nghĩ như vầy: "Nhóm sáu tỳ-kheo vì thuốc nên đã mạ nhục ta trước mọi người. Nay ta cần tập trung nhiều thứ thuốc." Nay ta nên gom các loại thuốc về. Khi đã gom các loại thuốc rồi, ông lại nghĩ như vầy: "Như số thuốc này ta dùng trọn đời cũng không hết, nay ta nên thỉnh các tỳ-kheo để cúng thuốc trọn đời." Vua liền đến các tỳ-kheo thỉnh (cúng thuốc)* lâu dài.

Các tỳ-kheo nói:

"Đức Phật chưa cho phép chúng tôi nhận sự thỉnh (cúng)* lâu dài."

Không biết phải làm thế nào, (Ma-ha-nam)* đem việc này bạch lên Phật. Nhân việc này, đức Phật tập họp tỳ-kheo Tăng, bảo các tỳ-kheo:

"Nay cho phép các tỳ-kheo nhận sự thỉnh lâu dài. Từ nay giới này nên nói như vầy:

B. GIỚI VĂN

Tỳ-kheo nào, nhận sự thỉnh tuỳ ý bốn tháng, nếu nhận quá, Ba-dật-đề; trừ thỉnh lại, tự đem đến, thỉnh lâu dài.[845]

C. PHẠM TƯỚNG

Nếu người cúng thuốc cho Tăng thì tỳ-kheo giúp việc cho Chúng nên hỏi:

"Thuốc này nên để trong tụ lạc (thôn xóm) hay để trong Tăng phường?"

Nếu nói để trong tụ lạc thì khi cần nên bảo:

"Tôi cần thứ thuốc như vậy, vì tôi mà chuẩn bị cho đừng để thiếu thốn."

Nếu nói để trong Tăng phường thì nên để phòng giữa cho dễ lấy được. Tăng nên tác pháp bạch nhị Yết-ma, sai một tỳ-kheo xướng:

"Đại đức Tăng xin lắng nghe! Nay dùng phòng... để thuốc cho Tăng. Nếu thời gian thích hợp đối với Tăng, Tăng chấp thuận. Đây là lời tác bạch.

Đại đức Tăng, xin lắng nghe! Nay dùng phòng... để thuốc cho Tăng. Các Trưởng lão nào chấp thuận thì im lặng. Vị nào không đồng ý xin nói.

Tăng đã đồng ý dùng phòng... để đựng thuốc cho Tăng rồi. Tăng đồng ý nên im lặng. Việc này tôi ghi nhận như vậy."

---

[845] Trừ thỉnh lại, tự đem đến, thỉnh lâu dài, 除更 Cánh thỉnh, tự tống thỉnh, trường thỉnh 除更請自送請長請. *Căn bản*, bốn ngoại trừ: biệt thỉnh, cánh thỉnh, ân cần thỉnh, thường thỉnh. *Thập tụng*, trừ ba: thường thỉnh, sác sác thỉnh, biệt thỉnh. *Tăng-kỳ*, trừ hai: cánh thỉnh và trường thỉnh. Pāli, trừ hai: yêu cầu thêm nữa (*punapavāraṇa*) và yêu cầu thường xuyên (*niccapavāraṇa*).

Các tỳ-kheo không biết ai nên giữ thuốc cho Tăng, **[62b01]** đem việc này bạch lên Phật. Đức Phật dạy:

"Tăng nên bạch nhị Yết-ma sai một tỳ-kheo giữ thuốc. Một tỳ-kheo xướng:

Đại đức Tăng xin lắng nghe! Nay Tăng sai tỳ-kheo tên là... vì Tăng làm người giữ thuốc. Nếu thời gian thích hợp đối với Tăng, Tăng chấp thuận. Đây là lời tác bạch.

Đại đức Tăng, xin lắng nghe! Nay Tăng sai tỳ-kheo tên... vì Tăng làm người giữ thuốc. Các Trưởng lão nào đồng ý thì im lặng. Vị nào không đồng ý xin nói.

Tăng đã sai tỳ-kheo tên... làm người giữ thuốc rồi. Tăng đồng ý nên im lặng. Việc này tôi ghi nhận như vậy."

Lúc ấy, các tỳ-kheo sai tỳ-kheo vô trí, không kham việc giữ thuốc, nên đem việc này bạch lên Phật.

Đức Phật dạy:

"Không nên sai tỳ-kheo vô trí. Nếu (vị nào)* thành tựu năm pháp thì mới sai làm người giữ thuốc cho Tăng. Những gì là năm? Không làm theo ái, giận, si, sợ, biết rõ thuốc hay chẳng phải thuốc. Tỳ-kheo giữ thuốc cho Tăng kia nên dùng vật dụng mới để đựng Ha-lê-lặc,[846] A-ma-lặc,[847] Tỳ-hê-lặc,[848] Tất-bạt-la,[849] gừng khô, đường mía, mật mía. Nếu đồ đựng không rỉ chảy nên đựng bơ trong, dầu, mật, nên dùng

---

[846] Ha-lê-lặc 呵梨勒: Skt.=Pali harītaka; *Thiện kiến luật* 17, T24n1462, tr. 795a20: Ha-lê-lặc, to như trái táo lớn, có vị chua đắng, dùng làm thuốc tiện lợi. *Tứ phần* (chú thích bản Việt): một loại trái chua, tên khoa học Myrobalan vàng, dùng để nhuộm màu vàng hay để xổ.

[847] A-ma-lặc 阿摩勒: Skt. āmala, Pali āmalaka, quả xoài. *Thiện kiến luật* 17, Yêm-ma-lặc (A-ma-lặc) là trái Dư cam tử 余甘子, ở đất Quảng Châu có trái này, hình dáng như trái Nhuy tử lớn (một thứ cây nhỏ có quả ăn được, hột dùng làm thuốc), ăn trừ bệnh phong.

[848] Tỳ-hê-lặc 鞞醯勒: Skt.=Pali vibhītaka, *Thiện kiến luật* 17, Tỳ-hê-lặc, hình dáng như trái táo, có vị ngọt dùng làm thuốc, có thể trị bệnh ho. *Tứ phần* (chú thích bản Việt): quả xuyên luyện 川練, dùng làm thuốc.

[849] Tất-bạt-la 畢跋羅: tức trái củ tương (trầu cay).

da bịt miệng, để tên thuốc vào. Nếu tỳ-kheo nào bệnh cần thứ gì nên hoan hỷ đưa. Nếu người bệnh tự biết nên dùng thuốc gì thì tự lấy dùng. Nếu không biết thì nên hỏi thầy thuốc. Không có thầy thuốc thì nên hỏi Hòa thượng, A-xà-lê rằng: 'Con bệnh như vậy, như vậy, nên uống thuốc gì?' Nếu Hòa thượng, A-xà-lê không biết thì nên lấy thuốc uống thử ba lần, không bớt, thì lấy thứ thuốc khác uống. Tỳ-kheo-ni cũng như vậy. Thức-xoa-ma-na, sa-di, sa-di-ni, phạm Đột-kiết-la."

LXIII. KHÔNG CHỊU HỌC GIỚI[850]

A. DUYÊN KHỞI

Đức Phật ở tại thành Xá-vệ.[851] Bấy giờ, nhóm sáu tỳ-kheo thường xuyên phạm giới, các tỳ-kheo can gián:

"Các người thường xuyên phạm giới, nên tự mình thấy tội, như pháp sám hối, đừng nên để việc làm này phụ lòng tin của tín thí, phải thọ khổ lâu dài."

Nhóm sáu tỳ-kheo nói: "Chúng tôi không học giới này. Trước hết chúng tôi sẽ hỏi vị trì pháp, trì luật trí tuệ phải hơn thầy."

Các tỳ-kheo nghe, bằng mọi cách quở trách, rồi đem việc này bạch lên Phật. Nhân việc này, đức Phật tập họp tỳ-kheo Tăng, hỏi nhóm sáu tỳ-kheo:

"Các ngươi có thật vậy không?"

Thưa: "Thật vậy, bạch đức Thế Tôn."

Đức Phật bằng mọi cách quở trách:

"Các ngươi là những người ngu si, không nên tạo ra các ác nghiệp này. Các tỳ-kheo vì muốn không cùng các ngươi Bố-tát, Tự tứ, làm các Yết-ma; mẫn niệm các ngươi nên như pháp can gián các ngươi. Tại

---

[850] *Tăng-kỳ* 20, tr. 386a26: Ba-dật-đề 74; *Tứ phần* 18, tr. 685b07: Ba-dật-đề 71; *Thập tụng* 17, tr. 118b24, *Căn bản* 41, tr. 854b17: Ba-dật-đề 75; Pāli, Pāc. 71, *Sahadhammika*.

[851] *Tăng-kỳ*: Câu-thiểm-di quốc 拘睒彌國; *Tứ phần*: Câu-thiểm-tỳ quốc 拘睒毘國; *Thập tụng*: Xá-vệ quốc 舍衛國; *Căn bản*: Vương Xá thành 王舍城.

sao các ngươi nói: 'Chúng tôi không học giới này! Trước hết chúng tôi sẽ hỏi vị trì pháp, trì luật có trí tuệ hơn thầy đã!'"

Quở trách rồi, đức Phật bảo các tỳ-kheo:

"Nay Ta vì các tỳ-kheo kết giới. Từ nay giới này nên nói như vầy:

B. GIỚI VĂN

[62c01] Tỳ-kheo nào, thường xuyên phạm tội,[852] các tỳ-kheo như pháp can gián, lại nói như vầy: 'Tôi không học giới này, sẽ nạn vấn tỳ-kheo trì pháp, trì luật khác đã', Ba-dật-đề. Tỳ-kheo muốn tìm hiểu thì nên hỏi vị trì pháp, trì luật. Điều này nên như vậy."

C. THÍCH TỪ

Trì pháp: Là người trì tụng những pháp do Phật nói.

Người trì luật có năm hạng: Một là tụng bốn việc cho đến hai bất định. Hai là tụng bốn việc cho đến ba mươi việc. Ba là tụng hết hai trăm năm mươi giới. Bốn là tụng hết hai bộ luật. Năm là tụng hết tất cả luật.

Nếu tỳ-kheo không tụng giới, chẳng phải mùa an cư thì nên nương vào bốn hạng trì luật trước; trong mùa an cư nên nương vào vị tụng hết tất cả luật. Nếu không nương vào thì phạm Đột-kiết-la. Tỳ-kheo-ni cũng như vậy. Thức-xoa-ma-na, sa-di, sa-di-ni, phạm Đột-kiết-la.[853]

LXIV. VÔ TRI HỌC GIỚI[854]

A. DUYÊN KHỞI

Đức Phật ở tại thành Xá-vệ.[855] Bấy giờ, nhóm sáu tỳ-kheo thường

---

[852] Phạm tội 犯罪. ^{Pāli} *Anācāram ācarati,* hành vi bất chánh, phi pháp (phạm tội).

[853] Bản Hán, hết quyển 8.

[854] *Tăng-kỳ* 21, tr. 395c20: Ba-dật-đề 91; *Tứ phần* 18, tr. 686a19: Ba-dật-đề 73; *Thập tụng* 18, tr. 126c18, *Căn bản* 49, tr. 893c19: Ba-dật-đề 83. Pāli, Pāc. 73, Mohana.

[855] *Tăng-kỳ, Tứ phần:* Xá-vệ thành (quốc) 舍衞城(國); *Thập tụng:* Câu-xá-di quốc 俱舍彌國; *Căn bản:* Thất-la-phạt thành 室羅伐城.

xuyên phạm giới. Các tỳ-kheo can gián, như giới trên đã nói, cho đến câu: "Đừng để phải chịu khổ lâu dài."

Nhóm sáu tỳ-kheo hỏi:

"Đối với giới (pháp) này đức Phật chế ở đâu?"

Các tỳ-kheo nói:

"Người không biết sao?"

Trả lời:

"Không biết."

Các tỳ-kheo nói:

"Nay, sẽ nói cho các người, nơi chốn chế giới (pháp)."

Trong khi thuyết giới liền nói rằng:

"Ở nơi đây, Ta (Phật) chế giới (pháp)."

Nhóm sáu tỳ-kheo nói:

"Nay tôi mới biết giới (pháp) này, mỗi nửa tháng Bố-tát, nói ra từ giới kinh."

Các tỳ-kheo bằng mọi cách quở trách, rồi đem việc này bạch lên Phật. Nhân việc này, đức Phật tập họp tỳ-kheo Tăng, hỏi nhóm sáu tỳ-kheo:

"Các ngươi có thật vậy không?"

Thưa:

"Thật vậy, bạch đức Thế Tôn."

Đức Phật bằng mọi cách quở trách rồi, bảo các tỳ-kheo:

"Nay Ta vì các tỳ-kheo kết giới. Từ nay giới này nên nói như vầy:

B. GIỚI VĂN

Tỳ-kheo nào, khi thuyết giới, nói như vầy: 'Nay tôi mới biết pháp này, mỗi nửa tháng Bố-tát, nói ra từ trong giới kinh.' Các tỳ-kheo [63a01] biết tỳ-kheo này đã 2, 3 lần khi nói giới ngồi nghe. Tỳ-kheo này không phải do vì không biết

mà thoát khỏi tội.⁸⁵⁶ Tuỳ theo chỗ phạm tội như pháp trị; nên quở trách điều không biết kia là không tốt. Khi thuyết giới không nhất tâm để nghe, không để ý, Ba-dật-đề."⁸⁵⁷

Nếu tỳ-kheo cho người thọ Cụ túc giới để thành tỳ-kheo thì liền nên vì họ dạy đầy đủ luật.⁸⁵⁸ Nếu 2, 3 lần họ đã ngồi nghe giới, biết hay không biết, mà nói như vậy, phạm Ba-dật-đề. Tỳ-kheo-ni cũng như vậy.

LXV. THÂM NHẬP VƯƠNG CUNG⁸⁵⁹

A. DUYÊN KHỞI

Đức Phật ở tại thành Xá-vệ.⁸⁶⁰ Bấy giờ, các tỳ-kheo thường vào trong cung vua Ba-tư-nặc, thấy các mỹ nữ, sanh tâm đắm nhiễm, không thích tu Phạm hạnh, hoặc có vị ra đời làm ngoại đạo. Các đại thần thấy, nói như vầy:

"Tại sao nhà vua không để các cung nữ nơi chỗ kín đáo, (mà cứ để nơi trống trải)* khiến cho ai cũng thấy được?"

Bấy giờ, Tôn giả A-nan thường nhận được sự cúng dường của vua, sáng sớm, khoác y bưng bát vào trong hậu cung. Khi ấy, vua cùng Mạt-lợi phu nhân còn đang ngủ chưa dậy. Mạt-lợi phu nhân thấy Tôn giả đến, vội vàng luống cuống áo ngủ rớt xuống giường. Vì áo ngủ rất mịn và trơn, vô tình tuột xuống, nên (phu nhân)* xấu hổ ngồi sụp xuống đất.

---

⁸⁵⁶ Tỳ-kheo này không phải do vì không biết mà thoát khỏi tội (bất dĩ bất tri cố đắc thoát 不以不知故得脫). *Tứ phần*: Không phải do vì không rõ (vô như vô giải 無如無解). Các bộ cũng đồng. Pāli na ca tassa bhikkhuno aññakena mutti atthi, nghĩa như các bản Hán.

⁸⁵⁷ *Tứ phần*: "... khi tụng giới ngài không dụng tâm suy nghĩ, không một lòng nhiếp niệm để nghe pháp. Vị kia, là kẻ vô tri, phạm Ba-dật-đề."

⁸⁵⁸ Hán Quảng thuyết 廣說.

⁸⁵⁹ *Tăng-kỳ* 20, tr. 390b16: Ba-dật-đề 81; *Tứ phần* 18, tr. 689b18: Ba-dật-đề 81; *Thập tụng* 18, tr. 124c10, *Căn bản* 44, tr. 866c06: Ba-dật-đề 82. Pāli, Pāc. 83, *Antepura*.

⁸⁶⁰ *Tăng-kỳ, Tứ phần, Thập tụng*: Xá-vệ thành (quốc) 舍衛城(國); *Căn bản*: Thất-la-phạt thành 室羅伐城.

Vua liền cơ hiềm nói:

"Vì việc triều đình ta nhọc nhằn đến đêm tối mới ngủ nghỉ, không thể dậy sớm được. Tỳ-kheo sáng sớm đi thẳng vào đây là thế nào!?"

Tôn giả xấu hổ liền trở về chỗ Phật, trình bày việc các tỳ-kheo vào cung đầy đủ, cùng đem việc này bạch lên Phật. Nhân việc này, đức Phật tập họp tỳ-kheo Tăng, hỏi các tỳ-kheo:

"Các ngươi có thật vậy không?"

Thưa: "Thật vậy, bạch đức Thế Tôn."

Đức Phật lại tự nói lên việc của Tôn giả A-nan. Bằng mọi cách quở trách rồi, Phật bảo các tỳ-kheo:

"Vào trong hậu cung vua sẽ phát sanh 10 điều lỗi lầm:

- Một, nếu khi vua say gần gũi với cung nữ khác, hết say liền quên; nếu chợt có cung nữ nào đó mang thai, tất tỳ-kheo sẽ bị nghi.

- Hai, cung nữ thấy tỳ-kheo lại có ý vui đùa, (tỳ-kheo)* sẽ bị nghi là có tình ý.

- Ba, nếu vua có cơ mật nào bị người biết được, thì tỳ-kheo sẽ bị nghi là người đưa tin.

- Bốn, nếu trong cung vua mất bảo vật, thì (tỳ-kheo)* sẽ bị nghi là người lấy.

- Năm, nếu vị quan nào bị mất chức, người ngoài ắt nói do tỳ-kheo (sàm tấu).

- Sáu, nếu có người gặp tội, thì người ngoài ắt nghi là do tỳ-kheo làm.

- Bảy, nếu có người chưa đáng ban chức quan mà vua ban cho, (người ngoài)* cũng lại nghi là do thế lực của tỳ-kheo.

- Tám, nếu vua ưa đi du ngoạn phí công sức nhiều việc, thì tỳ-kheo cũng lại bị nghi hiềm là xúi sử.

- Chín là trong cung nhiều các mỹ sắc, phục sức quí báu, tỳ-kheo thấy sinh tâm nhiễm trước, bỏ đạo.

- Mười, nếu trong vương tử có người phản nghịch **[63b01]**, thì tỳ-kheo ắt lại bị nghi là người bày vẽ."

Quở trách rồi, Phật bảo các tỳ-kheo:

"Nay Ta vì các tỳ-kheo kết giới. Từ nay giới này nên nói như vầy:

Tỳ-kheo nào, vào trong cung vua, quá ngạch cửa, phạm Ba-dật-đề."

Sau khi Phật đã chế giới cấm, các tỳ-kheo vì vậy không dám bước qua cửa thành để khất thực, nên không biết làm thế nào, đem việc này bạch lên Phật. Nhân việc này đức Phật tập họp tỳ-kheo Tăng, rồi bảo các tỳ-kheo:

"Nay cho phép vào cung, nhưng không được đi quá cửa hậu cung. Từ nay giới này nên nói như vầy:

Tỳ-kheo nào, vào cung vua, quá hạn cửa hậu cung, phạm Ba-dật-đề."

Bấy giờ, vua Ba-tư-nặc thường năm cùng các cung nữ xuất hành khắp nước, nơi nào cũng đều có Biệt quán (nơi nghỉ riêng của vua) khi lìa cung. Có các tỳ-kheo vào buổi chiều đi đến thôn xóm, tìm xin nơi nghỉ lại đêm. Các cư sĩ nói:

"Cung này (biệt quán), nay không có vua, có thể vào trong nghỉ đêm. Vua tin kính Phật pháp, nếu có nghe tất cũng hoan hỷ."

Các tỳ-kheo không dám vào nên không có chỗ nghỉ đêm. Đem việc này được bạch Phật. Nhân đó, đức Phật tập họp tỳ-kheo Tăng, bảo các tỳ-kheo:

"Nay cho phép các tỳ-kheo vào cung trống của vua nghỉ đêm. Từ nay giới này nên nói như vầy:

B. GIỚI VĂN

Tỳ-kheo nào, khi vua[861] chưa ra khỏi (chỗ để)* đồ báu,

---

[861] *Tứ phần:* Vua thuộc hàng Sát-lợi Quán đảnh. *Tăng-kỳ:* Vua không phải dòng Sát-lợi; hoặc dòng Sa-lợi nhưng không phải Quán đảnh; đều không phạm.

đồ báu chưa được thu cất; nếu vào quá hạn cửa hậu cung, Ba-dật-đề."

C. THÍCH TỪ

Đồ báu: Vật quí trọng và các nữ sắc đều gọi là báu.

Chưa ra: Nghĩa là người nữ còn ở trong cung.

Chưa cất: Nghĩa là người nữ ở trong cung chưa ẩn giấu.

Khi ấy, nếu vào quá hạn cửa hậu cung, cả hai chân, phạm Ba-dật-đề. Tùy theo sự vào trong xa hay gần mỗi bước phạm một Ba-dật-đề. Nếu bước qua một chân, phạm Đột-kiết-la. Vào các nhà đại thần, trưởng giả, vào quá bên trong cửa, phạm Đột-kiết-la. Sa-di phạm Đột-kiết-la.

Nếu vua mời vào thì không phạm.

LXVI. ĐI CHUNG VỚI CƯỚP[862]

A. DUYÊN KHỞI

Đức Phật ở tại thành Xá-vệ.[863] Bấy giờ, hai nước Câu-tát-la và Ma-kiệt xâm lược nhau.[864] Đường sá đi lại giữa hai nước bị cắt đứt. Tỳ-kheo thành Vương Xá an cư xong, nghĩ như vầy: "Nay ta cần phải cùng với bọn giặc[865] làm bạn, mới tự mình đến viếng thăm Đức Thế Tôn được. Dù lính tuần canh đóng chốt, cho là ta cùng làm bạn với giặc mà bắt thì, vua Ba-tư-nặc tin ưa Phật pháp tất cũng không thấy có tội." Liền cùng bọn giặc đi đến biên giới kia, quả nhiên bị bắt giải

---

[862] *Tăng-kỳ* 19, tr. 383c23: Ba-dật-đề 71; *Tứ phần* 17, tr. 681b18: Ba-dật-đề 67; *Thập tụng* 16, tr. 116a02, *Căn bản* 41, tr. 852c15: Ba-dật-đề 71. Pāli, Pāc. 66, *Theyyasattha.*

[863] *Tăng-kỳ, Tứ phần:* Xá-vệ thành (quốc) 舍衛城(國); *Thập tụng:* Duy-da-ly 維耶離; *Căn bản:* Thất-la-phạt thành 室羅伐城.

[864] *Tăng-kỳ:* Hai nước Xá-vệ và Tỳ-xá-ly có sự hiềm khích nhau. *Tứ phần:* Các tỳ-kheo từ nước Xá-vệ muốn đến Tỳ-xá-ly. *Thập tụng:* Từ nước Bạt-kỳ du hành đến Duy-la-ly. *Căn bản:* Từ thành Vương Xá muốn đến thành Thất-la-phiệt đảnh lễ đức Thế Tôn. Tỳ-kheo đi chung với bọn cướp để khỏi lạc đường.

[865] Pāli *Theyyasattha,* giặc cướp.

đến đồn chỉ huy tuần canh. báo cáo:

"Đây là giặc."

Tướng (chỉ huy) tuần canh hỏi:

"Những người mặc áo cà-sa lại là những ai?"

Trả lời: "Cũng là giặc."

Các tỳ-kheo bèn tự nói:

"Chúng tôi không phải là giặc, là Sa-môn Thích tử, an cư nơi thành Vương Xá xong, cần đến viếng thăm đức Thế Tôn, vì trên đường nguy hiểm nên cùng làm bạn với họ vậy."

Tướng (chỉ huy) tuần canh nói:

[63c01] "Các ngươi không phải là Sa-môn Thích tử, chắc là đội lốt này đến làm mật vụ."

Liền áp giải về triều đình. Các tỳ-kheo tự khai như trước. Vua liền phóng thích họ. Các quan tả hữu, có người không tin là sa-môn, nói:

"Đây là giặc, giả mặc y phục tỳ-kheo, vì vua tin ưa Phật pháp nên vua phóng thích họ."

Các tỳ-kheo Trưởng lão nghe, bằng mọi cách quở trách, rồi đem việc này bạch lên Phật. Nhân việc này, đức Phật tập họp tỳ-kheo Tăng, hỏi các tỳ-kheo:

"Các ngươi có thật vậy không?"

Thưa:

"Thật vậy, bạch đức Thế Tôn."

Đức Phật bằng mọi cách quở trách rồi bảo các tỳ-kheo:

"Nay Ta vì các tỳ-kheo kết giới. Từ nay giới này nên nói như vầy:

Tỳ-kheo nào, cùng giặc làm bạn đồng hành, phạm Ba-dật-đề."

Có các tỳ-kheo cùng giặc đi chung một đường mà không biết là giặc, khi đã biết liền hổ thẹn và cho rằng phạm Ba-dật-đề, hoặc tránh bên đường, hoặc đi sau.

Giặc liền hỏi:

"Tại sao các ông làm như vậy?"

Trả lời:

"Đức Phật cấm không cho chúng tôi cùng làm bạn đi với các ông."

Bọn giặc nghe những lời này, liền nổi giận dữ, đánh các tỳ-kheo rồi lột hết y áo. Khi trở lại trú xứ, các tỳ-kheo đem sự việc này bạch lên Phật. Nhân việc này, đức Phật tập họp tỳ-kheo Tăng, bảo các tỳ-kheo:

"Không biết là giặc, cùng đi với họ, mà phạm Ba-dật-đề là điều không thể có. Từ nay giới này nên nói như vầy:

Tỳ-kheo nào, biết là giặc mà làm bạn đồng hành, phạm Ba-dật-đề."

Có các tỳ-kheo, trên đường đi, tình cờ gặp giặc, bèn sanh hổ thẹn, cho rằng phạm Ba-dật-đề, đem việc này bạch lên Phật. Nhân việc này, đức Phật tập họp tỳ-kheo Tăng, bảo các tỳ-kheo:

"Nếu không hẹn, tình cờ gặp giặc trên đường đi mà phạm Ba-dật-đề là điều không thể có. Từ nay giới này nên nói như vầy:

Tỳ-kheo nào, hẹn với giặc làm bạn đồng hành, phạm Ba-dật-đề."

Có các tỳ-kheo hẹn cùng giặc đồng hành đường gần, nhưng có người không đi, có người đi đường khác, họ đều sanh nghi: Chúng ta sẽ không phạm Ba-dật-đề chứ!" Họ đem việc này bạch lên Phật. Nhân việc này, đức Phật tập họp tỳ-kheo Tăng, bảo các tỳ-kheo:

Tuy cùng giặc hẹn đồng hành đường gần, cuối cùng không đi, hoặc đi đường khác, mà phạm Ba-dật-đề là điều không thể có. Từ nay giới này nên nói như vầy:

B. GIỚI VĂN

Tỳ-kheo nào, cùng hẹn giặc đồng hành một đường, từ tụ lạc này đến tụ lạc kia, Ba-dật-đề."

Nếu hẹn cùng tỳ-kheo ác đồng hành, phạm Đột-kiết-la. Tỳ-kheo-ni cũng như vậy. Thức-xoa-ma-na, sa-di, sa-di-ni, phạm Đột-kiết-la.

Nếu có các nạn khởi, hẹn cùng đi thì không phạm.

LXVII. ĐI CHUNG VỚI NGƯỜI NỮ[866]

A. DUYÊN KHỞI

Đức Phật ở tại thành Xá-vệ.[867] Bấy giờ các tỳ-kheo cùng người nữ đi chung đường, **[64a01]** hoặc một tỳ-kheo cùng một người nữ, cho đến số đông; hoặc hai tỳ-kheo, cho đến số đông cùng đi với một người nữ, cho đến số đông cùng lội qua sông, thấy hình lẫn nhau nên sanh tâm đắm nhiễm, hoặc có vị hoàn tục làm ngoại đạo. Các cư sĩ thấy cơ hiềm nói:

"Sa-môn Thích tử cùng người nữ đi chung đường, có gì là khác với dẫn vợ đi, ai biết bọn này hành Phạm hạnh, không hạnh sa-môn, phá pháp sa-môn."

Bấy giờ, có một cư sĩ thường đánh vợ mình, đánh vợ rồi bỏ đi. Người vợ nghĩ như vầy: "Chồng thường đánh mình, hoặc là có thể bị giết, nay nên trốn đi." Thế là liền lìa bỏ xóm làng ra ngoài. Gặp một tỳ-kheo, bà đến hỏi:

"Đại đức đi đâu?"

Trả lời: "Muốn đến chỗ đó."

Lúc này, người nữ bèn đi theo sau. Chồng bà ta, (sau khi ra đi)* lại nghĩ như vầy: "Vừa rồi ta đánh vợ, hoặc có thể nó tự tử." Liền vội trở về nhà tìm vợ, không thấy, hỏi người hàng xóm:

"Có thấy vợ tôi không?"

Mọi người đều đáp:

"Không thấy."

Ông liền đi ra ngoài thôn xóm, gặp một nữ ngoại đạo, hỏi: "Có thấy

---

[866] Tăng-kỳ 19, tr. 381b06: Ba-dật-đề 67; Tứ phần 13 tr. 654a23: Ba-dật-đề 30; Thập tụng 16. tr. 115b26, Căn bản 41, tr. 852b11: Ba-dật-đề 70; Pāli. Pāc. 67, Saṃvidhāna.

[867] Tăng-kỳ: Tỳ-xá-ly 毘舍離; Tứ phần: Xá-vệ quốc 舍衛國; Thập tụng: Duy-da-ly 維耶離; Căn bản: Vương Xá thành 王舍城.

người đàn bà như vậy như vậy hay không?"

Trả lời: "Thấy Sa-môn Thích tử dẫn đi."

Người này liền vội vã đuổi theo, khi đuổi theo kịp, nói tỳ-kheo:[868] "Vì sao dẫn vợ tôi tẩu thoát?"

Tỳ-kheo nói:

"Tôi không làm nghiệp ác, vợ ngươi đi cùng đường với tôi mà thôi." Người vợ lại nói với ông chồng:

"Chớ sanh ác tâm đối với tỳ-kheo này, tôi cùng đi đồng đường, như thân thuộc không gì khác."

Ông chồng nghe vợ nói liền nghĩ như vầy: "Nhà ngươi lại lừa dối, chắc đã có ác sự." Ông ta liền đánh tỳ-kheo gần chết mới thôi.

Tỳ-kheo kia nghĩ như vầy: "Nay ta quả thật đã kiệt sức không thể tiếp tục lên đường, cần nhập hỏa quang tam-muội tự vận dụng hơi thở để lấy lại sức khoẻ, rồi sẽ tiến lên trước." Nghĩ xong, liền thu xếp y bát, nhập hỏa quang tam-muội, trong thân tuôn ra khói.

Người đàn bà kia thấy vậy nói với chồng bà:

"Ông không tin lời nói của tôi, ông xem những gì từ thân tỳ-kheo tuôn ra?"

Trong chốc lát cả thân của vị tỳ-kheo kia bay lên rỗng suốt. Người vợ lại nói:

"Ông không tin lời của tôi! Ông xem lại thân của tỳ-kheo kia thế nào?"

Vị tỳ-kheo kia liền dùng sức tam-muội này, đến nơi chỗ đức Phật, cùng đem việc đã xảy ra bạch hết với Ngài. Nhân việc này, đức Phật tập hợp tỳ-kheo Tăng, hỏi các tỳ-kheo:

"Các ngươi có thật vậy không?"

---

[868] *Tăng-kỳ*: Một tỳ-kheo đi khất thực về. *Tứ phần*: Tôn giả A-na-luật. *Thập tụng*: Tỳ-kheo Ca-lưu-la Đề-xá. *Căn bản*: Có một tỳ-kheo. Pali: Một tỳ-kheo nào đó (*aññataro bhikku*).

Thưa: "Thật vậy, bạch đức Thế Tôn."

Đức Phật bằng mọi cách quở trách rồi, bảo các tỳ-kheo:

"Nay Ta vì các tỳ-kheo kết giới. Từ nay giới này nên nói như vầy:

> **Tỳ-kheo nào, đi cùng đường với người nữ, phạm Ba-dật-đề."**

Có các tỳ-kheo cùng đi, trên đường gặp các người nữ cùng đi đường này, tâm sanh nghi hối: **[64b01]** "Chúng ta sẽ không phạm Ba-dật-đề chăng?" Đem việc này bạch lên Phật. Nhân việc này, đức Phật tập họp tỳ-kheo Tăng, bảo các tỳ-kheo:

"Tỳ-kheo nào, không hẹn với người nữ mà đi cùng đường, mà phạm Ba-dật-đề là điều không thể có. Từ nay giới này nên nói như vầy:

> **Tỳ-kheo nào, hẹn với người nữ, cùng đi chung đường, phạm Ba-dật-đề."**

Có các tỳ-kheo hẹn cùng người nữ cùng đi chung đường, rồi sau không dám đi, hoặc đi đường khác, cũng sanh nghi hối, đem việc này bạch lên Phật. Nhân việc này, đức Phật tập họp tỳ-kheo Tăng, bảo các tỳ-kheo:

"Tỳ-kheo nào, tuy trước đó đã hẹn cùng người nữ cùng đi chung đường, cuối cùng không đi, hoặc đi đường khác, mà phạm Ba-dật-đề là điều không thể có. Từ nay giới này nên nói như vầy:

B. GIỚI VĂN

> **Tỳ-kheo nào, hẹn với người nữ cùng đi chung đường, từ thôn xóm này đến thôn xóm khác,**[869] **Ba-dật-đề."**

Tỳ-kheo-ni cũng như vậy. Thức-xoa-ma-na, sa-di, sa-di-ni, phạm Đột-kiết-la.

---

[869] Từ thôn xóm này đến thôn xóm khác, ^{Pāli} antamaso gāmantarampi. *Tăng-kỳ:* Nãi chí tụ lạc trung gian 乃至聚落中間, và *Tứ phần, Căn bản:* Nãi chí thôn gian 乃至村間: nghĩa là đến trong khoảng giữa hai thôn. *Thập tụng:* Nãi chí nhứt tụ lạc 乃至一聚落: đi đến một thôn.

LXVIII. ĐỐT LỬA[870]

A. DUYÊN KHỞI

Đức Phật ở tại nước Câu-tát-la,[871] cùng đại tỳ-kheo Tăng một nghìn hai trăm năm mươi vị, du hành trong nhân gian. Các tỳ-kheo hoặc ở trong nhà, hoặc ở bên gốc cây, hoặc ở nơi đất trống. Khi ấy nhóm sáu tỳ-kheo cùng nhóm mười bảy tỳ-kheo tập trung một đống củi, cỏ lớn nơi đất trống rồi đốt lửa ngồi xung quanh sưởi ấm. Lúc ấy, có một con rắn từ trong bộng cây bò ra, các tỳ-kheo thấy, lấy đồ ném nó. Con rắn liền trở vô, bị nóng lại bò ra, các tỳ-kheo lại ném nó nữa, con rắn lại bò vô. Trong chốc lát, nó bò ra lại, cắn vị tỳ-kheo ném nó, chết ngay. Các tỳ-kheo vây quanh khóc kể.

Các tỳ-kheo Trưởng lão hỏi:

"Tại sao các thầy khóc kể vậy?"

Thưa:

"Tỳ-kheo này bị rắn cắn qua đời!" Họ trình bày đầy đủ sự việc trên. Các tỳ-kheo Trưởng lão bằng mọi cách quở trách:

"Tại sao các thầy thấy rắn bò ra ba lần, vẫn cố không tránh, để đưa đến khiến nó cắn chết?!"

Rồi đem việc này bạch lên Phật. Nhân việc này, đức Phật tập họp tỳ-kheo Tăng, hỏi nhóm sáu tỳ-kheo:

"Các ngươi có thật vậy không?"

Thưa:

"Thật vậy, bạch đức Thế Tôn."

Bằng mọi cách quở trách rồi, bảo các tỳ-kheo:

"Nay Ta vì các tỳ-kheo kết giới. Từ nay giới này nên nói như vầy:

---

[870] *Tăng-kỳ* 17, tr. 362b25: Ba-dật-đề 41; *Tứ phần* 16: Ba-dật-đề 57, tr. 675a17; *Thập tụng* 15, tr. 104a20, *Căn bản* 38, tr. 835a02: Ba-dật-đề 52; Pāli, Pāc. 56, *Joti*.

[871] *Tứ phần*: Khoáng dã thành 曠野城; *Tăng-kỳ, Thập tụng*: Xá-vệ thành (quốc) 舍衛城(國); *Căn bản*: Thất-la-phạt thành 室羅伐城.

Tỳ-kheo nào đốt lửa, phạm Ba-dật-đề.

Một hôm, nhóm sáu tỳ-kheo sai người giữ vườn, sa-di đốt lửa. Các tỳ-kheo Trưởng lão thấy quở trách:

"Các thầy há không nghe, đức Phật cấm, không được đốt lửa?!"

Thưa:

"Chúng tôi bảo người giữ vườn, sa-di đốt thì đâu có phạm."

Các tỳ-kheo nói:

"Tự mình đốt, sai người đốt có khác nhau những gì?!"

(Các tỳ-kheo)* đem việc này bạch lên Phật. Nhân việc này, đức Phật tập họp tỳ-kheo Tăng, hỏi nhóm sáu tỳ-kheo:

[64c01] "Các ngươi có thật vậy không?"

Thưa:

"Thật vậy, bạch đức Thế Tôn."

Đức Phật bằng mọi cách quở trách rồi bảo các tỳ-kheo: "Từ nay giới này nên nói như vầy:

Tỳ-kheo nào đốt lửa, hay sai người đốt lửa, phạm Ba-dật-đề.

Có các tỳ-kheo bệnh hỏi thầy thuốc, thầy thuốc nói: "Nên uống thứ thuốc như vây và đun nước nóng tắm rửa." tỳ-kheo bệnh nói:

"Đức Phật không cho phép chúng tôi tự đốt lửa và sai người đốt, xin chỉ lại cho tôi uống thứ thuốc khác."

Thầy thuốc nói:

"Đại đức, phải uống thứ thuốc này và đun nước nóng tắm rửa."

Các tỳ-kheo lại nghĩ như vầy: "Nếu đức Phật cho phép chúng ta tự đốt lửa hay sai người đốt thì bệnh mới lành được." Họ đem việc này bạch lên Phật. Nhân việc này, đức Phật tập họp tỳ-kheo Tăng, bảo các tỳ-kheo:

"Nay cho phép tỳ-kheo bệnh được đốt lửa hoặc sai người đốt. Từ nay giới này nên nói như vầy:

> **Tỳ-kheo nào không bệnh, tự mình đốt lửa, hoặc sai người đốt, phạm Ba-dật-đề."**

Có các tỳ-kheo cần nấu canh, nấu cháo, không dám nhóm lửa, đem việc này bạch lên Phật. Nhân việc này, đức Phật tập họp tỳ-kheo Tăng, bảo các tỳ-kheo:

"Nay cho phép các tỳ-kheo nấu canh, nấu cháo, chứ không được vì sưởi ấm mà đốt lửa. Từ nay giới này nên nói như vầy:

> **Tỳ-kheo nào không bệnh, vì sưởi ấm mà đốt lửa, phạm Ba-dật-đề."**

Các tỳ-kheo muốn đốt lửa để xông bát và đốt đèn đuốc ngăn thú dữ, không biết làm thế nào, đem việc này bạch lên Phật. Nhân việc này, đức Phật tập họp tỳ-kheo Tăng, bảo các tỳ-kheo:

"Nay cho phép các tỳ-kheo có nhân duyên như vậy tự đốt lửa hay bảo người đốt. Từ nay giới này nên nói như vầy:

B. GIỚI VĂN

> **Tỳ-kheo nào không bệnh, vì sưởi ấm mà tự mình đốt lửa hoặc sai người đốt, Ba-dật-đề."**

Nếu vì sưởi ấm mà đốt lửa, ngọn lửa lên cao cho đến bốn ngón tay, phạm Ba-dật-đề. Tỳ-kheo-ni cũng như vậy. Thức-xoa-ma-na, sa-di, sa-di-ni, phạm Đột-kiết-la.

LXIX. CẦM NẮM BẢO VẬT[872]

A. DUYÊN KHỞI

Đức Phật ở tại thành Xá-vệ.[873] Bấy giờ, các tỳ-kheo đến nhà tri thức, thấy đồ trang sức quí báu, cầm xem, rồi để lại chỗ cũ. Sau bị người lấy,

---

[872] *Tăng-kỳ* 18, tr. 369c18: Ba-dật-đề 49; *Tứ phần* 18, tr. 691b13: Ba-dật-đề 82; *Thập tụng* 15, tr. 107b29: Ba-dật-đề 58; *Căn bản* 40, tr. 845b06: Ba-dật-đề 59. Pāli, Pāc. 84, *Ratana*.

[873] *Tứ phần*: Xá-vệ quốc 舍衛城(國); *Tăng-kỳ, Thập tụng, Căn bản*: Vương Xá thành 王舍城.

người chủ tìm trở lại, không biết ở đâu!

Có người nói:

"Tôi thấy tỳ-kheo cầm."

(Người chủ)* liền đến hỏi tỳ-kheo:

"Tôi bị mất đồ báu như vậy, như vậy, thầy có thấy không?"

Tỳ-kheo nói:

"Vừa rồi tôi có cầm xem, rồi để trở lại chỗ cũ."

Người chủ nói:

"Từ khi thầy cầm, sau đó tôi không thấy nữa. Vậy thầy có thể đem trả lại tôi."

Tỳ-kheo nói:

"Thật sự tôi không lấy."

Người chủ không tin, bèn gán cho tỳ-kheo tiếng xấu. Bấy giờ, có một ngoại đạo mang một túi đựng năm trăm tiền vàng, đến bên bờ sông uống nước, khi đi quên không mang theo.

Có một tỳ-kheo đến sau thấy, liền nghĩ như vầy: "Vật này là của ai?" **[65a01]** Liền nhìn xung quanh, thấy một người phía trước, bèn nghĩ như vầy: "Chắc là họ đang mong, ta nên mang trả cho họ." Liền lấy mang đi theo. Người kia đi chưa xa, nhớ túi vàng, liền vội quay trở lại.

Tỳ-kheo hỏi:

"Vì sao ông trở lại?"

Người kia liền giận, nói:

"Loại người không cát lợi, hỏi tôi làm gì?"

Tỳ-kheo nói:

"Dù cho tôi là không cát lợi, ông nên cho tôi biết ý (tại sao)* trở lại?"

Người kia nói:

"Tôi quên một túi nơi bờ sông, nên trở lại tìm!"

Tỳ-kheo liền đưa ra hỏi:

"Đây có phải cái túi của ông không?"

Người kia nhận ra cái túi của mình rồi lại nổi giận, nói:

"Thứ người không cát lợi, tại sao lại cầm cái túi của tôi? Ông đứng chờ một chút để tôi kiểm tra lại các vật trong túi đã!"

Tỳ-kheo nói:

"Tôi hoàn toàn không biết (thứ gì đựng trong)* túi này, cũng không xem đến chúng. Nếu tôi muốn lấy thì đâu có đưa ông xem. Vì sợ ông mất nó nên mới đem đến trả cho ông."

Người kia lại nói:

"Trong cái túi của tôi có một ngàn tiền vàng, nay thiếu năm trăm, hãy trả lại cho tôi."

Tỳ-kheo trả lời như ban đầu. Người kia cưỡng bức đòi tỳ-kheo, rồi đưa đến chỗ người đoán sự. Lúc này, người đoán sự vì không tin ưa Phật pháp nên xử đoán một cách phi lý, liền bắt lấy trói ngược, đánh lừa (con lừa), gióng trống, áp giải đến ngã tư đường để hành quyết.

Khi ấy, vua Ba-tư-nặc ở trên lầu cao, từ xa nhìn thấy hỏi các quan tả hữu:

"Người đó là ai?"

Các quan tâu:

"Là Sa-môn Thích tử."

Nhà vua liền ra lệnh:

"Đem về lại chỗ đoán sự, ta sẽ đích thân đến đó."

Vua vội vàng đến và hỏi người kia:

"Tại sao ngươi tố khổ tỳ-kheo này?"

Quan đoán sự tâu rõ sự việc như trên.

Nhà vua lại hỏi tỳ-kheo. (tỳ-kheo)* cũng tâu vua như trên. Vua hỏi người kia (chủ của cái túi đựng tiền vàng):

"Đây có thật là túi của ngươi không?"

Trả lời: "Dạ phải."

Nhà vua liền lấy năm trăm tiền vàng bỏ thêm vào trong túi kia, nhưng túi không chứa hết.

Nhà vua lại hỏi:

"Ngươi nói trong cái túi đó có một ngàn tiền vàng, tại sao bây giờ nó không đựng hết?"

Người kia liền tự thú tội nói:

"Thật sự chỉ có năm trăm, tôi giận nên vu khống cho tỳ-kheo."

Nhà vua hỏi vị quan đoán sự:

"Nếu có người ra mặt khi vua thì nên xử tội thế nào?"

Quan đoán sự tâu:

"Người ấy đáng chết và (tịch thu)* tài sản nhập vào cửa quan."

Nhà vua liền cho dụng pháp này: Tịch thu tài sản, trói ngược ra sau (trói cánh gà) người này, đánh lừa (con lừa), gióng trống áp giải đến ngã tư đường hành quyết. Có người nói:

"Ông vu khống Sa-môn Thích tử, nên chịu tội này, nếu lại vu khống hủy báng, sau sẽ mắc tội nặng hơn."

Hoặc lại có người nói:

"Sa-môn Thích tử, có lần đã từng lấy báu vật của tôi, nay e là có thật!"

Khi ấy tỳ-kheo tâu với vua:

"Xin cho người này được sống, chớ khiến Phật pháp bị mang tiếng xấu."

Nhà vua liền phóng thích và, quở trách quan đoán sự: "Nếu sau này còn đoán việc như vậy, sẽ trị phạt ngươi."

Những người không tin Phật pháp bằng mọi cách quở trách:

[65b01] "Chúng ta là người thế tục còn biết xấu hổ, khi cầm vật

báu còn là Sa-môn Thích tử, tại sao lại như vậy? Không hạnh sa-môn, phá pháp sa-môn!"

Các tỳ-kheo Trưởng lão nghe, bằng mọi cách quở trách, rồi đem cả việc trước sau bạch đầy đủ lên đức Phật. Nhân việc này, đức Phật tập họp tỳ-kheo Tăng, hỏi các tỳ-kheo:

"Các ngươi, có thật vậy không?"

Thưa: "Thật vật, bạch đức Thế Tôn."

Đức Phật bằng mọi cách quở trách rồi, bảo các tỳ-kheo:

"Nay Ta vì các tỳ-kheo kết giới. Từ nay giới này nên nói như vầy:

Tỳ-kheo nào, cầm nắm báu vật, hoặc (những đồ trang sức bằng)* các bảo vật,[874] **phạm Ba-dật-đề."**

Bấy giờ, Tỳ-xá-khư Mẫu mặc áo quí báu nhất, trang điểm thân thể, cùng nhiều người thân du ngoạn nơi lâm viên, rừng gần Kỳ-hoàn. Thấy mọi người đang vui chơi, bà liền nghĩ như vầy: "Nay ta không nên cùng phóng dật với họ. Nhân dịp may này có thể viếng thăm đức Thế Tôn." Bà liền dẫn các tỳ nữ đến Kỳ-hoàn. Khi đến cửa Kỳ-hoàn, bà lại nghĩ như vầy: "Nay, ta không nên mặt đồ trang sức đẹp sang này, đến hầu đức Thế Tôn." Bà liền cởi áo quí báu, để nơi cạnh hào. Khi ấy, Tôn giả Xá-lợi-phất đang đi kinh hành, từ xa thấy. Tỳ-xá-khư Mẫu đến trước Phật đánh lễ sát chân, rồi đứng lui qua một bên. Đức Phật vì bà nói pháp, chỉ bày những lợi ích, khiến vui mừng. Không bao lâu, bà lui về, vì mãi suy nghĩ những điều vừa được nghe, nên quên chỗ để chiếc áo quí.

Bà trở về, sau khi cửa thành đóng, mới nhớ lại chiếc áo, bà nghĩ như vầy: "Nếu ta nói với ai là đã mất chiếc áo quí báu này, thì sẽ làm tổn thương đến Phật pháp, nên im lặng đến sáng hôm sau."

Lúc này, Tôn giả Xá-lợi-phất đem việc này bạch lên Phật. Đức Phật bảo Tôn giả Xá-lợi-phất:

---

[874] *Thập tụng*: "hoặc bảo, hoặc tợ bảo." Giải thích, bảo: tiền, vàng bạc...; tợ bảo: đồng, thiếc, bạch lạp, chì,... Pāli *ratanaṃ vā ratanasammaṃ*, bảo vật hay vật tương đồng bảo vật.

"Ông đến lấy lại."

Tôn giả vâng lời liền đi lấy.

Đức Phật bảo Tôn giả Xá-lợi-phất: "Sáng sớm ngày mai, đích thân ông đem đến trả cho bà ta."

Vâng lời liền đem đi. Tỳ-xá-khư Mẫu cảm thán hết lời:

"Lành thay! tôi có vị Đại sư và đồng Phạm hạnh như vậy. Nếu ngoại đạo khác lấy được vật này thì đâu có chuyện trả lại cho tôi. Đêm vừa rồi, tôi đã xả, nay nên thỏa nguyện đó."

Bà liền đem dâng cúng cho tứ phương Tăng. Bà yêu cầu Tôn giả Xá-lợi-phất dùng của này cất nhà Chiêu-đề Tăng.[875] Tôn giả không dám nhận, đem việc này bạch lên Phật. Đức Phật dạy:

"Nên nhận."

Lại có các cư sĩ, cứ năm ngày là đến Tăng phường thăm viếng một lần. Có người cởi nhẫn, có người cởi bông tai (trước khi vào Tăng phường,)* khi về đều quên. Các tỳ-kheo thấy không dám lấy, có người khác thấy, liền lấy đem đi.

Các cư sĩ, khi trở lại tăng phường tìm, hỏi các tỳ-kheo: "Tôi mất vật báu như vậy, như vậy, thầy có thấy không?"

Trả lời:

"Tôi thấy, mà không dám lấy."

Các cư sĩ nói:

"Đại đức thấy nó, tại sao không lấy? (Đại đức)* có thể đem trả lại cho tôi, người xuất gia nào cần vật này!"

Trả lời:

"Thật sự tôi không lấy."

Họ dứt khoát không tin, bèn gán tiếng xấu cho tỳ-kheo.

---

[875] Nhà Chiêu-đề Tăng 招提僧堂: Skt. catur-diśa, Pali catu-disa, tức chỉ cho nhà khách mà Tăng chúng từ bốn phương (Chiêu-đề Tăng) đến đều có thể nghỉ lại qua đêm.

[65c01] Lại có các tỳ-kheo đi cùng bạn đi đường, đến nơi ký túc. Trong số bạn có người ra đi quên vật. Tỳ-kheo thấy không dám lấy, bị người khác lấy nó.

Các người bạn hỏi tỳ-kheo:

"Tôi mất vật như vậy, như vậy, Đại đức có thấy không?"

Tỳ-kheo nói:

"Tôi thấy mà không dám lấy."

Các người bạn nói:

"Đại đức thấy nó, tại sao không lấy? Có thể đem trả lại cho tôi, người xuất gia nào cần vật này!"

Trả lời:

"Thật sự tôi không lấy."

Người kia dứt khoát không tin, liền gán tiếng xấu cho tỳ-kheo. Các tỳ-kheo lại nghĩ như vầy: "Nếu Đức Thế Tôn cho phép chúng ta tự mình cầm lấy hoặc sai người cầm lấy vật báu nơi Tăng phường hay chỗ ký túc thì cư sĩ đã không mất đồ, chúng ta cũng khỏi bị tiếng xấu." (Các tỳ-kheo)* đem việc này bạch lên Phật. Nhân việc này, đức Phật tập họp tỳ-kheo Tăng, bảo các tỳ-kheo:

"Nay cho phép các tỳ-kheo, tự mình cầm hay sai người cầm lấy vật báu nơi Tăng phường hoặc chỗ nghỉ lại đêm. Từ nay giới này nên nói như vầy:

B. GIỚI VĂN

Tỳ-kheo nào, đối với báu vật hoặc (đồ trang sức bằng)* các bảo vật, tự mình lấy hay dạy người lấy, trừ trong Tăng phường hay chỗ ký túc, Ba-dật-đề. Nếu trong Tăng phường và chỗ ký túc, giữ các báu vật, sau đó người chủ đến đòi thì nên trả lại. Việc này nên giải quyết như vậy."

C. THÍCH TỪ

Báu vật: Chân châu, ma-ni, lưu ly, ngọc kha, kim ngân.

Các vật báu: Là chỉ cho các vật quí khác.

Trong Tăng phường: Là chỗ Tăng ở, đất thuộc về Tăng.

Chỗ ký túc: Tức ngoài Tăng phường, nghỉ đêm nơi nhà người khác và, chỗ nghỉ đêm cùng bạn khi đi dã ngoại.

Tỳ-kheo thấy vật (báu)* nơi Tăng phường, nên sai tịnh nhân lấy, nếu không có tịnh nhân thì tự mình lấy cất. Nếu có người đòi, nên họp Tăng hỏi tướng trạng của vật bị mất kia, sau đó hoàn trả nó. Nếu lấy cất rồi, muốn đi đâu, phải dặn người ở sau.

Nếu tỳ-kheo đến nhà người, thấy có vật, nên sai tịnh nhân cất, không có tịnh nhân thì tự mình lấy cất, có người, nên dặn người ấy, sau mới đi. Nếu không có người, nên kêu người chủ ra giao cho họ, rồi sau mới đi.

Tỳ-kheo cùng bạn đồng hành chung đường, nếu thấy vật nên sai tịnh nhân lấy, không có tịnh nhân nên tự mình lấy để trả lại cho họ. Khi trả lại nên tập trung mọi người hỏi trước: "Ông mất vật phải không?"

Nếu nói có mất thì nên hỏi vật gì? Nếu đúng như lời họ, sau đó mới trả lại. Nếu cùng bạn đi khác đường, mà không gặp nhau, đến xóm làng nên gửi cho ưu-bà-tắc tin cậy để trả lại.

Tỳ-kheo-ni cũng như vậy. Thức-xoa-ma-na, sa-di, sa-di-ni, phạm Đột-kiết-la.

LXX. NỬA THÁNG TẮM[876]

A. DUYÊN KHỞI

Đức Phật ở tại thành Vương Xá.[877] Bấy giờ, các tỳ-kheo một ngày tắm ba lần, dùng nhiều bột đậu tắm.[878] Các cư sĩ thấy, **[66a01]** cơ

---

[876] *Tăng-kỳ* 18, tr. 371c25: Ba-dật-đề 50; *Tứ phần* 16, tr. 674b06: Ba-dật-đề 56; *Thập tụng* 16, tr. 109c08, *Căn bản* 40, tr. 847a19: Ba-dật-đề 60. Pāli, Pāc. 57, *Nahāna*.

[877] *Tăng-kỳ, Tứ phần, Thập tụng, Căn bản:* Vương Xá thành 王舍城.

[878] Bột đậu tắm (Tháo [táo] đậu 澡豆): *Thập tụng* 38, tr. 275c24 (T23n1435), "Ưu-ba-ly hỏi Phật, dùng vật gì làm đậu tắm (Tháo đậu)? Phật dạy: 'Dùng đậu lớn, đậu nhỏ, đậu ma-sa, đậu uyển... mà làm (nghiền thành bột)'."

hiềm nói: "Các Tty-kheo này tắm hoài, dùng bột đậu tắm như vua như đại thần. Mục đích họ xuất gia là muốn cầu giải thoát, song không tụng niệm kinh, lại không quán những thứ nước dơ bẩn,⁸⁷⁹ mà ngày đêm chỉ lo trang điểm thân thể, không hạnh sa-môn, phá pháp sa-môn."

Bấy giờ, có vị thầy tướng⁸⁸⁰ nói với vua Bình-sa rằng:

"Thiên văn cho biết, lại sắp có một ngôi sao bất thường xuất hiện, nhà vua nên tắm nơi suối nước đó để tẩy trừ tai ương kia. Nếu không như vậy hoặc đưa đến mất nước, hay lo về thân mệnh." Nhà vua liền ra lệnh các quan tả hữu xử lý con suối kia.

Họ vâng lệnh đến nơi thì thấy các tỳ-kheo tắm rửa đầy cả suối. Các quan quay trở về tâu với vua, vua nói: "Chờ tỳ-kheo tắm xong."

Như vậy cả ngày đêm, ba lần đến xem, một lần đi một lần về đều không lúc nào là không vắng.

(Thầy tướng)* Bà-la-môn lại tâu với vua:

"Hung tinh kia sắp xuất hiện, sau khi nó xuất hiện mới tắm thì không có ích gì."

Nhà vua nghe nói vậy liền bảo chuẩn bị xa giá xuất hành đến chỗ nước suối. (Vua phải)* tắm cuối nguồn nước, vì vậy, các quan cơ hiềm:

"Sa-môn Thích tử không biết thời nghi, không siêng năng, không quán niệm các thứ nước dơ nơi thân, mà chỉ lo tắm rửa trang điểm thân thể, không có hạnh sa-môn, phá pháp sa-môn."

Các tỳ-kheo Trưởng lão nghe được, bằng mọi cách quở trách, rồi đem việc này bạch lên Phật. Nhân việc này, đức Phật tập họp tỳ-kheo Tăng, hỏi các tỳ-kheo:

"Các ngươi có thật vậy không?"

Thưa:

---

⁸⁷⁹ Hán: Ác lộ 惡露, Pali: *asubha*, những thứ nước lỏng (lộ) nhơ nhớp từ trong thân thể tiết ra như, mủ, máu, nước phẩn, nước tiểu, v.v... đáng chán ghét (ác).

⁸⁸⁰ Hán: Tướng sư 相師. Pali: *Supinajjhāyaka*, người chiêm tinh đoán mộng.

"Thật vậy, bạch đức Thế Tôn."

Đức Phật bằng mọi cách quở trách rồi, bảo các tỳ-kheo:

"Nay Ta vì các tỳ-kheo kết giới. Từ nay giới này nên nói như vầy:

Tỳ-kheo nào, trong nửa tháng nên tắm (một lần, nếu quá),[881] **phạm Ba-dật-đề."**

Có các tỳ-kheo bệnh, thầy thuốc bảo, phải tắm rửa mới lành. Các tỳ-kheo nói:

"Đức Phật không cho phép chúng tôi lúc nào cũng tắm, xin nghĩ tìm phương pháp khác."

Thầy thuốc nói:

"Chỉ có cách tắm rửa, chứ không có cách nào khác."

Các tỳ-kheo nghĩ như vầy: "Nếu đức Phật cho phép khi có bệnh thường được tắm thì bệnh của chúng ta lành liền."

Lại có các tỳ-kheo làm nhiều việc, bị đất bùn nhớp áo, nhơ thân, vì thế càng mệt, bèn nghĩ như vầy: "Nếu đức Phật cho phép khi làm việc luôn tắm giặt, cực nhọc chắc bớt, áo quần sạch sẽ."

Lại có các tỳ-kheo đi đường cực nhọc, muốn tắm giặt mà không dám, lại nghĩ như vầy: "Nếu đức Phật cho phép khi đi đường luôn được tắm rửa thì cực nhọc sẽ bớt đi."

Lại có các tỳ-kheo khi trời mưa gió, bụi, đất, bùn làm nhớp y phục, lại nghĩ như vầy: "Nếu đức Phật cho phép khi trời mưa gió, thường tắm giặt thì có thể không bị bụi bùn làm nhớp." Mùa Xuân còn một tháng rưỡi, và một tháng đầu mùa Hạ, các tỳ-kheo vì nóng bức, nên ra mồ hôi, lại nghĩ như vầy: "Nếu đức Phật cho phép lúc nóng nực, thường tắm giặt thì có thể không bị hoạn khổ này." Họ đem việc này bạch lên Phật. Nhân việc này, đức Phật **[66b01]** tập họp tỳ-kheo Tăng, bảo các tỳ-kheo:

"Nay cho phép các tỳ-kheo khi bệnh, khi làm việc, khi đi đường,

---

[881] "Một lần, nếu quá": Trong Để bản không có cụm từ này, chúng tôi thêm vào cho đủ nghĩa.

khi mưa gió, khi nóng bức được tắm rửa không phạm. Từ nay giới này nên nói như vầy:

B. GIỚI VĂN

> Tỳ-kheo nào, trong nửa tháng nên tắm (một lần; nếu quá)* trừ nhân duyên, Ba-dật-đề. Nhân duyên là: khi bệnh, khi làm việc, khi đi đường, khi mưa gió, khi nóng bức. Đó gọi là nhân duyên."

C. THÍCH TỪ

Khi bệnh: Là khi có những bệnh tật cần tắm.

Khi làm việc: Là khi xử lý mọi công việc, cho đến việc quét đất trong Tăng phường.

Khi đi đường: Là khi đi một do-tuần, hai do-tuần, cho đến chỉ nửa do-tuần.[882]

Khi mưa gió: Là khi mưa gió đất bùn làm nhơ nhớp.[883]

Khi nóng bức:[884] Là lúc nóng bức làm đổ mồ hôi.

Tỳ-kheo-ni cũng như vậy. Thức-xoa-ma-na, sa-di, sa-di-ni phạm Đột-kiết-la. Nếu khi tắm rửa cho thầy, hoặc cho người bệnh, thân hình mình bị ướt, bị nhớp thì tắm rửa không phạm.

---

[882] *Tứ phần: Lúc đi đường,* cho đến chỉ đi trong vòng nửa do-tuần, kể cả đi tới và đi lui.

[883] *Tứ phần: Khi mưa gió,* cho đến một trận gió lốc, một giọt mưa rơi trên thân.

[884] *Tứ phần: Thời gian nóng,* bốn mươi lăm ngày cuối mùa xuân và tháng đầu mùa hạ là thời gian nóng bức.

LXXI. SÂN ĐÁNH TỲ-KHEO[885]

A. DUYÊN KHỞI

Đức Phật ở tại thành Xá-vệ.[886] Bấy giờ, nhóm mười bảy tỳ-kheo vừa cất xong phòng mới. Nhóm sáu tỳ-kheo muốn ở trong đó, đuổi nhóm mười bảy tỳ-kheo. Nhóm mười bảy tỳ-kheo không chịu ra liền bị đánh, nên họ kêu khóc inh ỏi.

Các Trưởng lão tỳ-kheo nghe, hỏi tại sao kêu la lớn tiếng vậy?"

Thưa:

"Nhóm sáu tỳ-kheo đánh chúng con."

Các tỳ-kheo Trưởng lão bằng mọi cách quở trách, rồi đem việc này bạch lên Phật. Nhân việc này, đức Phật tập họp tỳ-kheo Tăng, hỏi nhóm sáu tỳ-kheo:

"Các ngươi có thật vậy không?"

Thưa:

"Thật vậy, bạch đức Thế Tôn."

Bằng mọi cách đức Phật quở trách rồi bảo các tỳ-kheo:

"Nay Ta vì các tỳ-kheo kết giới. Từ nay giới này nên nói như vầy:

Tỳ-kheo nào, đánh tỳ-kheo, phạm Ba-dật-đề."

Có tỳ-kheo ăn bị nghẹn, nhờ tỳ-kheo khác đấm lưng, các tỳ-kheo không dám đấm, vì vậy nên chết, đem việc này bạch lên Phật. Nhân việc này, đức Phật tập họp tỳ-kheo Tăng, bảo các tỳ-kheo:

"Nếu tỳ-kheo không vì lòng giận mà đánh tỳ-kheo, mà phạm Ba-dật-đề là điều không thể có. Từ nay giới này nên nói như vầy:

---

[885] *Tăng-kỳ* 18, tr. 375c28: Ba-dật-đề 57; *Tứ phần* 18, tr. 688b12: Ba-dật-đề 78; *Thập tụng* 14, tr. 102a14, *Căn bản* 37, tr. 832c23: Ba-dật-đề 48. Pāli, Pāc. 74, *Pahāra*.

[886] *Tăng-kỳ*: Xá-vệ thành 舍衛城; *Tứ phần*, *Thập tụng*: Vương Xá thành 王舍城; *Căn bản*: Thất-la-phạt thành 室羅伐城.

B. GIỚI VĂN

"Tỳ-kheo nào, vì nóng giận đánh tỳ-kheo khác, Ba-dật-đề."

Nếu tỳ-kheo đánh tỳ-kheo-ni, thức-xoa-ma-na, sa-di, sa-di-ni, người khác, hay súc sanh, phạm Đột-kiết-la. Nếu tỳ-kheo-ni đánh tỳ-kheo, tỳ-kheo-ni, phạm Ba-dật-đề; đánh thức-xoa-ma-na, sa-di, sa-di-ni, người khác, hay súc sanh phạm Đột-kiết-la. Thức-xoa-ma-na, sa-di, sa-di-ni, đánh năm chúng, người khác, hay súc sanh, phạm Đột-kiết-la.

LXXII. NHÁ ĐÁNH TỲ-KHEO[887]

A. DUYÊN KHỞI

Đức Phật ở tại thành Xá-vệ.[888] Bấy giờ nhóm sáu tỳ-kheo lại đến phòng nhóm mười bảy tỳ-kheo tìm chỗ ở. Nhóm mười bảy tỳ-kheo không chịu ra, (nhóm sáu tỳ-kheo)* đưa tay nhá như giống đánh.[889] [66c01] Nhóm mười bảy tỳ-kheo lại la lớn.

Các tỳ-kheo Trưởng lão nghe, ra hỏi:

"Tại sao các ông la lớn vậy?"

Thưa:

"Nhóm sáu tỳ-kheo muốn đánh chúng con."

Các tỳ-kheo Trưởng lão bằng mọi cách quở trách, rồi đem việc này bạch lên Phật. Nhân việc này, đức Phật tập họp tỳ-kheo Tăng, hỏi Lục quần tỳ-kheo:

"Các ngươi có thật vậy không?"

---

[887] *Tăng-kỳ* 18, tr. 376c07: Ba-dật-đề 59; *Tứ phần* 18, tr. 688c09: Ba-dật-đề 79; *Thập tụng* 14, tr. 102b02, *Căn bản* 38, tr. 833b06: Ba-dật-đề 49. Pāli, Pāc. 75, *Talasattika*.

[888] *Tăng-kỳ, Tứ phần*: Xá-vệ thành (quốc) 舍衛城(國); *Thập tụng*: Vương Xá thành 王舍城; *Căn bản*: Thất-la-phạt thành 室羅伐城.

[889] Đưa tay nhá như giống đánh, Hán nghĩ như đả tướng 擬如打相. *Tứ phần*: Hán, bác 搏, đánh hay tát. *Tăng-kỳ*: Trắc chưởng đao nghĩ 側掌刀擬, nghiêng bàn tay làm bộ dao chém. Pāli *talasattikaṃ uggireyya*, "đưa lòng tay lên," nghĩa là dọa đánh.

Thưa:

"Thật vậy, bạch đức Thế Tôn."

Đức Phật bằng mọi cách quở trách rồi, bảo các tỳ-kheo:

"Nay Ta vì các tỳ-kheo kết giới. Từ nay giới này nên nói như vầy:

Tỳ-kheo nào, dùng tay nhá (dọa đánh)* tỳ-kheo, phạm Ba-dật-đề."

Có các tỳ-kheo khi nói pháp dùng tay diễn tả, hoặc chỉ nơi chốn, bèn sanh nghi hối: "Ta sẽ không phạm Ba-dật-đề chứ!?" Họ đem việc này bạch lên Phật. Nhân việc này, đức Phật tập họp tỳ-kheo Tăng, bảo các tỳ-kheo:

"Nếu tỳ-kheo không do lòng giận, nhá tay (dọa đánh) tỳ-kheo, mà phạm Ba-dật-đề là điều không thể có. Từ nay giới này nên nói như vầy:

B. GIỚI VĂN

Tỳ-kheo nào, vì nóng giận dùng tay nhá (dọa đánh)* tỳ-kheo, Ba-dật-đề."

Nếu nhá tay đến thì phạm Ba-dật-đề. Nếu nhá tay không đến phạm Đột-kiết-la. Ngoài ra như trong giới đánh tỳ-kheo đã nói.

LXXIII. DỌA NHÁT TỲ-KHEO[890]

A. DUYÊN KHỞI

Đức Phật ở tại thành Xá-vệ.[891] Bấy giờ, nhóm mười bảy tỳ-kheo hài lòng với cái phòng vừa nhận được. Nhóm sáu tỳ-kheo lấy quyền Thượng tọa nên lần lượt vào ở trong đó. Nhóm mười bảy tỳ-kheo liền tránh qua phòng hai bên. Nhóm sáu tỳ-kheo lại bàn bạc như vầy:

---

[890] *Tăng-kỳ* 19, tr. 379c12: Ba-dật-đề 64; *Tứ phần* 16, tr. 673b19: Ba-dật-đề 55; *Thập tụng* 16, tr. 113b22, *Căn bản* 41, tr. 850c07: Ba-dật-đề 66. Pāli. Pāc. 55, *Bhiṃsāpeti*.

[891] *Tăng-kỳ:* Xá-vệ thành 舍衛城; *Tứ phần:* Ba-la-lị-tỳ quốc 波羅離毘國; *Thập tụng:* Duy-da-ly quốc 維耶離國; *Căn bản:* Thất-la-phạt thành 室羅伐城.

"Nhóm mười bảy tỳ-kheo biết tàm quí, cẩn thận sợ tội lỗi, sống gần bên ta, chắc thấy được tội lỗi của ta. Chúng ta nên tạo phương tiện để họ tránh xa."

Liền đến nói:

"Phòng này trước đây bỏ không, có nhiều việc đáng sợ hãi, các ông không nên ở trong đó."

Nhóm mười bảy tỳ-kheo nói:

"Chúng con đóng chặt cửa thì nào có sợ gì để sợ?"

Trong đêm tối hôm đó, nhóm sáu tỳ-kheo tạo ra nhiều cảnh tượng để khủng bố. Sáng hôm sau, họ hỏi nhóm mười bảy tỳ-kheo: "Đêm hôm qua, các ông ngủ an giấc không?"

Trả lời:

"Chúng con nghe tiếng đáng sợ sệt, nhưng đã đóng cửa, tư duy nên không có gì phải sợ."

Nhóm sáu tỳ-kheo lại cùng nhau bàn luận:

"Chúng ta không thể dùng cách này để khủng bố chúng, (chúng ta)* nên chờ chúng nó ra ngoài, rồi vào dưới giường của chúng."

(Nhóm sáu tỳ-kheo)*liền đột nhập vào, chờ lúc đêm tối, hoặc kéo áo, kéo chân chúng, hoặc khiêng giường chúng di chuyển để chỗ khác. Lúc này, nhóm mười bảy tỳ-kheo hoảng hồn, lớn tiếng kêu la.

Các tỳ-kheo Trưởng lão đến hỏi:

"Vì sao lớn tiếng vậy?"

Thưa:

"Nơi đây không có giặc cướp mà không biết ai kéo áo, kéo chân chúng con, ai đã khiêng giường chúng con di chuyển đến để chỗ khác."

Các tỳ-kheo Trưởng lão liền mang lửa đến soi, thấy nhóm sáu tỳ-kheo đang ngồi xổm dưới giường, hỏi:

"Các thầy tại sao ở đây?" **[67a01]**

Thưa: "(Chúng tôi)*muốn khủng bố nhóm mười bảy tỳ-kheo."

Các tỳ-kheo Trưởng lão bằng mọi cách quở trách rồi đem việc này bạch lên Phật. Nhân việc này, đức Phật tập hợp tỳ-kheo Tăng, hỏi nhóm sáu tỳ-kheo:

"Các ngươi có thật vậy không?"

Thưa: "Thật vậy, bạch đức Thế Tôn."

Đức Phật bằng mọi cách quở trách rồi, bảo các tỳ-kheo:

"Nay Ta vì các tỳ-kheo kết giới. Từ nay giới này nên nói như vầy:

Tỳ-kheo nào, khủng bố tỳ-kheo khác, phạm Ba-dật-đề."

Có khách tỳ-kheo hỏi cựu tỳ-kheo:

"Trong phòng này có điều gì đáng sợ sệt không?"

(Vị kia)* hoặc không dám nói, hoặc nói rồi sanh nghi, sợ phạm tội Ba-dật-đề, đem việc này bạch lên Phật. Nhân việc này, đức Phật tập hợp tỳ-kheo Tăng, bảo các tỳ-kheo:

"Nếu tỳ-kheo không cố ý khủng bố tỳ-kheo khác mà phạm Ba-dật-đề là điều không thể có. Từ nay giới này nên nói như vầy:

B. GIỚI VĂN

Tỳ-kheo nào, cố ý khủng bố tỳ-kheo khác, Ba-dật-đề."

Ngoài ra như trong giới đánh tỳ-kheo khác, đã nói.

LXXIV. CHE DẤU THÔ TỘI[892]

A. DUYÊN KHỞI

Đức Phật ở tại thành Xá-vệ.[893] Bấy giờ, tỳ-kheo Đạt-ma nghĩ như vầy: "Trước đây Bạt-nan-đà đoạt y của ta, do đó đức Phật quở trách ta, rồi vì các tỳ-kheo kết giới. Nay ta nên ở giữa Tăng nói thầy ấy phạm Tăng-già-bà-thi-sa."

---

[892] *Tăng-kỳ* 19, tr. 376c07: Ba-dật-đề 59; *Tứ phần* 17, tr. 678c10: Ba-dật-đề 64; *Thập tụng* 14, tr. 102b22, *Căn bản* 38, tr. 833b27: Ba-dật-đề 50; Pāli, Pāc. 64, *Duṭṭhullaṃ*.

[893] *Tăng-kỳ, Tứ phần, Thập tụng:* Xá-vệ thành (quốc) 舍衛城(國); *Căn bản:* Thất-la-phạt thành 室羅伐城.

Nghĩ rồi, liền đến chỗ tỳ-kheo Thượng tọa thưa:

"Bạt-nan-đà cùng người nữ, hai thân đụng chạm nhau, nói lời thô ác, khen ngợi sự cung phụng xác thân."

Các tỳ-kheo hỏi:

"Tại sao thầy biết?"

Thưa: Tôi cùng đi, thấy thầy làm việc này."

Các tỳ-kheo Trưởng lão quở trách nói:

"Tại sao lúc không giận nhau thầy che giấu, lúc giận liền tố cáo?"

Họ quở trách rồi đem việc này bạch lên Phật. Nhân việc này, đức Phật tập họp tỳ-kheo Tăng, hỏi Đạt-ma:

"Ngươi có thật vậy không?"

Thưa:

"Thật vậy, bạch đức Thế Tôn."

Bằng mọi cách quở trách rồi, đức Phật bảo các tỳ-kheo:

"Nay Ta vì các tỳ-kheo kết giới. Từ nay giới này nên nói như vầy:

Tỳ-kheo nào, che giấu thô tội của tỳ-kheo khác, phạm Ba-dật-đề."

Có các tỳ-kheo không biết vị khác phạm tội thô ác, sau mới biết, bèn sanh nghi hối: "Ta sẽ không phạm Ba-dật-đề chăng?!" Họ đem việc này bạch lên Phật. Nhân việc này, đức Phật tập họp tỳ-kheo Tăng, bảo các tỳ-kheo:

"Nếu không biết tỳ-kheo khác phạm thô tội, mà phạm Ba-dật-đề là điều không thể có. Từ nay giới này nên nói như vầy:

B. GIỚI VĂN

Tỳ-kheo nào, biết tỳ-kheo khác phạm thô tội mà che giấu qua một đêm,[894] Ba-dật-đề."

---

[894] *Thập tụng:* "Che dấu nhẫn đến một đêm." Các bộ khác không có chi tiết này.

Nếu từ lúc vừa sáng cho đến lúc mặt trời chưa xuất hiện, mỗi giờ phạm Đột-kiết-la, mặt trời xuất hiện, phạm Ba-dật-đề, Sa-di phạm Đột-kiết-la.

Nếu muốn nói mà không có người để nói, hoặc sợ nạn khởi nên che giấu thì không phạm.

LXXV. VU KHỐNG TĂNG TÀN[895]

A. DUYÊN KHỞI

[67b01] Đức Phật ở tại thành Xá-vệ.[896] Lúc bấy giờ Bạt-nan-đà nghĩ như vầy: "Tỳ-kheo Đạt-ma hứa với ta cùng đi, lấy y của ta cho, rồi không chịu đi. Ta phải lấy y kia trở lại, vì việc này bị đức Thế Tôn quở trách, rồi vì các tỳ-kheo kết giới. Sau đó, Đạt-ma lại tố cáo tội lỗi của ta. Nay ta nên dùng pháp Tăng-già-bà-thi-sa không căn cứ để hủy báng ông ta."

Nghĩ như vậy rồi, (Bạt-nan-đà)* nói với các tỳ-kheo Trưởng lão:

"Thật sự tôi có xúc chạm thân người nữ, có nói lời thô ác, có tự khen mình để đòi hỏi sự cung phụng xác thân, tỳ-kheo Đạt-ma cũng lại như vậy."

Các tỳ-kheo hỏi:

"Tại sao thầy biết?"

Bạt-nan-đà nói:

"Tôi cùng đi cho nên thấy."

Các tỳ-kheo quở trách, nói:

"Tại sao thầy dùng pháp Tăng-già-bà-thi-sa không căn cứ để hủy báng tỳ-kheo khác?"

Họ đem việc này bạch lên Phật. Nhân việc này, đức Phật tập hợp

---

[895] *Tăng-kỳ* 21, tr. 394c07: Ba-dật-đề 89; *Tứ phần* 18, tr. 689a07: Ba-dật-đề 80; *Thập tụng* 16, tr. 115a21, *Căn bản* 41, tr. 851c20: Ba-dật-đề 69. Pāli, Pāc. 76, *Amūlaka*.

[896] *Tăng-kỳ, Tứ phần:* Xá-vệ thành quốc 舍衛城(國); *Thập tụng:* Duy-da-ly quốc 維羅離國; *Căn bản:* Vương Xá thành 王舍城.

tỳ-kheo Tăng, hỏi Bạt-nan-đà:

"Ngươi có thật vậy không?"

Thưa:

"Thật vậy, bạch đức Thế Tôn."

Đức Phật bằng mọi cách quở trách rồi, bảo các tỳ-kheo:

"Nay Ta vì các tỳ-kheo kết giới. Từ nay giới này nên nói như vầy:

B. GIỚI VĂN

Tỳ-kheo nào, dùng pháp Tăng-già-bà-thi-sa không căn cứ để hủy báng tỳ-kheo khác, Ba-dật-đề."

Hủy báng tỳ-kheo-ni, thức-xoa-ma-na, sa-di, sa-di-ni, phạm Đột-kiết-la. Tỳ-kheo-ni huỷ báng tỳ-kheo, tỳ-kheo-ni, phạm Ba-dật-đề; hủy báng thức-xoa-ma-na, sa-di, sa-di-ni, phạm Đột-kiết-la. Thức-xoa-ma-na, sa-di, sa-di-ni huỷ báng năm chúng, phạm Đột-kiết-la.

LXXVI. ĐUỔI ĐI KHÔNG CHO THỨC ĂN[897]

A. DUYÊN KHỞI

Đức Phật ở tại thành Xá-vệ.[898] Bấy giờ, Bạt-nan-đà nghĩ như vầy: "Tỳ-kheo Đạt-ma hứa với ta cùng đi... *cho đến* câu "Lại tố cáo tội của ta" cũng như trên đã nói. Ta dùng pháp Tăng-già-bà-thi-sa không căn cứ để huỷ báng, cũng không thể làm tổn hại được. Nay ta lại nên dùng cách khác để trị ông ta."

(Bạt-nan-đà)* bèn đến chỗ Đạt-ma nói:

"Ông là đệ tử của tôi. Tôi là thầy của ông. Trước đây ông vu khống[899] tôi, tôi cũng vu khống* ông. Nay chúng ta hòa giải nhau, đừng hiềm khích nhau nữa; nhân đây (chúng ta)* có thể như trước đây, cùng

---

[897] *Tăng-kỳ* 17, tr. 366b28: Ba-dật-đề 43; *Tứ phần* 15, tr. 667c11: Ba-dật-đề 46; *Thập tụng* 15, tr. 104a20, *Căn bản* 38, tr. 834a27: Ba-dật-đề 51. Pāli, Pāc. 42, *Uyyojana*.

[898] *Tăng-kỳ, Tứ phần, Thập tụng:* Xá-vệ thành 舍衛城; *Căn bản:* Thất-la-phạt thành 室羅伐城.

[899] Hán: Phạm 犯.

nhau đến các gia đình cho ăn nhiều thức ăn ngon."

Đạt-ma liền hòa giải, theo thầy mà đi. Bạt-nan-đà liền dẫn đến nơi không có thức ăn, nếu có ai đến mời thì nháy mắt ra hiệu bảo họ đi. Bạt-nan-đà tính toán trở về chùa trở lại là không kịp giờ.

Liền sai khiến Đạt-ma, nói:

"Nay chỗ này không có thức ăn, ông có thể về chùa."

Đạt-ma đã đi rồi, (Bạt-nan-đà)* đến gia đình đã mời, ăn nhiều thức ăn ngon. Đạt-ma về đến chùa thì đã quá ngọ.

Sau khi Bạt-nan-đà ăn xong, là đi trở về lại chùa hỏi Đạt-ma: "Ông (về)* có kịp ăn không?"

Thưa:

"Không kịp."

(Bạt-nan-đà)* lại giả an ủi nói:

"Nay ông tuy mất một bữa ăn, ngày mai ta sẽ cho ông được (một bữa ăn)* cực ngon." **[67c01]**

Sáng mai, Bạt-nan-đà lại cũng đến nói như trên, cho đến ba lần như vậy, rồi nói với Đạt-ma:

"Những chỗ mà tôi dẫn ông đến, đều là những nơi nhận được thức ăn ngon, mà không nhận được, sợ là ông đã bị 'kẻ bề trên' quở trách hay Thiên thần nổi giận, hoặc là do tội nghiệp của ông đưa đến, ông đừng oán tôi. Ông có thể mau trở về chùa để kịp giờ ăn."

Đạt-ma vội trở về chùa, vẫn không kịp giờ. Mấy ngày liền đói lã không thể đứng dậy được.

Bạt-nan-đà sau khi ăn xong quay về đến chỗ ở, lại hỏi: "Ông về có kịp ăn không?"

Trả lời:

"Không kịp."

(Bạt-nan-đà)* liền nói:

"Ông đã lừa dối thầy, nên phải bị trị như vậy. Sau này nếu ông còn làm nữa sẽ bị trị nặng hơn."

Khi ấy, Đạt-ma mới biết bị thầy dối gạt, liền nổi giận la lớn:

"Tại sao tỳ-kheo lại làm việc lừa dối này, khiến cho tôi ba ngày tuyệt thực gần chết!"

Các tỳ-kheo Trưởng lão hỏi:

"Tại sao thầy la lớn vậy?"

Thưa:

"Bạt-nan-đà ba ngày gây não con, khiến cho con bị đói."

Các tỳ-kheo Trưởng lão bằng mọi cách quở trách, rồi đem việc này bạch lên Phật. Nhân việc này, đức Phật tập họp tỳ-kheo Tăng, hỏi Bạt-nan-đà:

"Ngươi có thật vậy không?"

Thưa: "Thật vậy, bạch đức Thế Tôn."

Đức Phật bằng mọi cách quở trách rồi bảo các tỳ-kheo:

"Nay Ta vì các tỳ-kheo kết giới. Từ nay giới này nên nói như vầy:

Tỳ-kheo nào, nói với tỳ-kheo khác: 'Cùng tôi đến các gia đình, tôi sẽ cho thầy nhiều thức ăn ngon.' Nhưng rồi không cho mà lại bảo trở về, phạm Ba-dật-đề."

Có các tỳ-kheo dẫn các tỳ-kheo đến các gia đình mà không nhận được thức ăn, sanh tâm xấu hổ, bèn nghĩ như vầy: Ta sẽ không phạm Ba-dật-đề chăng?!" Đem việc này bạch lên Phật. Nhân việc này, đức Phật tập họp tỳ-kheo Tăng, bảo các tỳ-kheo:

"Nếu tỳ-kheo không vì gây não người khác, không nhận được thức ăn, mà phạm Ba-dật-đề là điều không thể có. Từ nay giới này nên nói như vầy:

Tỳ-kheo nào, nói với tỳ-kheo khác: 'Cùng tôi đến các gia đình, sẽ cho thầy nhiều thức ăn ngon', vì cố ý gây xúc não, nên không cho, lại khiến đi về, phạm Ba-dật-đề."

Có các tỳ-kheo, dẫn tỳ-kheo nuôi bệnh đến các gia đình, vì tỳ-kheo bệnh để xin thức ăn, sợ người bệnh quá giờ ăn, khiến trở về mau; sau khi đã sai khiến rồi, liền sanh xấu hổ: "Ta cố ý (bảo vệ)*, sẽ không phạm Ba-dật-đề chăng?!" Đem việc này bạch lên Phật. Nhân việc này, đức Phật tập họp tỳ-kheo Tăng, bảo các tỳ-kheo:

"Tỳ-kheo nào không vì để ăn một mình, nên sai khiến tỳ-kheo khác về, mà phạm Ba-dật-đề là điều không thể có. Từ nay giới này nên nói như vầy:

B. GIỚI VĂN

Tỳ-kheo nào, nói với tỳ-kheo kia: 'Cùng tôi đi đến các gia đình, sẽ cho thầy nhiều thức ăn ngon.' Đã đến mà không cho, lại nói như vầy: 'Ông đi đi! Cùng ông hoặc ngồi hoặc nói không vui, để tôi ngồi một mình, nói một mình vui hơn', vì muốn [68a01] gây não[900] người kia, Ba-dật-đề."

Nếu tỳ-kheo gây não tỳ-kheo-ni, thức-xoa-ma-na, sa-di, sa-di-ni, cho đến súc sanh theo kiểu này, phạm Đột-kiết-la. Nếu tỳ-kheo-ni gây não tỳ-kheo, tỳ-kheo-ni theo kiểu này, phạm Ba-dật-đề; gây não thức-xoa-ma-na, sa-di, sa-di-ni, cho đến súc sanh theo kiểu này, phạm Đột-kiết-la. Thức-xoa-ma-na, sa-di, sa-di-ni gây não năm chúng theo kiểu này, phạm Đột-kiết-la.

LXXVII. HOẠI SẮC Y MỚI[901]

A. DUYÊN KHỞI

Đức Phật ở tại thành Xá-vệ.[902] Bấy giờ, số đông tỳ-kheo cùng bạn đi vào nước Câu-tát-la, gặp giặc cướp đoạt hết y bát. Sau đó, đến chỗ một trạm tuần canh, vị chỉ huy tuần canh hỏi:

"Các Đại đức gặp giặc cướp ở chỗ nào?"

---

[900] *Tăng-kỳ, Tứ phần:* "Cố tình đuổi đi." *Thập tụng, Căn bản:* "Gây phiền não" như *Ngũ phần.*

[901] *Tăng-kỳ* 18, tr. 368a14: Ba-dật-đề 47; *Tứ phần* 16, tr. 676b20: Ba-dật-đề 60; *Thập tụng* 15, tr. 108c28: Ba-dật-đề 59; *Căn bản* 39, tr. 842c27: Ba-dật-đề 58. Pāli, Pāc. 58, *Dubbaṇṇakaraṇa.*

[902] *Tăng-kỳ, Tứ phần:* Xá-vệ thành (quốc) 舍衛城(國); *Thập tụng, Căn bản:* Vương Xá thành 王舍城.

Trả lời:

"Gặp giặc cướp ở chỗ đó."

Những người tuần canh cùng nhau bàn:

"Nếu nhà vua nghe, các tỳ-kheo gặp giặc cướp (bị đoạt y bát)* trong phạm vi trách nhiệm chúng ta, chắc chắn ta sẽ bị tội."

Liền nói với tỳ-kheo:

"Đại đức ở lại một chút, chúng tôi sẽ truy tầm bọn giặc này." Lính liền xuất quân truy tầm trong chốc lát đến chỗ đó, liền bao vây hai lớp, lục tìm thu lại được toàn bộ những y vật đó, nào là nhiễm y, bạch y, các loại gom lại một chỗ.

Những người tuần canh bàn nói:

"Nên trả lại cho ai trước?"

Có người nói:

"Trước tiên nên trả lại cho các tỳ-kheo. Nhà vua tin ưa Phật pháp nghe được chắc hài lòng."

Họ liền nói với tỳ-kheo:

"Các thầy có thể tự lấy y (bát của mình đi)*!"

Các tỳ-kheo nhìn lên y (không nhớ rõ của mình)* sanh nghi? Hoặc có vị nói đây là y của tôi, hoặc nói là không phải y của tôi, cho nên không dám lấy.

Những người tuần canh hỏi:

"Tại sao không lấy?"

Trả lời:

"Tôi không nhớ y của mình vì vậy không lấy."

Người tuần canh nói:

"Lần lượt ai nhớ thì lấy."

Ngay khi ấy, các ngoại đạo bèn lấy y tốt của tỳ-kheo. Vì tỳ-kheo lấy sau nên phải lấy y xấu của ngoại đạo. Những người tuần canh biết

Sa-môn Thích tử đều mặc y tốt, mà nay lại nhận được y phục xấu của ngoại đạo, nên nói:

"Các thầy là sa-môn có cái gì đặt biệt đâu? Hình tướng y của mình còn không biết thì làm sao biết tâm của mình! Nếu biết hình tướng y của mình thì ngoại đạo đâu có lý do gì mà lấy được y phục tốt của các thầy!?"

Các tỳ-kheo khi về đến chỗ Phật đem việc này bạch lên Ngài. Nhân việc này, đức Phật tập họp tỳ-kheo Tăng, hỏi các tỳ-kheo:

"Thật sự các ông không biết hình tướng y mình phải không?"

Thưa:

"Thật vậy, bạch đức Thế Tôn."

Đức Phật bằng mọi cách quở trách xong, bảo các tỳ-kheo:

"Nay Ta vì các tỳ-kheo kết giới. Từ nay giới này nên nói như vầy:

B. GIỚI VĂN

Tỳ-kheo nào, được y mới, nên dùng ba loại màu để làm dấu: Hoặc màu xanh, màu đen, hay màu mộc lan;[903] nếu không dùng ba màu đó để làm dấu, Ba-dật-đề".

Nếu không làm dấu mà mặc thì mỗi một lần mặc, phạm một Ba-dật-đề. Nếu không mặc mỗi một đêm, phạm một Ba-dật-đề. Tỳ-kheo-ni cũng như vậy. Thức-xoa-ma-na, sa-di, sa-di-ni, phạm Đột-kiết-la.

Nếu y mới nhận được đã làm dấu rồi, thì không làm, không phạm.

---

[903] Mộc lan 木蘭: Màu mộc lan là màu của da cây mộc lan, pha trộn giữa màu đỏ và màu đen, là một trong ba màu hoại sắc (xanh, đen, mộc lan), dùng để nhuộm pháp phục Ca-sa cho các tỳ-kheo và tỳ-kheo-ni. Sự pha trộn này thì màu đỏ nhiều hơn màu đen, Người Ấn thường gọi màu này là màu Càn-đà (Pāli *Gandha*, là hương thơm, hương liệu), tên khoa học gọi là Hyperanthera moringa.

LXXVIII. GIẤU VẬT DỤNG CỦA TỲ-KHEO[904]

A. DUYÊN KHỞI

[68b01] Đức Phật ở tại thành Xá-vệ.[905] Bấy giờ nhóm mười bảy tỳ-kheo đem y bát và các đồ vật lặt vặt vất bỏ lung tung, không thu dọn, nhóm sáu tỳ-kheo lấy giấu chúng.

Khi nhóm mười bảy tỳ-kheo biết mất, hỏi nhóm sáu tỳ-kheo:

"Vật (Y, bát, đồ lặt vặt)* của chúng con như vậy, như vậy, để chỗ này, ở chỗ kia, ai đem đi đâu?"

Trả lời: "Người đến đây chẳng phải là một, nên có chắc là không (ai)* mang đi chăng?"

Liền hỏi:

"Người vừa đến đây, họ đi hướng nào?"

Trả lời: "Họ đi bốn phương biết là nơi nào!"

Lúc ấy, nhóm mười bảy tỳ-kheo tỏa ra bốn hướng đuổi kịp người vừa đến (rồi đi)*, liền hỏi:

"Tôi mất y bát, tọa cụ, ống đựng kim, có thể đem trả lại cho tôi."

Mấy người ấy nói:

"Thưa Đại đức! Tôi đến vì Chánh pháp chứ đâu đến để ăn trộm!"

Nhóm mười bảy tỳ-kheo, bị những lời nói này rồi, xấu hổ liền trở về.

Nhóm sáu tỳ-kheo hỏi:

"Rốt cuộc, các ngươi có gặp được những người vừa đến không?"

Trả lời: "Có gặp."

---

[904] *Tăng-kỳ* 19, tr. 379b06: Ba-dật-đề 63; *Tứ phần* 16, tr. 675c08: Ba-dật-đề 58; *Thập tụng* 16, tr. 114a23, *Căn bản* 41, tr. 851a17: Ba-dật-đề 67. Pāli, Pāc. 60, *Cīvaraapanidhāna*.

[905] *Tăng-kỳ*, *Tứ phần*, *Thập tụng*: Xá-vệ thành (quốc) 舍衛城(國); *Căn bản*: Thất-la-phạt thành 室羅伐城.

(Hỏi)*: "Có được lại y không?"

Trả lời: "Không được."

Khi ấy nhóm sáu tỳ-kheo đem y bát ra và bảo: "Đây, có phải y bát của các ông không?"

Trả lời: "Phải rồi."

Các tỳ-kheo thấy, bằng mọi cách quở trách, rồi đem việc này bạch lên Phật. Nhân việc này, đức Phật tập hợp tỳ-kheo Tăng, hỏi nhóm sáu tỳ-kheo:

"Các ngươi có thật vậy không?"

Thưa: "Thật vậy, bạch đức Thế Tôn."

Bằng mọi cách, đức Phật quở trách rồi bảo các tỳ-kheo:

"Nay Ta vì các tỳ-kheo kết giới. Từ nay giới này nên nói như vầy:

Tỳ-kheo nào, tự mình giấu y, hoặc bát, tọa cụ, ống đựng kim của tỳ-kheo khác; tất cả mọi dụng cụ sinh hoạt, hoặc sai người giấu, phạm Ba-dật-đề".

Lại có tỳ-kheo không thu cất y bát vật dụng (của mình)*, các tỳ-kheo không dám vì ông thu cất nên bị mất đi, do đó bị nghi, mang tiếng xấu, bèn nghĩ như vầy: "Nếu đức Phật cho phép chúng ta vì người thu cất đồ vật thì vị kia đã không bị mất, và không đưa chúng ta đến việc mang tiếng xấu này." Họ đem việc này bạch lên Phật. Nhân việc này, đức Phật tập hợp tỳ-kheo Tăng, bảo các tỳ-kheo:

"Nếu không vì cố ý giấu, vì người cất y, mà phạm Ba-dật-đề là điều không thể có. Từ nay giới này nên nói như vầy:

B. GIỚI VĂN

Tỳ-kheo nào, vì cố ý vui đùa, giấu y bát, tọa cụ, ống đựng kim của tỳ-kheo khác; tất cả mọi dụng cụ sinh hoạt hằng ngày, hoặc sai người giấu, Ba-dật-đề".

Nếu giấu vật dụng của tỳ-kheo-ni, thức-xoa-ma-na, sa-di, sa-di-ni, cho đến súc sanh, phạm Đột-kiết-la. Nếu tỳ-kheo-ni giấu vật của tỳ-kheo, tỳ-kheo-ni, phạm Ba-dật-đề; giấu vật của người khác, phạm

Đột-kiết-la. Thức-xoa-ma-na, sa-di, sa-di-ni giấu vật của năm chúng, phạm Đột-kiết-la.

LXXIX. DỮ DỤC RỒI HỐI[906]

A. DUYÊN KHỞI

Đức Thế Tôn ở tại thành Xá-vệ.[907] Bấy giờ, nhóm sáu tỳ-kheo có thế lực, các thiện tỳ-kheo **[68c01]** không có thế lực, nhóm sáu tỳ-kheo ngăn các thiện tỳ-kheo Yết-ma... *cho đến* câu đức Phật bằng mọi cách quở trách như trong giới "Như pháp đoán sự" trước kia đã nói.

Đức Phật bảo các tỳ-kheo:

"Nay Ta vì các tỳ-kheo kết giới. Từ nay giới này nên nói như vầy:

B. GIỚI VĂN

Tỳ-kheo nào, khi Tăng đoán sự, như pháp dữ dục rồi, sau lại chỉ trích (phê phán)[908] Ba-dật-đề".

C. THÍCH TỪ

Sau lại chỉ trích: Tức là nói tôi không dữ dục như vậy.

Nếu Tăng không làm Yết-ma đoán sự, mà sau lại chỉ trích thì phạm Đột-kiết-la.

Tỳ-kheo-ni cũng như vậy. Thức-xoa-ma-na, sa-di, sa-di-ni, phạm Đột-kiết-la.

---

[906] *Tăng-kỳ* 17, tr. 366a21: Ba-dật-đề 43; *Tứ phần* 18, tr. 687b20: Ba-dật-đề 76; *Thập tụng* 15, tr. 105a05, *Căn bản* 38, tr. 837c28: Ba-dật-đề 53. Pāli, Pāc. 79, *Kammapaṭibāhana*.

[907] *Tăng-kỳ, Tứ phần, Thập tụng:* Xá-vệ thành (quốc) 舍衛城(國); *Căn bản:* Thất-la-phạt thành 室羅伐城.

[908] Hán Tăng đoán sự thời, như pháp dữ dục cánh, hậu cánh ha 僧斷事時如法與欲竟後更呵. Pāli *Dhammikānaṃ kammānaṃ chandaṃ datvā pacchā khīyadhammaṃ āpajjati.* Hán Ha 呵. *Tứ phần:* Hối 悔. Pāli *Kammapaṭibāhana,* phủ nhận việc làm của mình.

LXXX. PHỦ NHẬN YẾT-MA[909]

A. DUYÊN KHỞI

Đức Phật ở tại thành Xá-vệ.[910] Bấy giờ, các tỳ-kheo cần thứ y nào thì chúng Tăng đã cung cấp đủ, sau đó lại được thêm, hiện thành ba y, cùng nhau bàn nói:

"Y này nên cúng cho ai?"

Có vị nói: "Trước tiên, nên cúng cho đức Thế Tôn."

Có vị lại nói: "Trước hết, nên cúng cho Đại Ca-diếp. Đại Ca-diếp thường được đức Thế Tôn khen ngợi, lại nữa là bậc Thượng tọa."

Nhóm sáu tỳ-kheo nói:

"Trước hết, nên cúng cho Cù-già-lê."

Các tỳ-kheo đem việc này bạch lên Phật. Đức Phật hỏi các tỳ-kheo: "Ca-diếp có cầu y nhiều hay ít không?"

Thưa: "Ca-diếp không cầu, có cho sau mới nhận."

Nhân đó đức Phật nói kệ:

> *Y này, y vô dục,*
> *Không cho người có dục.*
> *Người không điều phục ý,*
> *Không nên mặc cà-sa.*
> *Người đã lìa tham dục,*
> *Thường nhất tâm nơi giới.*
> *Người điều tâm như vậy, Mới nên mặc y này.*

Đức Phật bảo các tỳ-kheo, nên đem y này cúng cho Ca-diếp. Họ liền vâng lời.

Lúc ấy, nhóm sáu tỳ-kheo nói như vầy:

---

[909] *Tứ phần* 18, tr. 686c04: Ba-dật-đề 74. *Tăng-kỳ* 14, tr. 338b01, *Thập tụng* 10 tr.74a20, *Căn bản* 27, tr. 774b27: Ba-dật-đề 9. Pāli, Pāc. 81 Dubbala.

[910] *Tăng-kỳ*: Xá-vệ thành (quốc) 舍衛城(國); *Tứ phần*: La Duyệt thành 羅閱城; *Thập tụng*; *Căn bản*: Vương Xá thành 王舍城.

"Nay các tỳ-kheo xoay vật của Tăng cho người mình quen biết."

Các tỳ-kheo Trưởng lão nghe, bằng mọi cách quở trách, rồi đem việc này bạch lên Phật. Nhân việc này, đức Phật tập hợp tỳ-kheo Tăng, hỏi nhóm sáu tỳ-kheo:

"Các ngươi có thật vậy không?"

"Thật vậy, bạch đức Thế Tôn."

Bằng mọi cách đức Phật quở trách rồi bảo các tỳ-kheo:

"Nay Ta vì các tỳ-kheo kết giới. Từ nay giới này nên nói như vầy:

B. GIỚI VĂN

Tỳ-kheo nào, nói như vầy: 'Các tỳ-kheo xoay vật của Tăng cho người quen biết', Ba-dật-đề."

Tỳ-kheo-ni cũng như vậy. Thức-xoa-ma-na, sa-di, sa-di-ni phạm Đột-kiết-la.

LXXXI. TỊNH THÍ Y RỒI ĐOẠT LẠI[911]

A. DUYÊN KHỞI

Đức Phật ở tại thành Xá-vệ.[912] Bấy giờ, tỳ-kheo Đạt-ma nghĩ như vầy: "Bạt-nan-đà trước đây đoạt cái y của ta, đức Phật quở trách ta, vì các tỳ-kheo kết giới. Ta nói ông ấy **[69a01]** phạm Tăng-già-bà-thi-sa. Ông ấy lại dùng pháp Tăng-già-bà-thi-sa không căn cứ hủy báng ta, và dứt phần ăn của ta cho đến ba ngày. Ta nên làm cách nào để trả mối hận này." Lại nghĩ như vầy: "Ông ấy đối với ta tác tịnh thí y, ta không hoàn nó lại, là đủ để trả cái mối nhục." Nhân đó không hoàn trả lại. Sau đó, Bạt-nan-đà đến đòi y.

Đạt-ma nói:

"Trước đây thầy bố thí rồi, sao nay đòi lại?"

---

[911] *Tăng-kỳ* 19, tr. 379a02: Ba-dật-đề 62; *Thập tụng* 16, tr. 114b29, *Căn bản* 41, tr.851b25: Ba-dật-đề 68. Pāli, Pāc. 59, *Vikappana*. Tứ phần: Không có.

[912] *Tăng-kỳ*: Xá-vệ thành 舍衞城; *Thập tụng*: Vương Xá thành 王舍城; *Căn bản*: Thất-la-phạt thành 室羅伐城.

Bạt-nan-đà nói:

"Ta tác tịnh thí, chứ ta đâu bố thí!"

(Dù vậy, Đạt-ma)* vẫn không hoàn lại. Bạt-nan-đà bèn cưỡng bức đoạt lấy. Đạt-ma liền la lớn.

Các tỳ-kheo Trưởng lão nghe đều ra hỏi:

"Chuyện gì la to vậy!?"

(Đạt-ma)* trả lời:

"Bạt-nan-đà đoạt lấy y của con!"

Các tỳ-kheo Trưởng lão quở trách Bạt-nan-đà:

"Tại sao tịnh thí cho người không đáng tin, để rồi phải đoạt lại?" Lại quở trách Đạt-ma:

"Người tịnh thí y, tại sao ngươi không hoàn lại?"

Rồi đem việc này bạch lên Phật. Nhân việc này, đức Phật tập họp tỳ-kheo Tăng, hỏi Bạt-nan-đà:

"Ông là người ngu si, thật sự ông có tịnh thí y cho người không đáng tin hay không?"

Thưa:

"Thật vậy, bạch đức Thế Tôn."

Lại hỏi Đạt-ma:

"Ông là người ngu si, thật sự người ta tịnh thí cho ngươi, ngươi không chịu hoàn lại phải không?"

Thưa:

"Thật vậy, bạch đức Thế Tôn."

Đức Phật bằng mọi cách quở trách rồi bảo các tỳ-kheo: "Không nên tịnh thí cho năm hạng người này:

- Một là không biết nhau.

- Hai là kém hiểu biết nhau.

- Ba là chưa quen thân.

- Bốn là không phải thân hữu hay đồng sư.

- Năm là hay thay đổi.

Không phải năm hạng người này thì sau đó nên tịnh thí cho. Lại có hai pháp không nên tịnh thí:

- Một là hay khen ngợi người.

- Hai là hay tạo tiếng tốt cho người. Lại có hai pháp không nên tịnh thí:

- Một là không hay vì người nhận trọng vật tịnh thí, rồi bảo vệ như mình có.

- Hai là mình có trọng vật không hay tịnh thí, người dùng không hận. Lại có hai pháp không nên tịnh thí:

- Một là không biết họ còn sống hay không.

- Hai là không biết họ còn tu hay không."

Các tỳ-kheo lại nghĩ: "Đức Phật cho chúng ta tịnh thí, nên tịnh thí cho cha mẹ, anh em, chị em." Rồi đem việc này bạch lên Phật, đức Phật dạy:

"Không nên tịnh thí cho bạch y, nên tịnh thí cho năm chúng."

Có các tỳ-kheo ở một mình trong phòng, có y dư không biết tịnh thí thế nào, đem việc này bạch lên Phật, Phật dạy:

"Nên biểu hiện tác tịnh thí từ xa (hướng đến người ở xa mà tác tịnh thí)*. Nếu đối với ba y, cần trao đổi (y nào)* thì nên để trống vai bên hữu, cởi bỏ giày dép, quỳ gối, tay cầm y, tâm nghĩ, miệng nói:

"Y này là của tôi, gồm có bao nhiêu điều, nay tôi xin xả."

Lần thứ hai, lần thứ ba cũng nói như vậy. Sau đó, mới nhận cái y dư, cũng như pháp trước, tâm nghĩ, miệng nói:

[69b01] "Tôi có cái y này, gồm bao nhiêu điều, nay tôi xin thọ."

Lần thứ hai, lần thứ ba cũng nói như vậy. Chiếc y được xả, cũng nên tịnh thí, lại theo như pháp trước: Tâm nghĩ, miệng nói:

"Đây là chiếc y dư của tôi, xin tịnh thí cho thầy... xin đến đó lấy dùng."

Nếu không cần thay đổi người thọ, thì chiếc y dư kia liền nên tịnh thí như vậy. Pháp tịnh thí riêng, đến ngày thứ mười một, lại phải như pháp trước, tâm nghĩ, miệng nói:

"Đây là chiếc y dư của tôi, đến nơi thầy...lấy trở lại."

Sau đó, lại như pháp trước thọ trì tịnh thí. Nếu đối với người tịnh thí thì nên tác pháp triển chuyển tịnh thí như trước: Tay cầm y, nói như vầy:

"Đây là y dư của tôi, xin đối với Trưởng lão... làm pháp tịnh thí."

Tỳ-kheo kia nên hỏi:

"Y này của Trưởng lão, tác tịnh thí đối với tôi, tôi nên đem cho vị nào?"

Trả lời: "Trong năm chúng, tuỳ ý ngài cho ai cũng được."

Tỳ-kheo kia (Trưởng lão thọ tịnh thí)* nên nói liền:

'Nay tôi cho thầy... Nếu Trưởng lão cần cứ đến vị ấy lấy dùng và, nên bảo vệ nó cho tốt.'

Vị tỳ-kheo thọ pháp tác tịnh, sau đó, đem việc này nói với vị tỳ-kheo được xưng tên. Tỳ-kheo được xưng tên sợ phạm tội chứa y dư nên không dám thọ nhận, không biết phải thế nào, đem việc này bạch lên Phật. Nhân việc này, đức Phật tập họp tỳ-kheo Tăng, bảo các tỳ-kheo:

"Không nên nói với tỳ-kheo được xưng tên. Nay Ta vì các tỳ-kheo kết giới. Từ nay giới này nên nói như vầy:

B. GIỚI VĂN

Tỳ-kheo nào, đã tịnh thí y cho tỳ-kheo, tỳ-kheo-ni, thức-xoa-ma-na, sa-di, sa-di-ni rồi đoạt lấy lại, Ba-dật-đề".

Tỳ-kheo-ni cũng như vậy. Nếu cho y vị kia, sau đó xin lại, vị kia cho, mình nhận thì không phạm.

LXXXII. TRƯỚC SAU BỮA ĂN ĐI ĐẾN NHÀ KHÁC KHÔNG BÁO[913]

A. DUYÊN KHỞI

Đức Phật ở tại thành Vương Xá.[914] Bấy giờ, Bạt-nan-đà thường thọ sự cúng dường của một gia đình, sau đó, gia đình kia thỉnh Tăng. Sáng sớm hôm đó, Bạt-nan-đà, khoác y mang bát vào thành, đến các gia đình để chuyện vãn... Đến giờ, họ đến mời, các tỳ-kheo khoác y bưng bát đến nhà kia, và cả chúng ngồi (chờ)* đã lâu.

(Các tỳ-kheo)* nói người chủ:

"Giờ ngọ đã gần qua, tại sao không mời thọ thực."

Thưa:

"Tôi vì Bạt-nan-đà nên thỉnh Tăng, vậy phải chờ vị ấy đến."

Khi ấy, đã gần quá ngọ Bạt-nan-đà mới đến. Các tỳ-kheo có vị ăn được, có vị ăn được ít, có vị không ăn được gì. Do đó, người chủ cơ hiềm Bạt-nan-đà:

"Sa-môn Thích tử có chuyện gì gấp đâu, trước đã nhận lời mời của tôi, lại đi đến các nhà khác, gần quá ngọ mới đến, khiến các tỳ-kheo không ăn được những thức ăn do tôi cúng dường, khiến chúng tôi sửa soạn nhiều thức ăn mà trở thành vô dụng."

Các tỳ-kheo bằng mọi cách quở trách Bạt-nan-đà:

[69c01] "Thầy không thể đem lại lợi ích cho Phật pháp nên mới gây khổ não cho chúng Tăng như vậy!"

Họ đem việc này bạch lên Phật. Nhân việc này, đức Phật tập họp tỳ-kheo Tăng, hỏi Bạt-nan-đà:

---

[913] *Tăng-kỳ* 20, tr. 389c08: Ba-dật-đề 80; *Tứ phần* 15, tr. 665a04: Ba-dật-đề 42; *Thập tụng* 17, tr. 123c26; *Căn bản* 43, tr. 865c28: Ba-dật-đề 81; Pāli, Pāc. 46 *Cāritta*.

[914] *Tăng-kỳ, Tứ phần, Thập tụng*: Xá-vệ thành (quốc) 舍衛城(國); *Căn bản*: Thất-la-phạt thành 室羅伐城.

"Ngươi có thật vậy không?"

Thưa:

"Thật vậy, bạch đức Thế Tôn."

Đức Phật bằng mọi cách quở trách rồi bảo các tỳ-kheo:

"Nay Ta vì các tỳ-kheo kết giới. Từ nay giới này nên nói như vầy:

Tỳ-kheo nào, nhận lời mời của người, trước bữa ăn, đến nhà khác, phạm Ba-dật-đề".

Sau đó, người thí chủ của Bạt-nan-đà tự gánh thức ăn nấu rồi đến Tăng phường để cúng dường Tăng và Bạt-nan-đà. Bạt-nan-đà ăn xong trước lại đến nhà khác. Gia chủ muốn tập Tăng để cúng dường một thức ăn khác. Do Bạt-nan-đà không có mặt, chờ lâu mà không dọn thức ăn. Các tỳ-kheo nói:

"Giờ ngọ gần qua sao không dọn thức ăn?"

Thưa:

"Tôi vốn vì Bạt-nan-đà, chờ thầy đến sẽ dọn."

Cuối cùng Bạt-nan-đà không lại nên thức ăn ấy không được dọn. Gia chủ dùng nhiều lời trách cứ Bạt-nan-đà, các tỳ-kheo cũng chê trách, rồi đem việc này bạch lên Phật. Nhân việc này, đức Phật tập họp tỳ-kheo Tăng, hỏi Bạt-nan-đà:

"Ngươi có thật vậy không?"

Thưa: "Thật vậy, bạch đức Thế Tôn."

Bằng mọi cách đức Phật quở trách rồi bảo các tỳ-kheo: "Từ nay giới này nên nói như vầy:

Tỳ-kheo nào, nhận lời mời của người, trước bữa ăn[915] sau bữa ăn,[916] đến nhà khác, phạm Ba-dật-đề".

---

[915] *Tứ phần:* Trước bữa ăn, từ bình minh xuất hiện, đến khi ăn.

[916] *Tứ phần:* Sau bữa ăn (Thực hậu 食後), từ khi ăn cho đến giữa ngày. *Tăng-kỳ:* ăn xong rồi, vẫn còn sớm, gọi là thực hậu. *Thập tụng:* trung tiền trung hậu 中前中後, trước và sau giữa trưa.

Có các tỳ-kheo, có việc của Tăng, việc của Tháp, việc riêng cần đến nhà khác mà không dám đi, đem việc này bạch lên Phật. Nhân việc này, đức Phật tập họp tỳ-kheo Tăng, bảo các tỳ-kheo:

"Nay cho phép các tỳ-kheo báo cáo với các tỳ-kheo khác trước khi đi. Từ nay giới này nên nói như vầy:

Tỳ-kheo nào, nhận lời mời của người, trước bữa ăn, sau bữa ăn mà đến nhà khác, không báo cáo với tỳ-kheo khác, phạm Ba-dật-đề".

Hoặc có các tỳ-kheo hiềm nhau không nói chuyện với nhau, hoặc ngồi thiền hay ngủ mê, không biết bạch lại ai, khi ra ngoài cửa ngõ, thấy các tỳ-kheo bèn chạy đuổi theo, từ xa kêu lớn để thưa. Các cư sĩ thấy, cơ hiềm nói:

"Các tỳ-kheo chạy như nai, như thỏ, kêu la như chim cú trọc đầu, không có hạnh của sa-môn, phá pháp của sa-môn."

Các tỳ-kheo Trưởng lão nghe, bằng mọi cách quở trách rồi đem việc này bạch lên Phật. Nhân việc này, đức Phật tập họp tỳ-kheo Tăng, hỏi các tỳ-kheo:

"Các ngươi có thật vậy không?"

"Thật vậy bạch đức Thế Tôn."

Đức Phật bằng mọi cách quở trách rồi bảo các tỳ-kheo: "Không nên từ xa thưa bạch. Từ nay giới này nên nói như vầy:

Tỳ-kheo nào, nhận lời mời của người, trước bữa ăn, sau bữa ăn, mà đi đến nhà khác, không bạch với tỳ-kheo khác ở gần, phạm Ba-dật-đề".

Các tỳ-kheo lại nghĩ như vầy: "Thời của y có nên bạch hay không?"

Họ đem việc này bạch lên Phật. Nhân việc này, đức Phật tập họp tỳ-kheo Tăng, bảo các tỳ-kheo:

"Trừ thời (gian)* của y. Từ nay giới này **[70a01]** nên nói như sau:

B. GIỚI VĂN

Tỳ-kheo nào, nhận lời mời của người, trước bữa ăn, sau

bữa ăn mà đi đến nhà khác, không bạch với tỳ-kheo khác ở gần, trừ nhân duyên, Ba-dật-đề. Nhân duyên là: thời của y gọi là nhân duyên."

C. PHẠM TƯỚNG

Nếu thưa bạch đến nhà A mà đến nhà B, thì không gọi là thưa bạch. Nếu không thưa mà đến các gia đình, một chân vào trong cửa, phạm Đột-kiết-la; hai chân vào trong cửa, phạm Ba-dật-đề. Tỳ-kheo-ni cũng như vậy. Thức-xoa-ma-na, sa-di, sa-di-ni phạm Đột-kiết-la. Nếu bạch đến một nhà, nhân đó đến một nhà khác thì không phạm. Nếu không có tỳ-kheo để có thể thưa bạch cũng không phạm.

LXXXIII. PHI THỜI VÀO XÓM[917]

A. DUYÊN KHỞI

Đức Phật du hóa tại nước Câu-tát-la[918] cùng đầy đủ đại chúng tỳ-kheo một nghìn hai trăm năm mươi người. Các tỳ-kheo, hoặc nhận được phòng để ngủ, hoặc dưới bóng cây, hoặc nơi đất trống. Khi ấy, nhóm sáu tỳ-kheo vừa sáng sớm đã khoác y bưng bát, ở trong đường hẻm, nói chuyện thế sự với các bạch y[919] cho đến sẩm tối. Người đi đường thấy, cơ hiềm nói:

"Chỗ này không phải là chỗ người xuất gia bàn chuyện, sao không ở nơi A-lan-nhã thủ nhiếp các căn."

Hoặc có người nói: "Những vị này không ưa Phật pháp, không kính giới luật, được nơi nói chuyện vui đùa là quên cả thời gian."

Các tỳ-kheo Trưởng lão nghe bằng mọi cách quở trách, rồi đem việc này bạch lên Phật. Nhân việc này, đức Phật tập họp tỳ-kheo Tăng,

---

[917] *Tăng-kỳ* 20, tr. 389a02: Ba-dật-đề 79; *Tứ phần* 19, tr. 692c11: Ba-dật-đề 83; *Thập tụng* 17, tr. 121c02, *Căn bản* 42, tr. 860a17: Ba-dật-đề 80. Pāli, Vin. iv. 164, Pāc. 85 *Vikālagāmappavisana*.

[918] *Tăng-kỳ, Tứ phần*: Xá-vệ thành (quốc) 舍衞城(國); *Thập tụng*: Vương Xá thành 王舍城; *Căn bản*: Thất-la-phạt thành 室羅伐城.

[919] *Tứ phần*: "Cùng các cư sĩ đánh cờ (Xu bồ 樗蒱)". *sabhāyaṃ nisīditvā anekavihitaṃ tiracchānakathaṃ kathenti*, ngồi ở hội trường, bàn đủ các đề tài súc sinh luận.

hỏi nhóm sáu tỳ-kheo:

"Các ngươi có thật vậy không?"

Thưa: "Thật vậy, bạch đức Thế Tôn."

Đức Phật bằng mọi cách quở trách rồi bảo các tỳ-kheo: "Nay Ta vì các tỳ-kheo kết giới. Từ nay giới này nên nói như vầy:

Tỳ-kheo nào, vào tụ lạc phi thời, phạm Ba-dật-đề".

Có các tỳ-kheo có duyên sự cần vào tụ lạc lúc phi thời mà không dám vào, đem việc này bạch lên Phật. Nhân việc này, đức Phật tập họp tỳ-kheo Tăng, bảo các tỳ-kheo: "Nay cho phép có duyên sự, được vào tụ lạc lúc phi thời. Từ nay giới này nên nói như vầy:

B. GIỚI VĂN

Tỳ-kheo nào,[920] **phi thời vào tụ lạc, không báo cáo với thiện tỳ-kheo ở gần, trừ nhân duyên,**[921] **Ba-dật-đề. Nhân duyên là: khi có nạn, đó gọi là nhân duyên."**

C. PHẠM TƯỚNG

Sa-di phạm Đột-kiết-la. Nếu trên đường đi, đi qua tụ lạc, hoặc chiều tối cần phải nghỉ đêm, hay là có tám nạn khởi, đều không phạm.

LXXXIV. ĐỆM BÔNG[922]

A. DUYÊN KHỞI

Đức Phật ở tại thành Vương Xá.[923] Bấy giờ, cách thành không xa

---

[920] *Tăng-kỳ*: "Tỳ-kheo a-lan-nhã." Điều luật áp dụng cho tỳ-kheo sống trong rừng.

[921] *Tăng-kỳ*: "Trừ dư thời." Giải thích: Dư thời, những lúc có việc khẩn cấp (như có người bị rắn độc cắn). Pāli *aññatra tathārūpā accāyikā karaṇīyā*, trừ có sự việc khẩn cấp nào đó.

[922] *Tăng-kỳ* 20, tr. 392a08: Ba-dật-đề 84; *Tứ phần* 19, tr. 693b17: Ba-dật-đề 85; *Thập tụng* 18, tr. 127b22, *Căn bản* 49, tr. 895b28: Ba-dật-đề 86; Pāli, Pāc. 88 *Tūlonaddha*.

[923] *Tăng-kỳ, Tứ phần*: Xá-vệ quốc; *Thập tụng*: Vương Xá thành; *Căn bản*: Thất-la-phạt-thành.

có một cây Thần,⁹²⁴ nhiều người phụng thờ. Thời gian tiết hội, đến bảy ngày mới xong, có bốn loại bông Đâu-la dùng để nhồi độn khi (ngồi) dâng lễ, họ vất nó mà đi. Sau đó các tỳ-kheo thâu lấy để độn vào giường dây, giường cây, và làm gối làm nệm. Các bạch y thấy, cơ hiềm nói:

"Những vật này hôi thúi, dễ sanh các loài trùng, tại sao các tỳ-kheo lại ngồi nằm trên đó, không có hạnh của sa-môn, phá pháp sa-môn!"

[70b01] Các tỳ-kheo Trưởng lão nghe, bằng mọi cách quở trách, rồi đem việc này bạch lên Phật. Nhân việc này, đức Phật tập họp tỳ-kheo Tăng, hỏi các tỳ-kheo:

"Các ngươi có thật vậy không?"

"Thật vậy, bạch đức Thế Tôn."

Đức Phật bằng mọi cách quở trách xong, bảo các tỳ-kheo:

"Nay Ta vì các tỳ-kheo kết giới. Từ nay giới này nên nói như vầy:

B. GIỚI VĂN

> Tỳ-kheo nào, dùng bông Đâu-la độn vào dụng cụ ngồi nằm, Ba-dật-đề.

C. THÍCH TỪ

Bông Đâu-la: Là chỉ cho hoa liễu, hoa Bạch dương, hoa Bồ-lê, hoa Diệm-bà.⁹²⁵

Nếu khởi tâm và tạo phương tiện độn đều phạm Đột-kiết-la, làm thành phạm Ba-dật-đề. Nếu không phá bỏ mà ngồi thì mỗi lần ngồi,

---

⁹²⁴ Hán: Thần thọ 神樹. Pāli: *Cetiyarukkha*, miếu thờ thần cây.
⁹²⁵ *Tăng-kỳ*: Các loại Đâu-la: A-già đâu-la, Bà-ca đâu-la, Cưu-tra-xà đâu-la, Giác (sừng) đâu-la, Thảo (cỏ) đâu-la, Hoa đâu-la. *Tứ phần*: Đâu-la: Bông cây bạch dương, bông cây dương liễu, bông bồ đài. *Thập tụng*: Đâu-la miên: Hoa bạch dương, hoa liễu, hoa a-cưu-la, hoa ba-ưu-la, hoa cưu-xá-la, hoa gian-xà, hoa ba-ba, hoa li-ma. *Căn bản*: các thứ nhồi độn (trữ vật 貯物): bông cây, bông cỏ, bồ-đài, kiếp-bối, lông dê; độn năm thứ này làm nệm, ba-dật-đề. Pāli: *Tūla*, bông gòn, có loại: *Rukkhatūla*, bông của cây; *latātūla*, gòn dây leo; *poṭakitūla*, bông cỏ.

phạm Ba-dật-đề. Nếu nằm mỗi lần nằm, phạm Ba-dật-đề. Người khác cho mà nhận, phạm Ba-dật-đề. Chủ yếu là trước hết phải xả bỏ, rồi mới sám hối. Không làm như vậy thì mắc tội càng nặng. Tỳ-kheo-ni cũng như vậy. Thức-xoa-ma-na, sa-di, sa-di-ni phạm Đột-kiết-la.

LXXXV. GIƯỜNG CAO QUÁ LƯỢNG[926]

A. DUYÊN KHỞI

Đức Phật ở tại thành Xá-vệ.[927] Bấy giờ, các tỳ-kheo sử dụng loại giường cao chân, tỳ-kheo già bệnh, khi leo lên leo xuống, té xuống đất bị thương, hoặc bị lộ hình, các cư sĩ thấy, cơ hiềm nói:

"Các sa-môn này như vua, như các người quí phái hào tộc, không biết tiết kiệm."

Bấy giờ, vua Ba-tư-nặc đem chiếc giường nằm ngồi của mình cúng cho Bạt-nan-đà. Bạt-nan-đà nhận được rồi đem trưng bày trong phòng của mình.

Thường pháp, đức Thế Tôn cứ năm ngày là một lần đi xem xét các phòng (tỳ-kheo)*.

Bạt-nan-đà bạch Phật:

"Ngài xem chiếc giường của con!"

Đức Phật liền quở trách:

"Ngươi là kẻ ngu si, tại sao muốn ở yên trong hầm sanh tử, mà không có ý mong cầu ra khỏi?! Ngươi không nên tự sử dụng giường cao sang, trang sức bằng gấm vóc. Ai phạm, thì phạm Đột-kiết-la."

Nhân việc này, đức Phật tập họp tỳ-kheo Tăng, bảo các tỳ-kheo: "Nay Ta vì các tỳ-kheo kết giới. Từ nay giới này nên nói như vầy:

---

[926] *Tăng-kỳ* 20, tr. 391b18: Ba-dật-đề 83; *Tứ phần* 19, tr. 694a17: Ba-dật-đề 84, *Thập tụng* 18, tr. 127b22, *Căn bản* 49, tr. 894b17: Ba-dật-đề 85; Pāli, Pāc. 87 *Mañcapīṭha*.

[927] *Tăng-kỳ, Tứ phần*: Xá-vệ thành (quốc) 舍衛城(國); *Thập tụng*: Câu-xá-di quốc 俱舍彌國; *Căn bản*: Thất-la-phạt thành 室羅伐城.

B. GIỚI VĂN

"Tỳ-kheo nào, tự mình làm ngọa cụ, giường dây, giường gỗ, chân nên cao bằng tám ngón tay của Tu-già-đà,⁹²⁸ trừ khúc vào lỗ mộng, nếu quá, Ba-dật-đề".

Nếu tự mình làm giường hay sai người làm, nếu cao (hơn mức qui định)* đều phải cắt bỏ, rồi mới sám hối tội. Nếu nhận được giường cho, mà cao thì khi nhận phải nghĩ như vầy: "Giường này không như pháp, ta sẽ cắt bỏ. Nếu không nghĩ như vậy mà nhận, phạm Ba-dật-đề. Trước hết, nên cắt bỏ, rồi sau mới sám hối.

Tỳ-kheo-ni cũng như vậy. Thức-xoa-ma-na, sa-di, sa-di-ni phạm Đột-kiết-la.

LXXXVI. ỐNG ĐỰNG KIM⁹²⁹

A. DUYÊN KHỞI

Đức Phật ở thành Vương Xá.⁹³⁰ Bấy giờ, các tỳ-kheo dùng xương, răng, sừng làm ống đựng kim. Họ tìm kiếm khắp nơi, kể cả trong rác rưởi thu dụng để tạo ra nó. Các cư sĩ thấy, cơ hiềm nói:

"Các sa-môn này giống như chó, như chim, như thợ tiện răng, sừng, nhơ nhớp, đáng gớm."

[70c01] Lại có các tỳ-kheo đến nơi lò sát sanh, thấy lúc giết (bò trâu)* thích muốn đến xin. Các tên đồ tể hiềm khích nói:

"Xem các sa-môn này chỉ muốn giết nhiều, thấy giết liền thích.

---

⁹²⁸ Tám ngón tay của Tu-già-đà. *Căn bản*: của Phật; và giải thích: 8 ngón tay (chỉ 指) của Phật dài bằng 1 khuỷu (chẩu 肘) của người trung bình. ᴾᵃˡⁱ *sugataṅgula*: ngón tay của *Sugata* (Thiện Thệ). Cước chú của bản dịch Anh: *sugata* đây có nghĩa là "tiêu chuẩn" được chấp nhận (không phải chỉ cho ngón tay của Phật).

⁹²⁹ *Tăng-kỳ* 20, tr. 391a08: Ba-dật-đề 82; *Tứ phần* 19, tr. 693c09: Ba-dật-đề 86; *Thập tụng* 18, tr. 127a23, *Căn bản* 49, tr. 894a16: Ba-dật-đề 84. Pāli, Pāc. 86 *Sūcighara*.

⁹³⁰ *Tứ phần*: La-duyệt thành; *Tăng-kỳ, Thập tụng*: Xá-vệ thành (quốc) 舍衞城(國); *Căn bản*: Thất-la-phạt thành 室羅伐城.

Ngày đêm họ thường rao giảng nói từ mẫn hộ niệm chúng sanh, mà nay không hề có tâm trắc ẩn nhân từ."

Lúc ấy, có người thợ tiện răng, sừng tin ưa Phật pháp, thường cung cấp cho các tỳ-kheo, hoặc tự xuất răng, sừng để làm, hoặc tìm kiếm răng, sừng để làm. Vì việc này đưa đến sự tệ hại là (người thợ)* không làm được cho người khác. Người trong nhà tự nói với nhau:

"Nếu cứ mãi làm đầy tớ cho các sa-môn thì chúng ta mỗi người nên tự lo lấy sự sống."

Người láng giềng nói:

"Vì ông tin kính sa-môn nên mới khốn cùng!"

Các Trưởng lão nghe, bằng mọi cách quở trách, rồi đem việc này bạch lên Phật. Nhân việc này, đức Phật tập họp tỳ-kheo Tăng, hỏi các tỳ-kheo: "Các ngươi có thật vậy không?"

Thưa: "Thật vậy, bạch đức Thế Tôn."

Đức Phật bằng mọi cách quở trách rồi bảo các tỳ-kheo:

"Nay Ta vì các tỳ-kheo kết giới. Từ nay giới này nên nói như vầy:

B. GIỚI VĂN

Tỳ-kheo nào, dùng xương, răng,[931] **sừng làm ống đựng kim, Ba-dật-đề".**

Nếu tỳ-kheo móng tâm và tạo phương tiện muốn làm, phạm Đột-kiết-la; làm thành rồi, phạm Ba-dật-đề. Trước hết, nên phá hủy, sau mới sám hối tội đọa.

Nếu làm ống để nhỏ vào mũi[932] thì không phạm. Ngoài ra như trong giới làm giường nằm đã nói.

---

[931] Răng, Hán Nha 牙. *Thập tụng*: Nha xỉ 牙齒; giải thích: *Nha*, chỉ ngà voi, răng nanh của ngựa, răng nanh heo; *xỉ*, chỉ răng voi, răng ngựa, răng heo. Pāli *danta*, giải thích: *danto nāma hatthidanto vuccati*, răng, là nói răng của voi (ngà voi).

[932] Pāli dùng làm các thứ sau đây không phạm: *gaṇṭhika*, nút móc y; *araṇka*, dùi lửa; *vidha*, hộp nhỏ; *añjani*, hộp đựng thuốc bôi mắt;

LXXXVII. NI-SƯ-ĐÀN QUÁ LƯỢNG[933]

A. DUYÊN KHỞI

Đức Phật ở tại thành Xá-vệ.[934] Bấy giờ, các tỳ-kheo không trải tọa cụ mà ngồi trên giường của Tăng nên nệm bị bụi đất cáu bẩn. Lại có một tỳ-kheo bị són mà tưởng là chỉ có gió ra. Khi biết được đem giặt, phơi trước phòng.

Đức Thế Tôn hỏi A-nan:

"Đây là nệm của ai?"

(Tôn giả A-nan)* liền trình bày đầy đủ vấn đề. Nhân việc này, đức Phật tập họp tỳ-kheo Tăng, hỏi các tỳ-kheo:

"Các ngươi có thật vậy không?"

Thưa:

"Thật vậy, bạch đức Thế Tôn."

Đức Phật bằng mọi cách quở trách rồi bảo các tỳ-kheo:

"Không nên không trải tọa cụ mà ngồi trên giường nệm của Tăng, ai phạm, thì phạm Đột-kiết-la. Nay cho phép các tỳ-kheo, để bảo vệ thân, bảo vệ y, bảo vệ giường nệm của Tăng, được dùng (chứa)* tọa cụ."

Các tỳ-kheo lại nghĩ như vầy: "Đức Phật đã cho phép chúng ta làm tọa cụ. Vì vậy họ làm rộng lớn thòng xuống đất bị bùn nhơ, các cư sĩ thấy hỏi các tỳ-kheo:

"Đây là cái y gì mà thòng phết đất?"

Trả lời: "Đây là cái tọa cụ của chúng tôi."

---

añjanisalāka, que bôi thuốc; vāsijaṭa, cán búa nhỏ; udakapuñchani, đồ chùi bụi.

[933] *Tứ phần* 19, tr. 694a12, *Căn bản* 49, tr. 895c17: Ba-dật-đề 87; *Tăng-kỳ* 20, tr.392b19: Ba-dật-đề 86; *Thập tụng* 18, tr. 130a02: Ba-dật-đề 89. Pāli, Pāc. 89, *Nisīdana*.

[934] *Tăng-kỳ, Tứ phần*: Xá-vệ thành (quốc) 舍衛城(國); *Thập tụng*: Duy-da-ly xá 維耶離舍; *Căn bản*: Thất-la-phạt thành 室羅伐城.

Họ cơ hiềm nói: "Thưa Đại đức! Sao không làm cân xứng với thân? Tuy không phải xuất tiền nhà nhưng phải biết tiết kiệm chứ! Thích tử thường nói thiểu dục tri túc, nhưng nay như thế! Không có hạnh sa-môn, phá pháp của sa-môn."

Các tỳ-kheo Trưởng lão nghe, bằng mọi cách quở trách, rồi bạch với Phật. Nhân việc này, đức Phật tập họp tỳ-kheo Tăng, hỏi các tỳ-kheo:

"Các ngươi có thật vậy không?"

Thưa: **[71a01]** "Thật vậy, bạch đức Thế Tôn."

Đức Phật bằng mọi cách quở trách rồi bảo các tỳ-kheo:

"Nay Ta vì các tỳ-kheo kết giới. Từ nay giới này nên nói như vầy:

Tỳ-kheo nào, làm Ni-sư-đàn, nên làm cho đúng lượng, dài hai gang tay của Tu-già-đà, rộng một gang rưỡi. Nếu quá, phạm Ba-dật-đề".

Trưởng lão Ưu-đà-di thân hình lớn, tọa cụ nhỏ, ngồi còn dư ra hai đầu gối. Khi đức Phật đến xét các phòng, Ưu-đà-di nằm kéo tọa cụ như cách kéo da. Đức Phật hỏi: "Tại sao làm thế?"

Ưu-đà-di thưa: "Bạch đức Thế Tôn, thân hình con lớn mà cái tọa cụ nhỏ, nên con kéo ra cho rộng."

Đức Phật quở trách nói:

"Ông là người ngu si, khi nào cũng đóng kịch. Nay Ta cho phép thêm hai đầu một gang tay nữa."

Nhân việc này, đức Phật tập họp tỳ-kheo Tăng, bảo các tỳ-kheo: "Từ nay giới này nên nói như vầy:

B. GIỚI VĂN

Tỳ-kheo nào, làm Ni-sư-đàn phải làm đúng lượng, dài hai gang tay, rộng một gang tay rưỡi của Tu-già-đà,[935] rồi

---

[935] Hán: Tu-già-đà trách thủ 修伽陀磔手. *Tứ phần*: Phật trách thủ 佛搩手. *Căn bản*: Phật trương thủ 佛張手; giải thích: 1 gang tay Phật bằng ba gang tay người trung bình. Pāli sugatavidatthiyā, gang tay (tiêu chuẩn) được chấp nhận (theo bản Anh); (xem cht. 207, Ch. ii, Tăng tàn

thêm vuông vức một gang. Nếu làm quá, Ba-dật-đề".

C. THÍCH TỪ

Thêm vuông vức một gang tay: Rọc lấy ba phần nối vào đầu chiều dài, còn một phần điểm bốn góc, không điểm thì thôi. Trừ tỳ-kheo-ni, thức-xoa-ma-na, sa-di, sa-di-ni; ngoài ra như trong giới làm giường đã nói.

LXXXVIII. PHÚ SANG Y[936]

A. DUYÊN KHỞI

Đức Phật ở tại thành Xá-vệ.[937] Bấy giờ, tỳ-kheo Tỳ-la-trà[938] thân thể bị sanh ghẻ, máu mủ chảy đầy, khi cởi y phục đã mặc vết thương dính vào bóc ra đau. Đức Phật đi tuần hành các phòng thấy, hỏi tỳ-kheo kia: "Bệnh của ngươi có thuyên giảm chút nào không? Có đau nhức khó chịu không?"

(Tỳ-kheo bệnh)* thưa: "Bệnh của con không thuyên giảm, đau nhức không chịu nổi! Khi cởi y phục đã mặc vết thương dính vào bóc ra đau."

Nhân việc này, đức Phật tập họp tỳ-kheo Tăng, bảo các tỳ-kheo: "Nay cho phép các tỳ-kheo, vì hộ thân, hộ y, hộ nệm ngồi của Tăng, được dùng y che ghẻ,[939] dùng vải mỏng mịn để làm."

Các tỳ-kheo nghĩ như vầy: "Đức Phật cho phép chúng ta làm y che ghẻ, bèn làm lớn, trùm cả trên đầu cho đến chân, kéo lê dưới đất dính bụi nhơ. Các cư sĩ thấy, bằng mọi cách quở trách như trong giới Ni-

---

6. cht. 928, Ba-dật-đề 85).

[936] *Tăng-kỳ* 20, tr. 393a22: Ba-dật-đề 86; *Tứ phần* 19, tr. 694c05, *Thập tụng* 18, tr.129c03, *Căn bản* 49, tr. 896a14: Ba-dật-đề 88. Pāli, Pāc. 90, *Kaṇḍupaṭicchādi.*

[937] *Tăng-kỳ, Tứ phần:* Xá-vệ thành (quốc) 舍衛城(國); *Thập tụng:* Duy-da-ly quốc 維耶離國; *Căn bản:* Vườn Cấp Cô Độc 給孤獨園.

[938] Tỳ-la-trà 毘羅茶: Các bộ khác chỉ nói các tỳ-kheo bị mụt ghẻ lở, mủ máu ra nhớp cả y áo ngọa cụ nhân đây đức Thế Tôn cho phép các tỳ-kheo dùng Phú sang y chứ không nói tên tỳ-kheo như *Ngũ phần.*

[939] Hán Phú sang y 覆瘡衣. Pāli *Kaṇḍupaṭicchādī.*

sư-đàn đã nói.

Các tỳ-kheo Trưởng lão nghe, bằng mọi cách quở trách, rồi đem việc này bạch lên Phật. Nhân việc này, đức Phật tập hợp tỳ-kheo Tăng, hỏi các tỳ-kheo: "Các ngươi có thật vậy không?"

Thưa: "Thật vậy, bạch đức Thế Tôn."

Đức Phật bằng mọi cách quở trách rồi bảo các tỳ-kheo: "Nay Ta vì các tỳ-kheo kết giới. Từ nay giới này nên nói như vầy:

B. GIỚI VĂN

Tỳ-kheo nào, làm y che ghẻ, nên làm đúng lượng, dài bốn gang tay, rộng hai gang tay Tu-già-đà. Nếu quá lượng,[940] **Ba-dật-đề".**

Y che ghẻ, mặc khi có ghẻ, ghẻ lành, nên tịnh thí. Ngoài ra như trong giới tọa cụ đã nói.

LXXXIX. ÁO TẮM MƯA[941]

A. DUYÊN KHỞI

[71b01] Đức Phật ở tại thành Xá-vệ.[942] Bấy giờ, đức Phật cho phép Tỳ-xá-khư Mẫu dâng cúng áo tắm mưa[943] cho Tăng. Các tỳ-kheo làm vừa rộng vừa dài, các cư sĩ cơ hiềm... *Cho đến* các tỳ-kheo đem việc này bạch lên Phật, như giới trên đã nói. Đức Phật bảo các tỳ-kheo:

"Nay Ta vì các tỳ-kheo kết giới. Từ nay giới này nên nói như vầy:

---

[940] *Tăng-kỳ*: Nếu quá, sau khi cắt bỏ (rồi sám ba-dật-đề). *Căn bản*: Nếu quá, cần phải cắt bỏ. Pāli *taṃ atikkāmayato chedanakaṃ*, nếu quá, phải cắt bỏ.

[941] *Tăng-kỳ* 20, tr. 393b24: Ba-dật-đề 88; *Thập tụng* 18, tr. 128a11: Ba-dật-đề 87; *Tứ phần* 19, tr. 695a09, *Căn bản* 49, tr. 896a22: Ba-dật-đề 89; Pāli, Pāc. 91 *Vassikasāṭikā*.

[942] *Tăng-kỳ, Tứ phần, Thập tụng*: Xá-vệ thành (quốc); *Căn bản*: Thất-la-phạt thành.

[943] Hán Vũ dục y 雨浴衣. Pāli *Vassikasāṭikā*. Xem Thích từ Ch. iii, Ni-tát-kỳ 17.

B. GIỚI VĂN

Tỳ-kheo nào, làm áo tắm mưa, nên làm cho đúng lượng, dài năm gang tay, rộng hai gang rưỡi tay của Tu-già-đà,[944] **nếu quá, Ba-dật-đề.**

Ngoài ra như trong giới làm y che ghẻ đã nói.

XC. LƯỢNG Y NHƯ LAI[945]

A. DUYÊN KHỞI

Đức Phật ở tại thành Xá-vệ.[946] Bấy giờ, các tỳ-kheo may y của mình bằng hay hơn y của Tu-già-đà. Cư sĩ cơ hiềm nói... *cho đến câu:* Các tỳ-kheo đem việc này bạch lên Phật, đều như giới trên đã nói. Đức Phật bảo các tỳ-kheo:

"Nay Ta vì các tỳ-kheo kết giới. Từ nay giới này nên nói như vầy:

B. GIỚI VĂN

Tỳ-kheo nào, may y của mình bằng hay hơn y của Tu-già-đà, Ba-dật-đề. Lượng y của Tu-già-đà là: chiều dài bằng chín gang tay, chiều rộng bằng sáu gang tay của Tu-già-đà. Đó gọi là lượng y của Tu-già-đà."

C. PHẠM TƯỚNG

Nan-đà thấp hơn đức Phật bốn ngón tay, không biết nên may y theo lượng nào, đem việc này bạch lên Phật, đức Phật dạy:

"Cho phép Nan-đà may y ngắn hơn y Phật hai ngón tay."

---

[944] *Tăng-kỳ* 393c007; *Tứ phần* 19, tr. 695b4; *thập tụng* 129b20; *Căn bản*; 896c29: "Đúng lượng là dài sáu gang tay, rộng hai gang rưỡi tay Phật".

[945] *Tăng-kỳ* 20, tr. 394a12: Ba-dật-đề 88; *Tứ phần*, tr. 695b15; *Thập tụng*, tr.130b28; *Căn bản*, tr. 897a06: Ba-dật-đề 90. Pāli, Pāc. 92, *Nanda*.

[946] *Tăng-kỳ:* Vương Xá thành 王舍城; *Tứ phần:* Thích-sí-sấu Ni-câu-loại viên trung 釋翅搜尼拘類園中 (Trong vườn Ni-câu-loại, giữa những người họ Thích); *Thập tụng:* Ca-duy-la-vệ quốc 迦維羅衛國; *Căn bản:* Thất-la-phạt thành 室羅伐城.

Lại có các tỳ-kheo thấp hơn, không biết may y theo lượng nào, bạch Phật, đức Phật dạy:

"Cho phép tuỳ theo thân hình người cao hay thấp để may y." Ngoài ra, như trong giới y tắm mưa đã nói.

XCI. XOAY VẬT CỦA TĂNG VỀ CHO NGƯỜI KHÁC[947]

A. DUYÊN KHỞI

Đức Phật ở tại thành Vương Xá.[948] Bấy giờ Nan-đà, Bạt-nan-đà cùng nhau bàn nói:

"Đức Thế Tôn đã dạy xoay vật của Tăng về cho mình phạm Ni-tát-kỳ ba-dật-đề. Nay chúng ta nên xoay về cho nhau."

Hai vị liền nói với đàn việt, để rồi cùng nhau thủ lợi. Các tỳ-kheo Trưởng lão nghe, bằng mọi cách quở trách rồi đem việc này bạch lên Phật. Nhân việc này, đức Phật tập họp tỳ-kheo Tăng, hỏi Nan-đà, Bạt-nan-đà:

"Các ngươi có thật vậy?"

Thưa:

"Thật vậy, bạch đức Thế Tôn."

Đức Phật bằng mọi cách quở trách rồi bảo các tỳ-kheo:

"Nay Ta vì các tỳ-kheo kết giới. Từ nay giới này nên nói như vầy:

B. GIỚI VĂN

Tỳ-kheo nào, biết vật đàn việt muốn cúng cho Tăng mà xoay về cho người khác, Ba-dật-đề".

Ngoài ra, như trong giới xoay vật của Tăng về cho mình đã nói.[949]

---

[947] *Tăng-kỳ* 21, tr. 395c20: Ba-dật-đề 91. Các bộ khác không có.
[948] *Tăng-kỳ:* Xá-vệ thành 舍衛城.
[949] Bản Hán, hết quyển 9.

CHƯƠNG VI: PHÁP HỐI QUÁ[950]

I. NHẬN THỨC ĂN PHI THÂN LÝ NI NƠI TỤC GIA[951]

A. DUYÊN KHỞI

[71c07] Đức Phật ở tại thành Xá-vệ.[952] Bấy giờ, Ưu-bà-di tên là Hoà-già-la-mẫu[953] tin ưa Phật pháp thường cúng dường sa-môn, được người ca ngợi mãi. Về sau, với lòng tin xuất gia, sống thiểu dục, tri túc. Khất thực được cúng dường nhiều mang về, gặp một tỳ-kheo, bà hỏi:

"Thầy đi đâu đây?"

Trả lời:

"Khất thực."

Thưa:

---

[950] Pháp hối quá 悔過法, còn gọi là đối tha thuyết, hướng bỉ hối, v.v..., nghĩa là phạm giới này phải hướng vào một tỳ-kheo thanh tịnh khác để giải bày sám hối. Từ Phạn pratideśanīya, Pāli pāṭidesanīya. Cách dịch âm như các bộ: *Tăng-kỳ* 21, tr. 396b16, *Tứ phần* 19, tr. 695c17: Đề-xá-ni 提舍尼. *Thập tụng* 19, tr. 131a05: Ba-la-đề-xá-ni pháp 波羅提舍尼法. *Căn bản* 49, tr. 897a18: Ba-la-để đề-xá-ni pháp 波羅底提舍尼法. Pāli, Vin. iv. 175: cattāro pāṭidesanīyā.

[951] *Tăng-kỳ* 21, tr. 3397a14: Đề-xá-ni 2. *Tứ phần* 19, tr. 695c17; *Thập tụng* 19, tr.131a06; *Căn bản* 49, tr. 897a23: Đề-xá-ni 1 như *Ngũ phần*.

[952] *Tăng-kỳ*: Tỳ-xá-ly 毘舍離; *Tứ phần, Thập tụng*: Xá-vệ quốc 舍衛國; *Căn bản*: Vương Xá thành 王舍城.

[953] Hoà-già-la-mẫu 和伽羅母. *Tăng-kỳ*: Thi-lợi-ma tỳ-kheo-ni 尸利摩比丘尼; *Tứ phần*: Liên Hoa Sắc tỳ-kheo-ni 蓮花色比丘尼; *Thập tụng*: Hoa sắc tỳ-kheo-ni 華色比丘尼; *Căn bản*: Thanh Liên Hoa Bí-sô-ni 青蓮花苾芻尼.

"Có thể nhận thức ăn này của con không?"

Trả lời:

"Có thể."

Bà liền dâng cúng, rồi lại vào một gia đình khất thực. Tỳ-kheo kia nói với tỳ-kheo khác:

"Tỳ-kheo-ni Hòa-già-la-mẫu thường nhận được đồ ăn thức uống, nên đến đó lấy."

Các tỳ-kheo nghe, liền đến đó. Tỳ-kheo-ni nhận được thức ăn liền cúng lại, rồi nghĩ như vầy: "Ta nhận được những gì sau cùng sẽ đem về ăn." Khi đã nhận được mang ra lại gặp một tỳ-kheo, cũng thưa hỏi như trước, lại trao cúng. (Tỳ-kheo-ni)* bát không mà trở về.

Các tỳ-kheo, sau khi ăn xong, tập hợp lại bàn với nhau: "Tỳ-kheo-ni kia may mắn thường nhận được nhiều đồ ăn thức uống, chúng ta phiền gì cầu xin chỗ khác, chỉ cần hằng ngày chúng ta cùng theo sau cô ta."

Sáng ngày hôm sau, (các tỳ-kheo kia)* vào trong tụ lạc mà tìm theo cô. Tỳ-kheo-ni kia nhận được thức ăn liền cúng hết, bát không mà trở về, cho đến ba ngày. Sáng hôm ấy, khi đi khất thực, có chiếc xe ngựa của trưởng giả đi qua, tỳ-kheo-ni kia vừa muốn tránh nó liền té xuống đất. Lúc đó, vua Ba-tư-nặc đã có ra lệnh:

"Trong nước, ai khinh mạng Sa-môn Thích tử sẽ bị trị tội nặng."

Do đó, Trưởng giả kia hoảng hồn, liền xuống xe đỡ (tỳ-kheo-ni)* dậy và xin lỗi nói:

"Tôi không đụng cô sao cô bỗng như vậy?"

Trả lời:

"Thật sự ông không đụng, nhưng vì tôi đói mệt."

Lại hỏi:

"Cô khất thực không được sao?"

Trả lời:

"Thức ăn tôi khất thực được đều cúng hết cho tỳ-kheo nên đưa đến tình trạng xấu này."

Lại nói:

"Xin (sư cô)* nhận thức ăn của tôi."

Cô im lặng thuận nhận, rồi liền đem cúng trở lại cho các tỳ-kheo.

Khi Trưởng giả xuống xe, thì mọi người đã rất nhiều, đều cơ hiềm nói:

"Tuy tỳ-kheo-ni này cúng không biết nhàm chán, nhưng người thọ nhận phải tự biết cân nhắc! Bọn người này thường nói thiểu dục, tri túc mà nay tham lam nhận (thức ăn)* của đồng đạo cúng dường, khiến họ phải khốn khổ!"

Các Trưởng lão tỳ-kheo bằng mọi cách quở trách rồi, đem việc này bạch lên Phật. **[72a01]** Nhân việc này, đức Phật tập họp tỳ-kheo Tăng, hỏi các tỳ-kheo:

"Các ngươi có thật vậy không?"

Thưa:

"Thật vậy, bạch đức Thế Tôn."

Đức Phật bằng mọi cách quở trách rồi bảo các tỳ-kheo:

"Nay Ta vì các tỳ-kheo kết pháp Ba-la-đề đề-xá-ni này. Từ nay giới này nên nói như vầy:

Tỳ-kheo nào, đến tỳ-kheo-ni nhận thức ăn thì tỳ-kheo ấy nên hướng đến các tỳ-kheo nói lên lời ăn năn: 'Tôi bị rơi vào pháp đáng quở trách, nay hướng đến các Đại đức nói lên lời ăn năn'. Đó gọi là pháp hối quá".

Các tỳ-kheo có tỳ-kheo-ni thân quyến thường nhận được đồ ăn thức uống. (Các cô)* thấy các tỳ-kheo khất thực rất khó, nói:

"Đừng tự khốn khổ, hãy đến con nhận lấy thức ăn." Các tỳ-kheo nói:

"Đức Phật không cho phép chúng tôi đến nhận thức ăn nơi các tỳ-kheo-ni."

Các tỳ-kheo-ni nói:

"Xin đem việc này bạch lên Phật, chỉ có người thân, biết nên cúng và, biết nên nhận."

Các tỳ-kheo đem việc này bạch lên Phật. Nhân việc này, đức Phật tập họp tỳ-kheo Tăng, bảo các tỳ-kheo:

"Nay cho phép các tỳ-kheo nhận thức ăn nơi các tỳ-kheo-ni thân quyến. Từ nay pháp Ba-la-đề đề-xá-ni này nên nói như sau:

> **Tỳ-kheo nào, đến nơi tỳ-kheo-ni chẳng phải thân quyến nhận thức ăn, tỳ-kheo ấy nên hướng đến các tỳ-kheo nói lên lời hối quá: 'Tôi bị rơi vào pháp đáng quở trách, nay hướng đến các Đại đức nói lên lời ăn năn'. Đó gọi là pháp hối quá".**

Lại có các tỳ-kheo bệnh dù tỳ-kheo bệnh khất thực,⁹⁵⁴ nên bệnh càng nguy kịch thêm. Các tỳ-kheo-ni nói:

"Đừng nên tự khốn khổ, đến con nhận thức ăn."

Tỳ-kheo bệnh nói:

"Đức Phật không cho phép tôi nhận thức ăn từ tỳ-kheo-ni không phải bà con."

Đem việc này bạch lên Phật. Nhân việc này, đức Phật tập họp tỳ-kheo Tăng, bảo các tỳ-kheo:

"Nay cho phép tỳ-kheo bệnh, được nhận thức ăn nơi tỳ-kheo-ni không phải bà con. Từ nay, pháp Ba-la-đề đề-xá-ni này nên nói như sau:

> **Tỳ-kheo nào, không bệnh, nhận thức ăn nơi tỳ-kheo-ni không phải bà con, tỳ-kheo ấy nên hướng đến các tỳ-kheo nói lên lời ăn năn: 'Tôi bị rơi vào pháp đáng quở trách, nay**

---

⁹⁵⁴ Các tỳ-kheo bệnh dù tỳ-kheo bệnh khất thực (chư bệnh tỳ-kheo khiên bệnh khất thực 諸病比丘牽病乞食 [?]). Có thể dư chữ "bệnh" trước chữ tỳ-kheo! (Để bản: Ngũ phần 10, T22n1421, tr. 72a15), nghĩa là "các tỳ-kheo dù tỳ-kheo bệnh khất thực."

hướng đến các Đại đức nói lên lời ăn năn'. Đó gọi là pháp hối quá".

Khi ấy, các tỳ-kheo-ni hoặc ở Tăng phường, hoặc ở trú xứ của mình, hoặc tại các gia đình, vì các tỳ-kheo dọn bữa ăn trước, bữa ăn sau bằng đát-bát-na⁹⁵⁵ và cháo; lại chuẩn bị nước tắm, cúng các thứ dầu, bơ. Các tỳ-kheo không biết làm thế nào, đem việc này bạch lên Phật. Nhân việc này, đức Phật tập họp tỳ-kheo Tăng, bảo các tỳ-kheo:

"Nay cho phép nhận thức ăn do tỳ-kheo-ni cúng, nhưng không được nhận nơi ngã tư đường hẻm. Từ nay pháp Ba-la-đề đề-xá-ni này nên nói như sau:

B. GIỚI VĂN

Tỳ-kheo nào, không bệnh, tại nơi đường hẻm,⁹⁵⁶ đối với tỳ-kheo-ni không phải thân quyến, tự tay nhận lấy thức ăn, tỳ-kheo này nên hướng đến các tỳ-kheo nói lời ăn năn: [72b01] 'Tôi bị rơi vào pháp đáng quở trách, nay hướng đến các Đại đức nói lên lời ăn năn'. Đó gọi là pháp hối quá."

Nếu tỳ-kheo ở ngoài tụ lạc, tỳ-kheo-ni ở trong tụ lạc nhận thức ăn, tỳ-kheo ở trong tụ lạc, tỳ-kheo-ni ở ngoài tụ lạc nhận thức ăn; tỳ-kheo ở trên không, tỳ-kheo-ni ở dưới đất nhận thức ăn; tỳ-kheo ở dưới đất, tỳ-kheo-ni ở trên không nhận thức ăn đều phạm Đột-kiết-la. Sa-di, phạm Đột-kiết-la.

---

⁹⁵⁵ Đát-bát-na: **Xem cht. 425**, Ch. iv, Xả đọa, Ni-tát-kỳ 15.

⁹⁵⁶ *Căn bản*: Ư thôn lộ trung 於村路中, "ở đường trong thôn xóm." *Tứ phần*: nhập thôn trung 入村中 "vào trong thôn xóm..." *Tăng-kỳ*: A-luyện-nhã xứ trú 阿練若處住 "ở A-luyện-nhã..." ᴾᵃˡⁱ (*bhikkuniyā*) *antaragharaṃ paviṭṭhāya*, "(Tỳ-kheo-ni) sau khi đã đi vào nhà trong." và giải: nhà (*gharam*) ở đây cũng chỉ luôn đường xe đi, đường hẻm, đường chữ thập..." Trong văn Hán, được hiểu là tỳ-kheo vào. Trong văn Pāli, nên hiểu là tỳ-kheo-ni đã vào.

II. THỌ THỰC DO NI CHỈ DẪN[957]

A. DUYÊN KHỞI

Đức Phật ở tại thành Vương Xá.[958] Bấy giờ, có cư sĩ thỉnh hai bộ Tăng thọ trai. Nhóm sáu tỳ-kheo và nhóm sáu tỳ-kheo-ni ngồi đối nhau, thay nhau bảo người dọn ăn, khiến thêm cho nhau, nên Thiện tỳ-kheo khác không nhận được thức ăn, nói với người chủ:

"Nay người thỉnh Tăng sao không thêm thức ăn."

Thưa:

"Hiện các tỳ-kheo này làm tôi rối ý, không biết vị nào nên thêm, vị nào nên không thêm."

Người chủ bèn chê trách nhóm sáu tỳ-kheo:

"Mấy ông, mấy bà này khuyến khích nhau ăn giống như dẫn vợ cùng nhận lời người mời, không có hạnh sa-môn, phá pháp sa-môn."

Các tỳ-kheo Trưởng lão nghe, bằng mọi cách quở trách, rồi đem việc này bạch lên Phật. Nhân việc này, đức Phật tập họp tỳ-kheo Tăng, hỏi nhóm sáu tỳ-kheo:

"Các ngươi có thật vậy không?"

Thưa:

"Thật vậy, bạch đức Thế Tôn."

Đức Phật bằng mọi cách quở trách rồi bảo các tỳ-kheo:

"Nay Ta vì các tỳ-kheo kết pháp (giới) Ba-la-đề đề-xá-ni. Từ nay giới này nên nói như vầy:

---

[957] *Tăng-kỳ* 21, tr. 398a02: Đề-xá-ni 3. *Tứ phần* 19, tr. 696b14; *Thập tụng* 19, tr.131b19; *Căn bản* 49, tr. 899b19: Đề-xá-ni 2 như *Ngũ phần*.

[958] *Tăng-kỳ:* Vương Xá thành 王舍城; *Tứ phần:* Xá-vệ quốc 舍衛國; *Thập tụng:* Vương Xá thành 王舍城; *Căn bản:* Thất-la-phạt thành 室羅伐城.

Tỳ-kheo nào, nhà bạch y mời thọ trai, trong đó có tỳ-kheo-ni nói như vầy: 'Đem cơm cho tỳ-kheo này, đem canh[959] cho tỳ-kheo kia.' Các tỳ-kheo nên nói với tỳ-kheo-ni ấy: 'Tỷ muội! Lùi lại sau một chút, chờ các tỳ-kheo dùng xong đã.' Nếu trong số tỳ-kheo đó, cho đến không có một tỳ-kheo nào nói với tỳ-kheo-ni ấy: 'Tỷ muội! Lùi lại sau một chút, chờ các tỳ-kheo dùng xong đã', thì các tỳ-kheo nên hướng đến các tỳ-kheo nói lời ăn năn: 'Tôi bị rơi vào pháp đáng quở trách, nay hướng các Đại đức nói lời ăn năn.' Đó gọi là pháp hối quá".

"Bấy giờ có năm trăm tỳ-kheo thọ trai tại nhà vị gia chủ. Gia đình ấy thường cúng dường, tỳ-kheo-ni đến. Các tỳ-kheo liền đồng loạt nói:

"Lùi lại sau một chút! Lùi lại sau một chút!"

Tỳ-kheo-ni kia quá xấu hổ, liền bỏ về. Người chủ thấy vậy hỏi các tỳ-kheo:

"Tỳ-kheo-ni này có xúc phạm đến quí vị sao mà đồng loạt xô đuổi?"

Lại có người nói:

"Bọn sa-môn này sợ tỳ-kheo-ni đoạt phần ăn của mình cho nên như vậy. Đồng xuất gia với nhau mà đố kỵ nhau, tự không tốt với nhau, huống chi đối với người khác!"

Các tỳ-kheo Trưởng lão nghe, đem việc này bạch lên Phật. Nhân việc này, [72c01] đức Phật tập họp tỳ-kheo Tăng, bảo các tỳ-kheo:

"Nếu khi tỳ-kheo thọ trai, tỳ-kheo-ni không làm theo sự giận, si, sợ bảo thêm thức ăn, cho đến đứng im lặng, mà phạm Ba-la-đề đề-xá-ni, là điều không thể có. Từ nay pháp Ba-la-đề đề-xá-ni này nên nói như như vầy:

B. GIỚI VĂN

Tỳ-kheo nào, nhà bạch y mời thọ trai, có tỳ-kheo-ni bảo người thêm thức ăn (người phục vụ)* rằng: 'Cho cơm cho tỳ-kheo này, cho canh cho tỳ-kheo kia.' Các tỳ-kheo nên nói

---

[959] Canh 羹. Sūpa: canh, cháo, cà-ry.

với các tỷ-kheo-ni ấy rằng: 'Tỷ muội! Lùi ra sau một chút, đợi các tỷ-kheo dùng xong đã.' Nếu trong chúng, cho đến không có một vị tỷ-kheo nói (với tỷ-kheo-ni ấy)*, thì các tỷ-kheo này nên hướng đến các tỷ-kheo nói lên lời hối quá: 'Tôi rơi vào pháp đáng chê trách, nay hướng đến các Đại đức nói lên lời ăn năn.' Đó gọi là pháp hối quá".

Nếu có tỷ-kheo-ni bảo thêm thức ăn cho tỷ-kheo thì vị Thượng tọa thứ nhất nên nói. Nếu lời nói của vị Thượng tọa không tác dụng thì tiếp tục vị Thượng tọa thứ hai nên nói, chuyển xuống như vậy cho đến vị mới thọ giới.

Nếu thức-xoa-ma-na, sa-di-ni bảo thêm thức ăn cho tỷ-kheo mà tỷ-kheo không nói: "Lùi lại sau một chút" thì phạm Đột-kiết-la. Nếu tỷ-kheo bảo thêm thức ăn cho tỷ-kheo không công bằng mà ăn thì phạm Đột-kiết-la. Sa-di, phạm Đột-kiết-la.

III. THỌ THỰC TỪ HỌC GIA[960]

A. DUYÊN KHỞI

Đức Phật ở tại nước Câu-xá-di.[961] Bấy giờ, gia chủ Cù-sư-la[962] tin ưa Phật pháp, thấy pháp đắc quả, thường cúng dường Phật và tỷ-kheo Tăng. Sau một thời gian, tài sản Cù-sư-la bị khánh tận, nội ngoại thân thích đều mang thức ăn đến cho; nhưng các tỷ-kheo vẫn đến nhà ông ta lấy thức ăn đầy bát mang đi. Người trong gia đình Cù-sư-la không chịu nổi sự đói khổ, kẻ láng giềng thấy vậy đều cơ hiềm:

---

[960] *Tăng-kỳ*, tr. 398b06: Đề-xá-ni 4. *Tứ phần*, tr. 696c19; *Thập tụng*, tr. 131c23; *Căn bản*, tr. 900a08: Đề-xá-ni 3.

[961] *Tăng-kỳ:* Xá-vệ thành 舍衛城; *Tứ phần:* La-duyệt thành 羅閱城; *Thập tụng:* Duy-da-ly 維耶離; *Căn bản:* Quảng nghiêm thành 廣嚴城.

[962] *Tăng-kỳ:* Đại thần Tỳ-xà bố thí thái quá, gia sản khánh tận. Tăng tác yết-ma học gia. *Tứ phần:* Vợ chồng cư sĩ đều có tín tâm, đã kiến đế, đối với các tỷ-kheo không có cái gì tiếc nuối, kể cả thịt trong thân mình. Cúng dường như vậy cho đến nỗi nghèo khổ, cơm áo đều thiếu thốn. *Thập tụng:* Tượng sư Thủ-la, thấy bốn đế, đắc Sơ đạo. *Căn bản:* Trưởng giả Sư Tử, đắc Sơ quả.

"Người bố thí tuy không nhàm chán, nhưng kẻ thọ nhận phải biết tri túc chứ! Tại sao làm tổn hại đến gia đình người? Tài sản (của họ)* khánh tận, chúng ta mang thức ăn đến cho họ, lại còn bị cắt xén đoạt lấy, miễn thoả ý ham thích (của mình)*thôi, mà không có lòng từ mẫn, không có hạnh sa-môn, phá pháp sa-môn."

Các tỳ-kheo Trưởng lão nghe, bằng mọi cách quở trách, rồi đem việc này bạch lên Phật. Nhân việc này, đức Phật tập hợp tỳ-kheo Tăng, hỏi các tỳ-kheo:

"Các ngươi có thật vậy không?"

Thưa: "Thật vậy, bạch đức Thế Tôn."

Bằng mọi cách đức Phật quở trách rồi, bảo các tỳ-kheo:

"Nay Ta cho phép các tỳ-kheo vì gia chủ Cù-sư-la tác pháp học gia,[963] bằng bạch nhị Yết-ma, không cho phép một tỳ-kheo nào vào nhà ấy. Nên sai một tỳ-kheo xướng:

> "Đại đức Tăng xin lắng nghe! Gia chủ Cù-sư-la này, các tỳ-kheo tới lui nhà ông ta nhận các thức ăn đầy bát mang về, không lưu lại chút nào, đưa đến khiến gia đình này tài vật khánh tận. Nay tác pháp Yết-ma học gia,[964] cho đến không cho phép bất cứ tỳ-kheo nào vào lại nhà ấy. Nếu thời gian thích hợp đối Tăng, [73a01] Tăng chấp thuận. Đây là lời tác bạch.
>
> Đại đức Tăng xin lắng nghe! Gia chủ Cù-sư-la này, các tỳ-kheo tới lui nhà ông ta, nhận các thức ăn đầy bát mang về, không lưu lại chút nào, đưa đến khiến gia đình này tài vật khánh tận. Nay tác pháp Yết-ma học gia, cho đến không cho phép bất cứ tỳ-kheo nào vào lại nhà ông ta. Các Trưởng lão

---

[963] Học gia 學家. *Thập tụng*: Chỉ gia đình đã đắc Sơ quả. Pali *sekkhasammatāni kulāni*, những gia đình đã được xác nhận là hữu học; giải thích: đó là gia đình tăng trưởng với tín, nhưng tổn giảm với tài sản.

[964] Yết-ma học gia; Pali *sekkhasammuti*, xác nhận là học gia, cư sĩ thuộc hàng Hữu học.

nào chấp thuận thì im lặng. Vị nào không đồng ý thì nói.

Tăng đã đồng ý tác pháp Yết-ma học gia cho gia chủ Cù-sư-la rồi. Tăng đồng ý nên im lặng. Việc này tôi ghi nhận như vậy."

Khi ấy, các tỳ-kheo lại tác pháp Yết-ma học gia các nhà khác, rồi đem việc này bạch lên Phật. Đức Phật dạy:

"Không cho phép tác pháp Yết-ma học gia các nhà khác một cách bừa bãi. Nếu vợ là Thánh nhân, chồng là phàm phu, hay vợ là phàm phu, chồng là Thánh nhân đều không nên tác pháp Yết-ma học gia. Trường hợp cả vợ lẫn chồng đều là bậc Thánh, không còn tâm bỏn xẻn, mà tài vật khánh tận sau đó mới được tác pháp Yết-ma học gia."

Lúc ấy, các tỳ-kheo đều không dám đến lại nhà Cù-sư-la, nên kẻ lớn người nhỏ gia đình ấy ai cũng nghĩ là sẽ không thấy mặt (các tỳ-kheo)*. Khi ấy, Cù-sư-la đến trong Tăng phường thưa với các tỳ-kheo:

"Con qui ngưỡng Tam tôn chứ không mong cầu phước điền nào khác, xin các Đại đức hoan hỷ tới lui nhà con."

Các tỳ-kheo đem việc này bạch lên Phật. Đức Phật cho phép đến. Các tỳ-kheo tuy đến nhưng không ăn uống. Gia chủ thưa:

"Con qui ngưỡng Tam bảo, chứ không mong cầu phước điền nào khác, xin nhận thức ăn của con."

Các tỳ-kheo đem việc này bạch lên Phật, đức Phật dạy: "Cho phép nhận một phần ba bình bát."

Đức Phật đã cho phép nhận một phần ba bình bát, các tỳ-kheo lại kéo hết đến xin, tài sản gia đình lại khánh kiệt hơn trước. Các tỳ-kheo Trưởng lão nghe, bằng mọi cách quở trách, rồi đem việc này bạch lên Phật. Nhân việc này, đức Phật tập họp tỳ-kheo Tăng, hỏi các tỳ-kheo:

"Các ngươi có thật vậy không?"

Thưa:

"Thật vậy, bạch đức Thế Tôn."

Đức Phật bằng mọi cách quở trách rồi bảo các tỳ-kheo:

"Nay Ta vì các tỳ-kheo kết pháp Ba-la-đề đề-xá-ni. Từ nay giới này nên nói như vầy:

> **Có các Học gia, Tăng tác pháp Yết-ma học gia. Nếu tỳ-kheo nào, nhận thức ăn nơi các học gia này thì tỳ-kheo đó nên hướng đến các tỳ-kheo nói lời hối quá: 'Tôi rơi vào pháp đáng quở trách, nay hướng đến các Đại đức nói lời ăn năn.' Đó gọi là pháp hối quá".**

Khi tài vật của gia đình Cù-sư-la chưa khánh kiệt, ông có lập riêng một chỗ tịnh dưỡng, mời các tỳ-kheo bệnh trong Tăng để cúng dường; lại có một chỗ để thuốc (cúng dường)*, cũng như vậy. Các tỳ-kheo bệnh, sau đó hổ thẹn không dám nhận.

Gia chủ thưa:

"Con vốn vì quí tỳ-kheo bệnh ở trong Tăng nên xuất tài vật này, cũng như lập chỗ để thuốc (cúng dường)*, nếu quí thầy lại không nhận thì cuối cùng không đem về."

[73b01] Các tỳ-kheo đem việc này bạch lên Phật. Nhân việc này, đức Phật tập họp tỳ-kheo Tăng, bảo các tỳ-kheo:

"Đó là những tài vật của ông thỉnh cúng khi chưa khánh tận, nay cho phép các tỳ-kheo tuỳ ý nhận. Từ nay giới này nên nói như vầy:

> **Có các học gia, Tăng đã tác Yết-ma học gia, tỳ-kheo nào không bệnh, trước không nhận được lời mời, mà đối với học gia này nhận thức ăn, thì tỳ-kheo ấy nên đến các tỳ-kheo nói nên lời hối quá: 'Tôi bị rơi vào pháp đáng quở trách, nay hướng đến các Đại đức nói lên lời ăn năn'. Đó gọi là pháp hối quá".**

Lại có một tỳ-kheo không bệnh nhận thức ăn từ học gia Yết-ma, nhận rồi sanh tâm nghi: Việc làm của ta sẽ không phạm Ba-la-đề đề-xá-ni chăng? Đem về cho lại các tỳ-kheo khác. Các tỳ-kheo khác ăn rồi, hỏi:

"Tại sao thầy không ăn?"

Trả lời: "Tôi không bệnh mà nhận thức ăn này từ học gia yết-ma, sợ phạm Ba-la-đề đề-xá-ni!"

Tỳ-kheo kia nói:

"Như điều thầy nghi, nay tôi bị phạm."

Đem việc này bạch lên Phật. Nhân việc này, đức Phật tập hợp tỳ-kheo tăng, bảo các tỳ-kheo:

"Nếu nhận thức ăn từ học gia Yết-ma, không ăn, mà cho người khác ăn, đều không phạm. Từ nay giới này nên nói như vầy:

B. GIỚI VĂN

Có các học gia, Tăng tác Yết-ma học gia, tỳ-kheo nào không bệnh, trước không nhận lời mời, đối với các học gia ấy, tự tay nhận thức ăn, tỳ-kheo ấy nên hướng đến các Đại đức, nói lên lời hối quá: 'Tôi bị rơi vào pháp đáng chê trách, nay hướng các Đại đức nói lời ăn năn'. Đó gọi là pháp hối quá".

Nếu học gia tài sản của họ bị khánh tận, Tăng có ruộng vườn nên cho họ quản lý, để có thặng dư họ nhờ. Nếu không có ruộng vườn, khi Tăng có món cúng dường nào khác, khiến học gia kia làm sứ giả để họ nhờ phẩm vật thừa. Nếu phương tiện này vẫn không có thì khi đi khất thực về, nên đến nhà họ ăn, để họ ăn thức ăn còn lại. Nếu không thể thực hiện được thì nên đem họ về Tăng phường cung cấp phòng nhà, ngọa cụ, theo thứ tự cho họ thức ăn, nước uống phi thời cũng nên cho họ. Nếu có nhận được vải cũng nên chia phần cho họ. Các phụ nữ của nhà học gia, các tỳ-kheo-ni cũng nên liệu lý như vậy. Sa-di phạm Đột-kiết-la.

IV. THỌ THỰC NGOÀI TRÚ XỨ A-LAN-NHÃ[965]

A. DUYÊN KHỞI

Đức Phật ở tại thành Ca-duy-la-vệ, vườn Ni-câu-loại.[966] Bấy giờ, có

---

[965] *Tăng-kỳ*, tr. 396b17: Đề-xá-ni 1; *Tứ phần*, tr. 697c01; *Thập tụng*, tr. 132c02; *Căn bản*, tr. 900c22: Đề-xá-ni 4.

[966] Ni-câu-loại 尼拘類. *Tăng-kỳ*: Thích thị 釋氏; *Tứ phần*: Ni-câu-luật 尼拘律; *Thập tụng*: Ca-duy-la-vệ 迦維羅衛; *Căn bản*: Tốt Đổ thành 窣覩. Pāli *Nigrodha*.

các bạch y đem cúng dường thức ăn (cho các tỳ-kheo sống nơi A-lan-nhã)* bị giặc cướp lấy, liền cơ hiềm:

"Tại sao các thầy không báo cho tôi. Nếu tôi biết, sẽ mang gậy để tự vệ, hay có thể không đến."

Các tỳ-kheo đem việc này bạch lên Phật. Nhân việc này, đức Phật tập họp tỳ-kheo Tăng, hỏi các tỳ-kheo:

"Các ngươi có thật vậy không?"

Thưa:

"Thật vậy, bạch đức Thế Tôn."

[73c01] Đức Phật bằng mọi cách quở trách rồi bảo các tỳ-kheo:

"Nay Ta vì các tỳ-kheo kết pháp Ba-la-đề đề-xá-ni. Từ nay giới này nên nói như vầy:

Tỳ-kheo nào, ở nơi A-lan-nhã, nghi có sự khủng bố, không tìm hiểu trước, nhận thức ăn trong Tăng phường. Tỳ-kheo này nên hướng đến các tỳ-kheo nói lên lời hối quá: 'Tôi bị rơi vào pháp đáng chê trách, nay hướng đến các Đại đức nói lời ăn năn'. Đó gọi là pháp hối quá".

Bấy giờ, có năm trăm người nô lệ thuộc dòng họ Thích làm phản,[967] ẩn náu nơi vắng vẻ. Các phụ nữ dòng họ Thích[968] muốn đến thăm viếng và cúng dường chúng Tăng, những người nô lệ nghe thế bèn bàn với nhau:

"Chúng ta sẽ chận giữa đường để cướp lấy."

Các tỳ-kheo nghe, bèn đến thông báo với các phụ nữ dòng họ

---

[967] *Tăng-kỳ:* Bị những người được sai mang thức ăn đi, ăn hết, hoặc một nửa hay hai phần ba. *Tứ phần:* Bọn giặc cướp. *Thập tụng:* Giặc trong rừng Ni-câu-đà. *Căn bản:* Giữa đường bị giặc cướp. ᴾᵃˡⁱ *tena kho pana samayena sākiyadāsakā avaruddhā honti,* vào lúc đó, các nô lệ của dòng họ *Sakka* nổi loạn.

[968] *Tăng-kỳ:* Cha mẹ, chị em, bà con dòng họ Thích; *Tứ phần:* Các phụ nữ trong thành Xá-di và các phụ nữ Câu-lê; *Thập tụng:* Các phụ nữ dòng họ Thích; *Căn bản:* Các Thích tử cùng các nữ tùy tùng. ᴾᵃˡⁱ *Sākiyāniyo.*

Thích: "Ở đây có bọn giặc muốn cướp lấy (đồ vật)* các ngươi, các người đừng đến."

Các phụ nữ liền dừng lại. Bọn nô lệ lại nói: "Sở dĩ các phụ nữ dòng họ Thích không đến,[969] tất do các tỳ-kheo báo trước, liền hỏi các tỳ-kheo. Các tỳ-kheo không nói dối, trả lời đúng sự thật. Bọn nô lệ liền đánh các tỳ-kheo gần chết và, đoạt hết y bát rồi mới tha.

Các tỳ-kheo đem việc này bạch lên Phật, đức Phật dạy: "Không nên nói có giặc mà chỉ nói khiến họ đừng đến."

Lúc ấy, các tỳ-kheo không biết có người ngoài sắp đến. Đem việc này bạch lên Phật, Phật dạy:

"Nên thường để ý nhìn thật xa bên ngoài, nếu thấy người đến thì mau chóng báo cáo. Có thức ăn thì vì họ nhận rồi bảo họ về liền. Từ nay pháp Ba-la-đề đề-xá-ni này nên nói như vầy:

B. GIỚI VĂN

Tỳ-kheo nào, ở nơi A-lan-nhã, nghi có khủng bố, không dò xét trước, mà tự tay nhận thức ăn trong Tăng phường, không ra ngoài để nhận. Tỳ-kheo này nên hướng đến các tỳ-kheo nói lên lời hối quá: 'Tôi đã rơi vào pháp đáng chê trách, nay đến các Đại đức nói lời ăn năn'. Đó gọi là pháp hối quá".

Có người bất ngờ đem thức ăn vào Tăng phường rồi, các tỳ-kheo không biết phải làm thế nào!? Đem việc này bạch lên Phật, đức Phật dạy:

"Cho phép một người vì thí chủ nhận liền, rồi lấy phần của họ ra, còn bao nhiêu chuyển cho chúng. Khi lấy phần của mình rồi, nên giao một người trong chúng chuyển thức ăn, và nhanh chóng khiến thí chủ ra về. Nếu không đi được, nên giấu người đưa thức ăn, đừng cho giặc thấy. Nếu không giấu được nên cho họ mặc áo cà-sa, rồi khiến họ

---

[969] *Tứ phần:* Giặc biết được chặn đường nhiều hại. ^{Pali} Các tỳ-kheo biết có giặc chặn đường, nhưng không báo cho các phụ nữ họ Thích biết để đừng đi.

đi. Nếu vẫn không được thì quyền biến cạo đầu, cho họ mặc áo cà-sa để đi.

Sa-di phạm Đột-kiết-la. Nếu quân đội đi ngang qua, họ cho thức ăn, hay giặc tự mang thức ăn đến cho thì không phạm."

CHƯƠNG VII:
PHÁP CHÚNG HỌC[970]

ĐIỀU 1 ĐẾN ĐIỀU 7[971]

A. DUYÊN KHỞI

Đức Phật ở tại thành Vương Xá.[972] Bấy giờ, các tỳ-kheo[973] mặc hạ y,[974] hoặc cao quá, hoặc thấp quá, hoặc so le, hoặc như lá Đa-la, hoặc như vòi con voi, hoặc như vòng tròn **[74a01]**, hay xếp nhỏ. Cư sĩ thấy hiềm trách, nói:

"Các sa-môn này mặc hạ y hoặc giống như phụ nữ, hoặc giống như kỹ nữ, lấy đó làm điều tốt, không có tác phong. Mặc y còn không biết huống nữa là đối với chơn lý."

---

[970] *Tứ phần* 19, tr. 698a07: Thức-xoa-ca-la-ni 式叉迦羅尼法, phiên âm Phạn: *śikṣā karaṇīyā*, "điều cần phải học." *Tăng-kỳ* 21, tr. 399b07; *Thập tụng* 19, tr. 133b14; *Căn bản* 50, tr. 901b16: Đều gọi Chúng học pháp 眾學法. Pāli *sekhiyā dhammā (sikkhā karaṇīyā)*.

[971] Các bản khác đều có riêng Giới tướng mỗi điều; nhưng chỉ *Ngũ phần*, *Căn bản* gom lại ghi một lần nhiều giới điều. Nhưng 7 điều cần phải học này theo *Tăng-kỳ*, *Tứ phần*, *Căn bản* (điều 1), *Thập tụng* (điều 12) thì là điều mặc nội y, Niết-bàn-tăng, Nê-hoàn-tăng hay Nê-bà-san cho tề chỉnh.

[972] Skt *Rājagṛha*, Pāli *Rājagaha*, *Tăng-kỳ*; *Tứ phần*: Xá-vệ thành (quốc) 舍衛城 (國); *Thập tụng*: Vương xá thành 王舍城; *Căn bản*: Bà-la-nê-tư, Tiên nhân đọa xứ thi lộc lâm trung 婆羅泥斯仙人墮處施鹿林中.

[973] *Tăng-kỳ*, *Tứ phần*, *Căn bản*: Lục quần tỳ-kheo 六群比丘, *Thập tụng* như ngũ phần.

[974] *Tăng-kỳ*: Nội y 內衣; *Tứ phần*: Niết-bàn-tăng 涅槃僧; *Thập tụng*: Nê-hoàn-tăng 泥洹僧; *Căn bản*: (trước) y (著) 衣.

Các tỳ-kheo Trưởng lão nghe, bằng mọi cách quở trách rồi đem việc này bạch lên Phật. Nhân việc này, đức Phật tập họp tỳ-kheo Tăng, hỏi các tỳ-kheo:

"Các ngươi có thật vậy không?"

Thưa:

"Thật vậy, bạch đức Thế Tôn."

Đức Phật bằng mọi cách quở trách rồi bảo các tỳ-kheo:

"Nay Ta vì các tỳ-kheo kết Pháp cần phải học. Từ nay giới này nên nói như vầy:

B. GIỚI VĂN

"Mặc y dưới không cao, không thấp, không so le, không như lá cây Đa-la, không như mũi con voi, không như viên nại, không xếp nhỏ, cần phải học."

C. THÍCH TỪ

Mặc cao:[975] Nửa ống chân trở lên.

Mặc thấp: Từ nửa ống chân trở xuống.

Mặc so le: Là bốn góc không bằng nhau.

Mặc như lá cây Đa-la:[976] Là mặc trước cao sau thấp.

Như mũi con voi: Là thòng một góc phía trước.

Như viên nại: Túm phía trước cho tròn, để vén trước bụng.

Xếp nhỏ: Quấn chỗ eo lưng thành từng lằn nhỏ.

Nếu không biết, không hỏi, mà mặc như vậy, phạm Đột-kiết-la. Nếu hiểu rõ mà không cẩn thận mặc như vậy cũng phạm Đột-kiết-la. Nếu hiểu rõ mà khinh giới, khinh người nên mặc như vậy, phạm Ba-dật-đề. Tỳ-kheo-ni cũng như vậy. Thức-xoa-ma-na, sa-di, sa-di-ni, phạm

---

[975] Pali: *puratopi pacchatopi olambentā*, quấn nội y để phía trước, phía sau thòng xuống.

[976] Cây Đa-la: **Xem cht. 81**, Ch. i, Ba-la-di 1.

Đột-kiết-la.

Nếu khi có bệnh, hoặc lúc trời mưa dính bùn thì không phạm.

ĐIỀU 8 ĐẾN ĐIỀU 10

A. DUYÊN KHỞI

Đức Phật ở tại thành Vương Xá. Bấy giờ, các tỳ-kheo mặc y[977] hoặc quá cao, hoặc quá thấp, hoặc so le. Cư sĩ cơ hiềm... *cho đến câu*: Vì các tỳ-kheo kết Pháp cần phải học... Đều như trước đã nói.

"Từ nay giới này nên nói như vầy:

B. GIỚI VĂN

"Mặc y (trên) không cao, không thấp, không so le cần phải học".

C. THÍCH TỪ

Cao, thấp, so le như nghĩa trên đã nói.

ĐIỀU 11 ĐẾN ĐIỀU 50

A. DUYÊN KHỞI

Đức Phật ở tại thành Vương Xá. Bấy giờ, các tỳ-kheo không khéo che[978] thân vào nhà bạch y, hoặc không khéo che thân khi ngồi trong nhà bạch y; hoặc lật ngược y lên vai bên tả vào nhà bạch y, hoặc lật ngược y lên vai bên tả khi ngồi trong nhà bạch y; hoặc lật ngược y lên vai bên hữu vào nhà bạch y, hoặc lật ngược y lên vai bên hữu vào khi ngồi trong nhà bạch y; hoặc lật ngược y lên cả hai vai vào nhà bạch y, hoặc lật ngược y lên cả hai vai khi ngồi trong nhà bạch y; hoặc lắc

---

[977] *Tăng-kỳ; Tứ phần:* Trước y 著衣. Điều 2. *Thập tụng:* Bị y 被衣, điều 12; *Căn bản:* Trước y 著衣(ba y), điều 8. Pāli *pārupanti,* quấn (thượng) y, phân biệt với *nivāsenti,* quấn hạ y.

[978] Hán: Hảo phú 好覆, Pāli *Supaṭicchanna.*

mình,⁹⁷⁹ lắc đầu,⁹⁸⁰ hoặc nhún vai, hoặc dắt tay⁹⁸¹ nhau, hoặc trùm kín cả người, hoặc chống nạnh,⁹⁸² hoặc chống cằm, hoặc vung cánh tay (thòng cánh tay đưa ra trước bước đi) vào nhà bạch y; hoặc với dáng điệu đó ngồi nhà bạch y; hoặc nhìn lên, hoặc quay nhìn hai bên vào nhà bạch y; hoặc với oai nghi này ngồi nhà bạch y; hoặc đi nhón chân vào nhà bạch y, hoặc với oai nghi này ngồi nhà bạch y; **[74b01]** hoặc đi chồm hổm⁹⁸³ vào nhà bạch y, hoặc với oai nghi này ngồi nhà bạch y; hoặc trùm đầu⁹⁸⁴ đi vào nhà bạch y, hoặc trùm đầu khi ngồi nhà bạch y; hoặc đùa giỡn⁹⁸⁵ vào nhà bạch y, hoặc đùa giỡn khi ngồi nhà bạch y; hoặc nói lớn tiếng vào nhà bạch y, hoặc nói lớn tiếng khi ngồi nhà bạch y; hoặc không an tường vào nhà bạch y; hoặc không an tường khi ngồi nhà bạch y. Các cư sĩ thấy cơ hiềm như trước.

Các tỳ-kheo Trưởng lão nghe, bằng mọi cách quở trách rồi đem việc này bạch lên Phật. Nhân việc này, đức Phật tập họp tỳ-kheo Tăng, hỏi các tỳ-kheo:

"Thật sự các ông có như vậy không?"

Các tỳ-kheo thưa:

"Thật vậy, bạch đức Thế Tôn."

Bằng mọi cách đức Phật quở trách rồi, bảo các tỳ-kheo:

"Từ nay Ta vì các tỳ-kheo kết Pháp cần phải học. Từ nay giới này nên nói như vầy:

B. GIỚI VĂN

"*Khéo che thân vào nhà bạch y là điều cần phải học, cho đến câu: an tường ngồi trong nhà bạch y, cần phải học*".

---

⁹⁷⁹ Dao thân 搖身, Pāli *Kāyappacālaka.*
⁹⁸⁰ Dao đầu 搖頭, Pāli *Sīsappacālaka.*
⁹⁸¹ Huề thủ 携手, Pāli *Bāhuppacālaka.*
⁹⁸² Xoa yêu 扠腰, Pāli *Khambhakata.*
⁹⁸³ Tồn hành 蹲行, Pāli *Ukkutika.*
⁹⁸⁴ Phú đầu 覆頭, Pāli *Oguṇṭhita.*
⁹⁸⁵ Hí tiếu 戲笑, Pāli *Ujjhaggikā.*

ĐIỀU 51[986]

A. DUYÊN KHỞI

Đức Phật du hoá tại nước Bà-già,[987] cùng đầy đủ năm trăm vị đại tỳ-kheo Tăng, đến núi Thủ-ma-la,[988] trú tại rừng Khủng Bố. Bấy giờ, có thái tử Bồ Đề Vương vừa xây một giảng đường mới tại núi này, chưa có sa-môn, bà-la-môn nào vào ngồi trong đó. Thái tử kia nghe đức Phật đến núi này trú tại rừng Khủng Bố, bảo Ma-nạp Tát-xà Tử:[989] "Ngươi nhân danh Ta đến thăm hỏi đức Thế Tôn, xem Ngài có được khỏe, ít lo ít phiền, cuộc sống có được nhẹ nhàng không và thưa, 'ta đã lập được một giảng đường mới tại núi này, chưa có sa-môn, bà-la-môn nào vào ngồi trong đó; cúi xin đức Thế Tôn cùng chúng Tăng, trước hết, ghi nhận giảng đường này và tại đây ta xin thiết lễ bạc cúng dường, để cho ta được an ổn lâu dài. Nếu đức Phật dạy thế nào, ta sẽ phụng hành.' Ngươi đem việc này bạch lên Phật rồi trở về gấp báo cáo với ta."

Ma-nạp vâng lời, đến rồi đầu diện đảnh lễ sát chân, đứng lui qua một bên, trình bày đầy đủ ý của thái tử. Đức Phật nhận lời bằng cách im lặng.

Lúc ấy, Tát-xà Tử biết Phật đã hứa khả, liền trở về tâu với thái tử. Suốt đêm, thái tử chuẩn bị nhiều thức ăn ngon bổ, sáng ngày tự đưa đến giảng đường. Bên trong và bên ngoài giảng đường đều trải bằng vải nhiều sắc màu. Đến giờ bạch Phật, xin oai đức rủ lòng (quang lâm)*. Đức Phật cùng năm trăm tỳ-kheo kẻ trước người sau vây quanh đến đứng dưới cấp của đường đi.

Thái tử để trống vai bên hữu, đầu gối bên hữu chấm đất, chắp tay bạch Phật: Kính thỉnh đức Thế Tôn bước lên giảng đường chật hẹp này để con nhận được sự an lạc lâu dài.

---

[986] *Tăng-kỳ*, điều 24; *Tứ phần*, điều 26; *Thập tụng*, điều 58; *Căn bản*, điều 37; Pāli, *Sikkhā* 27.

[987] Bà-già quốc 婆伽國. *Tăng-kỳ*: Vương xá thành 王舍城; *Tứ phần*; *Thập tụng*: Xá Vệ quốc (thành) 舍衛國(城); *Căn bản*: Giang trư sơn 江猪山.

[988] Núi Thủ-ma-la 首摩羅山.

[989] Tát-xà Tử ma-nạp 薩闍子摩納. Ma-nạp: Pāli *Māṇava*, thiếu niên.

Đức Phật vẫn không bước lên, cho đến ba lần, lần thỉnh cuối cùng; đức Phật quay lại nhìn Tôn giả A-nan. Tôn giả hiểu được ý chỉ của Phật, nói với thái tử: Nên cuốn vải nhiều màu này, đức Phật không bước lên trên, vì lòng thương đối với đời sau.

Thái tử liền ra lệnh cuốn vải, [74c01] rồi như lần trước, thỉnh Phật. Khi ấy, đức Thế Tôn cùng Chúng Tăng đều bước lên, đến tòa an toạ. Thái tử tự tay dâng thức ăn. Các tỳ-kheo dùng một ngón tay hoặc hai ngón tay cầm bình bát nhận thức ăn dâng đặt vào, tất cả bát đều rơi, đồ ăn uống đổ xuống nhớp cả nền nhà bằng thuỷ tinh. Các cư sĩ thấy, cơ hiềm nói:

"Các tỳ-kheo này giống như những kẻ kiêu căn, giảo hoạt."

Các tỳ-kheo Trưởng lão nghe, bằng mọi cách quở trách, rồi đem việc này bạch lên Phật. Nhân việc này, đức Phật tập họp tỳ-kheo Tăng, hỏi các tỳ-kheo: "Các ngươi có thật vậy không?"

Thưa:

"Thật vậy, bạch đức Thế Tôn."

Bằng mọi cách đức Phật quở trách rồi, bảo các tỳ-kheo:

"Nay Ta vì các tỳ-kheo kết Pháp cần phải học. Từ nay giới này nên nói như vầy:

B. GIỚI VĂN

"Nhận thức ăn nên chú tâm,[990] cần phải học."

- *Chú tâm:* là nhất tâm bưng bình bát bằng tay bên tả, tay bên hữu đỡ nơi cái miệng bát.

ĐIỀU 52 ĐẾN ĐIỀU 57

A. DUYÊN KHỞI

Đức Phật ở tại thành Vương Xá. Bấy giờ, các tỳ-kheo nhận thức ăn đầy bát, tràn ra ngoài làm tốn cơm canh, các bạch y chê trách:

---

[990] *Tăng-kỳ:* Nhất tâm 一心; *Tứ phần:* Dụng ý 用意; *Thập tụng:* Nhất tâm 一心; *Căn bản:* Cung kính 恭敬.

"Các tỳ-kheo này ham nhận (thức ăn)*, không biết nhàm chán, như kẻ đói khát."

Lại có các tỳ-kheo ở nhà bạch y, nhận được cơm, ăn hết không đợi canh, nhận được canh lại ăn hết, không đợi cơm. Các bạch y chê trách, nói:

"Các tỳ-kheo này ham ăn như chó!"

Lại có các tỳ-kheo moi lấy thức ăn khắp trong bát. Lại có các tỳ-kheo khoét chính giữa bát để (lấy thức)* ăn. Lại có các tỳ-kheo cong ngón tay để vét (thức ăn trong)* bát để ăn. Lại có các tỳ-kheo ngửi thức ăn khi ăn. Các cư sĩ thấy, đều chê trách.

Tỳ-kheo Trưởng lão nghe, đem việc này bạch lên Phật. Nhân việc này, đức Phật tập họp tỳ-kheo Tăng, hỏi các tỳ-kheo:

"Các ngươi có thật vậy không?"

Thưa:

"Thật vậy, bạch đức Thế Tôn."

Bằng mọi cách đức Phật quở trách rồi, bảo các tỳ-kheo:

"Nay Ta vì các tỳ-kheo chế Pháp cần phải học. Từ nay giới này nên nói như vầy:

B. GIỚI VĂN

"Không được nhận thức ăn đầy bát.[991] Ăn canh và cơm đồng đều.[992] Không moi khắp trong bát để lấy thức ăn.[993] Không được khoét giữa bát để (lấy thức ăn)* ăn.[994] Không

---

[991] *Tứ phần*, điều 27-28; *Thập tụng*, điều 60; *Căn bản*, điều 38-39. Pāli, *Sikkhā* 30.

[992] *Tăng-kỳ*, điều 25; *Tứ phần*, điều 29; *Thập tụng*, điều 61. Pāli. *Sikkhā* 34.

[993] *Tăng-kỳ*, điều 26; *Tứ phần*, điều 30; *Thập tụng*, điều 83. Pāli, *Sikkhā* 33; Pāli *tahaṃ tahaṃ omasitvā piṇḍapātaṃ bhuñjanti*, thọc chỗ này chỗ kia mà ăn.

[994] *Tứ phần*, điều 31; *Thập tụng*, điều 62. Pāli, *Sikkhā* 35. Pāli *thūpakato omaditvā*, moi trên chóp (bát). Sớ giải: *thūpakatoti matthakato vemajjhato ti attho*, moi chóp bát, tức moi giữa bát.

được cong ngón tay để vét (thức ăn trong)* bát.⁹⁹⁵ Khi ăn không được ngửi thức ăn, cần phải học."

ĐIỀU 58⁹⁹⁶

A. DUYÊN KHỞI

Đức Phật ở tại thành Vương Xá. Bấy giờ, các tỳ-kheo xoay qua hai bên trông thức ăn. Các bạch y (thấy)* chê trách:

"Các tỳ-kheo này như chó, như chim, tự mình ăn lại nhìn người, phép ăn còn không biết, huống là lý thâm sâu khác!"

Các Trưởng lão nghe, đem việc này bạch lên Phật. Nhân việc này, đức Phật tập họp tỳ-kheo Tăng, hỏi các tỳ-kheo:

"Các ngươi có thật vậy không?"

Thưa:

"Thật vậy, bạch đức Thế Tôn."

Bằng mọi cách đức Phật quở trách rồi, bảo các tỳ-kheo:

"Khi ăn không nên nhìn ngó hai bên."

Khi ấy, các tỳ-kheo không dám nhìn ngó, [75a01] nhắm mắt mà ăn, nên không thấy thêm cơm canh. Nhóm sáu tỳ-kheo lấy thức ăn ấy ăn. Khi mở mắt ra, hỏi:

"Ai lấy thức ăn của tôi?"

Trả lời:

"Các thầy không có con mắt để ngó hay sao, mà hỏi lại người ngồi gần?"

Tỳ-kheo khác quở trách rồi, đem việc này bạch lên Phật. Nhân việc này, đức Phật tập họp các tỳ-kheo Tăng, hỏi nhóm sáu tỳ-kheo:

"Các ngươi có thật vậy không?"

---

[995] *Tăng-kỳ*, điều 34; *Thập tụng*, điều 75. *Căn bản*, điều 58.
[996] *Tăng-kỳ*, điều 43; *Tứ phần*, điều 35; *Thập tụng*, điều 82; *Căn bản*, điều 60. Pāli, *Sikkhā* 32.

Thưa:

"Thật vậy, bạch đức Thế Tôn."

Bằng mọi cách đức Phật quở trách rồi, bảo các tỳ-kheo:

"Nay Ta vì các tỳ-kheo kiết Pháp cần phải học. Từ nay giới này nên nói như vầy:

B. GIỚI VĂN

"*Khi ăn nên nhìn kỹ vào bình bát, cần phải học.*"

- *Nhìn kỹ vào bình bát:* Là buộc sự nhìn vào bình bát, nhìn khi thêm thức ăn.

ĐIỀU 59[997]

A. DUYÊN KHỞI

Đức Phật ở tại thành Vương Xá. Bấy giờ, các tỳ-kheo ăn còn thừa thức ăn, các cư sĩ cơ hiềm nói:

"Các tỳ-kheo này ăn như con nít."

Lại có năm trăm tỳ-kheo thọ trai tại một nhà cư sĩ, trong số những người bạch y, có người nói, tỳ-kheo ăn đều không để thừa thức ăn; có người nói bỏ thừa. Hai người cá nhau. Hôm ấy, ngẫu nhiên các tỳ-kheo lại không để thừa thưc ăn; sau đó, thấy ở chỗ khác ăn để thừa thức ăn, nên họ cơ hiềm như trên.

Các tỳ-kheo nghe, bằng mọi cách quở trách, rồi đem việc này bạch lên Phật. Nhân việc này, đức Phật tập họp tỳ-kheo Tăng, hỏi các tỳ-kheo:

"Các ngươi có thật vậy không?"

Thưa:

"Thật vậy, bạch đức Thế Tôn."

Đức Phật bằng mọi cách quở trách rồi, bảo các tỳ-kheo:

"Nay Ta vì các tỳ-kheo kết Pháp cần phải học. Từ nay giới này nên

---

[997] *Thập tụng,* điều 83. *Tăng-kỳ,* điều 47; *Căn bản,* điều 65.

nói như vầy:

B. GIỚI VĂN

"Không được bỏ thừa thức ăn, cần phải học".

ĐIỀU 60[998]

A. DUYÊN KHỞI

Đức Phật ở tại thành Vương Xá. Bấy giờ, các tỳ-kheo dùng tay đang (bốc) ăn, cầm đồ đựng cơm sạch, dầu mỡ dính nhơ nhớp, tỳ-kheo khác thấy gớm, các cư sĩ thấy chê trách, nói:

"Tại sao lấy tay đang (bốc)* ăn cầm đồ đựng cơm sạch?"

Tỳ-kheo Trưởng lão nghe, bằng mọi cách quở trách rồi đem việc này bạch lên Phật. Nhân việc này, đức Phật tập họp tỳ-kheo Tăng, hỏi các tỳ-kheo:

"Các ngươi có thật vậy không?"

Thưa:

"Thật vậy, bạch đức Thế Tôn."

Đức Phật bằng mọi cách quở trách rồi bảo các tỳ-kheo:

"Khi ăn không nên dùng tay bên mặt cầm đồ đựng cơm sạch."

Sau đó, các bạch y đem cơm đến, tỳ-kheo dùng tay bên trái nhận, bạch y không trao cho lại còn nói như vầy: "Không mời các tỳ-kheo."

Rồi đem việc này bạch lên Phật. Nhân đây, đức Phật tập họp tỳ-kheo Tăng, bảo các tỳ-kheo:

"Nên rửa tay sạch cầm đồ đựng cơm."

Nay Ta vì các tỳ-kheo kết Pháp cần phải học. "Từ nay giới này nên nói như vầy:

---

[998] *Tăng-kỳ*, điều 46; *Tứ phần*, điều 47; *Thập tụng*, điều 78. *Căn bản*, điều 62; Pāli, *Sikkhā* 55.

B. GIỚI VĂN

"Không nên dùng tay bốc thức ăn mà cầm đồ đựng cơm sạch, cần phải học".

Tay bốc thức ăn: Tay đang bốc thức ăn bị dính dầu mỡ nhớp.

ĐIỀU 61 ĐẾN ĐIỀU 62

A. DUYÊN KHỞI

[75b01] Đức Phật ở tại thành Vương Xá. Bấy giờ, các tỳ-kheo ăn bằng cách húp thức ăn. Lại có các tỳ-kheo nhai thức ăn có tiếng. Các cư sĩ thấy, cơ hiềm nói:

"Các tỳ-kheo này ăn như chó uống nước."

Lại có các bà-la-môn mời các tỳ-kheo dùng cháo, các tỳ-kheo húp cháo có tiếng. Có một tỳ-kheo nói:

"Nay các tỳ-kheo ăn cháo như khi chiến đấu với cái lạnh! Nói như vậy rồi tâm sanh nghi hối: Nay ta đã huỷ báng Tăng, không biết làm sao? Đem việc này bạch lên Phật. Nhân việc này, đức Phật tập họp tỳ-kheo Tăng, hỏi tỳ-kheo kia:

"Ông nói những lời này với ý gì?"

Thưa:

"Vừa có ý giận vừa có ý đùa cợt."

Đức Phật dạy:

"Trách với tâm giận thì không phạm, còn quở trách với tâm đùa cợt, phạm Đột-kiết-la. Phật bảo các tỳ-kheo:

"Nay ta vì các tỳ-kheo kết Pháp cần phải học. Từ nay giới này nên nói như vầy:

B. GIỚI VĂN

"Không nên húp thức ăn[999] khi ăn, không nên nhai thức

---

[999] *Tăng-kỳ*, điều 38; *Tứ phần*, điều 43; *Thập tụng*, điều 69; Pāli, *Sikkhā* 51, *surusurukārakaṃ khīraṃ pivanti*, húp sữa thành tiếng "xu-ru-xu-ru."

ăn có tiếng,¹⁰⁰⁰ cần phải học".

ĐIỀU 63¹⁰⁰¹

A. DUYÊN KHỞI

Đức Phật ở tại thành Vương Xá. Bấy giờ, có các tỳ-kheo dùng lưỡi lấy thức ăn. Các cư sĩ thấy cơ hiềm nói:

"Các tỳ-kheo này ăn giống như trâu."

Các tỳ-kheo Trưởng lão nghe bằng mọi cách quở trách, rồi đem việc này bạch lên Phật. Nhân việc này, đức Phật tập họp tỳ-kheo Tăng, hỏi các tỳ-kheo:

"Các người có thật vậy không?

Thưa:

"Thật vậy, bạch đức Thế Tôn."

Đức Phật bằng mọi cách quở trách rồi bảo các tỳ-kheo:

"Nay Ta vì các tỳ-kheo kết Pháp cần phải học. Từ nay giới này nên nói như vầy:

B. GIỚI VĂN

"Không được dùng lưỡi lấy thức ăn, cần phải học".

ĐIỀU 64 ĐẾN ĐIỀU 67

A. DUYÊN KHỞI

Đức Phật ở tại thành Vương Xá. Bấy giờ, các tỳ-kheo (bốc cơm)* đầy tay nên thức ăn rơi xuống đất. Lại có các tỳ-kheo hả miệng quá lớn để ăn. Lại có các tỳ-kheo cơm chưa đến mà đã hả miệng để chờ,

---

[1000] *Tăng-kỳ*, điều 37; *Tứ phần*, điều 42; *Thập tụng*, điều 70. Pāli, *Sikkhā* 50: *capucapukārakaṃ*, nhai có tiếng "cháp cháp."

[1001] *Tăng-kỳ*, điều 28; *Tứ phần*, điều 44; *Thập tụng*, điều 74: thỉ thủ thực 舐手食, liếm tay mà ăn. *Căn bản*, điều 54. Pāli, *Sikkhā* 52: *hatthanillehakaṃ*, liếm tay. Cf. *Sikkhā* 49: *jivhānicchārakaṃ*, le lưỡi. *Sikkhā* 53: *pattanillehakaṃ*, liếm bát.

ruồi bay vào miệng, ăn xong bị ói ra hết. Lại có các tỳ-kheo co rút mũi mà ăn. Các cư sĩ thấy đều chê trách.

Các tỳ-kheo Trưởng lão nghe, bằng mọi cách quở trách rồi đem việc này bạch lên Phật. Nhân việc này đức Phật tập hợp tỳ-kheo Tăng, hỏi các tỳ-kheo:

"Các người có thật vậy không?"

Thưa: "Thật vậy, bạch đức Thế Tôn."

Đức Phật bằng mọi cách quở trách rồi bảo các tỳ-kheo:

"Nay ta vì các tỳ-kheo kết Pháp cần phải học. Từ nay giới này nên nói như vầy:

B. GIỚI VĂN

"**Không được (bốc)* thức ăn đầy tay,**[1002] **cần phải học. Không được hả miệng quá lớn để ăn,**[1003] **cần phải học. Cơm chưa đến không được hả miệng lớn để chờ, cần phải học. Không được co rút mũi mà ăn, cần phải học**".

Cơm đến miệng, các tỳ-kheo vẫn không dám hả miệng nên cơm dính nhớp hai bên miệng, rơi xuống đất. Đem việc này bạch lên Phật, đức Phật dạy:

"**Không xa, không gần, nên mở miệng**"*.

ĐIỀU 68[1004]

A. DUYÊN KHỞI

Đức Phật ở tại thành Vương Xá. Bấy giờ, các tỳ-kheo vừa ngậm thức ăn vừa nói chuyện, hoặc cơm rơi xuống đất, hoặc cơm bị rớt trên y, hoặc rớt vào trong bát. Các cư sĩ thấy đều cơ hiềm chê trách.

[1002] *Tăng-kỳ*, điều 29; *Thập tụng*, điều 64; *Căn bản*, điều 42. Pāli, *Sikkhā* 39.

[1003] *Ngũ phần*, điều 65-66-68; *Tăng-kỳ*, điều 30; *Tứ phần*, điều 37; *Thập tụng*, điều 66; *Căn bản*, điều 43.

[1004] Hán Bất hàm thực ngữ 不含食語, *Tăng-kỳ*, điều 33; *Tứ phần*, điều 38; *Thập tụng*, điều 67; *Căn bản*, điều 44. Pāli *Na sakabaḷena mukhena byāharati*.

[75c01] Các tỳ-kheo Trưởng lão nghe, bằng mọi cách quở trách rồi đem việc này bạch lên Phật. Nhân việc này đức Phật tập họp tỳ-kheo Tăng, hỏi các tỳ-kheo:

"Các người có thật vậy không?"

Thưa:

"Thật vậy, bạch đức Thế Tôn."

Bằng mọi cách, đức Phật quở trách các tỳ-kheo, rồi nói:

"Nay Ta vì các tỳ-kheo kết Pháp cần phải học. Từ nay giới này nên nói như vầy:

B. GIỚI VĂN

"**Không được ngậm thức ăn mà nói, cần phải học**".

Sau đó, bạch y thêm thức ăn, hỏi các tỳ-kheo cần không? (Các tỳ-kheo)* không dám trả lời, bèn bị (bạch y)* chê trách nói:

"Các tỳ-kheo kiêu mạn, không nói chuyện cùng người. Họ đem việc này bạch lên Phật, đức Phật dạy:

"**Khi thêm thức ăn, cho phép nói: 'Cần hay không cần'.**"

ĐIỀU 69 ĐẾN ĐIỀU 75

A. DUYÊN KHỞI

Đức Phật ở tại thành Vương Xá. Bấy giờ, các tỳ-kheo miệng đầy thức ăn khiến hai má trương lên. Các cư sĩ cơ hiềm, nói:

"Các tỳ-kheo này ăn như khỉ."

Lại có các tỳ-kheo cắn phân nửa thức ăn, phần thừa trở lại trong bát. Các cư sĩ cơ hiềm, nói:

"Các tỳ-kheo này ăn uống dơ dáy."

Lại có các tỳ-kheo duỗi cánh tay lấy thức ăn. Các cư sĩ thấy cơ hiềm, nói:

"Các tỳ-kheo này như voi dùng vòi."

Lại có các tỳ-kheo lắc tay mà ăn. Các cư sĩ thấy cơ hiềm, nói: "Các tỳ-kheo này như con voi lắc vòi."

Lại có các tỳ-kheo dùng lưỡi liếm đồ ói ra rồi ăn lại. Các cư sĩ thấy, cơ hiềm, nói:

"Các tỳ-kheo này như chó liếm đồ ói ra."

Lại có các tỳ-kheo nuốt trộng luôn cả miếng ăn; lại có các tỳ-kheo vò cơm từ xa quẳng vào miệng. Các cư sĩ thấy, đều cơ hiềm.

Các tỳ-kheo Trưởng lão nghe, bằng mọi cách quở trách rồi đem việc này bạch lên Phật. Nhân việc này đức Phật tập họp tỳ-kheo Tăng, hỏi các tỳ-kheo:

"Các ngươi có thật vậy không?"

Thưa: "Thật vậy, bạch đức Thế Tôn."

Đức Phật bằng mọi cách quở trách rồi bảo các tỳ-kheo:

"Nay Ta vì các tỳ-kheo kết Pháp nên học. Từ nay giới này nên nói như vầy:

B. GIỚI VĂN

"Không được ăn phình hai má,[1005] không được cắn phân nửa thức ăn,[1006] không được duỗi cánh tay lấy thức ăn, không được lắc tay[1007] ăn, không được dùng lưỡi liếm đồ ói[1008] ăn lại, không được ăn nuốt trộng,[1009] không được vò cục cơm từ xa ném vào miệng,[1010] là những điều cần phải học".

[1005] *Tăng-kỳ*, điều 27; *Tứ phần*, điều 41; *Căn bản*, điều 52; Pāli, *Sikkhā* 46.
[1006] *Tăng-kỳ*, điều 32; *Thập tụng*, điều 68; *Căn bản*, điều 53.
[1007] Hán Chấn thủ 振手, *Tăng-kỳ*, điều 41; *Tứ phần*, điều 45; *Thập tụng*, điều 76; Pāli *Sikkhā* 47: *Hatthaniddhunaka*.
[1008] Liếm đồ ói, Hán Thổ thiệt 吐舌; *Thập tụng*, điều 72. Pāli *Jivhānicchāraka*.
[1009] *Tăng-kỳ*, điều 39; *Thập tụng*, điều 71.
[1010] *Ngũ phần*, điều 77; *Tăng-kỳ*, điều 31; *Tứ phần*, điều 39; Pāli, *Sikkhā* 44.

ĐIỀU 76[1011]

A. DUYÊN KHỞI

Đức Phật ở tại thành Vương Xá. Bấy giờ, các tỳ-kheo đem nước rửa bát đổ trong nhà bạch y. Các cư sĩ thấy, cơ hiềm, nói:

"Các tỳ-kheo này không biết nước rửa bát dơ nên đổ chỗ nào, huống là biết việc gì xa xôi!"

Các tỳ-kheo Trưởng lão nghe, bằng mọi cách quở trách, rồi đem việc này bạch lên Phật. Nhân việc này đức Phật tập họp tỳ-kheo Tăng, hỏi các tỳ-kheo:

"Các người có thật vậy không?

Thưa:

"Thật vậy, bạch đức Thế Tôn."

Đức Phật bằng mọi cách quở trách rồi, [76a01] bảo các tỳ-kheo:

"Không nên đem nước rửa bát đổ trong nhà Bạch y."

Có các Bạch y mới cất nhà xong, (tin rằng)* được nước trong bát (nước rửa bát)* của các tỳ-kheo rưới vào nền nhà, sẽ được may mắn. Các tỳ-kheo không dám rưới. Các cư sĩ nói:

"Các tỳ-kheo này không kham nhận sự cung kính của người!"

Các tỳ-kheo đem việc này bạch lên Phật. Nhân việc này đức Phật tập họp tỳ-kheo Tăng, bảo các tỳ-kheo:

"Cho phép các tỳ-kheo dùng nước rửa bát, không có thức ăn, rưới trên nền nhà. Nay ta vì các tỳ-kheo kết Pháp nên học. Từ nay giới này nên nói như vầy:

B. GIỚI VĂN

"Không được dùng nước rửa bát có thức ăn rưới trên nền nhà bạch y, cần nên học".

[1011] *Tăng-kỳ*, điều 47; *Tứ phần*, điều 48; *Thập tụng*, điều 84. (tr. 139a20): phải hỏi gia chủ chỗ đổ; *Căn bản*, điều 63; Pāli, *Sikkhā* 56: nước rửa bát có lẫn hạt cơm.

ĐIỀU 77[1012]

A. DUYÊN KHỞI

Đức Phật ở tại thành Vương Xá. Bấy giờ, các tỳ-kheo dùng cơm phủ canh lại, các bạch y tưởng là chưa có canh đem canh đến, sau khi biết có rồi nên chê trách, nói:

"Các tỳ-kheo này như con nít, dùng cơm phủ canh lại."

Các tỳ-kheo Trưởng lão nghe, bằng mọi cách quở trách rồi đem việc này bạch lên Phật. Nhân việc này, đức Phật tập họp tỳ-kheo Tăng, hỏi các tỳ-kheo:

"Các ngươi có thật vậy không?"

Thưa: "Thật vậy, bạch đức Thế Tôn."

Đức Phật bằng mọi cách quở trách rồi, bảo các tỳ-kheo:

"Không nên dùng cơm phủ canh."

Có các tỳ-kheo bệnh, không dám dùng cơm phủ canh nên trùng sa vào canh, không thể bỏ được; đem việc này bạch lên Phật. Nhân việc này đức Phật tập họp tỳ-kheo Tăng, bảo các tỳ-kheo:

"Cho phép dùng cơm phủ canh, nhưng không nên hy vọng được thêm canh."

Nay Ta vì các tỳ-kheo kết Pháp cần phải học. Từ nay giới này nên nói như vầy:

B. GIỚI VĂN

"Không được dùng cơm phủ canh với hy vọng được thêm canh, cần phải học".

[1012] *Tăng-kỳ*, điều 45; *Tứ phần*, điều 33; *Thập tụng*, điều 80; *Căn bản*, điều 45. Pāli *Sikkhā* 36; *sūpaṃ vā vyañjanaṃ vā... bhiyyokamyataṃ upādāyāti*, để nhận thêm canh hay gia vị.

ĐIỀU 78[1013] ĐẾN 79[1014]

A. DUYÊN KHỞI

Đức Phật ở tại thành Vương Xá. Bấy giờ, có các tỳ-kheo đến nhà bạch y (thọ trai)* chê thức ăn. Lại có các tỳ-kheo tự đòi thêm thức ăn. Các cư sĩ cơ hiềm.

Các tỳ-kheo Trưởng lão nghe, bằng mọi cách quở trách, rồi đem việc này bạch lên Phật. Nhân việc này đức Phật tập họp tỳ-kheo Tăng, hỏi các tỳ-kheo:

"Các ngươi có thật vậy không?"

Thưa:

"Thật vậy, bạch đức Thế Tôn."

Đức Phật bằng mọi cách quở trách rồi bảo các tỳ-kheo: "Không nên chê thức ăn, hay tự đòi thêm thức ăn."

Các tỳ-kheo, do vậy không dám vì tỳ-kheo bệnh đòi thêm thức ăn, đem việc này bạch lên Phật. Nhân việc này đức Phật tập họp tỳ-kheo Tăng, bảo các tỳ-kheo:

"Cho phép vì tỳ-kheo khác đòi thêm thức ăn, chứ không nên vì mình."

Nay ta vì các tỳ-kheo kết Pháp nên học. Từ nay giới này nên nói như vầy:

B. GIỚI VĂN

"Không nên chê thức ăn, cần phải học. Không nên vì mình đòi thêm thức ăn, cần phải học."

[1013] *Căn bản*, điều 51.
[1014] *Tăng-kỳ*, điều 44; *Tứ phần*, điều 32; *Thập tụng*, điều 79; Pāli, *Sikkhā* 37.

ĐIỀU 80[1015]

A. DUYÊN KHỞI

Đức Phật ở tại thành Vương Xá. Bấy giờ, các tỳ-kheo nhìn trong bát của vị ngồi gần có (thức ăn)* nhiều hay ít. **[76b01]** Các cư sĩ thấy, cơ hiềm nói:

"Các tỳ-kheo này như con nít xem trong bát của người khác, nói: 'Bạn được nhiều, tôi được ít; bạn được ít, tôi được nhiều.'"

Các tỳ-kheo Trưởng lão nghe bằng mọi cách quở trách rồi đem việc này bạch lên Phật. Nhân việc này đức Phật tập họp tỳ-kheo Tăng, hỏi các tỳ-kheo:

"Các ngươi có thật vậy không?"

Thưa:

"Thật vậy, bạch đức Thế Tôn."

Bằng mọi cách, đức Phật quở trách rồi, bảo các tỳ-kheo:

"Không nên xem trong bát vị ngồi gần có (thức ăn)* nhiều hay ít."

Bấy giờ, có năm trăm vị tỳ-kheo thọ trai trong một gia đình. Ăn rồi, cùng nói với nhau: 'Bữa ăn này rất hy hữu!' Tỳ-kheo Hạ tọa nói: Thượng tọa được thức ăn ngon, chúng tôi không được. Các tỳ-kheo lại nghĩ như vầy: 'Nếu Phật cho phép chúng ta xem trong bát vị khác thì biết được vị nào nhận được (thức ăn)*, vị nào không nhận được. Vị nào không nhận được thì bảo họ đem đến. Rồi đem việc này bạch lên Phật. Nhân việc này đức Phật tập họp tỳ-kheo Tăng, bảo các tỳ-kheo:

"Cho phép xem bát của vị ngồi gần, nhưng không được sanh tâm cơ hiềm."

Nay Ta vì các tỳ-kheo kết Pháp cần nên học. Từ nay giới này nên nói như vầy:

[1015] *Ngũ phần*, điều 83-84; *Tăng-kỳ*, điều 42; *Tứ phần*, điều 34; *Thập tụng*, điều 81. Pāli, *Sikkhā* 38, *ujjhānasaññī paresaṃ pattaṃ olokessāmi*, liếc nhìn vào bát người khác với tâm tưởng bất mãn.

B. GIỚI VĂN

"Không được sanh tâm cơ hiềm xem bát vị ngồi gần, cần nên học".

ĐIỀU 81[1016]

A. DUYÊN KHỞI

Đức Phật ở tại thành Vương Xá. Bấy giờ, các tỳ-kheo đứng đại tiểu tiện. Các cư sĩ thấy, cơ hiềm nói:

"Các tỳ-kheo này giống như lừa, như ngựa."

Các tỳ-kheo Trưởng lão nghe, bằng mọi cách quở trách rồi bạch Phật. Nhân việc này đức Phật tập họp tỳ-kheo Tăng, hỏi các tỳ-kheo:

"Các ngươi có thật vậy không?"

Thưa: "Thật vậy, bạch đức Thế Tôn."

Đức Phật bằng mọi cách quở trách rồi bảo các tỳ-kheo:

"Nay Ta vì các tỳ-kheo kết Pháp nên học. Từ nay giới này nên nói như vầy:

Không được đứng đại tiểu tiện, cần nên học".

Khi ấy, các tỳ-kheo bệnh không thể ngồi xổm được, nên đem việc này bạch lên Phật. Nhân việc này đức Phật tập họp tỳ-kheo Tăng, bảo các tỳ-kheo:

"Cho phép khi các tỳ-kheo bệnh đứng để đại tiểu tiện."

Từ nay giới này nên nói như vầy:

B. GIỚI VĂN

"Không được đứng đại tiểu tiện, trừ bệnh, cần nên học".

[1016] *Ngũ phần*, điều 85-86; *Tăng-kỳ*, điều 66; *Tứ phần*, điều 51; *Thập tụng*, điều 106. *Căn bản*, điều 95; [Pāli] *Na thito agilāno uccāraṃ vā passāvaṃ vā karoti*. Pāli, *Sikkhā* 73.

ĐIỀU 82[1017]

A. DUYÊN KHỞI

Đức Phật ở tại thành Vương Xá. Bấy giờ, các tỳ-kheo đại tiểu tiện trong nước, các cư sĩ thấy, cơ hiềm.

Các tỳ-kheo Trưởng lão nghe, bằng mọi cách quở trách rồi đem việc này bạch lên Phật. Nhân việc này, đức Phật tập họp tỳ-kheo Tăng, hỏi các tỳ-kheo:

"Các ngươi có thật vậy không?"

Thưa: "Thật vậy, bạch đức Thế Tôn."

Bằng mọi cách đức Phật quở trách rồi, bảo các tỳ-kheo:

"Nay Ta vì các tỳ-kheo kết Pháp nên học. Từ nay giới này nên nói như vầy:

"Không nên đại tiểu tiện trong nước, cần phải học".

Có các tỳ-kheo bệnh, thầy thuốc bảo:

"Thầy có thể đại tiểu tiện trong nước, tôi sẽ tìm hiểu bệnh trạng mới có thể chữa trị chăng?"

Các tỳ-kheo **[76c01]** không dám, bèn nói với thầy thuốc: "Xin cho phương thuốc khác."

Thầy thuốc nói: "Chỉ có cách này, sau đó mới biết được."

Các tỳ-kheo bệnh nghĩ như vầy: 'Nếu đức Phật cho phép chúng ta đại tiểu tiện trong nước thì sẽ lành bệnh.' Rồi đem việc này bạch lên Phật. Nhân việc này, đức Phật tập họp tỳ-kheo Tăng, bảo các tỳ-kheo:

"Nay cho phép tỳ-kheo bệnh đại tiểu tiện trong nước."

Từ nay giới này nên nói như vầy:

[1017] *Tăng-kỳ*, điều 65; *Tứ phần*, điều 50; *Thập tụng*, điều 105; *Căn bản*, điều 97; Pāli, *Sikkhā* 75, Na udake agilāno uccāraṃ vā passāvaṃ vā karoti.

B. GIỚI VĂN

"**Không được đại tiểu tiện trong nước sạch, trừ bệnh, cần phải học.**"

Nếu đại tiểu tiện trên cây, nhân đó nó trôi vào trong nước thì không phạm.

ĐIỀU 83[1018]

A. DUYÊN KHỞI

Đức Phật ở tại thành Vương Xá. Bấy giờ, các tỳ-kheo đại tiểu tiện trên rau cỏ. Các cư sĩ thấy, cơ hiềm nói:

"Các tỳ-kheo này giống như trâu như dê."

Các tỳ-kheo Trưởng lão nghe, bằng mọi cách quở trách rồi đem việc này bạch lên Phật. Nhân việc này đức Phật tập họp tỳ-kheo Tăng, hỏi các tỳ-kheo:

"Các ngươi có thật vậy không?"

Thưa:

"Thật vậy, bạch đức Thế Tôn."

Bằng mọi cách đức Phật quở trách rồi, bảo các tỳ-kheo:

"Nay Ta vì các tỳ-kheo kết Pháp cần phải học. Từ nay giới này nên nói như vầy:

B. GIỚI VĂN

"**Không được đại tiểu tiện trên rau cỏ, trừ bệnh, cần phải học.**"

Nếu đại tiểu tiện ở trên cây, từ đó nó trôi lên trên rau cỏ thì không phạm.

[1018] *Tăng-kỳ*, điều 64; *Tứ phần*, điều 49; *Thập tụng*, điều 104; *Căn bản*, điều 96. Pāli, *Sikkhā* 74, *Na harite agilāno uccāraṃ vā passāvaṃ vā karoti*.

ĐIỀU 84[1019] ĐẾN 85[1020]

A. DUYÊN KHỞI

Đức Phật ở tại thành Vương Xá. Bấy giờ, các tỳ-kheo vì người mang giày, dép da mà nói pháp. Các cư sĩ thấy, cơ hiềm nói:

"Đây là giáo pháp tôn quí, vi diệu đệ nhất, mà các tỳ-kheo vì người mang giày, dép da nói pháp. Khinh mạng giáo pháp này."

Các tỳ-kheo Trưởng lão nghe, bằng mọi cách quở trách rồi đem việc này bạch lên Phật. Nhân việc này đức Phật tập họp tỳ-kheo Tăng, hỏi các tỳ-kheo:

"Các ngươi có thật vậy không?"

Thưa:

"Thật vậy, bạch đức Thế Tôn."

Đức Phật bằng mọi cách quở trách rồi bảo các tỳ-kheo:

"Nay Ta vì các tỳ-kheo kết Pháp cần phải học. Từ nay giới này nên nói như vầy:

"Không được nói pháp cho người mang giày, cần phải học. Không được nói pháp cho người mang dép da, cần phải học."

Có các người bệnh, cởi guốc dép ra không được mà muốn nghe pháp, các tỳ-kheo không dám nói, đem việc này bạch lên Phật. Nhân việc này đức Phật tập họp tỳ-kheo Tăng, bảo các tỳ-kheo:

Nay cho phép các tỳ-kheo vì người bệnh nên cho họ mang giày, dép mà nói pháp. Từ nay giới này nên nói như vầy:

[1019] Tăng-kỳ, điều 52; Tứ phần, điều 58; Thập tụng, điều 99; Căn bản, điều 85. Pāli, Sikkhā 61. Hán mộc kịch 木屐. Thập tụng: kịch 屐. Pāli pādukā.

[1020] Tăng-kỳ, điều 51; Tứ phần, điều 57; Thập tụng, điều 98; Căn bản, điều 86-87. Pāli, Sikkhā 62. Hán cách tỷ 革屣. Pāli upāhana, giày hay dép (thường làm bằng da).

B. GIỚI VĂN

"Không nên vì người mang giày mà nói pháp, trừ bệnh, cần phải học. Không nên vì người mang dép mà nói pháp, trừ bệnh, cần phải học".

Pháp: Những gì do đức Phật nói, Thanh văn nói, Tiên nhơn nói, Chư Thiên nói và tất cả những ai nói như pháp.

Nếu có nhiều người mang guốc dép mà không thể bảo họ cởi ra được, thì nhân nơi người nào **[77a01]** không mang đó mà nói thì không phạm.

Điều 86[1021] đến 97

A. DUYÊN KHỞI

Đức Phật ở tại thành Vương Xá. Bấy giờ, các tỳ-kheo vì người để trống ngực, cho đến người cầm gậy mà nói pháp. Các cư sĩ thấy, cơ hiềm như trên.

Các tỳ-kheo Trưởng lão nghe, bằng mọi cách quở trách rồi đem việc này bạch lên Phật. Nhân việc này, đức Phật tập hợp tỳ-kheo Tăng, hỏi các tỳ-kheo:

"Các ngươi có thật vậy không?"

Thưa: "Thật vậy, bạch đức Thế Tôn."

Đức Phật bằng mọi cách quở trách rồi bảo các tỳ-kheo:

"Nay ta vì các tỳ-kheo kết Pháp nên học. Từ nay giới này nên nói như vầy:

"Người để trống ngực, không nên vì họ nói pháp, cần phải học".

Có các người bệnh muốn nghe pháp, các tỳ-kheo không dám nói, đem việc này bạch lên Phật. Nhân việc này, đức Phật tập hợp tỳ-kheo Tăng, bảo các tỳ-kheo:

"Cho phép vì người bệnh để trống ngực nói pháp. Từ nay giới này

---

[1021] *Tứ phần,* điều 52; *Thập tụng,* điều 95, 96, 97; *Căn bản,* điều 77.

nên nói như vầy:

B. GIỚI VĂN

"*Người để trống ngực không nên vì họ nói pháp, trừ bệnh, cần nên học*".

Người ngồi, tỳ-kheo đứng; người ngồi chỗ cao, tỳ-kheo ngồi chỗ thấp; người nằm, tỳ-kheo ngồi; người đứng trước, tỳ-kheo đứng sau; người ở giữa đường, tỳ-kheo ở bên đường; người che đầu,[1022] người lật ngược y; người lật ngược y cả hai bên; người cầm dù; người cưỡi ngựa;[1023] người cầm gậy,[1024] nói pháp đều như trên đã nói.

ĐIỀU 98[1025] ĐẾN 99[1026]

A. DUYÊN KHỞI

Đức Phật ở tại thành Vương Xá. Bấy giờ, các tỳ-kheo vì người cầm dao, người cầm cung tên, nói sự khổ nơi địa ngục. Người kia nghe rồi nổi giận dữ chém, bắn tỳ-kheo chết.

Các tỳ-kheo Trưởng lão nghe, đem việc này bạch lên Phật. Nhân việc này đức Phật tập họp tỳ-kheo Tăng, bảo các tỳ-kheo:

"Nay Ta vì các tỳ-kheo kết Pháp nên học. Từ nay giới này nên nói như vầy:

[1022] 覆頭人 Phú đầu nhân, *Veṭṭhitasīsa*. (*oguṇṭhitasīso nāma sasīsaṃ pāruto vuccati*, trùm đầu, nghĩa là lấy vạt áo trùm kín đầu.) *Thập tụng*, điều 91. *Tăng-kỳ*, điều 53; *Căn bản*, điều 78. Pāli, *Sikkhā* 67.

[1023] Kỵ thừa nhân 騎乘人, *Yānagata*, (*yānaṃ nāma vayhaṃ ratho sakaṭaṃ sandamānikā sivikā pāṭaṅkī*, xe cộ: cộ [cáng], xe ngựa kéo, xe chở hàng, chiến xa, kiệu, ghế khiêng.) *Tăng-kỳ* điều 62; *Tứ phần*, điều 59; *Thập tụng*, điều 85; *Căn bản*, điều 82-83-84.

[1024] Trụ trượng nhân 拄杖人, *Daṇḍapāṇin*. *Tăng-kỳ* điều 59; *Tứ phần*, điều 96; *Thập tụng*, điều 100.

[1025] *Tăng-kỳ*, điều 57; *Tứ phần*, điều 99; *Thập tụng*, điều 102.

[1026] *Tăng-kỳ*, điều 58; *Thập tụng*, điều 103.

B. GIỚI VĂN

"Không nên nói pháp cho người cầm đao, cần phải học. Không nên nói pháp cho người cầm cung tên, cần phải học."

ĐIỀU 100[1027]

A. DUYÊN KHỞI

Đức Phật ở tại thành Vương Xá. Khi ấy, nhóm sáu tỳ-kheo vì nhóm mười bảy tỳ-kheo nhận phần ăn nơi nhà được thỉnh. Nhóm sáu tỳ-kheo cố ý trêu nhóm mười bảy tỳ-kheo, nên không đem về sớm, để đợi gần qua ngọ mới đem về. Nhóm mười bảy tỳ-kheo trèo lên cây cao để trông chừng.

Các tỳ-kheo Trưởng lão thấy đem việc này bạch lên Phật. Nhân việc này, đức Phật tập hợp tỳ-kheo Tăng, bảo các tỳ-kheo:

Nay Ta vì các tỳ-kheo kết Pháp cần phải học. Từ nay giới này nên nói như vầy:

"Cây cao quá đầu người, không được trèo, cần phải học".

Khi ấy có tỳ-kheo trên đường đến nước Câu-tát-la, gặp phải thú dữ, không dám trèo lên cây, bị thú làm hại. Các tỳ-kheo đem việc này bạch lên Phật. **[77b01]** Đức Phật dạy:

"Từ nay giới này nên nói như vầy:

A. GIỚI VĂN

"Không được leo lên cây cao quá đầu người, trừ có nhân duyên lớn, cần phải học".

Nhân duyên lớn: Là gặp thú hay các nạn, gọi là nhân duyên lớn.

Tỳ-kheo-ni, trừ đại tiểu tiện, trên rau cỏ sống, ngoài ra đều như tỳ-kheo. Thức-xoa-ma-na, sa-di, sa-di-ni, phạm Đột-kiết-la.[1028]

[1027] *Tứ phần*, điều 94; *Thập tụng*, điều 107; *Căn bản*, điều 98-99.
[1028] Hết phần Pháp chúng học.

CHƯƠNG VIII: BẢY PHÁP DIỆT TRÁNH[1029]

Điều 1. Nên ban cho hiện tiền Tỳ-ni[1030] **thì phải ban cho hiện tiền Tỳ-ni.**

Xảy ra ở tại đâu? Đáp: Tại thành Chiêm-bà. Nhân ai phát khởi? Đáp: Nhóm sáu tỳ-kheo.

Điều 2. Nên ban cho ức niệm Tỳ-ni[1031] **thì phải ban cho ức niệm Tỳ-ni.**

Xảy ra ở tại đâu? Đáp: Tại thành Vương Xá. Nhân ai phát khởi? Đáp: Đà-bà con của Lực Sĩ.

Điều 3. Nên ban cho bất si Tỳ-ni[1032] **thì phải ban cho bất si Tỳ-ni.**

Xảy ra ở tại đâu? Đáp: Tại thành Vương Xá. Nhân ai phát khởi? Đáp: Tỳ-kheo Già-già.

Điều 4. Nên ban cho pháp tự ngôn[1033] **thì phải ban cho pháp tự ngôn.**

Xảy ra ở tại đâu? Đáp: Tại thành Xá-vệ. Nhân ai phát khởi? Đáp:

[1029] *Tăng-kỳ* 22 (tr. 412b5); *Tứ phần* 21 (tr. 713c210); *Thập tụng* 20 (tr. 141b12); *Căn bản* 50 (tr. 904b5). Pāli *adhikaraṇasamathā*, Vin. iv. 207.
[1030] Hán Hiện tiền Tỳ-ni 現前比尼, Pāli *Sammukhāvinaya*. Chiết phục bằng sự hiện diện.
[1031] Ức niệm Tỳ-ni 憶念比尼, Pāli *Sativinaya*. Chiết phục bằng sự nhớ lại.
[1032] Bất si Tỳ-ni 不癡比尼, Pāli *Amūḷhavinaya*. Chiết phục bằng sự bất si.
[1033] Ưng dữ tự ngôn 應與自言, Pāli *Paṭiññāya karetabbaṃ*. Phán quyết bằng sự tự nhận.

Tỳ-kheo Dị.

Điều 5. Nên ban cho đa nhơn ngữ,[1034] **thì phải ban cho đa nhơn ngữ.**

Xảy ra ở tại đâu? Đáp: Tại thành Xá-vệ. Nhân ai phát khởi? Đáp: Số đông tỳ-kheo.

Điều 6. Nên ban cho pháp như thảo bố địa[1035] **thì phải ban cho như thảo bố địa.**

Xảy ra ở tại đâu? Đáp: Tại thành Xá-vệ. Nhân ai phát khởi? Đáp: Số đông tỳ-kheo.

Điều 7. Nên ban cho pháp bổn ngôn trị[1036] **thì phải ban cho pháp bổn ngôn trị.**

Xảy ra ở tại đâu? Đáp: Tại thành Xá-vệ. Nhân ai phát khởi? Đáp: Ưu-đà-di.[1037]

[1034] Đa nhân ngữ 多人語, Pāli *Yebhuyyasikā*. Sự quyết định theo đa số.
[1035] Thảo bố địa 草布地, Pāli *Tiṇavatthāraka*. Như cỏ che đất.
[1036] Bổn ngôn trị 本言治, Pāli *Tassapāpiyyasikā*. Là tìm kiếm tướng tội nhau (mích tội tướng).
[1037] Bản Hán, hết quyển 10.

SÁCH DẪN

A

ác tà kiến
 *Dṛṣṭi, Pāli
 Diṭṭhi*...102, 416, 429, 430, 431, 432, 433, 434, 435, 436, 437

Ác tánh lệ ngữ
 惡性戾語 194

Ác tánh nan cộng ngữ
 惡性難共語 194

A-la-hán 66, 75, 152, 153, 159, 169, 171, 192, 272, 377

A-lan-nhã
 araññakāni . . 154, 225, 264, 265, 266, 299, 366, 426, 516, 541, 542

A-lê-tra
 Ariṭṭha. . 429, 430, 431, 432, 434, 435, 436

A-luyện-nhã
 araṇya. 154, 533

A-ma-lặc
 āmala. 466

A-na-ban-na
 ānāpānassati 103

A-na-hàm 173, 272, 429

A-na-luật
 Anuruddha. . . 166, 167, 168, 207, 405, 447, 448, 449, 477

A-nan
 Ānanda 64, 67, 89, 93, 94, 102, 103, 104, 105, 116, 167, 168, 169, 182, 183, 192, 197, 198, 199, 208, 275, 384, 385, 400, 414, 415, 452, 459, 470, 471, 522, 550

A-nậu-đạt
 Anotatta, hồ. 172, 407

an cư
 Vārṣṣika . 54, 62, 63, 68, 69, 113, 114, 144, 172, 174, 207, 210, 212, 264, 265, 266, 267, 274, 275, 276, 277, 324, 342, 343, 359, 461, 462, 468, 473, 474

An-đà-hội
 Antarvāsa, y. 212, 246, 267

án hành trú xứ
 案行住處 78

A-phù-ha-na
 abbhāna 326, 359

A-trà-bể
 Āḷavī. 141, 142, 320

A-tỳ 186

A-xà-thế 90, 171, 174, 182

B

Bạch tứ yết-ma 81, 82, 188, 338
Ba-dạ-đề . . . . xem Ba-dật-đề
Ba đại tặc
 三大賊. 115
Ba-dật-đề. 96, 97, 98, 99, 112, 162, 165, 202, 209, 213, 225, 226, 256, 48,

304, 305, 307, 308, 310, 311,
312, 314, 315, 316, 317, 318,
319, 320, 321, 323, 324, 325,
326, 327, 328, 329, 330, 331,
332, 333, 334, 335, 336, 337,
338, 339, 340, 341, 342, 345,
346, 347, 348, 349, 351, 352,
353, 354, 356, 357, 358, 361,
362, 363, 364, 365, 366, 368,
369, 371, 372, 373, 374, 376,
378, 379, 383, 384, 385, 386,
387, 388, 389, 390, 392, 393,
396, 397, 398, 399, 401, 402,
403, 404, 405, 406, 410, 411,
413, 416, 417, 418, 419, 420,
421, 422, 423, 424, 425, 426,
427, 428, 429, 432, 434, 435,
437, 438, 439, 440, 441, 442,
443, 444, 445, 446, 449, 450,
453, 454, 455, 456, 457, 458,
460, 461, 463, 464, 465, 467,
468, 470, 472, 473, 474, 475,
476, 478, 479, 480, 481, 485,
487, 488, 491, 492, 493, 494,
496, 497, 498, 499, 501, 502,
504, 505, 506, 507, 508, 509,
512, 513, 514, 515, 516, 517,
518, 519, 520, 521, 522, 523,
524, 525, 526, 527

Pācittiya 205, 303

Ba-la-đề đề-xá-ni

pratideśanīya 165, 531, 532, 533, 534, 535, 539, 541, 542

Ba-la-đề-mộc-xoa

pāṭimokkha 66, 67, 84, 330, 331

Ba-la-di 78, 79, 82, 85, 86, 87, 88, 94, 95, 97, 98, 99, 100, 101, 103, 104, 105, 106, 109, 110, 111, 112, 116, 118, 119, 156, 160, 161, 163, 164, 165, 202, 203, 204, 324, 325, 328, 373, 374, 389, 424, 440, 546

bán-trạch-ca

paṇḍaka 86

Bát bất khả vi pháp

八不可違法 358

Bất cộng trú

不共住 85, 86

Bạt-đề vương

Bhaddiya Sakyarājan 167

Bất định

Aniyato, pháp 203, 267

Bất dữ thủ

adinna 404

Bất hàm thực ngữ

不含食語 557

Ba thầy

三師 454

Bạt-kỳ Tử

Vajji-putta 285, 290, 291

Bạt-nan-đà

Upananda 201, 223, 224, 227, 229, 230, 232, 233, 234, 239, 240, 241, 242, 243, 244, 247, 248, 249, 250, 251, 253, 254, 255, 278, 279, 282, 292, 296, 297, 298, 299, 301, 311, 376, 399, 420, 421, 422, 423, 435, 436, 437, 496, 497, 498, 499, 500, 501, 509, 510, 513, 514, 519, 527

Bát-nê-hoàn

parinirvāṇa 66

Bất như pháp hối

Akaṭānudhamma 434

Bát phần giới

upavāsa

Trai giới 314

Bất phục tế tự

不復祭祠 114

Bất phụng pháp
  不奉法. 314
bất si Tỳ-ni
  Amūḷhavinaya. 571
Bất thọ thực
  adinnaṃ mukhadvāraṃ āhāraṃ. . 405
Ba-tư-nặc
  Pasenadi. 61, 135, 275, 424, 426, 445, 470, 472, 473, 483, 519, 530
Ba-xà-ba-đề
  Ma-ha Ba-xà-ba-đề. 218, 221, 226, 227, 230, 295, 355, 356, 362, 370, 371
bệnh Can tiêu
  乾痟病. 211
Biệt chúng thực
  Gaṇabhojana. 385, 386
Biệt thỉnh chúng thực *xem* Biệt chúng thực
Bình-sa
  Bimbisāra, vua nước Ma-kiệt-đà. . . 90, 94, 152, 172, 174, 180, 256, 259, 383, 389, 489
bổn ngôn trị
  Tassapāpiyyasikā. 572
Bổn ngôn trị
  Tassapāpiyyasikā. 572
Bổn nhật trị
  本日治. 326
Bổn sanh
  本生經, *kinh* 67
bốn vô ngại giải. 221
Bố-tát . . . 188, 191, 193, 235, 236, 330, 331, 467, 469

C

Ca-diếp
  Pl. Kassapa. xxv
Ca-diếp Phật
  Kassapa. 65
Ca-lan-đà

Kalandaka 70, 74, 88, 126, 162
Ca-lưu-đà-di
  迦留陀夷. . . . 121, 126, 130, 201, 311, 347, 369, 370, 410, 420, 422, 423, 438, 439
Căn chủng tử
  Mūlabīja. 333
Ca-thi-na
  Kaṭhina, y công đức 207, 208, 209, 211, 213, 217, 277, 383
Ca-tì-la-vệ (thành)
  Pl. Kapilavatthu. xlv
Cát tiệt y
  割截衣. 82, 213
Câu-lưu-tôn Phật
  Kakusandha. 65
Câu-na-hàm Mâu-ni
  Konāgamana, Phật. 65
Câu-tát-la
  拘薩羅國 237, 250, 251, 255, 256, 331, 347, 372, 413, 455, 461, 473, 479, 502, 516, 570
Cầu thính Yết-ma
  求聽羯磨 188
Câu-xá-di
  Kosambī 149, 173, 175, 192, 285, 287, 289, 291, 321, 351, 353, 450, 452, 454, 468, 519, 536
Chân thật tịnh thí. 209
Châu-lợi-bàn-đặc
  Cūḷapanthaka, tỳ-kheo 358
Chiên-đà-la. 101, 102
Chiêu-đề Tăng. 486
Chúng học pháp
  sekhiyā dhammā 545
Chủng Tử
  Bījaka. 75
Cù-sư-la . 173, 321, 322, 351, 353, 536, 537, 538, 539
Cụ túc

giới. 73, 152, 153, 155, 169, 281, 319, 325, 327, 328, 329, 359, 401, 440, 449, 459, 460, 461, 470

Cụ túc giới .73, 169, 319, 325, 327, 328, 329, 401, 440, 460, 461, 470

D

Đà-bà

Dabba, tỳ-kheo 152, 153, 154, 155, 156, 157, 158, 159, 162, 163, 337, 571

Đắc-xoa-thi-la

得叉尸羅 305

Đại Ái Đạo

大愛道 355

Đại Ca-diếp 142, 405, 407, 508

đại chúng tập

大眾集 388

Đại phòng xá

大房舍 352

Đa-la

Tāla, cây 86, 545, 546

Đa nhân ngữ

Yebhuyyasikā 572

đa nhơn ngữ

Yebhuyyasikā 572

Đạo tâm thủ

盜心取 96

Đạp-bà-ma-la Tử

Dabba Mallaputta 152

Đát-bát-na

tarpaṇa 261, 266, 461, 533

Đạt-ni-ca

dhaniyo kumbhakāraputto .88, 89, 90, 91, 92, 93, 94

đầu-đà

Dhūta 225, 226, 229, 364, 377

Đâu-suất-đà

Tusita 74

Đề-bà-đạt-đa . 167, 169, 188, 374, 385, 386

địa ngục Vô gián

Avīci .... xem A-tỳ

Địa thượng xứ

thalaṭṭhaṃ 97

Địa xứ

bhūmaṭṭhaṃ 96

Điều-đạt. 167, 169, 172, 173, 174, 175, 176, 178, 179, 180, 181, 182, 184, 185, 186, 187, 190, 328, 385, 386

Độc tĩnh xứ

獨靜處 83

đồng đẳng học xứ

sikkhāsājīvasamāpanno 82

Đồng phạm hạnh

sabrahmacārin 84

Đột-kiết-la 88, 90, 91, 96, 97, 98, 99, 100, 111, 112, 119, 122, 125, 129, 132, 134, 139, 140, 149, 162, 165, 188, 189, 191, 203, 210, 212, 214, 216, 218, 229, 231, 232, 235, 236, 238, 241, 242, 246, 247, 250, 253, 256, 262, 263, 267, 274, 275, 280, 281, 283, 285, 294, 298, 301, 304, 307, 317, 320, 325, 328, 331, 334, 336, 338, 340, 341, 342, 346, 352, 354, 355, 358, 362, 363, 364, 366, 369, 371, 374, 379, 385, 390, 393, 397, 402, 404, 405, 409, 411, 413, 417, 420, 421, 423, 424, 425, 427, 428, 433, 434, 435, 439, 440, 442, 443, 445, 446, 449, 453, 454, 456, 457, 461, 467, 468, 473, 475, 478, 481, 488, 491, 493, 494, 498, 499, 502, 504, 506, 507, 509, 516, 517, 518, 519, 520, 521, 522, 533,

536, 540, 543, 546, 555, 570

Dã-tàm-miên y
Koseyya, y lụa tơ tằm............ 209

Di-đa-la
Mettiyā, tỳ-kheo-ni 154, 156, 157, 158

Diêm-phù-đề
Jambu-dvīpa................ 268

Dị phần trung thủ phiến............164

do-tuần
yojana 95, 97, 141, 294, 374, 390, 491

dục thịnh biến tâm............131

Dục thịnh biến tâm
欲盛變心................ 128

Dục thịnh tâm biến............128

dữ dục
與欲
Pāli. adatvā............ 443, 507

Dư ngữ
aññavādaka............... 335

G

giáo giới tránh sự............161, 165

Giới luy
戒羸................82, 83

Giới luy bất tự hối
戒羸不自悔................ 82

H

Ha-lê-lặc
harītaka............ 466

Hàm tiêu dược
含消藥............ 263

Hành ác hạnh
行惡行................ 200

Hành bát nhân
行鉢人............ 281

hành Bổn nhật
行本日............ 326

Hành chủng tử
Khandhabīja............333

Hạ sắc
下色................ 287

Hạ tọa dược
夏坐藥................ 462

hiện tiền Tỳ-ni
Sammukhāvinaya............ 571

Hoại sắc cát tiệt y............82

Hỏa quang Tam-muội............154

Hóa tự tại thiên
化自在天................ 173

huỳnh môn
paṇḍaka, bán-trạch-ca ... 86, 87, 129, 140, 318, 449

K

không nhàn xứ
空閑處................*xem* không địa

Kha-đãn-ni
khādanīya............ 393

Khâm-bà-la y
Kambala............ 209

Khả tín Ưu-bà-di
可信優婆夷............ 202

khất thực phi thời............410

khất tỳ-kheo
乞比丘............ 82

Khế kinh
契經............ 67

Khiển sứ
遣使............ 109

Khinh sư
輕師............ 454

Khoáng Dã tinh xá
曠野精舍............ 320, 331, 350, 353

Không địa
arañña............ 95

không nhàn xứ
空閑處................*xem* không địa

Khư-đà-ni
佉陀尼............ 401

Khủng bố lâm
Andhavana................ 66, 221
Khư-xà-ni
khādanīya 393
Khu xuất yết-ma
驅出羯磨 197
Kiếp-bối
Karpāsa, vải....... 69, 209, 213, 297
Kiều-thi-ca 407, 408
Kiều-xa-da
Kosiya, tơ lụa tằm..... 284, 285, 287
Kỳ-dạ kinh
祇夜經...................... 67
Kỳ-xà-quật.. 88, 89, 134, 141, 152, 162, 163, 175, 185, 189

L

La-hầu-la...... 157, 303, 321, 322, 323
La-tra-ba-la
Raṭṭhapāla..................... 146
lậu hoặc 67, 76, 77
Liên Hoa Sắc
Uppalavaṇṇā, tỳ-kheo-ni 218, 219, 220, 221, 222, 223, 227, 529
Long vương A-nậu-đạt
Anavatapta 172
Lục quần tỳ-kheo
六群比丘 154, 195, 205, 253, 296, 299, 301, 326, 458, 493, 545
Lục thần thông..........113, 152, 153
Lưỡng thiệt ngữ
兩舌語..................... 310
Ly gián ngữ
離間語..................... 310

M

ma Ba-tuần
māra-pāpman................. 63
Ma-na-đỏa
Mānatta 122, 124, 326, 359

Mạn-đà-la
māndārava, hoa.............. 180
Mạt-lợi phu nhân
Mallikā 445, 470
mộc sàng
mañca 351
Mục-kiền-liên
Moggallāna..... 64, 65, 173, 376, 377

N

năm đại tặc
pañca mahācorā 115
năm hạng đại tặc
pañca mahācorā 115
năm thứ Yết-ma 316
Ngoạ cụ
Senāsana 338
ngoạ cụ
santhata 152, 153, 154, 155, 175, 261, 284, 285, 286, 287, 288, 289, 290, 291, 292, 294, 322, 338, 339, 340, 341, 342, 343, 347, 348, 349, 368, 520, 524, 540
Ngoạ cụ
santhata 284, 285, 340
Ngôn tránh sự 161
Ngũ chủng tôn
pañca satthāro.................. 174
ngũ đại hà
Pañcamahānadī................. 270
Ngũ lục ngữ
五六語..................... 314
nguyệt thủy
月水 73
nhất túc xứ
一宿處..................... 391
như thảo bố địa
Tiṇavatthāraka 572
niệm An-ban .... *xem* A-na-ban-na
Niết-bàn

Pl. nibbāna..................xxiii, xlv
Niết-bàn-tăng
涅槃僧.........................545
Ni-sư-đàn 201, 225, 291, 292, 523, 525
Ni-tát-kỳ ba-dạ-đề
nissaggiya pācittiya...............205
Ni-tát-kỳ ba-dật-đề 206, 208, 209, 211, 213, 217, 227, 228, 230, 231, 232, 234, 238, 240, 242, 246, 247, 250, 252, 253, 255, 263, 266, 273, 277, 279, 280, 282, 283, 285, 286, 288, 291, 292, 293, 294, 295, 296, 298, 300, 302
nói ly gián 308, 309, 310
nước có trùng 353, 354

O

ô-ba-tư-ca .... *xem* ưu-bà-di
Ô tha gia
污他家........................200

P

phá hòa hợp Tăng.. 186, 187, 188, 189, 190, 191
Phạm hạnh
brahmacariya.........62, 65, 66, 67, 70, 71, 72, 73, 74, 75, 77, 80, 84, 85, 102, 104, 106, 107, 115, 116, 127, 137, 138, 156, 158, 160, 161, 165, 166, 169, 170, 171, 173, 192, 196, 238, 357, 361, 365, 372, 403, 410, 421, 448, 470, 476, 486
Phạn bính
Kummāsa.....................402
Phạn can
Odana.......................402
Phần vệ
piṇḍapāta..................63, 73

Pháp hối quá
pāṭidesanīya.................529
pháp tàn thực
殘食法....... 400, 401, 402, 403, 404
pháp tự ngôn
Paṭiññāya karetabbaṃ...........571
Phá Tăng luân
破僧輪.........................186
Phi thân lý
非親里.........................229
Phi thời thực
Vikālabhojana................410
Phú sang y
Kaṇḍupaṭicchādī..............524
Phu tọa
敷坐.....................*xem*: Tòa cụ

Q

Quán đảnh
abhiṣecana.......... 92, 93, 96, 472
Quá nhơn pháp
過人法.........................117

S

Sa-kiệt-đà
Sāgata....... 211, 450, 451, 452, 453
Sa-la thọ lâm
Sālavana......................408
Sa-môn hội
沙門會時...................389, 390
Súc sanh mạng
pāṇaṃ jīvitā..................439
sự tránh sự 161, 165

T

Tám kính pháp..........358, 359, 362
Tam quy.......................314
Tàn dược
Paṭisāyanīyāni bhesajjāni........263
Tăng-già-bà-thi-sa....... 87, 162, 509

Tăng-già-bà-thi-sa ...87, 122, 123, 124, 125, 128, 129, 131, 132, 133, 134, 137, 138, 139, 140, 147, 149, 152, 161, 162, 164, 165, 188, 189, 191, 192, 194, 195, 200, 202, 203, 321, 326, 328, 336, 337, 351, 359, 377, 389, 440, 496, 498, 499, 509

Tăng-già-lê
  Saṅghāṭī, y 208, 212, 246, 267

Tăng-già-thi
  Saṃkassa 70

tăng-kỳ-chi
  saṃkacchikā 223

tăng thượng giới 82
tăng thượng tâm 83
tăng thượng tuệ 83

Tàn túc thực
  殘宿食ּ 412, 413

Tẫn yết-ma
  擯羯磨 197

Tất-lăng-già-bà-ta
  Pilindavaccha 256, 261, 383, 399, 458, 459

Tha hóa tự tại thiên 102
tháng ca-đề 264, 277

thẳng sàng
  pīṭha 285, 351

Thập sự lợi ích
  十事利益 77

Thập thất quần tỳ-kheo
  Sattarasavaggiyā bhikkhū 342

Thật chủng tử
  Phaḷubīja 333

Thất-la-phạt thành
  室羅伐城 130, 133, 195, 201, 205, 210, 214, 218, 232, 237, 239, 246, 247, 250, 264, 267, 274, 278, 282, 285, 287, 289, 291, 292, 295, 296, 299, 305, 308, 311, 315, 318, 320, 326, 329, 331, 338, 342, 343, 347, 350, 354, 358, 364, 365, 366, 369, 372, 374, 376, 390, 393, 398, 403, 404, 410, 411, 420, 422, 424, 426, 427, 429, 434, 435, 438, 440, 442, 444, 445, 446, 450, 455, 456, 458, 468, 470, 473, 479, 492, 493, 494, 496, 499, 505, 507, 509, 513, 516, 519, 520, 522, 525, 526, 534

Thâu-la-nan-đà
  Thullanandā 162, 163, 230, 376

Thâu-lan-giá 80, 87, 88, 90, 97, 98, 99, 100, 101, 103, 106, 107, 110, 111, 112, 119, 125, 129, 131, 132, 134, 139, 140, 149, 162, 189, 328, 331
  sthūlātyaya 87

Thích Đề-hoàn Nhân
  Śakra Devānām-indra 407, 413

Thích-ma-nam
  Sakkamahānāma 166

Thích Ma-nam
  Mahānāma Sakka 461, 462, 464

Thích-súy-sấu
  Sakkesu 303

Thiên ma 102, 115

Thi-khí
  Sikhī, Phật 65

Thí nhất thực xứ
  施一食處 392

Thị sự pháp nhĩ
  是事法爾 246

Thí y thời
  施衣時 384

Thời của y 276, 277, 387, 515

Thời y
  衣時 276

Thọ ký

授記經, kinh 66, 67
Thuần hắc mao chiên
  純黑毛氈 286
Thức-xoa-ca-la-ni
  śikṣā karaṇīyā 545
thượng nhân pháp
  上人法 117
Thủ phiến
  取片 163
Thuý dục y
  水浴衣 270
Tiết chủng tử
  Phaḷubīja 333
Tì-lan-nhã
  Verañjā 61
tịnh nhân
  ārāmika 262, 298, 408, 409, 488
Tịnh thí
  淨施, hay tác tịnh 209
Tọa cụ
  niṣīdana 225
Tôn-đà-la
  Sundara 79, 80, 81
tránh sự 161, 164, 188, 317
Triển chuyển sứ
  visakkiyena dūtena 109
Triển chuyển thực
  展轉食 384
Triển chuyển tịnh thí 209
trời Đâu-suất
  Tuṣita 74
Trùng Các
  Kūṭagārasālā, giảng đường 70
túc thực
  5 loại 391, 401, 402
Tư-đà-hàm 272, 429
Tu-đà-hoàn
  quả vị 67, 185, 202, 272, 377, 429, 460
Tu-đề-na

Sudinna . 70, 71, 72, 73, 74, 75, 76, 93, 94
Từ Địa
  tỳ-kheo . 154, 155, 156, 158, 159, 162, 163, 336, 337
Tu-già-đà
  Sugata . . 147, 292, 520, 523, 525, 526
Tụ lạc
  gāma, làng xóm 95, 373
Tự ngôn diệt tẫn 158
Tứ nguyệt tự tứ thỉnh
  四月自恣請 463
Tự nhiên canh mễ
  自然粳米 64
Tứ niệm xứ 377
Tứ phương Tăng 256
Từ tâm Tam-muội 183, 184
Tự tứ 188, 191, 193, 235, 236, 275, 276, 277, 359, 467
Tự tứ dữ thực
  自恣與食 397
Tự tứ thỉnh
  自恣請 250
Tùy-diếp Phật
  Vissabhu 65
Tỳ-bà-thi Phật
  Vipassī 65
tỳ-kheo A-lan-nhã 78, 226, 412
Tỳ-kheo-ni Bạt-đà 363
Tỳ-kheo-ni Thiện Sinh 369
Tỳ-xá-khư 201, 202, 267, 268, 269, 271, 272, 485, 486, 525
Tỳ-xá-ly
  Vesāli 70, 101, 102, 103, 113, 285, 324, 338, 342, 438, 473, 476, 529

U
Ức niệm Tỳ-ni 158, 571
  Sativinaya 571

Uất-đa-la-tăng
uttarāsaṅga, thượng y............ 212
Uất-đơn-việt
Uttarakuru....................... 64
Ưu-ba-đầu............................112
ưu-bà-di... 70, 175, 202, 203, 414, 426
Ưu-ba-hại 112
Ưu-ba-ly
Upāli.............. 168, 169, 329, 458
Ưu-ba-nan-đà
優波難陀 .... *xem* Bạt-nan-đà
Ưu-ba Nan-đà 355
ưu-bà-tắc... 70, 84, 175, 197, 314, 414, 426, 429, 488
Ưu-ba-tư-na
Upasena 223, 224, 225, 226
Ưu-ba-xa 112
Ưu-đà-di
Udāyin.. 121, 122, 125, 126, 127, 130, 131, 133, 201, 292, 311, 353, 369, 370, 371, 422, 423, 523, 572
Ưu-đa-la-tăng .... *xem* Uất-đa-la-tăng
Uất-đa-la-tăng 212, 267

V

Vật (cúng)* cho Tăng.............255
Vật hướng Tăng
saṅghikaṃ labhaṃ................255
Vị mãn ngũ xuyết
bát, 未滿五綴 279
Vị tằng hữu
未曾有經 67
vị tri vị liễu
anabhijānaṃ................ 117
vô căn Ba-la-di................159
vô ngã 314
vô thường 151, 169, 180, 314, 319, 320
Vô y ngoại đạo 417
Vũ dục y

vassikasāṭikā............... 273, 525
vũ kỳ an cư 266
Vương Xá
Rājagaha, thành 88, 90, 125, 126, 130, 141, 152, 153, 154, 156, 157, 162, 165, 174, 175, 186, 189, 214, 242, 246, 253, 256, 282, 285, 287, 289, 299, 301, 305, 308, 315, 326, 336, 364, 376, 379, 380, 382, 385, 390, 391, 393, 398, 400, 403, 404, 410, 411, 413, 416, 418, 458, 467, 473, 474, 476, 481, 488, 492, 493, 498, 502, 508, 509, 513, 516, 517, 520, 526, 527, 529, 534, 545, 547, 550, 552, 553, 554, 555, 556, 557, 558, 560, 561, 562, 563, 564, 565, 566, 567, 568, 569, 570, 571
Vu thuyết
ujjhāpanaka 337
Vũ Xá
Vassakāra....................... 91

X

Xa-đà-ni
bhojanīya 401
Xả đọa pháp .... *xem* Ni-tát-kỳ ba-dạ-đề
Xá-lợi-phất
Pl. Sāriputta xlv
Sāriputta ...65, 66, 67, 142, 176, 178, 179, 180, 181, 196, 197, 208, 211, 328, 363, 376, 377, 392, 406, 407, 430, 435, 485, 486
Xá-vệ (nước)
Pl. Sāvatthi...................... xlv
Xá-vệ, thành 121
Xiển-đà
Channa .149, 150, 151, 192, 193, 334, 351, 352, 353

Y

y cấp thí 276, 277
Y cấp thí
 急施衣 276, 277
Yết-ma
 năm loại 315
Yết-ma cử tội
 Ukkhepaniya 315
Yết-ma diệt tẩn 81, 436
Yết-ma giáo giới 358
Yết-ma ha trách
 Tajjaniyakamma 315
Yết-ma học gia 537, 538, 539, 540
Yết-ma khu xuất
 Pabbājaniya 197, 315
Yết-ma lìa y 212
Yết-ma thọ giới 82
y hoại sắc 82, 136, 404, 450
y phấn tảo 164, 178, 205, 208, 211, 212, 225, 405
Y phấn tảo
 pāṃsu-kūla 205
y phi thời 214, 215, 216, 217

GIÁO HỘI PHẬT GIÁO VIỆT NAM THỐNG NHẤT
HỘI ĐỒNG HOẰNG PHÁP*

CHỨNG MINH:
Trưởng lão HT Thích Huyền Tôn   (Úc châu),
HT Thích Bảo Lạc   (Úc châu)

CỐ VẤN:
HT Thích Minh Đạt   (Hoa Kỳ)

CHÁNH THƯ KÝ:
HT Thích Như Điển   (Đức)

PHÓ THƯ KÝ:
HT Thích Nguyên Siêu   (Hoa Kỳ),
HT Thích Bổn Đạt   (Canada)

THÀNH VIÊN:
Âu châu: HT Thích Quảng Hiền (Thụy Sĩ), HT Thích Minh Giác (Hòa Lan), HT Thích Thông Trí (Pháp), TT Thích Nguyên Lộc (Pháp).
Úc châu: HT Thích Minh Hiếu, HT Thích Tâm Minh
Hoa Kỳ: HT Thích Nhật Huệ, HT Thích Từ Lực

---

* Cập nhật ngày 15/09/2024.

BAN PHIÊN DỊCH & TRƯỚC TÁC:

Cố Vấn: HT Thích Minh Đạt (Hoa Kỳ)
Trưởng Ban: (bổ sung sau)
Phó Ban: HT Thích Thiện Quang (Canada)
Phụ Tá: TT Thích Như Tú (Thụy Sĩ)
Thư Ký: TT Thích Hạnh Giới (Đức)
Ban Viên: ĐĐ Thích Thanh An (Tích Lan), NT Thích Nữ Giới Châu (Hoa Kỳ), NS Thích Nữ Quảng Trạm (Pháp), SC Thích Nữ Giác Anh (Úc), CS Hạnh Cơ (Canada).

BAN TRUYỀN BÁ GIÁO LÝ:

Trưởng Ban: HT Thích Nguyên Siêu (Hoa Kỳ)
Phó Ban: HT Thích Bổn Đạt (Canada)
Phó Ban: HT Thích Trường Sanh (Úc châu)
Phó Ban: HT Thích Tâm Huệ (Âu châu)
Thư Ký: TT Thích Hạnh Tấn (Đức)
Ban Viên: HT Thích Nhựt Huệ (Hoa Kỳ), HT Thích Thiện Long (Hoa Kỳ), TT Thích Hoằng Khai (Na Uy), TT Thích Giác Tín (Úc Châu), TT Thích Thiện Trí (Hoa Kỳ), TT Thích Đạo Tỉnh (Hoa Kỳ), TT Thích Chúc Đại (Hoa Kỳ), SC Thích Thông Niệm (Canada), SC Thích Tịnh Nghiêm (Hoa Kỳ), v.v...

BAN BÁO CHÍ & XUẤT BẢN:

Trưởng Ban: TT Thích Nguyên Tạng (Úc)
Phó Ban: TT Thích Hạnh Tuệ, CS Tâm Quang Vĩnh Hảo (Hoa Kỳ)
Thư Ký: CS Tâm Thường Định Bạch Xuân Phẻ (Hoa Kỳ)
Ban Viên: CS Tâm Huy Huỳnh Kim Quang (Hoa Kỳ), CS Quảng Tường Lưu Tường Quang (Úc), CS Nguyên Đạo Văn Công Tuấn (Đức), CS Quảng Trà Nguyễn Thanh Huy (Hoa Kỳ), CS Quảng Anh Lê Ngọc Hân (Úc), CS Thanh Phi Nguyễn Ngọc Yến (Úc).

BAN BẢO TRỢ:

Cố Vấn: HT Thích Trường Phước (Canada)
Trưởng Ban: HT Thích Tâm Hòa (Canada)
Phó Ban Úc Châu: HT Thích Tâm Phương (Úc)
Phó Ban Âu Châu: TT Thích Quảng Đạo (Pháp),
NT Thích Nữ Diệu Phước (Đức),
NS Thích Nữ Huệ Châu (Đức)
Phó Ban Châu Mỹ: NS Thích Nữ Diệu Tánh (Hoa Kỳ),
TT Thích Thường Tịnh (Hoa Kỳ)
Phụ Tá: ĐĐ Thích Thông Giới (Canada),
SC Thích Nữ Thông Tịnh (Canada)
Thủ Quỹ: NS Thích Nữ Bảo Quang (Canada)
Thư Ký: NS Thích Nữ Đức Nghiêm (Canada)

HỘI ẤN HÀNH ĐẠI TẠNG KINH VIỆT NAM[*]
VIETNAM TRIPITAKA FOUNDATION

(trực thuộc Hội Đồng Hoằng Pháp)

Hội trưởng: HT Thích Nguyên Siêu
Thư ký: TT Thích Hạnh Tuệ
Thủ quỹ: CS Tâm Quang Vĩnh Hảo

Ban Ấn hành:

Trưởng Ban: HT Thích Nguyên Siêu
Phó Ban: CS Nguyên Đạo Văn Công Tuấn
- Đặc trách Ấn loát: CS Tâm Thường Định Bạch Xuân Phẻ,
                           CS Nhuận Pháp Trần Nguyên Nhị Lâm
- Đặc trách Kỹ thuật: CS Quảng Pháp Trần Minh Triết,
                           CS Quảng Hạnh Tuệ Nguyễn Lê Trung Hiếu

---

Ghi chú các chữ viết tắt: HT: Hòa thượng; TT: Thượng tọa; ĐĐ: Đại đức; NT: Ni trưởng; NS: Ni sư; SC: Sư cô; CS: Cư sĩ.

---

[*] Cập nhật ngày 19/10/2024.

Liên lạc HỘI ĐỒNG HOẰNG PHÁP

Hòa thượng Thích Như Điển, Chánh Thư Ký, HĐHP
Chùa Viên Giác, Karlsruher Str. 6, 30519 Hannover, Germany
Website: www.hoangphap.org; Email: hdhp.ctk@gmail.com;
Tel: + 49 511 879 630

Thượng tọa Thích Nguyên Tạng, Trưởng ban Báo Chí & Xuất Bản, HĐHP
Tu Viện Quảng Đức, 105 Lynch Road, Fawkner, Vic.3060 Australia
Website: www.hoangphap.org; Email: hdhp.bbc@gmail.com;
Tel: +61 481 169 631

Hòa thượng Thích Tâm Hòa, Trưởng ban Bảo Trợ, HĐHP
Trung Tâm Văn Hóa Phật Giáo Pháp Vân, Ontario, Canada
420 Traders Blvd E, Mississauga, ON L4Z 1W7, Canada
Website: www.phapvan.ca; Email: thichtamhoa@gmail.com
Tel: +1 905-712-8809

www.ingramcontent.com/pod-product-compliance
Lightning Source LLC
Chambersburg PA
CBHW060412010526
44107CB00006B/661